നാടോടിക്കഥാസാഗരം

Nadakkavu, Kozhikode, Kerala, 673011
www.insightpublica.com
e-mail: insightpublica@gmail.com
Title: **Nadodikkatha Sagaram**
Translator: **P.K.N Panikker**
(Malayalam)
First Edition: October 2024
Printed and Published by
InsightinPublica Printers & Publishers Pvt. Ltd.
ISBN 978-93-5517-784-1
₹720

നാടോടിക്കഥാസാഗരം

പുനരാഖ്യാനം:

പി.കെ.എൻ. പണിക്കർ

INSIGHT PUBLICA

1935-ൽ കവിയൂരിൽ ജനനം. കവിയൂർ എൻ.എസ്.എസ് ഹൈസ്കൂൾ, ചങ്ങനാശ്ശേരി എൻ.എസ്.എസ് കോളേജ്, ബനാറസ് ഹിന്ദു യൂണിവേഴ്സിറ്റി (കെമിക്കൽ എൻജിനീയറിംഗ്) എന്നിവിടങ്ങളിൽ വിദ്യാഭ്യാസം. ഇന്ത്യൻ ഇൻസ്റ്റിറ്റ്യൂട്ട് ഓഫ് കെമിക്കൽ എൻജിനീയേഴ്സിന്റെ പ്രസിഡന്റായിരുന്നു. മദിരാശി കേരള സമാജത്തിന്റെയും കെമിക്കൽ ഇൻഡസ്ട്രീസ് അസോസിയേഷന്റെയും. മദിരാശി കേരള വിദ്യാലയത്തിന്റെ കറസ്പോണ്ടന്റും.

കൃതികൾ-ഇംഗ്ലീഷ്: Our Earth, Our Environment, Swami Vivekananda, Random Reflections (poems), Insight (poems), Ultimate Triumph (poems) without Borders (poems), Selected poems of A.Ayyappan, Selected poems of vailoppilli Sreedhara Menon, Selected Poems of Akkitham, Selected Poems of “P” and Selected Poems & Vishnu Narayanan Namboodiri (All English Translations)

കൃതികൾ-മലയാളം: ആൽക്കഹോൾ, ലോഹങ്ങളുടെ ലോകം, പല മുഖങ്ങൾ (ഏകാങ്കങ്ങൾ), സ്വപ്നങ്ങൾ (കവിത), അതിരുകൾക്കപ്പുറം (കവിത), ആഫ്രിക്കൻ നാടോടിക്കഥകൾ, ഏഷ്യൻ ആഫ്രിക്കൻ നാടോടിക്കഥകൾ, അമേരിക്കൻ നാടോടിക്കഥകൾ, കൊറിയൻ നാടോടിക്കഥകൾ, ആഫ്രിക്കൻ ഏഷ്യൻ നാടോടിക്കഥകൾ, അമേരിക്കൻ ഭൂഖണ്ഡത്തിൽ നിന്ന് 16 നാടോടിക്കഥകൾ, ഏഷ്യൻ നാടോടിക്കഥകൾ, ജപ്പാനീസ് നാടോടിക്കഥകൾ, ചൈനീസ് നാടോടിക്കഥകൾ.

E-mail : pknpanicker@gmail.com

പി. കെ. എൻ. പണിക്കർ

ഏതേതോ സരണികളിലൂടെ തിടം വെച്ച കഥകൾ

ഡോ. എ. സി. സുഹാസിനി

ഒരു നാടിന്റെ സഞ്ചിതസംസ്കാരസമ്പന്നതയാണ് നാടോടിക്കഥകൾ സാക്ഷ്യപ്പെടുത്തുന്നത്. വാമൊഴിപാരമ്പര്യത്തിലൂടെ പറഞ്ഞുപറഞ്ഞ് പഴകിയതും ദേശാനുസൃതമായി മാറ്റം വന്നതുമായ കൊച്ചുകൊച്ചു കഥകളുടെ വലിയ ശേഖരമാണ് നാടോടിക്കഥകൾ. നാട്ടുകൾക്കൊപ്പം ഓടിയോടി കഥകൾ ലോകം മുഴുവൻ വ്യാപിച്ച് നാടിന്റെ ജീവിതവഴികളിൽ വേരുറപ്പിച്ചു. നാടോടിക്കഥകൾ ചമച്ചത് ആരാണെന്ന് നമുക്കറിയില്ല; ആർക്കുമറിയില്ല. എഴുത്തിനുമുമ്പുണ്ടായതും തലമുറതലമുറകളായി പകർന്നുകൊണ്ടിരുന്നതുമായ ജീവിതാനുഭവങ്ങളുടെ നിറമാർന്ന, ഭാവനാനിർഭരമായ, മൂല്യബോധത്തിലധിഷ്ഠിതമായ സാംസ്കാരിസങ്കൽപനങ്ങളുടെ ആകെത്തുകയായി രൂപഭാവമാർന്ന് ഉരുത്തിരിഞ്ഞു വന്നതാവാം നാടോടിക്കഥകൾ. ഒരു കാലഘട്ടം വരെ അഥവാ എഴുത്ത് നിലവിൽവരുന്നതുവരെ മനുഷ്യന്റെ ആവിഷ്കാരങ്ങളെല്ലാം നാടോടിസാഹിത്യമായിരുന്നുവെന്നു വേണം കരുതാൻ. അവതരിപ്പിച്ചും പുനരവതരിപ്പിച്ചും ആയിരത്താണ്ടുകളോളം അത് നിലനിർത്തുകയും ചെയ്തു.

കഥ കേൾക്കാനുള്ള ആവേശം പ്രായഭേദമെന്യേ എല്ലാ മനുഷ്യർക്കുമുണ്ട്. നമ്മുടെ ജീവിതവ്യവഹാരങ്ങളെ കഥയുമായി ബന്ധപ്പെടുത്തി നാം വിനിമയം ചെയ്യാറുണ്ടല്ലോ. കഥ കഴിഞ്ഞു, നല്ല കഥയായി,

അക്കഥയൊന്നും പറയണ്ട, അതൊക്കെ ഒരു കഥയാണ് എന്നിങ്ങനെ മനുഷ്യന്റെ വ്യവഹാരലോകം കഥയുമായി അഭേദ്യബന്ധം പുലർത്തുന്നു. കഥയിൽ ചോദ്യമില്ല. 'എന്നിട്ടോ' 'എന്നിട്ടോ' എന്ന ആകാംക്ഷ നിറഞ്ഞ തുടർച്ചയല്ലാതെ എന്തുകൊണ്ട് എന്ന ചോദ്യമുയർന്നാൽ അവിടെ കഥ തീരും. പിന്നെ കഥയ്ക്ക് മുന്നോട്ട് പോകാനാവില്ല. കഥയിലെ 'കഥയില്ലായ്മ' അറിഞ്ഞുകൊണ്ടുതന്നെയാണ് നാം കഥ കേൾക്കുന്നത്. നാടോടിക്കഥകളെക്കുറിച്ചും ഒരു കഥയുണ്ട്. അതിങ്ങനെയാണ്. കഥപറയാൻ പിശുക്ക് കാണിച്ച് ഒരു മനുഷ്യനുണ്ടായിരുന്നു. അയാളുടെ മനസ്സിൽ കിടന്ന് കഥകൾ ശ്വാസം മുട്ടാൻ തുടങ്ങി. അങ്ങനെ കഥകൾ ഒരു തീരുമാനത്തിലെത്തി.ഇയാളെ കൊല്ലുക തന്നെ. കാരണം ഈ മനുഷ്യന് വയസ്സായി. ഇയാൾ മരിച്ചുപോയാൽ ഇയാളോടൊപ്പം നമ്മളും മരിച്ചുപോകും. കഥകൾ മരിയ്ക്കാൻ പാടില്ല. അങ്ങനെ കഥ പറയാൻ പിശുക്ക് കാണിച്ച ആ മനുഷ്യനെ കൊന്ന് കഥകൾ പുറത്തുവന്ന് ലോകമാകെ പരന്നു എന്നാണ് കഥ. കഥകൾ നിലനിൽക്കേണ്ടതിന്റെ അനിവാര്യത ഇതിലുണ്ട്. കാരണം കഥകളില്ലെങ്കിൽ ജീവിതത്തിന്റെ അകത്തളം ശൂന്യമാകും. കഥകളാൽ നിർമിതമാണ് ജീവിതം.

പഞ്ചതന്ത്രം കഥകൾ, കലാസരിത് സാഗരം, ഈസോപ്പുകഥൾ, ബീർബൽകഥകൾ, തെനാലിരാമൻകഥകൾ, ജാതകകഥകൾ, നാടോടിക്കഥകൾ, അറബിക്കഥകൾ, സൂഫിക്കഥകൾ, സെൻകഥകൾ, യക്ഷിക്കഥകൾ, പുരാണേതിഹാസകഥകൾ എന്നിങ്ങനെ കഥകളുടെ സാമ്രാജ്യം വിശാലമാണ്. ലോകരാഷ്ട്രങ്ങളിലെ എല്ലാ നാട്ടുകളിലും നാടോടിക്കഥകളുണ്ട്. കൊടുക്കൽ വാങ്ങലുകളിലൂടെ അവയെല്ലാം ഇന്ന് ലോകജനതയ്ക്കാകെ ലഭ്യവുമായിട്ടുണ്ട്. മറ്റു ഭാഷകളിൽനിന്ന് സ്വീകരിക്കപ്പെട്ട നാടോടിക്കഥകൾ ഇംഗ്ലീഷിലാണ് ധാരാളമായി ഉണ്ടായത്. അങ്ങനെ ഇംഗ്ലീഷിലുണ്ടായ, വിവിധ രാജ്യങ്ങളിലെ ഇരുനൂറ് കഥകൾ പതിനെട്ട് സമാഹാരങ്ങളിലായി പി.കെ.എൻ പണിക്കർ മലയാളത്തിലേക്ക് പരിഭാഷപ്പെടുത്തുകയുണ്ടായി. അവയെല്ലാം ചേർന്നതാണ് നാടോടിക്കഥാ സാഗരം, ലോകോത്തര നാടോടിക്കഥകൾ, വിശ്വപ്രസിദ്ധ നാടോടിക്കഥകൾ എന്നിവ. ഒരു പരിഭാഷയിൽ നിന്ന് മറ്റൊരു ഭാഷയിലേക്ക് വീണ്ടും പരിഭാഷപ്പെടുത്തുമ്പോൾ മൂലകഥകളുടെ സത്തയ്ക്ക് ശോഷണം സംഭവിക്കാൻ സാധ്യതയേറെയാണ്. അത് മറികടക്കാൻ പണിക്കർ സ്വീകരിച്ച മാർഗം സ്വതന്ത്രവിവർത്തനമാണ്. 'നമ്മുടെ വായനക്കാർക്ക്, പ്രത്യേകിച്ച് കുട്ടികൾക്ക് ആസ്വാദ്യകരമാകുന്ന രീതിയിൽ ചെറിയ പാഠഭേദങ്ങൾ വരുത്തിക്കൊണ്ടും സംഭാഷണ രീതി അവലംബിച്ചുകൊണ്ടും തയ്യാറാക്കിയ പുനരാഖ്യാനമാണ്" ഈ

കഥകളെന്ന് വിവർത്തകൻ പറയുന്നുണ്ട്. അവിടെ പരിഭാഷകന്റെ ഉദ്യമത്തിന് ഉത്തരവാദിത്വം കൂടുകയാണ്. കാരണം ഓരോ നാടിന്റേയും സാംസ്കാരികത്തനിമ വ്യത്യസ്തമാണ്. അത് കേരളത്തിന്റെ അഥവാ മലയാളത്തിന്റെ സാംസ്കാരിക പരിസരത്തേക്ക് മാറ്റുമ്പോൾ വരുത്തേണ്ട മാറ്റങ്ങൾ ആസ്വാദ്യകരമായിരിക്കണം, വർണചിത്രാഞ്ചിതമായിരിക്കണം, സൗന്ദര്യാത്മകമായിരിക്കണം. അപ്രകാരം പുനരാഖ്യാനം നിർവഹിക്കാൻ പണിക്കർക്ക് സാധിച്ചിട്ടുണ്ടെന്നതാണ് ഈ കൃതിയുടെ ആദ്യസവിശേഷത. മറ്റൊന്ന്, വായനക്കാരുമായി പ്രത്യേകിച്ച് കുട്ടികളുമായി ചങ്ങാത്തം സ്ഥാപിച്ചുകൊണ്ടാണ് എഴുത്തുകാരൻ കഥ പറയുന്നത്. അവരെക്കൂടി ഉൾപ്പെടുത്തുകയും കൂടെകൊണ്ടു നടക്കുകയും ചെയ്തുകൊണ്ടുള്ള കഥനശൈലി കുട്ടികൾക്ക് പ്രിയംകരമായിരിക്കുമെന്ന കാര്യത്തിൽ സംശയമില്ല. എടുത്തു പറയേണ്ട മറ്റൊരു പ്രത്യേകത ഓരോ രാജ്യത്തിന്റെയും കഥകൾക്കൊപ്പം അതത് രാജ്യത്തിന്റെ ചരിത്രം, ഭൂമിശാസ്ത്രം, ജനസംഖ്യ, സംസ്കാരം തുടങ്ങിയവയെക്കുറിച്ചെല്ലാം സൂക്ഷ്മമായ വിവരണങ്ങൾ നൽകിയിരിക്കുന്നുവെന്നതാണ്. ചിലപ്പോഴെല്ലാം അവ കഥാരംഭത്തിലോ കഥകൾക്കിടയിലോ ആണ്. എങ്കിലും അത് വായനക്ഷമതയെ ഒട്ടും ബാധിക്കുന്നില്ല. മാത്രമല്ല ഈ വിവരണങ്ങൾ വായനക്കാർക്ക് പ്രത്യേകിച്ച് കുട്ടികൾക്ക് ലോകചരിത്രത്തെക്കുറിച്ചും സംസ്കാരത്തെക്കുറിച്ചുമുള്ള സാമാന്യജ്ഞാനം പകർന്നു നൽകും. ഒപ്പം എഴുത്തുകാരനിലെ ശാസ്ത്രകാരൻ ചില സന്ദർഭങ്ങളിൽ കഥകളിൽ നേരിട്ട് ഇടപെടുന്നുണ്ട്. അത് കുട്ടികൾക്ക് നൽകുന്ന ഒരു ദിശാബോധമായിട്ടാണ് കാണേണ്ടതെന്നു പറയാം.

ആഫ്രിക്കൻ നാടോടിക്കഥകൾ, അമേരിക്കൻനാടോടിക്കഥകൾ, ആഫ്രിക്കൻ -ഏഷ്യൻ നാടോടിക്കഥകൾ, ഏഷ്യൻ-ആഫ്രിക്കൻ നാടോടിക്കഥകൾ, അമേരിക്കൻ ഭൂഖണ്ഡത്തിൽനിന്ന് 17 നാടോടിക്കഥകൾ, ഏഷ്യൻ നാടോടിക്കഥകൾ, കൊറിയൻ നാടോടിക്കഥകൾ, ജാപ്പനീസ് നാടോടിക്കഥകൾ, ചൈനീസ് നാടോടിക്കഥകൾ, ആഫ്രിക്കൻ ഭൂഖണ്ഡത്തിൽനിന്ന് പന്ത്രണ്ട് നാടോടിക്കഥകൾ, ജർമൻ നാടോടിക്കഥകൾ, ഐറിഷ് നാടോടിടക്കഥകൾ, സ്പാനിഷ് നാടോടിക്കഥകൾ, ആസ്ട്രേലിയൻ നാടോടിക്കഥകൾ, സ്കോട്ടിഷ് നാടോടിക്കഥകൾ, പേർഷ്യൻ നാടോടിക്കഥകൾ എന്നിങ്ങനെ പതിനാറ് രാഷ്ട്രങ്ങളിലെ കഥകളും സൂര്യൻ കഥകൾ,ചന്ദ്രൻകഥകൾ എന്ന പേരിൽ പൗരാണികകഥകളും നാടോടിക്കഥകളുമടങ്ങിയ രണ്ടു സമാഹാരങ്ങളിൽ സൂര്യ-ചന്ദ്രന്മാരെക്കുറിച്ച് വിവിധ രാജ്യങ്ങളിൽ പ്രചാരത്തിലുള്ള കഥകളുമാണ് ഉൾപ്പെടുത്തിയിരിക്കുന്നത്.

പത്തുമുതൽ പതിനാറുവരെ കഥകളാണ് ഓരോ സമാഹരത്തിലുമുള്ളത്. ആഫ്രിക്കൻ നാടോടിക്കഥകളിൽ 'മരിക്കാൻ വിസമ്മതിച്ച കിളി' എന്ന ഒന്നാമത്തെ കഥ മുതൽ 'അച്ഛൻ നൽകിയ മന്ത്രക്കൊമ്പുള്ള കാള' എന്ന പത്താമത്തെ കഥ വരെ മനുഷ്യജീവിതവുമായി ബന്ധപ്പെട്ട ആത്മബോധം, സത്യസന്ധത, വിവേകം, ബുദ്ധിശക്തി തുടങ്ങി ജീവിതത്തിൽ പുലർത്തേണ്ട ഗുണങ്ങളെ നിഗൂഢതയുടെ പുറംതോടുകൊണ്ട് പൊതിഞ്ഞ് ആവിഷ്കരിക്കുന്നു.

അമേരിക്കൻ ഭൂഖണ്ഡത്തിന്റെ വിവിധ പ്രദേശങ്ങളിൽ പ്രചാരത്തിലുള്ള പത്തു കഥകളാണ് അമേരിക്കൻ നാടോടിക്കഥകൾ. ചെന്നായയും സന്തതിപരമ്പരകളും മനുഷ്യരുടെ സേവകരായി മാറിയതും മനുഷ്യർക്ക് വേണ്ടി നിസ്വാർത്ഥസേവനം ചെയ്യുന്നതും ഒരു ഭർത്താവ് തന്റെ അവിവേകം മൂലം വരുത്തിവെച്ച ആപത്തിൽ മനമുരുകി മരിക്കുന്നതും പട്രോ എന്ന മനുഷ്യന്റെ ബുദ്ധിയും അതിബുദ്ധിയും വക്രബുദ്ധിയും ചുരുളഴിയുന്നതും കുറുക്കന്റെ കൗശലവും ആപത്തുമെല്ലാം അടങ്ങുന്നതാണ് കഥകൾ. അധികാരവും ഭാവനയും ഏറ്റുമുട്ടി സൗന്ദര്യാത്മകതലം സൃഷ്ടിക്കുന്നു. ആഫ്രിക്കൻ ഏഷ്യൻ നാടോടിക്കഥകളിൽ കൂടുതൽ രാജ്യങ്ങളിൽ നിന്നുള്ള കഥകളുണ്ട്. ഇൻഡോനേഷ്യയിൽനിന്നുള്ള 'മുത്തശ്ശിയും കൊച്ചുമോളും' നേപ്പാളിൽനിന്നുള്ള 'ചുമട്ടുകൂട', ലിബേറിയയിൽനിന്നുള്ള 'പന്തയത്തിലെ പത്ത്' തുർക്കിയിൽ നിന്നുള്ള 'നസറുദ്ദീൻ ഹോജയുടെ അമ്പെയ്ത്ത്', ഏത്യോപ്യയിൽനിന്നുള്ള 'പേരുകേട്ട ന്യായാധിപൻ', ആഫ്രിക്കയിൽനിന്നുള്ള 'നരഭോജിയും പാട്ടുപാടുന്ന പെൺകുട്ടിയും' അങ്ങനെയങ്ങനെ നീളുന്ന കഥകളിൽ അറിവിന്റെ അത്ഭുതകരമായ കണങ്ങളുണ്ട്, പൊട്ടിപ്പോയ സ്നേഹബന്ധത്തിന്റെ കണികകളുണ്ട്, അതിശയങ്ങളിലേക്ക് തുറക്കുന്ന കാഴ്ചകളുമുണ്ട്. ഏഷ്യൻ-ആഫ്രിക്കൻ നാടോടിക്കഥകൾ പതിനൊന്നെണ്ണമുണ്ട്. സിംഹം, കുറുക്കൻ, എലി, ആന,മുയൽ,കൊതുക്, കാട്ടുപോത്ത് തുടങ്ങിയവർ കഥാപാത്രങ്ങളായി വന്ന് മനുഷ്യന്റെ കഥ പറയുന്നു. അസംബന്ധമെന്നോ അനുചിതമെന്നോ തോന്നാത്ത തരത്തിൽ ഭാവനയുൾച്ചേർന്ന ജീവിതയാഥാർത്ഥ്യത്തെ തുറന്നു കാണിക്കുന്നു. അങ്ങനെ മനുഷ്യജീവിതത്തിന്റെ ഗതിവിഗതികളെ അടയാളപ്പെടുത്തുന്നു. അമേരിക്കൻ ഭൂഖണ്ഡത്തിൽനിന്ന് 16 നാടോടിക്കഥകൾ എന്ന സമാഹാരത്തിലെ 'കോലാസ്നേഹിതൻ' എന്ന സാരോപദേശകഥ അമേരിക്കയിലെ തെക്കൻ ഡക്കോട്ടയിൽ പ്രചാരത്തിലുള്ളതാണ്. 'അദൃശ്യമനുഷ്യർ', 'യെരബമാഷേചായ', 'ഒരു സാഹസികയാത്ര', 'വെളുമ്പൻ എട്ടുകാലി', 'കുയിലിന്റെ കഥ' ഇങ്ങനെ തുടരുന്ന കഥകൾ അമാനുഷമോ അതിമാനുഷമോ എന്നു കരുതാവുന്ന തരത്തിലുള്ള ഒരുപാട് സംഭവപരമ്പരകൾ നിറഞ്ഞതാണ്.

അതിബുദ്ധിയും മടിയും ചിലപ്പോൾ മന്ദബുദ്ധിയും നമ്മെ നഷ്ടത്തിലോ നാശത്തിലോ എത്തിച്ചേക്കും. അതിൽനിന്ന് തിരിച്ചറിവ് ലഭിച്ചേക്കും. മടിയനായ കുറുക്കന്റെയും കൃഷിക്കാരനായ പന്നിയുടെയും കഥയായ 'പങ്കുകൃഷി'' അതാണ് പറയുന്നത്. പത്തുകഥകളുള്ള മറ്റൊരു സമാഹാരമാണ് ഏഷ്യൻ നാടോടിക്കഥകൾ. മനുഷ്യനുണ്ടാകേണ്ട സത്യസന്ധതയും നന്മയും കാരുണ്യവുമെല്ലാം തന്നെയാണ് മനുഷ്യേതരജീവികളുടെ കഥാപാത്രാവിഷ്കാരത്തിലൂടെ ചെയ്തിരിക്കുന്നത്. അവയിൽ ഗുണപാഠങ്ങളുണ്ട്, സാരാംശങ്ങളുണ്ട്, നന്മയ്ക്ക് പ്രതിഫലമായി നന്മയും, തിന്മയ്ക്ക് പ്രതിഫലമായി തിന്മയുമുണ്ട്. പതിവുപോലെ മായാലോകത്തിലെ അത്ഭുതക്കാഴ്ചകളും സൗഭാഗ്യലബ്ധിയുമുണ്ട്. 'പരസ്പരം സഹായിക്കുമ്പോൾ', 'ചന്ദ്രനിലെ മനുഷ്യൻ', 'ശിലയായി മാറിയ മകൾ', 'ആരാണവിടെ?' 'നമ്മളെല്ലാം ഒരുപോലല്ലേ' എന്നിങ്ങനെ പോകുന്നു കഥകൾ. മനുഷ്യർ പലവിധത്തിലാണ്. ചിലർ ഇത്തിരികാര്യങ്ങൾ മനസ്സിലാക്കുമ്പോൾ മറ്റു ചിലർ എല്ലാ വശവും മനസ്സിലാക്കുകയും വിവേകപൂർവ്വം അത് പ്രയോഗിക്കുകയും ചെയ്യും. അത്തരത്തിലുള്ളൊരു കഥയാണ് 'നമ്മളെല്ലാം ഒരുപോലല്ലേ' എന്നത്. ആഹ്ലാദിപ്പിക്കുകയും അത്ഭുതപ്പെടുത്തുകയും ആശ്വസിപ്പിക്കുകയും ചെയ്തുകൊണ്ട് നമ്മെ പ്രത്യക്ഷലോകത്തുനിന്ന് അപരലോകത്തേക്ക് കൂട്ടിക്കൊണ്ടു പോകുന്നവയാണ് കൊറിയാൻ നാടോടിക്കഥകൾ. മഴപെയ്യുമ്പോൾ തവളകൾ ഉച്ചത്തിൽ കരയുന്നതിന് കാരണം പറയുന്ന കഥയാണ് 'കാഗുരി എന്ന തവള'. മക്കളില്ലാത്ത വൃദ്ധദമ്പതിമാർക്ക് യൗവനം തിരിച്ചുകിട്ടിയ അത്ഭുതപ്രതിഭാസവും മറ്റൊരു വൃദ്ധൻ അവരുടെ കുട്ടിയുമായിത്തീർന്ന കഥ പറയുന്ന 'യുവത്വത്തിന്റെ പ്രഭാവം' രസകരമായൊരു കഥയാണ്. 'കുമാരി തുരപ്പന് ഒരു വിവാഹാലോചന' എന്ന കഥ ഒരച്ഛൻ മകൾക്ക് ബലവാനായ വരനെ അന്വേഷിച്ചിറങ്ങുന്നതാണ്. പ്രകൃതിപ്രതിഭാസങ്ങളായ ആകാശം, സൂര്യൻ,മേഘം, കാറ്റ് തുടങ്ങി ഓരോരുത്തരോടും തന്റെ മകളുടെ വരനാവാൻ അപേക്ഷിച്ച് നിരാശനാവുകയും അവസാനം മലപോലും തുരക്കാൻ കഴിയുന്ന ബലവാനായ തുരപ്പനിലേക്ക് തിരിച്ചെത്തുകയും ചെയ്യുന്നു. പ്രണയവും വിയോഗവും ബുദ്ധിശക്തിയും ഉത്സാഹവും അധ്വാനവും ചേർന്ന് രൂപപ്പെട്ട കഥയാണ് 'ചരൻ എന്ന നർത്തകി'. ഇങ്ങനെ എല്ലാ കഥകളും ഒരു തരത്തിലല്ലെങ്കിൽ മറ്റൊരു തരത്തിൽ അനുവാചകരെ ജീവിതത്തിന്റെ മറുകര കാണിക്കുന്നു. ഭാവനയുടെ വിപുലലോകങ്ങളും വർണവൈവിധ്യങ്ങളും ചേർന്ന് രൂപപ്പെട്ടവയാണ് ജാപ്പനീസ് നാടോടിക്കഥകൾ. 'സ്നേഹമുള്ള മരുമകൾ', 'നന്ദിയുള്ള കൊക്ക്' എന്നിങ്ങനെയുള്ള പേരുകൾ കഥകളുടെ സ്വഭാവത്തിലേക്ക് വിരൽചൂണ്ടുന്നവയാണ്. 'കുമാരി തുരപ്പന്

ഒരു വിവാഹാലോചന' എന്ന കൊറിയൻ കഥയും 'എനിക്ക് മനുഷ്യനായാൽ മതി' എന്ന ജാപ്പനീസ് കഥയും തമ്മിൽ സാദൃശ്യം പുലർത്തുന്നതായി കാണാം. സൂര്യനായും മേഘമായും പർവ്വതമായും മാറിയ കല്ലുവെട്ടുകാരൻ വീണ്ടും മനുഷ്യനായ കല്ലുവെട്ടുകാരനായി മാറുന്നു. സ്വന്തം അസ്തിത്വത്തിൽ നിന്ന് അടർന്നുമാറി നടത്തുന്ന പരകായ പ്രവേശം നിലനിൽപ്പിന് ഭൂഷണമായിരിക്കില്ലെന്ന് ഇക്കഥകൾ സാക്ഷ്യപ്പെടുത്തുന്നുണ്ട്. പതിനൊന്നു കഥകളുള്ള ചൈനീസ് നാടോടിക്കഥകളിലെ ഓരോ കഥയും കൗതുകമുണർത്തുന്നതും ചിന്തനീയവുമാണ്. പ്രത്യേക വഴികളിലൂടെ സത്യം പുറത്തുകൊണ്ടുവന്ന് കേസ് തെളിയിക്കുന്ന 'ബുദ്ധിമാനായ ന്യായാധിപൻ',നെയ്ത്തുകാരി തുണയായി മാറിയ 'ഇടയബാലനും നെയ്ത്തുകാരിപ്പെണ്ണും' പ്രേതത്തെ രൂപഭാവങ്ങൾ മാറ്റി വില്പന നടത്തിയ കഥയായ 'പ്രേതത്തെ വിറ്റ മനുഷ്യൻ', തന്റെ ചിത്രങ്ങൾ ജനോപകാരപ്രദമായ രീതിയിൽ വിനിയോഗിച്ച 'മാലിങ്ങ് എന്ന ചിത്രകാരൻ', എത്രമാത്രം ശ്രദ്ധിച്ചാലും ശീലിച്ചപോലെ മാത്രം പാലിക്കുന്ന 'അനൗചിത്യം പറയുന്ന നാക്ക്', ഒരൊറ്റ പദത്തിന്റെ ആവർത്തനത്തിലൂടെ ജീവിതഗതിതന്നെ മാറ്റിമറിച്ച 'തീർച്ചയായും', 'മാന്ത്രികശക്തിയുള്ള മരക്കുതിര' ഇങ്ങനെ എല്ലാ കഥകളും ആസ്വാദ്യകരങ്ങളാണ്. ആഫ്രിക്കൻ ഭൂഖണ്ഡത്തിൽ നിന്ന് പന്ത്രണ്ട് നാടോടിക്കഥകളാണുള്ളത്. മനുഷ്യന്റെ വികാരവിചാരങ്ങളും ചിന്താഗതിയുമെല്ലാം ചേർന്ന മനുഷ്യേതര ജീവികളുടെ കഥകൾ ഏറ്റവും കൂടുതലുള്ള സമാഹാരമാണിത്. 'പാവം സിംഹം', 'സിംഹവും മുയലും, തവളയും പാമ്പും സ്നേഹിതരായപ്പോൾ,' 'പാട്ടുപാടുന്ന ആമ', 'ഒരു കർഷകനും സിംഹവും ഒരു കുറുക്കനും', 'കുരങ്ങന്റെ ഹൃദയം', 'കുരങ്ങൻ പറഞ്ഞ കഥ', 'എന്തുകൊണ്ട് പൂച്ച എലികളെ കൊല്ലുന്നു' തുടങ്ങിയവയെല്ലാം മേൽപ്പറഞ്ഞ തരം കഥകളാണെങ്കിലും ജീവിതം തന്നെയാണ് ഇവയുടെ കേന്ദ്രപ്രമേയം. യൂറോപ്പിന്റെ ഹൃദയം എന്നറിയപ്പെടുന്ന രാജ്യമായ ജർമനിയിൽ നിന്നുള്ള പത്തുകഥകളാണ് ജർമ്മൻ നാടോടിക്കഥകൾ. 'തവളയുടെ പ്രതിശ്രുതവരൻ, 'കരടിത്തോലൻ', 'കുറ്റിച്ചൂൽ', 'നീലവെളിച്ചം', 'കാട്ടുപന്നി', 'മാന്ത്രികന്റെ പക്ഷി' എന്നിങ്ങനെയുള്ള കഥകൾ ഭാവനയും യാഥാർത്ഥ്യവും കുഴമറിയുന്നവയാണെന്നു പറയാം. വൈയക്തികാനുഭവങ്ങൾക്കൊപ്പം സാമൂഹികതലത്തെയും അവ ഉൾക്കൊള്ളുന്നുണ്ട്. യൂറോപ്പിന്റെ വടക്കുപടിഞ്ഞാറായി സ്ഥിതിചെയ്യുന്ന ഒരു ദ്വീപായ അയർലണ്ടിൽ നിന്നുള്ളവയാണ് ഐറിഷ് നാടോടിക്കഥകൾ. സാരോപദേശങ്ങൾക്ക് പ്രാധാന്യം നൽകുന്നവയാണ് 'അച്ഛൻ നൽകിയ വിലപ്പെട്ട ഉപദേശങ്ങൾ, 'യജമാനൻ നൽകിയ മൂന്ന് ഉപദേശങ്ങൾ' എന്നീ കഥകൾ. സത്യത്തിൽ പൊതിഞ്ഞ സൗന്ദര്യവും സൗന്ദര്യത്തിൽ

പൊതിഞ്ഞ സത്യവും കഥകളുടെ അടിപ്പടവാണ്. പൊതുവെ സ്നേഹം, നന്മ, സത്യസന്ധത, വിവേകം എന്നിവയ്ക്കാണ് കഥകൾ ഊന്നൽ നൽകുന്നത്. യൂറോപ്യൻ രാജ്യമായ സ്പെയിനിൽ നിന്നുള്ള കഥകളാണ് സ്പാനിഷ് നാടോടിക്കഥകൾ, സൗന്ദര്യം കുടികൊള്ളുന്നത് രൂപത്തിലലല്ല സുന്ദരമായ പ്രവൃത്തികളിലാണ് എന്നു തെളിയിക്കുന്നു 'വിരൂപിയായ രാജകുമാരി' എന്ന കഥ. മന്ത്രക്കണ്ണാടിയിൽ നോക്കി പരിശുദ്ധി തെളിയിച്ച് രാജാവിന്റെ പത്നിപദം അലങ്കരിച്ച ആടുമേയ്ക്കുന്ന ചെറുപ്പക്കാരിയുടെ കഥയായ 'മാന്ത്രികക്കണ്ണാടി', മത്സ്യമായി മാറി ഒരു ദൗത്യ ം നിറവേറ്റിയശേഷം രാജകുമാരനെ വിവാഹം കഴിച്ച് സന്തോഷത്തോടെ ജീവിച്ച 'പെൺമത്സ്യം', ലോകത്തിന് കൂടുതൽ സൗന്ദര്യം നല്കാൻ തീരുമാനിച്ച പെൺചിത്രശലഭം തനിക്ക് അനുയോജ്യനായ ആൺചിത്രശലഭത്തെ വിവാഹം കഴിച്ച് ധാരാളം കുട്ടികൾക്ക് ജന്മം നൽകി ലോകമെല്ലാം പറന്നു നടന്ന്, ലോകമെല്ലാം സൗന്ദര്യപ്പൂങ്കാവായി മാറുന്നതും കണ്ട് തികഞ്ഞ സന്തോഷത്തോടെയും അഭിമാനത്തോടെയും ജീവിച്ച പൂമ്പാറ്റയുടെ കഥയായ 'ചിത്രശലഭത്തിന്റെ കല്യാണം', സങ്കീർണമായ കുരുക്കുകളിലൂടെ തിടം വെയ്ക്കുന്ന കഥയുടെ കുരുക്കഴിക്കുന്ന 'സത്യപക്ഷി' തുടങ്ങി എല്ലാ കഥകളും ജീവിതസമസ്യകളെ നിർദ്ധാരണം ചെയ്യുന്നു. മറ്റു സ്ഥലങ്ങളെ അപേക്ഷിച്ച് താരതമ്യേന നിഷ്കളങ്കരും മനോവ്യാപാരങ്ങളിൽ വേണ്ടത്ര മുൻപന്തിയിലല്ലാത്തവരുമായ ജനസമൂഹത്തിന്റെ ഭാവനയും ജീവിതാനുഭവങ്ങളും ചേർന്ന് രൂപം കൊണ്ടതാണ് ആസ്ട്രേലിൻ നാടോടിക്കഥകൾ. അവിടത്തെ ആദിവാസികൾക്കിടയിൽ പ്രചാരത്തിലുണ്ടായിരുന്നവയാണ് ഇവയെന്ന് കരുതുന്നതിൽ തെറ്റില്ലെന്നും വിവർത്തകൻ പറയുന്നുണ്ട്. കുശുമ്പന്മാരുടെ കഥ മുതൽ ഒരു മീൻകഥ വരെ പന്ത്രണ്ട് കഥകളും നല്ല വായനാനുഭവം തരുന്നവയാണ്. സൂര്യൻ എങ്ങനെ സൃഷ്ടിക്കപ്പെട്ടു എന്ന കഥ വളരെ രസകരമായ ഭാവനയിൽ മെനഞ്ഞെടുത്തതാണ്. അതിശയോക്തിയുടെ പാരമ്യവും സൗന്ദര്യവും തികഞ്ഞ ഈ കഥ. കഥ തുടങ്ങുന്നതിനുമുമ്പ് സൂര്യനെക്കുറിച്ചുള്ള ശാസ്ത്രീയസത്യം ആധുനികശാസ്ത്രത്തിന്റെ അടിസ്ഥാനത്തിൽ വിവരിക്കുന്നുണ്ട് പണിക്കർ. ആസ്ട്രേലിയയുടെ സ്വന്തം മൃഗമായ കംഗാരുവിന് വയറിനടിയിലെ സഞ്ചികിട്ടിയ കഥയും ഈ സമാഹാരത്തിലുണ്ട്. കംഗാരുവിന്റെ ദീനാനുകമ്പയ്ക്ക് പ്രതിഫലമായി ദൈവം നൽകിയതാണത്. സ്കോട്ടിഷ്നാടോടിക്കഥകളധികവും സംഭാഷണരീതി അവലംബിച്ചുകൊണ്ടാണ് പുനരാഖ്യാനം നിർവ്വഹിച്ചത്. ലളിതമായ വിവരണമാണ് 'മത്സ്യകന്യക ഭാര്യയായപ്പോൾ' എന്ന കഥയുടേത്. 'പക്ഷികളുടെ യുദ്ധം' ഭൂമിയിൽ ജീവിച്ചിരിക്കുന്നവരും ആകാശത്തിലെ പറവകളും

തമ്മിലായിരുന്നു. ഒരു രാജകുമാരനാണ് കഥാപാത്രം. ഒന്നിൽനിന്ന് മറ്റൊന്നിലേക്ക്, അവിടെനിന്ന് വേറൊരിടത്തേക്ക് എന്ന രീതിയിൽ കൗതുകവും അത്ഭുതവും നിലനിർത്തിക്കൊണ്ട് വായനക്കാരെ കൊണ്ടു പോകുന്ന കഥ. കഥ തീരാൻ പോകുന്നുവെന്ന് കരുതുമ്പോഴേക്കും ശാഖോപശാഖകളായി വളർന്നുപോകുന്ന കഥ സാമാന്യം നീണ്ടതാണ്. 'പരുക്ക് ഏല്പിച്ചയാൾ അതിനുവേണ്ട പ്രതിവിധികൾ ചെയ്താൽ മാത്രമേ പരുക്കേറ്റവർ സുഖം പ്രാപിക്കൂ' എന്ന വിശ്വാസത്തിലധിഷ്ഠിതമാണ് 'കടൽനായ പിടിക്കുന്നവനും മത്സ്യനരനും' എന്ന കഥ. പല വഴികളി ലൂടെ സഞ്ചരിച്ച് ശുഭപര്യവസാനത്തിലെത്തുന്ന 'ആകാശത്തിന്റെ പുത്രി,' വല നെയ്യുന്ന ചിലന്തിയിൽ നിന്ന് പ്രചോദനമുൾക്കൊണ്ട് ബ്രിട്ടനെതിരെ യുദ്ധം ചെയ്ത ബ്രൂസ് രാജാവിന്റെ കഥയായ 'റോബർട്ട് എന്ന ബ്രൂസ്', കഠിനപരീക്ഷണങ്ങൾക്കൊടുവിൽ മനോഹരമായ കൊട്ടാരത്തിൽ ദീർഘകാലം സുഖമായി, സന്തോഷമായി ജീവിച്ച കഥ പറയുന്ന 'ഗബോൺസന്യാസി', രാജകുമാരിയായി മാറിയ 'കീറത്തുണി ക്കാരി പെണ്ണ്', ഒരു ചെമ്മരിയാടിന്റെ ബുദ്ധിവൈഭവത്തിലൂടെ രാജകു മാരിയായിത്തീർന്നവളുടെ കഥയായ 'സൂക്ഷ്മദൃഷ്ടിയുള്ള ചെമ്മരിയാട്' എന്നിവയ്ക്ക് പുറമെ വിവർത്തകന്റെ നേരനുഭവങ്ങളും കഥയിലെ പ്രമേയവും തമ്മിൽ ചേർച്ച പുലർത്തുന്ന 'മുട്ട' എന്ന കഥയടക്കം പന്ത്ര ണ്ട് കഥകളുണ്ട് ഈ സമാഹാരത്തിൽ.

പേർഷ്യയിൽനിന്ന് ഇന്ത്യയിലെത്തിയ പാർസികൾ ഇന്ത്യൻ സംസ്കാരത്തോട് ഇഴുകിച്ചേരുകയും മഹത്തായ സംഭാവനകൾ നൽകുകയും ചെയ്തതിനെക്കുറിച്ച് വിവരിച്ചതിനുശേഷമാണ് പരിഭാ ഷകൻ പേർഷ്യൻ നാടോടിക്കഥകളിലേക്ക് കടക്കുന്നത്. മനുഷ്യന്റെ സൂക്ഷ്മബുദ്ധി, ജാഗ്രത, നിഗ്രഹോത്സുകത, കാരുണ്യം തുടങ്ങിയവയെ ല്ലാം കഥകളുടെ ഗതി നിർണയിക്കുന്നവയാണ്. 'നാല്പതുകള്ളന്മാർ' എന്ന കഥ 'ആലിബാബയും നാല്പതു കള്ളന്മാരും' എന്ന പേരിൽ നമുക്ക് പരിചിതമാണ്. കഥയ്ക്കുള്ളിലെ സംഭവവികാസങ്ങൾ അതിനിഗൂഢമായ വഴികളിലൂടെയാണ് നടക്കുന്നത്. ഉത്കണ്ഠയും ഭീതിയും നിലനിർത്തി ക്കൊണ്ട് മുന്നേറുന്ന കഥ ഹൃദ്യവും സരളവുമായ ആഖ്യാനരീതികൊണ്ട് ആകർഷകമാണ്. 'നിധി കിട്ടിയ ആട്ടിടയൻ', 'അബ്ബാസ് രാജാവും ഒരു പാവപ്പെട്ട അമ്മയും', 'റൊട്ടിയുണ്ടാക്കുന്നവനും നന്ദിയുള്ള മത്സ്യങ്ങളും', 'ഭാഗ്യം പ്രവചിക്കുന്നവൻ', 'കർഷകന്റെ മകനും മന്ത്രവാദിയും' എന്നീ കഥകളെല്ലാം മായക്കാഴ്ചകൾ , പ്രശ്നങ്ങൾ, പ്രശ്നപരിഹാരങ്ങൾ, നീതി, ന്യായം, സാഹസികത, ഹാസ്യം തുടങ്ങിയവയാൽ അലൗകി കമായൊരു ലോകത്തേക്ക് നമ്മെ എത്തിക്കുന്നു.

സൂര്യൻകഥകളും ചന്ദ്രൻ കഥകളും വ്യത്യസ്തരാജ്യങ്ങളിൽ സൂര്യചന്ദ്രൻമാരെക്കുറിച്ച് പ്രചാരത്തിലുള്ള പുരാണകഥകളോ നാടോടിക്കഥകളോ ആണ്. 'റേ എന്ന സൂര്യദേവൻ' ഈജിപ്ഷ്യൻ സംസ്കാരവുമായി ബന്ധപ്പെട്ടതാണ്. ഗ്രീൻലണ്ടിൽ പ്രചാരത്തിലുള്ള കഥയിൽ ചന്ദ്രൻ പുരുഷനും സൂര്യൻ സ്ത്രീയുമാണ്. ഇന്ത്യൻ ഇതിഹാസകാവ്യമായ മഹാഭാരതത്തിൽ പ്രതിപാദിക്കുന്നതാണ് 'സഞ്ജനയും ഭർത്താവായ സൂര്യനും', 'സൂര്യപുത്രൻ കർണ്ണൻ' എന്നീ കഥകൾ. റഷ്യയിൽനിന്നുള്ള കഥയാവട്ടെ 'സൂര്യനും ചന്ദ്രനും പിന്നെ ഒരു കാക്കമകനും' എന്ന പേരിലാണ്. കഥയിലേക്ക് കടക്കുന്നതിനുമുമ്പ് റഷ്യയിൽ സൂര്യനെക്കുറിച്ചുണ്ടായിരുന്ന വിശ്വാസത്തെക്കുറിച്ചും എഴുത്തുകാരൻ പറയുന്നുണ്ട്. 'രാഹുവും കേതുവും' എന്ന കഥയിൽ ഒരു പുരാണകഥയുമായി ബന്ധപ്പെടുത്തി സൂര്യഗ്രഹണത്തെയും ചന്ദ്രഗ്രഹണത്തെയും പ്രതിപാദിക്കുന്നു. ശേഷം ആര്യഭട്ടനെക്കുറിച്ചും അദ്ദേഹത്തിന്റെ സംഭാവനകളെക്കുറിച്ചുമെല്ലാം സംഗ്രഹിച്ച് യഥാർത്ഥ സൂര്യഗ്രഹണത്തെക്കുറിച്ചും ചന്ദ്രഗ്രഹണത്തെക്കുറിച്ചും ചിത്രസഹിതം വിവരിക്കുന്നു. റഷ്യയിൽ പ്രചാരത്തിലുള്ള മറ്റൊരു സൂര്യകഥയാണ് 'സൂര്യന്റെ സഹോദരിയും ഒരു മന്ത്രവാദിനിയും'. ഉത്കണ്ഠയും ഭയവും ആശങ്കയും നിറഞ്ഞുനിൽക്കുന്ന കഥ. 'ഒരു കടുവയും രണ്ടു കുട്ടികളും സൂര്യനും' എന്ന കഥ കൊറിയയിൽ നിന്നുള്ളതാണ്. ഇതിൽ സൂര്യചന്ദ്രന്മാർ സഹോദരീസഹോദരന്മാരാണ്. 'സൂര്യനും ചന്ദ്രനും ഭാര്യാഭർത്താക്കന്മാരായിരുന്നപ്പോൾ' എന്നത് ഫിലിപ്പയിൻസിന്റെ കഥയാണ്. അവരുടെ മക്കളാണ് നക്ഷത്രങ്ങൾ. ദൈനംദിനജീവിതം നയിക്കുമ്പോൾ വന്നുചേർന്ന ഒരു സംഭവത്തിന്റെ ഭാഗമായി ഭർത്താവായ സൂര്യനിൽനിന്ന് രക്ഷപ്പെട്ടോടിയ ചന്ദ്രന്റെ പിറകെ സൂര്യൻ ഓടിക്കൊണ്ടിരിക്കുന്നു. അതിന്നും അനവരതം തുടരുന്നു. 'സൂര്യൻ കഥകൾ അമേരിക്കയിൽ എന്ന ഭാഗത്ത് അവിടത്തെ ആദിമമനുഷ്യരിൽ പ്രധാനികളായ 'ചെറോക്കി'കളെക്കുറിച്ചും അമേരിക്കൻ ഭൂഖണ്ഡങ്ങളിലെ യൂറോപ്യൻ അധിനിവേശത്തെക്കുറിച്ചും പറഞ്ഞതിനുശേഷം പൗഹത്താൻ എന്ന ആദിവാസി മുഖ്യന്റെ മകളായ 'പൊക്കൊഹൊണ്ടാസി'നെക്കുറിച്ച് വർഷങ്ങൾക്കുമുമ്പ് പണിക്കർ എഴുതിയ ' The hidden pond park' എന്ന കവിതയും മെക്സിക്കോയിൽ നിന്നുള്ള മലിന്ത്സിൻ എന്ന പെൺകുട്ടിയെക്കുറിച്ച് 2009-ൽ അദ്ദേഹമെഴുതിയ 'മലിന്ത്സിൻ' എന്ന കവിതയും ചേർത്തിരിക്കുന്നു.ശേഷം 'ചെറോക്കി'കൾക്കിടയിൽ പ്രചാരത്തിലുള്ള സൂര്യകഥ പറയുന്നു. ഗ്രീക്ക് സംസ്കാരത്തിലെ സൂര്യസങ്കല്പങ്ങൾ ആണ് അവസാന കഥ. ഗ്രീക്ക് പുരാണങ്ങളിൽ ദൈവങ്ങളെ ശ്രേണികളായി തിരിച്ചതിനെക്കുറിച്ച് പരാമർശിച്ചതിനുശേഷം കഥ പറയുന്നു. സൂര്യനെ സംബന്ധിക്കുന്ന

കഥകളെല്ലാം ജീവിതത്തിന്റെ ബഹുതലങ്ങളെ സ്പർശിക്കുന്നവയാണ്. ശാസ്ത്രവും മിത്തും കഥകളും ഇഴചേർന്ന് അഭൗമമായ മാനങ്ങളിലെത്തിച്ചേരുന്നു. ശാസ്ത്രം അതിന്റെ വഴിക്കും മിത്തും കഥകളും അതതിന്റെ വഴിക്കും സ്വയം പൂർണങ്ങളാണ്. അവ പരസ്പരബന്ധിതമാകുമ്പോൾ യാഥാർത്ഥ്യവും കല്പനയും സമന്വയിച്ച് പുതിയൊരു സൗന്ദര്യതലം സൃഷ്ടിക്കപ്പെടുന്നു.

ഈ പുസ്തകത്തിലെ അവസാനഭാഗമാണ് ചന്ദ്രൻ കഥകൾ. ചന്ദ്രനെക്കുറിച്ച് ശാസ്ത്രീയ വിവരങ്ങൾ നൽകിയതിനുശേഷമാണ് കഥകൾ ആരംഭിക്കുന്നത്. 'ചന്ദ്രൻ സൃഷ്ടിക്കപ്പെട്ട കഥ'യാണ് ആദ്യത്തേത്. ലോകം സൃഷ്ടിക്കപ്പെട്ടപ്പോൾ നടന്നത് എന്നു കരുതുന്ന കഥയായതുകൊണ്ട് ഒരു പ്രത്യേക രാജ്യത്തിന്റെയല്ലാതെ ഇത് ലോകജനതയുടെ തന്നെ കഥയാകുന്നു. കാനഡയിൽ പ്രചാരത്തിലുള്ള 'ചന്ദ്രനിലെ മുയൽ', ചൈനക്കഥകളായ 'ചന്ദ്രനിലെ സുന്ദരി', 'ചന്ദ്രൻ എങ്ങനെ ഇത്ര സുന്ദരനായി', റഷ്യയിലും കിഴക്കൻ യൂറോപ്യൻ രാജ്യങ്ങളിലും മറ്റുമുള്ള സ്ലാവ് വംശജർക്കിടയിലെ 'സൂര്യചന്ദ്രന്മാരുടെ യാത്ര', ദക്ഷിണാഫ്രിക്കയിലെ ബാന്റുഭാഷക്കാരുടെ കഥയായ 'ചന്ദ്രന്റെ മകളുടെ കല്യാണം', ആഫ്രിക്കൻ ഭൂഖണ്ഡത്തിലെ അൽജീരിയയിൽ പ്രചാരത്തിലുള്ള 'ചന്ദ്രനിലെ കണ്ണുനീർ', പ്രസിദ്ധരായ ഗ്രീം സഹോദരന്മാരുടെ 'world of tales എന്നപേരിലുള്ള ശേഖരത്തിലെ The moon എന്ന 'മറുപിറവി കിട്ടിയ ചന്ദ്രൻ', ഇന്ത്യയിൽനിന്നുള്ള 'ചന്ദ്രന്റെ ഇരുപത്തിയേഴ് ഭാര്യമാർ' ആഫ്രിക്കയിൽ പ്രചാരത്തിലുള്ള' സൂര്യചന്ദ്രന്മാരുടെ മക്കളുടെ നടക്കാതെ പോയ കല്യാണം', നൈജീരിയയിലെ എഫിക്ക് വംശജർക്കിടയിലുള്ള 'എന്തുകൊണ്ട് സൂര്യനും ചന്ദ്രനും ആകാശത്ത് താമസിക്കുന്നു' എന്നിങ്ങനെ പന്ത്രണ്ട് കഥകളാണ് ഈ സമാഹാരത്തിലുള്ളത്. ഈ കഥകൾക്ക് ശേഷം കൊടുത്തിരിക്കുന്ന ചന്ദ്രനെക്കുറിച്ചുള്ള ആധുനിക സാങ്കല്പികകഥകൾ എന്ന ഭാഗം വളരെ ശ്രദ്ധേയമാണ്. ആധുനികരായ എഴുത്തുകാർ അവരുടെ മനോധർമമനുസരിച്ച് വിഭാവനം ചെയ്തതും ആഖ്യാനം ചെയ്തതുമായ കൃതികളെക്കുറിച്ച് പണിക്കർ സംക്ഷിപ്തമായി പ്രസ്താവിക്കുന്നുണ്ട്. അതായത് ഇന്നും മനുഷ്യഭാവനയെ ഉത്തേജിപ്പിച്ചുകൊണ്ട് ചന്ദ്രൻ പ്രകാശം പരത്തുന്നു.

നാടോടിക്കഥകളുടെ ലോകം വൈവിധ്യം നിറഞ്ഞതും അത്ഭുതകരവുമാണ്. മനുഷ്യരും ജന്തുക്കളും പരസ്പരം സ്നേഹിക്കുക, ബദ്ധവൈരികളെന്നു കരുതുന്ന മൃഗങ്ങൾ ആത്മാർത്ഥസുഹൃത്തുക്കളാവുക, തവള, എട്ടുകാലി, പക്ഷികൾ തുടങ്ങിയ ജീവജാലങ്ങൾ മനുഷ്യരുടെ പ്രശ്നങ്ങൾക്ക് പരിഹാരം നിർദ്ദേശിക്കുക, മനുഷ്യേതരജീവികൾക്ക്

അവയുടെ ജൈവജീവിതമില്ലാതെ എല്ലാ ജീവിതക്രമവും മനുഷ്യന്റേതാവുക, മനുഷ്യജീവിതത്തിന്റെ അനന്തഭേദങ്ങൾ അത്തരം ജീവികളിലൂടെ വിനിമയംചെയ്യുക, സർവചരാചരങ്ങളും കഥാപാത്രങ്ങളായി നന്മതിന്മകളുടെ ഇരുപുറവും തുറക്കുക, മനുഷ്യസ്വഭാവമുള്ള അത്ഭുതജീവികൾ സ്വൈരവിഹാരം നടത്തുക, കടുത്ത ശത്രുതാമനോഭാവം പുലർത്തുക എന്നിങ്ങനെ അവകൾ അനന്ത വൈചിത്ര്യങ്ങളോടെ കഥകളിൽ കർതൃസ്ഥാനത്ത് നിലയുറപ്പിക്കുന്നു.

വാഗ്ദാനവും ലംഘനവും ശിക്ഷയും അതിജീവനവും നിശ്ചയദാർഢ്യവും മിക്ക കഥകളുടെയും സഞ്ചാരപാതകളാണ്. ഉത്തരവുകൾ പുറപ്പെടുവിക്കുക അത് ലംഘിച്ചാൽ വംശനാശം വരുത്തുക ഇങ്ങനെ അധികാരപ്രരൂപങ്ങൾ കഥകളുടെ ഗതി നിർണയിക്കുന്നുണ്ട്. അതുപോലെ വിലപ്പെട്ട കാര്യങ്ങൾ അന്വേഷിച്ചുകൊണ്ടുള്ള യാത്ര, മാർഗതടസ്സം, ലക്ഷ്യത്തിലെത്തിച്ചേരാനുള്ള ബുദ്ധിമുട്ടുകൾ, ഭൂഗർഭ അറകളിലേക്കുള്ള രഹസ്യമാർഗങ്ങൾ, ദുർഗമമായ തുരങ്കങ്ങൾ, അപകടകാരികളായ ഭൂതങ്ങൾ, കൊടുങ്കാട് എന്നിങ്ങനെയുള്ള വിഘ്നങ്ങൾ താണ്ടിയാണ് ചില കഥകൾ അവസാനിക്കുന്നത്. അത്ഭുതങ്ങളോ പരീക്ഷണങ്ങളോ നേരിടേണ്ടി വരുമ്പോൾ അതിനനുസൃതമായ രീതിയിലുള്ള പ്രശ്നങ്ങളും പൂരണങ്ങളുമായിരിക്കും കഥയെ മുന്നോട്ടു നയിക്കുന്നത്. കഥകളുടെ ഒരു പൊതുസ്വഭാവമെന്നത്, അവയെല്ലാം അവസാനിക്കുന്നത് സത്യസന്ധതയുടെയോ നന്മയുടെയോ മറ്റു സദ്ഗുണങ്ങളുടെയോ വിജയത്തോടുകൂടിയാണ്. 'അവർ സ്നേഹത്തോടെ, സന്തോഷത്തോടെ ദീർഘകാലം ജീവിച്ചു' എന്ന മംഗളവചനത്തോടെ കഥയവസാനിക്കുമ്പോൾ മനുഷ്യന്റെ ശുഭാപ്തിവിശ്വാസം ജ്വലിച്ചു നിൽക്കുകയാണ്.

നാടോടിക്കഥകൾ കാലാതിവർത്തികളാണ്. അവയ്ക്ക് ചരിത്രത്തിന്റെ അതിർവരമ്പുകളില്ല. മനുഷ്യരുടെ ആവിർഭാവം തൊട്ട് ഇങ്ങോട്ട് 'ചരിത്രം കുഞ്ഞിക്കണ്ണു തുറക്കു'ന്നതുവരെയുള്ള അനേകകാലത്ത ജീവിതത്തിന്റെ വിടർച്ചകളിലൂടെയും പടർച്ചകളിലൂടെയും രൂപം കൊണ്ടതാണവ. മനുഷ്യർ കൂട്ടമായി ജീവിക്കുകയും വേട്ടയാടുകയും പ്രകൃതിയോട് മല്ലിടുകയും അതിജീവിക്കുകയും ചെയ്തതിന്റെ അനുഭവജ്ഞാനമായിരുന്നു അവർക്ക് കൈമുതൽ. കാടാണ് ഭൂരിഭാഗം കഥകളുടെയും ഭൂമിക. കാട്ടിൽ ജീവിക്കുമ്പോഴും അവരുടെ ഭാവനയ്ക്ക് നിറമുണ്ടായിരുന്നു, തിളക്കമുണ്ടായിരുന്നു. ആകാശത്ത് വരെ സൗധങ്ങൾ പണിയാനും ഭൂമിയിൽ മഹാമന്ദിരങ്ങൾ വാർക്കാനും ഒപ്പം അടിത്തട്ടു ജീവിതത്തിന്റെ നാനാവിധമായ പായാരങ്ങൾ പറയാനും അവരുടെ മനോധർമങ്ങൾക്കും കല്പനകൾക്കും അതിരുകളില്ലായിരുന്നു.

ഭൂപ്രദേശം, കാലാവസ്ഥ തുടങ്ങിയവയെല്ലാം നാടോടിപാരമ്പര്യങ്ങളിൽ വൈവിധ്യമുണ്ടാക്കിയെങ്കിലും ഏത് ദേശത്തുമുള്ള നാടോടിക്കഥകൾക്ക് ചില സമാനതകളുണ്ട്. എല്ലാവരും പറയുന്നത് മനുഷ്യന്റെ കഥയാണ്; ജീവിതമാണ്. 'പല ദേശത്തിൽ പല ദേശത്തിൽ പല പല ഭാഷയിൽ' പറയുന്നുവെന്നുമാത്രം. അങ്ങനെ നാനാദേശങ്ങളിൽ നാനാതരം ആവിഷ്കാരങ്ങളുണ്ടായി. അവയിൽ നിന്നാണ് ഇരുന്നൂറ് കഥകൾ പി.കെ.എൻ. പണിക്കർ മലയാളത്തിലെത്തിച്ചത്. നമ്മുടെ ബാലസാഹിത്യശാഖയ്ക്ക് ഇതൊരു മുതൽക്കൂട്ടാണ്. ശാസ്ത്രകാരനായ എഴുത്തുകാരന്റെ ശാസ്ത്രീയവബോധവും സർഗാത്മകസൗന്ദര്യവും ഈ കഥകളിൽ പ്രതിഫലിക്കുന്നുണ്ട്. അതുകൊണ്ട് പ്രായഭേദമെന്യേ എല്ലാ വായനക്കാർക്കും ഈ കൃതി കഥകളുടെ അത്ഭുതകരമായ ഭാവനാലോകവും അറിവിന്റെ വിവേകപൂർവമായ വ്യവഹാരലോകവും തുറക്കുന്നു. ഇവിടെ ഒരു സാംസ്കാരിക രൂപമെന്ന നിലയിൽ പരിഭാഷ സാർത്ഥകമാകുന്നു. നാടോടിക്കഥകൾ ഭിന്നരൂപങ്ങളിലും ക്രമങ്ങളിലും പ്രാക്തന സംസ്കാരത്തിന്റെ ജീവിതവഴികളിലൂടെ പല പടവുകൾ കയറി സഞ്ചരിച്ചതാണ്. ഓരോ ദേശത്തിന്റെയും പാരായണ രീതികളും അഭിരുചിവ്യത്യാസങ്ങളും ഉൾക്കൊള്ളുമ്പോൾ അവിശ്വസനീയതയുടെ അമ്പരപ്പിക്കുന്ന വിചിത്രലോകം വായനക്കാരുടെ ഭാവനയെ ഉദ്ദീപിപ്പിക്കുമെന്ന കാര്യത്തിൽ സംശയമില്ല. കാരണം ആദിമ ലോകജനത ജീവിച്ചുണ്ടാക്കിയ വെളിച്ചവും സത്തയുമാണ് നാടോടിക്കഥകൾ.

ഉള്ളടക്കം

ഏഷ്യൻ നാടോടിക്കഥകൾ

പേർഷ്യൻ നാടോടിക്കഥകൾ

ഓസ്ട്രേലിയൻ നാടോടിക്കഥകൾ

ആഫ്രിക്കൻ നാടോടിക്കഥകൾ

ആഫ്രിക്ക

ആഫ്രിക്ക ഒരു വലിയ ഭൂഖണ്ഡമാണെന്നും സഹാറ മരുഭൂമി ആഫ്രിക്കയിലാണെന്നും ഭൂമിശാസ്ത്രം പഠിക്കുന്ന എല്ലാ വിദ്യാർത്ഥികൾക്കും അറിയും. മരുഭൂമികൾക്കൊപ്പം അവിടെ വൃക്ഷങ്ങളും ചെടികളും കൊണ്ട് സമൃദ്ധങ്ങളായ വൻകാടുകളും, കൂറ്റൻ നദികളും, ആന, സിംഹം, പുലി, പലവിധ ആൾക്കുരങ്ങുകൾ മുതലായ ധാരാളം വന്യമൃഗങ്ങളും, പക്ഷികളും ഉണ്ട്. വിസ്തൃതിയിൽ രണ്ടാമതാണ് ആഫ്രിക്ക. ആദ്യത്തെ സ്ഥാനം ഏഷ്യക്കാണ്. തെക്കുവടക്ക് 8050 കി.മീറ്ററും കിഴക്കുപടിഞ്ഞാറ് (വീതികൂടിയ ഭാഗങ്ങളിൽ) 7400 കി മീറ്ററും ഉള്ള ഈ ഭൂഖണ്ഡത്തിന്റെ മൊത്തം വിസ്തൃതി 30,319,000 ച.കിലോ മീറ്ററാണ്. ജനസംഖ്യ 50 കോടിക്കുമേൽ. വിവിധ സംസ്കാരങ്ങളും, ജീവിത ശൈലികളും മതാനുഷ്ഠാനങ്ങളും ഉൾക്കൊള്ളുന്ന ആഫ്രിക്ക വൈവിധ്യങ്ങളുടെ ഒരു പൂങ്കാവാണ്. ആഫ്രിക്കയിലെ 60-ഓളം രാഷ്ട്രങ്ങളിൽ എടുത്തു പറയേണ്ടവ, ഈജിപ്ത്, എത്യോപിയ, സുഡാൻ, ലിബിയ, ടുണീഷ്യ മുതലായ പൗരാണിക സംസ്കാരങ്ങൾ വളർത്തിപ്പോറ്റിയ നാടുകളും ഒരു കാലത്ത് യൂറോപ്പിൽ നിന്നും, അമേരിക്കയിൽ നിന്നും വന്നെത്തിയ കച്ചവടസംഘങ്ങൾക്ക് വേണ്ടത്ര സ്വർണ്ണവും ചെമ്പും, വനവിഭവങ്ങളും ഒപ്പം അടിമകളേയും നൽകിയ നാടുകളായ കെനിയ, ദക്ഷിണാഫ്രിക്ക, കോംഗോ, ഉഗാണ്ട മുതലായവയും ആണ്. പ്രകൃതി വിഭവങ്ങൾക്കൊപ്പം മനുഷ്യരും ഏറ്റവും കൂടുതൽ ചൂഷണം ചെയ്യപ്പെട്ട നാടുകളാണ് അഫ്രിക്കൻ രാഷ്ട്രങ്ങൾ എന്ന് പറഞ്ഞാൽ അതിശയോക്തിയാവില്ല. ഭൂമിശാസ്ത്രപരവും ശീതോഷ്ണപരവുമായ പ്രത്യേകതകൾ കാരണം ആഫ്രിക്കൻ ജനതയുടെ നിറം

മറ്റ് ഭൂവിഭാഗങ്ങളിൽ ഉള്ളവരുടേതിനേക്കാൾ കറുത്തതാണ്. ഒരുപക്ഷേ ഇതുകൊണ്ടാകണം ആഫ്രിക്കൻ ഭൂഖണ്ഡത്തെ മൊത്തമായി കറുത്ത ഭൂഖണ്ഡം (the black continent) എന്ന് വിശേഷിപ്പിക്കുന്നത്. മനുഷ്യന്റെ സാംസ്കാരിക വളർച്ച കൂടുതലായി അടിച്ചമർത്തപ്പെട്ട നാട് എന്നും നമുക്ക് വ്യാഖ്യാനിക്കാം.

ദുഃഖങ്ങൾക്കും, കഷ്ടപ്പാടുകൾക്കും, അസഹനീയമായ ചൂഷണത്തിനും നടുവിൽ എല്ലാം മറന്നുകൊണ്ട്, ആടിപ്പാടി, ഉറക്കെചിരിച്ച് ജീവിക്കുന്ന ആഫ്രിക്കൻ ജനതക്ക് ആസ്വദിക്കാനുള്ളതാണ് ജീവിതം.

ഈ സമാഹാരത്തിൽ ചേർത്തിട്ടുള്ള കഥകളിൽ പലതിലും മനുഷ്യനും, സസ്യങ്ങളും, ചെടികളും, മൃഗങ്ങളും, പക്ഷികളുമെല്ലാം ചേർന്ന ഒരു കൂട്ടുകുടുംബം നമുക്ക് കാണാൻ കഴിയും. ഫ്രഞ്ച് വടക്കൻ ആഫ്രിക്ക: (French North Africa) എന്ന പേരിൽ അറിയപ്പെട്ടിരുന്നത് ഫ്രഞ്ച് അധിനിവേശ (Colonies) പ്രദേശങ്ങളായിരുന്ന അൽജീരിയ (Algeria), മൊറോക്കോ (Morocco), ടുണീഷ്യ (Tunisia) എന്ന നാടുകൾ ഉൾക്കൊള്ളുന്ന ഭൂപ്രദേശത്തെയാണ്. ഇന്ന് ഇവയെല്ലാം സ്വതന്ത്ര്യ രാഷ്ട്രങ്ങളാണ്. ഈ സ്ഥലത്തെ ജനസംഖ്യയിൽ ഭൂരിഭാഗവും അറബി, ബെർബർ (Arab And Berber) എന്ന പേരുകളിൽ അറിയപ്പെട്ടിരുന്ന മുസ്ലീം മതവിശ്വാസികളായിരുന്നു. ഇന്നും അങ്ങിനെ തന്നെ.

അൽജീരിയ:

ജനസംഖ്യാ അടിസ്ഥാനത്തിൽ ലോകത്തിലെ 34-ാംമത്തെ സ്ഥാനത്തിന് അർഹതയുള്ള ഈ രാഷ്ട്രത്തിന്റെ ജനസംഖ്യ ഏതാണ്ട് 370 ലക്ഷത്തിനടുത്താണ്. നീണ്ട സാംസ്കാരിക പാരമ്പര്യമുള്ള ഈ രാഷ്ട്രം വിവിധ പശ്ചാത്തലങ്ങളിലുള്ള ഭരണസംവിധാനങ്ങൾക്ക് വിധേയമായിട്ടുണ്ട്. ഉദാഹരണത്തിന് അറ്റേറിയൻ (Aterian), കാപ്സിയൻ (Capsian), റോമൻ (Roman), ബിസാന്റൈൻ (Byzantines) ബെർബർ (Berber). ഓട്ടോമാൻ (ottoman) മുതലായവ. 23,80,000 ചതുരശ്ര കി.മീറ്ററിനടുത്ത് വിസ്താരമുള്ള അൽജീരിയ ആഫ്രിക്കയിലെ ഏറ്റവും വിസ്തൃതികൂടിയ രാഷ്ട്രവും, ലോകത്തിലെ പത്താമത്തേതും ആണ്. വടക്ക് ടുനീഷ്യയും കിഴക്ക് ലിബിയയും (Libya) പടിഞ്ഞാറ് മൊറോക്കോയും തെക്കുപടിഞ്ഞാറ് പശ്ചിമ സഹാറ (western Sahara), മൊറിറ്റാനിയ (Mauritania), മാലി (Mali)യും, കിഴക്കുപടിഞ്ഞാറ് നിഗർ (Niger) ഉം വടക്ക് മെഡിറ്ററേനിയൻ സമുദ്രവും (Mesiteranean sea) അൽജീരിയക്ക് ചുറ്റും കിടക്കുന്നു.

സമുദ്രതീരപ്രദേശങ്ങളിൽ ധാരാളം മഴ (വർഷത്തിൽ ശരാശരി 40 മുതൽ 60 വരെ സെ.മീറ്റർ) കിട്ടുമെങ്കിലും സലാ (Selah) പോലെയുള്ള

സ്ഥലങ്ങളിൽ വേനൽക്കാലത്ത് 50°C വരെ ചൂടും അനുഭവപ്പെടും. പരുത്തി (cotton), ബാർലി (Barley), ഓട്സ് (Oats), അത്തിപ്പഴം (Fig) ഈന്തപ്പഴം (Dates) മുതലായവയാണ് പ്രധാന കാർഷിക വിഭവങ്ങൾ. എടുത്തുപറയേണ്ട മറ്റൊന്ന് കോർക്ക് (Cork) ആണ്. ധാരാളമായി കാണാറുള്ള വന്യമൃഗങ്ങൾ കാട്ടുപന്നി (Boar), കുറുനരി (Jackal) , പ്രത്യേകതരം ഗസർമാൻ (Gazelle), എന്നിവയാണ്. പുള്ളിപ്പുലി (Leopard), ചിരുതപ്പുലി (Cheetah) മുതലായവയെ വിരളമായിമാത്രമേ കാണാറുള്ളൂ. ബെർബർ സിംഹം (Berber lion) പോലെ ചിലതെല്ലാം വംശനാശം സംഭവിച്ച മൃഗങ്ങളുടെ കൂട്ടത്തിൽ പെടും. മരുപ്രദേശങ്ങളിൽ ഒട്ടകങ്ങൾ ധാരാളമായി ഉപയോഗത്തിലുണ്ട്.

1958 വരെ നീണ്ടുനിന്ന സ്വാതന്ത്യ്ര സമരത്തിന് ശേഷം, 1962ൽ ഫ്രഞ്ച് ആധിപത്യത്തിൽ നിന്ന് സ്വതന്ത്രമായ അൽജീരിയ്ക്ക് 10,000 വർഷങ്ങൾക്കുമുമ്പ് തുടങ്ങിയ സാംസ്കാരിക ചരിത്രം ഉണ്ട്. Tassili യിലെ National Park-ൽ ആ പാരമ്പര്യത്തിന്റെ ചരിത്രം അനാവരണം ചെയ്യുന്ന പുരാവസ്തുക്കൾ പ്രദർശിപ്പിക്കപ്പെട്ടിരിക്കുന്നു. പ്രധാന ഭാഷകൾ അൽജീരിയൻ അറബിക്ക് (73%) ബെർബർ (27%) എന്നിവയാണ്. കൂടാതെ ഫ്രഞ്ചും പരക്കെ ഉപയോഗിക്കുന്നു.

ലോകത്തിലെ കൂടിയ പെട്രോളിയം നിക്ഷേപങ്ങൾ ഉള്ള നാടുകളിൽ അൽജീരിയ്ക്കു 14-ാമത്തെ സ്ഥാനമാണ്. സ്ഥിരീകരിക്കപ്പെട്ട 11.8 ബില്യൻ വീപ്പ പെട്രോളിയവും 4.5x1012 ക്യൂബിക്ക് മീറ്റർ പ്രകൃതി വാതകവും (Natural Gas) അൽജീരിയ്ക്ക് സ്വന്തമാണ്. അൽജീരിയയുടെ വാർഷിക വരുമാനത്തിന്റെ നല്ലൊരു വിഹിതം പെട്രോളിയം ഉല്പന്നങ്ങളുടെ കയറ്റുമതിയിൽ നിന്നും ലഭ്യമാകുന്നു. ജനസംഖ്യയുടെ 99% ഇസ്ലാം മത വിശ്വാസികളാണ്. എങ്കിലും ഇവിടെ സ്ത്രീകൾ നിയമപരമായി മുൻപന്തിയിൽ നിൽക്കുന്നു. സ്ത്രീകൾക്ക് വോട്ടവകാശവും രാഷ്ട്രീയ പങ്കാളിത്തവും ഉറപ്പു നൽകുന്ന ഒരു ഭരണഘടനയാണ് നിലവിലുള്ളത്. വിവാഹപ്രായം സ്ത്രീയ്ക്ക് 18 ഉം പുരുഷന് 21 ഉം ആയി നിശ്ചയിച്ചിരിക്കുന്നു. ഏതാണ്ട് 10 ശതമാനം അഭിഭാഷകരും 60 ശതമാനം ന്യായാധിപരും സ്ത്രീകളാണ് എന്നുപറഞ്ഞാൽ അതിശയം തോന്നും. അല്ലേ? ഇവിടെ ധാരാളം സ്ത്രീകൾ ടാക്സി ഓട്ടുന്നവരായും ബസ്സ് ഓട്ടുന്നവരായും ഉണ്ടെന്നത് മറ്റൊരു സത്യം. അൽജീരിയയുടെ തലസ്ഥാനം അൽജിയേസ് (Algiers) നഗരമാണ്.

മൊറോക്കൊ:

446, 550 ച്തരശ്ര കി. മീറ്റർ വിസ്തൃതിയുള്ള മൊറോക്കൊയുടെ ജനസംഖ്യം 320 ലക്ഷത്തിനടുത്താണ്. അൽജീരിയക്ക് പടിഞ്ഞാറായി

വടക്കൻ അറ്റ്ലാന്റിക്ക് സമുദ്രത്തേ (North Atlantic Ocean) തൊട്ടുരുമ്മി കിടക്കുന്ന മൊറോക്കൊയുടെ തെക്ക് പടിഞ്ഞാറൻ സഹാറ (Western Sahara) സ്ഥിതി ചെയ്യുന്നു. ഈ ഭൂപ്രദേശം ഏതാണ്ട് മുഴുവനും മൊറോക്കൊയുടെ അധീനത്തിലാണ്. പ്രസിദ്ധികേട്ട അറ്റ്ലസ് പർവ്വതനിര (Atlas Mountains) ഇവിടെയാണുള്ളത്. ജനസംഖ്യ കൂടുതലുള്ള നഗരം കാസാബ്ലാങ്കാ (Casablanca) ആണെങ്കിലും മൊറോക്കൊയുടെ തലസ്ഥാന നഗരം റബാത് (Rabat)ആണ്.

1956-ൽ ഫ്രഞ്ച് ആധിപത്യത്തിൽ നിന്ന് സ്വതന്ത്രമായ ഇവിടുത്തെ ഭരണം, ബ്രിട്ടനിലുള്ളതുപോലെ, ഭരണഘടനാ വിധേയമായ രാജവാഴ്ചയാണെന്ന് പറയാം. 99 ശതമാനം ജനങ്ങളും സുന്നി മുസ്ലീം മതവിശ്വാസികളാണ്. വളരെയേറെ ദരിദ്രമാണ് മൊറോക്കൊ എന്ന് പറഞ്ഞാൽ തെറ്റാവില്ല. സാമ്പത്തികമായും സാമൂഹികമായും മൊറോക്കൊ വളരെ പിന്നിലാണ്. ഏതാണ്ട് 50 ശതമാനം ആളുകളും വിദ്യാഭ്യാസം ഇല്ലാത്തവരാണ്. എഴുതാനും വായിക്കാനും അറിയാത്ത നിരക്ഷരർ. അതുപോലെ തന്നെ വളരെ മോശമായ ആരോഗ്യ സംരക്ഷണ സൗകര്യങ്ങളാണ് ഇന്നും അവിടെയുള്ളത്. പ്രധാന ഭാഷകൾ അറബിക്, ബെർബർ എന്നിവയാണ്. കൂടാതെ ഫ്രഞ്ചും.

പ്രധാന കാർഷിക വിഭവങ്ങൾ ബാർലി, ഗോതമ്പ്, ഒലിവ് (Olive), മുന്തിരി മുതലായവയാണ്. പെട്രോളിയമോ മറ്റ് ഊർജ്ജസ്രോതസ്സുകളോ വളരെ കുറവായതിനാൽ മൊറോക്കോ സൗരഊർജ്ജം വൻതോതിൽ ഉപയോഗിക്കാൻ പദ്ധതികൾ ആവിഷ്കരിക്കുന്നതിൽ ശ്രദ്ധ ചെലുത്താൻ തുടങ്ങിയിട്ടുണ്ട്. ഒരുപക്ഷേ മൊറോക്കൊയുടെ അധീനതയിലുള്ള പശ്ചിമസഹാറ പ്രദേശം ഈ ലക്ഷ്യത്തിൽ സഹായകമായേക്കും. ഇവിടെയുണ്ടായിരുന്ന വന്യമൃഗങ്ങളിൽ പലതും വംശനാശം സംഭവിച്ചവയുടെ കൂട്ടത്തിൽ പെടും. ഉദാഹരണത്തിന് ബർബറി സിംഹം. ഈ ഇനത്തിൽപെട്ട അവസാനത്തെ അംഗം 1922-ൽ മൊറോക്കൊയിൽ വെടിവെയ്ക്കപ്പെട്ടു എന്ന് നമുക്ക് ഓർമിക്കാം.

ഫോസ്ഫറസ് (Phosphorus) ലോഹധാതുക്കൾ ധാരാളമായി ഇവിടെ ലഭിക്കുന്നു. ഇത് ലോകത്തിന്റെ പലഭാഗങ്ങളിലേക്കും കയറ്റിയയ്ക്കുന്നു.

സാമൂഹികമായും, വിദ്യാഭ്യാസപരമായും പിന്നിലാണെന്നിരുന്നാലും ഇവിടെ സ്ത്രീകൾക്ക് സ്വാതന്ത്ര്യം ഉറപ്പുവരുത്തുന്ന ഒരു ഭരണഘടനയാണ് ഉള്ളതെന്ന് എടുത്ത് പറയേണ്ടിയിരിക്കുന്നു. 2011 ലെ ഭരണഘടനാ ഭേദഗതികൾ, സ്ത്രീകൾക്ക് മുൻപ് ഉണ്ടായിരുന്നതിനേക്കാൾ

കൂടുതലായി പുരുഷന് തുല്യമായ രാഷ്ട്രീയ, സാമൂഹിക അവകാശങ്ങളും സ്വാതന്ത്ര്യവും അനുവദിക്കുന്നു.

ടുണീഷ്യ:

165,000 ചതുശ്ര കി. മീറ്റർ വിസ്തൃതിയുള്ള ടുണീഷ്യയുടെ ജനസംഖ്യ 107 ലക്ഷത്തിനടുത്താണ്. തലസ്ഥാന നഗരം ടുണീസ് (Tunis) പടിഞ്ഞാറ് അൽജീരിയ, തെക്കുകിഴക്ക് ലിബിയ, തെക്ക് സഹാറ മരുഭൂമിയുടെ തുടർപ്രദേശങ്ങൾ, വടക്കും കിഴക്കും മെഡിറ്ററേനിയൻ സമുദ്രം എന്നിവയാണ് ടുണീഷ്യയുടെ ചുറ്റും. ഏതാണ്ട് 7000 വർഷങ്ങൾക്ക് മുമ്പുതന്നെ (അതായത് 5000 ബി.സി.യിൽ) ഇവിടെ കുടിയേറിപാർത്ത ബെർബർ വംശജർ കൃഷിയിൽ ഇടപെട്ടിരുന്നു. ചരിത്രപ്രസിദ്ധമായ, ഒരു കാലത്ത് റോമിന്റെ "റൊട്ടിക്കുട" (Bread Basket) എന്നറിയപ്പെട്ടിരുന്ന കാർത്തേജ് (Carthage) നഗരം 3000 വർഷങ്ങളോളം പഴക്കമുള്ളതാണ്. അറ്റ്ലസ് പർവ്വതങ്ങളും സഹാറ മരുഭൂമിയും ടുണീഷ്യയുടെ സാമ്പത്തിക, സാമൂഹിക, സാംസ്കാരിക വളർച്ചയിൽ സാരമായ സ്വാധീനം ചെലുത്തിയ ഘടകങ്ങളാണ്.

ഇവിടെ പെട്രോളിയം ഒരളവുവരെ ലഭ്യമാണെങ്കിലും വലിയ അളവിലുള്ള നിക്ഷേപങ്ങൾ കുറവാണ്. ഇപ്പോൾ (2012ൽ) ദിനം തോറും 97600 വീപ്പ പെട്രോളിയം ഉൽപ്പാദിപ്പിക്കുന്നു. വരും കാലങ്ങളിൽ സൗരോർജ്ജത്തിന് കൂടുതൽ പ്രധാന്യം നൽകാനാണ് ടുണീഷ്യയുടെ തീരുമാനം; മാത്രമല്ല സൗരോർജിത അധിഷ്ഠിതമായ വൈദ്യുതി അടുത്തുള്ള യൂറോപ്യൻ രാജ്യങ്ങൾക്ക് നൽകാനുള്ള സാധ്യതയെക്കുറിച്ച് പഠിച്ചുകൊണ്ടിരിക്കുന്നു. ടുണീഷ്യയിലെ പ്രധാന തൊഴിലുകൾ കൃഷി, ഖനനം, വ്യവസായം, പെട്രോളിയം എന്നിവയാണ്. ഫോസ്ഫറസ് ഖനനത്തിന് സമ്പദ് വ്യവസ്ഥയിൽ ഒരു പ്രധാന പങ്കുണ്ട്. അതുപോലെ വിനോദസഞ്ചാര മേഖലക്കും (Tourism). ടുണീഷ്യ സാമ്പത്തികമായി മുൻനിരയിലാണ്. ആഫ്രിക്കൻ ഭൂഖണ്ഡത്തിൽ ഏറ്റവും കൂടിയ ശരാശരി വരുമാനം ടുണീഷ്യയിലാണ്.

1956-ൽ ഫ്രഞ്ച് ആധിപത്യത്തിൽ നിന്ന് സ്വാതന്ത്ര്യം നേടിയ ടുണീഷ്യ ഒരു മുസ്ലീം രാഷ്ട്രം ആണെങ്കിൽ കൂടി പുരോഗമനോന്മുഖമായ പല ആശയങ്ങൾ അംഗീകരിക്കുകയും പ്രോത്സാഹിപ്പിക്കുകയും ചെയ്യുന്നു. ഉദാഹരണത്തിന് ബഹുഭാര്യാത്വം നിയമപരമായി നിരോധിക്കപ്പെട്ടിരിക്കുന്ന ഏക മുസ്ലീം രാഷ്ട്രം ടുണീഷ്യയാണ്. ജനസംഖ്യയുടെ 98 ശതമാനവും മുസ്ലീം മതവിശ്വാസികളാണ്. എങ്കിലും പ്രസിഡന്റ് ഒരു മുസ്ലിം ആയിരിക്കണം എന്ന നിബന്ധന ഒഴിച്ച് മറ്റെല്ലാകാര്യങ്ങളിലും മതേതര നിലപാടാണ് കഴിഞ്ഞ 56വർഷങ്ങളായി ടുണീഷ്യ

കൈക്കൊണ്ടുവരുന്നത്. ദൗദ്യോഗിക ഭാഷ അറബിക്ക് ആണ്. പക്ഷേ ഫ്രഞ്ചും സർവ്വസാധാരണമായി ഉപയോഗിക്കുന്നു.

സ്ത്രീകൾക്ക് പുരുഷന്മാരോടൊപ്പം സമത്വവും സ്വാതന്ത്ര്യവും നിയമപരമായി അനുവദിക്കുന്ന മുസ്ലീം നാടുകളിൽ ഒന്നാണ് ടുണീഷ്യ വിദ്യാഭ്യാസ മേഖലയിലും ടുണീഷ്യ മുൻനിരയിൽ തന്നെയാണ്. നാടിന്റെ വാർഷിക വരുമാനത്തിന്റെ ആറ് ശതമാനം വിദ്യാഭ്യാസ ആവശ്യങ്ങൾക്കായി ചിലവഴിക്കുന്നു. 6 മുതൽ 16 വയസ്സുവരെയുള്ള എല്ലാ കുട്ടികളും വിദ്യ അഭ്യസിക്കുന്നവരായിരിക്കണം എന്നത് നിർബന്ധമാണ്. കുട്ടികൾ 6 വയസ്സുമുതൽ അറബിക്കും,. 8 വയസ്സുമുതൽ ഫ്രഞ്ചും 12 വയസ്സുമുതൽ ഇംഗ്ലീഷും പഠിച്ചുതുടങ്ങണമെന്നതും നിർബന്ധമാണ്. 15 വയസ്സിനും 24 വയസ്സിനും ഇടയിലുള്ള 91 ശതമാനം സ്ത്രീകളും അഭ്യസ്തവിദ്യരാണ്. 59.5% സ്ത്രീകളാണ്. പട്ടാളം, പോലീസ്, വ്യോമയാനം എന്നിവയുൾപ്പെടെ എല്ലാ തുറകളിലും സ്ത്രീകൾ ധാരാളമായി ജോലി ചെയ്യുന്നു. ടുണീഷ്യയിൽ 42%ഡോക്ടറന്മാരും 27% ന്യായാധിപന്മാരും, 31% അഭിഭാഷകരും, 40% സർവ്വകലാശാല അധ്യാപകരും സ്ത്രീകളാണ്. ഇതൊക്കെയാണെങ്കിലും ടുണീഷ്യൻ ഗ്രാമപ്രദേശങ്ങളിൽ മതമൗലികവാദം കൂടുതൽ ശക്തി ആർജിക്കുന്നില്ലേ എന്ന സംശയവും വളർന്നു വരുന്നു. 2011-ൽ അഴിമതിക്കെതിരായി നടന്ന സമരങ്ങൾ ഓർക്കാതിരിക്കാൻ കഴിയുകയില്ല. അത്തരം സന്ദർഭങ്ങൾ ടുണീഷ്യൻ ജനതയെ കൂടുതൽ ശക്തമായ രീതിയിൽ പുരോഗമനപ്പാതയിൽ നടത്തിച്ചെല്ലുമെന്ന് ആഗ്രഹിക്കാം.

ലിബിയ :

ആഫ്രിക്കയുടെ വടക്ക് സ്ഥിതി ചെയ്യുന്ന ഈ രാഷ്ട്രം വടക്ക് മെഡിറ്ററേനിയൻ സമുദ്രത്താലും, കിഴക്ക് ഈജിപ്തിനാലും, വടക്കുകിഴക്ക് സുഡാനിനാലും തെക്ക് ഛദ് (chad), നിഗർ (niger) എന്ന രാഷ്ട്രങ്ങളാലും ചുറ്റപ്പെട്ടിരിക്കുന്നു. തലസ്ഥാന നഗരം ട്രിപോലി (Tripoli)യാണ്. വലിപ്പത്തിൽ 17-ാമത്തെ സ്ഥാനമുള്ള ഈ രാജ്യത്തിന്റെ വിസ്തൃതി 18,00,000 ചതുശ്ര കിമീറ്ററാണ്. ജനസംഖ്യ ഏതാണ്ട് 64 ലക്ഷവും.

അറിയപ്പെടുന്ന എണ്ണ നിക്ഷേപങ്ങൾ കൂടുതലുള്ള രാഷ്ട്രങ്ങളുടെ പട്ടികയിൽ 10-ാമത്തെ സ്ഥാനവും ഉൽപാദനത്തിൽ 17-ാമത്തെ സ്ഥാനവും ലിബിയ അവകാശപ്പെടുന്നു. ഒരു കാലത്ത്, അതായത് 10,000 വർഷങ്ങൾക്ക് മുൻപ് വളരെയധികം ഫലഭൂയിഷ്ഠമായിരുന്നു.തഴച്ച് വളർന്നിരുന്ന മരങ്ങളുടേയും ചെടികളുടേയും നാടായിരുന്ന ലിബിയയുടെ ഏതാണ്ട് 90% ഭൂഭാഗവും സഹാറ മരുഭൂമിയുടെ ഭാഗമായി മാറിയിരിക്കുന്നു. വളരെയധികം പാരമ്പര്യമുള്ള ഒരു സംസ്കാരം ലിബിയക്ക് ഉണ്ട്. പഴയകാല ചരിത്രത്തിന്റെ അവശിഷ്ടങ്ങളായി നിലനിൽക്കുന്ന, പുരാതന ഗ്രീക്ക്

നഗരമായ സൈറിനിലെ (Cyrene) സീയസ് ദേവാലയം (Temple of Zeus) പോലെയുള്ള പല പുരാതന നോക്കുകുത്തികളും ലിബിയയുടെ പല ഭാഗത്തും ഉണ്ട്.

അറബിക്ബെർബർ വംശജരായ ഇവിടുത്തെ ജനതയുടെ 97% മുസ്ലീം മതവിശ്വാസികളാണ്. 82 ശതമാനം ജനങ്ങളും സാക്ഷരരാണ്. കൂടിയ വിസ്തൃതിയും കുറഞ്ഞ ജനസംഖ്യയുമുള്ള ലിബിയ ആഫ്രിക്കയിലെ ഏറ്റവും സമ്പൽ സമൃദ്ധമായ നാടാണ് എന്നുപറഞ്ഞാൽ തെറ്റാവില്ല. സമ്പത്തിന്റെ ഉറവിടം അവിടെ ധാരാളമായുള്ള ഊർജ്ജസ്രോതസ്സുകളാണ് പെട്രോളിയവും പ്രകൃതി വാതകവും.

സൻസിബർ :

ഭൂമിശാസ്ത്രപരമായി ഇന്ത്യാമഹാസമുദ്രത്തിൽ ആഫ്രിക്കൻ ഭൂഖണ്ഡത്തോട് തൊട്ടുകിടക്കുന്ന ഒരു ദ്വീപ സമൂഹമാണ് സൻസിബർ (Zanzibar). പ്രധാന ദ്വീപുകൾ ഉൽഗുജം (Ulguja) പെമ്പ (Pemba) എന്നിവയാണ്. തലസ്ഥാന നഗരം ഉൽഗുജയിലുള്ള സൻസിബറാണ്. സൻസിബറിന്റെ നഗരമധ്യം Stone town എന്നറിയപ്പെടുന്ന അംഗീകരിക്കപ്പെട്ട ഒരു പുരാതന സ്ഥലമാണ്. (world heritage site). 2650 ചതുരശ്ര കി. മീറ്റർ വിസ്തൃതിയുള്ള സൻസിബറിന്റെ ജനസംഖ്യ 10 ലക്ഷമാണ്. 1448-ൽ വാസ്കോഡ ഗാമ (vasco da Gama)യുടെ വരവ് സൻസിബറിന്റെ യൂറോപ്യൻ അധിനിവേശത്തിനുള്ള തുടക്കം കുറിച്ചു. പിന്നീട് 1963 -ൽ മാത്രമാണ് അന്ന് ആധിപത്യം സ്ഥാപിച്ചിരുന്ന ബ്രിട്ടീഷ് കാരുടെ കൈയിൽ നിന്ന് സ്വാതന്ത്ര്യം ലഭിച്ചത്. 1964-ൽ അടുത്തുള്ള തൻ ഗാസിക്ക (Tanganyika) യുമായി ലയിച്ച് തൻസാനിയ (Democratic Republic of Tanzania) എന്ന പുതിയ രാഷ്ട്രത്തിന് രൂപം നൽകി. ഇന്ന് സൻസിബർ തൻസാനിയയിലെ ഒരു സ്വയംഭരണാവകാശമുള്ള പ്രദേശമാണ്. സൻസിബറിലെ പ്രധാന കാർഷിക വിഭവങ്ങൾ ഗ്രാമ്പു (Cloves), ജാതിക്ക (nutmeg), കറുവാപ്പട്ട (cinnamon), കുരുമുളക് (pepper) എന്നിവയാണ്. അതുകൊണ്ട് സൻസിബർ സുഗന്ധ ദ്രവ്യങ്ങളുടെ നാട് എന്നും അറിയപ്പെട്ടിരുന്നു. ഇതേ വിശേഷണത്തിന് അർഹമായ മറ്റൊരു പ്രദേശം ഇൻഡോനേഷ്യയിലെ മലുക (Maluku islands)ദ്വീപുകളാണ്.

ബഹുഭൂരിപക്ഷം ജനങ്ങളും ആഫ്രിക്കൻ സ്വാഹിലി വംശജരാണെങ്കിലും ഏഷ്യയിൽ നിന്നും (പ്രധാനമായും അറബ് നാടുകളിൽ നിന്നും ഇന്ത്യയിൽ നിന്നും) കുടിയേറി പാർത്ത കുറേ ആളുകളും ഇവിടെയുണ്ട്. ജനങ്ങളിൽ 99% ആളുകളും ഇസ്ലാം മതവിശ്വാസികളാണ്.

സാമ്പത്തികമായും വിദ്യാഭ്യാസപരമായും സൻസിബർ പിന്നിലാണ്. 50 ശതമാനം ആളുകളും ദാരിദ്യ്ര രേഖക്ക് താഴെയാണ്. സാക്ഷരതയും വളരെകുറവാണ്. ശരാശരി ആയുർദൈർഘ്യം (life _span) ലോകശരാശരിയെക്കാൾ കുറവും, കേവലം 57 വർഷങ്ങൾ മാത്രവുമാണ്. പരക്കെ ഉപയോഗിക്കുന്ന ഭാഷ സ്വാഹിലി-യാണ്. സൻസിബർ കൊലോബസ് (Zanzibar colobus) കുരങ്ങുകളും പെമ്പാ പറക്കും ചെന്നായും (Pemba flying fox) സൻസിബറിന്റെ മാത്രം പ്രത്യേകതകളാണ്.

സുഡാൻ:

സുഡാനിന്റെ എലികകൾ:

വടക്ക് – ഈജിപ്ത്

വടക്കു കിഴക്ക് – ചെങ്കടൽ (Red sea)

കിഴക്ക് – എറിത്രയും (Erithra) എത്യോപ്യയും (Elthiopia)

തെക്ക്- തെക്കൻ സുഡാൻ അല്ലെങ്കിൽ ദക്ഷിണ സുഡാൻ (South Sudan)

തെക്കു പടിഞ്ഞാറ് – മദ്ധ്യ ആഫ്രിക്കൻ റിപ്പബ്ലിക് (Central African Republic)

പടിഞ്ഞാറ് ഛദ് (Chad)

വടക്കുപടിഞ്ഞാറ് – ലിബിയ

മദ്ധ്യത്തിൽ കൂടി ഒഴുകുന്ന പ്രസിദ്ധിപെറ്റ നൈൽ നദി സുഡാനിനെ രണ്ട് പ്രദേശങ്ങളായി (കിഴക്കും പടിഞ്ഞാറും) വിഭജിക്കുന്നു. നൈൽ നദിയുടെ ഓരപ്രദേശങ്ങൾ ഫലഭൂയിഷ്ടങ്ങളാണ്. ഏതാണ്ട് 10,000 വർഷങ്ങൾക്ക് മുൻപു തന്നെ നൈൽ നദീതീരങ്ങളിൽ മാനുഷിക സംസ്കാരത്തിന് തുടക്കം കുറിച്ചു. ആ കാലം മുതൽക്കേ ഈ പ്രദേശങ്ങളിൽ മൺ ഇഷ്ടികകൾ ഉപയോഗിച്ച് വീടുകൾ ഉണ്ടാക്കാൻ തുടങ്ങിയിരുന്നു എന്ന് കരുതുന്നു. അതുപോലെ വേട്ടയാടുകയും, മീൻ പിടിക്കുകയും കന്നുകാലി വളർത്തലും ധാന്യങ്ങൾ ശേഖരിക്കുകയും മറ്റും ചെയ്യാൻ ആദിമ മനുഷ്യൻ തുടങ്ങിക്കഴിഞ്ഞിരുന്നു. ഇന്ന് സുഡാനിലുള്ള അത്രയധികം പഴമയേറിയ ഒരു സംസ്കാരത്തിന്റെ തുടർച്ചക്കാരായ ആദിമ വംശജരും പിന്നീട് അറബ് നാടുകളിൽ നിന്ന് കുടിയേറി പാർത്തവരും ആണ്. ഒരിക്കലും സുഡാനിന്റെ ചരിത്രം സമാധാനപരമോ സുഖമുള്ളതോ ആയിരുന്നില്ല. എക്കാലത്തും പുറമേ നിന്നുള്ള അധിനിവേശ ശ്രമങ്ങളും തന്നിമിത്തം മാറിമാറി ഉണ്ടായ യുദ്ധങ്ങളും ആദ്യകാലങ്ങളിൽ അറബ് നാടുകളിൽനിന്നും പിന്നീട് ഈജിപ്തിൽ നിന്നും അതിനുശേഷം

യൂറോപ്യൻ നാടുകളിൽ നിന്നും സുഡാനെ അസ്വസ്ഥമാക്കിയിരുന്നു. ഏറ്റവും ഒടുവിൽ സുഡാൻ ബ്രിട്ടീഷ് ആധിപത്യത്തിലായിരുന്നു.

സുഡാനിന്റെ വടക്കുഭാഗം കൂടുതൽ ഫലഭൂയിഷ്ഠവും തന്നിമിത്തം ജനസാന്ദ്രവും ആണ്. തെക്കുഭാഗം കൂടുതലും മരു പ്രദേശങ്ങളാണ്; തന്നിമിത്തം ജനസാന്ദ്രത കുറഞ്ഞതും. ജനനിബിഡമായ വടക്കൻ പ്രദേശങ്ങളിൽ 97 ശതമാനവും ഇസ്ലാം മതവിശ്വാസികളാണ്. പക്ഷേ ദക്ഷിണ സുഡാനിൽ 18 ശതമാനം മാത്രമാണ് ഇസ്ലാം മതവിശ്വാസികൾ. ബാക്കിയുള്ളവരിൽ നല്ലൊരു ശതമാനം ഗോത്രവർഗ വിശ്വാസങ്ങൾ വെച്ചു പുലർത്തുന്നവരും ബാക്കി ക്രിസ്തുമത വിശ്വാസികളുമാണ്. 1956-ൽ സുഡാൻ ബ്രിട്ടീഷ് ഭരണത്തിൽ നിന്ന് സ്വതന്ത്രമായി എങ്കിലും ഈ ഭിന്നതകൾ വടക്കും തെക്കും തമ്മിൽ ആഭ്യന്തര കലഹങ്ങൾക്ക് വഴിയൊരുക്കി. അടുത്തകാലത്ത് കലഹങ്ങൾ നിർത്തിവെച്ച് ഔദ്യോഗികമായി സുഡാൻ രണ്ട് രാഷ്ട്രങ്ങളായി. 1 ഖർതേം തലസ്ഥാനമായ വടക്കൻ സുഡാൻ; ജനസംഖ്യ 300 ലക്ഷത്തിനടുത്ത് 2. ജൂബ തലസ്ഥാനമായ ദക്ഷിണസുഡാൻ; ജനസംഖ്യ 80 ലക്ഷത്തിനടുത്ത്. 2011 ജൂലൈ 9-ാം തീയതി രൂപപ്പെട്ട ദക്ഷിണ സുഡാൻ, ഇതെഴുതുമ്പോൾ, ലോകത്തിലെ ഏറ്റവും പ്രായംകുറഞ്ഞ രാഷ്ട്രമാണ്.

രണ്ട് രാഷ്ട്രങ്ങൾക്കും സമാധാനത്തോടെ ജീവിക്കുവാനും പുരോഗമിക്കുവാനും വേണ്ട സാഹചര്യങ്ങൾ ഉണ്ടാകും എന്ന് ആഗ്രഹിക്കാം.

നൈജീരിയ:

ആഫ്രിക്കയിലെ ഏറ്റവും കൂടിയ ജനസംഖ്യയുള്ള രാഷ്ട്രമായ നൈജീരിയ ഈ ഭൂഖണ്ഡത്തിന്റെ പടിഞ്ഞാറായി സ്ഥിതി ചെയ്യുന്നു. നൈജീരിയ്ക്ക് ചുറ്റുമായി

പടിഞ്ഞാറ്- ബെനിൽ (Benin)

കിഴക്ക് – ഛദ് (Chad) ഉം കാമറൂണും (Cameroon)

വടക്ക് – നിഗർ (Niger)

തെക്ക് – അറ്റ്ലാന്റിക് സമുദ്രത്തെ ഒട്ടികിടക്കുന്ന ഗ്വിനിയ ഉൾക്കടൽ (Gulf of Guinea)

എന്ന രാജ്യങ്ങളൊ ഭൂപ്രദേശങ്ങളോ ഉണ്ട്.

ഏതാണ്ട് 10,000 വർഷങ്ങൾ നീണ്ടുനിൽക്കുന്ന സാംസ്കാരിക പാരമ്പര്യമുള്ള നൈജീരിയയിലെ ജനങ്ങളിൽ ഭൂരിഭാഗവും ഹൗസാ (Hausa), ഇഗ്ബോ (Igbo), യുരുബ (Yoruba) വംശജരാണ്. ജനസംഖ്യ കൂടുതലുള്ള ലോകരാഷ്ട്രങ്ങളുടെ പട്ടികയിൽ 7-ാം സ്ഥാനമാണ് നൈജീരിയയ്ക്കുള്ളത്. ജനസംഖ്യ കൂടുതലുള്ള നഗരം ലോഗോസ് (Lagos) ആണെങ്കിലും

തലസ്ഥാന നഗരം അബുജ (Abuja) യാണ്. അംഗീകരിക്കപ്പെട്ട മൂന്ന് രാഷ്ട്രഭാഷകൾ ഹൗസാ, ഇഗ്ബോ, യരുബ എന്നിവയാണ്. ഔദ്യോഗിക ഭാഷ ഇംഗ്ലീഷും.

ബ്രിട്ടന്റെ ആധിപത്യത്തിൽ നിന്നും 1960ൽ സ്വതന്ത്രമായ നൈജീരിയ 1963-ൽ ഒരു ജനാധിപത്യ രാജ്യമായി. 923,700 ച.കി. മീറ്റർ വിസ്തൃതിയുള്ള നൈജീരിയയുടെ ജനസംഖ്യ 17 കോടിക്കടുത്താണ്. ഇതിൽ 50 ശതമാനം ഇസ്ലാം മതവിശ്വാസികളും 48 ശതമാനം ക്രിസ്തുമത വിശ്വാസികളും ആണ്. ഇസ്ലാമിയർ നൈജീരിയയുടെ വടക്കൻ പ്രദേശങ്ങളിലും കൃസ്ത്യാനികൾ തെക്കൻ പ്രദേശങ്ങളിലും കൂടുതലായി വസിക്കുന്നു.

ധാരാളം പെട്രോളിയം നിക്ഷേപങ്ങൾ കൊണ്ട് അനുഗ്രഹീതമാണ് നൈജീരിയ. കൂടിയ അളവിൽ പെട്രോളിയം ഉൽപാദനം ചെയ്യുന്ന നാടുകളുടെ പട്ടികയിൽ 12-ാമത്തെ സ്ഥാനവും, നിക്ഷേപങ്ങളുടെ കാര്യത്തിൽ 10-ാമത്തെ സ്ഥാനവും നൈജീരിയയ്ക്കുണ്ട്. പെട്രോളിയം ഉൽപാദനത്തിന്റെ നല്ലൊരു പങ്ക് അമേരിക്കയിലേക്ക് (USA) കയറ്റുമതി ചെയ്യുന്നു.

ധാരാളം ധാതുസമ്പത്തുള്ള നൈജീരിയ വിദ്യാഭ്യാസം, ആരോഗ്യപരിപാലനം മുതലായ തുറകളിൽ വളരെ പിന്നോക്കമാണ്.

ദക്ഷിണാഫ്രിക്ക:

ദക്ഷിണാഫ്രിക്ക എന്ന് കേൾക്കുമ്പോൾ തന്നെ നമ്മുടെ ഓർമ്മയിലേക്ക് വരുന്നത് രണ്ട് മഹത് വ്യക്തികളുടെ പേരുകളാണ്. ഒന്ന് മഹാത്മാ ഗാന്ധി. രണ്ട് നെൽസൺ മണ്ടേല.

12,21,037 ച.കി. മീറ്റർ വിസ്തൃതിയുള്ള ദക്ഷിണാഫ്രിക്ക വലുപ്പത്തിൽ ലോകത്തിലെ 25-ാമത്തേതാണ്. ജനസംഖ്യാ അടിസ്ഥാനത്തിൽ 24-ാമത്തേതും. ജനസംഖ്യ 510 ലക്ഷം. ആഫ്രിക്കൻ ഭൂഖണ്ഡത്തിന്റെ ഏറ്റവും തെക്കായി സ്ഥിതി ചെയ്യുന്നതുകൊണ്ട് ദക്ഷിണാഫ്രിക്ക എന്ന പേര് അന്വർത്ഥമാണ്. വടക്ക് നമീബിയ (Namibia), ബോട്സ്വാന (Botswana), സിംബാബ്‌വേ (Zimbabwe) എന്ന രാഷ്ട്രങ്ങൾ; കിഴക്ക് മൊസാംബിക് (Mosambique), സ്വാസിലാൻഡ് (Swasiland) എന്നവ; ലെസൊതെ (Lesotho) എന്ന ഒരു ചെറിയ രാജ്യം ദക്ഷിണാഫ്രിക്കയുടെ ഭൂപ്രദേശത്തിനുള്ളിൽ സ്ഥിതിചെയ്യുന്നു. അറ്റ്ലാന്റിക്ക് സമുദ്രവും ഇന്ത്യാസമുദ്രവും തൊട്ടുരുമ്മികിടക്കുന്ന ദക്ഷിണാഫ്രിക്കയ്ക്ക് 1798 കി.മീറ്റർ നീളമുള്ള സമുദ്രതീരം സ്വന്തമായുണ്ട്. ഗുഡ്ഹോപ് മുനമ്പും ഇവിടെയാണുള്ളത് –നമ്മുടെ കന്യാകുമാരി പോലെ ഒരു മുനമ്പ്.

വൈവിധ്യമാർന്ന സംസ്കാരവും ചരിത്രവും അവകാശപ്പെടുന്ന ദക്ഷിണാഫ്രിക്കൻ പ്രദേശങ്ങൾ, മൃഗങ്ങളിൽനിന്ന് മനുഷ്യനിലേക്ക് നടന്നുവന്ന പരിണാമപ്രക്രിയകൾക്ക് സാക്ഷ്യം വഹിച്ചിരിക്കും എന്ന് വിശ്വസിക്കുന്നു. ആ നിലയിൽ ഏതാണ്ട് 170,000 വർഷങ്ങൾക്ക് മുൻപ് തന്നെ ആധുനികമനുഷ്യന്റെ മുൻഗാമികളായ രണ്ടുകാൽ മൃഗങ്ങൾ ഈ പ്രദേശങ്ങളിൽ ജീവിച്ചിരുന്നു എന്ന് അനുമാനിക്കാൻ വേണ്ട തെളിവുകൾ ഉണ്ട്. പക്ഷേ ആധുനിക ചരിത്ര ദൃഷ്ട്യാ പോർച്ചുഗീസ് (Portuguese) അന്വേഷണ യാത്രികനായ ബസ്റ്റാന്യൂ ദിയാസ്സിന്റെ (Bastogne Dias) ആഗമനം യൂറോപ്യൻ അധിനിവേശത്തിന്റെ തുടക്കം കുറിച്ചു. 1652-ൽ ഗുഡ്ഹോപ് മുനമ്പ് കേന്ദ്ര മാക്കിക്കൊണ്ട് ഡച്ചുകാരാണ് (Dutch) വൻതോതിൽ അടിമക്കച്ചവടം ആരംഭിച്ചത്. ഇൻഡോനേഷ്യയിൽനിന്നും ഇന്ത്യയിൽ നിന്നും ആളുകളെ ബന്ധസ്ഥാരാക്കുകയും അടിമകളായി ആഫ്രിക്കയിൽ വിൽക്കുന്നതും പതിവായി. ദക്ഷിണാഫ്രിക്ക പല പ്രതിസന്ധികളും കടന്ന് 1909-ൽ ബ്രിട്ടനിൽ നിന്നും സ്വതന്ത്രമായി. പക്ഷേ പല കാരണങ്ങൾ കൊണ്ടും ഒരു ബ്രിട്ടീഷ് സ്വയം ഭരണാവകാശ കോളനിയായി തുടരാനാണ് ദക്ഷിണാഫ്രിക്ക തീരുമാനിച്ചത്. ഇവിടെ കണ്ടുപിടിക്കപ്പെട്ട വജ്രം (Diamond 1867ൽ) സ്വർണ്ണം (gold 1884-ൽ) നിക്ഷേപങ്ങൾ പൂർണ്ണമായും കുടിയേറിപ്പാർത്ത ബ്രിട്ടീഷുകാരുടെ അധീനതയിലായിരുന്നു. അതുപോലെതന്നെ 1913-ൽ അംഗീകരിച്ച പുതിയ ഭൂഉടമസ്ഥാവകാശനിയമം കാരണം ഭൂസ്വത്തിന്റെ 93 ശതമാനവും ജനസംഖ്യയുടെ കേവലം 9 ശതമാനം മാത്രമുണ്ടായിരുന്ന ബ്രിട്ടീഷ് കാരുടേതായി. ഈ പ്രദേശങ്ങളിലെ ആദിവാസികളായ കറുത്ത വർഗക്കാരായ ആഫ്രിക്കൻ വംശജരും ഏഷ്യയിൽനിന്ന് അടിമകളായി എത്തിച്ചേർന്നവരുടെ പിൻമുറക്കാരും എല്ലാ മാനുഷികാവകാശങ്ങളും നിഷേധിക്കപ്പെട്ട ചൂഷിത വർഗം എന്ന നിലയിലേക്ക് പിൻതള്ളപ്പെട്ടു. ആ നിലയിൽ നിന്ന് ദക്ഷിണാഫ്രിക്കയെ അർത്ഥവത്തായ വിവേചന രഹിതമായ ഒരു സ്വതന്ത്ര രാഷ്ട്രമാക്കി മാറ്റിയതിൽ ആദ്യകാലങ്ങളിൽ മഹാത്മാഗാന്ധിജിയുടെ നേതൃത്വത്തിൽ നടന്ന സമരങ്ങളും പിന്നീട് മണ്ഡേലയുടെ നേതൃത്വത്തിൽ നടന്ന സമരങ്ങളും മറക്കാനാകാത്ത ചരിത്ര സംഭവങ്ങളാണ്. മണ്ഡേല നീണ്ട 27 വർഷങ്ങൾ ജയിലിലായിരുന്നു. 1961-ൽ ബ്രിട്ടന്റെ കോളനി എന്ന സ്ഥാനം നിരാകരിച്ചുകൊണ്ട് ദക്ഷിണാഫ്രിക്ക ഒരു ജനാധിപത്യ രാഷ്ട്രമായി; എന്നിരുന്നാലും വെള്ളക്കാരും അല്ലാത്തവരും എന്ന വിവേചനത്തിന് ഒരവസാനം ഉണ്ടായത് 1990-നു ശേഷമാണ്. മണ്ഡേല ജയിൽ വിമുക്തനായതും 1990-ലാണ്. 1994- ലെ പൊതുതിരഞ്ഞെടുപ്പിന് ശേഷം മാത്രമാണ് ദക്ഷിണാഫ്രിക്ക എല്ലാ വംശജർക്കും തുല്യ അവകാശമുള്ള ഒരു ജനാധിപത്യ

രാജ്യമായത് എന്ന പറഞ്ഞാൽ തെറ്റാവില്ല. ദക്ഷിണാഫ്രിക്കയുടെ തലസ്ഥാനം മൂന്ന് നഗരങ്ങൾ പങ്കിടുന്നു.

1 കേപ്ടൗൺ (cape town)- ജനപ്രതിനിധി സഭകളുടെ ആസ്ഥാനം.

2 പ്രിറ്റോറിയ (Pretoria)-ജനാധിപതിയുടേയും (President) മന്ത്രാലയങ്ങളുടേയും ആസ്ഥാനം.

3. ബ്ലോഫോണ്ടേൻ (Bloemfontein) ഉച്ചനീതി മന്ദിരത്തിന്റെയും മറ്റ് പ്രധാന ന്യായ പീഠങ്ങളുടേയും ആസ്ഥാനം.

ദക്ഷിണാഫ്രിക്കയിൽ 500-ൽ കൂടുതൽ ഭാഷകളുണ്ടെങ്കിലും പതിനൊന്നെണ്ണം മാത്രമാണ് ഔദ്യോഗിക ഭാഷകളായി അംഗീകരിക്കപ്പെട്ടിട്ടുള്ളത്. ഇതിൽ ദക്ഷിണാഫ്രിക്കൻ ഇംഗ്ലീഷും (south African English) ആഫ്രിക്കാൻസ് (Afrikaans) എന്ന ഡച്ച് (Dutch) കലർന്ന ഭാഷയും ഉൾപ്പെടും.

ജനസംഖ്യയുടെ 80 ശതമാനവും കറുത്ത വർഗക്കാരായ ആഫ്രിക്കൻ വംശജരാണ്. വെള്ളക്കാർ 8 ശതമാനവും, യൂറോപ്യൻ ആഫ്രിക്കൻ സങ്കരവർഗക്കാർ 9.4 ശതമാനവും ഇന്ത്യക്കാർ ഉൾപ്പെടെയുള്ള ഏഷ്യൻ വംശജർ 2.6 ശതമാനവും ആണ്. 79.8 ശതമാനം ജനങ്ങളും ക്രിസ്തുമത വിശ്വാസികളാണ്.

ഏറ്റവും വലിയ നഗരം ജോഹനസ്ബർഗ്. (Johannesburg).

സാമ്പത്തികമായും വിദ്യാഭ്യാസപരമായും വളർന്നുകൊണ്ടിരിക്കുന്ന രാഷ്ട്രങ്ങളുടെ പട്ടികയിലാണ് ദക്ഷിണാഫ്രിക്കയുടെ സ്ഥാനം.

കണ്ടാമൃഗങ്ങളും, സിംഹവും, പുലിയും തുടങ്ങി അറിയപ്പെട്ട എല്ലാ വന്യമൃഗങ്ങളും ദക്ഷിണാഫ്രിക്കയിൽ ഉണ്ട്. ഇവിടെയുള്ള ക്രൂഗർ വന്യമൃഗസങ്കേതം (Kruger National Park) പ്രസിദ്ധിയേറിയതാണ്. ധാരാളമായി കാണപ്പെടുന്ന ആഫ്രിക്കൻ ജിറാഫ് (Giraffe) നീലകൊക്ക് (Blue crane) മുതലായവ എടുത്തുപറയേണ്ടവയാണ്. നീലകൊക്കാണ് ദക്ഷിണാഫ്രിക്കയുടെ ദേശീയപക്ഷി.

പാവം സിംഹം

ആഫ്രിക്കയിൽ പ്രചാരത്തിലുള്ള പല നാടോടിക്കഥകളിലും നമ്മുടെ നാട്ടിൽ പ്രചാരത്തിലുള്ള പഞ്ചതന്ത്രകഥകളിലേതു പോലെ ബുദ്ധിപൂർവ്വം മനുഷ്യനെപ്പോലെ പെരുമാറുന്ന മൃഗങ്ങളേയും പക്ഷികളേയുമെല്ലാം സർവ്വസാധാരണമായി കാണാൻകഴിയും. ആ പക്ഷികൾക്കും മൃഗങ്ങൾക്കുമെല്ലാം മനുഷ്യന്റെ എല്ലാ സ്വഭാവഗുണങ്ങളും സ്വഭാവദൂഷ്യങ്ങളും ഉണ്ടായിരിക്കുകയും ചെയ്യും. അത്തരത്തിൽ പെട്ട ചില പക്ഷികളേയും മൃഗങ്ങളേയുമാണ് ഈ കഥയിൽ നാം പരിചയപ്പെടുന്നത്.

പണ്ടൊരുകാലത്ത് ജീവിച്ചിരുന്ന ഒരു ഭർത്താവും ഭാര്യയും; അല്ലെങ്കിൽ നമുക്കവരെ അച്ഛൻ ഒട്ടകപക്ഷിയെന്നും അമ്മ ഒട്ടകപക്ഷിയെന്നും വിളിക്കാം. അവർ തങ്ങൾക്ക് കുട്ടികൾ ഉണ്ടാകണമെന്ന് ആഗ്രഹിച്ചു.

ഒട്ടകപക്ഷികൾ മുട്ടയിടുന്നത് മണലിൽ ഉണ്ടാക്കുന്ന കുഴികളിലാണ്. അച്ഛൻപക്ഷി മണലിൽ കാലുകൾ കൊണ്ട് മാന്തി വിസ്താരമുള്ള ഒരു കുഴി ഉണ്ടാക്കി. അമ്മപക്ഷി ആ കുഴിയിൽ കയറിയിരുന്ന് ആറ് മുട്ടകൾ ഇട്ടു. പിന്നീട് അച്ഛൻ പക്ഷിയും അമ്മ പക്ഷിയും ഊഴം വെച്ച് മുട്ടക്ക് അടയിരുന്നു. അച്ഛൻ രാത്രിയിലും അമ്മ പകലും. രണ്ടുപേരും മാറിമാറി മുട്ടകൾക്ക് വേണ്ടത്ര ചൂട് നൽകി. കുറേ ദിവസങ്ങൾക്കു ശേഷം ഒരു ദിവസം ഒട്ടകപക്ഷിക്കുഞ്ഞുങ്ങൾ അകത്തുനിന്ന് മുട്ടകൾ പൊട്ടിച്ച് തോടുകളിൽനിന്ന് വെളിയിൽ വന്നു.

നല്ല ചുണയുള്ള ആറ് കുട്ടിപ്പക്ഷികൾ. കുട്ടികളെക്കാണാൻ ആഗ്രഹിച്ചിരുന്ന മാതാപിതാക്കൾക്ക് വളരെ സന്തോഷമായി. അവർ സന്തോഷത്തോടെ മക്കൾക്കുചുറ്റും നൃത്തമാടി. അച്ഛൻ പക്ഷി തന്റെ

അലറുന്നതുപോലെയുള്ള ശബ്ദത്തിൽ ഉറക്കെയുറക്കെ വിളിച്ചുപറഞ്ഞു.

"ഞങ്ങൾക്ക് കുഞ്ഞുങ്ങൾ പിറന്നേ. ആറ് ചുണക്കുട്ടികൾ. എല്ലാരും കാണാൻ വാ. കാണാൻ വാ."

പക്ഷേ ആ അമറൽ ശബ്ദം കേട്ട കുഞ്ഞുങ്ങൾ പേടിച്ചുപോയി. അപ്പോൾ അമ്മപക്ഷി അവരെ ആശ്വസിപ്പിച്ചു.

"പേടിക്കേണ്ട മക്കളേ. അത് അച്ഛന്റെ ശബ്ദമാണ്."

അമ്മ മക്കളെയെല്ലാം തന്റെ കാലുകൾക്കടുത്ത് ചേർത്തുനിർത്തി അച്ഛൻ പക്ഷിയുടെ അടുത്തേക്ക് ചെന്നു.

"നോക്കൂ മക്കളേ. ഇത് നിങ്ങളുടെ അച്ഛൻ."

അവയെല്ലാം ഒന്നിച്ച് ശബ്ദമെടുത്തു.

"അച്ഛൻ, നമ്മുടെ അച്ഛൻ." സന്തോഷം കൊണ്ട് മതിമറന്ന കുട്ടികൾ അവിടെയെല്ലാം തുള്ളിച്ചാടി നടന്നു. പക്ഷേ ചിറകുവിടർത്തി മേലോട്ട് ചാടാൻ ശ്രമിച്ച കുഞ്ഞുങ്ങൾക്ക് അതിന് കഴിഞ്ഞില്ല. അവയുടെ ചിറകുകൾ അവരുടെ ശരീരത്തിന്റെ വലുപ്പത്തിന് അനുപാതത്തിലു ള്ളവയായിരുന്നില്ല. മറിച്ച് വളരെ ചെറിയ രണ്ട് ചിറകുകളായിരുന്നു. ശരീരത്തിന്റെ ഭാരം തൂക്കി പറക്കുവാൻ അവക്ക് ശക്തിയില്ലായിരുന്നു. അത് ശ്രദ്ധിച്ച അമ്മ കുട്ടികളോട് പറഞ്ഞു.

"നല്ല സൗന്ദര്യമുള്ള ചെറിയ ചിറകുകൾ. എന്റെ കുഞ്ഞുങ്ങൾ സുന്ദ രക്കുട്ടന്മാരും സുന്ദരിക്കുട്ടികളും ആണ്."

അച്ഛൻ പറഞ്ഞു.

"കുഞ്ഞുങ്ങളേ, നമ്മുടെ ചിറകുകൾകൊണ്ട് നമുക്ക് പറക്കാൻ കഴി യുകയില്ല. പക്ഷേ അതൊരു കുറവായി കണക്കാക്കേണ്ട. ഉയർന്ന് പറക്കാൻ കഴിയുകയില്ലെങ്കിലും നമ്മുടെ വാത്തുകാലുകൾകൊണ്ട് നമുക്ക് ഭൂമിയിൽ തന്നെ പറക്കുന്നതുപോലെ വേഗത്തിൽ ഓടാൻ കഴിയും."

എങ്ങനെയാണ് വേഗത്തിൽ ഓടേണ്ടതെന്ന് അച്ഛൻ അവർക്ക് കാണിച്ചുകൊടുത്തു.

"ദാ. ഇങ്ങനെ, ഇങ്ങനെ." കുട്ടികൾ അച്ഛൻ കാണിച്ചതുപോലെ ഓടാനും ചാടാനും അഭ്യസിച്ചു. കുറച്ച് ദിവസങ്ങൾ കഴിഞ്ഞപ്പോഴേക്കും അവർ നന്നായി ഓടിത്തുടങ്ങി. എന്നു മാത്രമല്ല, മുയലിനേയും വരയൻ കഴുതകളേയും മറ്റും ഓട്ടപന്തയത്തിന് ക്ഷണിക്കാനുള്ള ധൈര്യവും നേടിയെടുത്തു. കുറുക്കനേയും, ചെന്നായയേയും, മാനിനേയുമെല്ലാം നിഷ്പ്രയാസം തോൽപിക്കുവാൻ അവർക്ക് കഴിഞ്ഞു.

അതെല്ലാം കണ്ട അമ്മ സന്തോഷത്തോടെ അവരോട് പറഞ്ഞു.

"ശരി.ശരി. കൊള്ളാം. എന്റെ അച്ഛനേയും അമ്മയേയും കൂടി ഓടിതോൽപിക്കാൻ കഴിയും. സംശയമില്ല. പക്ഷേ ഒരു കാര്യം

പറഞ്ഞേക്കാം. മിടുക്കന്മാരാണെന്ന് നെഗളിച്ച് വീട്ടിൽ നിന്നും വളരെ ദൂരമൊന്നും പോകണ്ട. അതൊക്കെ കുറേക്കൂടി പ്രായം ആയിട്ടുമതി. ചുറ്റിനും ശത്രുക്കളാ. കേട്ടോ. എന്റെ കുട്ടികൾ സൂക്ഷിക്കണം."

"ഇല്ലമ്മേ. ദൂരെയെങ്ങും പോകുകയില്ല." അവർ പറഞ്ഞു. അവർ വീടിന്റെ ചുറ്റ വട്ടാരത്തിലെല്ലാം ഓടിനടന്നു.

ഒരു ദിവസം അവരിൽ കൂടുതൽ കുറുമ്പൻ പറഞ്ഞു.

"അമ്മ പറഞ്ഞതൊക്കെ ശരി. പക്ഷേ നമുക്കിപ്പോൾ നന്നായി ഓടാൻ കഴിയുമല്ലോ. മൃഗങ്ങൾ താമസിക്കുന്ന അടുത്ത ഗ്രാമം വരെ ഒന്ന് ഓടിനോക്കിയാലോ."

എല്ലാവരും ആ അഭിപ്രായത്തോട് യോജിച്ചു. കുറുമ്പൻ പറഞ്ഞു.

"ഓട്ടം തുടങ്ങാം."

അവരെല്ലാവരും ഓടാൻ തുടങ്ങി. വഴിയോരത്ത് നിന്ന കുറ്റിച്ചെടികളും മരങ്ങളും താണ്ടി, വെള്ളക്കുഴികളും കുളങ്ങളും താണ്ടി അവർ ഓടി. കുറേ ഓടി. ഏതാണ്ട് എല്ലാവരും ക്ഷീണിച്ചപ്പോൾ അവർ നിന്നു. അത്രദൂരം ഓടാൻ കഴിഞ്ഞതിന്റെ സന്തോഷത്തിൽ അവർ അടുത്തുകണ്ട കുറ്റൻ വൃക്ഷത്തിന്റെ തണലിൽ വിശ്രമിച്ചു. അപ്പോഴാണ് കൂട്ടത്തിൽ ഒരു സഹോദരി ചോദിച്ചത്.

"നമ്മൾ ഇപ്പോൾ എവിടെയാണ്?" അവരെല്ലാവരും ചുറ്റിനും നോക്കി.

"അതേ. നമ്മളിപ്പോൾ എവിടെയാ?"

"നമ്മളെങ്ങിനെ വീട്ടിലേക്ക് തിരികെപ്പോകും?"

അങ്ങനെ എവിടെയോ വഴിതെറ്റിപ്പോയോ എന്ന് അവരാകപ്പാടെ സംഭ്രമിച്ച് നിൽക്കുമ്പോഴാണ്, ഒരമറൽ ശബ്ദം കേട്ടത്. ആ ശബ്ദം പക്ഷിക്കുഞ്ഞുങ്ങളെ ആദ്യം ഒന്ന് ഭയപ്പെടുത്തിയെങ്കിലും കുറുമ്പന്റെ വാക്കുകൾ എല്ലാവർക്കും ആശ്വാസം പകർന്നു.

"ഇത് നമ്മുടെ അച്ഛന്റെ ശബ്ദം പോലെയുണ്ട്. അല്ലേ?" പെങ്ങളും ഏറ്റുപറഞ്ഞു.

"അതേ, ശരിയാ. അച്ഛന്റെ ശബ്ദം പോലെതന്നെ."

"അച്ഛൻ എവിടെയാ. എവിടെയാ?"

കുട്ടികളെല്ലാം ആ ശബ്ദംകേട്ട ദിക്കിലേക്ക് ഓടി. അവരെത്തിയത് ഒരു സിംഹത്തിന്റെ ഗുഹയുടെ മുന്നിലായിരുന്നു. മുന്നിൽ തന്നെ നിന്നിരുന്ന സിംഹം അവരെയെല്ലാം ഒരു കൈകൊണ്ട് വാരിയെടുത്ത് നിമിഷത്തിനുള്ളിൽ ഗുഹക്കകത്ത് കയറി. കുട്ടികൾ പരിഭ്രാന്തരായി; എന്ത് ചെയ്യണമെന്നറിയാതെ പതുങ്ങിയിരുന്നു. അല്പനേരത്തെ നിശ്ശബ്ദതക്കുശേഷം ഒരു കുട്ടിചോദിച്ചു.

"അമ്മാവാ, നിങ്ങളാരാണ്? നിങ്ങളുടെ ശബ്ദം ഞങ്ങളുടെ അച്ഛന്റേതുമാതിരി ഉണ്ടെങ്കിലും കാഴ്ചക്ക് വേറേമാതിരി ഉണ്ടല്ലോ?" മറ്റൊരുകുട്ടി ചോദിച്ചു.

"നിങ്ങളുടെ ദേഹത്ത് ഒരുപാട് രോമങ്ങൾ ഉണ്ടല്ലോ?"

"നിങ്ങൾക്ക് നാല് കാലുകളുണ്ടല്ലോ?"

കുട്ടികളോട് സിംഹം പറഞ്ഞു.

"ദാ. നോക്ക്. ഞാനുമിപ്പോൾ നിങ്ങളുടെ അച്ഛന്റെ കൂട്ട് രണ്ടുകാലിൽ നിൽക്കാം."

രണ്ടുകാലിൽ നിന്ന സിംഹത്തിനെ കണ്ടിട്ട് കുട്ടികൾക്ക് അത്ര തൃപ്തിയായില്ലെങ്കിലും അവർ തലയാട്ടി സമ്മതം മൂളി. സിംഹം അവരുടെ ദേഹത്ത് സ്നേഹത്തോടെയെന്നപോലെ തടവിക്കൊണ്ട് പറഞ്ഞു.

"നിങ്ങളുടെ അച്ഛൻ കുറേ ദൂരെയാണ്. അതുകൊണ്ട് ഇപ്പോഴത്തേക്ക് ഞാനാണ് നിങ്ങളുടെ അച്ഛൻ. എന്താ. സമ്മതമല്ലേ?"

അല്പം ഭയത്തോടെ കുട്ടികൾ സമ്മതിച്ചു.

"ശരി. എല്ലാവരും ഓടി ക്ഷീണിച്ചില്ലേ? ഇപ്പോൾ വിശ്രമിക്ക്."

സിംഹം അവരെ തന്റെ ഗുഹക്കുള്ളിൽ ഒരു കോണിൽ ഒതുക്കി നിർത്തി.

അതിനിടയിൽ അമ്മ പക്ഷിയും അച്ഛൻ പക്ഷിയും കുട്ടികളെ തിരക്കാൻ തുടങ്ങിയിരുന്നു. രണ്ടുപേരും ചുറ്റുപരിസരങ്ങളിലെല്ലാം അരിച്ചുപെറുക്കി തപ്പിയിട്ടും കുഞ്ഞുങ്ങളെ കണ്ടില്ല. എന്നുമാത്രമല്ല കേട്ടവരും കേട്ടവരും പറഞ്ഞത് കുഞ്ഞുങ്ങളെ അവരാരും കണ്ടില്ലെന്നാണ്. നേരം നന്നേ ഇരുട്ടിക്കഴിഞ്ഞിട്ടും ഒരു വിവരവും കിട്ടിയില്ല. ഏതാണ്ട് അർദ്ധരാത്രി കഴിഞ്ഞപ്പോഴാണ് അവർ കീരിച്ചേട്ടനെ കാണാനിടയായത്. അവരെ കണ്ടതും കീരി ചേട്ടൻ ചോദിച്ചു.

"എന്താ കുട്ടരേ, രണ്ടുപേരും ഈ രാത്രിയിൽ എങ്ങോട്ടാ? എന്താ, ആകപ്പാടെ ബേജാറായ മാതിരി ഉണ്ടല്ലോ?"

"ചേട്ടാ. എന്റെ മക്കളെകാണുന്നില്ല. ചേട്ടനെങ്ങാനും അവരെ കണ്ടോ?" അമ്മ പക്ഷി തിടുക്കത്തിൽ ചോദിച്ചു.

"അതേ. കുറേമുമ്പേ അവരിതുവഴി ഓടിച്ചാടി പോകുന്നത് കണ്ടു. ദാ. ആ കാണുന്ന കുന്നിൻചെരുവിൽക്കൂടി മേലോട്ട് ഓടിപ്പോയിട്ട് കുറച്ചുനേരമായി."

അമ്മ പക്ഷിക്ക് പരിഭ്രമമായി.

"അയ്യോ, എന്റെ കുഞ്ഞുങ്ങൾ...." അത് കരയാൻ തുടങ്ങി.

അച്ഛൻ പക്ഷി കീരിച്ചേട്ടനോട് പറഞ്ഞു. "ചേട്ടാ, ചേട്ടനീ സ്ഥലങ്ങളെല്ലാം നല്ല പരിചയമാണല്ലോ, ചേട്ടനും കൂടി ഞങ്ങളുടെ കൂടെ ആ കുന്നുവരെ ഒന്ന് വരൂ."

കീരിച്ചേട്ടൻ സമ്മതിച്ചു. അവർ മൂന്നുപേരും വേഗം കുന്നുകയറിയിറങ്ങി അവിടെയെല്ലാം തിരക്കി.

അപ്പോൾ കീരി പറഞ്ഞു.

“ഇനിയങ്ങോട്ട് സൂക്ഷിക്കണം. അത് നമ്മുടെ സിംഹരാജാവിന്റെ സ്ഥലങ്ങളാണ്. അങ്ങേരാണെങ്കിൽ ഒരു മുശടനും.”

അതുകേട്ടതും അമ്മ പക്ഷിയുടെ കരച്ചിൽ കൂടുതൽ ഉച്ചത്തിലായി. അവിടെയെല്ലാം ഓടിനടന്ന് അമ്മപക്ഷി കൂടുതൽ കൂടുതൽ ഉച്ചത്തിൽ വിളിച്ചു.

“മക്കളേ... മക്കളേ...”

കുറച്ച് ദൂരെ ഗുഹക്കകത്ത് പക്ഷിക്കുഞ്ഞുങ്ങളെ തന്റെ അരികിൽ ഭദ്രമായി പിടിച്ചുകൊണ്ട് സിംഹം കിടക്കുന്നത് അവർ കണ്ടു. അമ്മ പക്ഷി ഓടിച്ചെന്ന് അലറി.

“എന്റെ കുട്ടികൾ... കുഞ്ഞുങ്ങളേ... സിംഹരാജാവേ, എന്റെ കുഞ്ഞുങ്ങളെ വിട്ടുതാ”

അത് ശ്രദ്ധിച്ച സിംഹം പറഞ്ഞു.

“എന്ത്? നിന്റെ കുഞ്ഞുങ്ങളോ? ഈ കുഞ്ഞുങ്ങൾ എന്റേതാ. പൊയ്ക്കോ വേഗം.”

“അയ്യോ. അവരെന്റെ കുഞ്ഞുങ്ങളാ. അവരുടെ തൂവലുകളും ചെറിയ ചിറകുകളും കണ്ടാലറിയില്ലേ അവർ എന്റെ കുഞ്ഞുങ്ങളാണെന്ന്?”

“എന്ത്? ധിക്കാരം പറയുന്നോ?” സിംഹം മുരണ്ടു.

എന്തു ചെയ്യണമെന്നറിയാതെ പകച്ച് നിന്നുപോയ അച്ഛനമ്മമാരെ നോക്കി, കുഞ്ഞുങ്ങൾ ഉറക്കെ ചിലക്കാൻ തുടങ്ങി. അലമുറയിട്ടു എന്ന് പറയുന്നതാകും കൂടുതൽ ശരി. ഉടനെ സിംഹം അവരെ ദേഷ്യപ്പെട്ട് ശാസിച്ചു.

“എന്താ ഈ കാണിക്കുന്നത്? ഞാൻ പറഞ്ഞില്ലേ? ഇനി നിങ്ങൾ എന്റെ കുട്ടികളാണെന്ന് പറഞ്ഞില്ലേ? സിംഹകുട്ടികൾ എങ്ങനെ പെരുമാറണമെന്ന് ഞാൻ പഠിപ്പിച്ചതല്ലേ? ഇനി ശബ്ദിച്ചുപോകരുത്? കുട്ടികൾ പേടിച്ചു പോയി.

അമ്മപക്ഷി സിംഹത്തിനോട് കരഞ്ഞപേക്ഷിച്ചു.

“എന്റെ കുഞ്ഞുങ്ങളെ ഒന്നും ചെയ്യരുതേ. പൊന്നു സിംഹരാജാവേ, എന്റെ കുട്ടികളോട് ദയ കാണിക്കണം.”

സിംഹം ഗർജിച്ചു.

“എന്ത്. നിന്റെ കുട്ടികളോ? ഇതൊക്കെ എന്റെ കുട്ടികളാണെന്ന് പറഞ്ഞില്ലേ?

പോയ്ക്കോ വേഗം. പിന്നെ കുട്ടികളുടെ കാര്യം. ഇന്ന് ഞാനേതായാലും അവരെ ഒന്നും ചെയ്യുകയില്ല. എല്ലാം ഒന്നുരണ്ടുദിവസം തീറ്റതിന്ന് അല്പം തടി വെയ്ക്കട്ടെ. അതിനുശേഷമേ ഞാനിവറ്റയേ തിന്നൂ.”

എന്തു ചെയ്യണമെന്ന് അറിയാതെ ഒട്ടകപക്ഷികളും കീരിയും അവിടെ നിന്ന് മടങ്ങി.

അവിടെ നിന്ന് കൂടുതൽ സംസാരിച്ചാൽ സിംഹം കുട്ടികളെ ഉടനെ തന്നെ കൊന്നുകളഞ്ഞാലോ എന്ന ഭയവും അവരുടെ മനസ്സിൽ ഉണ്ടായിരുന്നു.

നേരം വെളുത്തയുടനെ പക്ഷികൾ അവരുടെ ഗ്രാമസഭയുടെ ഉപദേഷ്ടാവും നേതാവുമായ കുറുനരിയെ ചെന്നുകണ്ട് വിവരങ്ങളെല്ലാം പറഞ്ഞു.

"വിചിത്രമായിരിക്കുന്നല്ലോ ഈ കഥ. സിംഹകുട്ടികളേയും ഒട്ടകപക്ഷിക്കുഞ്ഞുങ്ങളേയും തിരിച്ചറിയാൻ പാടില്ലെന്നോ? നല്ലകഥ" അതായിരുന്നു കുറുനരിയുടെ ആദ്യത്തെ പ്രതികരണം. അദ്ദേഹം ഉടനെതന്നെ ഗ്രാമസഭ വിളിച്ചുകൂട്ടി കാര്യം ചർച്ചചെയ്തു. കേട്ടവർ കേട്ടവർ മൂക്കിൽ കൈ വെച്ച് പറഞ്ഞു.

"രസമായിട്ടുണ്ടല്ലോ. ആരുവിശ്വസിക്കും സിംഹം രാജാവിന്റെ കഥ?"

അനന്തരം എന്ത് ചെയ്യണമെന്നതിനേക്കുറിച്ച് ചർച്ചകൾ നടക്കുമ്പോൾ അമ്മപക്ഷി ശബ്ദമെടുത്ത് പറഞ്ഞു.

"നോക്കൂ. നോക്കൂ. ആ നെറികെട്ട സിംഹം എന്റെ മക്കളേയും കൂട്ടി ഇങ്ങോട്ടു തന്നെ വരുന്നു."

സിംഹം നേരെ ഗ്രാമസഭയുടെ ഓഫീസിലേക്ക് നടന്നെത്തി. കൂടെ പക്ഷിക്കുഞ്ഞുങ്ങളേയും നടത്തിക്കൊണ്ടാണ് അദ്ദേഹം വന്നത്. സഭാവാസികളെല്ലാവരും ബഹുമാനസൂചകമായി എഴുന്നേറ്റുനിന്ന് സ്വീകരിച്ചു. സിംഹം എല്ലാവരോടുമായി പറഞ്ഞു.

"നോക്കൂ, എന്റെ കുട്ടികളെ നോക്കൂ. ഇവരെ നിങ്ങൾക്ക് പരിചയപ്പെടുത്താനാണ് ഞാനിപ്പോൾ ഇങ്ങോട്ടു വന്നത്"

ഗ്രാമസഭാംഗങ്ങൾ ഓരോരുത്തരായി പറഞ്ഞു.

"നല്ല കുഞ്ഞുങ്ങൾ."

"നല്ല അഴകുള്ള ചിറകുകൾ."

"ഓമനത്തമുള്ള കുട്ടികൾ"

"സിംഹരാജാവിന് ചേർന്ന കുട്ടികൾ" അതൊക്കെകേട്ട് സഹികെട്ട അമ്മപക്ഷി ഉറക്കെയുറക്കെ പറഞ്ഞു.

"നിങ്ങളെന്തസംബന്ധമാണ് ഈ പറയുന്നത്. കണ്ടാലറിഞ്ഞുകൂടേ അതെന്റെ മക്കളാണെന്ന്. എന്താ. നിങ്ങളുടെയൊക്കെ കണ്ണ് കുരുടായിപ്പോയോ?"

അതിനിടയിൽ സിംഹം കുട്ടികളേയും കൂട്ടി അവിടെ നിന്ന് വിടപറഞ്ഞ് തിരികെ പോയി.

ഗ്രാമസഭ തങ്ങളെ സഹായിക്കാൻ കാര്യമായി ഒന്നും ചെയ്യുകയില്ലെന്ന് ബോദ്ധ്യമായ അച്ഛൻ പക്ഷി നാട്ടിലെ എല്ലാവരും അടങ്ങുന്ന ജനപ്രതിനിധി സഭയോട് തങ്ങളുടെ കഷ്ടങ്ങൾ എടുത്തുപറഞ്ഞ് കുട്ടികളെ വീണ്ടുകിട്ടാൻ ശ്രമിക്കുക എന്ന് തീർച്ചയാക്കി അതുകൊണ്ടൊന്നും ഒരു പ്രയോജനവും ഉണ്ടാകുകയില്ലെന്ന് പല സ്നേഹിതന്മാരും ഉപദേശിച്ചു; എങ്കിലും അച്ഛൻ പക്ഷിക്ക് ജനപ്രതിനിധിസഭയിലുള്ള വിശ്വാസം തീരെ നശിച്ചിട്ടില്ലായിരുന്നു. വിവരങ്ങളെല്ലാം കേട്ടതിനുശേഷം കീരിച്ചേട്ടൻ അച്ഛൻ പക്ഷിയോട് സ്വകാര്യമായി ഉപദേശിച്ചു.

"പ്രതിനിധിസഭ വിളിച്ചുകൂട്ടുന്നത് നല്ലതു തന്നെ. പക്ഷേ എനിക്കതിലൊന്നും വലിയ വിശ്വാസമില്ല. എന്തായാലും നമ്മുടെ കുഞ്ഞുങ്ങളെ രക്ഷിക്കേണ്ടത് നമ്മുടെ ചുമതലയല്ലേ, അതുകൊണ്ട് നമുക്ക് മറ്റു ചില മുൻകരുതലുകളും എടുത്തേ മതിയാകൂ. നീ ഞാൻ പറയുന്നതുപോലെ ചെയ്യണം. എന്താ സമ്മതമാണോ?"

"അതേ."

"നീ ഒരു കാര്യം ചെയ്യ്. സഭ വിളിച്ചുകൂട്ടുന്നതിന് മുൻപായി സഭാമണ്ഡപത്തിന് വെളിയിൽ, കുറച്ചകലെയായി കുറ്റിച്ചെടികളും മറ്റും ഉള്ള ഒരു സ്ഥലം തിരഞ്ഞെടുത്ത് നീ മണ്ണുമാന്തി ഒരു തുരങ്കം ഉണ്ടാക്കണം. തുരങ്കം എനിക്കുപോകാൻ വേണ്ടത്ര വലിപ്പവും എന്നാൽ സിംഹത്തിന് കയറാൻ കഴിയാത്ത വിധം ഇടുങ്ങിയതും ആയിരിക്കണം. തുരങ്കത്തിന്റെ മറ്റേ അറ്റം ആ ചെറിയ എറുമ്പ് പുറ്റിന് അപ്പുറം വരെ എത്തുകയും വേണം. എന്താ മനസ്സിലായോ? അച്ഛൻ പക്ഷി എല്ലാംകേട്ട് തലയാട്ടി. അമ്മപക്ഷി ചോദിച്ചു.

"തുരങ്കം ഉണ്ടാക്കിയാൽ എന്റെ കുഞ്ഞുങ്ങളെ എങ്ങിനെ രക്ഷിക്കും.?"

"അതൊക്കെ ഞാൻ നിന്റെ കെട്ടിയോന്റെ അടുക്കൽ പറയാം. എന്താ പോരെ. എല്ലാം രഹസ്യമായിരിക്കണം. ഇന്നു രാത്രി തന്നെ ഈ പണിയെല്ലാം തീർക്കണം. നമുക്ക് കുട്ടികളെ രക്ഷിക്കാൻ വഴികണ്ടുപിടിക്കാം." പിന്നീട് കീരിച്ചേട്ടൻ അച്ഛൻ പക്ഷിയുടെ ചെവിയിൽ എന്തൊക്കെയോ രഹസ്യങ്ങൾ പറഞ്ഞു.

പറഞ്ഞുറപ്പിച്ചതുപോലെ ഇരുചെവിയറിയാതെ ഒട്ടകപക്ഷികൾ അന്നു രാത്രിതന്നെ എല്ലാ ജോലികളും തീർത്തു.

അച്ഛൻ പക്ഷിയുടെ ആവശ്യപ്രകാരം അടുത്തദിവസം ജനപ്രതിനിധിസഭ കൂടി. എല്ലാ പ്രതിനിധികളും സന്നിഹിതരായിരുന്നു. സിംഹവും. അദ്ധ്യക്ഷൻ കുറുനരി യോഗം ആരംഭിച്ചുകൊണ്ട് പറഞ്ഞു.

"ഇന്ന് നമുക്ക് അതിപ്രധാനമായ ഒരു കാര്യം തീർച്ചയാക്കാനുണ്ട്. നേരത്തെ സംസാരിച്ചതും ഒത്തു തീർപ്പിന് സാധ്യത ഇല്ലാത്തതുമായ

ഈ കാര്യം ഒരു വോട്ടെടുപ്പിൽ കൂടി തീരുമാനിക്കുന്നത് ഉചിതമായിരിക്കും എന്നാണ് എന്റെ അഭിപ്രായം."

അദ്ദേഹം തുടർന്നു.

"പ്രശ്നം സിംഹരാജാവിന്റെ പക്കലുള്ള കുട്ടികളുടെ ഉടമസ്ഥാവകാശമാണ്. എല്ലാവർക്കും പ്രശ്നം നന്നായി അറിയാമെന്നുള്ളതുകൊണ്ട് ഞാൻ കൂടുതൽ വിവരണത്തിന് നിൽക്കുന്നില്ല. എല്ലാവരും എന്റെ തീരുമാനത്തോട് യോജിക്കുമെന്ന് വിശ്വസിക്കട്ടെ."

എല്ലാവർക്കും വോട്ടെടുക്കുന്നതാണ് ശരി എന്ന അഭിപ്രായമായിരുന്നു.

പേടിച്ച് വിറച്ച് നിന്ന കുട്ടികളുമായി സിംഹവും അവിടെ എത്തിയിരുന്നു. സിംഹം എഴുന്നേറ്റ് നിന്ന് പറഞ്ഞു.

"വോട്ടെടുപ്പിനോട് എല്ലാവർക്കും യോജിപ്പുള്ളതുകൊണ്ട് നമുക്ക് സമയം വൈകിക്കാതെ വോട്ട് രേഖപ്പെടുത്തൽ തുടങ്ങാം." അദ്ദേഹം തുടർന്നു.

"എല്ലാവരും വോട്ട് രേഖപ്പെടുത്തി ഓരോരുത്തരായി എന്നെ ഏൽപിച്ചാൽ മതി. അല്ലെങ്കിൽ ഓരോരുത്തരായി അവരുടെ അഭിപ്രായം എന്നോട് പറഞ്ഞാൽ ഞാൻ തന്നെ അവർക്കുവേണ്ടി വോട്ട് രേഖപ്പെടുത്തുകയും ചെയ്യാം." അദ്ദേഹം ഒന്ന് നിർത്തിയിട്ട് വീണ്ടും പറഞ്ഞു.

"ഞാൻ പറഞ്ഞത് സഭാദ്ധ്യക്ഷന് സ്വീകാര്യമാണെന്ന് വിശ്വസിക്കട്ടെ."

"സമ്മതം തന്നെ." അദ്ധ്യക്ഷൻ പറഞ്ഞു.

"നമുക്ക് വോട്ട് രേഖപ്പെടുത്തൽ തുടങ്ങാം.

സിംഹം എഴുന്നേറ്റുനിന്ന് ഓരോരുത്തരെയായി തന്റെയടുത്തേക്ക് വിളിച്ച് ചോദിച്ചു.

"കുട്ടികൾ എന്റേതോ പക്ഷികളുടേതോ? വേഗം പറ"

സിംഹത്തിന്റെ മുമ്പിൽ ജീവഭയത്തോടെയല്ലാതെ ആർക്കെങ്കിലും നിൽക്കാൻ കഴിയുമോ? ഓരോരുത്തരായി സിംഹത്തിന്റെ മുമ്പിൽ എത്തിയ മൃഗങ്ങൾ.

"അങ്ങയുടേത്"

എന്ന് ഒറ്റ വാക്കിൽ ഉത്തരം പറഞ്ഞ് ധൃതിയിൽ സ്ഥലം വിട്ടു. കീരി നിരയിൽ ഒടുവിലായി മാത്രം സ്ഥാനം പിടിച്ചു. മറ്റെല്ലാവരുടേയും ഊഴം തീർന്നപ്പോൾ സിംഹം കീരിയോട് ചോദിച്ചു.

"ഇനി നീ കൂടി വോട്ടുചെയ്താൽ ഒരാളും എതിർക്കാതെതന്നെ കുട്ടികൾ എന്റേതാണെന്ന് തീർച്ചയാകും. അതുകൊണ്ട് വേഗം പറഞ്ഞോ. കുട്ടികൾ എന്റേതോ പക്ഷികളുടേതോ?"

അവിടെയുണ്ടായിരുന്ന എല്ലാവരേയും അതിശയിപ്പിച്ചുകൊണ്ട് കീരി പറഞ്ഞു.

സിംഹം കള്ളം പറയുന്നു. പച്ചക്കള്ളം. ചിറകുകളുള്ള കുട്ടികൾ ഒരിക്കലും സിംഹത്തിന്റെ കുട്ടികളാകാൻ സാധ്യതയില്ല. കുട്ടികൾ പക്ഷികളുടേതുതന്നെ"

അത്രയും പറഞ്ഞുതീർത്തിട്ട് കീരി ജീവനും കൊണ്ട് ഓടി. ക്രുദ്ധനായ സിംഹം പുറകെയും. അതിനിടയിൽ സിംഹരാജാവ് തന്റെ കൂടെയുണ്ടായിരുന്ന കുട്ടികളെക്കുറിച്ച് മറന്നുപോയി. ഒട്ടകപക്ഷികൾ ഒട്ടും സമയം കളയാതെ കുട്ടികളെ കെട്ടഴിച്ച് അതിവേഗം അവരേയും കൊണ്ട് സ്വന്തം വീട് ലക്ഷ്യംവെച്ച് ഓടി രക്ഷപ്പെട്ടു. കീരി നേരേ ഓടിയത് ഒട്ടകപക്ഷി തയ്യാറാക്കിയിരുന്ന തുരങ്കം ലക്ഷ്യം വെച്ചാണ്. അത് ഒറ്റചാട്ടത്തിന് തുരങ്കത്തിനുള്ളിൽ കയറി മറ്റേ അറ്റത്തുകൂടി രക്ഷപ്പെട്ടു. പക്ഷേ കാര്യം മനസ്സിലാക്കാതെ സിംഹം കീരി കയറിയ തുരങ്കത്തിന്റെ വായിൽ എന്തുചെയ്യണമെന്ന് അറിയാതെ പകച്ചുനിന്നു. കൂടെക്കൂടെ അമർഷത്തോടെ മുരണ്ടു.

"എടാ ധിക്കാരീ. നീ എന്നെ അധിക്ഷേപിച്ചു. അല്ലേ. ഞാൻ നിന്നെ ഒരു പാഠം പഠിപ്പിക്കുന്നുണ്ട്."

അന്ന് പകലും രാത്രിയും കീരി എപ്പോഴെങ്കിലും തിരികെ പുറത്തുവരുമെന്ന പ്രതീക്ഷയോടെ സിംഹം കാത്തിരുന്നു. സഹികെട്ട് തിരികെ പോയി നോക്കിയപ്പോഴാണ് പക്ഷിക്കുട്ടികളും രക്ഷപ്പെട്ട് പോയിരിക്കുന്നു എന്ന് അദ്ദേഹം മനസ്സിലാക്കിയത്. താൻ തികച്ചും കബളിപ്പിക്കപ്പെട്ടിരിക്കുന്നു എന്ന് മനസ്സിലാക്കിയ സിംഹം വിഷണ്ണനായി സ്വന്തം ഗുഹയിലേക്ക് മടങ്ങി. ഈകഥ വായിച്ചതിനുശേഷം നാം സാധാരണ പറയാറുള്ളതുപോലെ "പാവം സിംഹം" എന്നു പറയാൻ നിങ്ങൾക്ക് കഴിയുമോ? ആലോചിച്ച് നിങ്ങൾ തന്നെ ഒരു തീരുമാനത്തിൽ എത്തിച്ചേരണം.

ഏറ്റവും ശക്തനായ ഭർത്താവ്

ഇത് ഫ്രഞ്ച് വടക്കൻ ആഫ്രിക്ക എന്നറിയപ്പെട്ടിരുന്ന അൽജീരിയ, മൊറോക്കോ, ലിബിയ മുതലായ സ്ഥലങ്ങളിൽ പ്രചാരത്തിലു ണ്ടായിരുന്ന ഒരു കഥയാണ്. എന്നിരുന്നാലും ഇതേകഥ ചില ചില്ലറ പാഠഭേദങ്ങളോടെ മറ്റ് പല സ്ഥലങ്ങളിലും പ്രചാരത്തിൽ ഉണ്ടായിരു ന്നിരിക്കണം. ഉദാഹരണത്തിന് ഉണ്മ പബ്ലിക്കേഷൻസിന്റെ കൊറിയൻ നാടോടിക്കഥകളിലെ "കുമാരി തുരപ്പന് ഒരു വിവാഹാലോചന" എന്ന കഥ വായിച്ചുനോക്കുക.

പണ്ടൊരിക്കൽ ജീവിച്ചിരുന്ന ഒരു സന്ന്യാസിയുമായി ബന്ധപ്പെട്ട താണ് ഈ കഥ. അദ്ദേഹത്തിന് പല ദിവ്യശക്തികളും ഉണ്ടായിരുന്നു എന്ന് ആ നാട്ടുകാർ വിശ്വസിച്ചിരുന്നു. അദ്ദേഹം മനസ്സിൽ ആഗ്രഹിക്കു ന്നതെല്ലാം ഉടനേ നടക്കുമെന്നതിൽ ആർക്കും സംശയം ഇല്ലായിരുന്നു. ഒരു ദിവസം അദ്ദേഹം സമുദ്രതീരത്ത് നിശ്ചലനായി ഇരിക്കുമ്പോൾ ഒരു പരുന്ത് ഒരു എലിക്കുഞ്ഞിനെ റാഞ്ചിക്കൊണ്ട് ഉയരത്തിൽ പറന്നുപോ കുന്നത് കാണാനിടയായി. അദ്ദേഹം വിചാരിച്ചു.

"പാവം എലിക്കുഞ്ഞ്."

അപ്പോളാണ് അത് സംഭവിച്ചത്. എലിക്കുഞ്ഞ് പരുന്തിന്റെ നഖങ്ങൾക്കിടയിൽ നിന്ന് പിടിവിട്ട് താഴേക്ക് വീണു. ചെന്നുവീണത് സന്ന്യാസി വര്യന്റെ മടിയിലും.

സന്ന്യാസി ആ എലിക്കുഞ്ഞിനെ സ്നേഹത്തോടെ തലോടിആ ശ്വാസം പകർന്നു. അദ്ദേഹം അതിനെ തന്റെ കയ്യിലുണ്ടായിരുന്ന ഒരു ഇലക്കഷ്ണത്തിൽ പൊതിഞ്ഞ് സ്വന്തം വീട്ടിലേക്ക് കൊണ്ടുപോയി.

പക്ഷേ ആ എലിക്കുഞ്ഞിനെ തന്റെ ഭാര്യയും മറ്റ് കുടുംബാംഗങ്ങളും സ്നേഹത്തോടെ സ്വീകരിക്കുമോയെന്ന് അദ്ദേഹത്തിന് സംശയമുണ്ടായിരുന്നു. അതുകൊണ്ട് അദ്ദേഹം ദൈവത്തോട് പ്രാർത്ഥിച്ചു.

“കരുണാമയനേ, ഈ എലിക്കുഞ്ഞിനെ സുന്ദരിയായ ഒരു മനുഷ്യക്കുട്ടിയായി കാണാൻ ഞാനാഗ്രഹിക്കുന്നു.”

ഉടനെ തന്നെ, അദ്ദേഹം ആഗ്രഹിച്ചതുപോലെ എലിക്കുട്ടി മനുഷ്യരൂപം പൂണ്ട് തന്റെ മുൻപിൽ പ്രത്യക്ഷപ്പെട്ടു. കാണാൻ കൗതുകമുള്ള ഒരു കൊച്ചുസുന്ദരിക്കുട്ടി. വീട്ടിൽ എത്തിയതും സന്യാസി ഭാര്യയെവിളിച്ച് പറഞ്ഞു.

“ഇതാ ഒരു നല്ല മിടുമിടുക്കി കുട്ടി. എനിക്ക് സ്നേഹവും താൽപര്യവും ഉള്ള കുട്ടിയാണ് ഇതെന്ന് നീ മനസ്സിലാക്കണം. ഈ കുട്ടിയെ എല്ലാവിധ സ്നേഹവും നൽകി നന്നായി സംരക്ഷിക്കണമെന്ന് ഞാനാഗ്രഹിക്കുന്നു.”

“അങ്ങിനെയാകട്ടെ” ഭാര്യയും സമ്മതിച്ചു. അങ്ങിനെ അവൾ സന്യാസിയുടെ വീട്ടിൽ അദ്ദേഹത്തിന്റെ സ്വന്തം മകളെപ്പോലെ ജീവിച്ചു. കാലം കടന്നുപോയി. അവൾ വളർന്ന് വലുതായി പുഷ്പിണിയായി. കല്യാണ പ്രായമെത്തിയ അവളെ സന്യാസി ഒരു ദിവസം അടുത്തു വിളിച്ച് പറഞ്ഞു.

“മകളേ, നിനക്ക് കല്യാണത്തിന് സമയമായിരിക്കുന്നു. പക്ഷേ നിന്റെ ഭർത്താവ് എത്തരത്തിലുള്ളവനായിരിക്കണം എന്ന് പറയാനുള്ള സ്വാതന്ത്ര്യം നിനക്കുണ്ട്. അതുകൊണ്ട് നീ പറയൂ, നിന്റെ ഭർത്താവ് എങ്ങിനെ ഉള്ളവൻ ആയിരിക്കണമെന്ന്.”

“അച്ഛാ. എന്നോട് അഭിപ്രായം ചോദിച്ചതുകൊണ്ട് ഞാൻ പറയാം. എന്റെ ഭർത്താവായിരിക്കണം ലോകത്തിൽ മറ്റാരേക്കാളും ശക്തിമാൻ.”

“ഓ. അങ്ങിനെയോ? ഒരു പക്ഷേ നിനക്ക് ചേർന്നവൻ സൂര്യൻ തന്നെയായിരിക്കണം അല്ലേ?”

“അത് അച്ഛൻ തന്നെ തീർച്ചപ്പെടുത്തണം.”

സന്യാസി അടുത്ത് സൗകര്യമായ ഒരു ദിവസം സൂര്യനെ സമീപിച്ചു.

“ഹേ സൂര്യാ. എനിക്ക് അതിസുന്ദരിയായ ഒരു മകളുണ്ട്. അവളുടെ ആഗ്രഹം ഏറ്റവും ശക്തിമാനായ ആളിനെ ഭർത്താവായി ലഭിക്കണം എന്നാണ്. അങ്ങ് അവളെ വിവാഹം കഴിക്കണമെന്ന് ഞാൻ ആഗ്രഹിക്കുന്നു.”

“അങ്ങയുടെ മകളുടെ ആഗ്രഹം തികച്ചും സ്വാഗതാർഹമാണ്. പക്ഷേ ഏറ്റവും ശക്തിമാൻ എന്ന പദവിക്ക് ഞാൻ തീരെ അർഹനല്ല.

ആ കാർമേഘത്തെ നോക്കൂ. അവന്റെ മുമ്പിൽ ഞാൻ നിഷ്പ്രഭനാണ്. എന്നേക്കാൾ എത്രയോ ശക്തനാണ് അദ്ദേഹം. എന്റെ അഭിപ്രായം അങ്ങ് ആ കാർമേഘത്തോടുകൂടി സംസാരിക്കണം എന്നാണ്"

സന്ന്യാസി ഒട്ടും താമസിയാതെ കാർമേഘത്തെക്കണ്ട് തന്റെ ആവശ്യം അറിയിച്ചു.

"ഹേ. സന്ന്യാസി. അങ്ങയുടെ മകളുടെ ആഗ്രഹം ശ്ലാഘനീയം തന്നെ. പക്ഷേ ഞാനാണ് ശക്തനെന്ന അങ്ങയുടെ നിഗമനം തെറ്റാണ്. ശക്തമായി അടിച്ചുകൊണ്ടിരിക്കുന്ന ഈ കാറ്റും ആ നിൽക്കുന്ന പർവ്വതശിഖരങ്ങളും എന്നെക്കാൾ എത്രയോ കൂടുതൽ ശക്തിയുള്ളവയാണ്. അങ്ങ് അവരെ അങ്ങയുടെ ആവശ്യം അറിയിച്ചാലും." കാർമേഘം പറഞ്ഞു.

സന്ന്യാസി ഒട്ടും സമയം കളയാതെ ഏറ്റവും ഉയർന്ന പർവ്വത ശിഖരത്തെ സമീപിച്ചു.

"ഹേ. പർവ്വതശ്രേഷ്ഠാ. അങ്ങ് എന്റെ മകളെ വിവാഹം കഴിക്കുമോ?"

പർവ്വതം വിനയത്തോടെ പറഞ്ഞു.

"ഹേ. സന്ന്യാസി ശ്രേഷ്ഠാ. ഞാനിവിടെ ജീവിക്കുന്നത് ആരെയൊക്കെ ഭയന്നാണെന്ന് അങ്ങക്ക് അറിയത്തില്ലല്ലൊ. ഉദാഹരണത്തിന് ഭൂമിയിൽ എന്റെ പാദങ്ങൾ പതിച്ചിട്ടുള്ള സ്ഥലം അങ്ങ് നോക്കൂ. അവിടെ താമസിക്കുന്ന എലികൾ എപ്പോഴും എന്റെ പാദങ്ങളിൽ മാന്തി മാന്തി പോടുകൾ ഉണ്ടാക്കി എന്റെ ശക്തി ക്ഷയിപ്പിച്ചുകൊണ്ടിരിക്കുകയാണ്. എനിക്ക് അവർക്കെതിരായി ഒന്നും ചെയ്യാൻ കഴിയുന്നില്ല. അവരുടെ മുൻപിൽ ഞാനും തികച്ചും അശക്തനാണ്. അതുകൊണ്ട് എന്റെ വിനീതമായ അഭിപ്രായം അങ്ങ് അവരിൽ ശക്തനായ ഒരു ചെറുപ്പക്കാരനെ അങ്ങയുടെ മകളുടെ ഭർത്താവായി തിരഞ്ഞെടുക്കണം എന്നാണ്. അതായിരിക്കും കൂടുതൽ ഉചിതമെന്നാണ് എന്റെ അഭിപ്രായം." സന്ന്യാസി എലികളുടെ തലവനെ ചെന്നുകണ്ടു. വിവരങ്ങൾ കേട്ടതിനുശേഷം അദ്ദേഹം പറഞ്ഞു.

"എന്റെ മകന് അങ്ങയുടെ മകളെ വിവാഹം കഴിക്കാൻ സന്തോഷമായിരിക്കും. പക്ഷേ ചില പ്രശ്നങ്ങൾ ഉണ്ട്."

"എന്താണെന്ന് കേൾക്കട്ടെ. എല്ലാത്തിനും പരിഹാരം ഉണ്ടാക്കാം."

"സാധാരണയായി ഞങ്ങൾ എലികൾ, ഞങ്ങളുടെ കൂട്ടത്തിൽ നിന്ന് മാത്രമാണ് വിവാഹം കഴിക്കുന്നത് അങ്ങയുടെ മകൾ ഞങ്ങളുടെ വർഗത്തിൽ പെട്ടവൾ അല്ലല്ലോ."

"ശരി. വേറെന്തെങ്കിലും?"

ഞങ്ങളുടെ വീടുകളും അവയുടെ വാതിലുകളും അത്ര ഉയരമോ വിസ്താരമോ ഉള്ളവയല്ല. അങ്ങയുടെ മകൾ എന്റെ മകനെ വിവാഹം കഴിച്ച് ഇവിടെ വന്നാൽ എങ്ങിനെ ഈ വീട്ടിൽ താമസിക്കും?"

"ശരി. ഈ പ്രശ്നങ്ങൾക്ക് പരിഹാരം ഉണ്ടാക്കാൻ ഞാൻ ശ്രമിക്കാം." അത്രയും പറഞ്ഞിട്ട് സന്യാസി തിരികെ സ്വന്തം വീട്ടിലേക്ക് പോയി. വിവരങ്ങളെല്ലാം മകളോടും ഭാര്യയോടും മറ്റ് കുടുംബാംഗങ്ങളോടും പറഞ്ഞു. മകൾക്ക് എലിക്കുട്ടനെ വിവാഹം കഴിക്കുന്നതിൽ സമ്മത ക്കേട് ഒന്നും ഇല്ലായിരുന്നു. അവൻ എല്ലാവരിലും വെച്ച് ശക്തനാണെ ന്ന് അംഗീകരിക്കപ്പെട്ട ഒരേ കാരണത്താൽ അവൾക്ക് അവനോട് സ്നേഹവും ബഹുമാനവും തോന്നി.

സന്യാസിയുടെ അഭിപ്രായപ്രകാരം എല്ലാവരും എലിയുടെ വീട്ടിൽ ചെന്നു. എലിയും കുടുംബവും വാതിൽക്കൽ തന്നെ ഉണ്ടായിരുന്നു. സന്യാസി എല്ലാവരുടേയും മുമ്പിൽ ഈശ്വരനെ പ്രാർത്ഥിച്ചു.

"കരുണാമയനായ ദൈവമേ. എന്റെ മകൾക്ക് അവളുടെ സ്വന്തം രൂപം തിരിച്ച് നൽകേണമേ"

എല്ലാവരേയും ആശ്ചര്യപ്പെടുത്തിക്കൊണ്ട് അവൾ ഒരു സുന്ദരിയായ എലിപ്പെണ്ണായി മാറി. മാത്രമല്ല അടുത്തുനിന്ന എലിക്കുട്ടനോടൊപ്പം സന്തോഷത്തോടെ എലികളുടെ മാളത്തിലേക്ക് ഓടി ഒളിക്കുകയും ചെയ്തു.

സിംഹവും മുയലും

ഇത് സൻസിബറിൽ സ്വാഹിലി ഭാഷയിൽ പ്രചാരത്തിലുള്ള ഒരു കഥയാണ്. ഈ കഥയിലെ കഥാനായകനായ സിംഹത്തിന് കുറച്ചു നാളായി മുയലിറച്ചി കഴിക്കാൻ അടക്കാനാകാത്ത കൊതി. സിംഹം മുയലിനെ പിടിക്കാൻ പല പ്രാവശ്യം ശ്രമിച്ചുവെങ്കിലും കഴിഞ്ഞില്ല. അന്നൊരുദിവസം മുയലിനെത്തേടി സിംഹം ചുറ്റുപാടെല്ലാം നടന്നു. പലരോടും ചോദിച്ചു.

"ആ മുയലിന്റെ വീട് എവിടെയാ. നിങ്ങളാരെങ്കിലും അവനെ കണ്ടോ? അവനെ എനിക്കൊന്ന് കാണിച്ചുതരാമോ?"

പക്ഷേ അവരിൽ നിന്നെല്ലാം കിട്ടിയ മറുപടി പ്രോത്സാഹജനകമായിരുന്നില്ല.

"എനിക്കറിയില്ല." അതായിരുന്നു ഓരോരുത്തരുടേയും മറുപടി.

മുയലും ഭാര്യയും സിംഹം തങ്ങളെ അന്വേഷിച്ച് നടക്കുന്ന വിവരം അറിയാനിടയായി. മുയൽ കുറേ നേരം ആലോചിച്ചതിനുശേഷം ഭാര്യയോട് പറഞ്ഞു.

"നമുക്ക് കുറച്ചുദിവസത്തേക്ക് നമ്മുടെ വീട്ടിൽ നിന്ന് ഒന്ന് മാറി താമസിക്കാം. അവർ അത്യാവശ്യ സാധനങ്ങൾ മാത്രം എടുത്തുകൊണ്ട് മറ്റൊരു സ്ഥലത്തേക്ക് ഉടനേതന്നെ മാറി. മുയൽ വീണ്ടും കുറച്ചുനേരം ആലോചിച്ചിരുന്നു.

സിംഹം വീണ്ടും പലരോടും മുയലിന്റെ വീട് എവിടെയാണെന്ന് തിരക്കി. ഒരാൾ സിംഹത്തിനോട് പറഞ്ഞു.

“ദാ. നോക്കൂ. ആ കാണുന്ന മലയുടെ മുകളിൽ ഒരു ചെറിയ ഗുഹയിലാണ് താങ്കൾ അന്വേഷിക്കുന്ന മുയൽ താമസിക്കുന്നത്.”

“അവൻ ഇപ്പോൾ അവിടെ ഉണ്ടോ?”

“അതെനിക്കറിയത്തില്ല. ഇന്നലെവരെ ഉണ്ടായിരുന്നു എന്ന് തീർച്ചയാണ്.” സിംഹം ഉടനേതന്നെ മുയലിന്റെ വീട് ലക്ഷ്യമാക്കി നടന്നു.

മുയൽ കുറേ നേരത്തെ ആലോചനക്കു ശേഷം ഭാര്യയോട് പറഞ്ഞു.

“ നീ ഇവിടെത്തന്നെ ഇരുന്നോ. ഞാനാ സിംഹം എന്തുചെയ്യുന്നു എന്ന് നോക്കിയിട്ട് വരാം.”

“അതു വേണ്ട. നിങ്ങൾ തനിയെ പോകണ്ട. ഞാൻ കൂടി വരാം.”

“നീ ഒട്ടും പേടിക്കണ്ട. നമ്മൾ രണ്ടുപേരും കൂടി പോയാൽ ശരിയാകത്തില്ല. നീ ധൈര്യമായി ഇവിടെയിരിക്ക്. ഞാൻ വേഗം തിരിച്ചുവരും.”

മുയൽ വഴിയോരത്തുകൂടി സിംഹത്തിന്റെ കണ്ണിൽ പെടാതിരിക്കാൻ ശ്രദ്ധിച്ച് നടന്നു. കുറേ മുന്നോട്ട് നടന്നപ്പോൾ വഴിയിൽ ആരുടെയോ കാൽപാടുകൾ കാണാനിടയായി. കൂടുതൽ ശ്രദ്ധിച്ച് നോക്കിയപ്പോൾ അവ സിംഹത്തിന്റേതാണെന്ന് മനസ്സിലായി. സിംഹം പോയ വഴിയേ മുയലും നടന്നു. ചെന്നെത്തിയതോ? ഇന്നലെ വരെ താനും ഭാര്യയും താമസിച്ചിരുന്ന സ്വന്തം വീടിന്റെ മുൻപിൽ. മുയൽ സ്വയം വിചാരിച്ചു.

“ഈ കാൽപാടുകൾ കണ്ടാൽ മനസ്സിലാകും, ആ ക്രൂരൻ എന്റെ വീട്ടിനുള്ളിൽ കയറിയിട്ടുണ്ട് എന്ന്. പക്ഷേ അവൻ തിരികെ പോന്നതായി തോന്നുന്നുമില്ല. അപ്പോൾ അവൻ വീട്ടിനകത്തുതന്നെ കാണും?

മുയൽ തന്റെ വീടിന്റെ മുൻപിൽ ചെന്നു നിന്നു. സിംഹം അത് ശ്രദ്ധിച്ചുവെങ്കിലും വിചാരിച്ചു.

“ഈ വമ്പൻ മുയലിനെ ഇന്ന് എന്റെ കെണിയിലാക്കണം. ഞാൻ ഇതിനകത്ത് ഒളിച്ചിരുന്നാൽ അവൻ അകത്ത് കയറി വരും. ആ തക്കം നോക്കി അവനെ പിടിക്കാം.? സിംഹം വീടിന്റെ ഒരു കോണിൽ ഒതുങ്ങി നിന്നു. അവന്റെ വീടല്ലേ? അവൻ കയറി വരാതിരിക്കില്ല?

പക്ഷേ മുയലിന്റെ ബുദ്ധി മറ്റൊരുതരത്തിലാണ് പ്രവർത്തിച്ചത്. മുയൽ വീടിന്റെ മുൻപിൽ നിന്ന് ഉച്ചത്തിൽ പറഞ്ഞു.

“സലാം വീടേ. സലാം.”

ഒരു നിമിഷത്തെ ഇടവേളക്കുശേഷം വീണ്ടും പറഞ്ഞു.

“ഇതെന്താ, എന്റെ വീടിന് എന്തു സംഭവിച്ചു. എന്നും ഞാൻ സലാം പറഞ്ഞാൽ തിരികെ സലാം പറയുന്ന വീട് ഇന്നെന്താ സലാം പറയാത്തത്. ഒരു പക്ഷേ ഞാനറിയാതെ മറ്റാരെങ്കിലും വീടിനുള്ളിൽ

കയറിയിട്ടുണ്ടോ. ഏതായാലും ഒന്നുകൂടി ശ്രമിക്കാം.”

“സലാം വീടേ, സലാം.”

മുയൽ ഉറക്കെ പറഞ്ഞതെല്ലാം കേട്ട സിംഹം വിചാരിച്ചു.

“ഞാൻ തിരികെ സലാം പറഞ്ഞില്ലെങ്കിൽ അവൻ ഇങ്ങോട്ട് കയറാതെ തിരികെ പോയെന്ന് വരാം.”

സിംഹം ഉറക്കെ അലറി.

“സലാം.”

“ഓ. അപ്പോൾ നീ അകത്തുതന്നെയുണ്ട്. അല്ലേ?”

അതും പറഞ്ഞ് മുയൽ തിരിച്ച് ഓടാൻ തുടങ്ങി. മണ്ടത്തരം മനസ്സിലാക്കിയ സിംഹം മുയലിന്റെ പുറകെ ഓടാൻ തുടങ്ങി. മുയൽ തന്റെ സ്വതസിദ്ധമായ കൗശലത്തോടെ വേഗത്തിൽ ഓടി. പുറകെ സിംഹവും. പക്ഷേ കുറേ കഴിഞ്ഞപ്പോൾ സിംഹം ക്ഷീണിച്ചു. ഓടാൻ കഴിയാതെ ഓട്ടം നിർത്തി.

പാവം സിംഹം. അന്ന് മുയലിറച്ചി വേണ്ടെന്നു വെച്ച് തിരികെ സ്വന്തം ഗുഹയിലേക്ക് നടന്നു. അവശനായി നടന്നുപോകുമ്പോൾ സിംഹം വിചാരിച്ചു. “ച്ഛെ. ഈ മുയലിറച്ചി ഞാൻ വിചാരിച്ച അത്ര സ്വാദുള്ളതൊന്നുമല്ല.”

തവളയും പാമ്പും സ്നേഹിതരായപ്പോൾ

അമ്മതവളക്ക് ഒരു മകനുണ്ടായിരുന്നു. ഒരു കുസൃതിക്കുട്ടക്ക. ഒരിടത്തും സ്വസ്ഥമായി ഒന്നിരിക്കുകയില്ല. എപ്പോഴും ചാട്ടമാണ്. ചാടിച്ചാടി അവിടെയെല്ലാം വട്ടമിട്ട് നടക്കും. അമ്മ പാമ്പിനും ഒരു മകനുണ്ടായിരുന്നു. അവനും ഒരു കുസൃതിക്കുട്ടൻ തന്നെ യായിരുന്നു. ഇഴഞ്ഞിഴഞ്ഞ് എല്ലായിടത്തും കയറിയിറങ്ങി നടക്കും.

അന്നൊരുദിവസം അമ്മതവള മകനോട് പറഞ്ഞു.

"മോനേ, നീ വേണമെങ്കിൽ നമ്മുടെ വീടിന്റെ ചുറ്റുപാടും കുറച്ച് നടന്നിട്ടുവാ. പക്ഷേ, കാട്ടിനുള്ളിലേക്ക് ഒറ്റയ്ക്ക് ഒരു പാടു ദൂരം പോകാൻ പാടില്ല. അതുപോലെ ഇഴഞ്ഞു നടക്കുന്ന, വാ പൊളിച്ച് നാക്കുനീട്ടി ഇരപിടിക്കുന്ന ഒന്നിനോടും കൂട്ടുകൂടരുത്. അങ്ങനെ വല്ല ജന്തുവിനേയും കണ്ടാൽ നീ ഉടനെ തിരികെ പോരണം. എന്താ പറഞ്ഞതൊക്കെ മനസ്സിലായോ?"

"മനസ്സിലായമ്മേ."

കുട്ടിതവളക്ക് സന്തോഷമായി, ചുറ്റിനും നടന്ന് ലോകമൊക്കെ ഒന്ന് കണ്ടിട്ട് വരാമല്ലൊ. എത്രനാളാ വീട്ടിൽതന്നെ കഴിയുക. അവൻ ചാടിച്ചാടി പുറത്തേക്ക് പോയി.

അതേദിവസം തന്നെയാണ് അമ്മപാമ്പ് മകനോട് പറഞ്ഞത്.

"മോനേ, നീ വീട്ടിൽ തന്നെ ഇരിക്കുകയല്ലേ? ഇനി കുറേശ്ശ പുറം ലോകവുമായി പരിചയപ്പെടേണ്ടേ? അതുകൊണ്ട് നമ്മുടെ വീടിന് ചുറ്റുമുള്ള കുറ്റിക്കാടുകളിലൊക്കെ ഒന്ന് ചുറ്റിയിട്ടുവാ. പക്ഷേ ഒരു കാര്യം. ചാടിച്ചാടി നടക്കുന്നവരേയോ, നാക്കുനീട്ടി ഭക്ഷണം പിടിക്കുന്നവരേയോ

ഒക്കെ കണ്ടാൽ മോൻ അവരുടെ അടുത്ത് പോകരുത്. അതുപോലെ, കുറേക്കൂടി ലോകപരിചയം കിട്ടുന്നതുവരെ വലിയ കാട്ടിനകത്തേക്കൊന്നും പോകണ്ട. പറഞ്ഞതൊക്കെ മനസ്സിലായോ?"

"ശരിയമ്മേ."

അങ്ങനെ തവളമകനും, പാമ്പുമകനും പുറം ലോകം കാണാൻ യാത്രതിരിച്ചത് ഒരേ ദിവസമായിരുന്നു. ഏതാണ്ട് ഒരേ സമയത്തും. ദിവസവും സമയവുമൊക്കെ അങ്ങനെയായത് തികച്ചും യാദൃശ്ചികമായിരുന്നു.

വഴിയിൽ, കുട്ടിപാമ്പിനെ ആദ്യം കണ്ടത് കുട്ടിതവളയായിരുന്നു. ആദ്യമായി അന്നുവരെ കണ്ടിട്ടില്ലാത്ത ഒരു പുതിയ ജീവിയെ കണ്ടാലുണ്ടാകുന്ന ഭയവും, പരിഭ്രമവും, ആകാംക്ഷയും, ജിജ്ഞാസയും, കൗതുകവും എല്ലാം ഒരേ സമയത്ത് കുട്ടിതവളക്ക് അനുഭവപ്പെട്ടു, എന്നു പറഞ്ഞാൽ തെറ്റാവില്ല. എങ്കിലും അല്പനിമിഷങ്ങൾക്കുള്ളിൽ ധൈര്യം അവലംബിച്ച് തവള പറഞ്ഞു.

"ഏ. നിൽക്ക്. നിൽക്ക്. നീ ആരാ? നിന്റെ പേരെന്താ?"

"ശരി. ഞാനാരാണെന്ന് പറയുന്നതിന് മുൻപ് നീ ആരാണെന്ന് അറിയട്ടെ?"

"ഞാൻ തവളമകൻ. എന്റെ വീട് ഇവിടെ അടുത്താണ്."

"ഞാൻ പാമ്പുമകൻ. എന്റെ വീടും ഇവിടെ അടുത്തുതന്നെയാണ്." തുടർന്ന് പാമ്പുമകൻ ചോദിച്ചു.

"നീ ഇപ്പോൾ എവിടെ പോകുന്നു.?"

"വെറുതെ ഒന്നു നടക്കാൻ ഇറങ്ങിയതാ. ഈ ലോകമൊക്കെ ഒന്ന് ചുറ്റിക്കറങ്ങി കാണാമെന്ന് വിചാരിച്ചു."

"ഓ. അങ്ങിനെയോ? ഞാനും അതിനുതന്നെയാണ്, അപ്പോൾ നമുക്ക് ഒരുമിച്ച് ഇവിടെയെല്ലാം നടന്നുകാണാം."

"അത് നല്ല കാര്യം തന്നെ. നമുക്ക് കൂട്ടുകാരായി ഇവിടെയൊക്കെ നടക്കാം. വർത്തമാനം പറഞ്ഞ് നടക്കുകയും ഇടക്ക് കളിക്കുകയും ചെയ്യാം."

"അതെ. അപ്പോൾ നല്ല രസമായിരിക്കും. അല്ലേ?"

അങ്ങനെ തവളമകനും പാമ്പുമകനും നല്ല ചങ്ങാതിമാരായി അന്ന് പകൽ മുഴുവനും അവിടെയെല്ലാം ചുറ്റി നടന്നു. പലകളികളും കളിച്ചു. പലതും പറഞ്ഞു. നേരം വൈകാറായപ്പോൾ പാമ്പുമകൻ പറഞ്ഞു.

“സമയം കുറേ അധികമായെന്ന് തോന്നുന്നു. ഇനി വീട്ടിൽ പോകാം. കൂടുതൽ താമസിച്ചാൽ അമ്മ വഴക്കുപറയും.”

“അതേയതേ. എന്റെ അമ്മയും വഴക്കുപറയും. പക്ഷേ നമുക്കിനി എന്നും കൂട്ടുകാരായിരിക്കണം.”

“ശരിയാ. നീ നാളെ വരില്ലേ? നാളെയും നമുക്ക് ഇതുപോലെ നല്ല ജോളിയായിട്ട് കളിക്കാം. സത്യം പറയാമല്ലോ? നീയാണ് എന്റെ ഏറ്റവും നല്ല കൂട്ടുകാരൻ”

“ശരിയാ, നീ എന്റേയും. ഞാൻ നാളെ തീർച്ചയായും വരാം.”

അവർ രണ്ടുപേരും അവരവരുടെ വീടുകളിലേക്ക് പുറപ്പെട്ടു. വീട്ടിൽ എത്തിയപ്പോൾ തവളയമ്മ ചോദിച്ചു.

“മോനേ. നീ ഇതുവരെ എവിടെയായിരുന്നു?”

“അമ്മേ, ഞാനെന്റെ കൂട്ടുകാരനുമൊത്ത് കളിക്കുകയായിരുന്നു. ദാ, ഇങ്ങനെ” തവളമകൻ പാമ്പ് ഇഴയുന്നതുപോലെ ഇഴഞ്ഞുകാണിച്ചു.

“എന്താമകനേ, പതിവില്ലാതെ ഇങ്ങനെ ഇഴയുന്നത്.?”

“ഇങ്ങനെയാ അമ്മേ, എന്റെ കൂട്ടുകാരൻ നടക്കുന്നത്.” അവൻ തുടർന്നു. “ഞങ്ങള് രണ്ടുപേരും ഒരുപാടു നേരം ഒന്നിച്ച് കളിച്ചു. അമ്മേ.”

“എന്ത്, നിന്റെ കൂട്ടുകാരനോ? ആരാ ആ പുതിയ കൂട്ടുകാരൻ?”

“പാമ്പുമകനാണമ്മേ. നല്ല കൂട്ടുകാരൻ. എന്റെ ഏറ്റവും നല്ല കൂട്ടുകാരൻ അവനാണമ്മേ.”

അതുകേട്ടതും ആ അമ്മക്ക് ആകെ പരിഭ്രമമായി.

“എന്ത്? പാമ്പുമകൻ നിന്റെ കൂട്ടുകാരനാണെന്നോ?” തവളയമ്മ തുടർന്നു.

“മോനേ. നിനക്കൊന്നും പറ്റിയില്ലല്ലോ? മോനിങ്ങുവാ. അമ്മേടെ അടുത്തുവന്നിരിക്ക്.”

തവളമകൻ അമ്മയോട് ചേർന്നിരുന്നു. തവളയമ്മ മകനെ കെട്ടിപ്പിടിച്ച് ഉമ്മവെച്ചിട്ട് പറഞ്ഞു.

“മോനേ. പാമ്പുകൾ നമ്മുടെ ശത്രുക്കളാണ്.”

“ശത്രുക്കളോ?”

“അതെ മോനേ. പാമ്പുകൾ എന്നും നമ്മുടെ വർഗ ശത്രുക്കളാണ്. അവ വിഷമുള്ള പല്ലുകൾ കൊണ്ട് കൊത്തി നമ്മെ കൊന്നുകളയും. ചിലപ്പോൾ നമ്മുടെ ദേഹത്ത് അവയുടെ നീണ്ട ശരീരം ചുറ്റിവളച്ച് ഇറുക്കി നമ്മേ ശ്വാസം മുട്ടിച്ച് കൊല്ലും. ഇതൊന്നുമല്ലെങ്കിൽ തരം

കിട്ടിയാൽ അവ നമ്മേ മുഴുവനോടെ വിഴുങ്ങിക്കളയും, അതുകൊണ്ട് എന്റെ പൊന്നുമോൻ ഇനി പാമ്പുമകന്റെ അടുക്കൽ കൂട്ടിന് പോകണ്ട. കേട്ടോ."

"ശരിയോ അമ്മേ? പക്ഷേ പാമ്പു മകൻ ഇന്ന് എത്ര നന്നായിട്ടാണ് എന്റെ കൂടെ കളിച്ചത്?"

"ശരിയാ മോനേ. അമ്മ പറയുന്നത് എന്റെ മോൻ കേൾക്കണം. ഇനി പാമ്പു മകന്റെ കൂട്ട് നിനക്കുവേണ്ട. അവൻ അപകടകാരിയാണ്. എപ്പോഴാണ് അവന്റെ തനിസ്വഭാവം കാണിക്കുന്നതെന്ന് നമുക്കറിയില്ലല്ലൊ? എന്റെ നല്ല കുട്ടൻ അമ്മ പറയുന്നത് അനുസരിക്കുകയില്ലേ?"

അല്പം ഇഷ്ടക്കേടോടെയാണെങ്കിലും തവളമകൻ അമ്മ പറയുന്നത് അനുസരിക്കാൻ തന്നെ തീരുമാനിച്ചു. അതേ സമയം പാമ്പുമകന്റെ വീട്ടിലും ഇതേപോലെ ഒരു രംഗം നടക്കുകയായിരുന്നു. വീട്ടിലെത്തിയ പാമ്പുമകൻ അമ്മയോട് പറഞ്ഞു.

"അമ്മേ, എനിക്ക് നന്നായി വിശക്കുന്നു. കഴിക്കാൻ എന്തെങ്കിലും വേഗം താ."

"അതെന്താ മോനേ ഇന്ന് പതിവിലും അധികം വിശപ്പ്? ഞാനിതൊക്കെ ഒന്ന് ഒരുക്കട്ടെ. ഒരല്പസമയം ക്ഷമിക്ക്."

"ശരി. അമ്മ ഭക്ഷണം പാകം ചെയ്യുന്നതിനിടയിൽ ഞാനമ്മയ്ക്ക് ഒരു പുതിയതരം നടത്തം കാണിച്ചുതരും."

അത്രയും പറഞ്ഞിട്ട് അവൻ പലപ്രാവശ്യം തവള ചാടുന്നതുപോലെ ചാടിക്കാണിച്ചു. പാമ്പിനുണ്ടോ തവളച്ചാട്ടം ചാടാൻ കഴിയുക? അതുകൊണ്ട് ഓരോ പ്രാവശ്യം ചാടിയപ്പോഴും അവൻ തലയടിച്ച് നിലത്തു വീണു. അതു കണ്ട പാമ്പമ്മ ചോദിച്ചു.

"എന്താ മോനേ ഈ പുതിയ ചാട്ടം. നീ ഇതെവിടെനിന്ന് പഠിച്ചു? ഇങ്ങനെ ചാടിയാൽ നിന്റെ എല്ലെല്ലാം ഒടിഞ്ഞാലും അതിശയിക്കാനില്ല."

"അമ്മേ. ഇതെന്റെ കൂട്ടുകാരൻ തവളമോൻ പഠിപ്പിച്ചതാ. ഇന്നു മുഴുവനും ഞങ്ങളുരണ്ടുപേരും ഒന്നിച്ചാ കളിച്ചത്?"

"എന്റെ ഒരു മിടുക്കൻ മോൻ. തവളക്കുട്ടിയുടെ കൂടെ കൂട്ടുകൂടി നടന്നിട്ട് വിശക്കുന്നെന്നും പറഞ്ഞ് എത്തിയിരിക്കുന്നു.!"

"എന്താ അമ്മേ, അങ്ങനെ പറയുന്നത്?"

"പിന്നല്ലാതെ! തവളയേക്കണ്ടാൽ പിടിച്ചുതിന്നണ്ടേ മോനേ. തവള മാംസത്തിന് എന്തുരുചിയാണെന്നറിയാമോ?"

“പക്ഷേ തവളമോൻ എന്റെ നല്ല കൂട്ടുകാരനാണല്ലോ. ഞാനവനെ എങ്ങനെ തിന്നും?”

“മോനേ. ഞാൻ പറയുന്നത് നീ മനസ്സിലാക്ക്. എന്നുമെന്നും തവള പാമ്പിന്റെ ആഹാരമാണ്. അങ്ങനെയാണ് ദൈവം തീരുമാനിച്ചിട്ടുള്ളത്. ഞാനോ നീയോ ആ ദൈവനിശ്ചയം തിരുത്താൻ നോക്കണ്ട., അത് എക്കാലത്തും ഇങ്ങനെതന്നെയായിരിക്കും”. അല്പനേരത്തെ നിശബ്ദതക്കുശേഷം പാമ്പമ്മ തുടർന്നു.

“നാളെ നീ പോയി ആ തവളമോന്റെ കൂടെ കുറേനേരം കളിക്ക്. അതുകഴിഞ്ഞ് തക്കം കിട്ടുമ്പോൾ അവനെ പിടിച്ച് വിഴുങ്ങണം. തവളമാംസത്തിന്റെ സ്വാദ് അപ്പോൾ നിനക്ക് മനസ്സിലാകും.”

മനസ്സില്ലാ മനസ്സോടെയാണെങ്കിലും അമ്മയുടെ ഉപദേശം അനുസരിക്കാൻ പാമ്പുമകൻ തീരുമാനിച്ചു.

പിറ്റേദിവസം രാവിലെ പാമ്പുമകൻ, തലേന്ന് കൂട്ടുകാരനെ കണ്ടുമുട്ടിയ സ്ഥലത്ത് കുറേ നേരം കാത്തുനിന്നു. പക്ഷേ തവളമകൻ വന്നില്ല. ശരി, എന്നാൽ അവന്റെ വീടുവരെ ഒന്ന് പൊയ്ക്കളയാമെന്ന് കരുതി പാമ്പുമകൻ യാത്ര തിരിച്ചു. തവളമകന്റെ വീട് അടച്ചിട്ടിരുന്നു. പാമ്പുമകൻ ഉറക്കെ വിളിച്ചു.

“തവളമകനേ, കൂട്ടുകാരാ. നീയെന്താ ഇന്ന് കളിക്കാൻ വരുന്നില്ലേ?”

ഒന്നുരണ്ടു പ്രാവശ്യം വിളിച്ചുകഴിഞ്ഞപ്പോൾ തവളമകൻ വീട്ടുവാതിലിന്റെ ഒരറ്റത്തുള്ള കിളിവാതിൽ തുറന്ന് പറഞ്ഞു.

“ചങ്ങാതി. പാമ്പുമകനേ, എനിക്ക് നല്ല സുഖമില്ല. ഞാനിന്ന് കളിക്കാൻ വരുന്നില്ല.”

“അതെന്തുപറ്റി. നിനക്കിന്നലെ സുഖക്കേട് ഒന്നും ഉണ്ടായിരുന്നില്ലല്ലോ? എന്താ വല്ല പനിയോ മറ്റോ?”

“കൂട്ടുകാരാ. നീ ഇനി കാത്തുനിൽക്കണമെന്നില്ല. ഞാൻ സത്യം പറയാമല്ലോ. ഇനി നിന്റെ കൂടെ കളിക്കുകയും കൂട്ടുകൂടുകയും ചെയ്യരുതെന്ന് എന്റെ അമ്മ പറഞ്ഞിട്ടുണ്ട്”

“ഓ. അപ്പോൾ അങ്ങനെയാണ് കാര്യം. അല്ലേ? എനിക്ക് എന്റെ അമ്മയും ഇന്നലെ കുറേ ഉപദേശങ്ങൾ തന്നിട്ടുണ്ട്.”

“അപ്പോൾ അതല്ലേ ശരി? ഇനി നമ്മൾ കൂട്ടുകാരായി ഇരിക്കണ്ട. പരസ്പരം കാണലും വേണ്ട. നീ വന്ന വഴിയേ തിരികെ പൊയ്ക്കോ?”

“അങ്ങനെതന്നെ. ഇനി നാം ഒരിക്കലും കണ്ടുമുട്ടണ്ടാ. അതേ. അതാണ് ശരി.” പാമ്പുമകൻ തിരികെ മടങ്ങി. മടങ്ങുന്ന വഴിയിൽ

അവൻ ആലോചിച്ചു. “ഇനി എപ്പോഴെങ്കിലും ഞാനും തവളമകനും കണ്ടുമുട്ടിയാൽ എങ്ങനെയിരിക്കും?” അപ്പോൾ തവളമകനും അതുതന്നെ ആലോചിക്കുകയായിരുന്നു. “ഇനി എപ്പോഴെങ്കിലും പാമ്പുമകൻ എന്നെ കണ്ടാൽ എന്താകും സംഭവിക്കുക?”

പാട്ടുപാടുന്ന ആമ

ആഫ്രിക്കൻ നാടുകളിൽ പ്രചാരമുള്ള ഒരു കഥയാണിത്. ആഫ്രിക്കയിലെ ഏതോ ഒരു വനപ്രദേശത്ത് പണ്ട് പണ്ട് നടന്ന ഒരു സംഭവം. ആ വനത്തിൽ ചുറ്റി നടന്ന ഒരു വേടൻ അപ്രതീക്ഷിതമായി കാട്ടിൽ സാധാരണ കേൾക്കാത്ത ഇമ്പമുള്ള ഒരു പാട്ട് കേൾക്കാൻ ഇടയായി. എവിടെനിന്നാണ് പാട്ട് എന്ന് അയാൾ തിരക്കി. അപ്പോൾ കണ്ടതോ? അതിശയം എന്നുതന്നെ പറയാം. ഒരാമ ഒന്നാന്തരമായി പാടുന്നു. വേടന് ആമയോട് എന്തെന്നില്ലാത്ത ബഹുമാനവും സ്നേഹവും തോന്നി. "ആമ തന്റെ വീട്ടിൽ സ്ഥിരമായി താമസിച്ചിരുന്നെങ്കിൽ എത്ര നന്നായിരിക്കും?" എന്ന് അയാൾ ചിന്തിച്ചു.

അയാൾ ആമയോട് പറഞ്ഞു.

"താങ്കളുടെ പാട്ട് കേൾക്കാൻ എന്തു രസമാണ്? എന്നും ഈ പാട്ട് കേൾക്കാൻ കഴിഞ്ഞാൽ എത്ര നന്നായിരിക്കും. എന്ന് ഞാൻ ആലോചിക്കുകയായിരുന്നു."

"എന്റെ പാട്ട് അത്രക്ക് ഇഷ്ടമായോ?" ആമ ചോദിച്ചു.

"അതേ സ്നേഹിതാ. വിരോധം ഇല്ലെങ്കിൽ താങ്കൾ എന്റെ വീട്ടിൽ താമസിക്കൂ. നമുക്ക് സ്നേഹിതരായി ജീവിക്കാം" വേടൻ പറഞ്ഞു.

വിസമ്മതം ഒന്നും കാണിക്കാതെ ആമ സമ്മതം മൂളി.

"ഓ. ഞാൻ തയ്യാർ. പക്ഷേ ഒരു നിബന്ധനയുണ്ട്."

"എന്ത് നിബന്ധനയും സാരമില്ല. എല്ലാം ഞാൻ കൃത്യമായി അനുസരിക്കും." വേടൻ സത്യം ചെയ്തു.

“ശരി. അങ്ങനെയെങ്കിൽ ഞാൻ താങ്കളോടൊപ്പം വരാം. പക്ഷേ യാതൊരു കാരണവശാലും എനിക്ക് പാട്ടുപാടാൻ കഴിയുമെന്ന് സ്നേഹിതൻ ആരോടും പറയരുത്. ഇത് സത്യമായും പൂർണമായും പാലിക്കണം.”

വേടൻ മടികൂടാതെ സത്യം ചെയ്തു.

അങ്ങനെ അവരൊന്നിച്ച് സ്നേഹിതരായി ജീവിക്കാൻ തുടങ്ങി. ദിവസവും ആമ വേടനുവേണ്ടി ഒന്നു രണ്ട് നല്ല പാട്ടുകൾ പാടും, ജീവിതം സുഖകരമായി മുന്നോട്ട് പോയിക്കൊണ്ടിരുന്നു.

പക്ഷേ, കുറേ ദിവസങ്ങൾക്കുശേഷം വേടൻ പാട്ടുപാടുന്ന ആമയേക്കുറിച്ച് തന്റെ വളരെ വിശ്വസ്തനായ ഒരു സ്നേഹിതനോട് പറഞ്ഞു. മറ്റാരോടും പറയുകയില്ലെന്ന് ആ സ്നേഹിതനും ഉറപ്പുകൊടുത്തിരുന്നു. എങ്കിലും ആ സ്നേഹിതൻ അധികം താമസിയാതെ മറ്റാരോടും പറയുകയില്ലെന്ന ഉറപ്പ് വാങ്ങി അയാളുടെ വേറൊരു സ്നേഹിതനോട് പറഞ്ഞു. ആ സ്നേഹിതനോ? മറ്റൊരാളോട്. അങ്ങനെ അധികം താമസിയാതെ ആ രഹസ്യം ആരോരും അറിയാതെ പരസ്യമായി. ആ വാർത്ത ഗ്രാമത്തലവന്റെ കാതുകളിലും എത്തി. ഗ്രാമത്തലവൻ വേടനെ വിളിച്ചു വരുത്തി സത്യാവസ്ഥ അന്വേഷിച്ചു. വേടൻ വിവരങ്ങൾ സത്യമായിതന്നെ പറഞ്ഞു. പാട്ടു പാടുന്ന ആമയെ കാണാനും അതിന്റെ പാട്ട് കേൾക്കാനും ഗ്രാമത്തലവൻ തിടുക്കം കാണിച്ചു. ആമയെ തന്റെ മുൻപിൽ കൊണ്ടുവരാൻ ഗ്രാമത്തലവൻ വേടനോട് നിർബന്ധിച്ച് പറഞ്ഞു. ഗ്രാമത്തലവൻ പരുങ്ങലിലായി. എങ്കിലും വീട്ടിൽപോയി ആമയോട് വിവരങ്ങളെല്ലാം പറഞ്ഞു. ആമ എല്ലാം കേട്ടിരുന്നതല്ലാതെ മറുപടി ഒന്നും പറഞ്ഞില്ല.

വേടൻ നിർബന്ധമായി ബലം പ്രയോഗിച്ച് ആമയേ ഗ്രാമത്തലവന്റെ വീട്ടിൽ എത്തിച്ചു. അവിടെ പാട്ടുപാടുന്ന ആമയേ കാണാനും പാട്ട് കേൾക്കാനും നല്ലൊരു സംഖ്യ ആളുകൾ കൂടിയിരുന്നു. ഗ്രാമത്തലവൻ ആമയോട് പാടുവാൻ ആജ്ഞാപിച്ചു. പക്ഷേ ആമ പാടിയില്ല. ആജ്ഞാപിച്ചിട്ടും യാചിച്ചിട്ടും ആമ പാടുന്നില്ലെന്ന് കണ്ടപ്പോൾ അവിടെ കൂടിയിരുന്ന ആളുകളെല്ലാം വേടൻ പറഞ്ഞതെല്ലാം കള്ളമാണെന്ന് വിചാരിച്ചു. അവർക്ക് വേടനോട് അവജ്ഞയും ദേഷ്യവും തോന്നി. മറ്റൊന്നും ആലോചിക്കാതെ അവർ വേടനെ യമപുരിക്ക് അയച്ചു.

പക്ഷേ, അപ്പോഴുണ്ട് ഒരതിശയം. ആമ സുന്ദരമായി പാടാൻ തുടങ്ങി. കേൾക്കാൻ സുഖമുള്ള, പക്ഷേ ദുഃഖ സൂചകമായ ഒരു ശോകഗാനം. കൂടിയിരുന്നവരെല്ലാം അതിശയിച്ചുപോയി.

“എത്രനല്ല പാട്ട്” എല്ലാവരും ഏറ്റുപറഞ്ഞു. “പാവം വേടൻ, അയാൾ പറഞ്ഞതൊക്കെ ശരിയായിരുന്നു.”

ഒരു പാട്ടുകൂടി പാടാൻ അവർ ആമയോട് അഭ്യർത്ഥിച്ചു. ആമ അവരോട് പറഞ്ഞു.

“ഞാൻ എന്റെ സ്നേഹിതനായ ഈ വേടനുവേണ്ടി മാത്രം പാടുകയുള്ളൂ എന്ന് അയാളോട് പറഞ്ഞിരുന്നതാണ്. പക്ഷേ ഞാൻ പാടുന്ന വിവരം മറ്റാരോടും പറയുകയില്ലെന്ന് അയാൾ എനിക്കുതന്ന സത്യം അയാൾ ലംഘിച്ചു. ആ സത്യലംഘനത്തിന് കിട്ടിയ ശിക്ഷയാണ് അയാൾ ഇപ്പോൾ അനുഭവിച്ചത്. എനിക്ക് എന്റെ സ്നേഹിതന്റെ വിയോഗത്തിൽ അതിയായ ദുഃഖം ഉണ്ട്. അതുകൊണ്ട് ഞാൻ ഇനി ഒരിക്കലും പാടുന്നതല്ല.”

അത്രയും പറഞ്ഞിട്ട് ആമ സാവധാനം നടന്ന് അവരുടെ മുമ്പിൽ നിന്ന് എങ്ങോട്ടോ പോയി എന്നു മാത്രമേ നമുക്ക് അറിയാവൂ.

മണ്ടൻ മോൻ

ആഫ്രിക്കൻ ഭൂഖണ്ഡത്തിൽ എവിടെയോ ഒരു കുഗ്രാമത്തിൽ പണ്ട് പണ്ട് താമസിച്ചിരുന്നവരാണ് കാളനും കാളിയും. കഠിനാധ്വാനം ചെയ്ത് ജീവിച്ചിരുന്നവരാണ് അവർ. പയർ കൃഷിയായിരുന്നു അവരുടെ ഉപജീവനമാർഗം. രണ്ടുപേർക്കും ഒരു കുഞ്ഞ് ഉണ്ടാകണമെന്ന് ആഗ്രഹമുണ്ടായിരുന്നു. എങ്കിലും കുറേക്കാലം അവർക്ക് കുട്ടികൾ ഉണ്ടായില്ല. കാളി എല്ലാ ദേവിമാരോടും ദേവന്മാരോടും പ്രാർത്ഥിച്ചു.

"എനിക്ക് ഒരു കുഞ്ഞുണ്ടാകാൻ അനുഗ്രഹിക്കണേ, ദൈവങ്ങളേ"

ഒരിക്കൽ അവർ മനം നൊന്ത് പ്രാർത്ഥിച്ചു.

"ദേവീ, എനിക്ക് ഒരു കുട്ടി ഉണ്ടാകാൻ അനുഗ്രഹിക്കൂ. എനിക്ക് അവിടുന്ന് അനുഗ്രഹിച്ച് ഉണ്ടാകുന്ന കുട്ടി ആണായാലും വേണ്ടില്ല, പെണ്ണായാലും വേണ്ടില്ല. കരുടനായാലും ബധിരനായാലും വേണ്ടില്ല, മണ്ടനായാലും വേണ്ടില്ല, എന്തായാലും ഞാൻ സന്തോഷത്തോടെ സ്വീകരിച്ചുകൊള്ളാം." എന്നേ അനുഗ്രഹിക്കണേ ദേവീ."

അങ്ങനെ മനം നൊന്ത് പ്രാർത്ഥിച്ചതിന് ശേഷം ദേവികനിഞ്ഞ് ഉണ്ടായ കുട്ടിക്ക് അവർ ആലോചിച്ച് തിരഞ്ഞെടുത്ത പേരാണ് ജ്ജുമോ.

ജ്ജുമോ-യേ അവർ രണ്ടുപേരും പൊന്നുപോലെ സ്നേഹിച്ചു. ലാളിച്ച് വളർത്തി. കാലത്ത് വയലിലേക്ക് പോകുമ്പോൾ അമ്മയും അച്ഛനും മാറിമാറി അവനെ തോളത്ത് വെച്ച് കൊണ്ടുപോകും. എപ്പോഴും അവരുടെ കൺമുൻപിൽ അവൻ ഉണ്ടായിരുന്നു. കുറേശ്ശക്കുറേശ്ശ ജ്ജുമോ നടക്കാനും ഓടാനും ചെറിയ ചെറിയ ജോലികൾ ചെയ്യാനുമൊക്കെ പഠിച്ചു. അച്ഛനും അമ്മയും വയലിൽ ജോലി ചെയ്യുമ്പോൾ അവനും

അവരുടെ പിന്നാലെ നടന്ന് അവർ ചെയ്യുന്നത് അനുകരിച്ച് പലതും ചെയ്യാനും തുടങ്ങി. അവന്റെ വളർച്ച കണ്ട് ആ മാതാപിതാക്കൾ വളരെയധികം സന്തോഷിച്ചു.

ഒരു ദിവസം കാളനും കാളിയും പയറ് വിത്തുകൾ പാടത്ത് പാകിക്കൊണ്ടിരുന്നപ്പോൾ ജൂമോ അവരുടെ പിന്നാലെ നടന്ന് അവർ പാകിയ വിത്തുകൾ(അവന്റെ കണ്ണിൽ പെട്ടവ) പെറുക്കിയെടുത്ത് അവന്റെ കയ്യിലുണ്ടായിരുന്ന കലത്തിൽ ഇട്ടുകൊണ്ട് പിൻതുടർന്നു. അത് കണ്ട് ഒരു വഴിപോക്കൻ അവരോടായി പറഞ്ഞു.

“ദാ. നോക്ക്. നിങ്ങൾ കാണുന്നില്ലേ നിങ്ങടെ മോൻ കാണിക്കുന്ന മണ്ടൻ വേല? മണ്ടൻ പയ്യൻ.”

മകൻ കാണിച്ച മണ്ടത്തരം കണ്ടിട്ടും ആ മാതാപിതാക്കൾ ഒട്ടും ദേഷ്യം കാണിച്ചില്ല. അവർക്ക് അവനെ അത്രയ്ക്ക് ഇഷ്ടം ആയിരുന്നു. അത്തരം പ്രവൃത്തികളെല്ലാം കേവലം കുട്ടികുസൃതികൾ മാത്രമായി അവർ കണ്ടു. അങ്ങനെ ജൂമോ പല പല മണ്ടൻ ജോലികളും ചെയ്തു കൊണ്ടേയിരുന്നു. പക്ഷേ അവന്റെ അച്ഛനമ്മമാർ ഒരിക്കലും അവനോട് കോപിക്കുകയോ അവനെ ശകാരിക്കുകയോ ചെയ്തില്ല. തെറ്റുകൾ ചൂണ്ടിക്കാണിക്കാനും അവർ ശ്രദ്ധിച്ചില്ല. മറിച്ച് അവനെ അവർ കൂടുതൽ കൂടുതൽ സ്നേഹിച്ചു; ലാളിച്ചു.

അവന്റെ അമ്മ ഉണ്ടാക്കുന്ന പയറുവട ആ ഗ്രാമത്തിലെങ്ങും പ്രസിദ്ധിപെറ്റതായിരുന്നു. അത് അത്ര സ്വാദുള്ളതായിരുന്നു. കാളി പലപ്പോഴും പയറു വട ഉണ്ടാക്കി തലയിലെടുത്തുചെന്ന് ഗ്രാമചന്തയിൽ വിൽക്കുമായിരുന്നു. ജൂമോയും അമ്മയെ അനുകരിച്ച് വട തയ്യാറാക്കി അമ്മയുടെ കൂടെ ചന്തയിൽ പോകുന്നത് പതിവാക്കി. ജൂമോയുടെ വട മണ്ണുകൊണ്ട് ഉണ്ടാക്കിയവ ആയിരുന്നു എന്നു മാത്രം. ചന്തയിൽ അവൻ ഉറച്ച് വിളിച്ചു പറയും.

“എന്റെ വടയും വാങ്ങിച്ചോ, വാങ്ങിച്ചോ, നല്ല സ്വാദാ.”

അത് കേൾക്കുന്ന ഗ്രാമവാസികൾ പറയും.

“കണ്ടില്ലേ, ഒരു മണ്ടൻ ചെറുക്കന്റെ വികൃതികൾ.”

അങ്ങനെ പല ദിവസങ്ങൾ കഴിഞ്ഞപ്പോൾ ഒരു ദിവസം കാളി എല്ലാവരും കേൾക്കാനായി പറഞ്ഞു.

“എന്തിനാ നിങ്ങൾ എന്റെ മകനേ മാത്രം മണ്ടൻ, മണ്ടൻ എന്ന് എപ്പോഴും പറയുന്നത്? എല്ലാ കുട്ടികളും ഓരോ വികൃതികളും മണ്ടത്തരങ്ങളും കാണിക്കുകയില്ലേ? എന്റെ മകനും അതുപോലെ ആണെന്ന് വിചാരിച്ചാൽ പോരേ?”

ജ്ഞമോ വളർന്ന് നല്ല ഒരു ചെറുപ്പക്കാരനായി. ഒരു ദിവസം കാളനും കാളിയും ഏതോ ഒരു ജോലിക്ക് അടുത്ത ഗ്രാമത്തിലേക്ക് പോകേണ്ടി വന്നപ്പോൾ മകനോട് പറഞ്ഞു.

"ജ്ഞമോ, നീയിന്ന് വീട്ടിൽ ഇരിക്ക്. ഞങ്ങൾ തിരികെ വരുമ്പോഴേക്ക് നീ പയർ ചോറ് ഉണ്ടാക്കിവെയ്ക്ക്. ഞങ്ങൾ വന്നാലുടനെ നമുക്ക് ഉച്ചഭക്ഷണം കഴിക്കാമല്ലൊ."

"ശരിയമ്മേ." ജ്ഞമോ സമ്മതിച്ചു. അച്ഛനമ്മമാർ പോയതിനുശേഷം ജ്ഞമോ കലത്തിൽ വെള്ളം വെച്ച് അടുപ്പിൽ തീ കൂട്ടി. വെള്ളം തിളച്ചപ്പോൾ ഭരണിയിൽ നിന്ന് ഒരു പയർമണി മാത്രം എടുത്ത് കലത്തിൽ ഇട്ടു. കുറച്ചു കഴിഞ്ഞ് കാളനും കാളിയും തിരികെ വന്നപ്പോൾ, കാളി മകനോട് ചോദിച്ചു.

"മോനേ, ഊണ് തയ്യാറായോ?"

"അടുപ്പത്തുണ്ട്." കാളൻ കലത്തിൽ നോക്കിയിട്ട് പറഞ്ഞു.

"ദൈവം തരുന്നത് സന്തോഷത്തോടെ സ്വീകരിച്ചല്ലേ പറ്റൂ."

"അതേ, അതങ്ങനെ തന്നെയാ." കാളിയും ഏറ്റുപറഞ്ഞു. എങ്കിലും കാളിമകനെ അടുത്തുവിളിച്ച് അവൻ കാണിച്ച തെറ്റ് ക്ഷമയോടെ പറഞ്ഞ് മനസ്സിലാക്കി കൊടുത്തു.

ജ്ഞമോ തുടർന്നും മണ്ടത്തരങ്ങൾ കാണിക്കുകയും അമ്മയുടെ ഉപദേശ പ്രകാരം തിരുത്താൻ പഠിക്കുകയും ചെയ്തുകൊണ്ടിരുന്നു. അങ്ങനെ നാളുകൾ കുറേ കഴിഞ്ഞു. ഒരിക്കൽ അന്നാസി എന്ന എട്ടുകാലി അതുവഴി പോകാൻ ഇടയായി. അന്നാസിക്ക് പയറുകൊണ്ട് ഉണ്ടാക്കിയ ആഹാരം വലിയ ഇഷ്ടമായിരുന്നു. പക്ഷേ പയറിന്റെ കൂടെ നല്ല ഇറച്ചിയും കൂടെ വേണമെന്നും അന്നാസിക്ക് നിർബന്ധം ആയിരുന്നു.

ജ്ഞമോയുടെ വീടിന് മുൻപിൽക്കൂടി പോയ അന്നാസിയുടെ മൂക്ക് പയറുകറിയുടെ മണം പിടിച്ചെടുത്തു. കൂടാതെ, അവരുടെ വീടിന് മുൻപിലുള്ള മൈതാനത്തിൽ തീറ്റ തിന്നുനടന്ന മാൻകുട്ടികളെക്കൂടി കണ്ടപ്പോൾ അന്നാസിക്ക് ഒരാഗ്രഹം. മാനിറച്ചിയും പയറുകറിയും ചേർത്ത് നല്ല ഒരു ഊണ് ഉണ്ണണം.

അപ്പോഴാണ് ജ്ഞമോ വീടിന് വെളിയിൽ വന്ന് മാൻകുട്ടികളെ പിടിക്കാൻ ഒരു വിഫല ശ്രമം നടത്തിയത്. കുറച്ചു ദൂരം അവയെ വിരട്ടി ഓടിക്കാൻ കഴിഞ്ഞെങ്കിലും ജ്ഞമോയ്ക്ക് ഒന്നിനേയും പിടിക്കാൻ കഴിഞ്ഞില്ല. അതുകണ്ട അന്നാസി വിളിച്ചു ചോദിച്ചു

“ഏ. മണ്ടൻ പയ്യാ. മാൻ കുട്ടികൾ എന്നും ഇവിടെ പുല്ലുമേയാൻ വരുമോ?”

“ആ എനിക്കറിയത്തില്ല. ഇന്നലെയാ ഞാനിവയെ ആദ്യം കണ്ടത്. ഇന്നും വന്നല്ലോ.”

“എന്തിനാ നീ അവറ്റയെ ഓടിച്ചത്?”

“ഒന്നിനെ പിടിക്കാൻ. മാനിറച്ചിക്ക് നല്ല സ്വാദാ.”

“നിനക്ക് മാനിറച്ചി വേണോ? മാനിറച്ചിയും പയറു കറിയും ചേർത്ത് കഴിച്ചാൽ അതിന്റെ രുചി ഒന്നു പ്രത്യേകമാ.”

അല്പം നിർത്തിയിട്ട് അന്നാസി വീണ്ടും പറഞ്ഞു.

“ഞാൻ പറയുന്നതുപോലെ ചെയ്താൽ ഞാൻ നിനക്ക് മാനിറച്ചി തരും. പകരം നീ എനിക്ക് പയറുകറി തരണം.”

“സമ്മതിച്ചു.” അന്നാസി പ്രതികരിച്ചു. എന്നു മാത്രമല്ല ജ്ജ്മോ സന്തോഷം കൊണ്ട് കൈകൊട്ടി ആർത്ത് ചിരിച്ചു.

“അപ്പോൾ നീ ഒരു കാര്യം ചെയ്യ്. കുറേ പയറ് നല്ലതുപോലെ വേകാൻ വെയ്ക്ക്. പയറു വേകുമ്പോൾ ഉണ്ടാകുന്ന വാസന പിടിച്ച് മാൻകുട്ടികൾ ഇങ്ങെത്തും. അപ്പോഴേക്കും ഞാൻ പോയി നല്ല ഒരു വല എടുത്തുകൊണ്ട് വരാം. എന്റെ വലയിൽ നിന്ന് അവറ്റകൾക്ക് രക്ഷപെടാൻ കഴിയില്ലെന്ന് നിനക്കറിയാമല്ലോ?” അത്രയും പറഞ്ഞ് അന്നാസി പുറപ്പെട്ടു.

കാര്യങ്ങൾ പറഞ്ഞുവെച്ചതുപോലെ നടന്നു. ജ്ജ്മോ പയറ് വേകാൻ വെച്ചു. മണം പിടിച്ച് മാൻ കുട്ടികൾ ജ്ജ്മോയുടെ വീടിന് മുൻപിൽ എത്തി. അന്നാസി വലയുമായി തിരികെ എത്തിച്ചേർന്നു. പിന്നെ ഒട്ടും വൈകിക്കാതെ അന്നാസി വലവിരിക്കാൻ തുടങ്ങി. സംശയം തോന്നിയ മാൻ കുട്ടികൾ ഓടി രക്ഷപെട്ടു. എങ്കിലും അന്നാസിക്കും നിരാശനാകേണ്ടി വന്നില്ല. രണ്ട് കൊഴുത്ത മാൻകുട്ടികൾക്ക് രക്ഷപെടാൻ കഴിഞ്ഞില്ല. നിമിഷങ്ങൾക്കുള്ളിൽ വലയിൽ അകപ്പെട്ട മാൻകുട്ടികളെ അന്നാസി പിടിച്ച് കൊല്ലുകയും ചെയ്തു.

പക്ഷേ ആ സമയമെല്ലാം അന്നാസിയുടെ മനസ്സിൽ മറ്റൊരു കണക്കുകൂട്ടലും ഉണ്ടായിരുന്നു. “താനെന്തിന് കിട്ടുന്ന മാംസം ജ്ജ്മോയുമായി പങ്കുവെയ്ക്കണം? അവൻ ഒരു തനി മണ്ടൻതന്നെ. അവനെ പറ്റിക്കാൻ ഒരു വിഷമവും ഇല്ല.” അന്നാസി അങ്ങനെയാണ് ആലോചിച്ചത്.

"ജ്ജമോ. കണ്ടില്ലേ? നമുക്ക് രണ്ട് മാൻ കുട്ടികൾ. ഇനി നമുക്ക് ഈ മാംസം നല്ല മാംസവും, എല്ലുചേർന്ന മാംസവും ആയി വേർതിരിക്കാം. നീ പോയി നല്ല രണ്ട് ചാക്ക് എടുത്തുകൊണ്ടുവാ." ജ്ജമാ അകത്തുപോയി ചാക്കുകൾ കൊണ്ടുവന്നു.

"ജ്ജമോ. നാം ഈ ചാക്കുകളിൽ ഓരോന്നിലായി നല്ല മാംസവും എല്ലും മാറ്റിവെയ്ക്കാം. ഞാൻ മുറിച്ചുമുറിച്ച്തരുന്നത് നീ വേർതിരിച്ച് ഈ ചാക്കുകളിൽ ഇടണം. ദാ. ഇതിൽ നല്ല മാംസം, ഇതിൽ എല്ല്."

ജ്ജമോ സന്തോഷത്തോടെ തന്റെ ജോലി തുടങ്ങി. അന്നാസി വീണ്ടും പറഞ്ഞു.

"ജ്ജമോ. ഈ എല്ല് നിറയ്ക്കുന്ന ചാക്ക് നിനക്കുള്ളതാണ്. മറ്റത് എനിക്കും."

"ഏ . അതെന്താ അങ്ങനെ?"

ജ്ജമോവിന് അന്നാസിയുടെ ആ തീരുമാനം അത്ര രസിച്ചില്ല.

"എന്റെ വല നല്ലതായതുകൊണ്ടല്ലേ. ജ്ജമോ, മാൻകുട്ടികളെ പിടിക്കാൻ കഴിഞ്ഞത്?"

"അപ്പോൾ എന്റെ പയറുകഞ്ഞി കാരണമല്ലേ അവ ഇവിടെ എത്തിയത്? ജ്ജമോ അങ്ങനെ വിട്ടുകൊടുക്കാൻ തയ്യാറല്ലായിരുന്നു.

"ഇപ്പോൾ അതൊന്നും പറഞ്ഞ് നമ്മൾ സമയം കളയണ്ട. വഴക്കിടുകയും വേണ്ട. ഈ പ്രാവശ്യം ഇങ്ങനെ. അടുത്ത പ്രാവശ്യം നമുക്ക് വീണ്ടും ആലോചിച്ച് എങ്ങനെ പങ്കിടണമെന്ന് തീരുമാനിക്കാം."

അന്നാസി ഏതാണ്ട് തറപ്പിച്ച് പറഞ്ഞു. ജ്ജമോ മറുപടി ഒന്നും പറഞ്ഞില്ല.

ജ്ജമോ. മാംസം വെട്ടുന്ന ജോലി ഇതാ തീർന്നു. ഞാൻ ചാക്കുകൾ കെട്ടി ശരിയാക്കാം. താഴെ വീണുപോകാതെ എടുത്തുകൊണ്ട് പോകണ്ടേ? നീ പോയി ദാ ആ കുറ്റിക്കാട്ടിൽ നിൽക്കുന്ന എന്റെ കഴുതയേ വിളിച്ചുകൊണ്ടുവാ."

ജ്ജമോ കഴുതയെ വിളിക്കാൻ പോയി. ആ സമയമത്രയും അന്നാസി തന്നെ വിഡ്ഢിയാക്കുകയല്ലേ എന്ന സംശയം ജ്ജമോയ്ക്ക് ഉണ്ടായിരുന്നു. "അങ്ങനെയങ്ങ് മണ്ടനാകാൻ പറ്റുകയില്ലല്ലൊ?" ജ്ജമോ ആലോചിച്ചു.

ജ്ജമോ കുറ്റിക്കാട്ടിനരികിൽ പോയി കഴുതയേ വിളിക്കുന്നതിന് പകരം ശബ്ദമെടുത്ത് കാട്ടിനുള്ളിലേക്ക് ഓടിച്ചുവിട്ടു. എന്നിട്ട് തിരികെ ചെന്ന് പറഞ്ഞു.

"അന്നാസിച്ചേട്ടാ. കഴുതയെ വിളിച്ചപ്പോൾ അത് ഇങ്ങോട്ട് വരുന്നതിന് പകരം കാട്ടിനുള്ളിലേക്ക് ഓടിപ്പോയി."

"എന്നാൽ നീ ഒരു കാര്യം ചെയ്യ്. ഈ ചാക്കുകൾ ശരിക്ക് കെട്ടിവെയ്ക്ക്. ഞാൻ പോയി കഴുതയെ വിളിച്ചുകൊണ്ട് വരാം. ഞാൻ വിളിച്ചാൽ അവൾ വരും."

അന്നാസി കഴുതയെ വിളിക്കാൻ പോയ ഉടനേ ജൂമോ ചാക്കുകളുടെ സ്ഥാനം മാറ്റി വെച്ചു. കൂടാതെ നല്ല മാംസം നിറച്ച ചാക്കിൽ നിന്ന് രണ്ട് നല്ല മാംസക്കഷ്ണങ്ങൾ എല്ലുചാക്കിന്റെ ഉള്ളിൽ എല്ലുകളുടെ മുകളിലായി ഇടാനും ജൂമോ മറന്നില്ല. താൻ ചെയ്തതൊന്നും ആരും കണ്ടില്ലെന്നായിരുന്നു ജൂമോയുടെ വിചാരം. പക്ഷേ നടന്നതെല്ലാം കഴുത ചെടികളുടെ മറവിൽ നിന്ന് കാണുന്നുണ്ടായിരുന്നു.

അന്നാസി കഴുതയേയും കൂട്ടി തിരികെ വന്നപ്പോഴേക്കും ജൂമോ മാംസം നിറച്ച ചാക്ക് ഭദ്രമായി കെട്ടിവെച്ചു. എല്ലു ചാക്ക് കെട്ടാൻ തുടങ്ങുകയായിരുന്നു. അന്നാസി വന്നതും അവൻ എല്ലുകൾക്ക് മുകളിലിട്ടിരുന്ന മാംസക്കഷ്ണങ്ങളിൽ ഒന്ന് എടുത്ത് മണപ്പിച്ച് നോക്കിയിട്ട് പറഞ്ഞു.

"ഹാ. എന്തുനല്ല ഇറച്ചി. അല്ലേ അന്നാസിച്ചേട്ടാ."

"അതേ! അതേ. ഇന്ന് ഭാര്യയുമൊത്ത് നല്ലൊരു ഉച്ചഭക്ഷണം കഴിക്കണം. എന്റെ ഭാര്യക്ക് മാനിറച്ചി വല്യ ഇഷ്ടമാ. നീയും ആ എല്ലു കഷ്ണങ്ങളെല്ലാമിട്ട് നല്ല ഒരു സൂപ്പുണ്ടാക്കി കഴിക്ക്. നിന്റെ അച്ഛനും അമ്മയും വരുമ്പോൾ അവർക്കും ഒരു പങ്ക് കൊടുക്കാൻ മറക്കണ്ട. കേട്ടോ."

ജൂമോ വേഗം ചാക്ക് നന്നായി കെട്ടി. അന്നാസിയും ജൂമോയും ചേർന്ന് ചാക്ക് കഴുതയുടെ പുറത്ത് കയറ്റിവെച്ചു. അന്നാസി കഴുതയുടെ പുറത്തിരുന്ന് സന്തോഷത്തോടെ വീട്ടിലേക്ക് യാത്രതിരിച്ചു. ഒന്നും സംഭവിച്ചിട്ടില്ലാത്ത മട്ടിൽ ജൂമോ തന്റെ മാംസചാക്ക് വീട്ടിനുള്ളിൽ സൂക്ഷിച്ച് വെച്ചു. നല്ല ഒരു കഷ്ണം ഇറച്ചിയും കുറേ പയറും ചേർത്ത് വേകാൻ വെച്ചു. "അച്ഛനും അമ്മയും ചേർന്ന് നല്ല ഒരു ഉച്ചഭക്ഷണം കഴിക്കാമല്ലൊ" അവൻ വിചാരിച്ചു.

യാത്രക്കിടയിൽ അന്നാസി സന്തോഷം കൊണ്ട് മതിമറന്ന് ഉച്ചത്തിൽ പാടാൻ തുടങ്ങി. അപ്പോൾ കഴുത പറഞ്ഞു.

"യജമാനൻ ഇത്രയൊന്നും സന്തോഷിക്കണ്ട. യജമാനൻ കബളിപ്പിക്കപ്പെട്ടിരിക്കുന്നു."

"എന്താ കഴുതേ മണ്ടത്തരം പറയുന്നത്?" അയാൾ കഴുതക്ക് രണ്ട് തല്ലുകൊടുത്തു. പക്ഷേ കഴുതയുണ്ടോ വിടുന്നു. അത് വീണ്ടും വീണ്ടും പറഞ്ഞു.

“യജമാനൻ കബളിപ്പിക്കപ്പെട്ടിരിക്കുന്നു.” ഓരോ സമയത്തും അന്നാസി കഴുതയെ പൊതിരെ തല്ലി എന്നു പറഞ്ഞാൽ മതിയല്ലോ. വീട്ടിലെത്തിയ ഉടനേ അന്നാസി ഭാര്യയെ വിളിച്ച് പറഞ്ഞു.

“എടിയേ ഭാര്യേ. വന്നുനോക്ക്. നിനക്കിഷ്ടപ്പെട്ട മാനിറച്ചി.”

അന്നാസിയുടെ ഭാര്യ സന്തോഷത്തോടെ ഓടിച്ചെന്നു.

“ദാ. ഈ ചാക്കുനിറയെ നല്ല ഒന്നാന്തരം എല്ലില്ലാത്ത മാനിറച്ചിയാ”

അന്നാസി ചാക്കുകെട്ട് കഴുതയുടെ പുറത്തുനിന്നും ഇറക്കിവെച്ചു. അപ്പോഴേക്കും അന്നാസിയുടെ വളർത്തുമൃഗങ്ങളായ പൂച്ചയും പട്ടിയും അവിടെ എത്തി. അന്നാസി ചാക്കുകെട്ട് അഴിച്ചു.

“ശരി. ഇവന്മാർക്കും നമ്മുടെ സന്തോഷത്തിൽ പങ്കുചേരാൻ ഓരോ കഷ്ണം കൊടുക്കാം” എന്ന് പറഞ്ഞുകൊണ്ട് ഏറ്റവും മുകളിലുണ്ടായിരുന്ന രണ്ട് കഷ്ണങ്ങൾ എടുത്ത് അവയ്ക്ക് ഓരോന്ന് കൊടുത്തു. പൂച്ചയും പട്ടിയും ഇറച്ചിക്കഷ്ണങ്ങളുമെടുത്ത് സന്തോഷത്തോടെ ഓടിപ്പോയി.

അന്നാസി അടുത്ത കഷ്ണം എടുത്തപ്പോൾ ആകെ അന്ധാളിച്ചുപോയി; ഒരു വലിയ എല്ലുകഷ്ണമായിരുന്നു അത്.

“എന്ത്? ആ മണ്ടൻ എന്നെ പറ്റിച്ചെന്നോ? കഴുത പറഞ്ഞത് ശരിയായിരുന്നോ?” അന്നാസി സ്വയം ഉച്ചത്തിൽ പറഞ്ഞു.

അന്നാസി ചാക്ക് മുഴുവൻ കമഴ്ത്തിയിട്ടു അപ്പോൾ കണ്ടതോ? ഒന്നില്ലാതെ എല്ലാം എല്ലുമ്പു കഷ്ണങ്ങൾ. അന്നാസിക്ക് വിശ്വസിക്കാനായില്ല. ഭാര്യയാണെങ്കിൽ അന്നാസിയെ ശകാരിക്കാവുന്നത്ര ശകാരിച്ചു. വിഷണ്ണനായ അന്നാസി ഉറക്കെയുറക്കെ പറഞ്ഞു.

“ഞാനവനെ വിട്ടുവെയ്ക്കില്ല. ആ മണ്ടൻ എന്നേ മണ്ടനാക്കിയെന്നോ? ഞാനങ്ങോട്ട് ചെല്ലട്ടെ. അവനേ ഒരു പാഠം പഠിപ്പിച്ചിട്ട് ബാക്കികാര്യം.”

അന്നാസി അടക്കാനാകാത്ത ദേഷ്യത്തോടെ ജുമോയുടെ വീട്ടിലേക്ക് യാത്രയായി. അവിടെ ചെന്നപ്പോൾ ജുമോ വീട്ടുവാതിലിൽ ഇരുന്ന് വിങ്ങിപ്പൊട്ടി കരയുന്നതാണ് അന്നാസി കണ്ടത്. അന്നാസിയെ കണ്ടതും ജുമോ പറഞ്ഞു.

“അന്നാസിച്ചേട്ടാ. നമ്മളുരണ്ടുപേരും വലിയ കഷ്ടത്തിലായല്ലോ. നമ്മള് കൊന്നത് ഗ്രാമത്തലവൻ സ്നേഹിച്ച് വളർത്തുന്ന മാൻകുട്ടികളെയായിരുന്നു. അദ്ദേഹം ഉടനേ ഇവിടെ എത്തുമെന്നാണ് കേട്ടത്. നമുക്ക് രണ്ടുപേർക്കും നല്ല ശിക്ഷകിട്ടും എന്നത് തീർച്ചയാ.”

അവൻ കൂടുതൽ ശക്തിയെടുത്ത് കരയാൻ തുടങ്ങി. അന്നാസിയും ആകെ പരിഭ്രമിച്ചു ഗ്രാമത്തലവൻ ലാളിച്ചുവളർത്തുന്ന മൃഗങ്ങളെ

കൊന്നത് വലിയ തെറ്റായി എന്ന് അന്നാസിക്കും സംശയമില്ലായി രുന്നു. ഉടൻതന്നെ അന്നാസി പറഞ്ഞു.

"ജൂമോ. ഞാനിവിടെ നിൽക്കുന്നില്ല. മാൻ കുട്ടികളെ കൊന്നത് നിന്റെ വീട്ടുമുറ്റത്ത് വെച്ചാ. പോരാത്തതിന് മാനിറച്ചി മുഴുവനും നിന്റെ വീട്ടിൽതന്നെ ഉണ്ടല്ലോ. അതുകൊണ്ട് ശിക്ഷ മുഴുവനും നീതന്നെ വാങ്ങിച്ചോ" അതും പറഞ്ഞ് അന്നാസി സ്ഥലം വിട്ടു. പിന്നീട് അന്നാസി കണ്ടവരോടെല്ലാം പറഞ്ഞു.

"ആ മണ്ടൻ ജൂമോ എന്നെ ഒന്ന് പറ്റിക്കാൻ നോക്കി. ഞാനുണ്ടോ വിട്ടു കൊടുക്കുന്നു? ഞാനവനെ നല്ല ഒരു കെണിയിൽ പെടുത്തി."

ജൂമോ അവന്റെ മാതാപിതാക്കളോട് കളിതമാശ പറഞ്ഞ് സന്തോഷിക്കുന്ന തിരക്കിലായിരുന്നു.

"ഇപ്പോഴെങ്ങനെയുണ്ട്. എന്റെ അഭിനയം എങ്ങനെയുണ്ടായിരുന്നു. ഇപ്പോൾ മണ്ടൻ ഞാനോ എന്നെ മണ്ടനെന്ന് വിളിക്കുന്നവരോ." അവൻ അമ്മയേ കെട്ടിപ്പിടിച്ചുകൊണ്ട് ചോദിച്ചു.

"അന്നാസിച്ചേട്ടൻ മണ്ടനോ മിടുക്കനോ?"

കാളനും കാളിയും ജൂമോയെ കെട്ടിപ്പിടിച്ച് ഉമ്മവെച്ചു.

"എന്റെ മോൻ മിടുക്കനല്ലെന്ന് ആരാ പറഞ്ഞത്? കാളി പറഞ്ഞു.

അതിനകം വിവരങ്ങളെല്ലാം സത്യസന്ധമായി ഗ്രാമവാസികൾ അറിഞ്ഞുകഴിഞ്ഞിരുന്നു. ജൂമോ അത്ര മണ്ടനല്ലെന്ന് എല്ലാവരും മനസ്സിൽ അംഗീകരിക്കുകയും ചെയ്തു. എല്ലാവരും ഒത്തുകൂടുന്ന സന്ദർഭങ്ങളിൽ കാളി പറയും.

"എല്ലാ കുട്ടികളും അവരുടേതായ കുട്ടിത്തരങ്ങളും മണ്ടത്തരങ്ങളും ഒക്കെ കാണിക്കുകയില്ലേ? എന്റെ മോനും അത്രയൊക്കെയല്ലേ ചെറുപ്പത്തിൽ ചെയ്തിട്ടുള്ളു. എങ്കിലും നോക്ക്, ഞങ്ങളവനെ വഴക്കുപറയുകയോ തല്ലുകയോ ഒന്നും ചെയ്തില്ല. മറിച്ച് സ്നേഹത്തോടെ അവന്റെ തെറ്റുകൾ മനസ്സിലാക്കി കൊടുക്കാനും തിരുത്താനുമാണ് ശ്രമിച്ചത്. ഇപ്പോളെങ്ങനെയുണ്ട്? അവൻ മിടുക്കനായില്ലേ?"

ഒരു കർഷകനും സിംഹവും ഒരു കുറുക്കനും

ഇത് അൾജീരിയയിലെ ദുർജ്ജുറാ പർവ്വതനിരകളിൽ വസിക്കുന്ന "കാബിൽ" വംശജരുടെ ഇടയിൽ പ്രചാരത്തിലുണ്ടായിരുന്ന കഥയാണ്. വടക്കൻ ആഫ്രിക്കയിലെ ബെർബേർസ് എന്നറിയപ്പെടുന്ന, ഏതാണ്ട്. 4000-ത്തിലേറെ വർഷങ്ങളുടെ ചരിത്രമുള്ള ആഫ്രിക്കൻ വംശജരുടെ പിൻഗാമികളാണ് "കാബിൽ" ജനത. അവർക്ക് അവരുടേതായ കാബിൽ ഭാഷയും ഉണ്ട്. ഇത് ബർബർ ഭാഷയുമായി ബന്ധപ്പെട്ടതുമാണ്. ഏതാണ്ട് 50 മുതൽ 70ലക്ഷം പേർ കാബിൽ ഭാഷ ഉപയോഗിക്കുന്നു.

കഥയിലെ നായകനായ കർഷകൻ കഠിനാധ്വാനശീലമുള്ളവൻ ആയിരുന്നു. അയാൾ ദിവസവും കാലത്തെ തന്റെ രണ്ട് കാളകളുമായി വയലിൽ എത്തുമായിരുന്നു. കാളകളെ ബന്ധിച്ച് വയൽ ഉഴുത് കൃഷിക്കനുയോജ്യമാക്കും. വയലിലെ ജോലി കഴിഞ്ഞ് വൈകിട്ട് തന്റെ കാളകളുമായി വീട്ടിലേക്ക് മടങ്ങും.

ഒരു ദിവസം പെട്ടെന്ന് ഒരു സിംഹം ആ കർഷകന്റെ മുമ്പിൽ ചാടി വീണു. ധിക്കാരത്തോടെ ആ സിംഹം പറഞ്ഞു.

"ഹേ. മനുഷ്യാ. എനിക്ക് വിശക്കുന്നു. നിന്റെ കാളകളിൽ ഒന്നിനെ എനിക്ക് തന്നിട്ട് പെയ്ക്കോ. മര്യാദക്ക് ഒന്നിനെ തന്നില്ലെങ്കിൽ ഞാൻ നിന്റെ രണ്ട് കാളകളേയും നിന്നെയും കൊന്നുതിന്നും."

കർഷകൻ ഭയന്നുപോയി. ഒരെതിർപ്പും പറയാതെ ഒരു കാളയെ സിംഹത്തിന് കൊടുത്തു. സിംഹം അതിനെ കടിച്ച് വലിച്ചുകൊണ്ട്

അടുത്തുള്ള കാട്ടിലേക്ക് പോയി; കർഷകൻ ദുഃഖിതനായി സ്വന്തം വീട്ടിലേക്കും.

അടുത്തദിവസം രാവിലെയും കർഷകൻ തന്റെ എരുത്തിൽ ഉണ്ടായിരുന്ന രണ്ട് കാളകളുമായി വയലിലേക്ക് പോയി. അന്നും ജോലി തീർത്ത് വീട്ടിലേക്ക് മടങ്ങുമ്പോൾ തലേദിവസത്തെ ചരിത്രം ആവർത്തിച്ചു. അങ്ങനെ മൂന്നു നാല് ദിവസങ്ങൾ കടന്നു പോയി. അന്നും ഓരേ ഒരു കാളയുമായി വീട്ടിലേക്ക് മടങ്ങുന്ന കർഷകന്റെ മുമ്പിൽ ഒരു കുറുക്കൻ ചെന്നു. കുറുക്കൻ കർഷകനോട് ചോദിച്ചു.

"ഏ. കൃഷിക്കാരാ. ഞാൻ ചില ദിവസങ്ങളായി ശ്രദ്ധിക്കുന്നു. താങ്കൾ രാവിലെ രണ്ട് കാളകളുമായി കൃഷിസ്ഥലത്തേക്ക് പോകുകയും സായന്തനം ഒരു കാളയുമായി വീട്ടിലേക്ക് മടങ്ങുകയും ചെയ്യുന്നു. എന്താണ് സംഭവിക്കുന്നത്? താങ്കളുടെ രണ്ടാമത്തെ കാള ദിവസവും എവിടെ പോകുന്നു?"

കർഷകൻ സങ്കടത്തോടെ കുറുക്കനെ നോക്കി നിന്നു. എങ്കിലും പെട്ടെന്ന് മറുപടി ഒന്നും പറഞ്ഞില്ല.

"ഞാൻ താങ്കളെ ഉപദ്രവിക്കാൻ വന്നതല്ല. ഒരു പക്ഷേ സത്യാവസ്ഥ എന്നോട് പറഞ്ഞാൽ അങ്ങേക്ക് പ്രയോജനപ്പെട്ടു എന്നും വരാം." കൃഷിക്കാരൻ നടന്നതെല്ലാം കുറുക്കനോട് വിശദമായി പറഞ്ഞു.

അല്പം ആലോചിച്ചതിനുശേഷം കുറുക്കൻ പറഞ്ഞു.

"കാര്യം നിസ്സാരമാണ്. ഞാൻ ഉപദേശിക്കുന്നതുപോലെ അങ്ങ് പ്രവർത്തിക്കുകയാണെങ്കിൽ ആ സിംഹത്തിന്റെ ശല്യം ഞാൻ തീർത്തുതരും. എന്താ. എന്തു പറയുന്നു?"

"ചെയ്യാം." കർഷകൻ പറഞ്ഞു.

"പക്ഷേ ഒരു കാര്യം. ഞാൻ വെറുതേ സേവനം ചെയ്യുന്നവനല്ല. എനിക്ക് തക്കതായ പ്രതിഫലം വേണം. സമ്മതമാണോ?"

"കേൾക്കട്ടെ. എന്നാൽ കഴിയുന്നതാണെങ്കിൽ വിരോധം ഇല്ല." സിംഹത്തിന്റെ ശല്യം തീർന്നുകിട്ടിയാൽ അങ്ങ് എനിക്ക് കുറച്ച് തടിച്ചുകൊഴുത്ത ഒരു നല്ല കുട്ടിയാടിനെ തരണം."

"തീർച്ചയായും തരാം."

"ശരി. എങ്കിൽ ശ്രദ്ധിച്ച് കേൾക്കുക. നാളെ ആ സിംഹം വന്ന് കാളയെ വേണമെന്ന് പറയുന്ന സമയം നോക്കി ഞാൻ ആക്കാണുന്ന കുറ്റിക്കാടുകൾക്ക് പിന്നിൽ ഒളിച്ചിരുന്നുകൊണ്ട് ആരാണ് താങ്കളോട് സംസാരിക്കുന്നതെന്ന് ഉറക്കെ ചോദിക്കും. അതിന് മറുപടിയായി

അങ്ങ് ഉറക്കെ പറയണം. ഓ ഇത് ഒരു ആസ്കോ മാത്രമാ, എന്ന്. എന്താ മനസ്സിലായില്ലേ? അതുപോലെ നാളെ കൈയിൽ ഒരു നല്ല മഴുവും എടുക്കാൻ മറക്കരുത്."

"മനസ്സിലായി. പറഞ്ഞതുപോലെ ചെയ്യാം."

"ശരി. എങ്കിൽ അങ്ങനെ. നാളെ കാണാം." അത്രയും പറഞ്ഞ് കുറുക്കൻ തിരികെപോയി. കർഷകൻ വീട്ടിലേക്കും.

"ആസ്കോ" എന്നാൽ എന്താണെന്ന് അറിയണ്ടേ- നാം വെട്ടിക്കീറി വിറകാക്കാൻ ഉപയോഗിക്കുന്ന മരം.

പതിവുപോലെ അടുത്തദിവസവും വൈകിട്ട് കർഷകൻ വീട്ടിലേക്ക് മടങ്ങുന്ന സമയത്ത് സിംഹം മുന്നിൽ ചാടി വീണു.

"എനിക്ക് ഒരു കാളയെ തന്നിട്ട് പോയ്ക്കോ. അല്ലെങ്കിൽ..."

"ഹേ. കർഷകാ. ആരാണ് അവിടെ നിന്നോട് സംസാരിക്കുന്നത്?"

ഇടിമുഴക്കം പോലെ വന്ന ആ ശബ്ദം കേട്ടിട്ട് സിംഹം ചോദിച്ചു.

"ആര്, ആരാണവിടെ? ആ ശബ്ദം കേട്ടിട്ട് ദൈവത്തിന്റെ ശബ്ദം പോലെ ഉണ്ടല്ലോ?"

"ഇത് ഒരു ആസ്കോ മാത്രമാണ്." കർഷകൻ ഉച്ചത്തിൽ മറുപടി പറഞ്ഞു.

"എങ്കിൽ നീ അതിനെ നിന്റെ മഴുകൊണ്ട് നിർഭയം വെട്ടിമുറിക്ക്."

"ശരി. അങ്ങിനെയാകട്ടെ." അത്രയും പറഞ്ഞിട്ട് കർഷകൻ മഴു സിംഹത്തിന്റെ നേരെ കാണിച്ചു."

ആകെക്കൂടി പരിഭ്രമിച്ചുപോയ സിംഹം താഴ്മയോടെ പറഞ്ഞു.

"ഹേ. കർഷകാ. ദൈവം പറഞ്ഞത് അനുസരിക്കാതിരിക്കാൻ സാധ്യമല്ല. എങ്കിലും പേരിനുമാത്രം ചെറുതായി ഒന്ന് വെട്ടിയാൽ പോരെ? ഞാൻ തല കുനിച്ച് തരാം. എന്നെ അധികം വേദനിപ്പിക്കരുത്. കേട്ടോ?"

തലകുനിച്ച് നിന്ന സിംഹത്തിന്റെ പിടലിക്ക് കഴിയുന്നത്ര ശക്തി യെടുത്ത് കർഷകൻ മഴുകൊണ്ട് വെട്ടി. പല പ്രാവശ്യം. ഒളിച്ചിരുന്ന കുറുക്കൻ കുറ്റിക്കാടുകളിൽ നിന്ന് പുറത്തുവന്ന് കർഷകനോട് പറഞ്ഞു.

"സ്നേഹിതാ. ഇപ്പോൾ സിംഹത്തിന്റെ പ്രശ്നം തീർന്നല്ലോ. അങ്ങ് സമ്മതിച്ചതുപോലെ ആട്ടിൻകുട്ടിയെ എപ്പോഴാണ് എനിക്ക് തരുന്നത്?"

"നാളെ രാവിലെ ഞാനിവിടെ കൊണ്ടുവരാം."

“അങ്ങിനെയാകട്ടെ. ഇവിടെ, ദാ, ആ കാണുന്ന കുറ്റിച്ചെടികൾക്ക് പുറകിൽ ഒരു ചാക്കിൽ കെട്ടി ഇട്ടേക്കുക. ഞാൻ സൗകര്യംപോലെ എടുത്തുകൊള്ളാം.”

കുറുക്കൻ അത്രയും പറഞ്ഞിട്ട് എങ്ങോട്ടോ ഓടിപ്പോയി. കർഷകൻ സ്വന്തം വീട്ടിലേക്കും. നടന്നവിഷയങ്ങളെല്ലാം കേട്ട കർഷകന്റെ ഭാര്യക്ക് വളരെ സന്തോഷമായി. അവർ ഭർത്താവിനോട് പറഞ്ഞു.

“കുറുക്കൻ നല്ല ബുദ്ധിശാലിയാണ്. അല്ലേ? പറഞ്ഞതുപോലെ അവന് ഒരാട്ടിൻകുട്ടിയെ നാളെ രാവിലെതന്നെ സമ്മാനിക്കണം.”

“അതെ.”

“താങ്കൾ ഒട്ടും ബുദ്ധിമുട്ടേണ്ട. രാവിലെ തന്നെ നല്ല ഒരാട്ടിൻ കുട്ടിയെ തിരഞ്ഞെടുത്ത് ഒരു ചാക്കിൽ ഭദ്രമായി കെട്ടി അങ്ങയെ ഏല്പിക്കാം. അങ്ങ് ആ കെട്ട് കുറുക്കൻ നിർദ്ദേശിച്ച സ്ഥലത്ത് വെച്ചാൽ മാത്രം മതി.”

“ശരി”

അടുത്ത ദിവസവും പതിവുപോലെ കാളകളുമായി കർഷകൻ യാത്ര തിരിച്ചു. ഭാര്യ കെട്ടിവെച്ചിരുന്ന ചാക്ക് എടുക്കാൻ മറന്നില്ല. വയലിൽ എത്തിയതും അയാൾ ചാക്ക് കുറുക്കൻ നിർദ്ദേശിച്ച സ്ഥലത്ത് വെച്ചിട്ട് ഉറക്കെ വിളിച്ചുപറഞ്ഞു. “ഹേ, കുറുക്കൻ സ്നേഹിതാ, അങ്ങയ്ക്കുള്ള സമ്മാനം ഇതാ ഇവിടെ വെച്ചിട്ടുണ്ട്. സൗകര്യം പോലെ എടുത്തുകൊള്ളുക.”

അയാൾ പിന്നീട് പതിവു വേലകളിൽ ഏർപ്പെട്ടു. വൈകിട്ട് വീട്ടിലേക്ക് മടങ്ങുന്നതിനു മുൻപ് അയാൾ കുറുക്കൻ ആടിനെ കൊണ്ടുപോയോ എന്നു നോക്കാമല്ലോ എന്നു കരുതി ആ കുറ്റിച്ചെടികളുടെ പുറകിൽ ചെന്നു. ചാക്ക് അങ്ങിനെതന്നെ ഉണ്ടായിരുന്നു. കർഷകൻ വിചാരിച്ചു. “ഒരു പക്ഷേ കുറുക്കൻ ഈ സമ്മാനം വേണ്ടെന്ന് കരുതിയിരിക്കുമോ? അല്ലെങ്കിൽ കുറുക്കന് എന്തെങ്കിലും അപകടം സംഭവിച്ചിരിക്കുമോ? ഏതായാലും ഈ ആടിനെ ഇവിടെ ഇട്ടിട്ട് പോകുന്നത് ശരിയല്ല. തരം കിട്ടിയാൽ മറ്റ് വല്ല മൃഗങ്ങളും അതിനെ തിന്നിട്ട് പോയെന്നും വരാം.”

കർഷകൻ ആ ചാക്കും കൈയ്യിലെടുത്ത്, തന്റെ കാളകളേയും തെളിച്ചുകൊണ്ട് വീട്ടിലേക്ക് തിരിച്ചു.

വിവരങ്ങളെല്ലാം ഭാര്യയോട് പറഞ്ഞു. അതുകേട്ട ഭാര്യ വളരെ സന്തോഷത്തോടെ ഉറക്കെയുറക്കെ ചിരിച്ചുകൊണ്ട് ഭർത്താവിനോട് പറഞ്ഞു.

“നിങ്ങളറിയാതെ ഞാനൊരു കുസൃതി കാണിച്ചു. എന്താണെന്നറിയണ്ടേ?”

“ങ്ും. എന്താ പറയ്.”

“രാവിലെ നിങ്ങൾ എടുത്തുകൊണ്ടുപോയ ചാക്കിൽ ആട്ടിൻ കുട്ടിയോടൊപ്പം നമ്മുടെ ടോമിയും ഉണ്ടായിരുന്നു. അവൻ ഞാൻ പറഞ്ഞതുപോലെ ശബ്ദം ഉണ്ടാക്കാതെ, അനങ്ങാതെ ചാക്കിൽ ഇരുന്നതുകൊണ്ട് നിങ്ങൾ അറിഞ്ഞില്ല. അത്രതന്നെ.”

“എന്നിട്ട്?”

“എന്നിട്ടെന്താ. നിങ്ങടെ കൂട്ടുകാരൻ കുറുക്കൻ ചാക്കിനകത്തെ ആടിന്റെ മണം പിടിച്ചതും ടോമി വേണ്ടതുപോലൊന്ന് പെരുമാറി. അല്ലാതെന്താ?” അവർ സന്തോഷത്തോടെ ചിരിച്ചു.

“പിന്നെ ടോമി തിരികെ വീട്ടിലെത്തി വിവരമെല്ലാം പറഞ്ഞു. ആ കുറുക്കൻ ജീവനും കൊണ്ട് ഓടി. അവൻ ഇനി ഈ പ്രദേശത്ത് കാലുകുത്തുകയില്ലെന്നത് ഉറപ്പാ. ഏതായാലും നമ്മുടെ ടോമി മിടുക്കൻ തന്നെ.”

“അതെ.”

ഇന്ന് നമുക്ക് അത്താഴത്തിന് ആട്ടുസൂപ്പും ആട്ടിറച്ചി പൊരിച്ചതും. ടോമിക്ക് ആട്ടിൻ കാലും.”

“എന്നാലും നീ മിടുക്കിതന്നെ. ആ കുറുക്കനേക്കാൾ ബുദ്ധിമതി. സമ്മതിച്ചിരിക്കുന്നു. പക്ഷേ എനിക്കൊരു സംശയം. ആ കുറുക്കൻ നമ്മൾ മനുഷ്യരെല്ലാം നന്ദി കെട്ടവരാണെന്ന് വിചാരിക്കില്ലേ.?”

അതിന് മറുപടി പറയാതെ അയാളുടെ ഭാര്യ ആട്ടിറച്ചി പൊരിക്കാനായി അടുക്കളയിലേക്ക് പോയി.

മരണം ഇല്ലാത്ത നാട്

കേട്ടിട്ടില്ലേ? സ്വന്തം കുഞ്ഞ് മരിച്ച സങ്കടം അടക്കാനാകാതെ ശ്രീബുദ്ധനെ ആശ്രയം പ്രാപിച്ച സ്ത്രീയുടെ കഥ കേൾക്കാതിരിക്കാൻ ന്യായമില്ല. ബുദ്ധദേവന്റെ ഉപദേശപ്രകാരം മരണം സംഭവിച്ചിട്ടില്ലാത്ത വീട്ടിൽ നിന്നും ഒരു നുള്ള് കടുകിനു വേണ്ടി നാടെല്ലാം അന്വേഷിച്ച് നടന്ന് ഒടുവിൽ നിരാശയായി തിരികെ അദ്ദേഹത്തിന്റെ അടുക്കൽതന്നെ എത്തിയ ആ സ്ത്രീയേ ഓർക്കുന്നില്ലേ? അതുപോലെയുള്ള പല കഥകളും ലോകത്തിന്റെ പല ഭാഗങ്ങളിലും പ്രചാരത്തിലുണ്ട്. പല കഥകളിലേയും പ്രതിപാദനരീതി നാം കേട്ടിട്ടുള്ള, ബുദ്ധദേവനുമായി ബന്ധപ്പെട്ട കഥയിൽ നിന്നും വ്യത്യസ്ഥമായ രീതികളിൽ ആണെങ്കിലും, കഥകൾ കേട്ടുകഴിയുമ്പോൾ നമുക്ക് കിട്ടുന്ന അറിവ് ഒന്നുതന്നെയാണ് എന്ന് മനസ്സിലാകും.

ഇവിടെ അത്തരത്തിലുള്ള രണ്ട് കഥകൾ പ്രതിപാദിക്കുന്നു. ഈജിപ്തിലും സുഡാനിലും പ്രചാരത്തിലുള്ളവയാണ് ഈ കഥകൾ. കഥയിലെ നായകൻ തന്റെ സുശീലയും സുന്ദരിയുമായ ഭാര്യയെ വളരെയധികം സ്നേഹിച്ചിരുന്നു. പക്ഷേ, വിവാഹം കഴിഞ്ഞ് കുറച്ചുകാലത്തിനുള്ളിൽ അവർ മരിച്ചു. ആ സംഭവം അയാളെ വളരെയധികം ദുഃഖിതനും നിരാശനും ആക്കി. എങ്കിലും അയാൾ ഒരു കാര്യം തീർച്ചയാക്കി. മരണമില്ലാത്ത ഒരു സ്ഥലം കണ്ടെത്തണം എന്ന് അയാൾ തീർച്ചയാക്കുകയും അതിനുള്ള ശ്രമം തുടങ്ങുകയും ചെയ്തു.

വളരെയധികം അന്വേഷിച്ചതിന് ശേഷം ശവമാടങ്ങളേ ഇല്ലാത്ത ഒരു ഗ്രാമം സുഡാനിൽ എവിടെയോ ഉണ്ടെന്ന് കേൽക്കാൻ ഇടയായി. ഉടൻ തന്നെ അയാൾ സുഡാനിലേക്ക് യാത്രയായി. അവിടെയെത്തി

അന്വേഷണം തുടർന്നു. കുറേ അലഞ്ഞുതിരിഞ്ഞതിനു ശേഷം അയാൾ ആ ഗ്രാമം കണ്ടെത്തി. പലരോടും അന്വേഷിച്ചു എല്ലാവരും പറഞ്ഞത് ഒന്നുതന്നെ ആയിരുന്നു

"അതെ. ശരിയാണ്. ഈ ഗ്രാമത്തിൽ ആരും മരിക്കാറില്ല."

"എന്ത്? ശവമാടമോ? ആരും മരിക്കാത്ത ഈ സ്ഥലത്ത് ശവമാടമോ? എല്ലാവരും ഒന്നുതന്നെ പറഞ്ഞു.

"ഈ ഗ്രാമത്തിൽ ആരും മരിക്കാറില്ല" അയാൾ ആ ഗ്രാമത്തിലെ ഗ്രാമത്തലവനെ കാണുകയും ചങ്ങാത്തം സ്ഥാപിക്കുകയും ചെയ്തു. മാത്രമല്ല, അയാൾ ആ ഗ്രാമത്തിൽ താമസിക്കാനും തീരുമാനിച്ചു. അങ്ങിനെയിരിക്കെ ഒരു ദിവസം ഗ്രാമത്തലവൻ അയാളെ വിരുന്നിന് വിളിച്ചു. ആ ക്ഷണം സന്തോഷത്തോടെ അയാൾ സ്വീകരിച്ചു. അന്ന് ഭക്ഷണം കഴിച്ചുകൊണ്ടിരിക്കുമ്പോൾ അയാൾ ഗ്രാമത്തലവനോട് കുശലങ്ങൾ പറഞ്ഞകൂട്ടത്തിൽ ചോദിച്ചു.

"താങ്കളുടെ അച്ഛൻ ഇവിടെയില്ലേ?"

"ഉണ്ടല്ലൊ. സ്നേഹിതൻ ഇപ്പോൾ ഭക്ഷിക്കുന്നത് അദ്ദേഹത്തിന്റെ കാലിലെ ഇറച്ചിയാണ്. ബാക്കിയെല്ലാം ദാ ആ കാണുന്ന ഭരണയിൽ സൂക്ഷിച്ചിട്ടുണ്ട്."

തുടർന്നുള്ള സംസാരിത്തിനിടയിൽ ഗ്രാമത്തലവൻ കൂട്ടിച്ചേർത്തു.

"ഈ ഗ്രാമത്തിൽ ഞങ്ങൾ ആരെയും മരിക്കാൻ അനുവദിക്കാറില്ല."

ആ ഗ്രാമത്തിൽ ശവമാടങ്ങൾ ഇല്ലാത്തതിന്റെ കാരണം വ്യക്തമായി മനസ്സിലാക്കിയ അയാൾ അന്നുരാത്രിതന്നെ ആരും കാണാതെ ആ ഗ്രാമം വിട്ട് ഈജിപ്തിലെ സ്വന്തം സ്ഥലത്തേക്ക് മടങ്ങി.

ഇതേപോലെ തന്നെ മറ്റൊരു കഥ സുഡാനിൽ പ്രചാരത്തിലുണ്ട്. ആ കഥയും വായിക്കാം. അല്ലേ.

ആ കഥയിലെ നായകൻ അയാളുടെ പ്രായമായ അമ്മയുമൊത്ത് സുഡാനിലെ ഒരു ഗ്രാമത്തിൽ വസിച്ചിരുന്നു. അമ്മക്ക് മരണത്തെ വളരെ ഭയമായിരുന്നു. അതുകൊണ്ട് അമ്മ എപ്പോഴും മകനോട് പറയും.

"മോനേ, നീ എന്നെ മരണമില്ലാത്ത ഏതെങ്കിലും നാട്ടിലേക്ക് കൊണ്ടുപോ."

"അമ്മേ, മരണമില്ലാത്ത നാട് ഉണ്ടോ? ഉണ്ടെങ്കിൽ എവിടെ?"

"ഒണ്ടുമോനേ. നീ ഒന്നന്വേഷിക്ക്." കണ്ടവരോടെല്ലാം ആ മകൻ തിരക്കി.

"മരണമില്ലാത്ത ഏതെങ്കിലും നാട് ഉണ്ടോ?"

ആ ചോദ്യം കേട്ട് പലരും അയാളെ പരിഹസിച്ച് ചിരിക്കുകമാത്രം ചെയ്തു. മറ്റ് ചിലർ പറഞ്ഞു.

“ആ. ഞങ്ങക്കറിയത്തില്ല. നീ പോയി തിരക്ക്.”

എങ്കിലും അയാൾ അന്വേഷിച്ചുകൊണ്ടേയിരുന്നു. ശരിയായ വിവരങ്ങൾ ഒന്നും കിട്ടാതായപ്പോൾ ആ മകൻ അമ്മയുമൊത്ത് ഒരു ദീർഘയാത്ര പുറപ്പെട്ടു. യാത്രക്കിടയിൽ മരണമില്ലാത്ത നാട് എവിടെയാണെന്ന് കണ്ടുപിടിക്കാൻ ശ്രമിക്കാം എന്നതായിരുന്നു യാത്രയുടെ പ്രധാന ഉദ്ദേശ്യം. വഴിയിൽ കണ്ടപലരോടും ചോദിച്ചു.

“മരണമില്ലാത്ത നാട്ടിലേക്കുള്ള വഴി ഏതാണെന്ന് പറഞ്ഞുതന്നാൽ ഉപകാരം.”

“മരണം ഇല്ലാത്ത നാടോ? തനിക്കെന്താ ഭ്രാന്താണോ?” ചിലർ അയാളെ പരിഹസിച്ചു.

“മരണമില്ലാത്ത നാടോ. അങ്ങനെ ഒരു നാടില്ലടോ.” മറ്റു ചിലർ പറഞ്ഞു,

കുറേ നാളത്തെ യാത്രക്കുശേഷം ഒരതിശയം ഉണ്ടായി. അന്ന് എത്തിച്ചേർന്ന ഗ്രാമത്തിലെ ആളുകൾ, പതിവിന് വിരുദ്ധമായ രീതിയിലാണ് അയാളോട് സംസാരിച്ചത്.

“മരണോ? ഇവിടെ ആരും മരിക്കാറില്ല.” ആ ഉത്തരം അയാളെ അതിശയിപ്പിച്ചു. അയാൾ വീണ്ടും വീണ്ടും ചോദിച്ചു. ഉറപ്പുവരുത്തി.

“ഇവിടെ മരണമില്ലേ സ്നേഹിതാ. സത്യമാണോ?”

“പിന്നെ. ഞാൻ പറഞ്ഞില്ലേ ഇവിടെ ആരും മരിക്കാറില്ലെന്ന്.”

കൂടുതൽ അന്വേഷിച്ചപ്പോൾ ആ ഗ്രാമത്തിൽ തന്റെ അടുത്ത ഒരു സ്നേഹിതൻ താമസമുണ്ടെന്ന് അയാൾ മനസ്സിലാക്കി. കുറച്ച് ബുദ്ധിമുട്ടിയെങ്കിലും അയാൾക്ക് ആ സ്നേഹിതനെ കണ്ടെത്താനായി. കുശലാന്വേഷണങ്ങൾക്കു ശേഷം അയാൾ സ്നേഹിതനോട് പറഞ്ഞു.

“എന്റെ അമ്മക്ക് മരണത്തെ വളരെ ഭയമാണ്.”

“ഇവിടെ ആരും മരിക്കാറില്ലെന്ന് ഞാൻ നിങ്ങളോട് നേരത്തേ പറഞ്ഞതല്ലേ? പിന്നയെന്തിനാണ് നിന്റെ അമ്മ മരണത്തെ ഭയക്കുന്നത്? നീ നിന്റെ അമ്മയോടും പറയാമായിരുന്നില്ലേ ഇവിടെ മരണം ഇല്ലെന്ന്?”

“അതേ സ്നേഹിതാ. ഞാൻ പറഞ്ഞു. അതുകൊണ്ട് എന്റെ അമ്മ നിന്റെകൂടെ ഇവിടെ കുറച്ചുനാൾ താമസിക്കാൻ സമ്മതിച്ചിരിക്കുകയാണ്. ഞാൻ നാട്ടിൽപോയി ചില ജോലികളെല്ലാം തീർത്തിട്ട്

മടങ്ങി വരാം. മടങ്ങി വരാൻ ചിലപ്പോൾ ഒന്നു രണ്ട് കൊല്ലങ്ങളായി എന്നുവരാം. നിനക്ക് ബുദ്ധിമുട്ട് ആകുകയില്ലല്ലൊ."

"ബുദ്ധിമുട്ടോ. എനിക്ക് സന്തോഷമേയുള്ളൂ."

ആ അഭിപ്രായത്തോട് അമ്മയ്ക്കും പൂർണ സമ്മതമായിരുന്നു. "താൻ മരണമില്ലാത്ത നാട്ടിലാണ്. താമസിക്കുന്നത് എന്ന വിചാരം അവർക്ക് ആശ്വാസം നൽകി.

അയാൾ സ്വന്തം ഗ്രാമത്തിലേക്ക് മടങ്ങി. ജോലികളെല്ലാം തീർത്ത് തിരികെ വന്നത് രണ്ടുവർഷങ്ങൾ കഴിഞ്ഞായിരുന്നു. തിരികെ വന്ന അയാളെ സ്നേഹിതൻ സന്തോഷത്തോടെ സ്വീകരിക്കുകയും സൽക്കരിക്കുകയും ചെയ്തു.

കുറച്ചു സമയത്തിനുശേഷം അയാൽ തിരക്കി.

"എന്റെ അമ്മ എവിടെ?"

"ഓ. നിന്റെ അമ്മയോ? കുറച്ച് ദിവസങ്ങൾക്ക് മുൻപ് നിന്റെ അമ്മക്ക് ചില രോഗലക്ഷണങ്ങൾ കണ്ടയുടനെ ഈ ഗ്രാമവാസികൾ എല്ലാം ചേർന്ന് അവരേകൊന്ന് ഭക്ഷിച്ചു. അവരുടെ വിലയായി നിനക്ക് തരാനുള്ള പണവും പിരിച്ചെടുത്ത് സൂക്ഷിച്ചുവെച്ചിട്ടുണ്ട്."

അകത്തുപോയി ഒരു സഞ്ചിയിൽ കുറച്ച് പണവുമായി വന്ന് സ്നേഹിതൻ അയാളോട്, അയാൾക്കുനേരെ സഞ്ചി നീട്ടിക്കൊണ്ട് പറഞ്ഞു.

"ഇതാ. സ്നേഹിതാ. നിനക്ക് തരാനായി സ്വരൂപിച്ച് വെച്ചിരിക്കുന്ന പണം."

"എനിക്ക് എന്റെ അമ്മയുടെ ശരീരത്തിന് വിലയോ? നിനക്ക് എങ്ങിനെ ഇങ്ങിനെ പറയാൻ കഴിയുന്നു.?" അയാൾ തട്ടിക്കയറി.

"സ്നേഹിതാ. ദേഷ്യപ്പെട്ടിട്ട് കാര്യമില്ല. ഇതാണ് ഇവിടുത്തെ പരിചയം. ഞങ്ങൾ ആരെയും മരിക്കാൻ അനുവദിക്കാറില്ല."

അപ്പോൾ വെളിയിൽ ആരെല്ലാമോ സംസാരിക്കുന്ന ശബ്ദം കേട്ടു. സ്നേഹിതൻ എന്താണ് ശബ്ദമെന്ന് തിരക്കിയിട്ട് തിരികെ വന്ന് പറഞ്ഞു.

"എന്റെ പൊന്നു സ്നേഹിതാ. നീ ദേഷ്യപ്പെട്ടിട്ട് കാര്യമൊന്നും ഇല്ല. ഈ ഗ്രാമവാസികൾ പറയുന്നത് നിന്റെ അമ്മയുടെ ശരീരം നല്ല സ്വാദുള്ളതായിരുന്നു എന്നാണ്. അതുപോലെ നിന്റെ ശരീരവും സ്വാദുള്ളതായിരിക്കും എന്ന് അവർ കരുതുന്നു. അതുകൊണ്ട് നീ എത്രയും വേഗം ഇവിടെനിന്നും രക്ഷപ്പെട്ട് പൊയ്ക്കോ, അല്ലെങ്കിൽ അവർ നിന്നെയും കൊന്ന് തിന്നെന്ന് വരാം."

അയാൾ അവിടെനിന്ന് ജീവനും കൊണ്ട് തിരികെ സ്വന്തം ഗ്രാമത്തിൽ എത്തിച്ചേർന്നപ്പോൾ അയാളുടെ സ്നേഹിതരും ബന്ധുക്കളും മറ്റ് ഗ്രാമവാസികളും അന്വേഷിച്ചു.

“എന്തുപറ്റി? നീ അമ്മയേയും കൂട്ടിക്കൊണ്ട് വരുമെന്നല്ലേ പറഞ്ഞിരുന്നത്? നിന്റെ അമ്മ എവിടെ? എന്താ, അമ്മ നിന്റെ കൂടെ വരാഞ്ഞത്?”

അല്പം ആലോചിച്ചതിനു ശേഷം അയാൾ പറഞ്ഞു.

“വരുന്ന വഴിയിൽ കാട്ടുപ്രദേശത്തു വെച്ച് തികച്ചും അപ്രതീക്ഷിതമായി ഒരു സിംഹം ഞങ്ങളെ ആക്രമിച്ചു. അത് അമ്മയെ കൊന്നുതിന്നു. എത്ര ശ്രമിച്ചിട്ടും അമ്മയെ രക്ഷിക്കാൻ എനിക്കായില്ല.” അതുപറഞ്ഞിട്ട് അവൻ സങ്കടത്തോടെ വിമ്മിപൊട്ടി കരയാൻ തുടങ്ങി.

അയാളുടെ കഥ കേട്ടവർ കേട്ടവർ പറഞ്ഞു.

“മരണമില്ലാത്ത നാട് തേടി നടന്നവർക്ക് നല്ല പാഠം തന്നെ.”

കുരങ്ങന്റെ ഹൃദയം

ആഫ്രിക്കയിൽ പല സ്ഥലത്തും ഉപയോഗത്തിലുള്ള സ്വാഹിലി ഭാഷയിൽ പ്രചാരത്തിലുള്ള ഒരു കഥയാണ് ഇത്. ഈ കഥ മററ് പല നാടോടിക്കഥകളേയും പോലെതന്നെ ലോകത്തിന്റെ പലഭാഗങ്ങളിലും ചില്ലറ പാഠഭേദങ്ങളോടെ പ്രചാരത്തിൽ ഉണ്ടെന്നതാണ് സത്യം. ഉദാഹരണത്തിന് ഈ കഥയുടെ ഉള്ളടക്കം അല്പാല്പം വ്യത്യാസങ്ങളോടെയാണെങ്കിലും ഇന്ത്യൻ നാടോടിക്കഥകളിൽ വായിച്ചതായി നിങ്ങൾക്ക് ഓർക്കാൻ കഴിയും. വായിച്ച് നോക്കൂ. വിശാലമായ ഒരു തടാകത്തിന്റെ അടുത്തുള്ള ഒരു ഗ്രാമത്തിലാണ് ഈ കഥ നടന്നത്. തടാകത്തിന്റെ ഓരമായി കുത്തനെയുള്ള ഒരു പർവ്വതശിഖരത്തിന്റെ മുകളിൽ ഒരു മരം വളർന്ന് പന്തലിച്ച് നിന്നിരുന്നു. മരത്തിന്റെ കൊമ്പുകൾ മലയുടെ ചെരുവിൽ താഴേക്ക് തൂങ്ങിക്കിടന്നിരുന്നു; താടാകത്തിലെ വെള്ളത്തിൽ തൊട്ടു, തൊട്ടില്ലെന്ന മട്ടിൽ. ആ മരത്തിൽ തിന്നാൻ പരുവത്തിൽ ധാരാളം പഴം കിടന്നിരുന്ന കാലം. നമ്മുടെ കഥയിലെ നായകനായ കുരങ്ങൻ ദിവസവും ആ പഴങ്ങൾ പറിച്ച് തിന്നുകൊണ്ട് മരത്തിൽ ഇരിക്കുമായിരുന്നു. അങ്ങനെ ഒരു ദിവസം താനിരിക്കുന്ന കൊമ്പിന് കീഴെയായി വെള്ളത്തിൽ ഒരു മുതല തന്നെ ത്തന്നെ നോക്കി കിടക്കുന്നത് കുരങ്ങന്റെ ശ്രദ്ധയിൽ പെട്ടു.

“എന്താ, അണ്ണാ, അണ്ണനിങ്ങനെ മോലോട്ടും നോക്കി വെറുതെ കിടക്കുന്നത്?” കുരങ്ങൻ ചോദിച്ചു.

“ഓ. വെറുതെ. നീ തിന്നുന്ന പഴത്തിന്റെ സ്വാദ് എന്തായിരിക്കുമെന്ന് ആലോചിക്കുവാരുന്നു. നല്ല മധുരമായിരിക്കും. അല്ലേ? മുതല തുടർന്നു.

“നേര് പറയാമല്ലൊ? ഈ ഉപ്പുവെള്ളത്തിലെ ഉപ്പുരസമുള്ള തീറ്റ

തിന്നതിന്ന് മടുത്തു."

"അതുശരിയാ. എനിക്കും ഉപ്പുരസം തീരെ ഇഷ്ടമല്ല കേട്ടോ?" കുരങ്ങൻ പറഞ്ഞു.

"അണ്ണന് വേണമെങ്കിൽ രണ്ടുപഴം ഞാൻ താഴോട്ട് ഇട്ടുതരാം."

"ശരി തമ്പീ, ഞാൻ വാപൊളിച്ച് മേലോട്ട് നോക്കി കിടക്കാം. നീ പഴം നേരെ എന്റെ വായിലേക്ക് ഇട്ടുതന്നാൽ മതി."

കുരങ്ങൻ നല്ല പഴങ്ങൾ നോക്കി ഒന്നുരണ്ടെണ്ണം മുതലയുടെ വായിലേക്ക് ഇട്ടുകൊടുത്തു.

"ഹാ! എന്തു നല്ല മധുരം." മുതല പറഞ്ഞു.

"നിനക്ക് നല്ലതുവരും. തമ്പീ." മുതല വെള്ളത്തിൽ ഊളിയിട്ട് എങ്ങോട്ടോ പോയി. കുറച്ച് സമയത്തിന് ശേഷം കുരങ്ങനും പതിവുപോലെ നാടു ചുറ്റാൻ യാത്രയായി.

അടുത്ത ദിവസവും ആ പരിപാടികൾ ആവർത്തിച്ചു.

"ഹാ എന്തുരസം. നല്ല മധുരമുള്ള പഴം." മുതല പറഞ്ഞു.

"നിനക്ക് നല്ലതുവരും. തമ്പീ." അടുത്തദിവസവും പിന്നീട് പലദിവസങ്ങളിലും ഒരു പതിവായി ആ കഥ തുടർന്നു. കുരങ്ങനും മുതലയും അടുത്ത കൂട്ടുകാരായി. അതിനിടയിൽ പലതും സംസാരിച്ചു. ഒരോരുത്തരും കണ്ട പുതിയ സ്ഥലങ്ങളേക്കുറിച്ചും പുതിയ പുതിയ അനുഭവങ്ങളെക്കുറിച്ചും; തങ്ങളുടെ വീട്ടിലെ വിശേഷങ്ങൾ, അങ്ങനെ പലതും.

"തമ്പീ, നിന്നോട് നന്ദി അറിയിക്കേണ്ടത് എങ്ങനെയെന്ന് എനിക്ക് ശരിക്കും അറിഞ്ഞുകൂടാ."

"ഞാനതിന് വലുതായൊന്നും ചെയ്തില്ലല്ലോ അണ്ണാ."

"ങാ. ഇപ്പോഴാ ഞാനോർത്തത്. ഞങ്ങളുടെ മൂത്തമകന്റെ പുറന്നാളാ. നാളെ നീ കൂടി ഞങ്ങളുടെ കൂടെ പുറന്നാളാഘോഷത്തിന് ഉണ്ടായിരുന്നാൽ എത്ര നന്നായിരിക്കും.?"

"എനിക്കും അണ്ണന്റെ കൂടെ വരാൻ വലിയ ആശയുണ്ട്. പക്ഷേ എനിക്ക് നീന്താൻ അറിയത്തില്ലല്ലോ അണ്ണാ."

"അതിന് നീ വിഷമിക്കേണ്ട. നീ വരുമെങ്കിൽ ഞാൻ നിന്നെ കൊണ്ടുപോകാം. നീ എന്റെ പുറത്ത് ഇരുന്നാൽ മാത്രം മതി. നീന്തണ്ട എന്നുമാത്രമല്ല, നിന്റെ ദേഹത്ത് വെള്ളം തൊടാതെ ഞാൻ എന്റെ വീട്ടിൽ എത്തിക്കും. അതുപോരേ?"

"ഓ. അങ്ങനെയെങ്കിൽ ശരി."

അവർ പരസ്പരം പറഞ്ഞുറപ്പിച്ചതുപോലെ അടുത്തദിവസം രാവിലെ കരങ്ങൻ മരത്തിൽ നിന്നും മുതലയുടെ മുകളിൽ ചാടിയിറങ്ങി. കരുങ്ങനെ മുതുകിൽ ഇരുത്തി മുതല യാത്രതിരിച്ചു.

ചുറ്റുമുള്ള സുന്ദരങ്ങളായ പൂത്തുനിൽക്കുന്ന മരങ്ങളും ചെടികളും എല്ലാം നോക്കിയിരുന്ന കുരങ്ങൻ സമയം പോയത് അറിഞ്ഞില്ല. നേരം വൈകാറായപ്പോൾ മുതല പറഞ്ഞു.

"തമ്പീ, നമ്മുടെ യാത്ര ഏതാണ്ട് പകുതി വഴിയായി."

"ഓ. അത്രയേ ആയുള്ളോ. അപ്പോൾ നമ്മൾ ചേട്ടന്റെ വീട്ടിലെത്തുമ്പോൾ രാത്രി ആകുമല്ലോ."

"ശരിയാ. പക്ഷേ ഞാനിപ്പോഴാണ് ഒരു കാര്യം ഓർത്തത്. രാവിലെ വീട്ടിൽ നിന്ന് തിരിക്കുമ്പോൾ മാത്രമാ ഞാനാ വിവരം അറിഞ്ഞത്. ഞങ്ങടെ നാട്ടിലെ സുൽത്താന് സുഖക്കേട് കൂടുതലാണ്. നല്ല മനുഷ്യനാ. അദ്ദേഹത്തിന് ഇങ്ങനെ ഒരു സുഖക്കേട് വരേണ്ടായിരുന്നു."

"എന്താ അണ്ണാ. എന്തു സുഖക്കേടാ?"

"സുഖക്കേട് എന്താണെന്നൊന്നും എനിക്ക് ശരിക്കറിഞ്ഞുകൂടാ. പക്ഷേ സുഖക്കേട് ഭേദപ്പെടുത്താൻ ഒരേഒരു ഔഷധം മാത്രമാണ് ഉള്ളത് എന്നാണ് കേട്ടത്. അതാ വലിയ കഷ്ടം." മുതല തുടർന്നു.

"അത് ഞാനെങ്ങനെ നിന്നോട് പറയും. അതുകേട്ടാൽ നിനക്കും വിഷമമാകും."

"സാരമില്ലണ്ണാ. പറയൂ. എന്തെങ്കിലും മാർഗം ഉണ്ടോയെന്ന് ഞാനും ആലോചിക്കാം."

"സുൽത്താന്റെ അസുഖം മാറണമെങ്കിൽ കുരങ്ങിന്റെ ഹൃദയംകൊണ്ട് ഉണ്ടാക്കിയ സൂപ്പ് കഴിക്കണം പോലും."

കുരങ്ങന് ആ വാർത്ത് തികച്ചും വിചിത്രമായി തോന്നി. അതിൽ എന്തോ പന്തികേട് ഉണ്ടെന്നും തോന്നി. അല്പനേരം ആലോചിച്ചതിന് ശേഷം കുരങ്ങ് പറഞ്ഞു.

"ഇത്രയേയുള്ളോ അണ്ണാ. അണ്ണന്റെ സുൽത്താനുവേണ്ടി ഒരു കുരങ്ങിന്റെ ഹൃദയം വേണം. അത്രയല്ലേയുള്ളൂ. നിസ്സാരകാര്യം നമ്മൾ യാത്രതിരിക്കുന്നതിന് മുൻപ് അണ്ണൻ ഈ വിവരം എന്നോട് പറഞ്ഞിരുന്നെങ്കിൽ എത്ര നിസ്സാരമായി കാര്യം സാധിക്കാമായിരുന്നു

"എങ്ങനെ?"

"എനിക്കുമുണ്ടണ്ണാ ഒരു ഹൃദയം. പക്ഷേ ഒരേ ഒരു വിഷമം. ഞാൻ ദൂരെ യാത്രയ്ക്ക് പോകുമ്പോൾ അത് വീട്ടിൽ ഭദ്രമായി സൂക്ഷിച്ച്

വെയ്ക്കുകയാണ് പതിവ്. ഇന്നും പതിവ് തെറ്റിച്ചില്ല. വീട്ടിൽ ഭദ്രമായി സൂക്ഷിച്ചുവെച്ചിട്ടാണ് പോന്നത്." അല്പ നിമിഷങ്ങൾക്ക് ശേഷം കുരങ്ങൻ വീണ്ടും പറഞ്ഞു.

"അല്പം താമസിച്ചുപോയി. എന്നാലും അണ്ണന് വിരോധമില്ലെങ്കിൽ നമുക്ക് തിരികെ പോയി എന്റെ ഹൃദയവും എടുത്ത് മടങ്ങി വരാം."

"ശരി തമ്പീ, അങ്ങനെയാകട്ടെ."

മുതല തിരികെ കുരങ്ങന്റെ താമസസ്ഥലത്തേക്ക് യാത്ര തിരിച്ചു. നിർദ്ദിഷ്ടസ്ഥാനത്ത് എത്തിയതും ഒറ്റച്ചാട്ടത്തിന് കുരങ്ങ് മരക്കൊമ്പിൽ ചാടിക്കയറി.

"അണ്ണാ. എനിക്ക് നല്ല വിശപ്പുണ്ട്. അതുകൊണ്ട് ഞാനാദ്യം ആഹാരം കഴിക്കട്ടെ. അതുകഴിഞ്ഞാകാം ഹൃദയം എടുക്കാൻ വീട്ടിലേക്കുള്ള യാത്ര."

സമയം കടന്നുപോയി. കുരങ്ങൻ തിരികെ വരുന്ന ലക്ഷണമൊന്നും കാണാത്തതുകൊണ്ട് മുതല ശബ്ദമെടുത്ത് വിളിച്ചു.

"തമ്പീ, വേഗം വാ. നമുക്ക് എത്രയും വേഗം പോയി സുൽത്താന് നിന്റെ ഹൃദയം കൊടുക്കണ്ടേ. അല്ലെങ്കിൽ ആ പാവം ചത്തുപോയാലോ."

അതുകേട്ട കുരങ്ങ് ചിരിച്ചുകൊണ്ട് പറഞ്ഞു.

"അണ്ണാ. അണ്ണനെന്താ ഭ്രാന്തുണ്ടോ? ആരെങ്കിലും അവനവന്റെ ഹൃദയമെടുത്ത് പെട്ടീൽ വെയ്ക്കുമോ?"

മുതലക്ക് അല്പം ദേഷ്യം വന്നു. മുതല വിളിച്ചുപറഞ്ഞു.

"എടാ, തമ്പീ, നീയെന്നെ മണ്ടനാക്കണ്ടാ. വേഗം വാ. പോകാൻ താമസിക്കുന്നു."

"അണ്ണാ. അണ്ണൻ സാധാരണ മണ്ടനൊന്നുമല്ല. അണ്ണൻ ഒരു കഴുതമണ്ടനോ, മണ്ടൻ രാജാവോ ഒക്കെയാ. അണ്ണൻ അലക്കുകാരന്റെ കഴുതയെക്കുറിച്ച് കേട്ടിട്ടില്ലേ? കേട്ടിട്ടില്ലെങ്കിൽ ക്ഷമയോടെ കാത്തിരിക്കാമെങ്കിൽ ഞാൻ ആ കഴുതയുടെ കഥ അണ്ണന് പറഞ്ഞു തരാം."

"ശരി. നീയോ, വേഗം വരുന്ന ലക്ഷണമില്ല. അതുകൊണ്ട് നീ ആ കഥ പറയ്. ഞാൻ കേൾക്കാം."

"ശരി. അണ്ണൻ ക്ഷമയോടെ കേൾക്ക്. ഞാൻ പറയാം."

കുരങ്ങ് കഥപറയാൻ തുടങ്ങി. നിങ്ങൾക്കും ആ കഥ കേൾക്കേണ്ടേ.

കുരങ്ങൻ പറഞ്ഞകഥ

ഈ കഥയും പാഠഭേദങ്ങളോടെ മറ്റ് ശീർഷകങ്ങളിൽ നിങ്ങൾ കേട്ടുകാണും സംശയം ഇല്ല.

കുരങ്ങൻ കഥ പറയാൻ തുടങ്ങി. മുതല ശ്രദ്ധിച്ച് കേൾക്കാനും.

പണ്ട് പണ്ട് നഗരത്തിന് വെളിയിലുള്ള ഒരു ഒരു വലിയ വനത്തിൽ ഒരു സിംഹം താമസിച്ചിരുന്നു. സിംഹത്തിന് പ്രായമായതുകാരണം ഇരതേടി പോകാൻ ബുദ്ധിമുട്ടായി. പലപ്പോഴും പട്ടിണിയായിരുന്നു. സിംഹത്തിന് ഉറ്റ സുഹൃത്തായി ഒരു മുയൽ ഉണ്ടായിരുന്നു. സിംഹം പലപ്പോഴും പരാധീനതകൾ തന്റെ സുഹൃത്തിനോട് പറയുമായിരുന്നു. ചിലപ്പോഴൊക്കെ ഭക്ഷണകാര്യത്തിൽ മുയൽ സിംഹത്തെ സഹായിക്കുകയും ചെയ്യുമായിരുന്നു.

അന്നൊരുനാൾ അലഞ്ഞുതിരിഞ്ഞ് നടക്കുമ്പോൾ മുയൽ ഒരു കഴുതയെ കാണാനിടയായി. നല്ല തടിച്ച് കൊഴുത്ത ഒരു കഴുത. മുയൽ കഴുതയോട് ചങ്ങാത്തം കൂടി.

"കഴുതചേച്ചി നല്ല സുന്ദരിയായിട്ടുണ്ടല്ലൊ." കഴുതക്ക് അതുകേട്ടപ്പോൾ വളരെ സന്തോഷം തോന്നി.

"അനിയൻ എങ്ങോട്ടാ?"

"ഓ. വെറുതെ" മുയൽ തുടർന്നു.

"ചേച്ചിയെ ഇതിനുമുമ്പ് ഞാനിവിടെ കണ്ടിട്ടില്ലല്ലോ?"

"അനിയൻ പറഞ്ഞത് ശരിയാ. ഞാനിവിടെ എത്തിയിട്ട് അധികനാളായില്ല. എന്നാലും പറയണമല്ലൊ. ഈ വനത്തിലെ ജീവിതം നല്ല സുഖമാ, കേട്ടോ. പണ്ടത്തെപോലെ എല്ലുമുറിയുന്ന പണി ഇല്ലെന്ന്

മാത്രമല്ല, തിന്നാൻ വേണ്ടത്ര നല്ല സ്വാദുള്ള പുല്ലും."

"ചേച്ചി ഇതിനുമുൻപ് എവിടാരുന്നു?"

"ഞാൻ ഒരു നശിച്ച അലക്കുകാരന്റെ കൂടെയായിരുന്നു. അയാൾ മുതുകിൽ കെട്ടിവെയ്ക്കുന്ന അഴുക്കുതുണി മുഴുവൻ ചുമക്കണം വിഴുപ്പ് കെട്ട് പോരാത്തതിന് അയാളും പുറത്തുകയറി ഒരിരുപ്പാ. ഏതായാലും കിട്ടിയ തക്കം നോക്കി ഞാനവിടെനിന്നും ഓടി രക്ഷപ്പെട്ടു. അങ്ങനെയാ ഞാനിവിടെ എത്തിയത്."

"ഏതായാലും നന്നായി ചേച്ചി. ഇപ്പോൾ ചേച്ചിയെ കണ്ടാൽ അന്നത്തെ ക്ഷീണമെല്ലാം മാറി നല്ലൊരു സുന്ദരിയായ ചുണക്കുട്ടി ആയിരിക്കുന്നു."

മുയൽ വീണ്ടും പറഞ്ഞു.

"ശരി. ചേച്ചി. എന്നാൽ ഞാൻ പോകട്ടെ. നമുക്ക് ഇനിയും കാണണം." മുയൽ കുറച്ച് മുന്നോട്ട് നടന്നു. അപ്പോഴാണ് തന്റെ കൂട്ടുകാരനായ സിംഹത്തേക്കുറിച്ച് ഓർത്തത്. മുയൽ തിരികെച്ചെന്ന് കഴുതയോട് പറഞ്ഞു.

"ങ്ങാ. ചേച്ചി. ഞാനൊരു കാര്യം ചേച്ചിയോട് പറയാൻ വിട്ടുപോയി. പറയണം എന്ന് മനസ്സിൽ തോന്നി. പക്ഷേ മറന്നുപോയി."

"എന്താ അനിയാ.?"

"ചേച്ചി ഇവിടെ ഒറ്റയ്ക്കാണല്ലോ എന്ന് വിചാരിച്ചു. അപ്പോൾ എന്റെ കൂട്ടുകാരൻ സിംഹത്തെക്കുറിച്ചും ഓർത്തു."

"ങ്ങും. സിംഹത്തിന് എന്തുപറ്റി?"

"ഓ. കാര്യം പറയുമ്പോൾ അങ്ങേർ ഇവിടുത്തെ രാജാവാ. എന്നാലും ഒറ്റക്കുള്ള താമസം അയാൾക്ക് മടുത്തു. എപ്പോഴും ഒറ്റക്കിരുന്ന് ആലോചനയാ. ഞാൻ പലപ്രാവശ്യം പറഞ്ഞതാ. ഒരു നല്ല കല്യാണമൊക്കെ കഴിച്ച് സന്തോഷമായിട്ട് ജീവിക്കാൻ. പറഞ്ഞിട്ടെന്താ കാര്യം?"

"അതെ, അനിയൻ പറഞ്ഞത് നല്ല കാര്യമല്ലെ."

"സുന്ദരിയായ, ഒറ്റക്ക് താമസിക്കുന്ന ചേച്ചിയെ കണ്ടപ്പോൾ എനിക്കൊരു ആശയം, അല്ല ആഗ്രഹം എന്നുതന്നെ പറയാം."

"ങ്ങും"

"എന്തുകൊണ്ട് എന്റെ കൂട്ടുകാരൻ സിംഹവും ചേച്ചിയും വിവാഹം കഴിച്ച് സന്തോഷത്തോടെ ഒന്നിച്ച് താമസിച്ചുകൂടാ. ചേച്ചിയെപ്പോലെ സുന്ദരിയായ ഭാര്യയെ കിട്ടിയാൽ ഏത് സിംഹത്തിനും ഇഷ്ടമാകും.

എനിക്ക് ഉറപ്പാ."

അതുകേട്ട കഴുത അല്പം നാണത്തോടെ പറഞ്ഞു.

"പോ. അനിയാ."

"ചേച്ചിക്ക് സമ്മതാണോ?"

"അതിന് ഞാൻ മാത്രം സമ്മതിച്ചാൽ പോരല്ലോ?"

മുയൽ അതുതന്നെ പറ്റിയ സന്ദർഭം എന്ന് മനസ്സിൽ കരുതി സിംഹത്തിന്റെ ഗുഹനോക്കി നടന്നു. അവിടെയെത്തിയ മുയൽ, അവശനായി കുത്തിയിരുന്ന സിംഹത്തിനോട് പറഞ്ഞു.

"ചേട്ടാ. ഞാൻ ചേട്ടനുവേണ്ടി ഒരു നല്ല കൊഴുത്തുതടിച്ച കഴുതയെ നോക്കി വച്ചിട്ടുണ്ട്. ചേട്ടൻ അങ്ങോട്ട് വരുന്നോ. അതോ ഞാനതിനെ ഇങ്ങോട്ട് കൊണ്ടുവരണോ?"

"അനിയാ. എനിക്ക് നടക്കാൻ തന്നെ ബുദ്ധിമുട്ടാ. നീ അതിനെ ഇങ്ങ് കൊണ്ടുവാ."

"ശരി. ഞാനതിനെ ഇവിടെ കൊണ്ടുവരാം. ചേട്ടന് അവളെ ഇഷ്ടമാണെന്നും, കല്യാണം കഴിക്കാൻ ആഗ്രഹിക്കുന്നു എന്നുമൊക്കെയാ പറഞ്ഞിരിക്കുന്നത്. അതുകൊണ്ട് അവളിവിടെ വന്നാലുടനെ ചേട്ടന്റെ മൂശേട്ടത്തരമൊന്നും കാണിക്കരുത്. അല്പം മയത്തിലൊക്കെ പെരുമാറണം. കേട്ടോ"

അത്രയും പറഞ്ഞ് മുയൽ വീണ്ടും കഴുതയുടെ അടുത്തേക്ക് യാത്ര തിരിച്ചു. കഴുതയെ കണ്ടതും മുയൽ സന്തോഷത്തോടെ പറഞ്ഞു.

"ചേച്ചി. കാര്യം സാധിച്ചു. അങ്ങേർക്ക് ചേച്ചിയെ നന്നായി ഇഷ്ടപ്പെട്ടു. കാലിൽ ഒരു ചുളുക്ക് പറ്റിയതുകൊണ്ട് എന്റെ കൂടെ വരാൻ ഒത്തില്ല. അല്ലെങ്കിൽ ഇപ്പോൾ ഇവിടെ എത്തിയേനേം."

കഴുതക്കും ആ വാർത്ത സന്തോഷമായി. അതിന്റെ നിൽപിലും ഭാവത്തിലും അതിന്റെ സന്താഷം പ്രകടമായിരുന്നു. മുയൽ തുടർന്നു.

"ചേച്ചിക്ക് വിരോധമില്ലെങ്കിൽ നമുക്ക് അങ്ങോട്ടൊന്ന് പോകാം. ഇന്നുതന്നെ വിവാഹം നടത്താനും പുള്ളിക്ക് താല്പര്യമാ."

"അനിയന് നിർബന്ധമാണെങ്കിൽ...." കഴുത നാണത്തോടെ പറഞ്ഞു.

അവർ രണ്ടുപേരും സിംഹത്തിന്റെ ഗുഹ ലക്ഷ്യമാക്കി നടന്നു. അവിടെ എത്തിയതും മുയൽ പറഞ്ഞു.

"സിംഹം ചേട്ടാ. എവിടെയാ. ദാ ഇങ്ങോട്ടൊന്ന് ഇറങ്ങിവാ. ആരാ വന്നിരിക്കുന്നതെന്ന് നോക്ക്."

സിംഹം മുടന്തി നടക്കുന്നതുപോലെ അല്പം പ്രയാസപ്പെട്ട് ഗുഹയുടെ മുന്നിൽ വന്നു. മുയൽ സിംഹത്തിനോട് പറഞ്ഞു.

"ചേട്ടാ. ദാ നോക്കിക്കോ. ചേച്ചിയെത്ര സുന്ദരിയാണെന്ന് നോക്ക്. എന്താ. ഇപ്പോ ബോധ്യമായോ, ഞാൻ പറഞ്ഞത് ശരിയാണെന്ന്?"

"ശരിയാ അനിയാ. ഇവൾ നീ പറഞ്ഞതുപോലെ തികച്ചും ഒരു സുന്ദരിതന്നെ."

"അപ്പോൾ ഇനി നിങ്ങൾ രണ്ടുപേരും അല്പനേരം തനിയെ ഇരുന്ന് സംസാരിക്ക്. ഞാനൊരിടം വരെ പോയിട്ട് വേഗം തരികെവരാം. ഞാൻ വന്നിട്ട് മതി വിവാഹമൊക്കെ കേട്ടോ."

മുയൽ അവിടെ നിന്നും നടന്ന് മറഞ്ഞതും സിംഹം കഴുതയേ ലക്ഷ്യമിട്ട് ചാടി വീണു. പ്രതീക്ഷിക്കാത്ത ആ ആക്രമണം ഭയന്ന് കഴുത പുറംകാലുകൊണ്ട് ആഞ്ഞ് തൊഴിച്ചു. പാവം സിംഹവും കഴുതയുടെ കൈയിൽ നിന്ന് അങ്ങനെ ഒരു തൊഴി പ്രതീക്ഷിച്ചില്ല. അതുകൊണ്ട് അത് നിലതെറ്റി താഴെ വീണു. ആ തക്കം നോക്കി കഴുത ഓടി സ്വന്തം സ്ഥലത്തേക്ക് മടങ്ങുകയും ചെയ്തു.

കുറച്ച് സമയം കഴിഞ്ഞ് അവിടെയെത്തിയ മുയലിനോട് സിംഹം വിഷണ്ണനായി നടന്നതൊക്കെ പറഞ്ഞു. അല്പം ആലോചിച്ചതിന് ശേഷം മുയൽ പറഞ്ഞു.

"ചേട്ടൻ വിഷമിക്കേണ്ട. ഞാൻ ആ മണ്ടിക്കഴുതയെ അധികം താമസിയാതെ ഇവിടെ എത്തിക്കും."

മുയൽ സിംഹത്തിനോട് എന്തൊക്കെയോ രഹസ്യമായി ചെവിയിൽ പറയുകയും ചെയ്തു.

ഏതാണ്ട് ഒന്നോ രണ്ടോ ദിവസങ്ങൾ കഴിഞ്ഞ് ഒരു ദിവസം മുയൽ കഴുതയുടെ വാസസ്ഥലത്ത് എത്തി. പാത്തും പതുങ്ങിയും മുയൽ കഴുതയുടെ മുൻപിൽ പ്രത്യക്ഷപ്പെട്ടു.

"ഓ. താനായിരുന്നോ? എന്താ വിശേഷം" കഴുത അല്പം പരിഭവ ത്തിൽ ആയിരുന്നു. മുയൽ ഭവ്യതയോടെ പറഞ്ഞു.

"ക്ഷമിക്കണം ചേച്ചി. ഞാനും ചിലതെല്ലാം കേട്ടു. കേട്ടപ്പോൾ എനിക്കു വന്ന കോപം! ഞാൻ നേരെ അയാളുടെ അടുത്ത് പോയി പറയാവുന്നതൊക്കെ പറഞ്ഞു. കേട്ടോ."

"ങും."

"എന്നാലും ചേച്ചി. അയാളൊരു പാവമാ. ഞാൻ ശകാരിച്ചതെ ല്ലാം മിണ്ടാതിരുന്ന് കേട്ടിട്ട് അയാൾ തെറ്റുപറ്റിപ്പോയി എന്നു പറഞ്ഞ്

വിമ്മിപ്പൊട്ടി കരഞ്ഞു ചേച്ചി. അയാളെ ഒന്നാശ്വസിപ്പിക്കാൻ എത്ര പാടുപെട്ടെന്നോ.”

“പിന്നെന്തിനാ അയാൾ അങ്ങിനെ എന്നെ കടന്നാക്രമിച്ചത്? സത്യം പറയാമല്ലൊ, ഞാനാകെ പേടിച്ചുപോയി.”

“ശരിയാണ് അയാൾ ചേച്ചിയെ പേടിപ്പിക്കാൻ പാടില്ലായിരുന്നു. ചേച്ചിയെ കടന്നുപിടിച്ചത് ആ കവിളത്ത് ഒരു ഉമ്മവെയ്ക്കാനായിരുന്നു എന്നാ അയാള് പറയുന്നത്. ഇവറ്റക്കൊന്നിനും സ്ത്രീകളോട് പെരുമാറേണ്ടത് എങ്ങിനെയെന്ന് അറിയില്ല. എന്നാലും, കേട്ടോ ചേച്ചീ. ആളൊരു ശുദ്ധ പാവമാ.”

“അങ്ങനെയൊ.” കഴുത നാണിച്ച് തല താഴ്ത്തി നിന്നു.

“ചേച്ചീ, ചേച്ചിക്ക് വിരോധമില്ലെങ്കിൽ എന്റെ കൂടെ ഒന്നുകൂടി വാ. ആ സിംഹം ചേച്ചിയുടെ മുന്നിൽ വാലാട്ടി നിൽക്കും. എനിക്ക് ഒട്ടും സംശയമില്ല. ചേച്ചി അത്ര്യക്കും സുന്ദരിയാ.”

അല്പനേരത്തെ നിശ്ശബ്ദതക്ക് ശേഷം മുയൽ വീണ്ടും പറഞ്ഞു.

“അല്ലെങ്കിലും, ഒന്നുരണ്ട് ദിവസങ്ങൾ നിങ്ങൾ ഒരുമിച്ച് താമസിച്ചു കഴിയുമ്പോൾ നിങ്ങൾ തമ്മിലുള്ള ഈ നിസ്സാരപരിഭവങ്ങളെല്ലാം പമ്പകടക്കും അല്ലേ ചേച്ചി.”

മുയൽ കഴുതയുടെ മുഖഭാവങ്ങൾ ശ്രദ്ധിക്കുകയായിരുന്നു.

“ചേച്ചിയെന്താ ഈ ആലോചിക്കുന്നത്. സമയം കളയാതെ ചേച്ചി എന്റെ കൂടെ വാ.”

“അനിയൻ നിർബന്ധിച്ചാൽ പിന്നെ വരാതൊക്കുമോ.”

കഴുത മുയലിനൊപ്പം യാത്ര തിരിച്ചു. ഗുഹാദ്വാരത്തിൽ കൂടി കഴുതയുടെ മണം പിടിച്ച സിംഹം തന്റെ ഗുഹയുടെ മുൻപിലുണ്ടായിരുന്ന ഒരു മരത്തിന്റെ പുറകിൽ മറഞ്ഞുനിന്നു. മുയലും കഴുതയും ഗുഹയുടെ മുന്നിൽ എത്തിയതും സിംഹം കഴുകയുടെ പാർശ്വഭാഗത്ത് ചാടി തന്റെ മുൻകാലുകൾ കൊണ്ട് കഴുതയെ അടിച്ച് വീഴ്ത്തി കൊന്നു. പിന്നീട് മുയലിനോട് പറഞ്ഞു.

“അനിയാ. കാര്യങ്ങൾ നമ്മൾ വിചാരിച്ചതുപോലെ നടന്നു. എന്നാലും ഇന്നെനിക്ക് എന്തുകൊണ്ടോ അധികം വിശപ്പ് തോന്നുന്നില്ല. അതുകൊണ്ട് അനിയൻ ഈ ഇറച്ചിയെടുത്ത് നല്ലതു പോലെ ഒന്ന് പൊരിച്ചുവെയ്ക്ക്. എനിക്ക് അതിന്റെ ഹൃദയം മാത്രം മാറ്റിവെച്ചാൽ മതി. ബാക്കിയൊക്കെ അനിയനും കൂട്ടുകാരും കൂടി തിന്നോ. അനിയൻ ഇറച്ചി പൊരിക്കുന്ന സമയം കൊണ്ട് ഞാനൽപ്പം വെള്ളം കുടിച്ചിട്ട് വരാം. വല്ലാതെ ദാഹിക്കുന്നു.”

വെള്ളം കുടിച്ചിട്ട് തിരികെ വന്ന സിംഹം മുയലും കൂട്ടുകാരും പൊരിച്ച കഴുതയിറച്ചി തിന്നുന്നത് കണ്ടു.

"അനിയാ. കഴുതയിറച്ചി എങ്ങിനെയുണ്ട്? നല്ല സ്വാദല്ലിയോ? ശരി. നീ എനിക്ക് മാറ്റിവെച്ച കഴുതയുടെ ഹൃദയം ഇങ്ങുതാ. ഞാനും ഒന്ന് തിന്നുനോക്കട്ടെ."

മുയൽ അല്പം പരിഭ്രമിച്ചമട്ടിൽ പറഞ്ഞു.

"സിംഹം ചേട്ടാ. എന്താണെന്നറിയത്തില്ല. ഈ കഴുതക്ക് ഹൃദയം ഇല്ലായിരുന്നു ചേട്ടാ. ഞാനീ മാംസം മുഴുവനും തിരിച്ചും മറിച്ചും നോക്കി. ഹൃദയം മാത്രം കണ്ടില്ല. ഇപ്പോ എന്തുചെയ്യും ചേട്ടാ. മറ്റേ മാംസം മുഴുവനും ചേട്ടൻ പറഞ്ഞതുപോലെ ഞങ്ങളെല്ലാം കൂടി തിന്ന് തീർക്കുകയും ചെയ്തു."

അത് കേട്ടപ്പോൾ സിംഹത്തിന് കോപം വന്നതിൽ അതിശയിക്കാൻ ഇല്ലല്ലോ. സിംഹം അലറി.

"എന്ത്? ഹൃദയം ഇല്ലെന്നോ? നീ എന്നെ കളിപ്പിക്കുകയാ. എനിക്കറിയാ. ഹൃദയമില്ലാത്ത ഒരു ജന്തുവും ഇല്ലെന്ന് എല്ലാർക്കും അറിയാം."

മറുപടിയായി മുയൽ അല്പം പരിഹാസത്തോടെ പറഞ്ഞു.

"ചേട്ടാ. ചേട്ടനെന്തിനാ ഇങ്ങനെ കോപിക്കുന്നത്? ചേട്ടനൊന്നാലോചിച്ച് നോക്കരുതോ. ഹൃദയം* ഉണ്ടായിരുന്നെങ്കിൽ ആദ്യത്തെ പ്രാവശ്യം ചേട്ടൻ കാണിച്ച കൊപ്രായങ്ങൾക്ക് ശേഷം രണ്ടാമതും ആ മണ്ടിക്കഴുത എന്റെ കൂടെ ചേട്ടന്റെ ഗുഹയിലേക്ക് വരുമായിരുന്നോ?"

വഞ്ചിക്കപ്പെട്ട സിംഹം നിസ്സഹായനായി മുരണ്ടു.

"ങ്ഉം. അതും ശരിയാ."

കുരങ്ങൻ കഥ പറഞ്ഞു തീർത്തിട്ട് മുതലയോട് ചോദിച്ചു.

"മുതലയണ്ണാ, അണ്ണൻ ഉറക്കമായി അല്ലേ?"

"ഇല്ലനിയാ. ഞാൻ കഥ മുഴുവൻ ശ്രദ്ധിച്ച് കേൾക്കുകയായിരുന്നു."

"ഈ കഥ കേട്ടിട്ട് അണ്ണന് എന്തു തോന്നുന്നു. രണ്ടാമതൊരു പ്രാവശ്യം കൂടി അണ്ണന്റെ കൂടെ വരാൻ ഞാൻ അലക്കുകാരന്റെ ഹൃദയമില്ലാത്ത കഴുതയാണെന്ന് അണ്ണന് തോന്നുന്നുണ്ടോ അണ്ണാ."

മുതല മറുപടി ഒന്നും പറയാതെ, ഒട്ടും ശബ്ദമുണ്ടാക്കാതെ ദൂരെയെവിടേക്കോ ഊളിയിട്ട് പോയി എന്നുമാത്രം അറിയാം..

---

* ഈ കഥയിൽ നാം സാധാരണയായി മനസ്സിന് അല്ലെങ്കിൽ തലച്ചോറിന് നൽകുന്ന സ്ഥാനമാണ് ഹൃദയത്തിന് നൽകിയിരിക്കുന്നത്

എന്തുകൊണ്ട് പൂച്ച എലികളെ കൊല്ലുന്നു.

എല്ലാ പൂച്ചകളും എലികളെ പിടിച്ച് തിന്നും. ഇത് നമുക്കെല്ലാം അറിയാവുന്ന കാര്യമാണ്. ആരെങ്കിലും രണ്ടുപേർ ബദ്ധശത്രുക്കളാണെങ്കിൽ നാം അവരെ എലിയും പൂച്ചയും പോലെയുള്ള ശത്രുക്കൾ എന്നും പറയാറുണ്ടല്ലോ. പക്ഷേ എന്തുകൊണ്ട് എലിയും പൂച്ചയും ശത്രുക്കളായി എന്ന് നിങ്ങൾക്ക് അറിയാമോ? ഇല്ലെങ്കിൽ നൈജീരിയയിൽ പ്രചാരത്തിലുള്ള ഈ കഥ വായിക്കുക. എല്ലാം മനസ്സിലാകും.

നൈജീരിയയിലുള്ള കലാബർ എന്ന സ്ഥലത്ത് വളരെ നാളുകൾ രാജാവായിരുന്നു അൻസ. അദ്ദേഹത്തിന്റെ വീട് സൂക്ഷിപ്പുകാരൻ വളരെ വിശ്വസ്തനായ ഒരു പൂച്ചയായിരുന്നു. പൂച്ചക്ക് സഹായത്തിനായി ഒരെലിയേയും അദ്ദേഹം നിയമിച്ചിരുന്നു. അവർ രണ്ടുപേരും വളരെ നാളുകൾ വിശ്വസ്തതയോടും കൃത്യതയോടും ജോലികൾ ചെയ്തിരുന്നു. രാജാവിന് അവരെ രണ്ടുപേരെയും ഇഷ്ടവും ആയിരുന്നു. പ്രത്യേകിച്ചും പൂച്ചയെ.

എലി അധികം സമ്പാദ്യങ്ങളൊന്നും ഇല്ലാത്ത ഒരു പാവമായിരുന്നു. അവൻ രാജാവിന്റെ അടുക്കളപ്പണിക്കാരിൽ ചെറുപ്പക്കാരിയായ ഒരു പെൺകുട്ടിയോട് സ്നേഹത്തിലായി. പക്ഷേ സ്നേഹിതയ്ക്ക് ഒരു ചെറിയ സമ്മാനം പോലും നൽകാൻ പാവം എലിക്ക് കഴിയുമായിരുന്നില്ല. അതിൽ അവന് വളരെ മനഃപ്രയാസവും ഉണ്ടായിരുന്നു. കൂടാതെ, ചിലപ്പോളൊക്കെ അവൾ ചോദിക്കുമായിരുന്നു.

"ഹൊ. എന്നോട് സ്നേഹമാന്നൊക്കെ പറഞ്ഞിട്ട് നിങ്ങളെനിക്ക് ഒരു സമ്മാനം പോലും വാങ്ങിത്തരാത്തതെന്തേ?"

"സമയം വരട്ടെ." എലി മറുപടി പറയും. അങ്ങനെ ആലോചിച്ചിരുന്ന സമയത്ത് അവന് ഒരു ബുദ്ധിതോന്നി.

"രാജാവിന്റെ സൂക്ഷിപ്പ് മുറിയിൽ ഒരുപാട് സാധനങ്ങൾ ഉണ്ടല്ലോ. അതിൽ നിന്ന് ഒന്നോ രണ്ടോ സാധനങ്ങൾ എടുത്താൽ ആരും അറിയാൻ സാധ്യതയില്ല; ഉദാഹരണത്തിന് കുടക്കണക്കിന് ഇരിക്കുന്ന ആപ്പിളിൽ നിന്ന് ഒരാപ്പിൾ എടുത്താൽ, അവൻ ആലോചിച്ചു.

തന്റേത് ചെറിയ ശരീരമായതുകൊണ്ട് കൂരയിലൊ ഭിത്തിയിലൊ എവിടെയെങ്കിലും ഒരു ചെറിയ ദ്വാരം ഉണ്ടാക്കിയാൽ സൂക്ഷിപ്പുമുറിയിൽ നിഷ്പ്പയാസം കയറാം. അത് അത്ര ബുദ്ധിമുട്ടുള്ള കാര്യവും അല്ല. അവൻ അങ്ങിനെ ചെയ്യാൻ തീരുമാനിച്ചു.

ഒരു ദിവസം ആരുടേയും കണ്ണിൽപെടാതെ ഇരുട്ടിയ രാത്രിയിൽ കൂരയുടെ ഒരു കോണിൽ ഓട്ടയുണ്ടാക്കി അവൻ സൂക്ഷിപ്പുമുറിയിൽ കയറി. രണ്ട് ആപ്പിളും ഒരു പീച്ച് പഴവും എടുത്തുകൊണ്ട് ആരും കാണാതെ മടങ്ങി.

സന്തോഷത്തോടെ ആ പഴങ്ങൾ അവൻ സ്നേഹിതക്ക് സമ്മാനിച്ചു. അവൾക്ക് ആ പഴങ്ങൾ വളരെ ഇഷ്ടപ്പെട്ടു.

അടുത്തദിവസം വൈകിട്ട് അവനെ കണ്ടപ്പോൾ അവൾ ചോദിച്ചു.

"ഇന്ന് സമ്മാനമൊന്നും ഇല്ലേ?"

"ങും കുറച്ചു കഴിയട്ടെ."

അതിനടുത്ത ദിവസവും അവൾ ചോദിച്ചു.

"ഇന്നെന്താ സമ്മാനം?"

"വരും."

അങ്ങിനെ അവൻ സൂക്ഷിപ്പുമുറിയിൽ കയറുന്നതും സ്നേഹിതക്ക് സമ്മാനം നൽകുന്നതും നിത്യേനയുള്ള ഒരു പതിവായി.

പക്ഷേ മാസാവസാനം രാജാവിനെ കണക്കുകൾ കൃത്യമായി ബോധ്യപ്പെടുത്തേണ്ടത് പൂച്ചയുടെ ജോലിയായിരുന്നു. ആ മാസാവസാനം കണക്കെടുത്തപ്പോൾ പതിവില്ലാത്തവിധം പലവിഭവശേഖരങ്ങളിലും സാരമായ കുറവ് കണ്ടുപിടിക്കപ്പെട്ടു. അതെങ്ങിനെ സംഭവിച്ചു എന്ന രാജാവിന്റെ ചോദ്യത്തിന് പൂച്ചക്ക് വ്യക്തമായ മറുപടി ഇല്ലായിരുന്നു. രാജാവ് കോപിച്ച് പൂച്ചയേ ശകാരിച്ചു.

ശകാരം കേട്ട് വിഷണ്ണനും ദുഃഖിതനും ആയി ഇരുന്ന പൂച്ചയോട് വീട്ടുവേലക്കാരിയായിരുന്ന മറ്റൊരു പെൺകുട്ടി എലി അവന്റെ കാമുകിക്ക് ദിവസവും സമ്മാനങ്ങൾ നൽകിയിരുന്ന വിവരം പറഞ്ഞു.

“ഓ. അപ്പോൾ അങ്ങനെയാണ് കാര്യങ്ങൾ.” പൂച്ച പറഞ്ഞു.

പൂച്ച അറിഞ്ഞ വിവരങ്ങൾ വിശദമായി അൻസ രാജാവിനോട് ബോധിപ്പിച്ചു. രാജാവ് ഉടനേ തന്നെ നടത്തിയ അന്വേഷണത്തിൽ എല്ലാവരും സത്യം ഏറ്റുപറഞ്ഞു.

എലിയുടെ സ്നേഹിതയായ വേലക്കാരിക്ക് തക്കശിക്ഷ നൽകി. അവളെ ജോലിയിൽ നിന്നും പിരിച്ചുവിട്ടു. കൂടാതെ എലിയെ പിടിച്ച് പൂച്ചയുടെ കൈയിൽ കൊടുത്തിട്ട് അൻസ രാജാവ് പറഞ്ഞു.

“ഇവനെ ശിക്ഷിക്കുന്ന ചുമതല നിനക്ക് നൽകുന്നു. എങ്ങനെ വേണമെങ്കിലും ശിക്ഷിച്ചോ.” രാജാവ് തുടർന്ന് പറഞ്ഞു.

“ഏതായാലും ഇനി മുതൽ നിങ്ങൾക്ക് രണ്ടുപേർക്കും ഇവിടെ ജോലിയില്ല. എവിടെ വേണമെങ്കിലും പൊയ്ക്കോ.” അങ്ങനെ എലിയെ തൂക്കിയെടുത്തുകൊണ്ട് കൊട്ടാരത്തിൽ നിന്ന് പുറത്തുവന്ന പൂച്ചക്ക് കോപം അടക്കാൻ കഴിഞ്ഞില്ല. പൂച്ച എലിയെ കൊന്നുതിന്നു.

അന്നുമുതൽ പൂച്ചയും എലിയും ബദ്ധ ശത്രുക്കളായി. എവിടെ എലിയെ കണ്ടാലും പിടിച്ച് തിന്നുന്നത് പൂച്ചയുടെ സ്വഭാവമായിത്തീർന്നു.

ആദ്യത്തെ വൃദ്ധസദനം

ദക്ഷിണാഫ്രിക്കയിൽ പ്രചാരത്തിലുള്ള ഈ കഥയ്ക്ക് സമാനങ്ങളായ കഥകൾ മറ്റ് ഭാഷകളിലും നാട്ടുകളിലും ഉണ്ടെങ്കിലും, ഓരോ നാട്ടുകളിലും പ്രചാരത്തിലുള്ള പാഠഭേദങ്ങൾക്ക് ചില പ്രത്യേകതകളും ഉണ്ടായിരിക്കും. ഈ കഥയും അങ്ങനെതന്നെ.

മനുഷ്യൻ പലപ്പോഴും ഒരു നന്ദിയില്ലാത്ത മൃഗമായിട്ടാണ് പല നാടോടിക്കഥകളിലും ചിത്രീകരിക്കപ്പെട്ടിട്ടുള്ളത്. ഈ കഥയിലും അങ്ങനെതന്നെ.

വിശ്വസ്തനായി ഒരു മനുഷ്യനെ ജീവിതകാലം മുഴുവനും സേവിച്ച ഒരു നായയിൽനിന്ന് ഈ കഥ ആരംഭിക്കുന്നു. നായക്ക് വയസ്സായപ്പോൾ മുൻപത്തെപോലെ കാവൽ ജോലികൾ ചെയ്യാൻ ബുദ്ധിമുട്ടായി. അവന്റെ അവശനില മനസ്സിലാക്കിയ യജമാനൻ, അവനേക്കൊണ്ട് അതിനങ്ങോട്ട് വലിയ പ്രയോജനമില്ലെന്ന് കരുതി. അതുകൊണ്ടുതന്നെ അവനെ കൊന്നുകളഞ്ഞാലെന്തെന്ന് ആലോചിക്കുവാനും തുടങ്ങി. വിവരങ്ങൾ നായക്ക് മനസ്സിലായി. പക്ഷേ, അതിന് അത്രവേഗം മരിക്കാൻ ഇഷ്ടമായിരുന്നില്ല. അതുകൊണ്ട് ഒരു ദിവസം രാത്രിയിൽ യജമാനൻ അറിയാതെ അവൻ വീടുവിട്ടു. കഴിയുന്നത്ര വേഗത്തിൽ ഓടി നേരം വെളുത്തപ്പോഴേക്കും യജമാനന്റെ വീട്ടിൽ നിന്നും വളരെ ദൂരം എത്തിയ അവൻ പിന്നീട് അല്പം സാവധാനത്തിൽ നടക്കാൻ തുടങ്ങി.

അങ്ങനെ നടക്കുമ്പോൾ വഴിയരികിൽ ഒരു പ്രായമായ കാള നിൽക്കുന്നത് കണ്ടു. നായ കാളയുടെ സമീപം ചെന്ന് കുശലം അന്വേഷിച്ചു.

“നമസ്തേ.”

"നമസ്തേ. രാവിലെതന്നെ എങ്ങോട്ടാ യാത്ര?"

നായ വിവരങ്ങളെല്ലാം കാളയോട് പറഞ്ഞു. കാളയും തന്റെ ശോചനീയമായ ജീവിതത്തെക്കുറിച്ചും അല്പംപോലും ദാക്ഷണ്യമോ ദീനാനുകമ്പയോ ഇല്ലാത്ത യജമാനന്റെ പെരുമാറ്റത്തെക്കുറിച്ചും വിവരിച്ചു.

"എന്താ. എന്റെ കൂടെ വരുന്നോ?" നായ ചോദിച്ചു.

"എങ്ങോട്ട്?"

"എങ്ങോട്ടെങ്കിലും. വൃദ്ധന്മാർക്ക് ജീവിക്കാൻ സൗകര്യമുള്ള ഏതെങ്കിലും ഒരു സ്ഥലം കണ്ടുപിടിക്കണം."

"ശരി. അങ്ങനെയാകട്ടെ. ഞാനും നിന്റെ കൂടെ വരാം."

അങ്ങനെ അവർ രണ്ടുപേരും യാത്ര തുടർന്നു. കുറച്ചു ദൂരം മുൻപോട്ട് പോയപ്പോൾ വഴിയരികിൽ വൃദ്ധനായ ഒരു മുട്ടാടിനെ കണ്ടു. രണ്ടുപേരും മുട്ടാടിനോട് കുശലം പറഞ്ഞു.

"നമസ്തേ."

"നമസ്തേ."

പിന്നീട് നായ വിവരങ്ങളെല്ലാം മുട്ടാടിനോട് വിശദമായി പറഞ്ഞു. എല്ലാം കേട്ട ആട് പറഞ്ഞു.

"സ്നേഹിതന്മാരെ. എന്റെ സ്ഥിതിയും വ്യത്യസ്ഥമല്ല. ഞാനിവിടെ നിന്നാൽ എന്റെ യജമാനൻ എന്നാ എന്നെ ഇറച്ചിവെട്ടുകാരന് വിൽക്കുക എന്ന് പറയാൻ കഴിയുകയില്ല."

അല്പം ആലോചിച്ചതിനു ശേഷം ആട് വീണ്ടും പറഞ്ഞു.

"കൂട്ടുകാരെ. ഇനി ഞാനും നിങ്ങളുടെ കൂടെത്തന്നെ ഉണ്ടാകും. എന്താ നിങ്ങൾക്ക് എതിർപ്പൊന്നും ഇല്ലല്ലൊ.?"

"എതിർപ്പോ. എന്തിന്? മറിച്ച് നീയും കൂടി ഞങ്ങളോടൊപ്പം വന്നാൽ സന്തോഷമേയുള്ളു." അവർ രണ്ടുപേരും ഒന്നിച്ച് പറഞ്ഞു.

അവർ മൂന്നുപേരും യാത്ര തുടർന്നു. വഴിയിൽ അവരുടെ സ്നേഹിതന്മാരായി മറ്റ് നാലു പേർകൂടി അവരോടൊപ്പം ചേർന്നു. ആരൊക്കെയാണെന്നല്ലേ?

പ്രായം ചെന്ന ഒരു കഴുത; ഒരു പൂച്ച; ഒരു പൂവൻ കോഴി; പിന്നെ ഒരു കീരിയും അങ്ങനെ അവർ ഒരേഴംഗ സംഘമായി.

നേരം ഇരുട്ടാൻ തുടങ്ങി. അന്ന് മുഴുവൻ ഭക്ഷണമൊന്നും കഴിക്കാൻ തരപ്പെടാതിരുന്നതുകൊണ്ട് എല്ലാവർക്കും നല്ല വിശപ്പും ഉണ്ടായിരുന്നു.

ഒരു സാമാന്യം വലിയ കെട്ടിടത്തിന്റെ മുൻപിൽ എത്തിയ അവർ ആലോചിച്ചു.

“എന്തുകൊണ്ട് ആ കെട്ടിടത്തിൽ ചെന്ന് ഒരല്പം ഭക്ഷണം ചോദിച്ച് വാങ്ങിക്കൂടാ? എല്ലാവരും അങ്ങനെ അവരവരുടെ മനസ്സിൽ വിചാരിച്ചെങ്കിലും ആദ്യം ആ ആശയം ഉറക്കെപറഞ്ഞത് കാളയായിരുന്നു. മറ്റ് സ്നേഹിതരെല്ലാം ആ അഭിപ്രായത്തോട് യോജിക്കുകയും ചെയ്തു.

ആ വീടിന്റെ മുൻഗേയിറ്റ് അടച്ചിരുന്നില്ല. അവർ ഗേയിറ്റിൽക്കൂടി ശബ്ദമുണ്ടാക്കാതെ വീടിന്റെ മുൻവശത്ത് എത്തി. കതക് അടച്ചിരുന്നു എങ്കിലും അടുത്തുണ്ടായിരുന്ന തുറന്ന ജന്നാലയിൽ കൂടി അകത്ത് ആളുകൾ ഭക്ഷണം കഴിച്ചുകൊണ്ടിരിക്കുന്നത് കാണാമായിരുന്നു. അവരുടെ സംഭാഷണം കേൾക്കാനും കഴിയുമായിരുന്നു. ആ സംഭാഷണം അല്പനേരം കേട്ടതിനുശേഷം നായ പറഞ്ഞു.

“കൂട്ടുകാരേ, അകത്തുള്ളവർ വീട്ടുടമസ്ഥരല്ല. മറിച്ച് കള്ളന്മാരാണ്. അതുകൊണ്ട് അവരെ വിരട്ടി ഓടിച്ചിട്ട് ഭക്ഷണം കരസ്ഥമാക്കാൻ ഒരു വഴി ആലോചിക്കണം.”

അല്പനേരത്തെ കൂടിയാലോചനയ്ക്കു ശേഷം അവർ ഒരു പദ്ധതി ആവിഷ്കരിച്ചു. വീടിന്റെ മുൻകതകിനെ അഭിമുഖീകരിച്ച് കാള നിന്നു. കാളയുടെ പുറത്ത് കഴുത. കഴുതയുടെ പുറത്ത് മുട്ടാട്. ആടിന്റെ പുറത്ത് നായ, നായയുടെ പുറത്ത് കണ്ടൻ പൂച്ച. പൂച്ചയുടെ പുറത്ത് കീരി. കീരിയുടെ പുറത്ത് കോഴി. അങ്ങിനെ അവർ ഒരു പിരമിഡുപോലെ നിന്നു. നിങ്ങൾ മനസ്സിൽ ഒന്ന് സങ്കല്പിച്ച് നോക്കൂ. ആ പിരമിഡ് എങ്ങനെ ഉണ്ടായിരുന്നിരിക്കും എന്ന്. അങ്ങനെ നിന്ന അവർ, ഒരേ സമയത്ത് അവരുടെ തനതായ ശബ്ദത്തിൽ, കഴിയുന്നത്ര ഉച്ചത്തിൽ അലറാൻ തുടങ്ങി. ആ രംഗവും, ഭയാനകമായ ആ ശബ്ദവും കോലാഹലവും നിങ്ങൾ ഒന്ന് വിഭാവനം ചെയ്തു നോക്കൂ. എങ്ങനെ ഉണ്ടാകും? അതുതന്നെയാണ് അവിടെയും സംഭവിച്ചത്.

ശബ്ദം കേട്ട് കള്ളന്മാർ വാതിലുതുറന്ന് നോക്കിയപ്പോൾ കണ്ട കാഴ്ച അവരെ തികച്ചും ഭയത്തിൽ ആഴ്ത്തി. അങ്ങനെ ഒരു ജന്തുവിനെ അവരാരും അതിനുമുൻപ് കണ്ടിട്ടില്ല. ആ വിചിത്ര ജന്തുവിനെ കണ്ട്, അതിന്റെ ഘോരമായ ശബ്ദം കേട്ട് ഭയന്ന് വിറങ്ങലിച്ചു പോയ അവർ പിൻവാതിലിൽ കൂടി ജീവനും കൊണ്ട് ഓടി രക്ഷപ്പെട്ടു. നമ്മുടെ വീരനായകന്മാർ എല്ലാവരും ചേർന്ന് അവിടെയുണ്ടായിരുന്ന ഭക്ഷണം വീതിച്ച് വേണ്ടത്ര കഴിച്ചു. ധാരാളം ഭക്ഷണം മിച്ചമുണ്ടായിരുന്നു. അത് എന്തുചെയ്യണമെന്ന് അവർ ആലോചിച്ചു. അപ്പോൾ കഴുതയാണ് ആ അഭിപ്രായം പ്രകടിപ്പിച്ചത്.

“നമുക്ക് താമസിക്കാൻ ഒരിടം ഇല്ലാത്ത സ്ഥിതിക്ക് നാം എന്തുകൊണ്ട് മറ്റ് പ്രശ്നങ്ങളൊന്നുമില്ലെങ്കിൽ ഇവിടെ തുടർന്ന് താമസിച്ചുകൂടാ.?”

എല്ലാവർക്കും ആ അഭിപ്രായം സ്വീകാര്യമായിരുന്നു.

"അപ്പോൾ മിച്ചമുള്ള ഭക്ഷണവും ഇവിടെത്തന്നെ ഇരിക്കട്ടെ." കീരി പറഞ്ഞു.

"അതും ശരിയാ." എല്ലാവരും യോജിച്ചു. നായ കൂട്ടിച്ചേർത്തു.

"ശരിയാണ്. നമുക്ക് ഇവിടെ താമസിക്കാം. പക്ഷേ ഓരോരുത്തരും അവരവർക്ക് അറിയാവുന്ന രീതിയിൽ ഒരോ ജോലിയുടെ ചുമതല ഏറ്റെടുക്കണം."

"സമ്മതം." എല്ലാവരും ഒരേ സമയം പറഞ്ഞു.

"എനിക്ക് വീട് കാവലാണ് ഏറ്റവും ഇഷ്ടപ്പെട്ട ജോലി. അതുകൊണ്ട് ഞാനീ വരാന്തയിൽ കിടന്നുകൊള്ളാം." അത്രയും പറഞ്ഞ് നായ വരാന്തയിലേക്ക് പോയി.

"ഞാൻ ഈ വാതിലിന്റെ പുറകിൽ കിടന്നുകൊള്ളാം." കാള പറഞ്ഞു.

അങ്ങനെ ഓരോരുത്തരായി ഓരോ ചുമതല ഏറ്റെടുത്ത് അവർ ഉറങ്ങാൻ പോയി. കുറേ ഇരുട്ടിക്കഴിഞ്ഞപ്പോൾ കള്ളന്മാരുടെ തലവൻ പറഞ്ഞു.

"ആ ഭൂതത്തിന്റെ ശബ്ദമൊന്നും കേൾക്കുന്നില്ലല്ലോ. അതിന് എന്തായി എന്നൊന്ന് കണ്ടുപിടിക്കാം."

കൂട്ടത്തിൽ ഒരാളെ വീട്ടിലെ വിശേഷം അറിഞ്ഞ് വരാനായി അയച്ചു. അയാൾ അശേഷം ശബ്ദമുണ്ടാക്കാതെ വീട്ടിനുള്ളിൽ പ്രവേശിക്കാൻ ശ്രമിച്ചു. വീടിനകം തികച്ചും നിശ്ശബ്ദമായിരുന്നു. എല്ലാം ശാന്തവും ആയിരുന്നു. അതുകൊണ്ട് അയാൾ അല്പം ധൈര്യത്തോടെതന്നെ മുൻ വാതിൽ പതിയെ തള്ളിത്തുറന്നു. ഒട്ടും താമസിച്ചില്ല. നായ പുറകിൽനിന്ന് അയാളുടെ ഇടതുകാലിൽ ഒരു കടി കൊടുത്തു. പെട്ടെന്ന് ഉണ്ടായ ആക്രമണം എവിടെ നിന്നെന്നോ എങ്ങിനെയെന്നോ അറിയാത്തതുകാരണം അയാൾ പരിഭ്രാന്തനായി ഉച്ചത്തിൽ കരഞ്ഞുകൊണ്ട് തുറന്ന വാതിലിൽക്കൂടി അകത്തേയ്ക്ക് ചാടിക്കയറി. ശബ്ദം കേട്ട കാള കരുതലോടെ നിൽക്കുകയായിരുന്നു. കാള അയാളുടെ പുറകിൽ നിന്ന് ആഞ്ഞു കുത്തി. കാളയുടെ കുത്ത് കൊണ്ട അയാൾ മുറിയിൽ കമഴ്ന്നടിച്ച് വീണു. കഴുതയുടെ പിൻകാലുകൾ കൊണ്ടുള്ള തൊഴിയായിരുന്നു അയാൾക്ക് അടുത്തുകിട്ടിയ സമ്മാനം. തുടർന്ന് ആടിന്റേയും പൂച്ചയുടേയും, കീരിയുടേയും കോഴിയുടേയും സമ്മാനങ്ങൾ. എല്ലാം ഒന്നിന് പുറകെ ഒന്നായി കിട്ടിയ അയാൾ ഉച്ചത്തിൽ കരഞ്ഞുകൊണ്ട് കഴിയുന്നത്ര വേഗത്തിൽ ഓടി. ഓട്ടത്തിനിടയിൽ തന്റെ കൂട്ടുകാരെ വിളിച്ച് പറഞ്ഞു.

"കൂട്ടരെ. ആ ഭൂതം അവിടെ തന്നെയുണ്ട്. ഓടിക്കോ. രക്ഷവേണമെങ്കിൽ ഓടിക്കോ."

അവരെല്ലാം കഴിയുന്നത്ര വേഗത്തിൽ ഓടി രക്ഷപെട്ടു.

പിന്നീട് മറ്റ് ശല്യങ്ങളൊന്നും ഉണ്ടാകാതിരുന്നതുകൊണ്ട് നമ്മുടെ വയോധികരായ കഥനായകന്മാർ അവിടെതന്നെ തുടർന്ന് താമസിച്ചു. എത്രനാൾ അവരവിടെ താമസിച്ചു എന്ന് നമുക്കറിഞ്ഞുകൂടാ. ദീർഘകാലം താമസിച്ചിരുന്നു എന്ന് നമുക്ക് വിശ്വസിക്കാം.

ആ കഥാനായകന്മാർ താമസിച്ചിരുന്ന ആ വീടിന് ഒരു പേര് നൽകണമെങ്കിൽ ഏതു പേരായിരിക്കും നിങ്ങൾ നൽകുക. ഒരു പക്ഷേ ആ വീടിന് "ആദ്യത്തെ വൃദ്ധസദനം" എന്ന പേര് അന്വർത്ഥമായിരിക്കുമോ? നിങ്ങൾ തന്നെ ചിന്തിച്ച് തീർച്ചപ്പെടുത്തുക.

മരിക്കാൻ വിസമ്മതിച്ച കിളി

ആഫ്രിക്കൻ നാട്ടുകളിലെ പഴംകഥകൾ രസകരവും അതിശയകരവുമാണ്. പഞ്ചതന്ത്രം കഥകളെപ്പോലെ സംസാരിക്കുന്ന പക്ഷികളും മൃഗങ്ങളും ആഫ്രിക്കൻ കഥകളിലും നിറഞ്ഞു നിൽക്കുന്നു.

കഫീർ എന്ന പേരിൽ, അറിയപ്പെട്ടിരുന്ന ആദിവാസികളുടെ ഗ്രാമത്തിലെ കഥയാണിത്. വരിവരിയായി കുറെ ചിരട്ടകൾ കമഴ്ത്തി വെച്ചാലെന്നപോലെയുള്ള വീടുകൾ നിറഞ്ഞ ഒരു ഗ്രാമം. ക്രാൽ എന്നാണ് ഇങ്ങനെയുള്ള ഗ്രാമങ്ങളെ വിളിച്ചിരുന്നത്. അവിടെ ബാനു എന്നു പേരുള്ള ഒരാളും അയാൾക്ക് രണ്ടു ഭാര്യമാരും, ഓരോ ഭാര്യയ്ക്കും താമസിക്കാൻ ഓരോ വീടും ഉണ്ടായിരുന്നു.

ബാനുവിന്റെ ആദ്യഭാര്യയും രണ്ടു ആൺമക്കളും സുഖസൗകര്യങ്ങളോടെയാണ് താമസിച്ചിരുന്നത്. രണ്ടാൺമക്കളുള്ള അവർക്ക് സമൂഹത്തിൽ മാന്യമായ സ്ഥാനവുമുണ്ടായിരുന്നു. മക്കളില്ലാത്ത രണ്ടാം ഭാര്യയോട് ആദ്യഭാര്യയ്ക്ക് അസൂയയായിരുന്നു. അവളാകട്ടെ സുന്ദരിയും, സുശീലയും, ആരോഗ്യവതിയും, കാര്യക്ഷമതയോടുകൂടി ജോലികൾ ചെയ്യാനുള്ള ചുറുചുറുക്കും ഉള്ളവളായിരുന്നു. സ്വാദുള്ള ഭക്ഷണപദാർത്ഥങ്ങൾ ഉണ്ടാക്കി ഭർത്താവിന് നൽകുന്നതുകൊണ്ട് ബാനു അവളുടെ കഴിവുകളെക്കുറിച്ച് പുകഴ്ത്താനും മറക്കാറില്ല.

അങ്ങനെയിരിക്കെ, ഒരു ദിവസം രണ്ടു ഭാര്യമാരും കൂടി കാട്ടിൽ വിറകു ശേഖരിക്കാൻ പോയി. ആവശ്യത്തിനുള്ള വിറകായപ്പോൾ അല്പമൊന്നു വിശ്രമിക്കാമെന്നു കരുതി ഒരിടത്തിരുന്നു. അപ്പോൾ

ചാരനിറമുള്ള ചെറിയൊരു കിളി, രണ്ടാമത്തെ ഭാര്യയുടെ തലയ്ക്കു മുകളിൽ വട്ടമിട്ടു പറന്ന് എന്തൊക്കെയോ ചിലച്ചുകൊണ്ടിരുന്നു.

പക്ഷികളുടെ 'ഭാഷ' ചിലപ്പോൾ സന്ദർഭം വെച്ച് മനസ്സിലാക്കാനാവും. അതുകൊണ്ടുതന്നെ ബുദ്ധിമതിയായ രണ്ടാംഭാര്യ പറഞ്ഞു: 'ജ്യേഷ്ഠത്തീ, ഈ കിളി തേൻകൂടുകളിൽ നിന്ന് തേൻ കുടിക്കുന്ന കിളികളുടെ കൂട്ടത്തിൽപ്പെട്ടതാണ്. നമുക്കതിന്റെ പുറകേ പോയാൽ തേൻ കൂടുകളുള്ള മരം നിഷ്പ്രയാസം കണ്ടുപിടിക്കാം. ജ്യേഷ്ഠത്തി വരൂ.' അവൾ കിളി പറന്ന ദിക്കു നോക്കി പാഞ്ഞു. കിളിയോടൊപ്പം ഓടിയെത്തിയ അവൾക്ക് കിളിയിരുന്ന മരം മനസ്സിലായ്. ആ മരത്തിൽനിന്ന് തേൻ കൂടുകൾ മുഴുവൻ ശേഖരിച്ചു.

അപ്പോഴാണ് ഒന്നാം ഭാര്യ പതുക്കെ അവിടെയെത്തിയത്. എന്നാലും തനിക്കു കിട്ടിയ തേൻകൂടുകൽ പകുത്ത് ജ്യേഷ്ഠത്തിക്ക് കൊടുക്കാൻ അവൾ മറന്നില്ല. പിന്നെ തന്റെ കൈവശം ഉള്ള പങ്കിൽനിന്ന് ഒരു ഭാഗം ഭദ്രമായി പൊതിഞ്ഞ് മാറ്റിവെച്ചു. എന്നിട്ട് പറഞ്ഞു.

'ജ്യേഷ്ഠത്തീ, ഇത് നമുക്ക് ഭർത്താവിനുവേണ്ടി കരുതിവെയ്ക്കാം. അദ്ദേഹത്തിനു തേൻ ജീവനാണല്ലോ. ബാക്കിയുള്ളത് നമുക്ക് രണ്ടുപേർക്കും വീതിച്ചെടുത്ത് കഴിക്കാം.'

ജ്യേഷ്ഠത്തി എല്ലാം കാണുകയല്ലാതെ ഒന്നും മിണ്ടിയില്ല. രാണ്ടായി പകുത്ത തേനിലൊരു പങ്ക് ജ്യേഷ്ഠത്തിക്ക് കഴിക്കാനായി നൽകി. പിന്നീടവൾ തനിക്കായി വെച്ച വീതത്തിൽ നിന്ന് ഒരു തുണ്ടെടുത്ത് ആ കിളിയെ തേടി. കിളിയാണല്ലോ തേനുള്ള കാര്യം പറഞ്ഞുതന്നതും കാണിച്ചുതന്നതും. അവൾ തനിക്കുള്ളത് പിഴിഞ്ഞ് തേൻ കുടിക്കാൻ തുടങ്ങുമ്പോഴാണ് ഒരു കാര്യം ശ്രദ്ധിച്ചത്. ഭർത്താവിനു വേണ്ടി മാറ്റി വെച്ചിരുന്ന പൊതി കാണാനില്ല.

'ജ്യേഷ്ഠത്തീ, ഇവിടെയുണ്ടായിരുന്ന പൊതി കണ്ടോ?'

വാസ്തവത്തിൽ, ഇത്രയും നേരം ഒരക്ഷരം പോലും മിണ്ടാതിരുന്ന ജ്യേഷ്ഠത്തി മനസ്സിൽ ചില കാര്യങ്ങൾ ആസൂത്രണം ചെയ്യുകയായിരുന്നു. 'ഇവൾ ഭർത്താവിനു തേൻ കൊടുത്താൽ ഇവളോടുള്ള ഇഷ്ടം കൂടുകയും പ്രശംസ വർദ്ധിക്കുകയും ചെയ്യും. അതുപാടില്ല. അതുകൊണ്ട് തേൻ പൊതി അവൾക്ക് ഭർത്താവിന് കൊടുക്കാൻ പറ്റരുത്. അത് തന്റെ സഞ്ചിയിലാക്കുക തന്നെ.' ഇങ്ങനെ വിചാരിക്കുകയും പ്രവർത്തിക്കുകയും ചെയ്തു ജ്യേഷ്ഠത്തി പറഞ്ഞു.

'തേൻകൂട് ഞാൻ കണ്ടില്ലല്ലോ അനിയത്തി. ഒരുപക്ഷേ നമ്മളറിയാതെ വല്ല കുറുക്കനോ മറ്റോ കടിച്ചുകൊണ്ടു പോയ്ക്കാണും.'

ബുദ്ധിമതിയാണെങ്കിലും കുബുദ്ധി മനസ്സിലാക്കാൻ കഴിയാത്ത അവളത് വിശ്വസിച്ചു. എന്നിട്ട് ഇങ്ങനെ വിചാരിച്ചു. തന്റെ അശ്രദ്ധകൊണ്ടാണല്ലോ ഇങ്ങനെ സംഭവിച്ചത്. സാരമില്ല, ഇനി ശ്രദ്ധിക്കുകതന്നെ.

തന്റെ കൈയിൽ ബാക്കിയുണ്ടായിരുന്ന തേൻകൂട് ഭർത്താവിനായ് കരുതി.

രണ്ടുപേരും അവരവരുടെ വീടുകളിലേക്ക് മടങ്ങി.

ബാനു പതിവായി ആദ്യം പോവുന്നത് ആദ്യഭാര്യയുടെ വീട്ടിലേക്കാണ്. കുറെ നേരം അവിടെ കഴിഞ്ഞശേഷം രണ്ടാം ഭാര്യയുടെ വീട്ടിലേക്കു പോകും.

അന്നും ആദ്യഭാര്യയുടെ വീട്ടിലെത്തിയ അയാൾക്ക് കുടിക്കാൻ കിട്ടിയത് തേനായിരുന്നു. അത്ഭുതം കൂറിക്കൊണ്ട് അയാൾ ഭാര്യയോടു ചോദിച്ചു.

'എവിടുന്നു കിട്ടി നിനക്ക് ഇത്രയും സ്വാദുള്ള തേൻകൂടുകൾ?'

അവൾ പറഞ്ഞു:

'ഇന്ന് ഞങ്ങൾ കാട്ടിൽ പോയപ്പോൾ, എനിക്ക് എവിടെയോ തേനുണ്ടെന്നൊരു സംശയം തോന്നി. അങ്ങയ്ക്ക് തേനിഷ്ടമാണല്ലോയെന്നു കരുതി കാടുമുഴുവൻ തേടിയലഞ്ഞ് കണ്ടുപിടിച്ചതാണ്. കിട്ടിയ തേന് മുഴുവൻ ഞാൻ നിങ്ങൾക്കായി കൊണ്ടുവന്നിട്ടുണ്ട്.'

ബാനുവിന് വളരെ സന്തോഷമായി.

അയാളന്ന് ആദ്യഭാര്യയെ പുകഴ്ത്തി.

അവിടെ നിന്നിറങ്ങി രണ്ടാം ഭാര്യയുടെ വീട്ടിലേക്ക് നടക്കുമ്പോഴും അയാളുടെ മനസ്സ് നിറയെ തേനായിരുന്നു.

വീട്ടിലേത്തിയ അയാൾ ആദ്യം ചോദിച്ചത്,

'അല്ലയോ സുന്ദരീ, എനിക്കായി എന്തു സമ്മാനമാണ് ഇന്നു കാട്ടിൽ നിന്നും കൊണ്ടുവന്നത്?'

അവള വലിയൊരു വിറകുകെട്ട് ചൂണ്ടിക്കാണിച്ച് പറഞ്ഞു.

'ഇന്നെനിക്ക് കിട്ടിയ കാര്യമായ സമ്മാനം ഇതാണ്.'

അയാൾക് നീരസം തോന്നി. ഇവളെന്തേ തന്നോട് ഇങ്ങനെ പറയാൻ?

ഒരുപക്ഷേ തന്നോട് കള്ളം പറയുകയായിക്കുമോ.

ഇതിനിടെ അവൾ ഒരു പൊതിയഴിച്ച് താൻ കരുതി വെച്ചിരുന്ന ചെറിയൊരു കഷ്ണം തേൻകൂട് ഭർത്താവിനു നൽകിക്കൊണ്ടു പറഞ്ഞു.

‘ഇന്ന് കാട്ടിൽ പോയപ്പോൾ ഒരു പക്ഷി എനിക്ക് തേൻകൂടുള്ള മരം കാണിച്ചുതന്നു. ഞാൻ ബദ്ധപ്പെട്ട് ആ കിളിയുടെ പുറകേ ഓടി. മരത്തിൽനിന്ന് തേൻകൂടുകൾ ശേഖരിച്ചു. അതിന്റെ നല്ലൊരു ഭാഗം അങ്ങയ്ക്കായി മാറ്റിവെച്ചിരുന്നു. പക്ഷേ കഷ്ടകാലമെന്നു പറയട്ടെ, ഏതോ മൃഗം വന്ന്അത് കടിച്ചെടുത്ത് കൊണ്ടുപോയി. അതുകൊണ്ട് എനിക്കായെടുത്ത ഒരു ചെറിയ കഷ്ണം ഞാൻ നിങ്ങൾക്ക് കൊണ്ടുവന്നിരിക്കുന്നു. ഇതാ.’

വേണ്ടത്ര തേൻ കിട്ടുന്നില്ലെന്നു കണ്ടപ്പോൾ അയാൾക്ക് അരിശം മൂത്തു.

‘ഛീ. കള്ളം പറയുന്നോടി. എന്നെ പറ്റിക്കാമെന്നു കരുതിയോ. നിന്റെ ജ്യേഷ്ഠത്തി പറഞ്ഞല്ലോ അവളാണ് കഷ്ടപ്പെട്ട് തേൻകൂടി കണ്ടുപിടിച്ചതെന്ന്. എന്നിട്ട് കിളിയുടെ കഥ പറയുന്നോ? ഇതു കേൾക്കുമ്പോൾ തന്നെയറിയില്ലേ നീയാണ് കള്ളം പറയുന്നതെന്ന്.’

അയാൾ ദേഷ്യം കൊണ്ട് സ്വയം മറന്നു.

പരിസരബോധം പോലും നഷ്ടപ്പെട്ട അയാൾ അവളുടെ തലമുടി പിടിച്ച് വലിച്ച് നിലത്തിട്ട് പൊതിരെ തല്ലി. ക്രൂരനും ബലവാനുമായ അയാൾ ചെറുപ്പത്തിൽ സിംഹത്തിന്റെ കരൾ തിന്നതുകൊണ്ടാണത്രേ അയാളുടെ സ്വഭാവം ഇങ്ങനെയായത്. ഏതായാലും അയാൾ അവളെ വീണ്ടും വീണ്ടും അടിച്ചു.അടയുടെ ശക്തികൊണ്ട്, പണ്ട് അവളുടെ കുടുംബമാന്ത്രികൻ കഴുത്തിൽ കെട്ടിക്കൊടുത്ത മന്ത്രത്തകിട് പൊട്ടിത്തെറിച്ച് തറയിൽ വീണത് അയാൾ കണ്ടില്ല. അയാളുടെ ക്രൂരമർദ്ദനവും, അവളുടെ മരണവെപ്രാളവും, വിളക്കു കെട്ടുപോയതുകൊണ്ടുള്ള ഇരുട്ടും ചേർന്നുള്ള ഒരു ഭീകരാന്തരീക്ഷം കുറച്ചു നേരം നീണ്ടുനിന്നു.

പിന്നെ എല്ലാം ശാന്തമായി.

അയാളുടെ ദേഷ്യം കെട്ടടങ്ങി. ഭാര്യ മരിക്കുകയും ചെയ്തു. പരിസരബോധം തിരിച്ചുകിട്ടിയപ്പോൾ ഭാര്യ മരിച്ചതറിഞ്ഞ് അയാൾക്ക് അല്പം സങ്കടവും അതിലേറെ ഭയവും തോന്നി. മറ്റുള്ളവർ അറിഞ്ഞാൽ താൻ എന്തു പറയും?

ആ ഇരുട്ടിൽത്തന്നെ വീടിനു വെളിയിൽ ഒരു കുഴി കുഴിച്ച് അവളുടെ ശവശരീരം അതിലിട്ടുമൂടി. ഇതിനിടയിൽ അവളുടെ കഴുത്തിൽ നിന്നും പൊട്ടിവീണ മാന്ത്രികത്തകിട് അങ്ങോട്ടുമിങ്ങോട്ടും ചലിക്കാൻ തുടങ്ങി. മെല്ലെ മെല്ലെ അതിനു ജീവൻ വെച്ചു. ക്രമേണ അതൊരു പക്ഷിയായി മാറി. അയാളുടെ ഭാര്യയുടെ ജിവനായിരുന്ന ആ തകിടിനുള്ളിൽ

പ്രവേശിച്ച് പക്ഷിയുടെ രൂപം പ്രാപിച്ചത് അത് വീടിനുള്ളിൽ നിന്നും പുറത്തേക്ക് പറന്നു പോയി. ഇതൊന്നും അയാൾ അറിഞ്ഞതേയില്ല.

രണ്ടുമൂന്നു ദിവസം കഴിഞ്ഞപ്പോൾ ദുഷ്ടനായ ബാനുവിന്റെ മനസ്സിൽ പുതിയൊരു ബുദ്ധിയുദിച്ചു. തന്റെ രണ്ടാംഭാര്യ ഇപ്പോൾ തന്റെ കൂടെയില്ല. അവളെവിടെപോയി എന്ന് ആരും മനസ്സിലാക്കുകയുമില്ല. രാത്രിയിലായിരുന്നല്ലോ താൻ എല്ലാം ചെയ്തത്. അതുകൊണ്ട് അവളുടെ അച്ഛന് താൻ പെൺപണമായിക്കൊടുത്ത എരുമകളെ തിരികെ ചോദിക്കാം. അവൾ എവിടെയ്ക്കോ ഓടിപ്പോയെന്നും, എവിടെപ്പോയതാണെന്ന് അറിയില്ലെന്നും പറയാം.

നാട്ടുനടപ്പനുസരിച്ച്, ഭാര്യ ഭർത്താവിന്റെ കൂടെ താമസിക്കാൻ വിസമ്മതിച്ചാൽ ഭാര്യയുടെ അച്ഛൻ പെൺപണം തിരികെ നൽകണം. ബാനു അധികം താമസിയാതെ തന്റെ രണ്ടാം ഭാര്യയുടെ അച്ഛന്റെ വീട്ടിലേക്ക് യാത്ര തിരിച്ചു. പെട്ടെന്നാണ് ബാനുവിന് വിശ്വസിക്കാൻ കഴിയാത്ത ആ അത്ഭുതം സംഭവിച്ചത്. ഒരു ചെറിയ കിളി ബാനുവിന്റെ തലയ്ക്കുമുകളിൽ വട്ടം ചുറ്റി പറക്കാൻ തുടങ്ങി. മാത്രമല്ല അത് ബാനുവിനെ ഞെട്ടിപ്പിക്കുന്ന ഒരു പാട്ടും വ്യക്തമായ സ്വരത്തിൽ പാടാൻ തുടങ്ങി.

എന്റെ ജീവൻ ബാനുന്റെ
രണ്ടാം ഭാര്യയുടെ ജീവനാണേ.........
വിശ്വസിക്കരുതേ നിങ്ങളാരും
ബാനുവിനെ വിശ്വസിക്കരുതേ.......
അല്പം തേനിനായി മാത്രം
അയാളെന്നെക്കൊന്നതാണേ.........

ഇതുകേട്ട ബാനുവിനാകെ ഭയമായി. ഈ പക്ഷിയെ ഇങ്ങനെ വിട്ടാൽ അപകടമാണെന്ന് അയാൾ മനസ്സിലാക്കി. അയാൾ തന്റെ കൈയിലിരുന്ന തെറ്റാലിയെടുത്ത് ഉന്നം വെച്ച് ആ കിളിയെ താഴെ വീഴ്ത്തി. ചത്തുവീണ പക്ഷിയെയെടുത്ത് അടുത്തതന്നെ ചെറിയൊരു കുഴികുഴിച്ച അതിലിട്ടു മൂടി.

ബാനു ആശ്വാസത്തോടെ യാത്ര തുടർന്നു.

കുറച്ചു ദൂരം ചെന്നപ്പോൾ അതേ പക്ഷി വീണ്ടും അയാളുടെ തലക്ക് മുകളിലൂടെ പറന്ന് പാടാൻ തുടങ്ങി.

വിശ്വസിക്കരുതേ നിങ്ങളാരും
അല്പം തേനിനായി മാത്രം
അയാളെന്നെക്കൊന്നതാണേ......

ഇനി എന്തെങ്കിലും ബുദ്ധിപൂർവ്വം ചെയ്തേ മതിയാകൂ. ബാനു തീർച്ചപ്പെടുത്തി. പക്ഷിയെ ഉന്നം വെച്ച് താഴെ വീഴ്ത്തിയിട്ടു. കഴിച്ചിട്ടിട്ട് കാര്യമില്ലെന്ന് തോന്നിയ അയാൾ പക്ഷിയെ തന്റെ അരയിലെ ബെൽറ്റിന്റെ കൂടെയുള്ള മുറുക്കാൻ ഡപ്പി തുറന്ന് അതിലിട്ട് അടച്ചു. മുന്നോട്ടു നടക്കുമ്പോൾ പിറുപിറുത്തു. നീ എങ്ങനെ പുറത്തുവരും കാണാമല്ലോ.

അയാൾ ഭാര്യയുടെ അച്ഛന്റെ വീട്ടിലെത്തി.

അപ്പോൾ അവിടെ ഒരു വിരുന്നു നടക്കുകയായിരുന്നു. പാട്ടും നൃത്തവുമായി ആളുകളങ്ങനെ രസിക്കുന്നു. ബാനുവിനെക്കണ്ടതും, ഭാര്യയുടെ അച്ഛൻ അയാളെ കൈപിടിച്ച് സ്വീകരിച്ചു.

'ബാനു, എന്തൊക്കെയുണ്ട് വിശേഷങ്ങൾ? സുഖം തന്നെയല്ലേ? വരൂ, വന്ന് ഞങ്ങളുടെ കൂടെ വിരുന്നുണ്ണൂ. എന്തേ എന്റെ മകളെ കൊണ്ടുവന്നില്ല...'

'അതൊക്കെ വിശദമായി പിന്നീടു പറയാം.'

എല്ലാവരോടും വളരെ സ്വാഭാവികമായ രീതിയിൽ പെരുമാറിക്കൊണ്ട് ബാനു വിരുന്നു ചടങ്ങുകളിൽ പങ്കെടുത്തു. യാതൊരു തരത്തിലുമുള്ള കുറ്റബോധത്തിന്റെ ലാഞ്ഛനയും അയാളുടെ മുഖത്തില്ലായിരുന്നു.

കുറെസമയം കഴിഞ്ഞപ്പോൾ ഭാര്യയുടെ അച്ഛൻ അയാളെ തന്റെ അരികിലേക്ക് വിളിച്ചു. മകളുടെ ആരോഗ്യത്തെക്കുറിച്ചും സുഖസൗകര്യങ്ങളെക്കുറിച്ചും അന്വേഷിച്ചു. അപ്പോൾ ബാനു പറഞ്ഞു.

'പറയുന്നതിൽ വിഷമമുണ്ട്. നിങ്ങളുടെ മകൾ ഇപ്പോൾ എന്റെ കൂടെയില്ല. അവൾ എങ്ങോട്ടോ ഒളിച്ചോടിപ്പോയി. എങ്ങോട്ടുപോയെന്നോ ആരുടെ കൂടെ പോയെന്നോ എനിക്കറിയില്ല. ഏതായാലും അവൾ ഇപ്പോൾ എന്റെ ഭാര്യയല്ല. ഈ വിവരം നിങ്ങളെ അറിയിക്കാനും, വിവാഹസമയത്തു തന്നെ പെൺപണം തിരികെ ചോദിക്കാനുമാണ് ഞാൻ വന്നത്.'

ആ വാർത്ത അച്ഛനെ തളർത്തി. എങ്കിലും അയാൾ മര്യാദയോടു കൂടിത്തന്നെ പറഞ്ഞു. 'അങ്ങനെയൊക്കെയാണ് സംഗതികളെങ്കിൽ പെൺപണം തിരികെ തരാൻ ഞാൻ ബാധ്യസ്ഥനാണ്. സംശയമില്ല. പക്ഷേ ഒന്നു രണ്ടു ദിവസങ്ങൾക്കുള്ളിൽ ഞാൻ നിങ്ങളുടെ ഗ്രാമത്തിൽ വന്ന് അവളെവിടെയുണ്ടെന്ന് കണ്ടുപിടിക്കാം. അതിനു ശേഷമേ പെൺപണം തിരികെ തരാൻ നിർബന്ധിക്കാവൂ.'

ഒരു വിധത്തിൽ ഇത്രയും പറഞ്ഞപ്പോഴേക്കും വല്ലാത്തൊരസ്വസ്ഥത തോന്നി അയാൾക്ക്.

അല്പനേരത്തെ നിശ്ശബ്ദതയ്ക്കുശേഷം അയാൾ ചോദിച്ചു. 'ബാനു നിന്റെ കൈയിൽ പുകയിലയുണ്ടെങ്കിൽ അലപം തരൂ.'ബാനു പ്രത്യേകിച്ചൊന്നുമോർക്കാതെ ബെൽറ്റുമായി ബന്ധിച്ച പുകയിലപ്പെട്ടി തുറന്ന് പുകയില എടുക്കാൻ തുനിഞ്ഞു. അപ്പോൾ അപ്രതീക്ഷിതമായി കിളി പുറത്തു ചാടി. പക്ഷി അവിടെയുണ്ടായിരുന്ന ആളുകളുടെയെല്ലാം തലയ്ക്കുമുകളിലൂടെ വട്ടമിട്ടു പറക്കാൻ തുടങ്ങി. എല്ലാവരും ശ്രദ്ധിക്കാൻ തുടങ്ങിയപ്പോൾ കിളി പാടി.

എന്റെ ജീവൻ ബാനുന്റെ

രണ്ടാം ഭാര്യയുടെ ജീവനാണേ.........

വിശ്വസിക്കരുതേ നിങ്ങളാരും

ബാനുവിനെ വിശ്വസിക്കരുതേ.......

അല്പം തേനിനായി മാത്രം

അയാളെന്നെക്കൊന്നതാണേ.........

സ്പഷ്ടമായി പാടിയ പാട്ടിന്റെ അർത്ഥം വളരെ വ്യക്തമായിരുന്നു. പക്ഷി ആവർത്തിച്ചാവർത്തിച്ചു പാടി.

എല്ലാവരും ബാനുവിനോട് സത്യമെന്താണെന്നു തിരക്കി. ബാനു തിടുക്കത്തിൽ മനസ്സിലെ ഭയം പുറത്തു കാണിക്കാതെ പറഞ്ഞു

'ആ കിളി പാടുന്നതിന്റെ അർത്ഥമെന്താണെന്ന് എനിക്കറിഞ്ഞുകൂട. അത് പാടുന്നതു മുഴുവൻ കള്ളമാണ്. സത്യം ആ കിളി കണ്ടിട്ടില്ല. ഞാൻ ഭാര്യയെ കൊന്നതും കുഴിച്ചുമൂടിയതും ഇരുട്ടുള്ള രാത്രിയിലാണ്. കിളിയെ ആരും വിശ്വസിക്കരുത്.' ഒറ്റ ശ്വാസത്തിൽ ഇത്രയും പറഞ്ഞു നിർത്തിയപ്പോഴാണ് തന്റെ വിഡ്ഢിത്തം അയാൾക്കു മനസ്സിലായത്.

ബാനുവിന് പിന്നെ സ്വന്തം ഗ്രാമത്തിലേക്ക് തിരിച്ചു പോവേണ്ടിവന്നില്ല.

മണ്ടനെ തേടിയ മണ്ടൻ

ആഫ്രിക്കൻ നാടുകളിൽ പ്രചാരമുള്ളതും ഗുണപാഠമുള്ളതുമായ ഒരു കഥയാണിത്. ഈ കഥയില നായകൻ ഒരു എട്ടുകാലിയാണ്. താൻ വളരെ മിടുക്കനും കേമനുമാണെന്നു സ്വയം ഭാവിച്ചു നടക്കുന്ന ഒരെട്ടുകാലി. അന്നാസി എന്നാണ് അവന്റെ പേര്. ധാരാളം മത്സ്യങ്ങളുള്ള ഒരു കായലിനടുത്താണ് അന്നാസിയുടെ താമസം. അധ്വാനിക്കാനുള്ള മനസ്സും മീൻ പിടിക്കാനുള്ള ഉപകരണങ്ങളുമുണ്ടെങ്കിൽ അല്ലില്ലാതെ സുഭിക്ഷമായിത്തന്നെ ജീവിക്കാം.

പക്ഷേ താൻ ഒരു ബുദ്ധിമാനാണെന്ന ഭാവമല്ലാതെ മറ്റൊന്നു അവനില്ലായിരുന്നു തനിക്ക് വേഗത്തിൽ സമ്പന്നനാകണം. അതിനുള്ള മാർഗ്ഗമെന്താണ്? ഇതായിരുന്നു അന്നാസിയുടെ ഒരേയൊരു ചിന്ത.

അവസാനം അവനൊരു നിഗമനത്തിലെത്തിച്ചേർന്നു. ഒരു മണ്ടനെ കണ്ടുപിടിക്കുക. എന്നിട്ട് അവന്റെ സഹായത്തോടെ വലയും മറ്റുമുണ്ടാക്കി അധ്വാനിക്കാതെ കായലിൽ നിന്നു മീൻ പിടിക്കണം. മണ്ടന് ആഹാരത്തിനുള്ള വക മാത്രം കൊടുത്ത് ബാക്കി മീനെല്ലാം ചന്തയിൽ കൊണ്ടുപോയി വിൽക്കണം. വിറ്റുകിട്ടുന്ന പണമെല്ലാം ശേഖരിച്ചു വെയ്ക്കണം.മണ്ടനാകട്ടെ തീറ്റകൊണ്ട് തൃപ്തിപ്പെട്ടുകൊള്ളും. ഇങ്ങനെയൊരു പദ്ധതിക്ക് രൂപം കൊടുത്തതിനുശേഷം അന്നാസി മണ്ടനെ തേടിയിറങ്ങി. കുറച്ചുദൂരം നടന്നപ്പോൾ ഒരു വൃദ്ധ പാചകം ചെയ്തുകൊണ്ടിരിക്കുന്നതു കണ്ടു.

അന്നാസി അവരോടു പറഞ്ഞു: 'ഞാൻ ഒരു മണ്ടനെ തേടിയിറങ്ങിയതാണ്. ആരെങ്കിലും ഉണ്ടെങ്കിൽ പറഞ്ഞോളൂ. ഞാൻ നല്ല ജോലി

കൊട്ടക്കാം.'

'എന്ത്? മണ്ടനോ?' അവർ കൈയിലിരുന്ന തവി അന്നാസിയുടെ നേരെ കാണിച്ചുകൊണ്ടു ചോദിച്ചു.

അവിടെ നിൽക്കുന്നത് പന്തിയല്ലെന്ന് മനസ്സിലാക്കിയ അന്നാസി ഉടൻ സ്ഥലം വിട്ടു. കുറെ ദൂരം ചെന്നപ്പോൾ ഒരു മുക്കുവനെ കണ്ടു. താന മണ്ടനെ തേടി ഇറങ്ങിയാതാണെന്നും ഉണ്ടെങ്കിൽ പറയണമെന്നും നല്ല ജോലി കൊട്ടുക്കാമെന്നു പറഞ്ഞു.

'എന്ത് മുണ്ടോ? വേണമെന്നോ?'

'അല്ല മണ്ടൻ. ഒരു മണ്ടനെ വേണം.'

'എന്ത് ? മുടന്തനോ?'

'അല്ല മണ്ടൻ മണ്ടൻ.'

മ്'ണ്ടനെ വേണം പോലും! മണ്ടൻ' അയാൾ മുറുമുറുത്തു.

അന്നാസി യാത്ര തുടർന്നു. പലരേയും കണ്ടു. പക്ഷേ മണ്ടനെ മാത്രം കണ്ടില്ല. അന്വേഷണം അവസാനിപ്പിക്കാമെന്നു കരുതി തിരിഞ്ഞു നടന്നപ്പോൾ ഒരു കഴുകനെ കണ്ടു.

കഴുകനോടു ഇപ്രകാരം പറഞ്ഞു:

'അല്ലാ ഓസന്നയല്ലേ ഇത്. വരൂ നമുക്കൊരുമിച്ച് മീൻ പിടിക്കാൻ പോവാം. എന്താ വരുന്നോ?' അന്നാസി മണ്ടനെ തേടി നടക്കുകയാണെന്ന വിവരം ഓസന്നയുടെ കാതിലുമെത്തിയിരുന്നു. അതുകൊണ്ടു തന്നെ അവൾ ബുദ്ധിപൂർവ്വം ഒഴിഞ്ഞുമാറി.

അയ്യോ സ്നേഹിതാ. എനിക്കിപ്പോൾ വരാൻ തരമാവില്ല. അല്പം ജോലിയുണ്ട്. മാത്രവുമല്ല ധാരാളം ഇറച്ചി കിട്ടുന്ന സമയവുമാണ്. അതുകൊണ്ട് മീൻ പിടിക്കേണ്ട ആവശ്യവുമില്ല.

ഇതെല്ലാം കണ്ടും കേട്ടും മരക്കൊമ്പിലിരിക്കുകയായിരുന്നു അന്ന എന്ന കാക്ക. ഓസന്ന പോയി മറഞ്ഞപ്പോൾ, അന്നാസി കാക്കയോടു ചോദ്യം ആവർത്തിച്ചു. എന്നിട്ട് കാക്കയെ ക്ഷണിച്ചു. കാക്ക ക്ഷണം സ്വീകരിച്ചു. 'ഓ എനിക്കു സമ്മതം. എപ്പോഴാ പോകേണ്ടത്?'

'ഇവിടെ നിക്ക്. ഞാൻ വീട്ടിൽപോയി വലയുണ്ടാക്കാനുള്ള സാമഗ്രികൾ എടുത്തുകൊണ്ട് ഉടൻ വരാം.'

അന്നാസി വീട്ടിലേക്കുപോയ തക്കം നോക്കി കഴുകൻ ഓസന്ന അവിടെയെത്തി അന്നയോട് പറഞ്ഞു.

'ദാ നോക്ക് അന്നാസിയെ സൂക്ഷിക്കണം. അവൻ മണ്ടനെ തേടി നടക്കുന്നതെന്തിനാണന്നറിയാമോ? മണ്ടനെക്കൊണ്ട് പണിയെടുപ്പിച്ച്

കാശുണ്ടാക്കി അവന് സമ്പന്നനാവാനാണ്. ശ്രദ്ധിക്കുന്നത് നന്ന്.'

'ഓ അങ്ങനെയാണോ? വിവരം പറഞ്ഞത് നന്നായി. ഞാനൊന്നു നോക്കട്ടെ ആരാ മണ്ടനാവുന്നതെന്ന്. ഏതായാലും ഓസന്നച്ചേടത്തി എന്നോട് ഈ വിവരം പറഞ്ഞത് മറ്റാരും അറിയണ്ട. ആ കള്ളൻ അന്നാസിയെ ഒരു പാഠം പഠിപ്പിക്കണം.'

അന്നാസി തിരിച്ചെത്തി. വലകെട്ടാനുള്ള ഇലകളും കൊമ്പുകളും ശേഖരിക്കാനായി അന്നാസിയും അന്നയും കുറ്റിക്കാട്ടിലേക്കു പുറപ്പെട്ടു.

'അന്നാസിയണ്ണാ. നമുക്കൊരു കാര്യം ചെയ്യാം. ഞാൻ ഇലകളും കൊമ്പുകളുമെല്ലാം വെട്ടിയെടുക്കാം. വല നെയ്തു കഴിയുമ്പോഴുണ്ടാകുന്ന ക്ഷീണം മാത്രം അന്നാസിയണ്ണൻ എടുത്തോളു.'

അന്നയുടെ ഈ വാക്കുകൾ കേട്ടപ്പോൾ അന്നാസി വിചാരിച്ചു. 'ഇവൾ കൊള്ളാമല്ലോ. അതിബുദ്ധി കാണിക്കുന്നോ. ജോലി ചെയ്താലുള്ള ക്ഷീണമില്ലാതിരിക്കാനല്ലേ ഇവളൊരു മണ്ടിയാണെന്നു കരുതി ഇവളെ വിളിച്ചത്. എന്നിട്ടിപ്പോൾ ക്ഷീണമെല്ലാ എനിക്കിരിക്കട്ടെയെന്ന്. നല്ല കൂത്ത്!അങ്ങനെയങ്ങ് സമ്മതിക്കാനൊക്കുമോ.'

അന്നാസി പറഞ്ഞു. 'അതുവേണ്ട, ജോലിയെല്ലാം ഞാൻ ചെയ്തോളാം. ജോലിയുടെ ക്ഷീണമെല്ലാം നീയെടുത്തോ' തനിക്കത് അത്ര സമ്മതമില്ലെന്ന മട്ടിൽ അന്ന മൂളി.

ശരി. അണ്ണന്റെ ഇഷ്ടം അതാണെങ്കിൽ അങ്ങനെ.അന്നാസി ജോലിയാരംഭിച്ചു. അന്ന അന്നാസിയുടെ പിറകിൽ ക്ഷീണം അഭിനയിച്ചുകൊണ്ടിരുന്നു. മൂളുകയും ഞരങ്ങുകയും ചെയ്തുകൊണ്ടിരുന്ന അന്ന സുഖിക്കുകയായിരുന്നു. ഒപ്പം ക്രൂരമായ ഒരു സന്തോഷവും അവൾക്കുണ്ടായി.

അന്നാസി വല നെയ്തു കഴിഞ്ഞപ്പോൾ അന്ന പറഞ്ഞു. 'അണ്ണാ, ഞാൻ നന്നായി ക്ഷീണിച്ചിരിക്കുന്നു. എന്നാലും സാരമില്ല. ഈ വസ്തുക്കളെല്ലാം ഞാൻ കായൽക്കരയിലേക്ക് ചുമക്കാം അണ്ണൻ അതിന്റെ ക്ഷീണം മാത്രം എടുത്തോളു.'

'വേണ്ട ഞാൻ തന്നെ ചുമന്നോളാം. നീ ക്ഷീണമെല്ലാം എടുത്തോ.'

അന്നാസി ചുമടെടുത്തു മുന്നിൽ നടന്നു. അന്ന ആനന്ദത്തോടെ പിന്നാലെയും. അന്നാസിയെ ബോധിപ്പിക്കുവാൻ അന്ന ഇടയ്ക്കിടെ കോട്ടുവായിടുകയും അമ്മേ.... എന്നു വിളിക്കുകയുമൊക്കെ ചെയ്തു.

അന്നാസി വിചാരിച്ചു. 'ക്ഷീണിക്കട്ടെ. അവളങ്ങനെ ക്ഷീണിക്കട്ടെ. ക്ഷീണെല്ലാം അവളെടുത്തോളാമെന്നു പറഞ്ഞതല്ലേ! ഇവളൊരു മണ്ടി തന്നെ!'

ഓരോ ജോലിയുടെ കാര്യത്തിലും അന്ന തന്റെ അടവുകൾ പ്രയോഗിച്ചുകൊണ്ടിരുന്നു. അന്നാസി തനിച്ചുതന്നെ വലയുടെ അവസാന പണികൾ ചെയ്യുകയും കായലിൽ താഴ്ത്തിക്കെട്ടുകയും ചെയ്തു. അവൻ വളരെ ആവേശത്തോടെ ജോലി ചെയ്യുന്നതുകണ്ട് അന്ന ഉള്ളാലെ ചിരിച്ചു. ജോലി കഴിഞ്ഞ് രണ്ടുപേരും അന്നാസിയുടെ വീട്ടിലേക്ക് പോയി. അന്നു രാത്രി അവിടെ സുഖമായി ഉറങ്ങി.

അടുത്ത ദിവസം പ്രഭാതത്തിൽത്തന്നെ രണ്ടുപേരും കായൽക്കരയിലേക്ക് പോയി. വല പരിശോധിച്ചപ്പോൾ അതിൽ രണ്ടു മീനുണ്ടായിരുന്നു. അതു കണ്ടപ്പോൾ അന്ന പറഞ്ഞു. 'അണ്ണാ ഇന്നു വലയിൽ കുടുങ്ങിയ രണ്ടു മീനും അണ്ണനെടുത്തോളൂ. നാളെ മിക്കവാറും നാലുമീൻ കുടുങ്ങും. അതു ഞാനെടുത്തോളാം.'

ഇതുകേട്ട മാത്രയിൽ അന്നാസി പറഞ്ഞു.' എന്താ നീ വിചാരിക്കുന്നത്? ഞാനൊരു മണ്ടനാണെന്നോ? ഇന്നത്തെ രണ്ടു മീനും നീയെടുത്തോ. നാളത്തെ മീൻ ഞാനെടുത്തോളാം.'

അന്ന രണ്ടുമീനും വറുത്തുപൊരിച്ചു ഭക്ഷിച്ചു. അന്നാസി നോക്കിയിരുന്നു. അടുത്ത ദിവസവും ഇതുതന്നെ ആവർത്തിച്ചു. രണ്ടാം ദിവസം അന്ന പറഞ്ഞത്, പിറ്റേ നാൾ കിട്ടാൻ പോകുന്ന എട്ടുമീൻ അവളെടുത്തോളാമെന്നാണ്. പക്ഷേ അന്നാസി സമ്മതിച്ചില്ല. അന്നു കിട്ടിയ നാലു മീനും അന്ന തന്നെ പാചകം ചെയ്തു കഴിച്ചു. തുടർന്നുള്ള ദിവസവും ഇതുതന്നെ സംഭവിച്ചു. അന്നാസി നാലാം ദിവസം കിട്ടാൻ പോവുന്ന പതിനാറു മീനുകൾക്കായി കാത്തിരുന്നു. നാലാം ദിവസം അന്ന ഒരു കാര്യം മനസ്സിലാക്കി. തങ്ങളുടെ വലയിൽ ഓട്ടകൾ വീണുതുടങ്ങിയിരിക്കുന്നു. ഇനി അതിൽ അധികം മീൻ കിട്ടാൻ സാധ്യതയില്ല. അന്നാണെങ്കിൽ പതിനാറു മീൻ വലയിൽ വീഴുകയും ചെയ്തിരിക്കുന്നു! പതിനാറു മീൻ ചന്തയിൽ കൊണ്ടുപോയാൽ നല്ല വില കിട്ടും. തനിക്ക് കുറെ ദിവസത്തേക്ക് ധനികനായി ജീവിക്കാം.

അതിനുള്ളസൂത്രമെന്താണെന്ന് അന്ന ആലോചിച്ചു. എന്നിട്ട് അന്നാസിയോടായി പറഞ്ഞു. 'അണ്ണാ നമ്മുടെ വല പഴയതായിരിക്കുന്നു. പഴയവല നാട്ടിലെങ്ങും കിട്ടാനില്ല. ഈ വല വിറ്റാൽ നല്ല വില കിട്ടും അണ്ണന് ഇതുവരെ മീനൊന്നും കിട്ടിയില്ലല്ലോ. അതുകൊണ്ട് ഇന്നു കിട്ടിയ പതിനാറ് മീനും എടുത്തോളൂ. ഈ പഴയ വല മതി എനിക്ക്. അന്നാസിയുണ്ടോ വിട്ടുകൊടുക്കുന്നു. അവൻ ഉടനെ പ്രതികരിച്ചു. വേണ്ട അന്നേ, നീ തന്നെയെടുത്തോ ഇന്നത്തെ പതിനാറുമീനും. ഞാൻ നമ്മുടെ പഴയ വലയെടുക്കാം.'

അങ്ങനെ അന്നാസി പഴയ വലയും അന്ന പതിനാറുമീനുമെടുത്ത്

ചന്തയിലേക്ക് നടന്നു. അന്നയുടെ മീനെല്ലാം ചൂടപ്പം പോലെ വിറ്റഴിഞ്ഞു. അന്നാസിയാകട്ടെ ചന്തയിലെ ആളൊഴിഞ്ഞിട്ടും പഴയ വലയു വെച്ചിരിക്കുകയായിരുന്നു.

അവൻ വിചാരിച്ചു: 'എന്തേ ആരും തന്റെയടുത്ത് വരാതിരുന്നത്? ആളുകളെന്തേ തന്നെ പുച്ഛഭാവത്തിൽ നോക്കിയത്' വിഷണ്ണനായിരിക്കുന്ന അന്നാസിയുടരികെ ചെന്നു അന്ന ഉപദേശിച്ചു.

അന്നാസിയണ്ണാ, ഇങ്ങനെ വെറുതെയിരുന്നാൽ വിലപിടിപ്പുള്ള സാധനം കൈയിലുണ്ടെന്ന് ആരെങ്കിലും അറിയുമോ?' ഇതു ശരിയാണെന്ന് അന്നാസിക്കും തോന്നി. അന്നാസി ഉന്മേഷത്തോടെ ചന്തയ്ക്കു ചുറ്റുമുള്ള പ്രദേശങ്ങളിലെല്ലാം ഒന്നു ചുറ്റിക്കറങ്ങാനൊരുങ്ങി. തന്റെ പഴയ വലയും തലയിലേന്തി അന്നാസി നടന്നു. നടക്കുമ്പോൾ ഒരു പാട്ടിന്റെ താളത്തിൽ ഇങ്ങനെ പറഞ്ഞു.

'വിൽക്കാനുണ്ടേ, പഴയ വല...

പഴയ വല വേണ്ടവരുണ്ടോ....

വേഗം വേഗം വന്നോളൂ

ഒരു വല മാത്രം, പഴയ വല.'

ആളുകൾ തന്റെ പഴയ വലയുടെ മഹത്വമറിയുമ്പോൾ വാങ്ങാതിരിക്കില്ലെന്ന് അന്നാസി പ്രത്യാശിച്ചു. ചുറുചുറുക്കോടെയും കൂടുതൽ പ്രസരിപ്പോടെയു അവൻ വിളിച്ചു പറഞ്ഞു.

'പഴയ വല വേണ്ടവരുണ്ടോ

ഉണ്ടെങ്കിൽ വാങ്ങിക്കോ വേഗം

ഇതു പോലൊരു പഴയ വല

കിട്ടില്ലെങ്ങും: വാങ്ങിക്കോ വേഗം.'

ഇങ്ങനെ ഒച്ചയെടുത്ത് പാടിക്കൊണ്ടു നടക്കുന്നത് പലരും കേട്ടു. ഇവനെന്തേ പഴയ വലയും കൊണ്ട് ഇത്ര ശബ്ദമിടുന്നു. കീറിപ്പറിഞ്ഞ പഴയ വല വാങ്ങാൻ നമ്മളെന്താ മണ്ടന്മാരാണോ. ഗ്രാമീണർ അവനെ നോക്കി നിന്നു. അന്നാസിയുടെ ഒച്ചകേട്ട് ഗ്രാമത്തലവനും അരിശം വന്നു. ഇവനെന്താ ഗ്രാമവാസികളെല്ലാം മണ്ടന്മാരാണെന്നു കരുതുന്നോ?

അദ്ദേഹം തന്റെ സേവകൻമാരെ വിളിച്ച് പറഞ്ഞു. 'വേഗം ആ കിറുക്കനെ പിടിച്ചുകൊണ്ടു വാ'

ഗ്രാമത്തലവന്റെ സേവകന്മാർ വിളിച്ചപ്പോൾ അന്നാസി വിചാരിച്ച്ത്, അദ്ദേഹം തന്റെ വല വാങ്ങുമെന്നാണ്. അടക്കാനാവാത്ത സന്തോഷത്തോടെ അന്നാസി ഗ്രാമത്തലവന്റെ വീട്ടിലേക്ക് കയറിച്ചെന്നു.

ഗ്രാമത്തലവൻ അന്നാസിയോട് തട്ടിക്കയറി. 'എടാ ധിക്കാരീ, നീയെന്തു വിചാരിച്ചു? ഞങ്ങളുടെ ഗ്രാമത്തിലുള്ളവരെല്ലാം വിഡ്ഢികളും മണ്ടന്മാരുമാണെന്നോ. മരത്തലയൻ, നീ കണ്ടില്ലേ ബുദ്ധിമതിയായ അന്ന അന്തസ്സായി മീൻ വിറ്റുപോയത്. നീയോ പഴയ വലയുമായി നടക്കുന്നു. കീറിപ്പറിഞ്ഞ തന്റെ പഴയ വല ആർക്കു വേണമെടാ?' ബുദ്ധിയുദിച്ച അന്നാസിയ്ക്ക് അവിടെനിന്ന് എങ്ങനെയെങ്കിലും രക്ഷപ്പെട്ടാൽ മതിയെന്നതായി. പക്ഷേ ധൃതി പിടിച്ച് നടന്നിറങ്ങാൻ ശ്രമിക്കുന്നതിനിടയിൽ അന്നാസി തന്റെ തന്നെ വലയിൽ കുടുങ്ങി താഴെ വീണു. അതിനിടെ ഗ്രാമത്തലവന്റെ സേവകന്മാർ അവനെ പിടിച്ച് നല്ലതുപോലെ പെരുമാറുകയും ചെയ്തു. അടികൊണ്ടു പുളഞ്ഞ അന്നാസി ഉറക്കെ നിലവിളിച്ചു. 'എന്നെ ഒന്നും ചെയ്യരുതേ... ഞാനൊരു തെറ്റും ചെയ്തിട്ടില്ലേ.....'

വഴിയിൽ വെച്ച് ഓസന്ന അന്നയെ കണ്ടു. അന്ന നടന്ന സംഭവങ്ങളെല്ലാം ഓസന്നയോടു വിവരിച്ചു. എന്നിട്ട ഗമയിൽ ചോദിച്ചു. ഓസന്ന ചേടത്തി ഇപ്പോൾ എങ്ങനെയുണ്ട്? ആരാ മണ്ടനായത്?

അതെ, അന്നാസി ഇനിയെങ്കിലും മനസ്സിലാക്കിയാൽ മതിയായിരുന്നു; മറ്റുള്ളവരെ മണ്ടന്മാരാക്കാൻ നടക്കുന്നവർ സ്വയം മണ്ടന്മാരാകുമെന്ന്.

മാന്ത്രിക ശക്തിയുള്ള ഓടക്കുഴൽ

ആഫ്രിക്കയിലെ കാബിൽ വർഗ്ഗക്കാർ താമസിച്ചിരുന്ന ഗ്രാമത്തിൽ2 ധാരാളം ആടുകളും ആട്ടിടൻമാരുമുണ്ടായിരുന്നു. ലോകത്തിലെ പല നാട്ടിൻപുറങ്ങളിലുമെന്ന പോലെ ഇവിടെയും ആടുകലെ ക്കൂട്ടംക്കൂട്ടമായാണ് മേച്ചിൽപ്പുറങ്ങളിലേക്ക് കൊണ്ടുപോയിരുന്നത്. ആടുകളെയുമായി പോകുന്ന ഇടയന്മാരുടെ കൈയിൽ രണ്ടു ഉപകരണങ്ങൾ കാണുമായിരുന്നു. കുടക്കാലിന്റെ അറ്റം പോലെ വളച്ച ഒരു നീണ്ടവടിയും പിന്നെയൊരു ഓടക്കുഴലും. ക്കൂട്ടം തെറ്റിപ്പോവുന്ന ആടുകളെ ക്കൂട്ടത്തിലേക്ക് കൊണ്ടുവരാനാണ് അറ്റം വളഞ്ഞ നീണ്ട വടി. ഓടക്കുഴലാകട്ടെ ഇടയന്മാരുടെ പ്രിയപ്പെട്ട സംഗീതോപകരണവുമാണ്. അനന്തമായ ആകാശം നോക്കിയിരുന്നുള്ള പുല്ലാങ്കുഴൽ വായനയോളം രസമുള്ള മറ്റൊന്നുമില്ലായിരുന്നു. ആ വേണുഗീതം വിദൂരതയിലുള്ള കുന്നുകളിൽത്തട്ടി മാറ്റൊലി കൊള്ളുന്നത് നല്ലൊരു അനുഭവവുമായിരുന്നു.

ബാളു എന്ന ആട്ടിടയന്റെ കൈയിലുണ്ടായിരുന്ന പുല്ലാങ്കുഴലിനോളം മാന്ത്രികശക്തിയോ, സ്വര മാധുര്യമോ മറ്റാരുടെയും ഓടക്കുഴലിന് ഉണ്ടായിരുന്നില്ല. വളരെ ചെറുപ്പത്തിലേ അഹമ്മദ് എന്ന ധനികന്റെ ആട്ടിടയനായിരുന്നു ബാഡു. ഗ്രാമത്തിൽനിന്ന് അല്പം ദൂരെയായി ധാരാളം പുല്ലുള്ള പ്രദേശങ്ങളിലേക്കായിരുന്നു ബാഡു ആടുകളെ മേയാൻ കൊണ്ടുപോയിരുന്നത്. ആ മേച്ചിൽ പുറങ്ങളിൽ ധാരാളം മലനിരകളു ഗുഹകളുമുണ്ടായിരുന്നു. ആ മലമുകളിലോ, ഗുഹകളിലോ പെട്ടുപോയാൽ പിന്നെ ആടുകളൊന്നും തിരികെ വരാറില്ല. അങ്ങനെ

സംഭവിച്ചാൽ ആടുകൾക്കു വേണ്ടി തിരയുന്ന പതിവുമില്ലായിരുന്നു. ഗുഹാമുഖം പോലും ആരെയും പേടിപ്പെടുത്തുന്നതായിരുന്നു. ഗുഹയ്ക്കു ള്ളിൽ ഒരു ജിന്നുണ്ടെന്നാണ് ഗ്രാമവാസികളുടെ വിശ്വാസം ജിന്നിനെ പേടിച്ച് അതുവഴി നടക്കാൻ തന്നെ ആരും ധൈര്യപ്പെടാറില്ല. അപക ടകാരിയായ ഭൂതത്തെക്കുറിച്ച് കേട്ടനാൾ തൊട്ട്, അതിനെയൊന്നു കാണാൻ ബാഡുവിനു അടങ്ങാത്ത മോഹമുണ്ടായി. പലപ്പോഴും ഗുഹാമുഖത്തിനടുത്തുവരെ പോയി നോക്കി തിരിച്ചുവരും. ഒരു ദിവസം ധൈര്യം സംഭരിച്ച് ജിജ്ഞാസയോടുകൂടി ഭൂതത്തെ കാണാനായി ഗുഹയ്ക്കു മുന്നിലെത്തിയപ്പോൾ ഒരോടക്കുഴൽ അവന്റെ ശ്രദ്ധയിൽപെ ട്ടു. രണ്ടു ദിവസം മുമ്പ് കളഞ്ഞുപോയ തന്റെ ഓടക്കുഴലൊട്ടല്ലതാനും. പിന്നെ ഇതെങ്ങനെ വന്നു? അവന്റെ മനസ്സിലാകെ ഒരമ്പരപ്പ്. ഇനി ആ ഓടക്കുഴൽ ഭൂതത്തിന്റേതായിരിക്കുമോ? അല്ലെങ്കിൽ ഭൂതം മറന്നു വെച്ചതായിരിക്കുമോ അതോ തന്നെ കെണിയിലാക്കാൻ മനഃപൂർവ്വം ചെയ്തതോ. അവനൊരു എത്തും പിടിയും കിട്ടിയില്ല. പിന്നെ അവൻ ഇങ്ങനെ വിചാരിച്ചു: തനിക്കിപ്പോൾ ഓടക്കുഴലില്ല. ഈ ഓടക്കുഴലാ ണെങ്കിൽ കാണാൻ നല്ല ചന്തവുമുണ്ട്. അതെടുത്താലോ. ഒരുപക്ഷേ അതെടുക്കാൻ ശ്രമിക്കുമ്പോൾ ഭൂതം തന്നെ പിടികൂടിയാലോ. അവനാകെ ധർമ്മസങ്കടത്തിലായി. അവസാനം രണ്ടും കല്പിച്ച് വിറയ്ക്കുന്ന കൈകൾ നീട്ടി അതൊന്നു തൊട്ടു. ഒന്നും സംഭവിച്ചില്ല. നിമിഷങ്ങൾക്കുള്ളിൽ അവനതുമെടുത്ത് ഒരോട്ടം വെച്ചുകൊടുത്തു. ആടുകൾ മേയുന്ന സ്ഥലത്തെത്തിയപ്പോഴേക്കും അവൻ നന്നായി കിത യ്ക്കുന്നുണ്ടായിരുന്നു. എങ്കിലും ആശ്വാസമായി. കാണാൻ കൗതുകമുള്ള ഒരോടക്കുഴൽ തനിക്ക് സ്വന്തമായല്ലോ. അവൻ അത് ചുണ്ടോടടുപ്പിച്ചു. താൻ ഇതുവരെ വായിച്ചിട്ടുള്ള ഓടക്കുഴലുകളിൽ നിന്നു വ്യത്യസ്തമായി ഒരനുഭൂതി അവനുണ്ടായി. കേൾക്കാനിമ്പമുള്ള മധുര സംഗീതം ഒഴുകാൻ തുടങ്ങി. ശരിക്കും ദേവലോകഗാനം തന്നെ. അൾജീരിയായിലെ ഗ്രാമ പ്രദേശങ്ങളിൽ ഇതുപോലൊരു സംഗീതം ഇന്നേവരെ ആരും കേട്ടിട്ടില്ല. ബാഡുവിന്റെ ആടുകൾ പോലും പുല്ലുതിന്നുന്നത് നിർത്തി ആ സംഗീതത്തിനു കാതോർത്തുനിന്നു. പിന്നീടതിൽ മുഴുകി സ്വയം മറന്നു നൃത്തം ചെയ്യാൻ തുടങ്ങി. സമയം പോയത് ബാഡു അറിഞ്ഞതേയില്ല. പാട്ടു നിർത്തി അവൻ ആടുകളുമായി മടങ്ങി.

അടുത്ത ദിവസം മേച്ചിൽപ്പുറത്തെത്തി ബാഡു ആടുകളെ വിട്ട് ഓടക്കുഴൽ വായനയിൽ മുഴുകി. ആടുകൾ പുല്ലുതിന്നുന്നതു നിർത്തി ആടിത്തുടങ്ങി. ബാഡുവിന്റെ ഓടക്കുഴൽ വായനയും ആടുകളുടെ നൃത്തവും ഉച്ചസ്ഥായിയിലെത്തി. ഇരുകൂട്ടരും പരിസരം തന്നെ മറന്നു. നേരം

സന്ധ്യയോടടുത്തപ്പോഴാണ് ബാഡു വായന നിർത്തിയത്. ആട്ടുകളു മായി വീട്ടിലേക്ക് മടങ്ങിയ അവൻ ആട്ടുകൾ പുല്ല് തിന്നിരുന്നില്ല എന്ന കാര്യം അറിയില്ലായിരുന്നു.

അടുത്തദവസവും മേച്ചിൽപ്പുറത്തെത്തിയ ഉടൻ ബാഡു ഓടക്കുഴൽ വായന തുടങ്ങി. ആട്ടുകൾ പതിവുപോലെ നൃത്തം ചെയ്യാനും. അന്നും ഏറെ വൈകിയാണ് വീട്ടിൽ തിരിച്ചെത്തിയത്. ഒരു ദിനചര്യപോലെ ഇതു തുടർന്നു കൊണ്ടേയിരുന്നു. അതോടൊപ്പം പുല്ല് തിന്നാതെ ആട്ടുകൾ മെലിയാനും തുടങ്ങി. ഒരു ദിവസം ഇത് അഹമ്മദിന്റെ ശ്രദ്ധ യിൽപ്പെട്ടു. അയാൾ ബാഡുവിനെ വിളിപ്പിച്ചു. എന്തേ ആട്ടുകൾ ദിവസം ചെല്ലുന്തോറും ക്ഷീണിച്ചു വരുന്നു എന്നാരാഞ്ഞു.

'യജമാനനേ... ഞാനതു ശ്രദ്ധിച്ചില്ലല്ലോ?'

'മേയാൻ പോകുന്നിടത്ത് വേണ്ടത്ര പുല്ലില്ലേ?'

'ഉണ്ട് യജമാനനേ. അവിടെ വേണ്ടത്ര പുല്ലുണ്ട്.'

പിന്നെന്തേ ഇങ്ങനെ. നമ്മുടെ ആട്ടുകൾ പുല്ല് തിന്നാറില്ലേ?

ബാഡു ഒന്നും പറഞ്ഞില്ല. വാസ്തവത്തിൽ തന്റെ ഓടക്കുഴൽ വായ നയ്ക്ക് ആട്ടുകൾ മെലിയുന്നതായി ബന്ധമുണ്ടെന്ന് അവന് അറിയില്ലാ യിരുന്നു.

എന്താണ് സംഭവിക്കുന്നതെന്ന് നേരിട്ടുപോയി മനസ്സിലാക്കാൻ തന്നെ അഹമ്മദ് തീരുമാനിച്ചു. ഒരു ദിവസം രാവിലെ ബാഡു ആട്ടു കളുമായി പുറപ്പെട്ടപ്പോൾ, അഹമ്മദ് അവനറിയാതെ പിൻതുടർന്നു. മേച്ചിൽ സ്ഥലത്തെത്തിയപ്പോൾ അയാൾ ഒളിച്ചിരുന്നു. എന്താണ് നടക്കുന്നതെന്നറിയാൻ ആകാംക്ഷയോടെ നോക്കിയിരുന്നു. ആട്ടുകൾ ആർത്തിയടെ പുല്ലുതിന്നാൻ തുടങ്ങി. അപ്പോഴാണ് ബാഡു തന്റെ ഓടക്കുഴലെടുത്തു പാടാൻ തുടങ്ങിയത്. അഹമ്മദിന് വിശ്വസിക്കാൻ കഴിഞ്ഞില്ല. എത്ര സുന്ദരമായ പാട്ട്. കേൾക്കാനെന്തൊരു ഇമ്പം.

അതാ... ആട്ടുകളെല്ലാം തീറ്റനിർത്തി പാട്ടുകേൾക്കുന്നു. എന്ത്? അവറ്റയ്ക്ക് പുല്ലുപോലും വേണ്ടെന്നോ. അവിശ്വസനീയം. അല്ലാ ആട്ടുകളെ ല്ലാം നൃത്തം വെയ്ക്കുന്നു. അഹമ്മദ് ആ കാഴ്ച നിർന്നിമേഷനായി നോക്കി നിന്നു. എന്താണ് സംഭവിക്കുന്നതെന്ന് മനസ്സിലാക്കാൻ കഴിയുന്നതിനു മുമ്പേ തന്നെ അയാളും പാട്ടിനൊപ്പം നൃത്തം വെയ്ക്കാൻ തുടങ്ങി. താൻ മറഞ്ഞു നിന്ന സ്ഥലം മുൾച്ചെടികൾ നിറഞ്ഞതാണെന്നു പോലും അയാൾ ഓർത്തില്ല. മേലാസകലം മുള്ളുകൊണ്ട് മുറിപ്പാടുകളുണ്ടായതും അയാളറിഞ്ഞില്ല. വീട്ടിലെത്തിയപ്പോൾ ഭാര്യയും മക്കളും ദേഹത്തെ മുറിവുകളെക്കുറിച്ചന്വേഷിച്ചു.

‘ഓ, ആ ഓടക്കുഴലാണ് ഇതിനെല്ലാം കാരണം. ബാഡുവാണ് ഇതിനുത്തരവാദി. അവന്റെ ഓടക്കുഴലിന്റെ സംഗീതം കേട്ടപ്പോൾ ഞാൻ സ്വയം മറന്ന് ആടിയതാണ്. മുള്ളുള്ള ചെടികൾക്കു നടുവിലായിരുന്നു ഞാൻ നിന്നത്.’

‘എന്ത്? നിങ്ങൾ മുൾച്ചെടികൾക്കു നടുവിൽ നിന്ന് നൃത്തം ചവുട്ടിയെന്നോ?’ ഭാര്യ കളിയാക്കി.

‘അതേ, സത്യം. എനിക്ക് നൃത്തം ചെയ്യാതിരിക്കാൻ കഴിഞ്ഞില്ല.’ അഹമ്മദ് പറഞ്ഞു.

‘നിങ്ങളെപ്പോഴാണ് കള്ളം പറയാൻ തുടങ്ങിയത്? അതോ തലയ്ക്കു വട്ടു പിടിച്ചോ.’

‘എന്നെ വിശ്വസിക്കൂ. ഞാൻ പറഞ്ഞതെല്ലാം സത്യം തന്നെയാണ്. ഞാനിപ്പോൾ കാണിച്ചു തരാം. ആ ബാഡുവിനെ വിളിക്ക്. ബാഡു വന്നപ്പോൾ അഹമ്മദ് ആജ്ഞാപിച്ചു.

‘എടാ, ഇവരെന്നെ ഈ ജനാലയോട് ചേർത്ത് വരിഞ്ഞുകെട്ടും. കെട്ടിക്കഴിയുമ്പോൾ നീ നിന്റെ ഓടക്കുഴൽ വായിക്കണം. കേട്ടല്ലോ?’

അഹമ്മദ് തന്റെ ഭാര്യയോടും മക്കളോടും കർക്കശമായി പറഞ്ഞു: ‘ഞാൻ പറഞ്ഞതുപോലെ എന്നെ വരിഞ്ഞുകെട്ടൂ. എന്നിട്ട് ബാഡുവിനോട് ഓടക്കുഴൽ വായിക്കാൻ പറയൂ. വേഗമാകട്ടെ. ഞാൻ പറഞ്ഞത് കള്ളമല്ലെന്ന് നിങ്ങളറിയണമല്ലോ.’ ബന്ധനസ്ഥനായ അഹമ്മദ് പറഞ്ഞു:’ ങ്ും, സമയം കളയാതെ ഓടക്കുഴൽ വായിക്ക്.’

എല്ലാവരുടെയും നിർബന്ധത്തിന് വഴങ്ങി തെല്ലൊരു ഭയത്തോടെ അവൻ മെല്ലെ ഓടക്കുഴൽ വായന ആരംഭിച്ചു. ഓടക്കുഴലിൽ നിന്നൊഴുകിയ ദിവ്യഗാനം കേട്ടു തുടങ്ങിയപ്പോഴേക്കും അഹമ്മദിന്റെ കാലുകൾ മെല്ലെ ചലിക്കാൻ തുടങ്ങി. ക്രമേണ കാലുകൾ അയാളുടെ നിയന്ത്രണത്തിലല്ലാതായി. കൈകളും ശരീരവും പാട്ടിനൊത്ത് ആടാൻ തുടങ്ങി. വരിഞ്ഞു മുറുക്കി കെട്ടിയിരുന്ന കയറ് പൊട്ടി. പക്ഷേ, ഇതൊന്നും അഹമ്മദിന്റെ ഭാര്യയോ മക്കളോ മനസ്സിലാക്കിയില്ല. കാരണം അവരും ആടിത്തിമിർക്കുകയായിരുന്നു. തെരുവുനാട്യക്കാരെ പോലെ വളഞ്ഞും പുളഞ്ഞും സ്വയം മറന്ന് നൃത്തം ചെയ്തുകൊണ്ടേയിരുന്നു. ഇതിനിടെയായിരുന്നു അഹമ്മദിനെ കെട്ടിയ കയറ് പൊട്ടിയിരുന്നത്. അയാൾ തൊട്ടടുത്ത ഭിത്തിയിൽ പോയിടിച്ച് തല പൊട്ടിയിരുന്നു.

ഈ സമയം അഹമ്മദിന്റെ മൂത്തമകൻ അവിടെയെത്തി. അയാൾക്ക് അവിടെ നടക്കുന്ന കാഴ്ച വിശ്വസിക്കാനായില്ല. അയാളുടെ കാലുകൾ ചലിക്കാൻ തുടങ്ങിയ നിമിഷം അയാൾ ബാഡുവിനെ നോക്കി അലറി.

'നിർത്ത്, ആ പാട്ട് നിർത്ത്, ബാഡ്ഡൂ... പാട്ട് നിർത്ത്.' പാട്ടു നിർത്തിയപ്പോഴേക്കും അഹമ്മദ് രക്തം വാർന്ന് മരിച്ചു കഴിഞ്ഞിരുന്നു.

എല്ലാവരുടേയും ആനന്ദനൃത്തം സങ്കടത്തിൽ കലാശിച്ചു. ദുഃഖം സഹിക്കാനാവാതെ അഹമ്മദിന്റെ മകൻ ബാഡ്ഡുവിനെ നോക്കി പറഞ്ഞു:

'നീ... നീയാണ് എന്റെ അച്ഛനെ കൊന്നത്. അതിന് തക്കതായ ശിക്ഷ നീ അനുഭവിക്കണം. നിന്നെ ഞാൻ വെറുതെ വിടില്ല. നോക്കിക്കോ.'

ബാഡ്ഡു സങ്കടത്തോടെ പറഞ്ഞു: 'അയ്യോ എന്റെ യജമാനനെ കൊന്നത് ഞാനല്ല. എന്നോട് ഓടക്കുഴൽ വായിക്കാനാവശ്യപ്പെട്ടപ്പോൾ ഞാനതു വായിച്ചു. അല്ലാതെ ഞാനൊന്നും ചെയ്തിട്ടില്ല.'

എന്നാലും ഞാൻ നിന്നെ വെറുതെ വിടാൻ ഉദ്ദേശിക്കുന്നില്ല. പേടിച്ചു വിറച്ച ബാഡ്ഡു കരയാൻ തുടങ്ങി.

'ഒരു കാര്യം ചെയ്യാം. നമുക്ക് ന്യായാധിപന്റെ അടുത്ത് പോവാം. അദ്ദേഹം തീരുമാനിക്കട്ടെ. എന്തു ശിക്ഷയാണ് നീ അനുഭവിക്കേണ്ടതെന്ന്'- അഹമ്മദിന്റെ മകൻ പറഞ്ഞു. ന്യായാധിപന്റെ അടുക്കലേയ്ക്കുള്ള യാത്രാമധ്യേ അയാൾ ഒരു പരിചയക്കാരനെ കണ്ടു. കുശലാന്വേഷണം നടത്തിയ പരിചയക്കാരനോട് അഹമ്മദിന്റെ മകൻ ഉണ്ടായ സംഭവങ്ങളെല്ലാം വിസ്തരിച്ചു പറഞ്ഞു.

'എന്ത്? പാട്ടുകേട്ടിട്ട് ആടുകളെല്ലാം പുല്ലുപോലും തിന്നാതെ നൃത്തമാടിയെന്നോ? നല്ല തമാശ! ഏതായാലും ബാഡ്ഡു ഒന്നു പാട്. എന്റെ ആടുകൾ നൃത്തം ചെയ്യുമോ എന്നൊന്നു പരീക്ഷിക്കാമല്ലോ.'

അയാളുടെ അപേക്ഷ പ്രകാരം ബാഡ്ഡു തന്റെ ഓടക്കുഴലെടുത്തു പാടാൻ തുടങ്ങുു. അധികം താമസിയാതെ ആടുകളും ചുറ്റിലുമുള്ളവരും നൃത്തമാടാൻ തുടങ്ങി. ആട്ടം മുറുകിയപ്പോൾ ആടുകൾ വഴിയരികിലുണ്ടായിരുന്ന ആഴമേറിയ കുഴിയിലേക്ക് മറിഞ്ഞുവീണു. ഈ കാഴ്ച കണ്ട് ബാഡ്ഡു ഓടക്കുഴൽ വായന നിർത്തി. പക്ഷേ അപ്പോഴേക്കും അവ ചത്തുകഴിഞ്ഞിരുന്നു.

ആടുകളുടെ ഉടമസ്ഥന് കോപം അടക്കാനായില്ല. അയാൾ ബാഡ്ഡുവിനെ ശകാരിച്ചു. ഓ, ഇപ്പോഴെനിക്കും മനസ്സിലായി. നിന്റെ വിദ്യയാണിതെല്ലാം. വരൂ, ഞാനും താങ്കളോടൊപ്പം ന്യായാധിപന്റെ അടുത്തേക്ക് വരാം. അയാൾ അഹമ്മദിന്റെ മകനോട് പറഞ്ഞു.

'എന്റെ ആടുകളുടെ വിലയും ഇവന്റെ കൈയിൽനിന്ന് ഈടാക്കണം.'

ന്യായാധിപന്റെ വീട്ടിലെത്തിയ അവർ എല്ലാ കാര്യങ്ങളും പറഞ്ഞു.

ബാഡുവിന്റെ മുഖത്തേക്ക് ചോദ്യഭാവേന നോക്കിയ ന്യായാധിപനോട് ബാഡു പറഞ്ഞു: 'യജമാനനേ,, ആട്ടുകളെ മേയ്ക്കാൻ പോയ സ്ഥലത്തുള്ള അടിവാരത്തിലെ ഒരു ഗുഹാമുഖത്തു നിന്നാണ് എനിക്ക് ഈ ഓടക്കുഴൽ കിട്ടിയത്. ഇതിന് മാന്ത്രികശക്തിയുണ്ടെന്ന അറിയില്ലായിരുന്നു. പാട്ടു പാടാനും കേൾക്കാനുമുള്ള കൊതികൊണ്ട് ഞാൻ പാടിപ്പോയതാണ്. അതിനുശേഷമുള്ള സംഭവങ്ങളെല്ലാം ഇവർ പറഞ്ഞതുപോലതന്നെ യാണുണ്ടായത്.' ഒരു കടംകഥ കേട്ട രസം തോന്നി ന്യായാധിപന്. ഇതെങ്ങനെ വിശ്വസിക്കും. അനുഭവിച്ചറിയുക തന്നെ. ആട്ടെ, ബാഡു പാടട്ടെ...

ബാളു ഓടക്കുഴൽ വായന തുടങ്ങി. അഹമ്മദിന്റെ മകനും, ആട്ടുകളുടെ ഉടമസ്ഥനും, ന്യായാധിപനും വീട്ടുകാരും, ജോലിക്കാരും എല്ലാം മറന്ന് നൃത്തമാടാൻ തുടങ്ങി. ക്ഷീണിച്ച് അവശരായി ഓരോ രുത്തരായി തളർന്നു വീഴാൻ തുടങ്ങി. അങ്ങനെ വീണപ്പോഴുണ്ടായ മുറിവുകളിൽ നിന്നു രക്തം വാർന്ന് അവരെല്ലാം മരിച്ചു. ബാഡു പാട്ടു നിർത്തിയപ്പോൾ അവിടെ ജീവനോടെ വേറെയാരുമില്ലായിരുന്നു.

നാട്ടുനടപ്പനുസരിച്ച് ന്യായാധിപന്റെ വീടും സ്വത്തുക്കളും ബാഡുവിനു സ്വന്തമായി. അഹമ്മദിന്റെയും വീടും സ്വത്തുക്കളും കൂടി കിട്ടിയപ്പോൾ ബാഡു ധനികനായിത്തീർന്നു. അടുത്ത ദിവസം തന്നെ ബാഡു ഗുഹാമുഖ ത്തെത്തി സകല ഭൂതങ്ങൾക്കും നന്ദി പറഞ്ഞു. തന്നെ ധനികനാക്കിയ ഓടക്കുഴൽ ഇനിയും താൻ വെച്ചിരുന്നാൽ, അത് തന്നെ അത്യാഗ്രഹി യാക്കുകയേ ഉള്ളൂ എന്നു ബാളു തിരിച്ചറിഞ്ഞു.

ഓടക്കുഴൽ ഗുഹാമുഖത്തു തന്നെ ഭദ്രമായി വെച്ച് ബാഡു പറഞ്ഞറി യിക്കാനാവാത്ത ആനന്ദത്തോടെ തിരിച്ചു നടന്നു.

അധ്യാപകനെ ബഹുമാനിക്കണം

എത്യോപ്യയിലെ ഏറ്റവും പ്രസിദ്ധനായ ചക്രവർത്തിയായിരുന്നു ഹേൽസലസി. അംഹാര എന്ന പേരിലറിയപ്പെട്ടിരുന്ന ആ രാജവംശം വളരെ നീണ്ടതായിരുന്നു. ആ രാജപരമ്പരയിലെ ആദ്യത്തെ ചക്രവർത്തി മെനേലിക്ക് ഒന്നാമനും അവസാനത്തെ ചക്രവർത്തി ഹേൽസലസിയുമായിരുന്നു. ഈ ചക്രവർത്തിമാർ പൊതുവെ തികഞ്ഞ ബുദ്ധിശക്തിയും ദീനാനുകമ്പയുമുള്ളവരായിരുന്നു.

വിശേഷ ദിവസങ്ങളിൽ ചക്രവർത്തിമാർ നാട്ടിലെ ഉയർന്ന ഉദ്യോഗസ്ഥരെയും മന്ത്രിമാരെയും മറ്റും വിരുന്നിനു കണിക്കുന്ന പതിവുണ്ടായിരുന്നു. അത്തരം സന്ദർഭങ്ങളു മന്ത്രിമാർക്കും ഉദ്യോഗസ്ഥന്മാർക്കും ഒരു നീണ്ട മേശയും ചക്രവർത്തിക്ക് നീണ്ടമേശയുടെ തലയ്ക്കലായി ഒരു ചെറിയ മേശയും ഇടുന്നതായിരുന്നു പതിവ്. പക്ഷേ ചെറിയ മേശയ്ക്കും നീണ്ടമേശയ്ക്കും നടുവിലായി ഒരു കറുത്ത തുണി തൂക്കിയിടുമായിരുന്നു. അങ്ങനെയിരിക്കുമ്പോൾ ചക്രവർത്തിയെ നേരിട്ട് മറ്റുള്ളവർക്ക് കാണാൻ കഴിയുകയില്ലായിരുന്നു.

ചക്രവർത്തിമാർ ദൈവത്തിന്റെ പ്രതിനിധികളായി രാജ്യം ഭരിച്ചിരുന്നു എന്ന് ആ നാട്ടുകാർ വിശ്വസിച്ചിരുന്നു. അവർ ആഹാരം കഴിക്കുന്നതും മറ്റും മറ്റാരും കാണരുതെന്നായിരുന്നു പരക്കെ ധാരണ. അതുകൊണ്ട് ചക്രവർത്തി ആഹാരം കഴിക്കുന്നത് മറ്റ് വിരുന്നുകാർ കാണാതിരിക്കാൻ വേണ്ടിയാണ് അങ്ങനെയൊരു തുണിമറ അവർക്കിടയിൽ തൂക്കിയിട്ടിരിക്കുന്നത്. അപ്പോഴും ചക്രവർത്തിയുടെ അടുത്തിരിക്കാൻ പറ്റുന്നത് ആർക്കായിരിക്കുമെന്നത് ഒരു ചർച്ചാവിഷയമായിരുന്നു.

മുഖാമുഖം കണ്ടിട്ടില്ലെങ്കിലും ചക്രവർത്തിയുടെ അടുത്തിരുന്ന് സംസാരിക്കാൻ സൗകര്യം കിട്ടുക എന്നത് അസുലഭ ഭാഗ്യമായാണ് കരുതിയിരുന്നത്. മാത്രമല്ല ചക്രവർത്തിയുടെ വിശ്വാസത്തിനും അംഗീകാരത്തിനും പാത്രമാവാൻകൂടി ഈ അവസരം സഹായിച്ചിരുന്നു. ആരാണ് തന്റെ അടുത്തിരിക്കേണ്ടത് എന്നു തീർച്ചപ്പെടുത്താനുള്ള അധികാരം ചക്രവർത്തിക്കു തന്നെയായിരുന്നു.

അങ്ങനെയിരിക്കെ, ഒരു പ്രത്യേക വിശേഷം പ്രമാണിച്ച് ചക്രവർത്തി രാജ്യത്തെ പ്രധാന ഉദ്യോഗസ്ഥരേയും, മന്ത്രിമാരേയും, ഉപദേശകരേയും അടുത്ത ബന്ധുമിത്രാദികളേയും വിരുന്നിനു ക്ഷണിച്ചു. ഓരോരുത്തരായി വന്നെത്തി. കൂട്ടത്തിൽ നിർധനനായ ഒരധ്യാപകനുമെത്തി. ആ നാട്ടുകാർക്കിടിയൽ പരക്കെ അറിയപ്പെടുന്നവനും ബഹുമാന്യനുമായിരുന്നു അധ്യാപകൻ. പക്ഷേ വിരുന്നിനെത്തിയ ക്ഷണിക്കപ്പെട്ടവരുടെ കണ്ണിൽ അയാൾ കേവലമൊരു അധ്യാപകൻ മാത്രം. ഇയാൾക്കെന്താണ് ഇവിടെ കാര്യം എന്നുവരെ പലരും സംശയിച്ചു. ചിലർ അയാളോട് ചോദിക്കാനും മറന്നില്ല. 'താങ്കളെന്തിനാണ് ഇപ്പോൾ ഇവിടെ വന്നത്?' ഇങ്ങനെയൊരവസരത്തിൽ ചക്രവർത്തി ഈ അധ്യാപകനെപോലൊരു ആളെ കാണാൻ തന്നെ ഇഷ്ടപ്പെടില്ലെന്നായിരുന്നു അവരുടെ കണക്കുകൂട്ടൽ. അധ്യാപകൻ ഇപ്രകാരം പറഞ്ഞു. 'നമ്മുടെ ചക്രവർത്തി തിരുമനസ്സ് വളരെ ബുദ്ധികൂർമ്മതയുള്ളവനും, വിശാലമനസ്കനും വിവേകിയുമാണെന്ന് ഞാൻ കേട്ടിരിക്കുന്നു. അദ്ദേഹത്തെ ഒന്നു കണ്ട് താണു തൊഴുത് എന്റെ അഭിനന്ദനങ്ങൾ അറിയിച്ചു പോകാനായിമാത്രം വന്നതാണ്.' ഓ... അതിന് ഇയാൾ തെരഞ്ഞെടുത്തിരിക്കുന്ന ദിവസം കണ്ടില്ലേ? അവർ മനസ്സിൽ വിചാരിച്ചു. ചക്രവർത്തിയ കാണാൻ ഒരു അധ്യാപകൻ വന്നിരിക്കുന്നു എന്ന വാർത്ത പരിചാരകരിലൊരാൾ ചക്രവർത്തിയെ അറിയിച്ചു. അധ്യാപകനെക്കുറിച്ച് നേരതതെത്തന്നെ കേട്ടറിവുള്ള ചക്രവർത്ത ഉടനെ അദ്ദേഹത്തെ കൂട്ടിക്കൊണ്ടുവരാൻ കല്പിച്ചു. എന്നാൽ ഈ വിവരമൊന്നും അവിടെ കൂടിയ പ്രമാണിമാർ അറിഞ്ഞതുമില്ല.

വിരുന്നിന് സമയമായി. എല്ലാവരും വിരുന്നുമുറിയിലേക്ക് ആനയിക്കപ്പെട്ടു. അവർ കണ്ട കാഴ്ച അവിശ്വസനീയമായിരുന്നു. അതാ ചക്രവർത്തി തിരുമനസ്സ് ആ അധ്യാപകനോടൊപ്പം കറുത്ത മറയ്ക്കു പിറകിൽ ഒന്നിച്ചിരിക്കുന്നു. അവർക്ക് വിസ്മയവും അമർഷവും തോന്നി. ചക്രവർത്തി ഒരു കാലത്തും നമുക്കാർക്കും തന്നിട്ടില്ലാത്ത ഈ ബഹമാനവും അംഗീകാരവും ഈ അധ്യാപകന് നൽകിയതെന്തേ എന്നവർ അത്ഭുതം കൂറി.

തങ്ങളെ അവഹേളിക്കുന്നതിന് തുല്യമാണ് ഈ പ്രവൃത്തിയെന്നു തോന്നിയ അവരിലൊരാൾ എഴുന്നേറ്റുനിന്നു ആവേശപൂർവ്വം ചോദിച്ചു:

'ചക്രവർത്തി തിരുമനസ്സേ, അങ്ങ് ഈ അധ്യാപകന് ഞങ്ങൾക്കാർക്കും തരാത്ത ബഹുമതി നൽകിയിരിക്കുന്നു. മാത്രമല്ല അങ്ങയോടൊപ്പം ഇയാളെ ആഹാരത്തിനിരുത്തിയതു നിമിത്തം വർഷങ്ങളായി നമ്മുടെ നാട്ടിൽ നടന്നു വന്ന ആചാരങ്ങൾ തന്നെ ലംഘിക്കപ്പെട്ടിരിക്കുന്നു. ഇതെന്തു കൊണ്ട് സംഭവിച്ചു എന്നറിയാൻ ഞങ്ങൾക്കാഗ്രഹമുണ്ട്.' ചക്രവർത്തി മറയ്ക്കു പിറകിൽ നിന്നു മുന്നോട്ടു വന്നു. പ്രമാണിമാരെല്ലാം ആദരവോടെ എഴുന്നേറ്റു നിന്നു. അദ്ദേഹം അവരോടായി പറഞ്ഞു:

'നിങ്ങൾ പറഞ്ഞത് നൂറുശതമാനം ശരിയാണ്. ഞാൻ ഈ അധ്യാപകനെ എന്നോടൊപ്പം ഊണിനിരുത്തിയത് നമ്മുടെ നാട്ടിലെ ആചാരലംഘനമാണ്. നിങ്ങൾക്കങ്ങനെ തോന്നിയതിൽ ന്യായമുണ്ട്. പക്ഷേ, ഞാനെന്തുകൊണ്ടിതു ചെയ്തുവെന്ന് പറയുന്നതിനുമുമ്പ് നിങ്ങൾ എന്റെ ഈ ചോദ്യതതിനു ഉത്തരം പറയണം.' അദ്ദേഹം തുടർന്നു. 'നിങ്ങൾ ഇന്നു വഹിക്കുന്ന ഈ പദവി ആരാണ് നിങ്ങൾക്ക് തന്നത്?' 'അത് അവിടുന്ന് തന്ന ദയയാണ്''. ചക്രവർത്തി മറ്റൊരു പ്രമാണിയോടു ചോദിച്ചു. നിങ്ങൾ ഇന്നു വഹിക്കുന്ന പ്രധാന ഉദ്യോഗം ആരാണ് നിങ്ങൾക്ക് തന്നത്? അത്... അവിടുന്നതല്ലാതെ മറ്റാരാണ്. ചക്രവർത്തി അതേ ചോദ്യം നാലഞ്ചുപേരോട് ആവർത്തിച്ചു. എല്ലാവരുടേയും മറുപടി ഒന്നു തന്നെയായിരുന്നു. ചക്രവർത്തി എല്ലാവരോടുമായി പറഞ്ഞു. 'നിങ്ങളെല്ലാവരും തന്നെ ഞാൻ തന്ന പദവിയുടേയും സ്ഥാനമാനങ്ങളുടേയും പിൻബലം കൊണ്ട് വലിയവരായവരാണ്.' അദ്ദേഹം ഒരു നിമിഷം നിർത്തിയിട്ട് വീണ്ടും ചോദിച്ചു. 'ആ മറയ്ക്കു പിറകിൽ ഇരിക്കുന്ന അധ്യാപകന് അറിവും ബുദ്ധിശക്തിയും നൽകിയത് ആരാണെന്ന് ആർക്കെങ്കിലും പറയാമോ?'

പരസ്പരം നോക്കിയതല്ലാതെ ഒരുത്തരം നൽകാൻ അവർക്കായില്ല.

അല്പനേര്തതെ നിശ്ശബ്ദതയ്ക്കുശേഷം ചക്രവർത്തി പറഞ്ഞു.'എനിക്ക് ഉദ്യോഗസ്ഥന്മാരെ വളർത്തിയെടുക്കാൻ കഴിയും. വഴിയിലൂടെ പോകുന്ന ആരെ വേണമെങ്കിലും പണവും സ്ഥാനവും അധികാരവും നൽകി നിങ്ങളിലോരോരുത്തരെയും പോലെ വലിയവരായി വളർത്താനും ബുദ്ധിമുട്ടില്ല. പക്ഷേ, അവിടെ ആ മറയ്ക്കുള്ളിൽ ഇരിയ്ക്കുന്ന അധ്യാപകനെ പോലെ അറിവും വിവേകവും ബുദ്ധിശക്തിയുമുള്ള ഒരാളെ വളർത്തിയെടുക്കാൻ എനിക്കാവില്ല. നിങ്ങളിലാർക്കും തന്നെ അതിനു കഴിയുമെന്നു തോന്നുന്നില്ല. അതു കഴിയുന്നതു ദൈവത്തിനു മാത്രമാണ്. അതുകൊണ്ടു തന്നെ അദ്ദേഹം ദൈവതുല്യനാണ്. എന്നോടൊപ്പമിരുന്ന് ആഹാരം

കഴിക്കാൻ എന്തുകൊണ്ടും അയാൾ യോഗ്യനാണ്. മാത്രമല്ല, ദൈവതുല്യനായ ഒരാൾക്കുവേണ്ടി ഏതാചാരവും ലംഘിക്കുന്നതിലും തെറ്റില്ല. ആചാരങ്ങളെല്ലാം ദൈവത്തേയോ ദൈവതുല്യരേയോ ബഹുമാനിക്കാൻ വേണ്ടിയല്ലേ?'

ചക്രവർത്തി സാവധാനം നടന്ന് മറയ്ക്കു പിറകിൽ തീൻമേശയുടെ മുമ്പിൽ അധ്യാപകനൊപ്പമിരുന്നു. പ്രമാണിമാർ നിശ്ശബ്ദരായി! അവർ അർഹതയ്ക്കുള്ള അംഗീകാരം മനസ്സിലാക്കുകയും തങ്ങളുടെ വമ്പത്തരം തിരിച്ചറിയുകയും ചെയ്തു. അഹങ്കാരലേശമില്ലാത്ത മനസ്സോടെ സന്തുഷ്ടരായി അവർ ആഹാരം കഴിച്ചു.

ആനയും തവളയും കൂട്ടുകാരായപ്പോൾ

ആനയും തവളയും ആത്മാർത്ഥ സുഹൃത്തുക്കളായിരുന്നു. ഒരേ വീട്ടിലെ രണ്ടുപെൺകുട്ടികൾ ആനയുടെയും തവളയുടെയും കൂട്ടുകാരികളുമായിരുന്നു. ആ വീട്ടിൽ ഈ പെൺകുട്ടികൾക്കു പുറമെ വേറെയും രണ്ടുമൂന്നു പെൺകുട്ടികൾ ഉണ്ടായിരുന്നു.

നായകന്മാർ രണ്ടുപേരു ഒന്നിച്ചാണ് തങ്ങളുടെ സ്നേഹിതകളെ കാണാൻ പോയിരുന്നത്. പക്ഷേ, പതിവിനു വിരുദ്ധമായി ഒരു ദിവസം തവള മാത്രം തന്റെ സ്നേഹിതയെ കാണാൻ പോയി. ഒറ്റയ്ക്കെത്തിയ തവളുടെ ചുറ്റും ആ വീട്ടിലെ എല്ലാ പെൺകുട്ടികളും കൂടി. എല്ലാവരും ചെർന്ന് ഒരു മരത്തിന്റെ ചുവട്ടിൽ സ്ഥാനമുറപ്പിച്ചു. കുറച്ചു കഴിഞ്ഞപ്പോൾതവള കരുതി; ‘ആനയോടൊപ്പം വരുമ്പോഴൊന്നും തനിക്ക് വേണ്ടത്ര ഗമ കാണിക്കാൻ കഴിയാറില്ല. ഇതു തന്നെ അവസരം; തന്റെ സ്നേഹിതയുടെ മുമ്പിലൊന്നു തിളങ്ങണം.’

തവള തന്റെ ബുദ്ധിശക്തിയെക്കുറിച്ചും മറ്റും വാ തോരാതെ പറയാൻ തുടങ്ങി. ആനയുടെ സ്നേഹിതയ്ക്ക് ഇതു കേട്ടപ്പോൾ സഹിക്കാനായില്ല. അവൾ തന്റെ കൂട്ടുകാരന്റെ ആകാരഭംഗിയെക്കുറിച്ചും വലുപ്പത്തെക്കുറിച്ചും ഗമയെക്കുറിച്ചുമെല്ലാം ഘോരഘോരം പുകഴ്ത്തിക്കൊണ്ടിരുന്നു. അപ്പോൾ തവള വിചാരിച്ചു:

‘ഇതങ്ങനെയങ്ങ് വിടാൻ പറ്റില്ലല്ലോ. കിട്ടിയ സന്ദർഭം ബുദ്ധിപൂർവ്വം ഉപയോഗിക്കണം.’ അവൻ എല്ലാവരോടുമായി പറഞ്ഞു.

‘ഓ ഞാനൊരു കാര്യം പറയാൻ മറന്നുപോയി. നമ്മുടെ

ആദരനീയനായ ആന, എന്റെ സ്നേഹിതനാണെന്നു മാത്രമല്ല എന്റെ കുതിരയും കൂടിയാണ്. എന്നു പറഞ്ഞാൽ എന്റെ വാഹനം. എനിക്ക് യാത്ര പോകേണ്ടപ്പോഴൊക്കെ ഞാൻ ആനപ്പുറത്താണ് സഞ്ചരിക്കുക.'

ഇത് ആ പെൺകുട്ടികളിൽ ആശ്ചര്യം ജനിപ്പിച്ചു. എന്ത്? ആന തവളയുടെ വാഹനമാണെന്നോ? അവർ അതിശയത്തോടെ ചോദിച്ചു. എന്ത്? സത്യമാണോ? തവളച്ചേട്ടൻ പറഞ്ഞത് നേരാണോ?

'ഓ, ഞാനെന്തിനാ നിങ്ങളോടു കള്ളം പറയുന്നത്?'

തവള ഒരു രാജാവിനെപ്പോലെ അവരുടെ നടുവിൽ വിലസി. തവള തിരികെ പോയതിനുശേഷം, വൈകുന്നേരമാണ് ആന അങ്ങോട്ടുവന്നത്. ആനയുടെ വരവു കണ്ടപ്പോൾ തന്നെ മറ്റു പെൺകുട്ടിക് പരിഹാസസ്വരത്തിൽ പറഞ്ഞു: 'ദാ വരുന്നു നമ്മുടെ തവളച്ചേട്ടന്റെ വാഹനം.' ഇത് ആനയുടെ സ്നേഹിതയായ പെൺകുട്ടിയെ വല്ലാതെ വേദനിപ്പിച്ചു. അവൾ ഓടിച്ചെന്ന് ആനയോടു ചോദിച്ചു. ഹേ മിസ്റ്റർ, താങ്കൾ തവളയുടെ വാഹനമാണോ? സത്യം പറ. എനിക്ക് ഇപ്പോൾത്തന്നെ അറിയണം. ആന അവളുടെ ചോദ്യം ഒരു തമാശയായിട്ടാണ് ആദ്യം കണക്കാക്കിയത്. അതുകൊണ്ട് ആന തമാശരീതിയിൽ പറഞ്ഞു:

'തിരിച്ചായാലത്തെ കാര്യം ഓർക്കാൻ കഴിയില്ലല്ലോ. അതുകൊണ്ട് ഇങ്ങനെത്തന്നെയായിക്കോട്ടെ.'

ഇതുകേട്ടപ്പോൾ എല്ലാ പെൺകുട്ടികളും ചേർന്നു പറഞ്ഞു: കണ്ടോ കണ്ടോ. അപ്പോൾ തവളച്ചേട്ടൻ പറഞ്ഞതു ശരിയാണ്. ഓ.... നമ്മുടെ തവളച്ചേട്ടന്റെ വാഹനം. എല്ലാവരും ഉറക്കെയുറക്കെ ചിരിച്ചു. അപ്പോഴാണ് ആനക്ക് ഇതിൽ എന്തോ പന്തികേടുണ്ടെന്നു മനസ്സിലായത്. ആന ചോദിച്ചു:

'എന്ത്? എന്ത്? ഞാൻ... ഞാൻ വാഹനമാണെന്നോ? ആരാ പറഞ്ഞത്?'

'അതേ... അങ്ങനെയാണ് തവളച്ചേട്ടൻ പറഞ്ഞത്.' അവരെല്ലാവരും ഒന്നിച്ചു പറഞ്ഞു.

'ഛേ... ഛേ.. ലജ്ജാവഹം. ആന പറഞ്ഞു. ഒരുപക്ഷേ തവള വെറുതെ ഒരു തമാശയായി പറഞ്ഞതായിരിക്കും. അപ്പോൾ ആനയുടെ കൂട്ടുകാരി മ്ലാനവദനയായി. ദുഃഖിതയായി പറഞ്ഞു.

'അങ്ങനെയല്ല. തവള തീർത്തും ഉറപ്പിച്ചു പറഞ്ഞതാണ്. എനിക്കെത്ര അപമാനമായി എന്നറിയാമോ?'

ഇതുകേട്ടപ്പോൾ ആനക്ക് തികച്ചും കലിവന്നു. ആന വളരെ കുപിതനായി അവിടെനിന്നും തിരികെ നടന്നപ്പോഴും ആ പെൺകുട്ടികൾ

ചിരി അടക്കിയിരുന്നില്ല.

അടുത്ത ദിവസം ആന തവളയെ അന്വേഷിച്ചുപോയി. പല സ്ഥലത്തും തേടിയെങ്കിലും കണ്ടു കിട്ടിയത് അടുത്തുണ്ടായിരുന്ന ഒരു കുള ത്തിലാണ്. അത് വെള്ളത്തിൽ നീന്തിക്കളിക്കുകയായിരുന്നു. ആനയെ കണ്ടതും സാധാരണ രീതിയിൽ തവള ചോദിച്ചു: 'ചങ്ങാതീ എങ്ങോട്ടാ?' ആന തുമ്പിക്കൈ നീട്ടി തവളയെ കോരിയെടുത്ത് കരയിൽ ഇട്ടു. എന്നിട്ട് ദേഷ്യത്തോടെ പറഞ്ഞു:

'നിന്റെ ചങ്ങാത്തമൊന്നും എനിക്കു വേണ്ട. നീയെന്താ ഇന്നലെ ആ പെൺകുട്ടികളോട് പറഞ്ഞത്? ഞാൻ നിന്റെ വാഹനമാണെന്നോ?'

'ഛെ ഛെ, ഞാനങ്ങനെ പറയുമോ?' തവള അടക്കാനാവാത്ത ദേഷ്യം ഭാവിച്ചു.

'എന്നെക്കുറിച്ച് ഇങ്ങനെ അപവാദം പറഞ്ഞൊപ്പിച്ചതാരാ? എനി ക്കൊന്നറിയണമല്ലോ.'

'എന്റെ സ്നേഹിതയാണെടോ പറഞ്ഞത്. താൻ ആണയിട്ട് പറഞ്ഞെന്ന് അവളെന്നോട് പറഞ്ഞല്ലോ.'

ഛേ എന്താ ചങ്ങാതി ഇങ്ങനെ. ഒരു കാര്യം ചെയ്യാം. നമുക്ക് ഇപ്പോൾ തന്നെ അവിടെ പോയി ഇതിന്റെ സത്യാവസ്ഥ അറിഞ്ഞുവ രാം. എന്താ സമ്മതമല്ലേ?' ഇത്രയും പറഞ്ഞ് തവള നടക്കാൻ തുടങ്ങി. ആനയും പുറകെ നടന്നു. പക്ഷേ അല്പം കഴിഞ്ഞപ്പോഴേക്കും ആന വളരെ മുന്നിൽ എത്തിക്കഴിഞ്ഞിരുന്നു. പുറകെ വരുന്ന തവളയോടായി ആന വിളിച്ചുപറഞ്ഞു:

'ഒന്നും വേഗം വാടോ ചങ്ങാതീ'

തവള നടന്ന് ആനയോടൊപ്പം എത്തിയെങ്കിലും പിറുപിറുത്തുകൊ ണ്ടിരുന്നു. 'ഹോ. എന്തൊരു കഷ്ടമാണെന്നു നോക്കണേ.... എനിക്ക് നടക്കാനും കഴിയുന്നില്ലല്ലോ. എന്റെ കാലിൽ മുള്ളോ മറ്റോ കുത്തി യെന്നാ തോന്നുന്നത്.

പിന്നീട് ആനയോടായി പറഞ്ഞു.

'കേട്ടോ ചങ്ങാതി. എന്റെ കാലിൽ മുള്ള് കുത്തിയെന്നാ തോന്നുന്നത്. എനിക്ക് ഒട്ടും നടക്കാൻ കഴിയുന്നില്ല. അതുകൊണ്ട് ഞാൻ തിരികെ വീട്ടിൽ പോകുകയാ. അവരുടെ വീട്ടിൽ നമുക്ക് നാളെ പോകാം.'

'എന്ത്? അങ്ങനെയങ്ങ് പോകാനൊന്നും ഞാൻ സമ്മതിക്കില്ല. നിന്റെ കാലിന്റെ വേദനയൊക്കെ അവിടെ ചെന്ന് നീ സത്യം പറഞ്ഞു കഴിയുമ്പോൾ ആ പെൺകുട്ടികൾ തന്നെ കൈകാര്യം ചെയ്തുകൊള്ളും.

നടക്കാൻ വയ്യെങ്കിൽ ബുദ്ധിമുട്ടണ്ടാ. എന്റെ പുറത്തു കയറിക്കോ.' വളരെ സന്തോഷം. 'കൂട്ടുകാരനായാൽ ഇങ്ങനെ വേണം. എന്നാലും നിന്റെ പുറത്തു കയറി നിന്നെ വിഷമിപ്പിക്കാൻ എനിക്കു മനസ്സു വരുന്നില്ല.'

'വെറുതേ അതുമിതുമൊക്കെ പറഞ്ഞ് സമയം കളയണ്ട. വേഗം കേറിക്കോ.'

തവള ഒട്ടും വൈകാതെ ആനപ്പുറത്തു കയറിയിരുന്നു. ആനയുടെ പുറത്ത് തവളക്കിരിക്കാൻ വേണ്ടതിലേറെ സ്ഥലം ഉണ്ടായിരുന്നുവെങ്കിലും താഴെ വീഴുമോ എന്ന ഭയം അഭിനയിച്ചു. എന്നിട്ടു പറഞ്ഞു:

'എന്റെ പൊന്നുചേട്ടാ. ഇങ്ങനെ പോയാൽ എന്റെ കാലിൽ മുള്ളു കുത്തിയതും പോരാത്തതിന് ഞാൻ താഴെയെങ്ങാനും വീണ് കാലൊടിഞ്ഞെന്നും വരും. അതുകൊണ്ട് എന്റെ ചങ്ങാതി ഒരുപകാരം ചെയ്യ്. അടുത്തെവിടെയെങ്കിലും നിന്നാൽ ഞാൻ നല്ല ഒരു വള്ളി കൊണ്ട് കടിഞ്ഞാൺ പോലെ ഒരു കയറുണ്ടാക്കാം. കുതിരയ്ക്കും മറ്റും ഇടുന്നതു കണ്ടിട്ടില്ലേ? അതുപോലെ ഒന്ന്. അത് ചേട്ടന്റെവായിൽക്കൂടി ഇട്ടാൽ ഞാൻ ഒരറ്റം മുകളിൽ പിടിച്ചു കൊണ്ടിരിക്കാം. അപ്പോൾ ഞാൻ താഴെ വീഴില്ലെന്നു മാത്രമല്ല, കയറ് അല്പം ഒന്നനക്കിയാൽ ചേട്ടന് നടത്തത്തിന്റെ വേഗം അതിനനുസരിച്ച് നിയന്ത്രിക്കുകയും ചെയ്യാം. അപ്പോൾ എനിക്ക് ഒട്ടും ഭയപ്പെടേണ്ട ആവശ്യവുമില്ല. എന്താ, ചേട്ടനെന്തു പറയുന്നു?

പാവം ആന. എങ്ങനെയെങ്കിലും ആ പെൺകുട്ടികളോട് കാര്യങ്ങൾ വിശദമാക്കാനുള്ള തിടുക്കത്തിലായിരുന്നു അത്. അതുകൊണ്ട് അത്ര മനസ്സിലായിരുന്നുവെങ്കിലും ശരിയെന്നു മൂളി. വള്ളിച്ചെടികൾ കണ്ട സ്ഥലത്ത് ആന നിന്നു. രണ്ടുമൂന്ന് വള്ളികൾ പൊട്ടിച്ചെടുക്കാൻ സഹായിക്കുകയും ചെയ്തു. തവള ആ വള്ളികൾ പിന്നി ഒരു കയറുണ്ടാക്കി. അത് ആനയുടെ വായിൽക്കൂടിയിട്ട് മറ്റേ ഭാഗം തന്റെ കൈയിൽ പിടിച്ചുകൊണ്ട് ആനപ്പുറത്ത് ഇരുന്നു. ആ ഇരിപ്പു കണ്ടാൽ ഒരു കുതിരക്കാരൻ കുതിരപ്പുറത്തിരിക്കുന്ന ഗമയുണ്ടായിരുന്നു. കുറച്ചു ദൂരം മുന്നോട്ടു നടന്നപ്പോൾ തവള വീണ്ടും പറഞ്ഞു.

'എന്താ ചേട്ടാ ഇത്രയധികം ഈച്ച. നമ്മൾ നടക്കുന്ന വഴിയിൽ വല്ല തേനീച്ചക്കൂട്ടും ഇളകിയിരിക്കും. ഏതായാലും ഇങ്ങനെ പോയാൽ ഈച്ചകൾ എന്റെ ദേഹത്ത് കുത്തും'

തവള വീണ്ടും തുടർന്നു:

'ചങ്ങാതീ, അവിടെയൊന്നുനിന്നേ... ഞാനിറങ്ങി നല്ലൊരു മരക്കൊമ്പ് ഒടിച്ചെടുക്കാം. അതുകൊണ്ട് ഈച്ചയെ തട്ടിമാറ്റാമല്ലോ.'

ആന നിന്നു. പാകത്തിന് ഒരു മരക്കൊമ്പ് ആന തന്നെ പൊട്ടിച്ചു കൊടുക്കുകയും ചെയ്തു.

തവള ആനപ്പുറത്ത് കടിഞ്ഞാണിന്റെ അറ്റത്തു പിടിച്ചുകൊണ്ട് കയ്യിൽ ഒരു കൊമ്പുമായി അങ്ങനെ ഒരു രാജകുമാരനെപ്പോലെയിരുന്നു. കുറച്ചു കൂടി മുമ്പോട്ടു പോയപ്പോൾ അവർ പെൺകുട്ടികളുടെ വീടിന്റെ അടുത്തെത്തി. അപ്പോൾ തവള കടിഞ്ഞാൻ ആഞ്ഞുവലിച്ചു. അത് ആനക്ക് ദുസ്സഹമായ വേദനയുണ്ടാക്കി. ആനക്ക് വേദനയാവുന്നുണ്ടെന്ന കാര്യം പോലും വകവെയ്ക്കാതെ തവള കടിഞ്ഞാൺ മുറുക്കി വലിച്ചു. വേദന സഹിക്കാനാവാതെ ആന ഓടാൻ തുടങ്ങി. ഇതെല്ലാം കണ്ടുകൊണ്ട് ആ പെൺകുട്ടികൾ വീടിന്റെ മുമ്പിൽ നിൽക്കുന്നുണ്ടായിരുന്നു. വീടിന്റെ മുൻവശംകടന്ന് ആന അല്പം മുന്നോട്ടുപോയി എന്നുമനസ്സിലാക്കിയ തവള കടിഞ്ഞാണിന്റെ വലതുഭാഗം മാത്രം ശക്തിയായി വലിച്ചു. അപ്പോൾ ആന വീണ്ടു തിരിഞ്ഞു. ആന മുമ്പോട്ട് ഓടാൻ തുടങ്ങി. ആ വീടിന്റെ മുമ്പിലൂടെ തന്നെ ആന പല പ്രാവശ്യം ഓടി. അല്പം കഴിഞ്ഞപ്പോൾ തവള കടിഞ്ഞാണിൽ നിന്നും കൈവിട്ടു. ഹാവൂ എന്തൊരാശ്വാസം. ആന ഒരു നിമിഷം നിന്നു. ആ തക്കം നോക്കി തവള അടുത്തുള്ള മരക്കൊമ്പിലേക്ക് ചാടി. അവിടെയിരുന്ന് ആനയോടായി തവള പറഞ്ഞു: 'ചങ്ങാതീ ഞാനെന്റെ പാടുനോക്കി പൊയ്ക്കോളാം. ഇങ്ങനെ വിരണ്ടോടുന്ന തന്റെ പുറത്ത് സവാരി ചെയ്യാൻ എന്നെക്കൊണ്ടാവില്ല. അതുകൊണ്ട് സലാം എന്റെ പൊന്നു കുതിരേ.

ഇതുകേട്ടപ്പോഴാണ് ആനക്ക് താൻ വഞ്ചിക്കപ്പെട്ടിരിക്കുന്നു എന്നു മനസ്സിലായത്. ആനക്ക് പറഞ്ഞറിയിക്കാൻ വയ്യാത്തത്ര കോപം വന്നു. അത് അടുത്തുള്ള മരങ്ങളിലെല്ലാം കാലുകൊണ്ടു തൊഴിച്ചു. മരങ്ങളിൽ നിന്ന് ഇലകളും കായ്കളും താഴെ വീണതല്ലാതെ തവളയുടെ പൊടി പോലും കണ്ടില്ല. അപ്പോഴും പെൺകുട്ടികളുടെ 'തവളച്ചേട്ടന്റെ വാഹനം പോകുന്നേ' എന്ന വിളി പാവം ആനയ്ക്ക് കേൾക്കാമായിരുന്നു.

ബുദ്ധിയുള്ള കദ്ര

ഈ കഥ നടന്നത്, പണ്ടു പണ്ട് ഈജിപ്തിലെ രാജാക്കന്മാർ ബാഷോ എന്ന പേരിൽ അറിയപ്പെട്ടിരുന്ന കാലത്താണ്. അക്കാലത്ത് കെയിറോ നഗരത്തിൽ, ഒരു വലിയ കൊട്ടാരത്തിൽ ചെറപ്പക്കാരനായ ഒരു ബാഷോ താമസിച്ചിരുന്നു. അദ്ദേഹത്തെ എല്ലാവരും ബാഷോ എന്നുതന്നെയാണ് വിളിച്ചിരുന്നതും. കൊട്ടാരത്തിൽ നിന്ന് വളരെയ കലെയല്ലതെ ആലി എന്നു പേരുള്ള ഒരു പച്ചക്കറി വില്പനക്കാരനും അയാളുടെ മൂന്നു പെൺമക്കളും താമസിച്ചിരുന്നു. അവരിൽ മൂത്തവൾ ഫാത്തിമ, രണ്ടാമത്തേത് ഫൗസിയ, ഇളയത് കദ്ര. മൂവരും സുന്ദരികളായിരുന്നുവെങ്കിലും ഇളവളായിരുന്നു കൂടുതൽ സുന്ദരിയും ബുദ്ധിമതിയും.

ആലി ധനികനായിരുന്നു. ആണ്ടുതോറും വെള്ളപ്പൊക്കക്കാലത്ത് അയാളുടെ വയലുകളിൽ നൈൽനദിയിലെ വെള്ളം കയറുമായിരുന്നു. വെള്ളം വാർന്നുപോയി കഴിയുമ്പോൾ നദിയിൽ നിന്നും വരുന്ന ചേറ്റു മണ്ണിൽ ചെടികൾ തഴച്ചുവളർന്നു. തന്നിമിത്തം നല്ല വിളയും വർധിച്ച ലാഭവും, ധാരാളം പണവും ആലിക്ക് വർഷംതോറും കിട്ടിയിരുന്നു. അതുകൊണ്ടായിരുന്നു കൊട്ടാരത്തിനടുത്തു തന്നെ നല്ലൊരു വീട് സ്വന്തമാക്കാൻ ആലിക്ക് കഴിഞ്ഞത്.

ബാഷോ വളരെ ചെറുപ്പമായിരുന്നു. അത്ര വലിയ ഒരു നഗരത്തിന്റെ ഭരണത്തലവനാകാൻ വേണ്ടത്ര പക്വത ബാഷോക്കില്ലായിരുന്നു എന്നു വേണമെങ്കിൽ പറയാം. പക്ഷേ സുമുഖനായിരുന്ന അദ്ദേഹത്തിന്റെ ഒത്ത ദേഹത്തിന് ചേർന്നതായിരുന്നു അയാളുടെ വസ്ത്രങ്ങളും ആഭരണങ്ങളും തലപ്പാവും വെട്ടിത്തിളങ്ങുന്ന വാളും. ഇവയെല്ലാം അണിഞ്ഞ്

ഒരുങ്ങി നിൽക്കുന്ന ബാഷോയെ ആരും കൗതുകത്തോടെ നോക്കി നിന്നുപോകും. ആ മുഖത്തെ കറുത്തുതിളങ്ങുന്ന കണ്ണുകളും, ചീകി ഒതുക്കിയ കറുത്ത മുടിയും, താടിയുമെല്ലാം അയാൾക്ക് നന്നേ ചേരുന്ന വയായിരുന്നു. കെയ്റോ നഗരത്തിലെ സുന്ദരിമാർക്കെല്ലാം ബാഷോ ആരാധ്യനായിരുന്നു. ബാഷോയുടെ ഭാര്യയാകാനുള്ള മോഹം ഓരോ സുന്ദരിയും മനസ്സിൽ സൂക്ഷിച്ചിരുന്നു.

കൊട്ടാരത്തിൽ എല്ലാ സൗകര്യങ്ങളും സൗഭാഗ്യങ്ങളുമുണ്ടായിരുന്നെങ്കിലും പലപ്പോഴും അതിനകത്തെ ജീവിതം അയാൾക്ക് മുഷിപ്പനായി തോന്നി. തന്റെ നഗരത്തിൽ എന്തൊക്കെ നടക്കുന്നുണ്ടെന്നറിയാൻ അദ്ദേഹത്തിന് ആഗ്രഹമുണ്ടായിരുന്നു. അതുകൊണ്ട് ബാഷോ കൊട്ടാരത്തിനുമുമ്പിലുള്ള കൂറ്റൻ ഗെയിറ്റിനു പിന്നിലായി കുറേനേരം ഇരിക്കുക പതിവായിരുന്നു. അവിടെയിരിക്കുമ്പോൾ ഒട്ടകങ്ങൾ ഭാരവുമേറ്റി വരിവരിയായി നടന്നുപോകുന്നത് കാണാം. അതുപോലെത്തന്നെ മനുഷ്യരും പലതരം ഭാരമേറിയ ചുമടുകളുടെ തലയിലേറ്റി പോകുന്നതും, തലപ്പാവ് വെച്ച ആണുങ്ങളും പർദ്ദയണിഞ്ഞ പെണ്ണുങ്ങളും പോവുന്നതെല്ലാം ബാഷോ നോക്കിനിൽക്കും. ചിലപ്പോഴെല്ലാം സുന്ദരികളായ പെൺകുട്ടികൾ പർദയിടാതെയും അതു വഴിപോകും. അവരിൽ ചിലരൊക്കെ ബാഷോയെ നോക്കി അഭിവാദ്യം അർപ്പിക്കുമായിരുന്നു. ദിവസവും അതുവഴി കടന്നുപോകുന്നവരിൽ ആലിയുടെ പെൺമക്കളും ഉണ്ടായിരുന്നു. അവർ മൂവരും തുന്നൽ ക്ലാസിലേക്കാണ് പൊയ്ക്കൊണ്ടിരുന്നത്. അവരുടെ കട്ടികുറഞ്ഞ പർദ്ദയിൽ കൂടി സുന്ദരമായ മുഖം കാണാൻ കഴിയുമായിരുന്നു. അവരുടെ കണ്ണുകൾ വലിയവയും തിളങ്ങുന്നവയുമായി ബാഷോക്ക് തോന്നി. അവർ കടന്നു പോകുമ്പോഴെല്ലാം ബാഷോ 'ആലിയുടെ മക്കൾക്ക് വന്ദനം' എന്നു പറയും. പ്രത്യഭിവാദ്യം ചെയ്യുന്നത് എപ്പോഴും ഫാത്തിമയാണ്. 'അള്ള നിങ്ങൾക്ക് സുഖവും സമാധാനവും തരട്ടെ!' രണ്ടാമത്തെവളും അതു ഏറ്റുപറയുമായിരുന്നു .പക്ഷേ ഇളയവളായ കദ്ര തല തിരിച്ചു കളയും. അവൾക്ക് ബാഷോയുടെ അഹങ്കാരച്ചുവയുള്ള സംസാരം ഒരിക്കലും ഇഷ്ടപ്പെട്ടിരുന്നില്ല. ആരേയും കൂസാത്ത പ്രകൃതമായിരുന്നു കദ്രയുടേത്.

ഇത് അഭിമാനിയായ ബാഷോക്ക് സഹിച്ചില്ല. സുന്ദരികളായ പെൺകുട്ടികൾ ബാഷോയെ ഗൗനിക്കാതിരുന്നിട്ടില്ല; കദ്ര ഒഴികെ. ബാഷോ വീണ്ടും ചോദിക്കും. 'കദ്രാ നിന്റെ അച്ഛന്റെ കൃഷിയൊക്കെ എങ്ങനെയുണ്ട്?' കദ്രയുടെ മറുപടി പലപ്പോഴും മര്യാദയുടെ അതിർത്തി ലംഘിക്കുന്നതായിരിക്കും. 'നിങ്ങളെപ്പോലെ ഒരു വലിയ മനുഷ്യൻ അതൊക്കെയെന്തിനറിയണം?' അവൾ മുഖം തിരിച്ചു നടന്നു പോകും. ഇങ്ങനെയൊക്കെയാണെങ്കിലും ബാഷോക്ക് അവളോട് ദേഷ്യം

തോന്നിയിരുന്നില്ല. തന്നെയല്ല അവളെ കൂടുതൽ ശ്രദ്ധിക്കാനും തുടങ്ങി. കെയ്റോ പട്ടണത്തിൽ ബാഷോ കണ്ടിട്ടുള്ള പെൺകുട്ടിക ളിൽ വെച്ച് ഏറ്റവും സുന്ദരിയായിരുന്നു അവൾ. അതുകൊണ്ട് അവളുടെ കൂസലില്ലാത്ത പെരുമാറ്റം ബാഷോ വകവെച്ചില്ല. എങ്കിലും കദ്ര എന്തുകൊണ്ടാണ് തന്നോട് അല്പംപോലും അടപ്പം കാണിക്കാത്തത്? ബാഷോക്ക് പിടികിട്ടിയില്ല. പക്ഷേ അവൾ മധുരമായി സംസാരിക്കു ന്നവളും കരുണയുള്ളവളുമാണെന്നാണ് പൊതുവെയുള്ള അഭിപ്രായം. പിന്നെ തന്നോടു മാത്രം ഈ കടുപ്പിച്ച സസാരം എന്തുകൊണ്ടാണെന്ന് ബാഷോ പലപ്പോഴും ആലോചിച്ചു. അവളുടെ അടുക്കൽ നിന്ന് ഒരു നല്ല വാക്ക് കേൾക്കാൻ ബാഷോ പലപ്പോഴും ശ്രമിച്ചിട്ടും വിജയിച്ചില്ല. ഇത് അയാളെ കോപാകുലനാക്കി. അങ്ങനെയെങ്കിൽ അവളെ ഒരു പാഠം പഠിപ്പിക്കുകതന്നെ വേണമെന്ന് ബാഷ തീർച്ചപ്പെടുത്തി.

ബാഷോ ആലിയെ തന്റെ കൊട്ടാരത്തിലേക്ക് വിളിപ്പിച്ചു. ആലിയോട് ബാഷോ കർശനമായി തന്നെ പറഞ്ഞു. നിന്റെ ഇളയ മകൾ എന്നോട് അപമര്യാദയായിട്ടാണ് പെരുമാറുന്നത്. അതുകൊണ്ട് ഞാൻ തനിക്കൊരു ശിക്ഷ നൽകുന്നു. ശിക്ഷക്കനുസരിച്ച് പ്രവർത്തി ച്ചില്ലെങ്കിൽ ഞാൻ നിന്റെ എല്ലാ വസ്തുക്കളും കണ്ടുകെട്ടി ഖജനാവിൽ മുതൽക്കൂട്ടും. ഇനി ശിക്ഷ കേട്ടുകൊള്ളുക. താൻ മൂന്നുദിവസം കഴിഞ്ഞ്, ഇതേസമയം ഇവിടെ വരണം. വരുമ്പോൾ ഒരേ സമയം താൻ കരയുകയും ചിരിക്കുകയും ചെയ്യണം. ചെയ്തില്ലെങ്കിൽ എന്താണ് ഫലമെ ന്നറിയാമല്ലോ. ഇനി തനിക്ക് പോകാം.

ആലി വീട്ടിൽ മടങ്ങിയെത്തിയത് അതീവ ദുഃഖിതനായിട്ടാണ്. എന്തോ പന്തികേടുണ്ടെന്നു മനസ്സിലാക്കിയ കദ്ര ചോദിച്ചു. 'എന്താ ബാപ്പാ, എന്തുണ്ടായി? ബാഷോ എന്താണ് പറഞ്ഞത്? അയാൾ ബാപ്പയോട് അപമര്യാദയായി പെരുമാറിയോ?' 'എങ്ങനെ ദുഃഖിക്കാ തിരിക്കും മോളേ?' ആലി ബാഷോ പറഞ്ഞതെല്ലാം മകളോട് പറഞ്ഞു. എങ്ങനെയാണ് ഒരേ സമയത്ത് കരയാനും ചിരിക്കാനും സാധിക്കുക. നമ്മുടെ സ്വത്തെല്ലാം കൈക്കലാക്കാൻ ആ ബാഷോ കണ്ടുപിടിച്ച പണിയാണിത്. ആലി പരിതപിച്ചുകൊണ്ടിരുന്നു.

മിടുക്കിയായ കദ്രയുടെ ബുദ്ധി പ്രവർത്തിച്ചു. അവൾ പറഞ്ഞു. 'ബാപ്പ ഒന്നുകൊണ്ടും വിഷമിക്കേണ്ട. ഒരേ സമയതത് കരയുകയും ചിരിക്കുകയും വേണം. അത്രയല്ലേയുള്ളൂ. ഞാൻ പറയുന്നതുപോലെ ബാപ്പ ചെയ്യണം. ഇനി ബാഷോയെ കാണാൻ പോകുമ്പോൾ കുറെ മുറിച്ച ഉള്ളിക്കഷ്ണങ്ങൾ കൈയിലെടുക്കണം. കൊട്ടാരത്തിന്റെ കവാട ത്തിൽ എത്തുമ്പോൾ ഉള്ളി ഞെരടി ഒന്നുരണ്ട് തുള്ളി നീര് ബാപ്പയുടെ

കണ്ണുകളിൽ ഒഴിക്കണം. അപ്പോൾ കണ്ണുകളുനിന്നും കണ്ണുനീർ താനെ മുഖത്തുകൂടി ഒലിച്ചിറങ്ങും. പക്ഷേ ബാപ്പ ചിരിച്ചുകൊണ്ടുതന്നെ ബാഷോയുടെ മുമ്പിലെത്തണം.' ഈ യുക്തി ആലിക്ക് നന്നേ പിടിച്ചു.

നിശ്ചിത ദിവസം, പറഞ്ഞ സമയത്തുതന്നെ ആലി കൊട്ടാരത്തിലെത്തി. നേരെ പോയി ബാഷോയെ മുഖം കാണിച്ചു. ആലിയുടെ നില്പു കണ്ടപ്പോൾ ബാഷോ അതിശയിച്ചുപോയി. കണ്ണുകളിൽ നിന്ന് കണ്ണീരൊലിക്കുമ്പോഴും ചിരിച്ചു കൊണ്ടുനിൽക്കുന്നു ആലി. ബാഷോക്ക് ഒന്നു തീർച്ചയായി. ഈ മിടുക്ക ആ കന്യയുടേതാണ്. അവളായിരിക്കണം ആലിക്ക് ആവശ്യമായ ബുദ്ധി ഉപദേശിച്ചത്. അവളെ അങ്ങനെ വിടാൻ പാടില്ലെന്ന് ബാഷോ തീരുമാനിച്ചു. ബാഷോ ആലിയോടു പറഞ്ഞു: 'ശരി തന്നെ. താനീപ്രാവശ്യം വിജയിച്ചിരിക്കുന്നു. പക്ഷേ തന്നെ അങ്ങനെ വിടാൻ തീരുമാനിച്ചിട്ടില്ല. തന്റെ മകൾ എന്നെ അത്രമാത്രം അപമാനിച്ചിട്ടുണ്ട്. അതുകൊണ്ട് തനിക്കുള്ള അടുത്ത ശിക്ഷ കേട്ടുകൊള്ളൂ. ഇതുകേട്ട് ആലി വീണ്ടും ദുഃഖിതനായി. ബാഷോ വീണ്ടും പറഞ്ഞു: അടുത്ത മൂന്നു ദിവസങ്ങൾ കഴിഞ്ഞ് ഇതേ സമയം താനിവിടെ വരണം. വരുമ്പോൾ താൻ വസ്ത്രം ധരിച്ചവനും അതേ സമയം നഗ്നനുമായിരിക്കണം. അങ്ങനെ വരാൻ കഴിഞ്ഞില്ലെങ്കിൽ തന്നെ ജീവപര്യന്തം ജയിലിൽ അടയ്ക്കും. ഇനിയുള്ള കാലം തനിക്ക് ജയിലിൽ കഴിയാനായിരിക്കും വിധിയെന്നോർത്ത് ദുഃഖിതനായി ആലി വീട്ടിൽ തിരിച്ചെത്തി. ബാപ്പയെ കണ്ടപ്പോൾ തന്നെ കന്യ വിവരങ്ങൾ ചോദിച്ചു മനസ്സിലാക്കി.

ഇത്രേയുള്ളോ. ഈ നിസ്സാരകാര്യത്തിനാണോ ബാപ്പ വിഷമിക്കുന്നത്? ഞാൻ പറയുന്നതുപോലെ ചെയ്താൽ എല്ലാം ശരിയാകും. അവൾ തുടർന്നു: 'ബാപ്പ പോയി ഏതെങ്കിലും ഒരു മുക്കുവന്റെ കൈയിൽനിന്ന് ഒരു കീറിയ മീൻ വല വാങ്ങിക്കൊണ്ടു വരണം. ഞാനാ വലകൊണ്ട് ബാപ്പക്ക് ഒരു വസ്ത്രം തുന്നിത്തരും. ബാഷോയുടെ കൊട്ടാരത്തിൽ പോകുമ്പോൾ ബാപ്പ ഞാൻ തരുന്ന ഉടുപ്പുകൾ മാത്രം ഇട്ടാൽ മതി.'

മകൾ പറഞ്ഞതുപോലെ തന്നെ ആലി പ്രവർത്തിച്ചു. ആലിയെ കണ്ടതും, താൻ ഒരിക്കൽകൂടി തോല്പിക്കപ്പെട്ടിരിക്കുന്നുവെന്ന് ബാഷോക്ക് മനസ്സിലായി. അയാൾ വിചാരിച്ചു. കന്യ എത്ര മിടുക്കിയാണ്. അവൾ എനിക്കു ചേർന്ന നല്ല ഭാര്യയായിരിക്കും. എങ്കിലും അവളെ അങ്ങനെ വിട്ടുകൂട.

വീണ്ടും ബാഷോ ആലിയോടു പറഞ്ഞു. 'താൻ കുറ്റത്തിൽനിന്നും പൂർണമായും മുക്തനായിട്ടില്ല. തനിക്കുള്ള അടുത്ത ശിക്ഷ കേട്ടുകൊള്ളുക. അടുത്ത മൂന്നു ദിവസം കഴിഞ്ഞ് വരുമ്പോൾ താനൊരു

കഴുതപ്പുറത്തായിരിക്കണം വരുന്നത്. അതേ സമയം തന്റെ സ്വന്തം കാലിൽ നടന്നുമായിരിക്കണം വരേണ്ടത്. അങ്ങനെ ചെയ്യില്ലെങ്കിൽ എന്റെ ഭടന്മാർ തനിക്ക് ചാട്ടകൊണ്ട് നൂറ്റിയൊന്നു അടികൾ തരും. മനസ്സിലായല്ലോ. ഇനി തനിക്ക് പോകാം.'

ദുഃഖിതനായി വീട്ടിൽ തിരിച്ചെത്തിയ ആലിക്ക് കദ്ര ഉപദേശങ്ങൾ നൽകി. 'നമ്മുടെ അയൽപക്കത്തുള്ള ഹാക്കിമിന്റെ കഴുത പ്രസവിച്ചിട്ട് ഒരാഴ്ചയേ ആയിട്ടുള്ളൂ. നന്നേ ചെറുതാണെങ്കിലും അതിന് നന്നായി നടക്കാൻ കഴിയും. ബാപ്പ പോയി ഹാക്കിമിനോട് ചോദിച്ച് ആ കഴുതക്കുട്ടിയെ കൂട്ടിക്കൊണ്ടു വരണം. കൊട്ടാരത്തിൽ പോകുമ്പോൾ ബാപ്പയുടെ കാലുകൾക്കു നടുവിലായി അതിനെ സാവധാനം നടത്തി കൊണ്ടുപോകണം. അപ്പോൾ ബാപ്പ സ്വന്തം കാലിൽ നടക്കുകയാ ണെങ്കിലും കഴുതപ്പുറത്ത് സവാരി ചെയ്യുന്നതുപോലെ തോന്നും.'

ആലിക്ക് സന്തോഷമായി.

കൊട്ടാരത്തിലെത്തിയ ആലിയെ കണ്ട ഉടനെ, താൻ മൂന്നാമതും തോൽപിക്കപ്പെട്ടിരിക്കുന്നുവെന്ന് ബാഷോക്ക് ബോധ്യമായി. എങ്കിലും അയാൾക്ക് കദ്രയോട് ദേഷ്യം തോന്നിയില്ല. മാത്രമല്ല കദ്രയോടുള്ള സ്നേഹവും ആദരവും വർധിക്കുകയും ചെയ്തു. എത്ര മിടുക്കിയാണ് അവളെന്ന് മനസ്സിൽ വിചാരിക്കുകയും ചെയ്തു. പക്ഷേ അവളോടുള്ള സ്നേഹത്തേക്കാൾ മുന്നിട്ടുനിന്നത് അയാളുടെ ദുരഭിമാനമായിരുന്നു. അവളെ ഒരു പാഠം പഠിപ്പിച്ചേ മതിയാവൂ എന്നയാൾ വീണ്ടും തീർച്ച പ്പെടുത്തി.

ബാഷോ അടുത്ത പദ്ധതി ആസൂത്രണം ചെയ്യുന്നതിനു മുമ്പു തന്നെ കദ്ര അയാളെ ഒന്നു പറ്റിക്കാൻ തീർച്ചയാക്കി. അവൾ ഭടന്മാർക്ക് കവചങ്ങൾ ഉണ്ടാക്കുന്ന ഒരാളെ കണ്ടുപിടിച്ച്, അവൾക്കായി ഒരു ഉടുപ്പ് തുന്നിക്കൊടുക്കാൻ അപേക്ഷിച്ചു. ഉടുപ്പ് ഇരുമ്പുതകിടുകൾ കൊണ്ടുള്ള തായിരിക്കണം. പക്ഷേ അതിലെ തകിടുകൾ ഒന്നിനൊന്നു വേർപെ ട്ടുകിടക്കണം. ആ ഉടുപ്പിട്ടുകൊണ്ട് നടക്കുമ്പോൾ തകിടുകൽ കൂട്ടിമുട്ടി ഇടിമുഴക്കത്തോടൊപ്പമുണ്ടാകുന്ന ഇരമ്പൽ പോലെ വലിയ ശബ്ദമുണ്ടാ കണം. ഇതായിരുന്നു അവളുടെ ആവശ്യം. ആ ഉടുപ്പുമിട്ട്, തല ഒരു പ്ര ത്യേകതരം തലപ്പാവുകൊണ്ട് മൂടിക്കെട്ടി, മുഖംമൂടിയണിഞ്ഞ് ഒരു നീണ്ട കോലും കൈയിലെടുത്ത് ഒരു മലക്കൊള്ളക്കാരനെപ്പോലെ ഭീകരമായ ശബ്ദമുണ്ടാക്കി കദ്ര ബാഷോയുടെ മുമ്പിലെത്തി. പാവം ബാഷോ. അയാൾ ഇങ്ങനെയൊരു ആക്രമണം പ്രതീക്ഷിച്ചിരുന്നില്ല. ആരാണ് തന്നെ ഇങ്നെ ആക്രമിക്കാനെത്തിയിരിക്കുന്നതെന്ന് അയാൾ പിടി കിട്ടിയില്ല. കദ്ര സ്വരം മാറ്റി ഒരു ഭീകരനെപ്പോലെ സംസാരിച്ചു. 'എടോ

ബാഷോ, ഞാൻ ചെകുത്താന്റെ ദൂതനാണ്. തന്നെ ഒരു പാഠം പഠിപ്പിക്കാനാണ് ഞാൻ വന്നിരിക്കുന്നത്. അതുകൊണ്ട് ഞാൻ പറയാതെ താൻ ഇരുന്ന ഇരുപ്പിൽ അനങ്ങാൻ പാടില്ല. ശബ്ദമുണ്ടാക്കാനും.' ബാഷോ തികച്ചും ഭയന്നുപോയി. ഒരേ ഇരുപ്പിൽ അനങ്ങാതിരുന്നു. കദ്ര പോക്കറ്റിലുണ്ടായിരുന്ന കത്തിയെടുത്ത് ബാഷോയുടെ പുരികവും ഒരു വശത്തെ മീശയും വടിച്ചുകളഞ്ഞു. പാവം ബാഷോ. അയാൾക്ക് സേവകന്മാരെയോ, ഭടന്മാരെയോ സഹായത്തിനു വിളിക്കാൻ പോലും കഴിഞ്ഞില്ല. അടുത്തുണ്ടായിരുന്ന ഒന്നുരണ്ടു പരിചാരകന്മാർ പേടിച്ച് വിറച്ച് ഒളിച്ചിരുന്നു. അവൾസ്ഥലം വിട്ടു. എത്ര ആലോചിച്ചിട്ടും ബാഷോക്ക് ആ രൂപം എവിടെനിന്നു വന്നുവെന്നോ, എങ്ങനെ വന്നുവെന്നോ, എവിടേക്ക് പോയെന്നോ മനസ്സിലായില്ല.

കദ്ര വീട്ടിലെത്തിയതും ആ ചട്ടയും മുഖംമൂടിയുമെല്ലാം തോട്ടത്തിൽ കുഴിച്ചിട്ടു. ഒന്നും അറിയാത്തതുപോലെ പഴയ കദ്രയായി മാറി. അടുത്ത ദിവസം പതിവുപോലെ കദ്രയും ജ്യേഷ്ഠത്തിമാരും തുന്നൽ ക്ലാസിൽ പോകുമ്പോൾ ബാഷോ ഗേറ്റിൽ തന്നെ ഉണ്ടായിരുന്നു. പതിവില്ലാതെ അയാൾ തലയിൽക്കൂടി ഒരു ഷാളണിഞ്ഞിരുന്നു. അയാൾ ചോദിച്ചു. 'ആലിയുടെ മക്കളേ, നിങ്ങൾക്ക് സുഖം തന്നെയല്ലേ?' അന്ന് ബാഷോയുടെ വാക്കുകളിൽ ദുരഭിമാനച്ചുവ ഇല്ലായിരുന്നു. പതിവിനു വിരുദ്ധമായി അന്ന് പ്രത്യഭിവാദനം ചെയ്തത് കദ്രയായിരുന്നു. 'ബാഷോ നല്ലതു വരട്ടെ!' അവൾ തുടർന്നു.

ബാഷോ, നിങ്ങളുടെ പുരികങ്ങൾക്കും സുന്ദരമായ മീശയ്ക്കും എന്തു പറ്റി? മറുപടിക്കായി കാത്തുനിൽക്കാതെ അവൾ നടന്നു.

പക്ഷേ കദ്രയുടെ ചോദ്യം കേട്ടപ്പോൾ ബാഷോ തലേദിവസത്തെക്കുറിച്ചോർത്തു. ചെകുത്താൻ ദൂതൻ കദ്ര തന്നെയായിരുന്നുവെന്ന് അയാൾ ഉറപ്പിച്ചു. അവളുടെ ആ പ്രവൃത്തി ക്ഷമിക്കാവുന്നതല്ലെന്ന് അയാൾക്ക് തോന്നി. അവളെ തനിക്ക് ഇഷ്ടമാണെങ്കിലും ഇനി വക വരുത്താതെ തരമില്ലെന്ന് മനസ്സിലുറച്ചു. എങ്ങനെയാണ് നല്ല വാക്കു പറഞ്ഞ് അവളെ കൊട്ടാരത്തിലേക്ക് വരുത്തുക എന്നയാൾ ചിന്തിച്ചു.

അടുത്ത ദിവസം ബാഷോ ആലിയുടെ വീട്ടിലെത്തി. ഇങ്ങനെ പറഞ്ഞു. 'നിങ്ങളുടെ മകൾ കദ്ര ബുദ്ധിമതിയും സുന്ദരിയുമാണ്. എനിക്കവളെ ഇഷ്ടവുമാണ്. ഞാനവളെ വിവാഹം കഴിക്കാൻ ആഗ്രഹിക്കുന്നു. അപ്പോഴും അയാളുടെ ദുരഭിമാനം കൈയൊഴിയാൻ അയാൾ തയ്യാറല്ലായിരുന്നു. ബാഷോ കൂട്ടിച്ചേർത്തു. ആലി, എതിർപ്പുകളൊന്നും ചെവിക്കൊള്ളാൻ ഞാൻ തയ്യാറല്ല. അവൾ എന്നെ വിവാഹം കഴിക്കാൻ സമ്മതിക്കണം. അല്ലെങ്കിൽ നിങ്ങളുടെ കുടുംബത്തെ

മുഴുവൻ മണലാരണ്യത്തിൽ കൊണ്ടുവിടും.'

ആലി പറഞ്ഞു. 'ശരി ബാഷോ. എനിക്കിഷ്ടമാണ്. എന്നാലും മോളോടൊന്നു ചോദിക്കട്ടെ. അവളുടെ ഇഷ്ടത്തിനെതിരായി അവളൊന്നും ചെയ്യില്ല. ഞാൻ പറഞ്ഞാൽ പോലും.'

ആലി മകളെ ഉപദേശിച്ചു. 'മോളേ കദ്ര, ബാഷോ നിന്നെ വിവാഹം കഴിക്കാൻ ആഗ്രഹിക്കുന്നു. ഒരു ബാഷോയെ ഭർത്താവായി കിട്ടുന്നത് ഭാഗ്യമാണ്. ഈ വിവാഹത്തിന് നീ സമ്മതിച്ചില്ലെങ്കിൽ അയാൾ നമ്മുടെ കുടുംബം നശിപ്പിക്കും.'

സാധാരണ നിലയിൽ ഭയപ്പെടുത്തലുകൾക്ക് വഴങ്ങുന്നവളായിരുന്നില്ല കദ്ര. അതുകൊണ്ട് ആലിക്ക്, മകൾ ഈ വിവാഹത്തിന് സമ്മതിക്കുമെന്ന് പ്രതീക്ഷയില്ലായിരുന്നു. എന്നാൽ അതിശയമെന്നു പറയട്ടെ. ഒരെതിർപ്പും കൂടാതെ കദ്ര സമ്മതം മൂളി. എല്ലാവർക്കും സന്തോഷമായി. എന്നാലും അവളെന്തേ എതിർപ്പൊന്നും കൂടാതെ വിവാഹത്തിന് സമ്മതിച്ചതെന്നൊരു സംശയം എല്ലാവർക്കുമുണ്ടായി.

വിവാഹദിവസം അടുത്തപ്പോൾ ഒരുക്കങ്ങൾക്കെല്ലാം വേഗത കൂടി. വിവാഹത്തിനാവശ്യമായ കേക്കിന് ഓർഡർ നൽകാനും, തിരഞ്ഞെടുക്കാനും കദ്ര തന്നെയാണ് പോയത്. വിവാഹകേക്കിനോടൊപ്പം അവൾ, കടക്കാരനെ അമ്പരപ്പിക്കുന്ന ഒരു നിർദ്ദേശവും നൽകി. തന്റെ വലിപ്പത്തിലും ഏതാണ്ട് അതേ രൂപത്തിലുമുള്ള ഒരു കേക്ക് വേണം. കേക്കിന് നല്ല ഉറപ്പുണ്ടായിരിക്കണം. അത് മുറിഞ്ഞോ ഉടഞ്ഞോ പോകാൻ പാടില്ല.

വിവാഹദിവസം വൈകീട്ട് കേക്ക് നല്ലൊരു കൂടയിലാക്കി വധുവിന്റെ മറ്റു പെട്ടികളോടൊപ്പം ബാഷോയുടെ കൊട്ടാരത്തിലെത്തിക്കാൻ വേണ്ട ഏർപ്പാടുകൾ കദ്ര മറക്കാതെ ചെയ്തു. അന്നു രാത്രി കേക്ക് ബൊമ്മ വിവാഹഡ്രസ്സിൽ അലങ്കരിച്ച് കിടത്തി. കണ്ടാൽ കദ്ര കിടക്കുകയാണെന്നേ തോന്നൂ. അത്ര കൃത്യമായിട്ടാണ് കദ്ര ബൊമ്മയുടെ അലങ്കാരങ്ങൾ ചെയ്തത്. എല്ലാം ഒരുക്കിയതിനുശേഷം കദ്ര കർട്ടനു പിന്നിലായി ഒളിഞ്ഞിരുന്നു.

അധികം വൈകാതെ ബാഷോ മുറിയിലെത്തി. കദ്ര അയാളുടെ പെരുമാറ്റം ഒളിഞ്ഞു നിന്ന് നിരീക്ഷിച്ചു. അയാൾ കിടക്കയ്ക്കരികിൽ വന്ന് കുറച്ചു നേരം നോക്കി നിന്നു. എന്നിട്ട് സ്വയം പറഞ്ഞു. കദ്ര നീ ക്ഷീണിച്ച് ഉറങ്ങിപ്പോയല്ലോ? നല്ലതു തന്നെ.നിന്നെയെനിക്ക് വളരെയധികം സ്നേഹമാണ്. എങ്കിലും നീ എന്നോട് കാണിച്ച അപമര്യാദയോർക്കുമ്പോൾ എനിക്ക് സ്നേഹത്തെക്കാൾ കോപമാണ് വരുന്നത്. എന്നെ അപമാനിച്ചവരെയൊന്നും ഞാൻ വെറുതെ വിട്ടിട്ടില്ല. അടുത്ത നിമിഷം

അയാൾ തന്റെ വാളൂരി. കിടക്കയിൽ കിടക്കുന്നത് കദ്രയാണെന്ന ധാരണയോടെ ആഞ്ഞുവെട്ടി. അതിനുശേഷം അയാൾ വിങ്ങിപ്പൊട്ടിക്കരഞ്ഞു. 'കദ്രാ ഞാൻ നിന്നോട് ചെയ്തത് കൊടുംവഞ്ചനയാണ്. എന്റെ ദുരഭിമാനമാണ് എന്നെക്കൊണ്ടിത് ചെയ്യിച്ചത്. ഞാനിനി ദുരഭിമാനിയായിരിക്കില്ല. ഞാൻ നിന്നെ എത്രമാത്രം സ്നേഹിച്ചു. പക്ഷേ എനിക്കെല്ലാം നഷ്ടപ്പെട്ടല്ലോ.' അയാൾ പശ്ചാത്താപവിവശനായി. അപ്പോഴാണ് അയാൾക്ക് മറ്റൊരു കാര്യം ശ്രദ്ധയിൽ പെട്ടത്. വാളുകൊണ്ട് വെട്ടിയപ്പോൾ കേക്കിന്റെ ചെറിയൊരു കഷ്ണം തെറിച്ചുവീണത് അയാളുടെ വായിലേക്കായിരുന്നു. അതിന് നല്ല മധുരം. അയാൾ വിലപിച്ചു. 'കദ്രാ നീ ജീവിച്ചിരുന്നപ്പോൾ കയ്പുള്ള വാക്കുകൾ മാത്രമാണ് എനിക്ക് തന്നിരുന്നത്. പക്ഷേ ഇപ്പോഴോ? മരിച്ച നീ എന്റെ വാ നിറയെ മധുരം തരുന്നു. നിന്റെ സ്വഭാവും സൗന്ദര്യവും ആസ്വദിക്കാൻ എനിക്ക് വിധിയില്ലാതെ പോയല്ലോ?'

ഇത്രയുമായപ്പോഴേക്കും കദ്രയുടെ മനസ്സ് തളർന്നുപോയി. അവൾ കർട്ടനു പുറകിൽനിന്നും പുറത്തേക്കു വന്ന് ബാഷോയെ കെട്ടിപ്പിടിച്ചു പറഞ്ഞു. 'എന്റെ ബാഷോ എനിക്കു മാപ്പു തരൂ. ഞാൻ തെറ്റുകാരിയാണ്. ബാഷോയെ പോലെത്തന്നെ ഞാനും ദുരഭിമാനിയായിരുന്നു. നമുക്ക് പരസ്പരം ക്ഷമിച്ച് സ്നേഹിക്കാൻ മാത്രം പഠിക്കാം.' കദ്രയെ കണ്ടതും ബാഷോ സന്തോഷം കൊണ്ട് മതിമറന്നു പൊട്ടിക്കരഞ്ഞു. പരസ്പരം കെട്ടിപ്പിടിച്ചു. അന്നുമുതൽ ജീവിതകാലം മുഴുവൻ അവർ സ്നേഹമുള്ള ദമ്പതിമാരായി ജീവിച്ചു.

വാലുള്ള മനുഷ്യർ

ആഫ്രിക്ക ഭൂഖണ്ഡത്തിന്റെ കിഴക്കു വശത്തായി, ഇന്ത്യൻ മഹാസമുദ്രത്തിൽ മഡഗാസ്കർ എന്ന പേരിലറിയപ്പെടുന്ന ഒരു ദ്വീപുണ്ട്. വനനിബിഡമായ ആ ദ്വീപിൽ വന്യമൃഗങ്ങളൊന്നുമില്ല. ഉപദ്രവം ചെയ്യാത്ത, അപകടകാരികളല്ലാത്ത ലെമൂർ എന്നറിയപ്പെടുന്ന ഒരു തരം മനുഷ്യക്കുരങ്ങുകളും മറ്റു ചെറിയ മൃഗങ്ങളും പറവകളും മാത്രമാണുള്ളത്. പക്ഷേ, പണ്ടുപണ്ട് ഈ കഥ നടക്കുന്ന കാലത്ത് ലെമൂറുകളേക്കാൾ വളരെ വലിപ്പം കൂടിയ ആൾക്കുരങ്ങുകൾ അവിടെ ഉണ്ടായിരുന്നു. മാത്രമല്ല അവ വന്യമൃഗങ്ങളെ പോലെ മാംസഭോജികളായിരുന്നു. സൂത്രശാലികളായ അവയിൽ നിന്ന് രക്ഷപ്പെടാൻ, മനുഷ്യന് ബുദ്ധിമുട്ടായിരുന്നു. മനുഷ്യരെപോലെ രൂപം മാറി നടക്കാനുള്ള മന്ത്രം കൈവശമുണ്ടായിരുന്നു അവയ്ക്കെന്ന് പലരും വിശ്വസിച്ചിരുന്നു.

അക്കാലത്ത്, അവിടെ ഭരിച്ചിരുന്ന രാജാവിന് മൂന്നു പെൺമക്കളുണ്ടായിരുന്നു. സുന്ദരികളായ അവർക്ക് കല്യാണപ്രായമായപ്പോൾ, ആ നാട്ടിലെ ചെറുപ്പക്കാർക്ക് അവരെ വിവാഹം കഴിക്കാൻ ആഗ്രഹം തോന്നി. രാജാവിന്റെ ആഗ്രഹവും തന്റെ നാട്ടിലെ തന്നെ നല്ല പക്വതയും, കഴിവും, ഓജസ്സുമുള്ള ചെറുപ്പക്കാരെക്കൊണ്ട് തന്റെ മക്കളെ വിവാഹം കഴിപ്പിക്കണമെന്നായിരുന്നു. പക്ഷേ പെൺകുട്ടികളുടെ മനസ്സിലിരിപ്പ് മറ്റൊന്നായിരുന്നു. അവർ പറഞ്ഞു. നമ്മുടെ നാട്ടിലെ ചെറുപ്പക്കാരെയൊക്കെ ഞങ്ങൾക്കറിയാം. അവരിൽനിന്ന് വ്യത്യസ്തരായവരെ വേണം ഞങ്ങൾക്ക് ഭർത്താക്കന്മാരായിട്ട്. മാത്രമല്ല അവർകേവലം സാധാരണക്കാരുമായിരിക്കരുത്.

അയൽനാട്ടുകളിലെ ചെറുപ്പക്കാരും വിവാഹാലോചനകളുമായെത്തി. പക്ഷേ അവർക്കും രാജാവിന്റെ പെൺമക്കളെ തൃപ്തിപ്പെടുത്താനായില്ല. ഞങ്ങൾക്കീ ആലോചനകൾ ഇഷ്ടമില്ലെന്ന് അവർ തീർത്തു പറഞ്ഞു. അങ്ങനെയിരിക്കെ, ഒരു ദിവസം മൂന്ന് അപരിചിതരായ ചെറുപ്പക്കാർ കൊട്ടാരത്തിലെത്തി. വളരെ നന്നായി വസ്ത്രം ധരിച്ച അവർ മൂവരും സുമുഖരും കൗതുകം തുളുമ്പുന്ന ആകാരസൗഷ്ഠവമുള്ളവരുമായിരുന്നു. വില പിടിച്ച തുണികൾ കൊണ്ടു തുന്നിയ വസ്ത്രങ്ങൾ തോളുമുതൽ പാദം വരെ നീണ്ടു കിടന്നിരുന്നു. പക്ഷേ അവരുടെ നാടേതാണെന്നോ, കുലമേതാണെന്നോ, തൊഴിൽ എന്താണെന്നോ, ആ നാട്ടിൽ ആർക്കും അറിഞ്ഞു കൂടായിരുന്നു.

കൊട്ടാരത്തിലെത്തിയ ഉടനെ അവർ പറഞ്ഞു. വന്ദ്യനായ രാജാവേ, ഞങ്ങൾ ഇവിടെനിന്ന് കുറെ ദൂരെയുള്ള ഒരു രാജ്യത്തിലെ രാജകുമാരൻമാരാണ്. ഞങ്ങളെക്കുറിച്ച് നിങ്ങൾക്കൊന്നു അറിയില്ലെന്ന് ഞങ്ങൾക്കറിയാം. പക്ഷേ നിങ്ങളെക്കുറിച്ച് ഞങ്ങൾക്കറിയാം. പ്രത്യേകിച്ചും താങ്കളുടെ പെൺമക്കളെക്കുറിച്ച് ഞങ്ങൾ വളരെയധികം കേട്ടിരിക്കുന്നു. അവർ തികഞ്ഞ സുന്ദരികളാണെന്നും നല്ല ഭാര്യമാരായിരിക്കുമെന്നും ഞങ്ങൾ കേട്ടിട്ടുണ്ട്. അതുകൊണ്ട് രാജാവേ, ഞങ്ങൾ നിങ്ങളുടെ മക്കളെ വിലയ്ക്കു വാങ്ങാൻ വന്നതാണ്. അവരെ ഞങ്ങളുടെ ഭാര്യമാരാക്കാൻ മറ്റാരും തരുന്നതിനേക്കാൾ വില തരാനും ഞങ്ങൾ ഒരുക്കമാണ്. വരൻ പെൺകുട്ടിയുടെ അച്ഛൻ പശുക്കൽ, ആടുകൾ, വിലപിടിപ്പുള്ള വസ്ത്രങ്ങൾ തുടങ്ങിയവ നൽകുന്നത് നാട്ടാചാരമായിരുന്നു.

പുതുതായി വന്ന യുവാക്കൾ ആ നാട്ടിൽ ആർക്കും കഴിയാത്തത്ര എണ്ണം ആടുമാടുകളേയും, പലതരത്തിലുള്ള വസ്ത്രങ്ങളും കൂടെ കൊണ്ടു വന്നിരുന്നു. അവയെല്ലാം രാജാവിന്റെ മുമ്പിൽ പെൺകുട്ടികളുടെ വിലയായി അവർ പ്രദർശിപ്പിച്ചു. ഇത്രമാത്രം സ്വത്ത് വിവാഹത്തിനു നൽകാൻ കഴിയുന്ന ഈ ചെറുപ്പക്കാർ കൊഴുത്ത പണക്കാരും പ്രതാപികളുമായിരിക്കുമെന്ന് എല്ലാവരു വിചാരിച്ചു. രാജകുമാരികലും അങ്ങനെത്തന്നെ വിശ്വസിച്ചു. ഒരു മടിയും കൂടാതെ അവർ വിവാഹത്തിന് സമ്മതിച്ചു.

കൂടുതലായി ആലോചിക്കാനോ, അന്വേഷിക്കാനോ സമയമില്ലായിരുന്നു. അതുകൊണ്ട് കല്യാണവട്ടങ്ങൾ ധൃതിയായി ഒരുക്കി. കല്യാണം ആർഭാടമായിത്തന്നെ നടന്നു. രാജകുമാരിമാർ ഭർത്താക്കന്മാരോടൊപ്പം ഭർതൃഗൃഹത്തിലേക്ക് യാത്ര തിരിച്ചു. യാത്ര തിരിക്കുമ്പോൾ പതിവനുസരിച്ച് അച്ഛൻ മക്കൾക്ക് പല സമ്മാനങ്ങളും നൽകി. കൂട്ടത്തിൽ

വിശ്വസ്തനായ ഒരു അടിമയേയു. ഇസാ എന്നായിരുന്നു അവന്റെ പേര്. രാജാവ് മക്കളോടായി പറഞ്ഞു. 'മക്കളേ, നിങ്ങളുടെ കൂടെ നിങ്ങളുടെ സേവകനായി ഇസായെക്കൂടെ അയക്കുന്നു. നിങ്ങൾ അവനെ ഒരിക്കലും മറ്റൊരാൾക്ക് വിൽക്കുകയോ ദാനം ചെയ്യുകയോ ചെയ്യരുത്. അവൻ എന്നും നിങ്ങളുടെ രക്ഷകനായി, സേവകനായി നിങ്ങളോടൊപ്പം ഉണ്ടായിരിക്കണം.' അവർ ചെന്നെത്തിയത് വലിയൊരു ഗുഹാമുഖ ത്തായിരുന്നു. ആ ഗുഹയ്ക്കുള്ളിലായിരുന്നു മൂന്ന് സഹോദരന്മാരുടെയും താമസം. രാജകുമാരിമാർ ഭർത്താക്കൻമാരുടെ മുറികണ്ടു, അവർക്ക് അച്ഛൻ നൽകിയ സമ്മാനങ്ങളും വസ്ത്രങ്ങളും അടുക്കി വെച്ചു. ഇസായ്ക്ക്

താമസിക്കാനായി ഗുഹയുടെ മുൻഭാഗത്തായ് സൗകര്യം ചെയ്തുകൊ ടുത്തു.

അടുത്ത ദിവസം പ്രഭാതത്തിൽ തന്നെ സഹോദരന്മാർ മൂവരും പറഞ്ഞു. 'ഞങ്ങൾ ഞങ്ങളുടെ പതിവ് മുടക്കുന്നില്ല. എന്നും ചെയ്യാറു ള്ളതുപോലെ വേട്ടയ്ക്ക് പോകുന്നു. നിങ്ങൾ ഇവിടെ ഇരുന്നാൽ മതി. വൈകുന്നേരമാകുമ്പോഴേക്കും ഞങ്ങൾ തിരിച്ചു വരും. വരുമ്പോൾ വേണ്ടത്ര മാംസവും സാധനങ്ങളും കൊണ്ടുവരാം. അവർ അമ്പും വില്ലും കുന്തവുമായി യാത്ര തിരിച്ചു. വൈകിട്ട് തിരികെ വരുമ്പോൾ ധാരാളം മാംസവും, തേനും, പഴങ്ങളും കൊണ്ടുവന്നു. രാത്രി വിഭവസമൃദ്ധമായ സദ്യ ഒരുക്കി. എല്ലാവരും പാട്ടും നൃത്തവുമായി സദ്യയുണ്ട് സുഖമാ യുറങ്ങി. ഇസായ്ക്കും വേണ്ടത്ര ഭക്ഷണം നൽകി. ഇത് കുറെ ദിവസം ആവർത്തിച്ചു.

രാജകുമാരിമാരും അടിമയും കേൾക്കാതെ സഹോദരങ്ങൾ രഹസ്യം പറഞ്ഞു. നമ്മുടെ ഭാര്യമാർക്കും അടിമക്കും ധാരാളം ഭക്ഷണം കൊടുക്കണം. അപ്പോൾ അവർ വണ്ണം വെച്ച് കൊഴുത്തു തടിക്കും. എന്നി ട്ടുവേണം നമുക്കവരെ കൊന്നു തിന്നാൻ. ദിവസങ്ങൾ നീണ്ടുപോയി. ഒരു ദിവസം സഹോദരന്മാർ ഗുഹയ്ക്കുപുറത്ത് ഒരു പാറപ്പുറത്ത് ആടി പാടുന്നത് ഇസായ കണ്ടു. അവരറിയാതെ അവരെ ശ്രദ്ധിച്ചു. അവർ പാടിയ പാട്ടിന്റെ അർത്ഥം ഇസായെ ഞെട്ടിച്ചു. അവൻ വിയർത്തൊ ലിച്ചു.മറ്റൊരു സത്യം കൂടി അവൻ കണ്ടുപിടിച്ചു. പാറപ്പുറത്തു നിന്ന് ആടുകയും പാടുകയും ചെയ്ത അവർ സാധാരണ ധരിക്കാറുള്ള മേലങ്കി ധരിച്ചിരുന്നില്ല. അതുകൊണ്ട് ഇസായ്ക്ക് അവരുടെ ദേഹം മുഴുവൻ നന്നായി കാണാൻ കഴിഞ്ഞു . തന്റെ രാജകുമാരിമാരുടെ ഭർത്താക്ക ന്മാർക്ക് വാലുണ്ട്. അവർ മനുഷ്യരേ അല്ല. മനുഷ്യരെ പോലെയുള്ള മൃഗങ്ങളാണ്. എന്തു ചെയ്യും?

ഇസാ ആരും കാണാതെ ഓടിച്ചെന്ന് രാജകുമാരിമാരെ കാര്യം ധരിപ്പിച്ചു. അവൻ കരഞ്ഞുകൊണ്ടു പറഞ്ഞു. എന്റെ പൊന്നു രാജകുമാരിമാരേ, നമുക്കിവിടെ നിന്ന് എങ്ങനെയെങ്കിലും രക്ഷപ്പെടണം. അല്ലെങ്കിൽ അപകടമാണ്. അമാന്തിച്ചാൽ ഈ മൃഗമനുഷ്യർ നമ്മെ കൊല്ലും. രാജകുമാരികൾക്ക് വിശ്വസിക്കാനായില്ലെങ്കിലും ആലോചിച്ചുനോക്കിയപ്പോൾ ഇസാ പറഞ്ഞത് ശരിയാണെന്ന് ബോധ്യമായി. എങ്ങനെ രക്ഷപ്പെടും? അവർ നിർദ്ദേശിച്ചതനുസരിച്ച്, ഇസാ വലിയ മൂന്നു വാഴപ്പിണ്ടികൾ വെട്ടിക്കൊണ്ടുവന്നു. കുമാരിമാർ പിണ്ടികളോരോന്നും അവരവരുടെ കിടക്കകളിൽ വെച്ച് പുതപ്പെടുത്ത് പുതപ്പിച്ചു. കണ്ടാൽ അവർ പുതച്ചു മൂടി ഉറങ്ങുകയാണെന്നു തോന്നും. അതിനുശേഷം ഇസായും കുമാരിമാരും ആരും കാണാതെ അവിടെനിന്ന് ഓടാൻ തുടങ്ങി. കാട്ടിലൂടെ വളരെ ദൂരം ഓടി അവരുടെ രാജ്യാർത്തിയിലെത്തിച്ചേർന്നു. പക്ഷേ സ്വന്തം വീട്ടിലേക്ക് പോകാൻ അവർ ഭയന്നു. കാരണം തങ്ങളെ കാണാതെ വരുമ്പോൾ ഭർത്താക്കന്മാർ നേരെ അച്ഛന്റെയടുത്തെത്തും. വൻവില നൽകി വാങ്ങിയതു കൊണ്ട് ഭർത്താക്കന്മാർക്കു മാത്രമാണ് തങ്ങളുടെ മേൽ അവകാശം. അതുകൊണ്ട് അവർ നാലുപേരും ഒരു വലിയ മരത്തിന്റെ മുകളിൽ കൊമ്പുകൾക്കിടയിൽ ഒളിച്ചിരുന്നു.

ആട്ടവും പാട്ടും കഴിഞ്ഞ് മൃഗമനുഷ്യർ ഗുഹയ്ക്കുള്ളിലെത്തിയപ്പോൾ നന്നായി ഇരുട്ടിയിരുന്നു. ഓരോരുത്തരും അവരവരുടെ കിടക്കയ്ക്കു സമീപം എത്തി. കിടക്കകളിൽ മൂടിപ്പുതച്ചു കിടക്കുന്നത് തങ്ങളുടെ ഭാര്യമാരാണെന്നും വിശ്വസിച്ചു. മൂത്തയാൽ പുതപ്പിനുള്ളിൽ കൈയിട്ട്, കയ്യിൽ കിട്ടിയത് ഭാര്യയുടെ കൈയാണെന്നു കരുതി മെല്ലെ പുതപ്പിനു വെളിയിലേക്ക് വലിച്ചിട്ട് ആഞ്ഞൊരു കടി കൊടുത്തു. എന്നിട്ട് ഉറക്കെ പറഞ്ഞു. 'ഇവളുടെ മാംസത്തിന് ഒരു സ്വാദുമില്ലല്ലോ. ചവറു പോലിരിക്കുന്നു.' അപ്പോഴേക്കും മറ്റു രണ്ടുപേരും അതുതന്നെ പറഞ്ഞു. കൂടാതെ അവർ കൂട്ടിച്ചേർത്തു. എന്തേ ഇങ്ങനെ വരാൻ. സാധാരണ മനുഷ്യമാംസത്തിന് നല്ല രുചിയാണല്ലോ. പിന്നെന്തേ ഇവരുടെ മാംസത്തിന് രുചിയില്ലാത്തത്? ഇതിലേന്തോ പന്തികേടുണ്ടല്ലോ. അവർ പുതപ്പ് വലിച്ചുമാറ്റിയപ്പോഴാണ് തങ്ങൾ കബളിപ്പിക്കപ്പെട്ടിരിക്കുന്നുവെന്ന് മനസ്സിലായത്. ആ പരിസരത്തെല്ലാം അവർ ഭാര്യമാരെ അന്വേഷിച്ചു നടന്നു. എങ്ങും കണ്ടില്ല. കുറച്ചുനേരം ആലോചിച്ചപ്പോൾ അവർക്കു തോന്നി. 'പെണ്ണുങ്ങളല്ലേ, അച്ഛന്റെ അടുത്തേക്കു തന്നെയായിരിക്കും പോയിട്ടുണ്ടാവുക.' അവർ നേരെ ഭാര്യവീട് ലക്ഷ്യം വെച്ച് ഓടി.

മരക്കൊമ്പിൽ ഒളിച്ചിരുന്ന രാജകുമാരിമാർ അതുവഴി വന്ന

ഒരടിമപ്പെണ്ണിനെ കണ്ടു. ഏ... പെണ്ണേ, നിനക്ക് ഞങ്ങളെ മനസ്സിലായോ? ചോദ്യം കേട്ട് പകച്ച നോക്കിയ അടിമപ്പെണ്ണിന് രാജകുമാരിമാരെ മനസ്സിലാക്കാൻ ബുദ്ധിമുട്ടുണ്ടായില്ല. അവർ വീണ്ടും പറഞ്ഞു. നീ മറ്റാരുമറിയാതെ ഓടിച്ചെന്ന് ഞങ്ങളുടെ അച്ഛനെ വിവരമറിയിക്കണം. ഞങ്ങൾ അപകടത്തിലാണ്. ഭർത്താക്കന്മാരിൽ നിന്ന ഒളിച്ചോടിവന്നിരിക്കയാണ്. അച്ഛനോട് ഞങ്ങളെ വേഗം രക്ഷിക്കാൻ പറയൂ. വിവരം കിട്ടിയ രാജാവ് തന്റെ കുറെ ഭടന്മാരുമൊത്ത് അവിടെയെത്തി. കുമാരിമാർ വിവരമെല്ലാം പറഞ്ഞു. ഇസായും കാര്യങ്ങൾ വിസ്തരിച്ച. രാജാവ് നാല്പ പേരേയും കൊട്ടാരത്തിലേക്ക് കൂട്ടിക്കൊണ്ടുപോയി. പക്ഷേ, അദ്ദേഹം പറഞ്ഞു. 'മക്കളേ, നിങ്ങളുടെ ഭർത്താക്കന്മാർ വില തന്ന് വാങ്ങിക്കൊണ്ടു പോയവരാണ് നിങ്ങൾ. നമ്മുടെ നിയമമനുസരിച്ച് നിങ്ങൾ അവരുടെ സ്വത്താണ്. ആ നിലയിൽ എനിക്ക് നിങ്ങളെ രക്ഷിക്കാനാവില്ല. പക്ഷേ നിങ്ങൾ പറഞ്ഞതുപ്രകാരം അവർ മൃഗങ്ങളാണെങ്കിൽ അവർക്ക് നമ്മുടെ നിയമങ്ങൾ ബാധകമല്ല. അതുകൊണ്ട് ആദ്യം അവർ മനുഷ്യരോ മൃഗങ്ങളോ എന്ന് തീർച്ചപ്പെടുത്തണം. നിങ്ങൾ പറയുന്നതു പോലെ അവർക്ക് വാലുണ്ടെങ്കിൽ തീർച്ചയായും അവർ മൃഗങ്ങളാണ്. അ സത്യം നമ്മുടെ പ്രജകർക്കും ബോധ്യമാവണം.'

ദേഹം മുഴുവൻ മൂടത്തക്കരീതിയിലുള്ള വസ്ത്രം ധരിച്ച് മൃഗമനുഷ്യർ കൊട്ടാരത്തിലെത്തി. അവർ തങ്ങളുടെ ഭാര്യമാരെ വിട്ടുകിട്ടണമെന്ന് ആവശ്യപ്പെട്ടു. രാജാവ് നയപരമായി പറഞ്ഞു. 'നിങ്ങളുടെ ഭാര്യമാരെ വിട്ടുതരാൻ ഞാനാരാണ്. തീർച്ചയായും നിങ്ങൾക്ക് അവരെ കൂട്ടിക്കൊണ്ടു പോകാം. പക്ഷേ, കല്യാണം കഴിഞ്ഞ പോയ നിങ്ങൾ ആദ്യമായി ഇവിടെ വരുകയല്ലേ. രണ്ടു ദിവസം ഇവിടെ താമസിച്ച് എന്റെ സൽക്കാരവും സ്വീകരിച്ചേ പോകാവൂ. അതിനായി ഞാൻ എന്റെ സ്നേഹിതരേയും കക്ഷിച്ചിട്ടുണ്ട്.'

മൃഗമനുഷ്യർക്ക് സന്തോഷമായി. വിഭവസമൃദ്ധമായ വിരുന്ന്. എല്ലാവരും ആഹ്ലാദത്തോടെ പങ്കുകൊണ്ടു. വീഞ്ഞും, മദ്യങ്ങളും ധാരാളം കഴിച്ച് മൃഗമനുഷ്യർ നൃത്തമാടാൻ തുടങ്ങി. മദ്യത്തിന്റെ ലഹരിയിൽ, ആട്ടത്തിനിടയിൽ നീണ്ട വസ്ത്രങ്ങൾ വഴുതിവീണത് അവരറിഞ്ഞില്ല. അവിടെ കൂടിയിരുന്ന എല്ലാവരും അവരുടെ നീണ്ട രോമമുള്ള വാലുകൾ കണ്ടു. അവർ മൃഗങ്ങളാണെന്ന് എല്ലാവർക്കും ബോധ്യമായി. എല്ലാവരും ചേർന്ന് മൃഗമനുഷ്യരെ അടിച്ചുകൊന്നു.

ഈ സംഭവം രാജകുമാരിമാർക്ക് നല്ലൊരു പാഠമായി. അവർ തെറ്റ് മനസ്സിലാക്കി പശ്ചാത്തപിച്ചു. സ്വന്തം നാട്ടിൽ നിന്നുള്ള മൂന്നു ചെറുപ്പക്കാരെ വിവാഹം ചെയ്ത് സുഖമായി ജീവിച്ചു.

ആറു കുതിരക്കാർ

നമ്മുടെ രാജാവിന്റെ മകളെ തട്ടിക്കൊണ്ടുപോയേ.... ഹസാ നാട് മുഴുവൻ ഈ മുറവിളി മാറ്റൊലി കൊണ്ടു. പട്ടണങ്ങളിലെല്ലാം ഈ വാർത്ത തീപോലെ പടർന്നു. കേട്ടവർക്കൊന്നും വിശ്വസിക്കാനായില്ല.

എന്ത് നമ്മുടെ രാജാവിന്റെ ഓമന മകൾ നിസ്സയെ തട്ടിക്കൊണ്ടു പോയെന്നോ? അതും ബില്ല എന്ന കൊള്ളക്കാരനോ?

എങ്ങനെ വിശ്വസിക്കാതിരിക്കും. തട്ടിക്കൊണ്ടുപോയത് ബില്ലവല്ലേ!

'പലപ്പോഴും ഒട്ടകങ്ങളേയും കുതിരകളേയും മറ്റും മോഷ്ടിച്ചിരുന്ന അവൻ ഇന്ന് നമ്മുടെ രാജാവിന്റെ മകളേയും മോഷ്ടിച്ചല്ലോ. കഷ്ടം!' എല്ലാവർക്കും ഇതുമാത്രമേ പറയാനുണ്ടായിരുന്നുളളു. നിസ്സയെ ഗ്രാമവാസികൾക്കെല്ലാം ഇഷ്ടമായിരുന്നു. അടക്കവും ഒതുക്കവുമുള്ള സൽസ്വഭാവിയായ സുന്ദരിയായിരന്നു നിസ്സ. അവൾ നഷ്ടപ്പെട്ടത്, അവരെ സംബന്ധിച്ച് സങ്കടകരം തന്നെയായിരുന്നു. പക്ഷേ ബില്ല അവളെപ്പോലൊരു സുന്ദരിയെ ഭാര്യയായി കിട്ടാൻ ആഗ്രഹിച്ചതിൽ അതിശയിക്കാനൊന്നുമില്ലെന്നും അവരോർത്തു. എന്നാലും രാജാവിന്റെ കൊട്ടാരത്തിൽ നിന്നും, വിശ്വസ്ത ഭടന്മാർ പോലുമറിയാതെ നിസ്സയെ കിടക്കയിൽ നിന്ന് എടുത്തു കൊണ്ടുപോകാൻ ബില്ലവിന് കഴിഞ്ഞുവെന്നത് അത്ഭുതം തന്നെ. പക്ഷേ അങ്ങനെ സംഭവിച്ചുവെന്നത് സത്യം. ആ സത്യം അംഗീകരിച്ചേ മതിയാകൂ.

രാജാവിന്റെ ദുഃഖത്തിന് അതിരില്ലായിരുന്നു. അദ്ദേഹം എല്ലാവരും അറിയാനായി ഇങ്ങനെ പ്രസ്താവിച്ചു. 'എന്റെ മകളെ രക്ഷപ്പെടുത്തി

കൊണ്ടുവരുന്ന ഏതൊരു ചെറുപ്പക്കാരനേയും ഞാനെന്റെ മകളുടെ ഭർത്താവായി സ്വീകരിക്കും. മാത്രമല്ല, ഞാനയാൾക്ക് എന്റെ സ്വത്തുക്കളുടെയെല്ലാം പകുതി സമ്മാനമായും നൽകും.'

ഫ്രൂസായിലെ എല്ലാ നഗരങ്ങളിലും ഗ്രാമങ്ങളിലും ഈ വാർത്ത പറന്നെത്തി. അയൽ നാട്ടിലെ ചെറുപ്പക്കാരനായ ഒരു രാജകുമാരനും ഈ വാർത്ത കേൾക്കാനിടയായി. ഫഡാബി എന്നായിരുന്നു രാജകുമാരന്റെ പേര്. ധീര കൃത്യങ്ങൾക്ക് പേര് കേട്ടവനായിരുന്നു ഫഡാബി.

രാജകുമാരൻ പറഞ്ഞു: 'നിസ്സയെ ഞാൻ രക്ഷപ്പെടുത്തി കൊണ്ടുവരും.' നിശ്ചയദാർഢ്യത്തിന്റെ സ്വരത്തിലായിരുന്നു ഈ പ്രഖ്യാപനം.

നിസ്സയുടെ രൂപസൗകുമാര്യത്തെക്കുറിച്ചും ബുദ്ധിശക്തിയെക്കുറിച്ചുമെല്ലാം ഫഡാബിക്ക് കേട്ടറിവുണ്ടായിരുന്നു. എല്ലാ ഗുണവും തികഞ്ഞ, സൽസ്വഭാവിയായ നിസ്സയെ കാമുകിയായും, ഭാവി വധുവായും ഫഡാബി സ്വപ്നം കണ്ടു.

പിന്നെ ഒട്ടും താമസിച്ചില്ല. ഫഡാബി തന്റെ ഏറ്റവും വേഗതയുള്ള കുതിരപ്പുറത്ത് ബില്ലുവിന്റെ താവളം ലക്ഷ്യമാക്കി യാത്ര തിരിച്ചു. സുശക്തമായി സംരക്ഷിക്കപ്പെട്ട താവളമാണ് ബില്ലുവിന്റേതെന്ന് ഫഡാബിക്കറിയാമായിരുന്നു. എന്നാലും ഏറ്റുമുട്ടുക തന്നെയെന്ന് നിശ്ചയിച്ചുറപ്പിച്ച് രാജകുമാരൻ മുന്നോട്ടു നീങ്ങിക്കൊണ്ടിരുന്നു. കുറേ ദൂരം ചെന്നപ്പോൾ മറ്റൊരു യാത്രക്കാരനെ കണ്ടു. വിജനമായ നഗരത്തിലൂടെയുള്ള ദൂരയാത്രയായതുകൊണ്ട് ഇരുവരും കുതിരകളെ കടിഞ്ഞാണിട്ട് നിർത്തി. പരസ്പരം കുശലാന്വേഷണം നടതതി.

'അള്ളാവിനു സ്തുതി. താങ്കൾ ആരാണ്? എങ്ങോട്ടു പോകുന്നു?' ഫഡാബി ഒന്നും മറച്ചുവെക്കാതെ സത്യസന്ധമായിത്തന്നെ മറുപടി പറഞ്ഞു.

'അള്ളാ രക്ഷിക്കട്ടെ. എന്റെ പേര് ഫഡാബി എന്നാണ്. എന്റെ അയൽരാജ്യത്തിലെ, മോഷ്ടിക്കപ്പെട്ട രാജകുമാരി നിസ്സയെ വീണ്ടെടുക്കാൻ ബില്ലുവെന്ന മോഷ്ടാവിന്റെ സങ്കേതത്തിലേക്ക് പോകുന്നു.' പുതുതായി പരിചയപ്പെട്ട യാത്രക്കാരനും ബില്ലുവിനെക്കുറിച്ച് കേട്ടിരുന്നു. ബില്ലുവെന്ന പേര് കേട്ടാൽ മതി ആളുകൾ പേടിച്ചു വിറയ്ക്കും. അയാൾ പറഞ്ഞു:

'ഫഡാബി തനിയെ പോകുന്നതു ശരിയല്ല. നിങ്ങൾക്കു വിരോധമില്ലെങ്കിൽ ഞാനും നിങ്ങളുടെ കൂടെ വരാം. എന്നാൽ കഴിയുന്ന രീതിയില് ഞാൻ സഹായിക്കാം.' ഫഡാബി സന്തോഷത്തോടെ പറഞ്ഞു. 'ശരിയാണ്. രണ്ടുപേർ ചേരുമ്പോൾ ഒരാൾ പോകുന്നതിനേക്കാൾ

പ്രയോജനകരമാകും.'

അവർ രണ്ടുപേരും ഒരുമിച്ച് യാത്ര തുടർന്നു. കുറച്ചുദൂരം പോയപ്പോൾ മറ്റൊരു യാത്രക്കാരനെ കണ്ടു. അയാളും ഫഡാബിയോടൊപ്പം പോകാൻ തയ്യാറായി.

'ഒരാളേക്കാൾ രണ്ടുപേർ ഒന്നിച്ചുപോകുന്നത് നല്ലതാണെങ്കിൽ, തീർച്ചയായും മൂന്നുപേർ രണ്ടുപേരേക്കാൾ നന്നായിരിക്കുമെന്നിന് സംശയമില്ല.' ഫഡാബി പറഞ്ഞു. അങ്ങനെ യാത്ര ചെയ്യുന്നതിനിടിയൽ മറ്റു മൂന്നു യാത്രക്കാർ കൂടി ഫഡാബിയോടൊപ്പം പോകാൻ സന്നദ്ധരായി. ആറു കുതിരപ്പുറത്തായി ആറുപേരുംകൂടിയുള്ള യാത്ര കൗതുകമുള്ളൊരു കാഴ്ചയായിരുന്നു.

ആറുകുതിരകളുടെയും കുളമ്പടികൾ അവർ യാത്ര ചെയ്തിരുന്ന ഗ്രാമങ്ങളിൽ പ്രതിധ്വനിച്ചു. കുറെ ദൂരത്തായി ഒരു നദിക്കപ്പുറത്തായിരുന്നു ബില്ലുവിന്റെ സങ്കേതം. ആറു പേരും നദി കടന്ന് ബില്ലുവിന്റെ സങ്കേതത്തിനടുത്തുള്ള ഒരു പട്ടണത്തിൽ എത്തി. അന്നു രാത്രി പട്ടണത്തിലെ ഒരു ഹോട്ടലിൽ താമസിക്കുവാൻ തീർച്ചയാക്കി.

ആ ചെറിയ ഹോട്ടലിൽ അവർക്ക് ഭക്ഷണം വിളമ്പിക്കൊടുത്തത് ചെറുപ്പക്കാരിയായ ഒരു സ്ത്രീ ആയിരുന്നു. സംസാരത്തിനിടയിൽ ഫഡാബിക്കും കൂട്ടുകാർക്കും, ആ സ്ത്രീക്ക് നിസ്സയെക്കുറിച്ചറിയാമെന്ന സൂചന കിട്ടി. കൂടുതൽ വിവരങ്ങൾ കിട്ടാനായി അവരവളെ പലതും പറഞ്ഞ് പ്രലോഭിപ്പിച്ചു. അവൾ പറഞ്ഞു: 'ശരിയാണ്. എനിക്ക് ബില്ലുവിന്റെ സങ്കേതം നന്നായറിയാം. നിസ്സയേയും. ബില്ലുവിന്റെ ഭാര്യാഗൃഹത്തിൽ ഏറ്റവും സുന്ദരിയായ സ്ത്രീ നിസ്സയാണ്. പക്ഷേ, ആ കുട്ടിക്ക് വലിയ സങ്കടമാണ്. എപ്പോഴും കരയും. ദുഷ്ടനാണ് ബില്ലു. എനിക്ക് കഴിയുമായിരുന്നെങ്കിൽ വല്ല വിദേനയും ഞാനാ കുട്ടിയെ രക്ഷപ്പെടുത്തുമായിരുന്നു.' ഇതൊരു നല്ല തുടക്കമായി ഫഡാബിക്ക് തോന്നി. മാത്രമല്ല ബില്ലുവിന്റെ ആളുകൾക്കുപോലും അയാളോട് സ്നേഹമോ, മതിപ്പോ ഇല്ലെന്നും അവർക്ക് മനസ്സിലായി. ആ സ്ത്രീ വീണ്ടും പറഞ്ഞു: 'ബില്ലുവിന്റെ ഭാര്യമാരുടെയെല്ലാം തലമുടി ചീകി വൃത്തിയാക്കുന്നതും മറ്റും ഞാനാണ്. എന്നും ബില്ലുവിന്റെ സങ്കേതത്തിൽ അവരെയെല്ലാം കാണും.'

അപ്പോൾ ആസ്ത്രീയെ വേണ്ടവണ്ണം ഉപയോഗപ്പെടുത്തിയാൽ തന്റെ ദൗത്യം സഫലമാകുമെന്ന് ഫഡാബി വിചാരിച്ചു. അദ്ദേഹം അവളോട് പറഞ്ഞു: 'ഞാൻ നിനക്ക് ധാരാളം വസ്ത്രങ്ങളും പണവും തരാം. പക്ഷേ നീ എനിക്ക് വളരെ രഹസ്യമായി ഒരു ഉപകാരം ചെയ്യണം.'

അവൾ സമ്മതിച്ചു.

ഫഡാബി തുടർന്നു. 'നാളെ നീ ബില്ലുവിന്റെ സങ്കേതത്തിൽ നിസ്സയെ കാണുമ്പോൾ മറ്റാരുമറിയാതെ എന്നെക്കുറിച്ച് സംസാരിക്കണം. ഞാനിവിടെ വന്നിരിക്കുന്നത് അവളുടെ അച്ഛന്റെ ആവശ്യപ്രകാരമാണെന്നും, സങ്കേതത്തിലെത്താനുള്ള വഴിയും ഉപായവും പറഞ്ഞു തന്ന് സഹകരിക്കണമെന്നും.' അടുത്ത ദിവസം രാവിലെ സ്ത്രീ ബില്ലുവിന്റെ ഭാര്യമാരുടെ കേശാലങ്കാരത്തിനായി സങ്കേതത്തിലേക്ക് പോയി. ഈ സമയത്ത് ഫഡാബി തന്റെ സ്നേഹിതരെയെല്ലാം വിളിച്ചു. അവരോടായി പറഞ്ഞു. 'നിങ്ങളെല്ലാവരും എന്റെ ഈ സാഹസോദ്യമത്തിൽ എന്നെ സഹായിക്കാനെത്തിയവരാണ്. എനിക്ക് നിങ്ങളോടെല്ലാം നന്ദിയുണ്ട്. നാം ഇപ്പോൾ നമ്മുടെ പദ്ധി വേണ്ടവിധം ആലേചിക്കേണ്ടതുണ്ട്. അതുകൊണ്ട് നിങ്ങളോരോരുത്തർക്കും വശമുള്ള, പരിചയമുള്ള പ്രത്യേക വൈദഗ്ധ്യങ്ങൾ എന്തെല്ലാമാണെന്ന് എന്നോട് പറയണം.'

അല്പനേരത്തെ നിശ്ശബ്ദതക്കു ശേഷം ഒരാൾ പറഞ്ഞു: 'എനിക്ക് താങ്കളുടെ ഏതു സംശയത്തിനും ചോദ്യത്തിനും ശരിയായ ഉത്തരം കണ്ടുപിടിക്കാൻ കഴിയും'. അപ്പോൾ രണ്ടാമത്തെ സ്നേഹിതൻ പറഞ്ഞു: 'ഫഡാബി എനിക്ക് വരാൻ പോകുന്ന കാര്യങ്ങൾ അതായത് ഭാവി പ്രവചിക്കാൻ കഴിയും.' മൂന്നാമത്തെയാൾക്ക് മറ്റൊന്നായിരുന്നു പറയാനുണ്ടായിരുന്നത്. എനിക്ക് തുരങ്കങ്ങൾ ഉണ്ടാക്കാനറിയാം. മാത്രമല്ല ഒരാൾക്ക് കടന്നുപോകാൻ കഴിയുന്നത്ര വലിപ്പത്തിൽ തുരങ്കങ്ങൾ ഞൊടിക്കുള്ളിൽ ഉണ്ടക്കാനുള്ള കഴിവ് എനിക്കുണ്ട്. അടുത്തയാളിനും അതേപോലെ ഒരു കഴിവ് വശമായിരുന്നു. അയാൾ പറഞ്ഞു: എനിക്ക് എട്ടോ പത്തോ പേരെ കയറ്റിക്കൊണ്ടുപോകാൻ കഴിയുന്നത്ര വലിയ തോണികൾ നിമിഷനേരതിനുള്ളഇൽ നിർമ്മിക്കാൻ കഴിയും. ഫഡാബിയുടെ കൂടെ വന്ന മറ്റൊരു സ്നേഹിതന് പറയാനുണ്ടായിരുന്നത് അതിശയകരമായ ഒരു കാര്യമായിരുന്നു. എനിക്ക് ഒരു മാന്ത്രിശക്തിയുണ്ട്. ഞാൻഎപ്പോൾ വിചാരിക്കുന്നുവോ അപ്പോൾ എന്റെ രൂപം മാറ്റാനും, ഞാനുദ്ദേശിക്കുന്ന ഏത് രൂപം കൈക്കൊള്ളാനും എനിക്കു കഴിയും.

ഇതെല്ലാം കേട്ടപ്പോൾ തന്റെ സ്നേഹിതർ അസാമാന്യ കഴിവുള്ളവരാണെന്നും അവരുടെ സഹായത്തോടെ നിസ്സയെ രക്ഷപ്പെടുത്താൻ തനിക്കു കഴിയുമെന്നും ഫഡാബി മനസ്സിൽ വിചാരിച്ചു.

ബില്ലുവിന്റെ സങ്കേതത്ത ിലെത്തിയ കേശാലങ്കാരി (കേശത്തെ അലങ്കരിക്കുന്നവൾ) നിസ്സയെ കണ്ടു. 'ഫഡാബി എന്നൊരു ചെറുപ്പക്കാരനെ ഞാനിന്നലെ വൈകിട്ട് കണ്ടു.അയാൾ അതീവ സുന്ദരനാണ്.

ആ മുഖത്ത് എന്തൊരു ഗാംഭീര്യമാണെന്നോ? അയാൾ നിന്നെ ഇവിടെ നിന്ന് രക്ഷിച്ചുകൊണ്ടു പോകാനായി, നിന്റെ അച്ഛന്റെ ആവശ്യപ്രകാരം വന്നതാണ്. നീ അയാളോട് സഹകരിക്കുമോ? നിനക്ക് അയാളെ സഹായിക്കാമെന്ന തോന്നുന്നുണ്ടോ?' നിസ്സക്ക് സന്തോഷമായി. അവൾ ഒരു ചെറിയ പൊതി കേശാലങ്കാരിയുടെ കൈയിൽ കൊടുത്തിട്ട് പറഞ്ഞു:

'നീയിത് വളരെ രഹസ്യമായി ആ ചെറുപ്പക്കാരനെ ഏല്പിക്കണം.' ആ സ്ത്രീ ചോദിച്ചു. 'അയാൾക്കിതെല്ലാം ഉപയോഗിക്കുവാൻ അറിയുമോ? നിസ്സ ചിരിച്ചുകൊണ്ട് മറുപടി പറഞ്ഞു:

'നീ പറഞ്ഞതുപോലെ അയാൾക്ക് എന്നെ രക്ഷിക്കാനുള്ള ബുദ്ധിയും മിടുക്കുമുണ്ടെങ്കിൽ ഇതെല്ലാം ഉപയോഗിക്കാനും അയാൾ വഴി കണ്ടെത്തിക്കൊള്ളും.അന്ന വൈകിട്ട് കേശാലങ്കാരി രഹസ്യമായിത്തന്നെ നിസ്സ നൽകിയ പൊതി ഫഡാബിയെ ഏല്പിച്ചു. ഫഡാബിക്ക് ഒന്നുറപ്പായി. നിസ്സ തന്നോട് സഹകരിക്കും. അതൊരു വലിയ ആശ്വാസമായിരുന്നു. നിസ്സ കൊടുത്തയച്ച പൊതി തുറന്നു നോക്കിയപ്പോൾ അയാൾക്ക് അത്ഭുതം തോന്നി! പൊതിക്കുള്ളിൽ ഒരു പ്രത്യേക മരത്തിന്റെ ഇല, ഒരു എല്ലിൻകഷ്ണം, എല്ലിലാകട്ടെ അല്പാല്പം മാംസം, പിന്നെ ഒരു ചെറിയ കെട്ട് നല്ല പച്ചപ്പുല്ല്.

ഇതെല്ലാം എന്തിനാണ്? ഫഡാബി ആലോചിച്ചു. അടുത്ത നിമിഷം അയാൾ വിചാരിച്ചു. താനെന്തിന് ആലോചിച്ച് തല പുണ്ണാക്കുന്നു? തന്റെ സ്നേഹിതരിൽ ഒരാൽക്ക് ഏത് സംശയത്തിനും ശരിയായ ഉത്തരം കണ്ടുപിടിക്കാൻ വിഷമമില്ലെന്നല്ലേ പറഞ്ഞത്. അയാളോട് ചോദിക്കുകതന്നെ. ഫഡാബി സ്നേഹിതനെ വിളിച്ചു വിവരം പറഞ്ഞു. അയാൾ പറഞ്ഞു: 'സ്നേഹിതാ, ഫഡാബി ഇതു മനസ്സിലാക്കാൻ ബുദ്ധിമുട്ടൊന്നുമില്ല. ശ്രദ്ധിച്ചു കേട്ടോളൂ. ഈ ഇല എന്തിനാണെന്നോ ,ഏതോ ഒരു പ്രത്യേകമരത്തിന്റെകൊമ്പ് നിസ്സയെ തടവിലാക്കിയിരിക്കുന്ന ചുമരുകൾക്കുള്ളിലേക്ക് ചെല്ലുന്നുണ്ടായിരിക്കണം. ഇത് ആ മരത്തിന്റെ ഇലയാണ്. ആ മരം കണ്ടുപിടിക്കാൻ സഹായകമായിരിക്കും ഈ ലി. മരം കണ്ടെത്തിയാൽ തനിക്ക് ആ മരത്തിൽ കയറി നിസ്സയുടെ തടവറയിലെത്താം. പക്ഷേ, സൂക്ഷിക്കണം. അവിടെയൊരു പട്ടിയുണ്ട്. അതിനാണ് ഈ എല്ല്. തടവറയിലേക്ക് ചാടുന്നിനു മുമ്പ് എല്ല് പട്ടിക്കെറിഞ്ഞു കൊടുക്കണം. പട്ടി പിന്നെ ശല്യപ്പെടുത്തില്ല. പക്ഷേ അങ്ങനെ അവിടെയത്തുമ്പോൾ മറ്റൊരപകടം കൂടിയുണ്ട്. ആ തടവറക്കരികിലായി എവിടെയോ ബില്ലുവിന്റെ കതിരയുണ്ട്. അന്യരെ കാണുമ്പോൾ കുതിര അമറും. അങ്ങനെ സംഭവിക്കുന്നതിനുമുമ്പ്

കുതിരക്ക് പുല്ല് കൊടുത്താൽ അതിന്റെ ശല്യവും തീർന്നു. എന്താ നിസ്സ തികച്ചും ബുദ്ധിമതിയാണെന്നു മനസ്സിലായില്ലേ?'

ഫഡാബിക്ക് സന്തോഷമായി. അന്നു വൈകുന്നേരം തന്നെ അയാൾ ആരുടെയും ശ്രദ്ധയിൽപെടാതെ നിസ്സയുടെ തടവറക്കരികിലെത്തി. മരം കണ്ടുപിടിച്ചു. മരത്തിൽ കയറി, നിസ്സയുടെ മുറിയുടെ അടുത്തുള്ള ജനലിൽ കൂടി അകത്തേക്കു ചാടി. നിസ്സ അവിടെ കാത്തുനില്ക്കുന്നുണ്ടായിരുന്നു. തന്റെ സ്നേഹിതൻ പറഞ്ഞതുപോലെ പട്ടിക്ക് എല്ലിൻകഷ്ണവും കുതിരയ്ക്ക് പുല്ലും കൊടുത്ത് പ്രശ്നങ്ങളെല്ലാം ഒഴിവാക്കി.

ഫഡാബി ശബ്ദം താഴ്ത്തി നിസ്സയോട് പറഞ്ഞു. 'നിന്നെ ഞാൻ ഈ നരകത്തിൽ നിന്നും രക്ഷിക്കും. അത്രയ്ക്കിഷ്ടമാണ് എനിക്ക് നിന്നെ. രക്ഷപ്പെട്ടുകഴിഞ്ഞാൽ നിന്റെ അച്ഛന്റെ അനുവാദത്തോടെയും ആശീർവാദത്തോടെയും നമുക്ക് വിവാഹിതരാവാം.' നിസ്സ പറഞ്ഞു. 'നമുക്ക് അല്പം കൂടി ഇരുട്ടിയിട്ട് രക്ഷപ്പെടാം.'

അവർ പതുക്കെയായിരുന്നു സംസാരിച്ചതെങ്കിലും ബില്ലുവിന് ശബ്ദം കേൾക്കാൻ കഴിഞ്ഞു.എന്താണവർ സംസാരിച്ചതെന്നു മനസ്സിലായില്ലെന്നു മാത്രം. അന്യനൊരാൾ തന്റെ സങ്കേതത്തിൽ കടന്നിട്ടുണ്ടെന്ന് അയാൾ മനസ്സിലാക്കി. പിന്നെ ഒട്ടും താമസിച്ചില്ല. കാവൽക്കാരെ വിളിച്ചു വരുത്തി നിർദ്ദേശം നൽകി. ആരോ നമ്മുടെ സങ്കേതത്തിൽ കയറിയിരിക്കുന്നു. നിസ്സയെ പാർപ്പിച്ചിരിക്കുന്നിടത്താണ് അവൻ ഒളിച്ചിരിക്കുന്നത്. അവരയറിയാതെ സൂത്രത്തിൽ അവനെ പിടിക്കണം. അതുകൊണ്ട് നിങ്ങൾ ഒച്ചപ്പാടുണ്ടാക്കാതെ നിസ്സയെ താമസിപ്പിച്ചിരിക്കുന്ന മുറിയുടെ ഭിത്തി ക്രമേണ മാറ്റുക. എല്ലാം ശബ്ദമില്ലാതെ വേണം. ആദ്യം മുകളിലത്തെ ഒരു വരി കല്ലുകൾ മാറ്റണം. പിന്നെ രണ്ടാമത്തേത്. അങ്ങനെ പടിപടിയായി ഭിത്തിയുടെ ഉയരം കുറച്ച് അവനെ കാണാമെന്നാകുമ്പോൾ പിടികൂടണം. കാവൽക്കാർ ഉടനെതന്നെ ജോലി ആരംഭിച്ചു.

ഈ സമയം ഫഡാബിയുടെ മറ്റൊരു സ്നേഹിതൻ ബാക്കിയുള്ളവരോടായി പറഞ്ഞു. 'ഞാൻ നേരത്തെ പറഞ്ഞില്ലേ, എനിക്ക് സംഭവിക്കാൻ പോകുന്ന കാര്യങ്ങൾ പ്രവചിക്കാനാവുമെന്ന്. സ്നേഹിതരേ, നിങ്ങളെന്നെ വിശ്വസിക്കൂ. നമ്മുടെ ഫഡാബി അപകടത്തിൽപ്പെട്ടിരിക്കുന്നു. ബില്ലു ഫഡാബിയെ വകവരുത്താൻ ശ്രമിക്കും. അതുകൊണ്ട് നാം സമയോചിതമായി എന്തെങ്കിലും ചെയ്യണം. എങ്കിലേ ഫഡാബിയുടെ ജീവൻ രക്ഷിക്കാനാവൂ. അപ്പോൾ മറ്റൊരു സ്നേഹിതൻ പറഞ്ഞു. ശരിയാണ്. ഇനിയിപ്പോൾ ഒരു മാർഗ്ഗമേയുള്ളൂ. ഒരു നല്ല തുരങ്കമുണ്ടാക്കി ഫഡാബിയേയും നിസ്സയേയും വെളിയിൽ

കൊണ്ടുവരിക. ഞാൻ പറഞ്ഞിരുന്നല്ലോ എനിക്ക് വളരെ വേഗത്തിൽ തുരങ്കങ്ങൾ ഉണ്ടാക്കാൻ കഴിയുമെന്ന്, ഞാനിതാ എന്റെ ജോലി തുടങ്ങുകയായി.

അയാൾ പറഞ്ഞതുപോലെ വളരെ വേഗതതിൽ അവർ നിന്നിരുന്ന സ്ഥലത്തുനിന്നും നിസ്സയും ഫഡാബിയും ഉണ്ടായിരുന്ന മുറിയുടെ അകത്തുവരെ ഒരു തുരങ്കമുണ്ടാക്കി. ബില്ലവിന്റെ കാവൽക്കാർ മൂന്നുവരി കല്ലുകൾ മാറ്റിയപ്പോഴേക്കും നിസ്സയും ഫഡാബിയും തുരങ്കം വഴി പുറത്തെത്തി.

ആറു സ്നേഹിതരും നിസ്സയും കുതിരപ്പുറത്തു കയറി സമയം കളയാതെ യാത്ര തുടങ്ങി. അവർ ചെന്നെത്തിയത് ഒരു നദിക്കരയിലായിരുന്നു. നദി കടക്കണം. എന്താണ് വഴി? അപ്പോൾ ഫഡാബിയുടെ മറ്റൊരു സ്നേഹതിൻ പറഞ്ഞു. എനിക്ക് അതിവേഗം തോണിയുണ്ടാക്കൻ കഴിയുമെന്ന് നിങ്ങൾക്കറിയാമല്ലോ. ഞാനിത് ജോലി തുടങ്ങുകയായി. ആരും വിഷമിക്കേണ്ട.

ബില്ലവിന്റെ കാവൽക്കാർ ഭിത്ത് ഇടിച്ചു നിരത്തിയപ്പോൾ ആ മുറിയിൽ ആരെയും കണ്ടില്ല. ബില്ലവിന് താൻ വഞ്ചിക്കപ്പെട്ടിരിക്കുന്നുവെന്ന് മനസ്സിലായി. തന്റെ സങ്കേതത്തിൽ വന്ന ആളും നിസ്സയും പോയിരിക്കുന്ന വഴി ഏതായിരിക്കുമെന്ന് ഏതാണ്ട് ഊഹിച്ച് അരിശം കൊണ്ട് കാവൽക്കാരോടൊപ്പം, വേഗത്തിൽ ഓടാൻ കഴിയുന്ന കുതിരപ്പുറത്തുകയറി ആ വഴിക്ക് തിരിച്ചു. അതാ അങ്ങു ദൂരെനദിക്കരയിൽ അവർ ഫഡാബിയേയും നിസ്സയേയും അവരുടെ കൂട്ടുകാരേയും കണ്ടു. അവിടെയെത്തിയാൽ അവരെ പിടികൂടാൻ കഴിയുമെന്ന് വിശ്വസിച്ചു.

ഇതിനിടയിൽ, ഫഡാബിയുടെ സ്നേഹിതൻ അവർക്കും കുതിരകൾക്കും കയറാൻ വേണ്ടത്ര വലിപ്പത്തിൽ ഒരു തോണി ഉണ്ടാക്കിക്കഴിഞ്ഞിരുന്നു. വളരെ പെട്ടെന്ന് എല്ലാവരും തോണിയിൽ കയറി. ബില്ല നദിക്കരയിലെത്തിയപ്പോഴേക്കും തോണി കുറച്ചുദൂരം മുമ്പോട്ടു പോയിക്കഴിഞ്ഞിരുന്നു. നീന്തലറിയാമായിരുന്ന ബില്ല ആവേശത്തോടെ വെള്ളത്തിലേക്ക് കുതിച്ചു. കാര്യത്തിന്റെ ഗൗരവം മനസ്സലാക്കിയ, ഫഡാബിയുടെ മറ്റൊരു സ്നേഹിതൻ തന്റെ മാന്ത്രികശക്തി ഉപയോഗിച്ച് വലിയൊരു കഴുകന്റെ രൂപം പ്രാപിച്ചു. ആനയോളം പോന്ന ആ കഴുകൻ മുകളിലേക്കുയർന്ന്, താഴോട്ട് പറന്ന് തന്റെ കാൽവിരലുകൾക്കുള്ളിൽ തോണി പിടിച്ചു. വീണ്ടും മുകളിലേക്കുയരുന്നു. എല്ലാവരും അതിശയത്തോടെ തോണിയിലിരുന്നു. ആറുപേരും ആറു കുതിരകളുമടങ്ങിയ ആ തോണി കഴുകൻ നിഷ്പ്രയാസം മറുകരയിലെത്തിച്ചു. ഇനി എല്ലാവർക്കും കുതിരപ്പുറത്തു കയറി രക്ഷപ്പെടാമെന്ന ആശ്വാസമായി.

ബില്ലുവാണെങ്കിൽ നദി നീന്തിക്കടന്ന് തങ്ങളെ പിന്തുടരാൻ ശ്രമിച്ചാലും അവൻ കുതിരയില്ല. പക്ഷേ, ആ കഴുകൻ അതുകൊണ്ട് തൃപ്തിപ്പെട്ടില്ല. അത് വീണ്ടും പറന്ന് ബില്ലുവിനെ തന്റെ വിരലുകൾക്കിടയിൽ തൂക്കിക്കൊണ്ട് പറന്നു. അങ്ങ് ദൂരെ മുതലകളുള്ള കുളത്തിൽ കൊണ്ട് പോയിട്ടു. കഴുകൻ പൂർവ്വരൂപം പ്രാപിച്ച് സ്നേഹിതരോടൊപ്പം ചേർന്നു.

എല്ലാവരും കൂടി നിസ്സയുടെ അച്ഛന്റെ കൊട്ടാരതതിലെത്തി. അവിടെ അവർക്ക് രാജോചിതമായ സ്വീകരണം ലഭിച്ചു. ഫഡാബിയേയും നിസ്സയേയും അവളുടെ അച്ഛൻ കെട്ടിപ്പിടിച്ച് സ്നേഹം പ്രകടിപ്പിച്ചു. നാട്ടുകാരുടെ സന്തോഷത്തിന് അതിരില്ലായിരുന്നു.

ഫഡാബിയുടെയും നിസ്സയുടെയും വിവാഹം ആർഭാടമായി നടന്നു. ഫഡാബി തന്റെ സ്നേഹിതരെ വേണ്ടും വണ്ണം സൽക്കരിച്ചു. വിവാഹ ചടങ്ങിൽ അവർ ആദരണീയരായ വിരുന്നുകാരായിരുന്നു. അവർക്ക് ഫഡാബിയും നിസ്സയുടെ അച്ഛനും ധാരാളം വിലപിടിച്ച സമ്മാനങ്ങൾ നൽകാനും മറന്നില്ല.

തവളയും രണ്ടു ഭാര്യമാരും

ഇത് കുമ്പുതോ എന്ന പേരുള്ള തവളയുടെ കഥയാണ്. ജീവിതക്രമം ചിട്ടപ്പെടുത്തി രണ്ടു ഭാര്യമാരോടൊപ്പം സുഖിച്ചു ജീവിച്ച തവളയുടെ കഥ.

കുവോ കുവാ ആയിരുന്നു കുംമ്പുതോവിന്റെ ഒരു ഭാര്യ. മറ്റേ ഭാര്യയുടെ പേര് കുവോ കോ എനനായിരുന്നു. കുംമ്പുതോ ഭാര്യമാർക്ക് ഓരോ വീടും പണിയിച്ചിരുന്നു. കുവോ കുവായിക്ക് കിഴക്കുദിക്കിൽ; വീടിന്റെ പേര് ബാം. കുറോ കോയ്ക്ക് പടിഞ്ഞാറു ദിക്കിൽ; വീടിന്റെ പേര് ബോം. ഭാര്യമാരുടെ വീടുകൾക്കു നടുവിൽ കുംമ്പുതോ തനിയ്ക്കും ഒരു വീടു പണിയിച്ചു. വീടിന് ബോഷ് എന്നു പേരിമിട്ടു. വീടിനു ചുറ്റും ചെറിയ ചെറിയ പഴങ്ങളുണ്ടാകുന്ന ധാരാളം ചെടികളുമുണ്ടായിരുന്നു. ഒഴിവുസമയത്തെല്ലാം അവൻ പഴങ്ങൾ പറിച്ചുതിന്നു രസിച്ചു.

സൂര്യൻ കിഴക്കുദിക്കുമ്പോൾ തന്നെ കുവോ കോ ഭക്ഷണം പാകം ചെയ്യും. കുംമ്പുതോവിന് ഒരു പങ്ക് മാറ്റിവെയ്ക്കും. കുംമ്പുതോ ദിവസവും രാവിലെ കുവോ കുവായുടെ വീട്ടില് പോകും. പ്രഭാതഭക്ഷണം കഴിച്ച് ബോഷിൽ വന്ന് വിശ്രമിക്കും. അസ്തമയസൂര്യൻ പടിഞ്ഞാറേക്ക് ചായാൻ തുടങ്ങുമ്പോൾ കുവോ കോ ഭക്ഷണം പാകം ചെയ്യാൻ തുടങ്ങു. സമയമാകുമ്പോൾ കുംമ്പുതോ വന്ന് അത്താഴം കഴിക്കും. തിരികെ ബോഷിൽ വന്ന് സുഖമായി ഉറങ്ങും. അവൻ അവനോടു തന്നെ ഇപ്രകാരം പറഞ്ഞു: എത്ര സുഖകമായ ജീവിതം. രണ്ടു ഭാര്യമാർ. അവരിരുവരും തന്നോട് സ്നേഹത്തോടെ പെരുമാറുന്നു. ദിവസവും രണ്ടു നേരവും തനിക്കു വേണ്ട ഭക്ഷണം തരുന്നു. സുഖം തന്നെ സുഖം. ജീവിതമായാൽ ഇങ്ങനെ

വേണം. ഇതേക്കുറിച്ചോർത്ത് കുംബുതോ ചിലപ്പോൾ സ്വയം മറന്ന് തുള്ളിച്ചാടും. തന്റെ ദിനചര്യ യാതൊരു തടസ്സവുമില്ലാതെ നടന്നുവന്നു. സൂര്യൻ കൃത്യമായിതന്നെ കിഴക്കുദിയ്ക്കുകയും പടിഞ്ഞാറസ്തമിക്കുകയും ചെയ്തു. പക്ഷേ, മഴക്കാലം ആരംഭിച്ച ദിവസം സൂര്യൻ മേഘങ്ങൾക്കിടയിൽ മറഞ്ഞുപോയി. അതുകൊണ്ട് കുംബുതോവിന്റെ ഭാര്യമാർക്ക് ശരിയായ സമയം മനസ്സിലാക്കാൻ കഴിഞ്ഞില്ല. സമയബോധം നഷ്ടപ്പെട്ട ഇരുവരും ഏതാണ്ട് ഒരേ സമയത്തുതന്നെ പാചകമാരംഭിച്ചു. കുംബുതോവിനാകട്ടെ മഴ വലിയ ഇഷ്ടമായിരുന്നു. അതുകൊണ്ട് അവൻ മഴവെള്ളത്തിൽ തുള്ളിച്ചാടിക്കളിച്ചു. കുറെ സമയത്തിനുശേഷം അവൻ കുളച്ചു കയറി. വീട്ടിൽ വന്ന് വിശ്രമിക്കാനിരുന്നു. അപ്പോഴതാ സ്വാദുള്ള ഭക്ഷണത്തിന്റെ സുഖകരമായ മണം കുംബുതോവിന്റെ മൂക്ക് തുളച്ചു കയറുന്നു. രണ്ടു വീട്ടിൽ നിന്നാണ് മണം വരുന്നതെന്ന് മനസ്സിലാക്കാൻ അവന് കഴിഞ്ഞില്ല. ഒരു നല്ല സദ്യയൊരുങ്ങുന്നു എന്നു മാത്രമാണ് അവൻ കരുതിയത്. ഏതായാലും അല്പം കഴിഞ്ഞ് ഭക്ഷണം കഴിക്കാൻ പോകാമെന്നു വിചാരിച്ച് കുംബുതോ അവിടെ കിടന്നു.

ഭക്ഷണം തയ്യാറായി കുറേ നേരം കഴിഞ്ഞിട്ടും കുംബുതോവിനെ കാണാത്തതിൽ ഭാര്യമാർക്ക് ഉൽക്കണ്ഠ തോന്നി. കുവോ കുവാ തന്റെ മകനെ വിളിച്ചു പറഞ്ഞു 'മോനെ, ഇന്ന് ഇത്ര സമയമായിട്ടും അച്ഛനെ കണ്ടില്ലല്ലോ. നീ പോയി അച്ഛനെ ഭക്ഷണം കഴിക്കുവാൻ വിളിച്ചിട്ടുവാ.' ആ മകൻ അച്ഛനെ വിളിക്കാൻ പോയി. അതേസമയം തന്നെ കുവോകോയും തന്റെ മകളെ വിളിച്ചു പറഞ്ഞു. 'മോളെ, ഇത്ര നേരമായിട്ടും അച്ഛനെ കണ്ടില്ലല്ലോ. നീ പോയി അച്ഛനെ ഭക്ഷണം കഴിക്കുവാൻ കൂട്ടിക്കൊണ്ടുവാ.'

കുംബുതോവിന്റെ മകനും മകളും ബോഷിൽ എത്തിച്ചേർന്നത് ഒരേ സമയത്തായിരുന്നു. കുംബുതോവിന്റെ കട്ടിലിന്റെ കിഴക്കുവശത്ത് നിന്നുകൊണ്ട് മകൻ വിളിച്ചു: 'അച്ഛാ ഊണു കഴിക്കാൻ വരൂ, നേരമെത്രയായി.'

മകൾ കട്ടിലിന്റെ പടിഞ്ഞാറു വശത്തു നിന്നുവിളിച്ചു: 'അച്ഛനെന്താ ഇത്ര നേരമായിട്ടും പ്രാതൽ കഴിക്കാൻ വരാത്തത്? വേഗം വരൂ അച്ഛാ'

കട്ടിലിൽ തെക്കുവടക്ക് നീണ്ടുനിവർന്നു കിടന്നിരുന്ന കുംബുതോയ്ക്ക് രണ്ട് മക്കളും ഒരേ സമയത്തു വിളിക്കുന്നതു കേട്ടപ്പോൾ അത്ഭുതവും ആശയക്കുഴപ്പവും തോന്നി.

എങ്ങോട്ടു പോകണം?

ആലോചിച്ചു നിന്നപ്പോഴേക്കും മകനുംമ കളും രണ്ടു കൈകളിലും

പിടിച്ച് ശക്തിയായി വലിച്ചുകൊണ്ടു പറഞ്ഞു: അച്ഛാ വരൂ അച്ഛാ.

എന്തു ചെയ്യണം? രണ്ടു ഭാര്യമാരും ഒരേ സമയത്തു വിളിക്കുന്നു. കിഴക്കുള്ള ഭാര്യയുടെ അടുത്തേക്കു പോയാൽ പടിഞ്ഞാറുള്ള ഭാര്യ പരിഭവിക്കും. 'നിനക്ക് അല്ലെങ്കിലും കിഴക്കുള്ള ഭാര്യയോടാണ് കൂടുതലിഷ്ടമെന്ന് എനിക്കറിയാം.' പടിഞ്ഞാറുള്ള ഭാര്യയുടെ അടുത്തേക്കു പോയാൽ കിഴക്കുള്ള ഭാര്യ കോപിക്കും. 'എന്തിനാ ഇങ്ങോട്ടു വന്നത്? നിങ്ങൾക്ക് പടിഞ്ഞാറുള്ള ഭാര്യയോടല്ലേ കമ്പം.'

മക്കളാകട്ടെ രണ്ടു കൈകളും കൂടുതൽ ശക്തിയോടെ വലിച്ചു തുടങ്ങി. കൈകൾ ദേഹത്തു നിന്ന് വിട്ടു പോകുമെന്നു തോന്നുന്ന രീതിയിൽ വേദനിക്കാൻ തുടങ്ങി. കുംഭുതോ പിറുപിറുത്തു കൊണ്ടേയിരുന്നു.

'രണ്ടു ഭാര്യമാരുടെ നടുവിൽ ജീവിക്കാൻ കഷ്ടമാണേ.... കഷ്ടമാണേ... കഷ്ടമാണേ....'

അച്ഛൻ നൽകിയ മന്ത്രക്കൊമ്പുള്ള കാള

ആഫ്രിക്കയിലെ ഒരു ഗ്രാമത്തലവന്റെ മകനായിരുന്നു മുംഗൽ. മുംഗലിന്റെ അച്ഛന് ഒന്നിൽ കൂടുതൽ ഭാര്യമാരുണ്ടായിരുന്നു. മുംഗലിന്റെ അമ്മ സുന്ദരിയും മിടുക്കിയുമായിരുന്നു. അതുകൊണ്ട് ചിറ്റമ്മമാർക്കൊന്നും മുംഗലിന്റെ അമ്മയെ ഇഷ്ടമായിരുന്നില്ല. ഗ്രാമത്തലവനാകട്ടെ ഇവരോടായിരുന്നു കൂടുതൽ താല്പര്യം. അതുകാരണം ചിറ്റമ്മമാർ മുംഗലിനോടും അമ്മയോടും ദേഷ്യത്തോടെയാണ് പെരുമാറിയത്.

ഗ്രാമത്തലവൻ വീട്ടിലുള്ളപ്പോൾ മുംഗലിനോട് അവർ വാത്സല്യപൂർവ്വം പെരുമാറി.

കഷ്ടകാലമെന്നു പറയട്ടെ, മുംഗലിന് നാലു വയസ്സുള്ളപ്പോൾ അവന്റെ അമ്മ മരിച്ചു. അതോടെ അവന്റെ ദുരിതവും ആരംഭിച്ചു. ചിറ്റമ്മമാരുടെ ക്രൂരത പൂർവ്വാധികം വർധിച്ചു. പക്ഷേ അവന്റെ അമ്മ മരണക്കിടക്കയിൽ വെച്ച് അച്ഛനെക്കൊണ്ട് ഒരു സത്യം ചെയ്യിച്ചിരുന്നു. മുംഗലിന് പ്രായപൂർത്തിയായാൽ, തന്റെ വെളുത്ത കാളയെ അവന് സമ്മാനമായി നൽകണമെന്നായിരുന്നു അത്.

മുംഗലിനെക്കൊണ്ട് ചിറ്റമ്മമാർ താങ്ങാവുന്നതിലപ്പുറം ജോലി ചെയ്യിക്കൽ പതിവാക്കി. അവരുടെ മക്കളെല്ലാം ഓടിച്ചാടിക്കളിച്ചു നടക്കുമ്പോൾ മുംഗൽ മാത്രം വീട്ടുവേലകളും മറ്റും ചെയ്തുകൊണ്ടേയിരുന്നു. പക്ഷേ അവൻ ആരോടും പരാതിപ്പെട്ടില്ല.

എല്ലാം നിശ്ശബ്ദമായി സഹിച്ചു. ചിറ്റമ്മമാർ കല്പിക്കുന്ന ജോലികളെല്ലാം വൃത്തിയോടും വെടുപ്പോടും കൂടി ചെയ്തു.

മുംഗലിന് പതിനെട്ട് വയസ്സായി.

പ്രായപൂർത്തിയായവരുടെ കൂട്ടത്തിൽ അംഗീകരിച്ചു. ഈ അംഗീകാരത്തിന്റെ ചടങ്ങായി ഒരു വിരുന്ന് ഒരുക്കിയിരുന്നു. വിരുന്നു സമയത്ത് എല്ലാവരുടെയും മുമ്പിൽ വെച്ച് മുംഗലിന്റെ അച്ഛൻ, തന്റെ ഭാര്യയ്ക്കു കൊടുത്ത വാക്കു പാലിച്ചുകൊണ്ട് അദ്ദേഹത്തിന്റെ വെളുത്ത കാളയെ മുംഗലിനു സമ്മാനമായി നൽകി. തനിക്ക് പ്രായപൂർത്തിയായാലെങ്കിലും ചിറ്റമ്മമാർ തന്നോട് കുറച്ച് സ്നേഹവും മര്യാദയും കാണിക്കുമെന്ന് മുംഗൽ കരുതിയിരുന്നു. എന്നാൽ അവർക്ക് യാതൊരു മാറ്റവുമുണ്ടായില്ല. കുറച്ചു ദിവസം കഴിഞ്ഞപ്പോൾ മുംഗൽ വീടുവിട്ടു പോകാൻ തീരുമാനിച്ചു.

ഒരു ദിവസം പ്രഭാതത്തിൽ അവൻ തന്റെ കാളപ്പുറത്തു കയറി നാടുവിട്ടു, ഏഴുദിവസം നീണ്ടുനിന്ന യാത്രയ്ക്കൊടുവിൽ, ആഹാരസാധനങ്ങളും വെള്ളവും തീരുകയും ഒരു വരണ്ട വിജനമായ സ്ഥലത്തു അവനും കാളയും എത്തിച്ചേരുകയും ചെയ്തു.

ഇനിയെന്തു ചെയ്യും? ഒരിറ്റ് വെള്ളംപോലും കിട്ടാനില്ല. പച്ചിലയുടെ തലപ്പുപോലും എങ്ങു കാണാനുമില്ല. മുംഗൽ നിരാശനായി. അവൻ അലക്ഷ്യമായി കാളയോട് പറഞ്ഞു:

'എന്റെ പൊന്നു കൂട്ടുകാരാ, നമുക്ക് പരിചയമുള്ള നാട്ടിൽ നിന്നെല്ലാം നാം പോന്നു കഴിഞ്ഞു. സത്യം പറഞ്ഞാൽ ഒരുലക്ഷ്യവുമില്ലാത്ത യാത്രയായിരുന്നു. ചിറ്റമ്മമാരുടെ ക്രൂരത ഭയന്നാണ് നാടുവിട്ടത്. ഇപ്പോൾ തോന്നുന്നു; വിശപ്പും ദാഹവും കൊണ്ട് ഈ മരുപ്രദേശത്ത് മരിച്ചുവീഴുന്നതിലും ഭേദം അതായിരുന്നുവെന്ന്. ഒന്നുമറിയാത്ത നിന്നെയും എന്റെ കൂട്ടിനുകൊണ്ടുവന്ന് കഷ്ടത്തിലാക്കി.'

മുംഗൽ പറഞ്ഞു നിർത്തിയപ്പോൾ തന്നെ ഒരതിശയം സംഭവിച്ചു. തനിക്ക് അച്ഛൻ സമ്മാനമായിത്തന്ന വെളുത്ത കാള സംസാരിക്കുന്നു. കാള വ്യക്തമായി പറഞ്ഞു:

'മുംഗൽ നീ ഒന്നുകൊണ്ടും വിഷമിക്കേണ്ട. നിനക്ക് ഞാനുണ്ട്. നീ എന്റെ വലത്തേ കൊമ്പിൽ മൂന്നു പ്രാവശ്യം കൈകൊണ്ട് തട്ടിയിട്ട് എന്താവശ്യപ്പെടുന്നുവോ അതെല്ലാം ലഭിക്കും. നിന്റെ ആഗ്രഹമനുസരിച്ച് ആഹാരമോ, വെള്ളമോ, വസ്ത്രമോ, എന്തും! ആവശ്യം കഴിഞ്ഞ് ബാക്കിയുള്ളതെല്ലാം എന്റെ ഇടത്തേ കൊമ്പിൽ രണ്ടു പ്രാവശ്യം കൈ തട്ടിയാൽ അപ്രത്യക്ഷമാവുകയും ചെയ്യും.'

മുംഗൽ തന്റെ സ്നേഹിതനായ കാളയെ കെട്ടിപ്പിടിച്ച് ഉമ്മ വെച്ചു. പിന്നീട് കാള പറഞ്ഞതുപോലെ വലത്തേ കൊമ്പിൽ മൂന്നു പ്രാവശ്യം

കൈതട്ടി തനിക്ക് ആഹാരപദാർത്ഥങ്ങളും കാളയ്ക്ക് പുല്ലും വേണമെന്ന് ആഗ്രഹിച്ചു.

തൊട്ടടുത്ത നിമിഷം വേണ്ടത്ര ആഹാരപദാർത്ഥങ്ങളും പച്ചപ്പുല്ലും പ്രത്യക്ഷപ്പെട്ടു. മിച്ചം വന്നത് ഇടത്തേ കൊമ്പിൽ തട്ടിയപ്പോൾ അപ്രത്യക്ഷമാവുകയും ചെയ്തു.

അവർ വീണ്ടും യാത്ര ആരംഭിച്ചു.

കുറെ ദിവസം യാത്ര ചെയ്തപ്പോൾ അവർ ഒരു വലിയ വനപ്രദേശത്ത് എത്തിച്ചേർന്നു. ധാരാളം മരങ്ങളും ചെറുചെടികളുമെല്ലാം തിങ്ങി വളർന്ന ഒരു വലിയ വനം. അവിടെ മരങ്ങളുടെ വേരുകളും വള്ളികളും മറ്റും കെട്ടുപിണഞ്ഞ് കുരുങ്ങിക്കിടന്നിരുന്നു. വെള്ളക്കാളയുടെ കൊമ്പു തട്ടിയപ്പോൾ വേരുകളും വള്ളികളുമെല്ലാം വഴിമാറിക്കൊടുത്തു.

കാടിനുള്ളിലൂടെ കുറെ ദൂരം യാത്ര ചെയ്തപ്പോൾ തുറസ്സായ വിസ്തൃതിയുള്ള ഒരു സ്ഥലം കണ്ടു. പക്ഷേ, സ്ഥലത്തിനറെ പ്രവേശന കവാടത്തിൽ ഒരു പറ്റം കുറ്റൻ പോത്തുകൾ സ്ഥാനമുറപ്പിച്ചിരുന്നു. പോത്തിൻ കൂട്ടത്തിലെ തലവൻ തല കുലുക്കുകയും പിൻകാലുകൾ കൊണ്ട് തറയിൽ മാന്തുകയും ചെയ്യുന്നത് കണ്ടപ്പോൾ തന്നെ മുംഗൽ ഭയന്നുപോയി.

കാള അവനോട് പറഞ്ഞു:

'കൂട്ടുകാരാ, നീ ഈ പോത്തിന്റെ ശൗര്യം കണ്ട് ഭയപ്പെടേണ്ട ആവശ്യമില്ല. ഞാനും അവനും ഒരു യുദ്ധത്തിനു തയ്യാറാവുകയാണ്. ഞങ്ങൾ രണ്ടാളും നന്നായി പൊരുതും. ഈ യുദ്ധത്തിൽ ഞാൻ തന്നെ ജയി#കകും. പക്ഷേ, ഇവിടെ നിന്നും മുന്നോട്ടു പോകുമ്പോൾ ഒരു ഉയർന്ന വനപ്രദേശം വരും. അവിടെനിന്നും മുന്നോട്ടു പോകുമ്പോൾ വേറൊരു യുദ്ധം കൂടി ഉണ്ടാവും. ആ യുദ്ധത്തിൽ ഞാൻ മരിച്ചു പോകും. തീർച്ചയാണ്.' അപ്പോഴേക്കും യുദ്ധം തുടങ്ങിക്കഴിഞ്ഞു. ഒരു വശത്ത് ഒരു കുറ്റൻ പോത്തി. മറുവശത്ത്മുംഗലിന്റെ കാള. പൊരിഞ്ഞ യുദ്ധം. കൊമ്പുകൾ കൂട്ടിമുട്ടി ഉരസുന്ന ശബ്ദം ഭയാനകമായിരുന്നു.അവിടെയെല്ലാം പൊടിപടലങ്ങൾ കൊണ്ടു നിറഞ്ഞു. സത്യത്തിൽ എന്താണ് സംഭവിക്കുന്നതെന്നു മനസ്സിലാക്കാൻ തന്നെ ബുദ്ധിമുട്ടായി. മുംഗൽ ഒരു കോണിൽ മാറിനിന്ന് തന്റെ കാളയ്ക്ക് ഒന്നും സംഭവിക്കരുതേ എന്നു പ്രാർത്ഥിക്കുകയായിരുന്നു. കുറെ കഴിഞ്ഞപ്പോൾ ശബ്ദം നിലച്ചു.

എല്ലാം ശാന്തമായതുപോലെ. ആ പൊടിപടലത്തിനുള്ളിൽ നിന്നും മുംഗലിന്റെ കാള പുറത്തു വന്നു.

മുംഗൽ സന്തോഷത്തോടെ അതിനെ കെട്ടിപ്പിടിച്ചു. അതിന്റെ പുറത്തു ചാടിക്കയറി യാത്ര തുടർന്നു. പോത്തിൻകൂട്ടം എതിർപ്പൊന്നും

കാണിക്കാതെ അവർക്ക് വഴിമാറിക്കൊടുത്തു. കുറേ ദിവസങ്ങൾ കൂടി അവർ കാടും കുന്നും മലകളും മൈതാനങ്ങളും താണ്ടി മുന്നോട്ടു പോയി. കുറേ കഴിഞ്ഞപ്പോൾ അവരുടെ മുമ്പിൽ ഒരു പർവ്വതം പ്രത്യക്ഷപ്പെട്ടു. ആ പർവ്വതത്തിന്റെ ചുവട്ടിൽ അത് രണ്ടായി പിളർന്നപോലെ ഒരു വിള്ളലുണ്ടായിരുന്നു. ഒന്നോ രണ്ടോ പേർക്കു മാത്രം അകത്തേക്കു പോകാൻ പറ്റിയ രീതിയിൽ വീതിയിൽ ഒരു ചെറിയ മലയിടുക്ക്. അതുക ണ്ടപ്പോൾ തന്നെ മുംഗൽ ഊഹിച്ചു, ഇതായിരിക്കണം തന്റെ കാള നേരത്തെ സൂചിപ്പിച്ച പർവ്വതമെന്ന്.

ആ മലയിടുക്കിനു മുമ്പിൽ ഒരു കൂറ്റൻ കാള നില്പുണ്ടായിരുന്നു. ഒരു ദ്വാരപാലകന്റെ മട്ടിൽ. മുമ്പ് തന്റെ കാളയോട് മല്ലിട്ട് പോത്ത് ഇതി നേക്കാൾ എത്രയോ ചെറുതായിരുന്നു. അടുത്ത് ഒരു കൂട്ടം കാളകൾ പുല്ലുമേഞ്ഞു നടക്കുന്നുമുണ്ടായിരുന്നു. മുംഗൽ കാളയുടെ പുറത്ത് അതിനെ കെട്ടിപ്പിടിച്ചുകൊണ്ട് കുറെ നേരം കിടന്നു. പിന്നീട് മനസ്സിൽ മുമ്പെങ്ങുമില്ലാത്ത ധൈര്യം ആവാഹിച്ച് നിലത്തിറങ്ങി. കാളയുടെ നെറുകയിൽ കൊമ്പുകൾക്കിടയിലായി ഉമ്മ വെച്ചു. അപ്പോൾ കാള അവനോടു പറഞ്ഞു:

മുംഗൽ, എന്റെ ചങ്ങാതീ, ഞാൻ നിന്നോട് വിട പറയുന്നു. എന്റെ കൊമ്പുകൾ മറക്കാതെ എടുത്തുവെച്ചോ. നിനക്ക് ആവശ്യമുള്ള എന്തും ആഗ്രഹിക്കുമ്പോൾ കിട്ടും. ഞാൻ മരിക്കുന്നതോടെ ഈ സിദ്ധി നിനക്കു മാത്രം സ്വന്തമാകും. മറ്റാർക്കും ഉപയോഗപ്പെടുകയില്ല. ഇത്രയും പറഞ്ഞിട്ട് കാള അവിടെ നിന്നിരുന്ന ദ്വാരപാലകനുമായി യുദ്ധത്തിനൊരുങ്ങി. യുദ്ധം മുമ്പത്തേക്കാളും ഉഗ്രമായിരുന്നു. വളരെ പെട്ടെന്നു തന്നെ മുംഗലിന്റെ കാള ചത്തുവീണു. മറ്റേ കാളയും അവിടെ പുല്ലുമേഞ്ഞിരുന്ന കാളകളും അപ്രത്യക്ഷമായി.

മുംഗലിന് ദുഃഖം താങ്ങാനായില്ല. എന്നാലും തന്റെ കാള നിർദ്ദേശിച്ച പ്രകാരം മുംഗൽ കാളയുടെ കൊമ്പുകൾ രണ്ടും അറുത്തെടുത്ത് തന്റെ കീശയിൽ ഭദ്രമായി വെച്ചു. കൊമ്പുകൾ അറുത്തെടുത്തു കഴിഞ്ഞപ്പോൾ കാളയുടെ ജഡം അപ്രത്യക്ഷമായി. മുംഗൽ ആ മലയിടുക്കിൽ കൂടി മുന്നോട്ടു നടന്നു. ചെന്നുചേർന്നത് സുന്ദരമായൊരു താഴ് വരയിലായി രുന്നു. അവിടെ ജനവാസം ഉണ്ടായിരുന്നുവെങ്കിലും ഒരേയൊരു തരം കിഴങ്ങുചെടി മാത്രമാണ് കൃഷിചെയ്തു കണ്ടത്. മുംഗൽ മലയിടുക്കിൽകൂടി അകത്തേക്കു നടന്നുവരുന്നതുകണ്ട ഗ്രാമവാസികൾ അത്ഭുതപ്പെട്ടു. അവർ മുംഗലിനോടു ചോദിച്ചു.

'നീയെങ്ങിനെയാണ് ആ മലയിടുക്കിൽ കൂടി അകത്തേക്കു വന്നത്? അവിടെ നിന്ന കാളക്കൂട്ടം നിന്നെ ഉപദ്രവിച്ചില്ലേ?' മുംഗൽ തന്റെ

വെളുത്ത കാളയെക്കുറിച്ചും അതിന്റെ മാന്ത്രിക്കൊമ്പുകളെക്കുറിച്ചും ആരോടും പറഞ്ഞില്ല. സാധാരണ നിലയിൽ ഒന്നും അറിയാത്തതു പോലെ പറഞ്ഞു.

'എന്താ ഇങ്ങോട്ടുവരാൻ ബുദ്ധിമുട്ടൊന്നും ഇല്ലായിരുന്നല്ലോ' അപ്പോൾ 'ആ മലയിടുക്കിനു വെളിയിലായി കാവൽ നിന്നിരുന്ന കൂറ്റൻ കാളകളോ? കാളക്കൂട്ടമോ?' അവിടെ ഒന്നും ഇല്ലായിരുന്നു.

മലയിടുക്കിനു മുമ്പിൽ നിന്നിരുന്ന കാളക്കൂട്ടം അവിടെ നിന്നും പോയി എന്നു കേട്ടതും ആ ഗ്രാമവാസികൾ വളരെയേറെ സന്തോഷിച്ചു. ആ നല്ല വാർത്തയുമായി വന്ന മുംഗലിനെ അവരെല്ലാം സ്നേഹ പൂർവ്വം വളഞ്ഞു. ഇനി നിർഭയം മലയിടുക്കിനു വെളിയിൽപോയി കൃഷി ചെയ്യാമല്ലോ എന്നോർത്തപ്പോൾ അവരുടെ സന്തോഷത്തിനതിരില്ലാ യിരുന്നു. ഉണക്കക്കിഴങ്ങുകൾ മാത്രം തിന്ന് ജീവിക്കേണ്ട ഗതികേടുമില്ല. ആ ഗ്രാമവാസികളിലെ പ്രധാനി മുംഗലിനെ ഭക്ഷണം കഴിക്കാനായി വീട്ടിലേക്ക് ക്ഷണിച്ചു. പക്ഷേ, അയാൾക്ക് ഭക്ഷണത്തിനൊരുക്കാൻ കഴിഞ്ഞത് ഉണക്കക്കിഴങ്ങ് മാത്രമാണ്. അതുകണ്ട മുംഗൽ തന്റെ കൈവശമുള്ള കാളക്കൊമ്പുകളിൽ ഒന്നിൽ മൂന്നു പ്രാവശ്യം തട്ടി. ഉടൻതന്നെ അവർക്കു വേണ്ടത്ര വിവിധതരം ആഹാരസാധനങ്ങൾ അവിടെ നിരന്നു. ഇതുകണ്ട പ്രധാനി അത്ഭുതപ്പെട്ടു. വേണ്ടത്ര ഭക്ഷണം കഴിക്കുന്നതിനിടയിൽ, ആ അത്ഭുതം തന്റേതാക്കണമെന്ന് അയാൾ മനസ്സിൽ കണക്കുകൂട്ടി. അതുകൊണ്ട് മുംഗലിന്റെ എല്ലാ പ്രവൃത്തികളും അയാൾ ശ്രദ്ധയോടെ നോക്കി മനസ്സിലാക്കി. അവരുടെ ഭക്ഷണം കഴിഞ്ഞപ്പോൾ മുംഗൽ ഇടത്തേ കാളക്കൊമ്പിൽ രണ്ടുപ്രാവശ്യം തട്ടി. ശേഷം വന്ന ഭക്ഷണ സാധനങ്ങൾ അപ്രത്യക്ഷമാവുകയും ചെയ്തു. ഭക്ഷണം കഴിഞ്ഞപ്പോൾ അവരിരുവരും ഉറങ്ങാൻ കിടന്നു. യാത്രാ ക്ഷീണം മൂലം കിടന്നപാടെ മുംഗൽ ഉറങ്ങിപ്പോയി. ഈ തക്കം നോക്കി പ്രധാനി മുംഗലിന്റെ കാളക്കൊമ്പുകളോട് സാമ്യമുള്ള രണ്ട് കാളക്കൊ മ്പുകൾ കൊണ്ടുവന്ന് മുംഗലിന്റെ സഞ്ചിയിലിട്ട് മറ്റേ കാളക്കൊമ്പുകൾ സഞ്ചിയിൽ നിന്നെടുത്തു.

അടുത്ത ദിവസം പ്രഭാതത്തിൽ മുംഗൽ പ്രധാനിയോടും ഗ്രാമവാ സികളോടും യാത്ര പറഞ്ഞ് അവിടം വിട്ടുപോയി തന്റെ ചങ്ങാതിയായി വെള്ളക്കാളയുടെ ഭൂതം കൂടെയുണ്ടല്ലോ എന്ന വിശ്വാസം മുംഗലിന് സന്തോഷം നൽകി. അതുകൊണ്ട് വഴി നീളെ പാട്ടുപാടിയാണ് മുംഗൽ നടന്നത്.

ഉച്ചയായപ്പോഴേക്കും മുംഗലിന് വിശന്നു തുടങ്ങി. ഒരു മരത്തണലിൽ ഇരുന്നുകൊണ്ട് അവൻ തന്റെ കൈയിലുള്ള കൊമ്പുകൾ പുറത്തെടുത്തു.

വലത്തേ കൊമ്പിൽ മൂന്ന പ്രാവശ്യം തട്ടി. സ്വാദിഷ്ഠമായ ഭക്ഷണസാധ നങ്ങൾക്ക് ആഗ്രഹിച്ചു. പക്ഷേ ഒന്നും സംഭവിച്ചില്ല. താൻ വഞ്ചിക്കപ്പെ ട്ടിരിക്കുന്നുവെന്ന് മുംഗലിന് മനസ്സിലായി. പ്രധാനി തന്നെയായിരിക്കണം അതെടുത്തത് എന്ന് അവൻ തീരുമാനിച്ചു. മുംഗൽ തിരികെ അതേ ഗ്രാമത്തിലേക്ക് നടന്നു. ആരും കാണാതെ പ്രധാനിയുടെ വീടിൽ പിറകിൽ ഒളിഞ്ഞുനിന്നു. അപ്പോൾ പ്രധാനി ആ കൊമ്പുകൾ വെച്ചു കൊണ്ട് തട്ടിനോക്കുകയും, പലതരം മന്ത്രങ്ങൾ ഉരുവിട്ടുനോക്കുകയും ചെയ്യുന്നത് മുംഗൽ കണ്ടു. കുറെനേരം അങ്ങനെ ചെയ്തതിനുശേഷം, ഒരു പ്രയോജനവുമില്ലെന്ന് കണ്ട് അരിശത്തോടെ ആ കൊമ്പുകൽ ദൂരെയെറിഞ്ഞു. ആരും കാണുന്നില്ലെന്നു ഉറപ്പുവരുത്തി മുംഗൽ ആ കൊമ്പുകൾ തിരികെയടുത്തു. പകരം, തന്റെ കൈയിലെ ഉപയോഗ ശൂന്യങ്ങളായ കൊമ്പുകൾ അവിടെയിട്ടു. ആരുടെയും കണ്ണിൽപെടാതെ അവിടെനിന്നും യാത്ര തുടരുകയും ചെയ്തു.

മുംഗലിന്റെ യാത്ര ദിവസങ്ങളും മാസങ്ങളും നീണ്ടുനിന്നു. തന്റെ ചങ്ങാതിയുടെ ഭൂതം കൂടെയുണ്ടെന്ന ബോധം അവനെ കൂടുതൽ ഉൻമേഷവാനാക്കി. തന്റെ വസ്ത്രങ്ങൾ മുഷിഞ്ഞ് പലയിടത്തും കീറലുകൾ വീണുപോയത് അവനറിഞ്ഞില്ല. താടി മീശ വളർന്നതും മുഖവും രൂപവു മെല്ലാം ഒരു ഭ്രാന്തന്റേതു പോലെയായതും അവൻ ശ്രദ്ധിച്ചില്ല. പക്ഷേ ആരോടും സംസാരിക്കാനില്ലാത്ത യാത്രയും, വിജനതയും, ഏകാന്ത തയും അവന് മടുപ്പുളവാക്കി. ആരോടെങ്കിലും സംസാരിക്കുകയോ കൂട്ടു കൂടുകയോ വേണം. മുംഗൽ വഴിയരികിൽ കണ്ട ഒരു വീടിന്റെ കതകിൽ മുട്ടി. വാതിൽ തുറന്ന ഗൃഹനാഥൻ പ്രാകൃത രൂപനായ മുംഗലിനെ കണ്ട പ്പോൾ പുച്ഛത്തോടെ നോക്കി വാതിലടച്ചു. എന്തുകൊണ്ടാണ് ഇങ്ങനെ സംഭവിച്ചതെന്ന് മുംഗലിന് മനസ്സിലായില്ല. ഇതിനുമുമ്പ് ആരും തന്റെ മുമ്പിൽ വാതിൽ കൊട്ടിയടച്ചിട്ടില്ലല്ലോ എന്നോർത്തുകൊണ്ട് മുംഗൽ അവിടെനിന്ന് ഇറങ്ങി നടന്നു. നടന്നെത്തിയത് ഒരു അരുവിയുടെ തീരത്താണ്. അരുവിയിലിരുന്നു മുഖം കഴുകുമ്പോഴാണ് മുംഗൽ തന്റെ മുഖത്തു വന്ന മാറ്റം മനസ്സിലാക്കിയത്. ശരിയാണ്, തന്നെ കണ്ടാൽ ഒരു ഭ്രാന്തനോ പിച്ചക്കാരനോ ആണെന്നേ തോന്നുകയുള്ളൂ. ആരും തനിക്ക് വാതിൽ തുറന്നു തരാൻ മടിക്കും. മുംഗൽ അരുവിയിലിരങ്ങി നല്ല തുപോലെ കുളിച്ചു. കുളി കഴിഞ്ഞ് അരുവിക്കരയിൽ നേരിയ വെയിലത്ത് കുറേ നേരം ഇരുന്നു. അതിനുശേഷം തന്റെ മാന്ത്രിക്കൊമ്പുകളെടുത്ത് മൂന്നു പ്രാവശ്യം തട്ടി. നല്ല വസ്ത്രങ്ങൾക്കുവേണ്ടി ആഗ്രഹിച്ചു. 'ഒരു ഗ്രാമ ത്തലവന്റെ മകന്റെ അന്തസ്സിനു ചേർന്ന രീതിയിലുള്ള വസ്ത്രങ്ങൾ വരട്ടെ.

ആഗ്രഹിച്ചതുപോലെയുള്ള വസ്ത്രങ്ങളും ആഭരണങ്ങളുമെല്ലാം

മുംഗലിന് ഉടനെ കിട്ടി. മുംഗൽ അവയെല്ലാം ധരിച്ച് അടുത്ത ഗ്രാമത്തിലേക്ക് യാത്രയായി.

രാജകീയമായ രീതിയിൽ വസ്ത്രം ധരിച്ചെത്തിയ മുംഗലിന്, ആ ഗ്രാമവാസികൾ രാജകീയമായ വരവേല്പ തന്നെ നൽകി. ഗ്രാമത്തലവൻ തന്റെ അതിഥിയായി മുംഗലിനെ ക്ഷണിച്ചു. ഒരു രാജകുമാരനെപ്പോലെ ആ വീട്ടുകാർ മുംഗലിനെ സ്വീകരിച്ചു. തലവന്റെ മകൾക്ക് മുംഗലിനെ വളരെയധികം ഇഷ്ടമായി. അതുപോലെ സൗന്ദര്യവതിയും ബുദ്ധിശാലിയുമായ അവളെ മുംഗലിനും ഇഷ്ടമായി. മുഗൽ മന്ത്രക്കൊമ്പിന്റെ സഹായത്തോടെ വിലപിടിപ്പുള്ള ആഭരണങ്ങളും വസ്ത്രങ്ങളുംനൽകി അവളെ പ്രീതിപ്പെടുത്തി. ആ വീട്ടിലുള്ള എല്ലാവർക്കും അവൻ സമ്മാനങ്ങൾ നൽകി. മുംഗൽ അധികം താമസിയാതെ ഗ്രാമത്തലവന്റേയും ഗ്രാമവാസികളുടേയും സ്നേഹത്തിനു പാത്രമായി. മൂന്നുനാല് മാസങ്ങൾ കഴിഞ്ഞപ്പോഴേയ്ക്കും അവർക്ക് തമ്മിൽ പിരിയാൻ കഴിയാതെയായി. ഗ്രാമത്തലവൻ തന്റെ മകളെ മുംഗലിന് വിവാഹം കഴിച്ചുകൊടുത്തു. ആ ഗ്രാമത്തിന്റെ മുഴുവൻ ആഘോഷമായിട്ടായിരുന്നു വിവാഹം നടന്നത്.

കല്യാണം കഴിഞ്ഞ് ഏതാണ്ട് ഒരു വർഷം കഴിഞ്ഞപ്പോൾ മുംഗലും ഭാര്യയും മുംഗലിന്റെ അച്ഛന്റെ ഗ്രാമത്തിലേക്ക് പോയി. മുംഗലിന്റെ തിരിച്ചുവരവ് പ്രമാണിച്ച് ആ ഗ്രാമത്തിലും ഉത്സവം പോലുള്ള ഒരുക്കങ്ങളായിരുന്നു. മുംഗലിനോട് ഇനിയും പണ്ടത്തെപപോലെ ക്രൂരമായി പെരുമാറുന്നത് ബുദ്ധിയല്ലെന്ന് ഇതിനകം ചിറ്റമ്മമാർ തീരുമാനിച്ചിരുന്നു. അതുകൊണ്ട് അവരിരുവരും മുംഗലിനെ കൂടുതൽ കൂടുതൽ സ്നേഹിക്കുവാനും പ്രശംസിക്കുവാനും തുടങ്ങിയിരുന്നു.

മുംഗൽ എല്ലാ കാര്യങ്ങളും എല്ലാവരോടും പറഞ്ഞു. തന്റെ യാത്രയുടെ വിവരങ്ങളും തന്റെ വിവാഹകാര്യവും അങ്ങനെ എല്ലാമെല്ലാം. പക്ഷേ, തന്റെ വെള്ളക്കാളെയെക്കുറിച്ചും അതിന്റെ മന്ത്രക്കൊമ്പുകളുടെ രഹസ്യത്തെക്കുറിച്ചും ആരോടും പറഞ്ഞില്ല. മുംഗൽ ഭാര്യയോടൊപ്പം അച്ഛന്റെ ഗ്രാമത്തിൽ താമസമുറപ്പിച്ചു. അച്ഛന്റെ മരണശേഷം മുംഗൽ ഗ്രാമത്തലവനായി. തന്റെ എല്ലാ സൗഭാഗ്യങ്ങൾക്കും കാരണമായ ആ കൊമ്പുകൾ ഉറങ്ങുമ്പോഴും ഉണർന്നിരിക്കുമ്പോഴും തന്റെ അരികിൽത്തന്നെ സൂക്ഷിക്കാനും മറ്റുള്ളവർ കാണാതിരിക്കുവാനും മുംഗൽ വളരെയധികം ശ്രദ്ധിച്ചു. തന്റെ സ്നേഹിതനായ കാളയുടെ ഭൂതം തന്നോടൊപ്പമുണ്ടെന്ന ആത്മവിശ്വാസത്തോടെ അയാൾ വളരെക്കാലം ഗ്രാമത്തലവനായി വാണു.

ആഫ്രിക്കൻ ഏഷ്യൻ
നാടോടിക്കഥകൾ

മുത്തശ്ശിയും കൊച്ചുമോളും

കൊച്ചു മക്കളെ തല്ലരുതേ......

ഇൻഡോനേഷ്യയിലെ ചെറിയൊരു ദ്വീപാണ് റോത്തി. ആ ദ്വീപിലെ ചെറിയൊരു ഗ്രാമത്തിൽ പണ്ടുപണ്ട് മുത്തശ്ശി തന്റെ കൊച്ചുമകളുമൊത്ത് താമസിച്ചിരുന്നു. കാംബുങ്ങ് എന്നാണ് അവർ ഗ്രാമത്തെ വിളിച്ചിരുന്നത്. ഒറ്റ മുറി മാത്രമുള്ള ചെറിയ വീടായിരുന്നു അവരുടേത്. എന്നാലും വീടിനു പുറകിലായി തുറസ്സായ സ്ഥലമുണ്ടായിരുന്നു. അവിടെ പയറ്, നിലക്കടല, കപ്പ, മധുരക്കിഴങ്ങ് മുതലായവ കൃഷി ചെയ്താണ് മുത്തശ്ശിയും കൊച്ചുമകളും ഉപജീവനം നടത്തിയിരുന്നത്. എന്നാൽ പലപ്പോഴും അതിൽ നിന്നുകിട്ടുന്ന വരുമാനംകൊണ്ട് ജീവിക്കാൻ ബുദ്ധിമുട്ടായിരുന്നു. അതുകൊണ്ട് മുത്തശ്ശി കടലിൽ മീൻപിടിക്കാൻ പോവുക പതിവായിരുന്നു. അപ്പോൾ അരിവേവിക്കലും പച്ചക്കറികൾ കൊണ്ട് എന്തെങ്കിലും കറികളുണ്ടാക്കലും കൊച്ചുമകളുടെ ജോലിയായിത്തീർന്നു. മീനുമായി തിരികെ വരുന്ന മുത്തശ്ശിയാണ് മീൻകൂട്ടാനുണ്ടാക്കുക. അങ്ങനെ യാതൊരു വിധ അല്ലലുമില്ലാതെ അവർ ജീവിച്ചു പോന്നു.

ഒരു ദിവസം മുത്തശ്ശി മീൻ പിടിക്കാൻ പോകുന്നതിനു മുമ്പ് കൊച്ചുമകളോട് പറഞ്ഞു. “മോളേ, ഇന്ന് അരിവെയ്ക്കുമ്പോൾ വെറും ഒരു മണി അരിമാത്രം ഇട്ടുവേവിച്ചാൽ മതി. നമുക്ക് രണ്ടുപേർക്കും ഉണ്ണാൻ അത് ധാരാളം മതി.” മുത്തശ്ശി കടൽക്കരയിലേക്കു നടന്നു. കൊച്ചുമകൾ ജോലിയാരംഭിച്ചു. അപ്പോഴാണ് മുത്തശ്ശി എന്തേ ഇങ്ങനെ പറയാനെന്ന് അവൾ ആലോചിച്ചത്. സാധാരണ രണ്ടുപിടി അരിയാണല്ലോ വേവിക്കാനിടുന്നത്. ഇന്ന് ഒരു മണി മാത്രമിട്ടാൽ രണ്ടുപേർ എങ്ങനെ

ഉണ്ണും? അവൾക്കൊരു എത്തും പിടിയും കിട്ടിയില്ല. മുത്തശ്ശിക്ക് തെറ്റു പറ്റിയതാണെങ്കിലോ. താനല്ലേ അത് തിരുത്തേണ്ടത്? അവൾ പിന്നീടൊന്നും ആലോചിച്ചില്ല, സാധാരണ ചെയ്യുന്നതുപോലെ രണ്ടുപിടി അരിവേവിക്കാൻ തീർച്ചയാക്കി.

അടുപ്പ് കത്തിച്ച് വെള്ളം വെച്ച് രണ്ടുപിടി അരി കലത്തിലിട്ടു. കുറച്ചു കഴിഞ്ഞ് കലത്തിന്റെ അടപ്പ് തുറന്നു നോക്കി. അരി തിളച്ചു വരുന്നേയുള്ളൂ. അടപ്പ് തിരികെ വെയ്ക്കാൻ ശ്രമിച്ചെങ്കിലും പറ്റിയില്ല. അരിതിളച്ച് പൊങ്ങിക്കഴിഞ്ഞിരുന്നു. അരി പതഞ്ഞു പതഞ്ഞ് കലത്തതിനു പുറത്തേക്ക് ഒഴുകാൻ തുടങ്ങി. അവൾ ഒരു തവിയിട്ട് ഇളക്കി

പത കുറയ്ക്കാൻ നോക്കി, കഴിഞ്ഞില്ല. അടുപ്പിലെ തീ അണച്ചു. പക്ഷേ അരി പതഞ്ഞ് തുളുമ്പിക്കൊണ്ടേയിരുന്നു.. മാത്രമല്ല വെളിയിലേക്ക് ഒഴുകിക്കൊണ്ടിരുന്നു. ഒരു തുടപ്പ കൊണ്ട് ചേറും വെള്ളവും തുത്തു മാറ്റാൻ ശ്രമിച്ചെങ്കിലും പറ്റിയില്ല. ചോറും വെള്ളവും ഒഴുകിയൊഴുകി മുറ്റവും കടന്ന് ഒഴുകാൻ തുടങ്ങി. എന്തതിശയം? ചോറ് മുറിയും മുറ്റവുമെല്ലാം നിറഞ്ഞിരിക്കുന്നു. പറമ്പിലേക്കും ഒഴുകിത്തുടങ്ങി.

സഹികെട്ട് അവൾ ഉറക്കെ നിലവിളിച്ചു. "നിൽക്ക്, നിൽക്കാനല്ലേ പറഞ്ഞത്?

പക്ഷേ നിറഞ്ഞൊഴുകുന്ന ചോറുണ്ടോ നിൽക്കുന്നു?

അവൾ കരഞ്ഞുകെണ്ടോടി. അപ്പോഴാണ് ദൂരെ നിന്ന് മുത്തശ്ശി വരുന്നതവൾ കണ്ടത്.

മുത്തശ്ശി..... മുത്തശ്ശി......

അവൾ ഓടിച്ചെന്ന് മുത്തശ്ശിയെ കെട്ടിപ്പിടിച്ചു.

കരഞ്ഞുകൊണ്ടു തന്നെ കാര്യം പറഞ്ഞു.

"മുത്തശ്ശി പറഞ്ഞതു കേൾക്കാതെ രണ്ടുപിടി അരി ഞാൻ കലത്തിലിട്ടു. തിളച്ചു പൊങ്ങിയപ്പോൾ കലം നിറഞ്ഞ് പുറത്തേക്കൊഴുകാൻ അതിപ്പോഴും ഒഴുകിക്കൊണ്ടേയിരിക്കുന്നു മുത്തശ്ശി...."

മുത്തശ്ശിക്ക് അരിശം വന്നു.

അവർ ദേഷ്യത്തോടെ ചോദിച്ചു."ഞാൻ നിന്നോടു പറഞ്ഞില്ലേ, ഒരു മണി അരിമാത്രമിട്ടാൽ മതിയെന്ന്. പറഞ്ഞാൾ കേൾക്കാത്ത അസ്സത്ത്."

കൈയിൽ കിട്ടിയ കമ്പെടുത്ത് അവർ അവളെ പൊതിരെ തല്ലി. "പറഞ്ഞാൽ കേൾക്കാത്തവൾ, അനുസരണയില്ലാത്തവൾ," അടിയേറ്റ് വേദനിച്ച അവൾ അലറിക്കരഞ്ഞ് തളർന്നു വീണു.

പക്ഷേ അതിശയമെന്നു പറയാം. അല്പസമയത്തിനുള്ളിൽ അവൾ അപ്രത്യക്ഷമമായി. മുത്തശ്ശി കണ്ണുതിരുമ്മി ചുറ്റിലും സൂക്ഷിച്ചു നോക്കി. ഇല്ല അവളില്ല! തന്റെ കൊച്ചുകളേ കാണാനില്ല! അവൾ ആവിപോലെ അപ്രത്യക്ഷയായിരിക്കുന്നു. പകരം അവൾ കിടന്ന സ്ഥലത്ത് ഒരു കുട്ടിത്തുരങ്ങനിരിക്കുന്നു. മുത്തശ്ശി ഇതെങ്ങനെ വിശ്വസിക്കും?

അവർ വീണ്ടും കണ്ണുകൾ തിരുമ്മി നോക്കി. അപ്പോഴേക്കും ആ കുരങ്ങുകുട്ടി ചാടിച്ചാടി അടുത്തുള്ള മരത്തിലേക്ക് ഒറ്റച്ചാട്ടം. മരക്കൊമ്പിലിരുന്ന് മുത്തശ്ശിയെ നോക്കി കൊഞ്ഞനം കാട്ടി ഇങ്ങനെ വിളിച്ചു പറഞ്ഞു "മുത്തശ്ശി ഇനി നോക്കിക്കോ. മുത്തശ്ശിയെ നോക്കാനും സഹായിക്കാനും ആരും ഉണ്ടാവില്ല. മുത്തശ്ശിയോട് വർത്തമാനം പറയാനും കളിക്കാനും ചിരിക്കാനും ഇനി ആരും ഉണ്ടാവില്ല." കുട്ടിക്കുരങ്ങ് ഓടിയൊളിച്ചു.

പാവം മുത്തശ്ശി അവരിത്രയും പ്രതീക്ഷിച്ചതല്ല. പെട്ടെന്നുണ്ടായ കോപത്തിന് കൊച്ചുമകളെ അടിച്ചെന്നു മാത്രം. ഇനി തനിക്കാരുമില്ല. വർത്തമാനം പറയാൻ ആരുമില്ല.... കളിക്കാൻ ആരുമില്ല.... ചിരിക്കാൻ ആരുമില്ല.... അതിനുശേഷം റോത്തിയിലെ മുത്തശ്ശിമാർ കൊച്ചുമക്കളെ തല്ലാറില്ല.

ചുമട്ടു കൂട

പണ്ടുപണ്ട് നേപ്പാളിലെ ഒരു ഗ്രാമത്തിൽ, പാവപ്പെട്ടൊരു വീട്ടിൽ പ്രായമായ ഒരച്ഛനും അയാളുടെ മകനും, മകന്റെ ഭാര്യയും മകനും താമസിച്ചിരുന്നു. കൊച്ചുമോൻ വളരെ ചുറുചുറുക്കുള്ള കുട്ടിയായിരുന്നു. അവന് അപ്പൂപ്പനും അപ്പൂപ്പന് അവനുമായിരുന്നു കൂട്ട്.

ഓരോ ദിവസം കഴിയുന്തോറും അയാൾക്ക് അവശതയും കൂടികൊണ്ടിരുന്നു. കൊച്ചുമോന്റെ കൂടെ കളിക്കാൻ വയ്യാതായി. എല്ലാകാര്യങ്ങൾക്കും മറ്റുള്ളവരുടെ സഹായം ആവശ്യമായി വന്നു പക്ഷേ, മകനും മരുമകൾക്കും അയാളുടെ കാര്യങ്ങൾ ശ്രദ്ധിക്കാൻ സമയമില്ലായിരുന്നു. സമയക്കുറവുമാത്രമല്ല താല്പര്യവുമില്ലായിരുന്നു എന്നതാണ് സത്യം. അവർ കഴിച്ച് മിച്ചം വരുന്ന ആഹാരസാധനങ്ങൾ മാത്രമായിരുന്നു അയാളുടെ ജീവൻ നിലനിർത്തിയിരുന്നത്. അവർ ഉപയോഗിച്ച പഴകിയ വസ്ത്രങ്ങളും പുതപ്പുമായിരുന്നു അയാൾക്ക് കൊടുത്തിരുന്നത്. അതൊക്കെ സഹിക്കാമായിരുന്നു.

അയാളെ അലട്ടിയിരുന്നത് മറ്റൊന്നായിരുന്നു. തന്റെ മകനോ മരുമകളോ സ്നേഹത്തോടെയുള്ള ഒരു വാക്കു പോലും തന്നോട് പറയുന്നില്ലല്ലോ എന്നതായിരുന്നു അത്.

എന്നാൽ അവർ ഇടയ്ക്കിടയ്ക്ക് ഇപ്രകാരം പറയുന്നതും അയാൾ കേട്ടു. “ഈ കിഴവന് വല്ലയിടത്തും പോയി തുലയരുതോ? നാശം.” അതുകേൾക്കുമ്പോൾ അയാളും എന്തെല്ലാമോ പിറുപിറുക്കും.

അപ്പോഴെല്ലാം കൊച്ചുമോൻ അയാളോട് സ്നേഹവും അടുപ്പവും കാണിച്ചു.

ചിലപ്പോഴെല്ലാം, അച്ഛനും അമ്മയും കാണാതെ തന്റെ ആഹാരത്തിന്റെ ഒരു പങ്ക് അവൻ അപ്പൂപ്പന് കൊടുക്കും. അതുകാണുമ്പോൾ അയാളുടെ കണ്ണുനിറയും, ധാരധാരയായി കണ്ണുനീർ വീഴും. അവൻ തന്റെ കുഞ്ഞുവിരലുകൾ കൊണ്ട് അപ്പൂപ്പന്റെ കണ്ണുനീർ തുടയ്ക്കും. എന്നിട്ട് പറയും.

"അപ്പൂപ്പാ, അപ്പൂപ്പനെ എനിക്കിഷ്ടമാ."

ദിവസം ചെല്ലുന്തോറും മകനും മരുമകളും അയാളെ കൂടുതൽ കൂടുതൽ അവഗണിച്ചു.

അങ്ങനെ ഒരു ദിവസം മകനും മരുമകളും കൂടി ഒരു തീരുമാനമെടുത്തു. നമുക്കൊരു കാര്യം ചെയ്യാം. അച്ഛനെ ദൂരെയെവിടെയെങ്കിലും ഒരു വഴിയമ്പലത്തിൽ കൊണ്ടു വിടാം. കിഴവൻ അവിടെയിരുന്ന് തെണ്ടട്ടെ. കിട്ടുന്ന കാശുകൊണ്ട് വല്ലതും വാങ്ങിക്കഴിച്ച് അവിടെത്തന്നെ കൂടിക്കോട്ടെ."

"പക്ഷേ.... കിഴവനെ കണ്ടില്ലെങ്കിൽ നാട്ടുകാർ ചോദിക്കില്ലേ, അപ്പേഴെന്തു പറയും-" ഭാര്യ സംശയം പ്രകടിപ്പിച്ചു.

"ഓ അതൊന്നും അത്ര കാര്യമാക്കണ്ട. കുറച്ചു ദിവസം അമ്പലത്തിൽ ഭജനമിരിക്കാൻ പോയതാണെന്നു പറയാം.

മകനും ഭാര്യയും നടത്തിയ ഈ സംഭാഷണം അവരുടെ മകൻ കേട്ടു. അടുത്ത ദിവസം അയാൾ ചന്തയിൽ പോയി സാമാന്യം വലിയ ഒരു ഡോക്കോ വാങ്ങിവന്നു. (പുറത്തു ഭാരം എടുത്തുകൊണ്ടുപോകാൻ ഉപയോഗിക്കുന്ന ഒരു തരം കുടയെയാണ് നേപ്പാളിൽ ഡോക്കോ എന്നു പറയുന്നത്.)

ഡോക്കോ കണ്ടപ്പോൾ മകൻ ചോദിച്ചു.

"അമ്മ, അച്ഛനും അമ്മയും കൂടി അപ്പൂപ്പനെ എവിടെയാ കളയാൻ പോകുന്നത്?"

"ഇല്ല മോനേ, അപ്പൂപ്പനെ കളയില്ല. അപ്പൂപ്പന് താമസിക്കാൻ ഇവിടുത്തേതിനേക്കാൾ സൗകര്യമുള്ള ഒരു സ്ഥലമുണ്ട്. അവിടെകൊണ്ടാക്കാം. അതാ അപ്പൂപ്പന് നല്ലത്."

"അപ്പോ അവിടെ അപ്പൂപ്പന് കഴിക്കാനാരു കൊടുക്കും?"

"അവിടെ ധാരാളം നല്ല ആളുകളുണ്ട് മോനേ. അവർ അപ്പൂപ്പനെ നന്നായി നോക്കും. അപ്പൂപ്പന് കഴിക്കാനും കൊടുക്കും."

അന്നു രാത്രി അയാൾ അച്ഛനെ കൂടക്കകത്തു കയറ്റി ഇരുത്തി, വൃദ്ധൻ ഭയത്തോടെയും അമ്പരപ്പോടേയും ചോദിച്ചു.

“നീ എന്നെ എങ്ങോട്ടാ കൊണ്ടുപോകുന്നത്?”

“അച്ഛനറിഞ്ഞുകൂടെ ഞങ്ങളിവിടെ എത്ര കഷ്ടപ്പെട്ടാ ജീവിക്കുന്ന തെന്ന്? അതിനിടക്ക് അച്ഛനെക്കൂട്ടി നോക്കാൻ ഇവിടെയാർക്കാ സമയം? അതുകൊണ്ട് അച്ഛനെ ഒരു പുണ്യ സ്ഥലത്ത് കൊണ്ടാക്കാം. അവിടെയുള്ള നല്ല ആളുകൾ അച്ഛന് വേണ്ടതെല്ലാം തരും.”

“എടാ നന്ദികെട്ട മോനേ. എന്നെ നീ പിച്ചയെടുക്കാൻ കൊണ്ടുവിടും. അല്ലേ?” അയാൾ ഉറക്കെ നിലവിളിച്ചു.

പക്ഷേ ആ കരച്ചിൽ മകന്റെ ചെവിയിൽ വീണില്ല. മകൻ അച്ഛനെ ഇരുത്തിയ ഡോക്കോ തൂക്കിയെടുത്ത് മുതുകിൽ വെച്ച് നടക്കാൻ തുടങ്ങി അപ്പോൾ അയാളുടെ മകൻ പിന്നിൽ നിന്ന് വിളിച്ചു പറഞ്ഞു.

“അച്ഛാ അപ്പൂപ്പനെ കൊണ്ടു വിട്ട് തിരിച്ചു വരുമ്പോൾ ഡോക്കോ മറന്നു വെച്ചിട്ട് വരരുതേ..... ഡോക്കോ തിരികെ കൊണ്ടു വരണേ”

“അതെന്തിനാ മോനേ?”

“അച്ഛൻ വയസ്സാകുമ്പോൾ അച്ഛനെ കൊണ്ടുപോയി വിടാൻ അല്ലെങ്കിൽ പുതിയ ഡോക്കോ വാങ്ങേണ്ടി വരില്ലേ?”

ആ മകന് പിന്നീട് ഒരടി പോലും മുന്നോട്ടു വെയ്ക്കാനായില്ല. അയാളുടെ കാലുകൾ വിറയ്ക്കാൻ തുടങ്ങി. അയാൾ ഡോക്കോ താഴെ ഇറക്കിവെച്ചിട്ട് അവശനായി തളർന്നിരുന്നു.

പക്ഷികളും മൃഗങ്ങളും തമ്മിൽ ഒരു യുദ്ധം

ഈ ഭൂമുഖത്ത് മനുഷ്യർ ഉണ്ടാവുന്നതിനു മുമ്പ് തന്നെ പക്ഷികളും മൃഗങ്ങളും ഉണ്ടായിരുന്നു. അവ വളരെ സ്നേഹത്തോടെ സഹോദരീസഹോദരൻമാരെപ്പോലെയാണ് ജീവിച്ചിരുന്നത്. എങ്കിലും ഇടക്കിടെ ചില വഴക്കുകളും ഉണ്ടാകുമായിരുന്നു. എന്നാൽ ഈ സാധാരണ രീതിക്കു വിപരീതമായി ഒരിക്കൽ അവ തമ്മിൽ കടുത്ത വിരോധം ഉണ്ടായി. ഈ കടുത്ത വിരോധം യുദ്ധത്തിലാണ് കലാശിച്ചത്. ആ യുദ്ധത്തെപ്പറ്റി ഇന്നും അമ്മൂമ്മമാർ സംസാരിക്കാറുണ്ട്.

ഒരു ഒട്ടകപ്പക്ഷിയും ആനയും തമ്മിലുള്ള വഴക്കാണ് യുദ്ധത്തിന് വഴിയൊരുക്കിയത്. അതിനൊരു കാരണവുമുണ്ടായിരുന്നു. ആനകൾ യാതൊരു ശ്രദ്ധയുമില്ലാതെയായിരുന്നു കാട്ടിൽ അങ്ങുമിങ്ങും നടന്നിരുന്നത്. അവയുടെ മരംപോലുള്ള വലിയ കാലുകൾ എടുത്തു വെച്ച് നടക്കുമ്പോൾ കാലുകൾക്ക് കീഴിൽ എത്രയെത്ര ജന്തുക്കളാണെന്നോ അരഞ്ഞു ചത്തത്. ഉറുമ്പ്, ചെറിയചെറിയ വണ്ടുകൾ എന്നു വേണ്ട പലതും. പക്ഷേ ഇതൊന്നു കുറ്റൻ ആനകൾ ഗൗനിച്ചിരുന്നില്ല. എന്നാൽ ഒട്ടകപക്ഷികൾ മുട്ടയിടാനായി മണ്ണിൽ ചെറിയ ചെറിയ കുഴികൾ ഉണ്ടാക്കുമായിരുന്നു. പക്ഷേ ആനകളോ, ശ്രദ്ധിയില്ലാതെ നടന്ന് ഒട്ടകപക്ഷികളുണ്ടാക്കുന്ന കുഴികളെല്ലാം നശിപ്പിക്കുകയും ചെയ്യും. പല പ്രാവശ്യം പറഞ്ഞിട്ടും ആനകൾ അത് ആവർത്തിക്കുക തന്നെ ചെയ്തു. ഇത് ഒട്ടകപക്ഷികളെ അരിശം പിടിപ്പിച്ചു. അവ തങ്ങളുടെ ബുദ്ധിമുട്ടുകൾ മറ്റു പക്ഷികളോട് പറഞ്ഞു. ആനകളെ ഒരു പാഠം പഠിപ്പിക്കാൻ തങ്ങളെ സഹായിക്കണമെന്ന് മറ്റു പക്ഷികളോട് അപേക്ഷിച്ചപ്പോൾ

അവയെല്ലാം സഹായത്തിനായി മുന്നോട്ടു വന്നു. ചെറിയ പക്ഷികളും വലിയ പക്ഷികളുമെല്ലാം ഒറ്റക്കെട്ടായി നിന്നു. വേഗത്തിൽ പറക്കാൻ കഴിയുന്നവയും, പറക്കാൻ കഴിയാത്തവയും, പക്ഷികളെല്ലെങ്കിലും

പറക്കാൻ വശമുള്ള ഈച്ചയും തേനീച്ചകളും കടന്നലുകളും എല്ലാം പക്ഷികളുടെ ഭാഗത്ത് പോരിന് അണിനിരന്നു. ഒട്ടകപക്ഷികളുടെ തലവനാണ് ആദ്യം യുദ്ധം പ്രഖ്യാപിച്ചത്. തലവൻ തല ഉയർത്തിപ്പി ടിച്ചു നോക്കിയപ്പോൾ പുല്ലുവളർന്ന പരന്ന പ്രദേശങ്ങൾക്കപ്പുറത്തായി, വളരെ ദൂരത്തിൽ ആനകൾ കൂട്ടംകൂട്ടമായി നിൽക്കുന്നതു കണ്ടു. അവൻ ശക്തിയേറിയ കാലുകൾകൊണ്ട് വേഗം വേഗം ഓടി ആനകളുടെ അടു ത്തെത്തി വിളിച്ചു പറഞ്ഞു.

"ആനകളേ, നിങ്ങളോട് ഞങ്ങളുടെ മുട്ടക്കുഴികൾ നശിപ്പിക്കരുതെ ന്ന് ഞങ്ങൾ വീണ്ടും വീണ്ടും അപേക്ഷിച്ചിട്ടും നിങ്ങൾ കൂട്ടാക്കുന്നില്ല. ഇതു നല്ലതിനല്ലെന്ന് ഞങ്ങൾ പല പ്രാവശ്യം താക്കീതും നൽകി. എന്നിട്ടും നിങ്ങൾ ശ്രദ്ധിച്ചില്ല. ഞങ്ങളുടെ അപേക്ഷകൾക്കും താക്കീതു കൾക്കും നിങ്ങളൊരു വിലയും കല്പിച്ചില്ല. ഞങ്ങളുടെ ക്ഷമ നശിച്ചിരി ക്കുന്നു. അതുകൊണ്ട് മറ്റൊരു പോംവഴിയും ഇല്ലാത്ത അവസ്ഥയിൽ ഞങ്ങളിതാ നിങ്ങളോട് യുദ്ധം പ്രഖ്യാപിക്കുന്നു. പക്ഷികളെല്ലാം ഒന്നു ചേർന്ന് അണിയായി നിങ്ങളോട് യുദ്ധം ചെയ്യും. വേണമെങ്കിൽ നിങ്ങളും മറ്റു മൃഗങ്ങളെ സഹായത്തിനു കൂട്ടുന്നതിൽ ഞങ്ങൾക്ക് വിരോധമില്ല."

യുദ്ധം പ്രഖ്യാപിച്ചിട്ട് ഒട്ടകപക്ഷിത്തലവൻ തിരികെ വന്ന് യുദ്ധംത്തി നായി ഒരുക്കങ്ങൾ തുടങ്ങി.

ആനകളുടെ തലവനും യുദ്ധത്തിനു തയ്യാറായി. അവൻ മറ്റു മൃഗ ങ്ങളെയെല്ലാം വിളിച്ചുകൂട്ടി ഒരാലോചനായോഗം കൂട്ടി. എല്ലാവരും ആനകളോട് ചേർന്നു അണിയായി പൊരുതാൻ മുന്നോട്ടു വന്നു. അവർ പക്ഷികളുടെ വെല്ലുവിളി പുച്ഛത്തോടെയാണ് സ്വീകരിച്ചത്. പറവകൾ നമ്മെ പോരിനു വിളിക്കുകയോ? ച്ഛെ..... എന്തൊരസംബന്ധം. ചെറിയ ചെറിയ പക്ഷികളൾ വമ്പൻമാരായ നമ്മോടു യുദ്ധം ചെയ്യും പോലും. എന്നാലും അവറ്റകൾ വീമ്പു പറഞ്ഞതല്ലേ, നമ്മളും വിടണ്ട. അവറ്റകളെ എന്നെന്നേക്കുമായി ഒരു പാഠം പഠിപ്പിക്കണം. അതായിരുന്നു മൃഗങ്ങ ളുടെ തീരുമാനം. പക്ഷേ പക്ഷികൾ വീമ്പൊന്നും

പറയാൻ പോയില്ല. വരട്ടെ! കാണാം, എന്നതായിരുന്നു അവരുടെ നി

ലപാട്. നേരത്തെ നിശ്ചയിച്ച ദിവസം തന്നെ പോരിന് രണ്ടണി കളും നിരന്നു. അത് കാണേണ്ട കാഴ്ച തന്നെയായിരുന്നു. ചെറുതും വലുതുമായി എല്ലാ മൃഗങ്ങളും നിരനിരയായി നിന്നു. ആനയും, കുതിരയും

കടുവയും, പുലിയും, കുരങ്ങനും, എലിയും, അണ്ണാനും എല്ലാമെല്ലാം; അതുപോലെ പക്ഷികളെല്ലാം എതിർഭാഗത്തുള്ള മരക്കൊമ്പുകളിലും കൂടി- കഴുകനും, കാക്കയും, തത്തയും, പ്രാവും, എല്ലാം, ഈച്ചയും തേനീച്ചകളും, ഒട്ടകപ്പക്ഷികളും, താറാവുകളും, ടർക്കിക്കോഴികളുമെല്ലാം നിലത്തും.

ആന ഉച്ചത്തിൽ ഭേരിമുഴക്കി അറിയിച്ചു, സിംഹവും പുലിയുമായി രിക്കും എന്റെ പ്രധാന പടനേതാക്കൾ, ഞങ്ങൾ മൂന്നുപേരും ചേർന്ന് ഞങ്ങളുടെ അണിയെ യുദ്ധത്തിൽ നയിക്കും. അവ മൂന്നും അവരവരുടെ സ്ഥാനങ്ങളിൽ ജാഗ്രതയോടെ നിന്നു.

ഒട്ടകപ്പക്ഷിയും തന്റെ അണിയുടെ നേതാക്കൾ ആരെല്ലാമാണെന്ന് അറിയിച്ചു. കഴുകനും, പരുന്തും കൊക്കുമായിരിക്കും എന്നോടൊപ്പം ഞങ്ങളുടെ അണിയുടെ നായകർ. ഒട്ടകപ്പക്ഷി അവരുടെ അണിയുടെ നേതാക്കൻമാരോടായി മറ്റാരും കേൾക്കാതെ ഉപദേശിച്ചു. "എനിക്കു പറക്കാനാവില്ലെന്ന് നിങ്ങൾക്കറിയാമല്ലോ. പക്ഷേ ഞാനൊരു പദ്ധതി ആസൂത്രണം ചെയ്തിട്ടുണ്ട്. അതനുസരിച്ച് നിങ്ങളോരോരുത്തരും പൊരുതിയാൽ വിജയം നമുക്കാണെന്ന് ഉറപ്പാണ്. അവരെല്ലാം ഒട്ടകപക്ഷിയുടെ പദ്ധതി കേൾക്കാനായി കൗതുകത്തോടെ കാതോർത്തുനിന്നു.

ഒട്ടകപക്ഷി പറഞ്ഞു "നമ്മുടെ പ്രധാന ആയുധമായി ഞാൻ കരുതിയിരിക്കുന്നത് ഞങ്ങളുടെ പെണ്ണുങ്ങൾ ഇട്ടിട്ടുള്ള കുറേ മുട്ടകളാണ്. ഇളം മഞ്ഞ നിറത്തിലുള്ള ഞങ്ങളുടെ മുട്ടകൾക്കോരോന്നിനും നല്ല ഭാരമുണ്ട്."

മറ്റുപക്ഷികൾക്ക് അതിശയം തോന്നി. മുട്ട ആയുധമാക്കാനോ? മുട്ട കൊണ്ടെങ്ങനെ യുദ്ധം ചെയ്യും?

പക്ഷേ, തങ്ങളുടെ നേതാവായ ഒട്ടകപക്ഷി പറയുന്നതുകേൾക്കാനും അനുസരിക്കാനും അവരെല്ലാം തയ്യാറായി.

ആദ്യമായി കഴുകൻ തന്റെ കാലിന്റെ വിരലുകളിൽ ഒരു മുട്ട എടുത്തുകൊണ്ട് പറന്നുചെന്ന് വേഗത്തിൽ ആനയുടെ തലയിരിക്കണം എന്നിട്ട് മുട്ടകൊണ്ട് ആനയുടെ തലയിൽ ആഞ്ഞടിക്കണം. മുട്ടപൊട്ടി ആനയുടെ തലയിൽക്കൂടി ഒഴുകണം. പിന്നെ തിരിച്ചു പറന്ന് നമ്മുടെ അണിയിലെത്തണം. പക്ഷികൾ ഇതിലെ ബുദ്ധി മനസ്സിലായില്ല. അവയെല്ലാം പരസ്പരം പകച്ചുനോക്കി.

കഴുകൻ ചെയ്തതുപോലെ പരുന്തും ചെയ്യണം. എന്നാൽ പരുന്തു മുട്ട ഉടയേക്കേണ്ടത് സിംഹത്തിന്റെ തലയിലാണെന്നു മാത്രം. അതുപോലെ കൊക്ക് പുലിയുടെ തലയിലും. പക്ഷികൾ ഒട്ടകപക്ഷിയുടെ ഉപദേശാനുസരണം വേണ്ടതു ചെയ്തു.

കഴുകൻ വരുന്നു.... സൂക്ഷിക്കണേ.... കുന്നിൽ മുകളിൽ നിരീക്ഷക നായി നിന്ന ഓനായി വിളിച്ചു പറഞ്ഞു. പക്ഷേ മൃഗങ്ങൾക്കുണ്ടോ ഭയം കഴുകൻ വന്നാലെന്താ? തങ്ങളെ എന്തു ചെയ്യും? എന്നായിരുന്നു അവരുടെ ഭാവം. പക്ഷേ ഓർക്കാപ്പുറത്തായിരുന്നു കഴുകൻ ആനയുടെ തലയിൽ ഇരിപ്പുറപ്പിച്ചത്. പരിഭ്രമിച്ചു പോയ ആനയുടെ തലയിൽ കഴുകൻ ഓട്ടകപക്ഷിയുടെ മുട്ട കൊണ്ട് ആഞ്ഞൊരടി. നല്ല ഭാരമുള്ള മുട്ടയായതുകൊണ്ട് അടികൊണ്ടതിന്റെ വേദന ആനയ്ക്ക് അനുഭവപ്പെട്ടു. ആന അതത്ര കാര്യമാക്കിയില്ല. അപ്പോഴാണ് മുട്ടപൊട്ടി തന്റെ ചെറിയ കണ്ണുകളിലൂടി താഴേയ്ക്ക് ഒലിച്ചിറങ്ങിയപ്പോൾ ആന ശരിക്കും പരിഭ്രമിച്ചു. മുട്ടയിലെ ദ്രാവകം കണ്ണിലായപ്പോൾ നീറ്റലനുഭവപ്പെട്ട ആന വിചാരിച്ചു കഴികൻ തന്റെ കണ്ണുകൾ കുത്തിപ്പെട്ടിച്ചുവെന്ന്. ആ ന ഉറക്കെ കരഞ്ഞു. എന്നെ രക്ഷിക്കണേ..... കഴുകൻ... എന്റെ രണ്ടു കണ്ണും കുത്തിപ്പൊട്ടി ച്ചേ..... എന്നെ രക്ഷിക്കണേ....

അപ്പോഴേക്കും ഓനായും ശബ്ദമെടുക്കാൻ തുടങ്ങി. അയ്യോ....? യ്യോ..... നമ്മുടെ ആനചങ്ങാതിയുടെ തലപൊട്ടിച്ചേ..... നമ്മുടെ ആനരാജാവ് ചാകാൻ പോകുന്നേ... അവൻ നീട്ടി മോങ്ങി. അതൊടൊപ്പം തന്നെ അവൻ ഇങ്ങനെ വിളിച്ചു പറഞ്ഞു, പരുന്തു വരുന്നേ...... സൂക്ഷിച്ചോണേ.... പരുന്തുവരുന്നേ..... സിംഹം എന്തും നേരിടാൻ തയ്യാറെടുത്തു നിന്നു. ശക്തിയോടെ ഉച്ചത്തിൽ അലറി. പക്ഷേ പരുന്ത് എങ്ങനെയാണ് മുകളിൽനിന്ന് താഴേക്ക് എത്തിയതെന്നറിയില്ല. ഞൊടിയിടയ്ക്കുള്ളിൽ എല്ലാം സംഭവിച്ചു. പരുന്ത് ഒട്ടകപക്ഷിയുടെ മുട്ട സിംഹത്തിന്റെ തലയ്ക്ക് മുകളിൽ ആഞ്ഞടിച്ചു. ഡും എന്നൊരു ശബ്ദം കേട്ടതല്ലാതെ എന്താണ് സംഭവിക്കുന്നതെന്ന് സിംഹത്തിനു മനസ്സിലായില്ല. അതാ മുട്ട പൊട്ടി സിംഹത്തിന്റെ തലയിൽ ഒഴുകി. സിംഹത്തിന്റെ കണ്ണുകളിൽകൂടി പൊട്ടിയ മുട്ട ഒഴുകിയപ്പോൾ സിംഹവും വിചാരിച്ചത് പരുന്ത് തന്റെയും കണ്ണുകൾ കുത്തിപൊട്ടിച്ചുവെന്നാണ്. സിംഹം ഭയന്ന് ഓടാൻ തുടങ്ങിയ പ്പോഴേക്കും കൊക്ക് പറന്നുവന്ന് പുലിയുടെ തലയിൽ മുട്ട ഡും എന്നടച്ചു. സിംഹവും പുലിയും അലറിക്കൊണ്ട് അങ്ങോട്ടുമിങ്ങോട്ടും ഓടി.

ഞങ്ങളുടെ കണ്ണുപൊട്ടിയേ... രക്ഷിക്കണേ... ഞങ്ങളിപ്പോൾ ചത്തി പോകുമേ....

ഈ മുറവിളി കേട്ട മറ്റു മൃഗങ്ങളും പരിഭ്രമിച്ച് ഓടാൻ തുടങ്ങി. പക്ഷേ എങ്ങോട്ടോടാൻ! ഓട്ടകപക്ഷി അവരെ അങ്ങനെയങ്ങ് രക്ഷപ്പെടാൻ അനുവദിച്ചില്ല. അതിനു വേണ്ട കരുതലുകൾ മുൻകൂട്ടിത്തന്നെ എടു ത്തിരുന്നു. ഒട്ടകപക്ഷി കടന്നലുകൾക്ക് നിർദ്ദേശം നൽകി. ഇതാണ് അക്രമിക്കാൻ പറ്റിയ സമയം, കടന്നലുകൾ നാലു ഭാഗത്തുനിന്നും

ഇരച്ചുകയറി. ആയിരക്കണക്കിന് കടന്നലുകൾ നാലുഭാഗത്തുനിന്നും ഇരച്ചുകയറി. ആയിരക്കണക്കിന് കടന്നലുകൾ ഒന്നിച്ചാക്രമിച്ചാലത്തെ അനുഭവം എന്തായിരിക്കുമെന്ന് പറയേണ്ടതില്ലല്ലോ. നേതാക്കൻമാരുൾപ്പെടെയുള്ള മൃഗങ്ങളെല്ലാം കുത്ത് കൊണ്ട്, അവശരായി ഒരു വിധത്തിൽ അവിടെനിന്നു രക്ഷപ്പെട്ടു. പക്ഷേ, ഓനായി മാത്രം വിട്ടില്ല, അവൻ ഒട്ടകപക്ഷിയുടെ പിന്നാലെ ചെന്ന് അതിനെ പുറകിൽ നിന്നും കടിക്കാൻ ശ്രമിച്ചു. അപ്പോഴേക്കും ഒട്ടകപക്ഷി ഓനായിയുടെ ശ്രമം മനസ്സിലാക്കിയിരുന്നു. അത് പെട്ടെന്ന് തിരിഞ്ഞ് തന്റെ ശക്തിയേറിയ മുൻകാലുകൾകൊണ്ട് ഓനായിയെ പ്രഹരിച്ചു. അത് വേദനകൊണ്ട് പുളഞ്ഞ് ഓടി. കണ്ണുകൾക്ക് അപകടം സംഭവിക്കാത്തതുകൊണ്ട് അവന് ചുറ്റിലും കാണാമായിരുന്നു. കുബുദ്ധിയായ അവൻ രണ്ടു പാറകൾക്കിടയിൽ ഒളിഞ്ഞിരുന്നു. ഒട്ടകപക്ഷിക്ക് അതിനിടയിലേക്ക് കയറിച്ചെല്ലാൻ ബുദ്ധിമുട്ടായിരുന്നു. എങ്കിലും ഒട്ടകപക്ഷി അങ്ങോട്ടുമിങ്ങോട്ടും തക്കം നോക്കി നടന്നു. ഓനായി വെളിയിൽ വന്നാൽ അവനെ കൊന്നേ മതിയാകൂ. അതായിരുന്നു ഒട്ടകപക്ഷിയുടെ ലക്ഷ്യം. പക്ഷേ ഓനായി ഒന്നു രണ്ടു പ്രാവശ്യം തലപുറത്തു കാണിച്ചതല്ലാതെ ആ പൊത്തിൽ നിന്നും വെളിയിൽ വന്നില്ല. നിന്നു മുഷിഞ്ഞ ഒട്ടകപക്ഷി ഒടുവിൽ

പോകാൻ തന്നെ തീർച്ചയാക്കി. എങ്കിലും ഓനായിക്കായി ഒരു കെണി ഒരുക്കിയിട്ടാണ് ഒട്ടകപക്ഷി അവിടെനിന്നും പോയത്. തന്റെ കുറെ തൂവലുകൾ പറിച്ചെടുത്ത് അടുത്തുണ്ടായിരുന്ന ഒരു കുഴിയിൽ തിരുകി വെച്ചു. അതിനു ചുറ്റിലും കുറച്ച് മണ്ണുമിട്ടു. എന്നിട്ട് ഉടനെ സ്ഥലം വിട്ടു. കുറേ നേരം കഴിഞ്ഞ്, പാറകൾക്കിടയിൽ നിന്നും വെളിയിൽ വന്ന ഓനായി തൂവലുകൾ കണ്ടപ്പോൾ, ഒട്ടകപക്ഷി വിശ്രമിക്കുകയാണെന്നു വിചാരിച്ച് സന്തോഷിച്ചു. ഒട്ടകപക്ഷിയെ പിടികൂടാൻ പറ്റിയ സന്ദർഭം തന്നെയാണിതെന്നു കരുതിയ ഓനായി തക്കം നോക്കി ഒരൊറ്റ ചാട്ടം ചാടി. പ്ലം.... അതാ കിടക്കുന്നു ഒട്ടകപക്ഷിയുടെ കെണിയിൽ. ഓനായിക്ക് ആഴമേറിയ ആ കുഴിയിൽ നിന്നും രക്ഷപ്പെടാൻ കഴിഞ്ഞില്ല.

പന്തയത്തിലെ പത്ത്

ആഫ്രിക്കയിലെ ലിബേറിയ നാട്ടിൽ ഒരു ഗ്രാമത്തിൽ ആളുകൾക്ക് കൂടിയിരുന്ന് കഥ പറയുന്നതു കേൾക്കാൻ ഒരു കെട്ടിടമുണ്ടായിരുന്നു. ഒരു ദിവസം ടോങ്കോ എന്ന പേരുകേട്ട കഥ പറച്ചിലുകാരൻ വരുന്നുണ്ടെന്നറിഞ്ഞ് ഗ്രാമവാസികളെല്ലാം അവിടെ ഒത്തുകൂടി. ടോങ്കോയുടെ കഥ കേൾക്കാൻ അവർക്കെല്ലാം വളരെ താല്പര്യമായിരുന്നു.

ഗ്രാമവാസികൾ ടോങ്കോയെ സൂപ്പും ഭക്ഷണവും നൽകി സൽക്കരിച്ചു. വയറു നിറയെ ഭക്ഷണം കഴിച്ച ടോങ്കോ നിലത്ത് ചമ്രം പടിഞ്ഞിരുന്നു. എന്നിട്ട് ഇപ്രകാരം പറഞ്ഞു.. "ഞാൻ പറയാൻ പോകുന്ന ഈ കഥ പണ്ടുപണ്ട് കാലത്തേതാണ്. ഇത് ഞാൻ പഠിച്ചത് എന്റെ മുത്തച്ഛന്റെ അടുക്കൽ നിന്നാണ്. അദ്ദേഹവും പേരുകേട്ട ഒരു കഥപറച്ചിലുകാരനായിരുന്നു."

ഗ്രാമത്തിലെ പ്രധാനി ചോദിച്ചു "ടോങ്കോ ഇപ്പോൾ പറയാൻ പോകുന്ന കഥ എന്തിനെക്കുറിച്ചാണ്?" പ്രധാനിയും കഥ കേൾക്കാനുള്ള ഔത്സുക്യത്തോടെ ടോങ്കോയുടെ അടുത്തേക്കിരുന്നു.

" ഈ കഥ, മിടുക്കുണ്ടെങ്കിൽ പലതും സാധിക്കാമെന്നതിന് ഉദാഹരണമാണ്. വലിയ ശക്തിയോ ഒരു പാട് പണമോ ഇല്ലാതെ സമയോചിതമായി ബുദ്ധി ഉപയോഗിക്കാനുള്ള കൗശലം കൊണ്ട് എന്തും ചെയ്യാൻ കഴിയും. മിടുക്കുണ്ടെങ്കിൽ ഒരു ചെറുപ്പക്കാരന് രാജാവിന്റെ മകളെപ്പോലും വിവാഹം കഴിക്കാനാവും" ഗ്രാമവാസികൾക്ക് സന്തോഷമായി.

എല്ലാവരും പ്രതീക്ഷയോടെ നിശബ്ദരായി കഥ കേൾക്കാൻ ശ്രദ്ധയോടെ ഇരുന്നു. ടോങ്കോ മടിയിൽ വെച്ചിരുന്ന ഒരു ചെറിയ വാദ്യത്തിൽ വിരലുകൾ തട്ടി, കേൾക്കാൻ സുഖമുള്ള സംഗീതധ്വനി ഉണ്ടാക്കാൻ തുടങ്ങി. ഇത് കഥയുടെ ആരംഭമായി എന്നതിന്റെ സൂചന കൂടിയായിരുന്നു.

"പണ്ടുകാലത്ത് മൃഗങ്ങൾക്ക് ഇന്നത്തെപ്പോലെ പരസ്പരം വൈരാഗ്യമില്ലായിരുന്നു. എന്തിന്, മൃഗങ്ങളും മനുഷ്യരുമെല്ലാം സ്നേഹിതൻമാരായിട്ടാണ് ജീവിച്ചിരുന്നത്. ഓരോ ജാതി മൃഗങ്ങൾക്കും വിവിധ ആകൃതി ഉണ്ടായിരുന്നുവെന്നല്ലാതെ മറ്റു വ്യത്യാസങ്ങളൊന്നും ഇല്ലായിരുന്നു. അവർ മനുഷ്യരെ പോലെ സംസാരിക്കുകയും കൂട്ടായി ജീവിക്കുകയും ചെയ്തിരുന്നു. ഓരോ ജാതിയിൽപെട്ട മൃഗവും മറ്റു ജാതിയിൽപെട്ട മൃഗങ്ങളെ അല്ലെങ്കിൽ പുലിയും മാനും തമ്മിലും വിവാഹം സർവ്വസാധാരണമായിരുന്നു. അങ്ങനെയുള്ള ഒരു കാലത്തുണ്ടായ ഒരു സംഭവമാണ് ഇപ്പോൾ ഞാൻ പറയാൻ പോകുന്നത്." ടോങ്കോ കഥയുടെ തുടക്കമിട്ടത് ഇങ്ങനെയായിരുന്നു.

എല്ലാവരും കൂടുതൽ ശ്രദ്ധയോടെ കഥ കേൾക്കാനിരുന്നു.

"ആഫ്രിക്കൻ വനങ്ങളിൽ മൃഗങ്ങളുടേതായ ഒരു രാജ്യമുണ്ടായിരുന്നു. ഈ കഥ നടക്കുമ്പോൾ ആ രാജ്യത്തെ രാജാവ് ഒരു പുലിയായിരുന്നു. പുലിരാജാവിന് ധാരാളം പണവും പ്രതാപവുമുണ്ടായിരുന്നു. എല്ലാ മൃഗങ്ങളും ആ രാജാവിനെ സ്നേഹിക്കുകയും അനുസരിക്കുകയും ചെയ്തു." ടോങ്കോ കഥ തുടർന്നു.

രാജാവിന് ആൺമക്കളില്ലായിരുന്നു. സുന്ദരിയായ ഒരേയൊരു മകൾ മാത്രമുള്ള പുലി രാജാവിന് വയസ്സാകുന്തോറും ആകാംക്ഷയും ഉത്കണ്ഠയും വർധിച്ചു. "തനിക്കു ശേഷം ആരാണീ രാജ്യം ഭരിക്കുക. രാജാവ് ചിന്തിക്കാൻ തുടങ്ങി."

ഒരു ദിവസം മകളെ വിളിച്ചു രാജാവ് പറഞ്ഞു.

"മോളേ അച്ഛന് വയസ്സായി വരികയാണ്. ഈ രാജ്യം ഭരിക്കാൻ ഒരാള് വേണ്ടേ? അത് നിന്റെ ഭർത്താവായിരിക്കണമെന്നാ അച്ഛന്റെ ആഗ്രഹം. അതുകൊണ്ട് നിന്റെ ഭർത്താവായി നമുക്ക് ഈ കാട്ടിലെ ഏറ്റവും ബുദ്ധികൂർമ്മതയുള്ള ഒരു മിടുക്കൻ മൃഗത്തെ തെരഞ്ഞെടുക്കണം. അയാൾ നിന്നെ കല്യാണം കഴിക്കുന്നതോടൊപ്പം എന്റെ മകനും കാടിന്റെ അടുത്ത ഭരണാധികാരിയും ആകും. എന്താ നിനക്കു സമ്മതമല്ലേ?"

ഇതു കേട്ടു മകൾ ലജ്ജയോടെയാണെങ്കിലും സമ്മതിച്ചു.

പുലി രാജാവിനും സന്തോഷമായി. പുലി നാട്ടിലെ എല്ലാ മൃഗങ്ങളേയും വിരുന്നിനു ക്ഷണിച്ചു. കൂടാതെ വിരുന്നു ദിവസം തന്റെ മകൾക്ക് ഒരു വരനെ തെരഞ്ഞെടുക്കാൻ പോകുന്നുവെന്ന വിവരവും ചെണ്ടകൊട്ടി നാടു മുഴുക്കെ അറിയിച്ചു. ഈ വിവരം കേട്ട മൃഗങ്ങൾക്ക്, പ്രത്യേകിച്ച് ചെറുപ്പക്കാർക്ക് സന്തോഷമായി. രാജാവിന്റെ സുന്ദരിയായ മകളെ വിവാഹം കഴിക്കാൻ എല്ലാ മൃഗങ്ങൾക്കും കൊതിയായിരുന്നു.

വരുന്നദിവസം മൃഗങ്ങളെല്ലാം പുലിരാജാവിന്റെ കൊട്ടാരത്തിലെത്തി. എല്ലാവരും വിരുന്നിൽ പങ്കെടുത്ത് ആടിയും, പാടിയും ചെണ്ടകൊട്ടിയും തിന്നും മൂന്നു ദിവസങ്ങൾ ചെലവഴിച്ചു. ഒടുവിൽ പുലി രാജാവ് എല്ലാവരേയും തന്റെ ചുറ്റിനും വിളിച്ചിട്ട് പറഞ്ഞു. "കൂട്ടുകാരേ, പ്രജകളേ നിങ്ങൾക്കെല്ലാമറിയാം എനിക്ക് വയസ്സായി വരികയാണെന്ന്. എന്റെ മരണത്തിനു ശേഷം ഈ രാജ്യം ഭരിക്കാൻ ഒരാളെ കണ്ടെത്തണം. അത് നിങ്ങളിൽത്തന്നെയുള്ള ഒരു ചെറുപ്പക്കാരനാവുകയാണ് നല്ലത്. ആ ആളിനെക്കൊണ്ട് എന്റെ മകളെ കല്ല്യാണം കഴിപ്പിക്കും. കൂടാതെ അയാളെ ഞാനിപ്പോൾ മുതൽ രാജ്യകാര്യങ്ങൾ പരിചയിപ്പിക്കും. എന്താ നിങ്ങൾക്കു സമ്മതമല്ലേ?" "അതെ"യെന്ന് മൃഗങ്ങളെല്ലാം ശബ്ദം മുഴക്കി. അപ്പോൾ രാജാവ് തുടർന്നു സംസാരിച്ചു. "പക്ഷേ, രാജ്യാവകാശിയാകാൻ പോകുന്ന ആളെ തെരഞ്ഞെടുക്കാൻ ഞാനൊരു പരീക്ഷ ഏർപ്പെടുത്തും. അതിങ്ങനെയാണ്. എന്റെ ഈ അമ്പ് മുകളിലേക്ക് എറിയണം. എറിയുന്നത് എത്രത്തോളം മേലോട്ടു പോകുന്നുവോ അത്രത്തോളം നല്ലത്. കാരണം, എറിഞ്ഞു കഴിഞ്ഞാലുടൻ എറിഞ്ഞായാൾ എണ്ണാൻ തുടങ്ങണം. പത്തെണ്ണിയതിനുശേഷം മാത്രമേ അമ്പ് തിരികെ തറയിൽ വീഴാൻ പാടുള്ളു. എന്താ. എല്ലാവർക്കും പരീക്ഷയുടെ രീതി മനസ്സിലായില്ലേ?

ഇനി നമുക്ക് പരീക്ഷ തുടങ്ങാം. നിങ്ങളിൽ വിവാഹപ്രായമായ ചെറുപ്പക്കാർക്ക് ഓരോരുത്തരായി മുന്നോട്ടു വരാം, പരീക്ഷയിൽ പങ്കെടുക്കാം." മൃഗങ്ങളെല്ലാം പരസ്പരം നോക്കി. ആരാണ് ആദ്യം തുടങ്ങുന്നത്.

ടോങ്കോ കഥ തുടരുന്നു.

ആദ്യം പരീക്ഷയിൽ പങ്കെടുക്കാൻ മുന്നോട്ടു വന്നത് ഒരു ചെറുപ്പക്കാരൻ ആനയായിരുന്നു. ഈ പരീക്ഷണമെന്താ, നിസ്സാരമല്ലേ എന്നായിരുന്നു തടിമിടുക്കുള്ള ആനക്കുട്ടന്റെ ഭാവം. അവൻ അമ്പ് കൈയിലെടുക്കുന്നതിനു മുമ്പ് രാജാവിന്റേയും രാജകുമാരിയുടേയും മുമ്പിൽ പാട്ടുപാടി ഒന്നാന്തരമായി നൃത്തം ചെയ്തു. പിന്നീട്. താൻ രാജാവാകുമ്പോൾ ചെയ്യാനുദ്ദേശിക്കുന്ന പല പദ്ധതികളേയും കുറിച്ച് വാചാലനായി. നിസ്സാരമായ ഈ പന്തയം തനിക്കൊരു പ്രശ്നമേയല്ലെന്ന ഭാവത്തോടെ

അമ്പെടുത്ത് മേലോട്ട് എറിഞ്ഞു. എന്നിട്ട് എണ്ണാൻ തുടങ്ങി. ഒന്ന്.... രണ്ട്.... മൂന്ന്.... ഢും. നാലെണ്ണുന്നതിനു മുമ്പ് തന്നെ അമ്പ് നിലം പതിച്ച ശബ്ദം കേട്ട ആനയ്ക്കു തന്നെ എന്താ സംഭവിച്ചതെന്ന് മനസ്സിലായില്ല എല്ലാവരും അമ്പരന്നു പോയി. ആന പന്തയത്തിൽ തോറ്റു പോയെന്ന് അവർക്ക് വിശ്വസിക്കാനായില്ല. താഴെക്കിടക്കുന്ന അമ്പ് കണ്ടപ്പോൾ ആനയും വിഷണ്ണനായി പിൻവാങ്ങി.അല്പനേരത്തെ നിശബ്ദതക്ക് ശേഷം മുന്നോട്ട് വന്നത് ഒരു കാട്ടു പോത്താണ്. ശക്തിമാനായ ആ ചെറുപ്പക്കാരൻ തന്റെ കൊമ്പുകൾ കൊണ്ട് മറ്റു മൃഗങ്ങളെ രണ്ടു വശത്തേക്കുമായി തള്ളിമാറ്റി മുമ്പിലെത്തി. അവന്റെ നൃത്തം തന്നെ ഒരു ശക്തിപ്രകടനമായിരുന്നുവെന്നു

പറഞ്ഞാൽ തെറ്റാവില്ല. അവനും ആന ചെയ്തതുപോലെ ഒരു പ്രസംഗവും നടത്തിയതിനുശേഷമാണ് അമ്പെടുത്തത്. അമ്പ് മുക ളിലേക്ക് എറിയുന്നതിനു മുമ്പ് അമ്പിൽ മുത്തം കൊടുത്തിട്ട് പറഞ്ഞു, നീയങ്ങ് സൂര്യന്റെ അടുത്തുവരെ പോയിട്ടേ താഴെക്കു വരാവൂ എന്ന്. പിന്നീട് അവൻ എണ്ണാൻ തുടങ്ങി ഒന്ന്.... രണ്ട്.... മൂന്ന്.... നാല്..... അഞ്ച്.... ആറ്.... ഏഴ്.... എട്ട്.... ഢും. പെട്ടെന്നാണ് ആ ശബ്ദം കേട്ടത്. അമ്പ് അതാ നിലത്തു കിടക്കുന്നു. എല്ലാവരും നിശ്ശബ്ദരായി അമ്പിൽ തന്നെ നോക്കിനിന്നപ്പോൾ കാട്ടുപോത്ത് അവിടെ നിന്നു പിൻവാങ്ങി.

ഇനി ആരായിരിക്കും മുന്നോട്ടു വരിക. എല്ലാവർക്കും ആകാംക്ഷ യായി. അപ്പോഴണ്ട് ഒരു കുട്ടി ചിമ്പാൻസി ചാടിക്കുതിച്ച് മുമ്പോട്ടു വരുന്നു. അവന്റെ നൃത്തം രസകരമായിരുന്നു.

രാജകുമാരിയുൾപ്പെടെ എല്ലാവർക്കും അവനെ ഇഷ്ടപ്പെട്ടു. തന്റെ ചെറു പ്രസംഗത്തിനു ശേഷം ചിരിച്ച മുഖവുമായി അവൻ അമ്പ് കൈയി ലെടുത്ത് മുകളിലേക്ക് എറിഞ്ഞിട്ട് വേഗം വേഗം എണ്ണാൻ തുടങ്ങി. ഒന്ന്.... രണ്ട്.... നാല്... അഞ്ച്... ആറ്... ഏഴ്....ഢും. അതാ അമ്പ് നിലത്ത് കിടക്കുന്നു.

ചിമ്പാൻസിക്കു ശേഷം പലരും പരീക്ഷയിൽ പങ്കെടുത്തു. പക്ഷേ എല്ലാവരുടേയും അനുഭവം മുമ്പുണ്ടായിരുന്നവരിൽ നിന്നും ഭിന്നമായി രുന്നില്ല. എട്ടിനുമുകളിൽ ആർക്കും എണ്ണാൻ കഴിഞ്ഞില്ല. രാജാവും വിഷണ്ണനായി. അദ്ദേഹം തന്റെ വിഷമം പ്രകടിപ്പിക്കുകയും ചെയ്തു.

അദ്ദേഹം പറഞ്ഞതെന്താണെന്നു നിങ്ങൾക്കു കേൾക്കണ്ടേ? “വേണം വേണം.” ഗ്രാമവാസികൾ ഒരേ ശബ്ദത്തിൽ പറഞ്ഞു. ടോങ്കോ ഒരു നിമിഷത്തെ സാവകാശത്തിനുശേഷം വീണ്ടും കഥ തുടരുന്നു. “പ്രജകളേ നമ്മുടെ നാട്ടിലാരും തന്നെ ഈ പരീക്ഷയിൽ വിജയിക്കാത്ത പക്ഷം നമുക്ക് അടുത്ത നാട്ടുകളിലെ വീരൻമാരെക്കൂടി

ഈ പന്തയത്തിന് വേറൊരു സന്ദർഭത്തിൽ ക്ഷണിക്കാം. മറ്റെന്താ ചെയ്യുക. എനിക്ക് നമ്മുടെ ചെറുപ്പക്കാരിൽ ആരെയെങ്കിലും എന്റെ പിൻഗാമിയാക്കണമെന്നായിരുന്നു ആഗ്രഹം. അത് നടക്കില്ലെന്നു തോന്നുന്നു. അന്യനാട്ടിൽനിന്ന് ഒരാളെ വിവാഹം കഴിക്കുന്നതിനേക്കാൾ നമ്മുടെ തന്നെ നാട്ടുകാരനായ ഒരു ചെറുപ്പക്കാരനെ വിവാഹം കഴിക്കാനായിരുന്നു എന്റെ മകൾക്കും ഇഷ്ടം. എന്തു ചെയ്യാനാ?"

അപ്പോഴാണ് ഒരു ശബ്ദം കേട്ടത്. "രാജാവേ അങ്ങയ്ക്ക് വിരോധമില്ലെങ്കിൽ ഞാനും പന്തയത്തിൽ പങ്കെടുക്കട്ടെ" എല്ലാവരും ശബ്ദം കേട്ടഭാഗത്തേക്ക് തിരിഞ്ഞുനോക്കി. അവിടെ കണ്ടതോ? സുന്ദരനായ ഒരു ചെറുപുള്ളിമാൻ. എത്ര സുന്ദരനായിരുന്നു അവൻ! പക്ഷേ അവനെ കണ്ടാൽ അറിയാം. അവനൊരശക്തനാണെന്ന്. മെലിഞ്ഞു നീണ്ട ദേഹം. ഇത്ര ശക്തിയില്ലാത്ത ഒരു മൃഗം നമ്മുടെ രാജാവാകാനോ? ആനയും പുലിയും ചിമ്പാൻസിയും മറ്റും തോറ്റുപോയ ഈ പരീക്ഷയിൽ ഇവനുണ്ടോ ജയിക്കുന്നു? അവിടെക്കൂടിയ മൃഗങ്ങളെല്ലാം അവനെ നോക്കി പരിഹസിച്ചു ചിരിച്ചു. രാജാവും ചോദിച്ചു. "ഇനി വെറുതെ പന്തയം നീട്ടിക്കൊണ്ടു പോകണമോ?"

പക്ഷേ മാൻകുട്ടി നിർബ്ബന്ധിച്ചു. അവൻ രാജാവിനോട് വീണ്ടും അഭ്യർത്ഥിച്ചു. തനിക്കും ഒരവസരം നിഷേധിക്കരുതെന്ന്. രാജാവ് സമ്മതിച്ചു.

ആ മാൻകുട്ടി വളരെ വിനയത്തോടെ ഒരു ചെറിയ നൃത്തം ചെയ്തു പിന്നീടവൻ പറഞ്ഞു. "ഉദ്ദേശിക്കുന്നതുപോലെ ഒരവസരം കിട്ടിയാൽ എന്തൊക്കെ ചെയ്യണമെന്ന് തൽക്കാലം അറിഞ്ഞുകൂടാ. പക്ഷേ രാജാവ് തനിക്കു തരുന്ന പരിശീലനത്തിനും ശേഷം അധികാരമേൽക്കുന്നതിനു മുമ്പ് തന്റെ പദ്ധതികൾ ആവിഷ്ക്കരിക്കും. അപ്പോൾ നാട്ടിലെ പരിചയവും പക്വതയുമുള്ള എല്ലാവരോടും പുതിയ പദ്ധതികൾ ആവിഷ്ക്കരിക്കുന്നതിനു വേണ്ട ഉപദേശവും നിർദ്ദേശവും സ്വീകരിക്കും.

മൊത്തത്തിൽ അവന്റെ രീതികൾ എല്ലാവർക്കും ഇഷ്ടപ്പെട്ടു. എങ്കിലും അവൻ പന്തയത്തിൽ ജയിക്കുകയില്ലെന്ന് എല്ലാവരും ഏതാണ്ട് തീർച്ചയാക്കിയിരുന്നു

മാൻകുട്ടൻ അമ്പെടുത്ത്, എല്ലാവരേയും വണങ്ങിയിട്ട് മേലോട്ട് എറിഞ്ഞു. എന്നിട്ട് സാവധാനം എണ്ണി. ഒന്ന്..... അഞ്ച്..... അവൻ എണ്ണം തെറ്റിച്ചു. കൂടാതെ വളരെ സാവധാനം എണ്ണുന്നു. എങ്ങനെയാണ് അവൻ ജയിക്കുക. പക്ഷേ അവൻ മാത്രം കൂസലില്ലാതെ നിന്നു...... എട്ട്...... പത്ത്. അല്പനിമിഷങ്ങൾക്കുശേഷമാണ് അമ്പ് നിലത്തുവീണത്. ആരും ഒന്നും ശബ്ദിച്ചില്ല. അവൻ മാത്രം രാജാവിനോടായി പറഞ്ഞു.

“രാജാവേ ഞാൻ പന്തയത്തിൽ ജയിച്ചിരിക്കുന്നു. ഞാൻ പത്തെണ്ണിയതിനുശേഷമാണ് അമ്പ് തറയിൽ വീണത്.”

അല്പനേരത്തെ നിശ്ശബ്ദതയ്ക്കു ശേഷം ടോങ്കോ കഥ തുടർന്നു. “രാജാവേ, താങ്കൾ പത്തുവരെ എങ്ങനെ എണ്ണണമെന്നോ എത്ര ഇടവിട്ട് എണ്ണണമെന്നോ നിബന്ധനകളിൽ പറഞ്ഞിരുന്നില്ല. അതുകൊണ്ട് ദയവായി എന്നെ വിജയിയായി അംഗീകരിക്കൂ.”

മാൻകുട്ടന്റെ വാക്കുകൾ കേട്ട് അല്പനേരം ആലോചിച്ചശേഷം രാജാവു പറഞ്ഞു.“ബുദ്ധിമാനും, കൗശലശാലിയുമായ ഈ കുട്ടൻ പറഞ്ഞത് ശരിയാണ്. അവൻ ജയിച്ചിരിക്കുന്നു. പ്രിയപ്പെട്ട മാൻകുട്ടനെ ഞാൻ എന്റെ മകളുടെ ഭർത്താവായും, എന്റെ മകനായും, നമ്മുടെ നാടിന്റെ ഇളയരാജാവായും പ്രഖ്യാപിക്കുന്നു.”

രാജാവിന്റെ വാക്കുകൾ മൃഗങ്ങളെല്ലാം ഹർഷാരവങ്ങളോടെ സ്വീകരിച്ചു.

കൂർമ്മ ബുദ്ധികൾക്ക് കഠിനജോലികൾ പോലും സരളമായി ചെയ്യാൻ കഴിയുമെന്ന് ഓർമ്മിപ്പിച്ച്, തന്റെ വാദ്യം സുരക്ഷിതമായി സഞ്ചിയിൽ വെ വെച്ച്, കഥയവസാനിപ്പിച്ച് ടോങ്കോ എഴുന്നേറ്റ് നടന്നു.

നസറുദ്ദീൻ ഹോക്കയുടെ അമ്പെയ്ത്ത്

ഹോക്ക എന്ന വാക്കിന് തുർക്കി ഭാഷയിൽ അധ്യാപകൻ എന്നാണ് അർത്ഥം. നമ്മുടെ തെന്നാലി രാമന്റേയും ബീർബലിന്റേയും സ്ഥാനമാണ് ഹോക്കയ്ക്ക് ടർക്കിയിൽ ഉള്ളത്. ബീർബലിന് അക്ബർ എന്നതുപോലെയാണ് ഹോക്കയ്ക്ക് ചക്രവർത്തി താമർലേനും.

ഒരു ദിവസം ഹോക്ക ചക്രവർത്തിയുമായി സംസാരിച്ചുകൊണ്ടിരിക്കുകയായിരുന്നു. അപ്പോഴാണ് കുറേ വില്ലാളി വീരന്മാർ അടുത്തൊരു മൈതാനത്തിൽ അമ്പെയ്ത്ത് പരിശീലനം നടത്തുന്നത് ഹോക്കയുടെ കണ്ണിൽപെട്ടത്. ഹോക്ക അതിശയോക്തി കലർന്ന ശബ്ദത്തിൽ ഉറക്കെ പറഞ്ഞു. "അപ്പോൾ അവരാണ് താങ്കളുടെ വില്ലാളിവീരന്മാർ അല്ലേ?" തന്റെ പഴയ കാലങ്ങൾ ഓർത്തിട്ടെന്നപോലെ ഒരു ചിരിയും ചിരിച്ചു. എന്നിട്ട് അല്പം ഗർവ്വ് കലർന്ന സ്വരത്തിൽ പറഞ്ഞു. "അവരിൽ ഒറ്റ ആളിനുപോലും എന്നെപ്പോലെ നന്നായി അമ്പെയ്യാൻ അറിയില്ല. ചെറുപ്പത്തിൽ, ടർക്കിയിലെ ഈ ഭാഗത്തുവെച്ച് ഏറ്റവും നല്ല അമ്പെയ്ത്തുകാരൻ ഞാനായിരുന്നു." ഇതുകേട്ട താമർലേൻ ചക്രവർത്തി ഒന്നമർത്തി മൂളി. എന്നിട്ട് ചോദിച്ചു. "ഹോക്കയെന്താണ് പറഞ്ഞത്? അങ്ങനെയാണെങ്കിൽ ഹോക്കക്ക് എന്റെ വീരൻമാരെ പരിശീലിപ്പിക്കാനാവുമല്ലോ? ഏതായാലും ഞാനാ മൈതാനത്തിൽ പോയി അവരുടെ പരിശീലനം എങ്ങനെയുണ്ടെന്ന് അന്വേഷിക്കാനിരിക്കുകയായിരുന്നു. ഇനി അമാന്തിക്കേണ്ട, ഹോക്കയും എന്റെ കൂടെ വരൂ." ചക്രവർത്തി മൈതാനത്തിലേക്ക് നടക്കുവാൻ തുടങ്ങി.

അപ്പോഴാണ് ഹോക്കക്ക് യാഥാർത്ഥ്യബോധം ഉണ്ടായത്. ഹോക്ക ഒരു വീരനല്ലായിരുന്നുവെന്നതോ പോകട്ടെ, ഒരു അമ്പെയ്ത്തുകാരനെന്ന് വിളിക്കപ്പെട്ടുവാൻ പോലും അർഹനായിരുന്നില്ല. "ഛെ! വേണ്ടായിരുന്നു. ചക്രവർത്തിയുടെ മുന്നിൽ തന്റെ വീമ്പുപറച്ചിൽ വേണ്ടായിരുന്നു. ഇനിയിപ്പോൾ എന്തുചെയ്യും? താൻ പറഞ്ഞത് കള്ളമാണെന്നു അറിഞ്ഞാൽ ചക്രവർത്തിക്ക് ദേഷ്യം വരും. അത് തീർച്ചയായും തനിക്ക് നല്ലതിനാവില്ല." ഹോക്ക ഭയന്നു.

ചക്രവർത്തിയാകട്ടെ. വില്ലാളികളെ തന്റെ അടുക്കലേക്കു വിളിച്ചു. അവരോടായി പറഞ്ഞു. "ഞാൻ നിങ്ങൾക്ക് നല്ലൊരു വില്ലാളിവീരനെ പരിചയപ്പെടുത്താം. അദ്ദേഹം നിങ്ങളെ അഭ്യസിപ്പിക്കാൻ തയ്യാറാണ്. നിങ്ങൾക്ക് അദ്ദേഹത്തിൽ നിന്നും പലതും പഠിക്കാം. ഇപ്പോൾത്തന്നെ തയ്യാറായിക്കൊള്ളുക. ആ വീരൻ മറ്റാരുമല്ല. എന്റെ വിശ്വസ്ത സുഹൃത്തായ ഈ ഹോക്ക തന്നെ." ചക്രവർത്തി ഹോക്കയെ നോക്കി. അഭ്യാസങ്ങൾ പരിചയിപ്പിക്കാൻ തുടങ്ങിക്കൊള്ളൂ എന്നായിരുന്നു ആ നോട്ടത്തിന്റെ അർത്ഥം.

ഹോക്കയുടെ മനസ്സുമുഴുവൻ ഭയമായിരുന്നു. എങ്ങനെയാണ് ഇത്തരമൊരു സന്ദർഭം അഭിമുഖീകരിക്കുക. ഏതായാലും അമ്പെയ്ത്തു പരിശീലിക്കാനായി വെച്ചിരുന്ന ലക്ഷ്യപ്പലകയിലേക്ക് ഹോക്ക നോക്കി. ഹോക്കക്ക് ആ പലകയിലെ പുള്ളിയോ വൃത്തങ്ങളോ കാണാൻ കഴിഞ്ഞില്ലെന്നു മാത്രമല്ല പലക തന്നെ ശരിയായി കാണാൻ കഴിഞ്ഞില്ല. ഹോക്ക തല രണ്ടുഭാഗത്തേക്കുമായി ആട്ടി. എന്നിട്ട് വിചാരിച്ചു ."ഞാൻ എന്റെ വിദ്യാർത്ഥികളെ പലപ്പോഴും പഠിപ്പിക്കുന്നതുപോലെ എനിക്കും ചെയ്യാൻ കഴിഞ്ഞിരുന്നെങ്കിൽ! എന്തുകൊണ്ടാണ് ഞാൻ പഠിപ്പിക്കുന്നതുപോലെ നൂറുപ്രാവശ്യം കേൾക്കാനും ആയിരം പ്രാവശ്യം ചിന്തിക്കാനും, എന്നാൽ ഒരു പ്രാവശ്യം മാത്രം സംസാരിക്കാനും കഴിയുന്നില്ല! ഞാനെന്തേ ഇങ്ങനെ എപ്പോഴും വായിൽ വരുന്നതെല്ലാം വിളിച്ചു പറയുന്നു." ഹോക്കക്ക് അറിയാമായിരുന്നു. താൻ അമ്പെയ്ത്തു കാണിക്കാൻ ഇനി താമസിച്ചാൽ ചക്രവർത്തിക്ക് കോപം വരും. അതുകൊണ്ട് വരുന്നതു വരട്ടെ എന്നു കരുതി ഹോക്ക അമ്പും വില്ലും കൈയിലെടുത്തു വളരെ ശ്രദ്ധിച്ച് അമ്പെയ്യുന്നതുപോലെ ഭാവിച്ച് ലക്ഷ്യപ്പലകയുടെ സ്ഥാനത്തേക്ക് അമ്പുവിട്ടു. ആ അമ്പാകട്ടെ ലക്ഷ്യത്തിൽ എത്തിയില്ലെന്നു മാത്രമല്ല ഹോക്ക നിന്നതിനു കുറച്ചു മുമ്പായി മൈതാനത്തിൽ വീണു. ചക്രവർത്തിയുൾപ്പെടെ എല്ലാവരും അത്ഭുതപ്പെട്ടു. ഇതെന്തേ ഇയാളൊരു വീരനാണെന്നു പറഞ്ഞിട്ട് ഇങ്ങനെ? ഹോക്കക്കുമറിയാമായിരുന്നു. എല്ലാവരും തന്നെ അതീവ ഔത്സുക്യത്തോടെ

നോക്കി നിൽക്കുകയാണെന്ന്. ഹോക്ക ചക്രവർത്തിയെ നോക്കി പറഞ്ഞു. "സർ, ഇതുപോലെയാണ് താങ്കളുടെ പടത്തലവൻമാർ അമ്പെയ്യുന്നത്."

ഹോക്ക ഊറിചിരിച്ചു.

വീണ്ടും ഹോക്ക അമ്പും വില്ലുമായി നിന്നു. ഇപ്രാവശ്യം കൂടുതൽ സൂക്ഷ്മമായി ലക്ഷ്യപ്പലകയിലേക്ക് നോക്കി. എങ്ങനെയെങ്കിലും തടിത പ്പണം. അതൊന്നു മാത്രമായിരുന്നു ഹോക്കയുടെ മനസ്സിൽ, ഹോക്ക ലക്ഷ്യപ്പലകയിലേക്കു മാത്രം നോക്കി അമ്പു വിട്ടു.

ഇപ്രാവശ്യം കുറച്ചുകൂടി ദൂരം മുന്നോട്ട് അമ്പ് പോയി എന്നിരുന്നാലും ലക്ഷ്യപ്പലകയിൽ കൊള്ളാനായില്ല. ചുറ്റും നിന്ന വില്ലാളികളുടെയിട യിൽ അമർത്തിപ്പിടിച്ച ചിരി. പക്ഷേ ഹോക്കയുടെ മുഖത്ത് യാതൊരു കൂസലുമില്ലായിരുന്നു. ഹോക്ക ചിരിച്ചുകൊണ്ട് എല്ലാവരും കേൾക്കുമാ റുച്ചത്തിൽ പറഞ്ഞു."സർ ഇങ്ങനെയാണ് താങ്കളുടെ വില്ലാളിവീരന്മാർ അമ്പെയ്യുന്നത്."

ഹോക്ക വീണ്ടും അമ്പെയ്യാനായി ശ്രദ്ധയോടെ നിന്നു. ഇപ്രാവശ്യം എങ്ങനെയെങ്കിലും നന്നായി ചെയ്യണം. ഇല്ലെങ്കിൽ ചക്രവർത്തിയുടെ കോപത്തിനു പാത്രമാകുമെന്ന് തീർച്ച. ഹോക്ക മനസ്സിൽ പ്രാർത്ഥി ച്ചു."അള്ളാ എന്നനെ രക്ഷിക്കണേ." വരുന്നതുവരട്ടെ. അല്ലാതെന്തു ചെയ്യാനാ. ഹോക്ക ലക്ഷ്യപ്പലകയിലേക്കു നോക്കി.

ആ പലകയിൽ വലിയ രണ്ടു വൃത്തങ്ങൾ. ഒന്നിനുള്ളിൽ ഒന്ന്. ആ വൃത്തങ്ങൾക്കു നടുവിൽ വലിയൊരു പുള്ളി. മറ്റൊന്നും ഹോക്കയുടെ കണ്ണിൽ പെട്ടില്ല. ഹോക്ക തന്റെ ശക്തി മുഴുവനുമെടുത്ത് വില്ലിന്റെ ഞാൺ വലിച്ചു. തനിക്കെന്തേ സംഭവിക്കുന്നത്. ഹോക്കക്ക് ചുറ്റിലും ഒന്നും കാണാൻ കഴിഞ്ഞില്ല. മുന്നിൽ ആ വലിയ പുള്ളിമാത്രം. ഹോക്ക അമ്പുവിട്ടു. കണ്ണടച്ചു തുറന്നപ്പോഴേക്കും, അതാ അമ്പ് ആ പുള്ളിയിൽ തറച്ചു കഴിഞ്ഞു. ചുറ്റും നിന്നവർ ഹോക്കയെ അനുമോദിച്ചു.

പക്ഷേ ഹോക്ക വിനയത്തോടെ എന്നാൽ തന്റേതായ ഒരു പ്രത്യേ കതരം ഗർവ്വോടെ ചക്രവർത്തിയോടു പറഞ്ഞു. "സർ, താങ്കളുടെ വിശ്വ സ്തനായ സേവകൻ, ഈ നസറുദ്ദീനൻ ഹോക്ക ചെറുപ്പത്തിൽ, ഒരു വില്ലാളിവീരനായിരുന്നപ്പോൾ ഇങ്ങനെയായിരുന്നു. അമ്പെയ്തിരുന്നത്."

നസ്റുദ്ദീൻ ഹോക്ക അറിവു വില്പനക്കാരനാവുന്നു

തുർക്കിയിലെ അക്സെഹിർ നഗരത്തിൽ താമസിച്ചുകൊണ്ട് നസ്റുദ്ദീൻ ഹോക്ക പല വർഷങ്ങളായി നഗരവാസികൾക്ക് വേണ്ട ഉപദേശങ്ങൾ നൽകിപ്പോന്നു. പണത്തിനോ പ്രശസ്തിക്കോ വേണ്ടിയായിരുന്നില്ല ഹോക്ക അങ്ങനെ ചെയ്തിരുന്നത്. ആളുകൾ അദ്ദേഹത്തിനു പകരം നൽകിയത് സ്നേഹവും ആദരവുമായിരുന്നു.

ഒരു ദിവസം ഹോക്കയുടെ ഭാര്യ നഗരത്തിലെ ഹമാമിൽ കുളിക്കാൻ പോയി. ഹമാമെന്നു പറയുന്നത് നഗരത്തിലെ പൊതുകുളിസ്ഥലമാണ്. എന്നാൽ വെറുമൊരു കുളിസ്ഥലമായിരുന്നില്ല അത്. ആളുകൾ ഉല്ലാസ യാത്രപോലെ വന്ന്. കുളിച്ച്, രസിച്ച്, രസകരമായ കഥകൾ കേട്ട്, നല്ല നല്ല ഭക്ഷണം കഴിച്ച് രാവിലെ മുതൽ വൈകുന്നേരം വരെ സമയം ചെല വഴിച്ച് മടങ്ങിപ്പോവുക പതിവായിരുന്നു. ചില ഹമാമുകളിൽ ചില ദിവസ ങ്ങൾ സ്ത്രീകൾക്കെന്നും മറ്റു ചില ദിവസങ്ങൾ പുരുഷന്മാർക്കെന്നും മാറ്റി വെയ്ക്കാറുണ്ട്. നഗരത്തിലെ പണവും സ്വാധീനവുമുള്ളവർക്ക് പ്രത്യേകം മുറികളും ഒരുക്കിയിരിക്കും. ഹോക്കയുടെ ഭാര്യ ഹമാമിൽ ചെന്ന് തനിക്കായി ഒരു പ്രത്യേക മുറി തെരഞ്ഞെടുത്തപ്പോൾ, ജോലിക്കാർ വന്നു പറഞ്ഞു."ഈ മുറി തരാനൊക്കില്ല. ഇത് നഗരത്തിലെ പ്രസിദ്ധ വണികനായ അഹമ്മദിന്റെ ഭാര്യയ്ക്കു വേണ്ടി മാറ്റി വെച്ചതാണ്. ഭവതി ദയവായി മറ്റൊരു മുറി തെരഞ്ഞെടുക്കു.

സന്തോഷത്തോടുകൂടി തന്നെ അവർ തന്റെ സോപ്പും, തോർത്തുമുണ്ടുമായി മറ്റൊരു മുറി നോക്കി പോയി. അവിടെയും അവരുടെ

അനുഭവം മറിച്ചായിരുന്നില്ല. ജോലിക്കാർ പറഞ്ഞു."അയ്യോ കഷ്ടമായ ല്ലോ. ഭവതിക്കീ മുറി തരാൻ പറ്റില്ല. ഇത് നഗരത്തിലെ വണികനായ ഹസന്റെ ഭാര്യയ്ക്കായി മാറ്റി വെച്ചതാണ്. മറ്റൊരു മുറി തെരഞ്ഞെടുക്കൂ."

അവർ വലിയ നീരസമൊന്നും കാട്ടാതെ തന്റെ സാമഗ്രികളെല്ലാം എടുത്തുകൊണ്ട് വേറൊരു മുറിയിലേക്ക് പോയി. തന്റെ സാമഗ്രിക ളെല്ലാം മുറിയിൽ വെച്ച് ടാപ്പ് തുറക്കാനാരംഭിച്ചപ്പോഴേക്കും അതേ ജോലിക്കാർ വന്നു പറഞ്ഞു. "ഭഗവതി ഞങ്ങളോട് ക്ഷമിക്കൂ, ഭവതിയുടെ ബുദ്ധിമുട്ട് ഞങ്ങൾ മനസ്സിലാക്കുന്നു. എങ്കിലും ഈ മുറി തരാൻ പറ്റില്ല. ഇത് നഗരത്തിലെ പ്രമുഖ വണികനായ മെഹമൂദിന്റെ മകൾ തിരഞ്ഞെ ടുത്തിരിക്കുന്നു. അവരിപ്പോഴെത്തും. അതുകൊണ്ട് ദയവായി മറ്റൊരു മുറിയിലേക്ക് പോകൂ."

അപ്പോഴേക്കും ഹമാമിൽ സ്ത്രീകൾക്കായുള്ള മുറികളെല്ലാം ഓരോരു ത്തർ തിരഞ്ഞെടുത്തു കഴിഞ്ഞിരുന്നു. അതുകൊണ്ട് ഹോക്കയുടെ ഭാര്യ യ്ക്ക് അന്ന് ഒരു മുറിയും കിട്ടിയില്ല. അവർക്ക് തന്റെ സോപ്പും, തോർത്തും മറ്റും സാമഗ്രികളുമെടുത്തു കൊണ്ട് നിരാശയായി വീട്ടിലേക്ക് മടങ്ങേ ണ്ടിവന്നു. പോകുന്ന വഴിയിൽ അവർ അരിശത്തോടെ പിറുപിറുത്തു. "ഇപ്പോഴൊക്കെ അംഗീകരിക്കപ്പെടുന്നവർ വണികർ മാത്രമാണെന്നു തോന്നുന്നു. അവരുടെ കൈയിലല്ലേ വേണ്ടത്ര പണമുള്ളൂ."

അന്നു വൈകിട്ട് പതിവുപോലെ ഹോക്ക പ്രസന്നവദനനായിട്ടാണ് വീട്ടിലെത്തിയത്. തന്റെ ഭാര്യയുടെ മുഖം കണ്ടപ്പോഴെ ഹോക്കക്കു മനസ്സിലായി എന്തോ പന്തികേടുണ്ടെന്ന്. പുളിമാങ്ങ തിന്ന പോലെയു ണ്ടല്ലോ അവളുടെ മുഖമെന്ന് അയാൾ വിചാരിച്ചു. എന്തോ കാര്യമായി സംഭവിച്ചിട്ടുണ്ട്. സംശയമില്ല. അധികം വൈകാതെ അവർ പറയാൻ തുടങ്ങി.

"വണികൻ ഹസന്റേയും വണികൻ അഹമ്മദിന്റേയും ഭാര്യമാർക്കും, വണികൻ മുഹമ്മദിന്റെ മകൾക്കുമെല്ലാം കുളിക്കാൻ മുറികിട്ടും.

പക്ഷേ ഹോക്കയുടെ ഭാര്യയെ ആരു മതിക്കാൻ? അയാൾ വണിക നല്ലല്ലോ.... അവർക്കു മാത്രമല്ലേ എല്ലായിടത്തും സ്ഥാനമുള്ളൂ. മറ്റുള്ളവർ ക്കൊരു വിലയുമില്ല. ഏതായാലും ഞാനൊന്നു തീർച്ചയാക്കിയിരിക്കുന്നു. നിങ്ങൾ കേൾക്കുന്നുണ്ടോ? നിങ്ങളൊരു വണികനായേ മതിയാവൂ. കേട്ടല്ലോ. ഇനി താമസിപ്പിക്കാനൊന്നും നേരമില്ല. നിങ്ങളുകേട്ടില്ലേ?"

"എന്ത്? ഞാനൊരു വണികനാകനോ? അതെങ്ങനെ സാധിക്കും?" ഹോക്ക പറഞ്ഞു. "എന്റെ പൊന്നു ഭാര്യേ.... തന്നത്താനങ്ങു പറഞ്ഞാൽ വണികനാകനൊന്നുമൊക്കില്ല. ഒരു വണികനാണെങ്കിൽ കൈയിൽ ധാരാളം പണം വേണം. വില്പനയ്ക്കു വേണ്ട സാധനങ്ങൾ വാങ്ങാൻ

പണം മുടക്കണം. എന്റെ കൈയിൽ ഒട്ടും പണമില്ലെന്ന് നിനക്കറിയാവുന്ന കാര്യമല്ലേ?"

ഹോക്കയുടെ ഭാര്യയ്ക്ക് ഇതൊന്നും സ്വീകാര്യമായില്ല. "ഹോ മനുഷ്യാ ഇതു കേട്ടോളൂ. പണമുണ്ടോ ഇല്ലയോ എന്ന് എനിക്കറിയേണ്ട. നാളെത്തന്നെ നിങ്ങളൊരു വണികനായേ മതിയാവൂ. ഇല്ലെങ്കിൽ നിങ്ങളുടെ കൂടെ പൊറുക്കാൻ ഞാനില്ല. നമ്മുടെ പശുവിനെ ഞാൻ കൊണ്ടുപോവുകയും ചെയ്യും. കേട്ടല്ലോ?"

"എന്റെ പൊന്നേ. പശുവില്ലെങ്കിലും എനിക്ക് ജീവിക്കാം. പക്ഷേ നീയില്ലാതെ ജീവിക്കാൻ പ്രയാസമാ" ഹോക്ക ഇത്രയും കൂടി പറഞ്ഞു. "സത്യം പറയാമല്ലോ. നിന്നെപ്പോലെ നല്ലൊരു വെപ്പുകാരിയെ അക്സെറിലെങ്ങും കിട്ടുകയില്ല." അയാൾ ഊറിച്ചിരിച്ചു. "തമാശ പറയുന്നതൊക്കെ ശരി. വെപ്പുകാരിയെ കിട്ടിയാലും കിട്ടിയില്ലെങ്കിലും ശരി. നാളെ മുതൽ നിങ്ങളുടെ കൂടെ കഴിയണമെങ്കിൽ നിങ്ങൾ വണികനായേ തീരൂ. ഇതിൽ മാറ്റമില്ല." അവരുടെ സ്വരം ദൃഢമായിരുന്നു.

ഇതു കേട്ടപ്പോൾ ഹോക്ക അനുനയസ്വരത്തിൽ പറഞ്ഞു."ശരി ശരി. എന്റെ പൊന്നുഭാര്യയല്ലേ. ഇരുപത്തിനാലുമണിക്കൂറെങ്കിലും സാവകാശം തരണം. അള്ളായുടെ സഹായത്തോടെ നമ്മുടെ ഈ പ്രശ്നത്തിന് എന്തെങ്കിലുമൊരു പോംവഴി കണ്ടുപിടിക്കാം." ഹോക്ക രാത്രിയിലെല്ലാം ചിന്തമഗ്നനായി കിടന്നു. രാവിലെ എഴുന്നേറ്റ് തന്റെ ഒട്ടകത്തേയും കൂട്ടി ചന്തയിലേക്ക് പോയി. ഒട്ടകത്തെ വിറ്റ് കിട്ടിയ പണം കൊണ്ട്, ചന്തയുടെ പ്രധാന കവാടത്തിനടുത്ത് ഒരു മുറി വാടകയ്ക്ക് എടുക്കാൻ തീരുമാനിച്ചു. പക്ഷേ ഒട്ടകത്തെ വിറ്റ് കിട്ടിയ കാശുകൊണ്ട് ഒരു ചെറിയ മുറിയുടെ ഒരു മാസത്തെ വാടകകൊടുക്കാനേ തികയൂ. എന്തായാലും സാരമില്ല. ഒരു മാസമെങ്കിൽ ഒരു മാസം. അത്രയും നാളെങ്കിലും വണികനാകാം. ഭാര്യയെ തൽക്കാലം തൃപ്തിപ്പെടുത്താൻ അത് മതിയാകും.. ഹോക്ക മുറി വാടകയ്ക്കെടുത്തു. കട തുറന്ന്, അവിടെയുണ്ടായിരുന്ന ഒരു മേശയും കസേരയും പൊട്ടിതട്ടി നേരേയിട്ടു. കുറേനേരമിരുന്ന് ആലോചിച്ചു. എന്താണ് വിൽക്കേണ്ടത്? ഒന്നുമില്ല. ഒന്നുമില്ലെങ്കിൽ അത്രതന്നെ. ഹോക്ക തീരുമാനിച്ചു. ഏതായാലും കടയുണ്ട്. അപ്പോൾ താനൊരു വണികനാണെന്നതു തീർച്ച.

അന്നു വൈകുന്നേരം വീട്ടിലെത്തിയ ഹോക്കയെ പടിവാതുക്കൽ വെച്ചുതന്നെ ഭാര്യ സ്വീകരിച്ചു. എന്നിട്ട് പരിഹസച്ചുവയോടെ ചോദിച്ചു. "എന്തായി നിങ്ങൾ ആവശ്യപ്പെട്ട ഇരുപത്തിനാലുമണിക്കൂർ സമയം കഴിഞ്ഞില്ലേ."

ഹോക്ക അഭിമാന പുരസരം പറഞ്ഞു "ങാ ഞാൻ വണികനായി. ഇന്നുമുതൽ ഞാൻ നസറുദ്ദീൻ ഹോക്ക എന്ന വണികനായി അറിയപ്പെടും."

ഭാര്യക്ക് സന്തോഷവും അതിശയവും തോന്നി. അവർ ആകാംക്ഷയോടെ ചോദിച്ചു. "അതെങ്ങനെ? നിങ്ങളെങ്ങെനെ വണികനായി?

"നമ്മുടെ ഒട്ടകത്തെ ഞാൻ വിറ്റു. ആ പണംകൊണ്ട് ചന്തയിൽ ഒരു മുറി വാടകയ്ക്കെടുത്തു. ഇന്ന് അങ്ങനെ നമ്മുടെ കടയുടെ തുടക്കം കുറിക്കുകയും ചെയ്തു. പക്ഷേ ഒട്ടകത്തെ വിറ്റു കിട്ടിയ പണം മുഴുവൻ വേണ്ടി വന്നു വാടക കൊടുക്കാൻ."

അപ്പോൾ ഹോക്കയുടെ ഭാര്യ കൂടുതൽ ആകാംക്ഷയോടെ ചോദിച്ചു. "പണം മുഴുവൻ വാടകയായി കൊടുത്തപ്പോൾ, കടയിൽ എന്താണ് വിൽപന സാധനങ്ങൾ?"ഹോക്കയ്ക്ക് സത്യത്തിൽ ഈ ചോദ്യത്തിന് മറുപടി ഇല്ലായിരുന്നു. അയാൾ തന്നെ അതിനെക്കുറിച്ച് ആലോചിച്ചു കൊണ്ടിരിക്കയായിരുന്നു.

"ങാ അതൊക്കെ നമുക്ക് കണ്ടുപിടിക്കാം." അതായിരുന്നു പതിവു പോലെ ഹോക്കയുടെ മറുപടി.

അടുത്ത ദിവസം ഹോക്ക കടയിലെത്തി, നിര നീക്കി കട തുറന്നു. മറ്റു കടകളിലെല്ലാം പലതരത്തിലുള്ള വിൽപനസാധനങ്ങൾ നിറഞ്ഞിരുന്നു. മുണ്ട്, വേഷ്ടി, പലതരം വസ്ത്രങ്ങൾ, ലേപനങ്ങൾ, ആഹാരസാധനങ്ങൾ അങ്ങനെ പലതും, ഹോക്കയുടെ കടയിൽമാത്രം ഒരു മേശയും കസേരയും, മേശപ്പുറത്ത് രണ്ടുമൂന്ന് തുണ്ടു കടലാസുകൾ അത്രമാത്രം. പക്ഷേ അതൊന്നും ഹോക്കയെ അലട്ടിയില്ല. ഹോക്ക ദിവസവും രാവിലെ കട തുറക്കുകയും വൈകുന്നേരം അടക്കുകയും ചെയ്തു. ചന്തയിൽ പോകുന്നവർ ഹോക്കയുടെ കടയിലേക്ക് നോക്കി ചിരിക്കുകയും കുശുകുശുക്കുകയും ചെയ്തു. പക്ഷേ ഹോക്ക അത്ര മണ്ടനൊന്നുമല്ലെന്ന് പലർക്കുമറിയാമായിരുന്നു. എന്തെങ്കിലും മതിയായ കാരണമുണ്ടായിരിക്കണം. ജനങ്ങൾ പലതരം അഭിപ്രായങ്ങൾ തട്ടിവിട്ടു. ഏതായാലും കട തുറന്നതിനുശേഷം ഹോക്കയുടെ ഭാര്യക്ക് ഹമാമിലെ പരിചാരകരെക്കുറിച്ച് പരാതിയൊന്നുമില്ലെന്നത് ഹോക്കക്ക് ആശ്വാസകരമായിരുന്നു.

കടയെടുത്ത് ഒരാഴ്ച തികയുന്നതിനു മുമ്പ് ഒരു ദിവസം ഉച്ചക്കുമുമ്പായി ചക്രവർത്തി താമർലേൻ അതുവഴി കടന്നുപോയി. ചക്രവർത്തി കടന്നു പോകുമ്പോഴുണ്ടാകുന്ന എല്ലാത്തരം സന്നാഹങ്ങളും-പരിവാരങ്ങൾ ഭടന്മാർ, കാവൽക്കാർ, വഴിയരികിൽ നിറഞ്ഞു നിൽക്കുന്ന കാഴ്ചക്കാർ

അങ്ങനെ തിരക്കു പിടിച്ച അന്തരീക്ഷം, എന്നാൽ താനിതൊന്നുമറിയുന്നില്ല എന്ന മട്ടിൽ ഹോക്ക കടയിലിരുന്നു. പക്ഷേ ചക്രവർത്തി താമർലേൻ ഹോക്കയെ കണ്ടു. അദ്ദേഹം കടയുടെ സമീപമെത്തി ചോദിച്ചു.

"ങാ ഹോക്കയും ഇവിടെയൊരു കട തുറന്നിട്ടുണ്ടല്ലോ. എന്താ എങ്ങനെയുണ്ട് ഹോക്ക" അദ്ദേഹം കടയ്ക്കുള്ളിൽ ശ്രദ്ധിച്ചിട്ട് വീണ്ടും ചോദിച്ചു. "ഇതെന്താ, താങ്കളുടെ കടയിൽ വില്പനക്കായി ഒന്നും തന്നെയില്ലല്ലോ." സന്ദർഭോചിതമായി മറുപടി പറയാനറിയുന്ന ഹോക്ക പറഞ്ഞു."സർ, അങ്ങനെയല്ല. ഹോക്കയുടെ കടയിലും വില്പനച്ചരക്കുകളുണ്ട്. ഞാൻ വിൽക്കുന്നത് അറിവാണ്. അറിവിനേക്കാൾ വിലയേറിയ മറ്റെന്തു വസ്തുവാണ് വിൽക്കാനുള്ളത്?"

ഹോക്കയുടെ തമാശകൾ പരിചയമുള്ള ചക്രവർത്തി ചോദിച്ചു."ഓ അങ്ങനെയാണല്ലോ? താങ്കൾ വിൽക്കുന്നത് അറിവാണെങ്കിൽ, അതിന്റെ വിലയെങ്ങനെയാണ് ഹോക്ക?" "ഒരറിവിന് ഒരു ലിറ*യാണ് വില നിശ്ചയിച്ചിരിക്കുന്നത്." ചക്രവർത്തി ഹോക്കയുടെ നേരെ നോക്കിപ്പറഞ്ഞു. "ഹോക്ക എനിക്ക് ഒരറിവ് തരൂ. ഞാൻ ഒരു ലിറ തരാം." ചക്രവർത്തി കീശയിൽ നിന്നും ഒരു ലിറയെടുത്ത് ഹോക്കക്ക് കൊടുത്തു. ഹോക്ക അല്പനേരം ആലോചിച്ചിതിനു ശേഷം പറഞ്ഞു. ഞാൻ അങ്ങക്ക് നൽകുന്ന അറിവ് ഇതാണ് കേട്ടോളൂ. "എന്തു കാര്യം ചെയ്യാൻ ഒരുങ്ങുമ്പോഴും അതിന്റെ പരിണിതഫലങ്ങളെക്കുറിച്ച് നന്നായി ആലോചിച്ചതിനു ശേഷമേ ചെയ്യാവൂ."

"ഓഹോ. ഈ അറിവിന് ഒരു ലിറ അല്പം കൂടുതലല്ലേ?" ചക്രവർത്തി പറഞ്ഞു.

പക്ഷേ ഹോക്ക പറഞ്ഞു "ചക്രവർത്തി തിരുമനസ്സേ. അങ്ങനെയല്ല. ഈ അറിവിന് വാസ്തവത്തിൽ ഒരു ലിറയേക്കാൾ വില വരും. ഞാനിത് ഒരു കടലാസിൽ എഴുതി അങ്ങേക്കു തരാം. എപ്പോഴും ഇത് താങ്കളുടെ കൈയിലിരിക്കുന്നതും കൂടെക്കൂടെ ഓർക്കുന്നതും ഒരു സമയത്ത് പ്രയോജനപ്പെടും." ഹോക്ക നൽകിയ കടലാസ് ചക്രവർത്തി ഭദ്രമായി വെച്ചു. അദ്ദേഹം യാത്ര തുടർന്നു. ഹോക്ക വിചാരിച്ചു. കച്ചവടം അത്ര മോശപ്പെട്ട തൊഴിലൊന്നുമല്ലെന്ന്. ഒരു മനുഷ്യന് വേണമെങ്കിൽ സാമാനങ്ങളൊന്നുമില്ലാതെ തന്നെ കച്ചവടം ചെയ്യാമെന്നും വണികനാകാമെന്നും ഹോക്ക നിരൂപിച്ചു കഴിഞ്ഞിരുന്നു.

അങ്ങനെയിരിക്കെ, ചക്രവർത്തിയുടെ മന്ത്രിമാരിൽ ചിലർ ഒരു വഞ്ചനയിലൂടെ അദ്ദേഹത്തെ വധിക്കാനുള്ള പ്ലാനിട്ടു. വളരെ ആലോചിച്ച്

---

* ടർക്കിയിൽ പ്രചാരത്തിലിരുന്ന നാണയം

സൂത്രത്തിൽ ചക്രവർത്തിയുടെ ക്ഷുരകനെ വശീകരിച്ചു. ക്ഷുരകന് പല സമ്മാനങ്ങളും വാഗ്ദാനം ചെയ്തു. ക്ഷുരകൻ സമ്മതം മൂളി. അതിനവർ തെരഞ്ഞെടുത്തത് വളരെ സരളമായതും ആരും സംശയിക്കാത്തതു മായ ഒരു പദ്ധതിയായിരുന്നു. ചക്രവർത്തി പതിവുപോലെ ക്ഷൗരം ചെയ്യാനായി ഇരിക്കുമ്പോൾ ഒരു കത്തികൊണ്ട് അദ്ദേഹത്തിന്റെ കഴുത്ത് മുറിക്കണം. അത്രതന്നെ. ക്ഷുരകൻ സമ്മതിച്ചെങ്കിലും അയാളുടെ മനസ്സു നിറയെ ഭയമായിരുന്നു.

ക്ഷുരകൻ ക്ഷൗരം ചെയ്യാനുള്ള തയ്യാറെടുപ്പുകളുമായി ചക്രവർത്തി യുടെ അരികിലെത്തി. കത്തി കൈയിലെടുത്തു. അപ്പോഴാണ് ചക്രവർ ത്തി ഹോക്ക നൽകിയ കടലാസ്സെടുത്ത് ഉറക്കെ വായിച്ചത്. "എന്തു കാര്യം ചെയ്യുമ്പോഴും അതിന്റെ പരിണിതഫലങ്ങളെക്കുറിച്ച് നന്നായി ആലോചിച്ചതിനു ശേഷമേ ചെയ്യാവൂ."

ഇതുകേട്ട ക്ഷുരകൻ കൂടുതൽ പരിഭ്രാന്തനായി. ചക്രവർത്തി വായിച്ചത് തനിക്കുള്ള താക്കീതായിരിക്കുമെന്നാണ് ക്ഷുരകൻ കരുതിയത്. അല്ലെങ്കിൽ പിന്നെ ചക്രവർത്തി അങ്ങനെ പറയേണ്ട കാര്യമില്ലല്ലോ. അയാൾ ഭയന്നു വിറക്കാൻ തുടങ്ങി. ചക്രവർത്തിക്ക് കാര്യം മനസ്സിലായില്ല. ക്ഷുരകൻ പെട്ടെന്ന് ചക്രവർത്തിയുടെ കാൽക്കൽ വീണ് കരഞ്ഞു പറഞ്ഞു. "പൊന്നെജമാനനേ...... ഞാൻ തെറ്റുകാരനല്ല. അങ്ങയുടെ മന്ത്രിമാരാണ് എന്നെ ഈ നീചകൃത്യത്തിനു പ്രേരിപ്പിച്ചതും നിർബ്ബന്ധിച്ചതും. എന്നോട് ദയവായി പൊറുക്കണം." ചക്രവർത്തി ക്ഷുരകനോട് ചോദിച്ച് കാര്യങ്ങളെല്ലാം മനസ്സിലാക്കി. മന്ത്രിമാരെ വിളിച്ചുവരുത്തി അർഹമായ ശിക്ഷ നൽകി. ക്ഷുരകന് മാപ്പുകൊടുത്തു.

ചക്രവർത്തി ആളയച്ച് ഹോക്കയോട് ഉടൻ കൊട്ടാരത്തിലെത്താൻ പറഞ്ഞു. ഹോക്കക്ക് കാര്യമെന്താണെന്നു മനസ്സിലായില്ല. ഏതായാലും ചക്രവർത്തി വിളിച്ചതല്ലേ. ഹോക്ക കടയടച്ച് കൊട്ടാരത്തിലെത്തി. ഹോക്കയെക്കണ്ടതും ചക്രവർത്തി സന്തോഷത്തോടെ പറഞ്ഞു. "ഹോക്ക എനിക്ക് ഇപ്പോൾ ബോധ്യമായി. സത്യം പറയാമല്ലോ ഹോക്ക, ആ അറിവ് എന്റെ ജീവൻ രക്ഷിച്ചു." അദ്ദേഹം പരിചാരകരോ ടായി പറഞ്ഞു. "ഹോക്കക്ക് അദ്ദേഹത്തിന്റെ സേവനത്തിന് പാരിതോ ഷികമായി ആ തട്ടിലിരിക്കുന്ന സഞ്ചി എടുത്തുകൊടുക്കൂ. ഹോക്ക, ആ സഞ്ചിയിൽ സ്വർണനാണയങ്ങളാണ്. ഞാൻ നൽകുന്ന ഒരു ചെറിയ സമ്മാനം." കൂടാതെ അദ്ദേഹം തന്റെ മുമ്പിലുണ്ടായിരുന്ന എല്ലാവരും കേൾക്കാനായി ഇങ്ങനെ പ്രഖ്യാപിച്ചു. "ഇന്നു മുതൽ നാം ഹോക്കയെ

അദ്ദേഹം താമസിക്കുന്ന പ്രവിശ്യയുടെ ഭരണാധികാരിയായി നിയമിക്കുന്നു. ഹോക്കയെപ്പോലെ അറിവും ബുദ്ധിയുമുള്ള ഒരാൾ തികച്ചും അർഹിക്കുന്ന സ്ഥാനമാണ് ഇത്."

ഇങ്ങനെയാണ് നസറുദ്ദീൻ ഹോക്ക അറിവുവില്പനക്കാരൻ എന്ന പേരിൽ അറിയപ്പെടാൻ തുടങ്ങിയത്.

ഹോക്ക വരുമാനവരി ഉദ്യോഗസ്ഥനായപ്പോൾ

ഒരു ദിവസം വരുമാനവരി ഉദ്യോഗസ്ഥൻ ചക്രവർത്തി താമർലേനിന്റെ മുന്നിൽ കണക്കുവിവരങ്ങൾ സമർപ്പിക്കാനെത്തിയപ്പോൾ നസറുദ്ദീൻ ഹോക്കയും ചക്രവർത്തിയോടൊപ്പമുണ്ടായിരുന്നു. വൃത്തിയായി എഴുതിയ പുസ്തകങ്ങളിൽ നിന്നും ഉദ്യോഗസ്ഥർ വരിക്കണക്കുകൾ പേജുപേജായി ചക്രവർത്തിയെ വായിച്ചു കേൾപ്പിച്ചു. പക്ഷേ, ചക്രവർത്തിക്ക് കണക്കുകൾ ബോധ്യമായില്ല. എവിടെയൊക്കെയോ കുഴപ്പം. കണക്കുകൾ പലയിടത്തും കൂട്ടിക്കുഴയ്ക്കപ്പെട്ടിരിക്കുന്നു. കണക്കുകളിൽ തെറ്റുകളും കൃത്രിമങ്ങളുമുണ്ടെന്ന് ചക്രവർത്തിക്ക് മനസ്സിലായി. അയാൾ തന്നെ കബളിപ്പിക്കുകയാണെന്ന് ചക്രവർത്തി വിശ്വസിച്ചു. അദ്ദേഹം കോപിഷ്ടനായി പറഞ്ഞു. "താനിങ്ങനെയാണ് തന്റെ സ്ഥാനം ദുരുപയോഗപ്പെടുത്തുന്നത്. തന്റെ കള്ളക്കണക്കുകൾ വിഴുങ്ങാൻ എനിക്കാവില്ല."

ചക്രവർത്തി ഒരു നിമിഷം നിർത്തിയിട്ട് വീണ്ടും കോപത്തോടെ അലറി "പക്ഷേ തനിക്ക് ഇത്തരം കണക്കുകൾ വിഴുങ്ങാനാവും. അതു കൊണ്ട് തന്റെ കണക്കുകൾ, കണക്കുപുസ്തകം താൻ തന്നെ വിഴുങ്ങിക്കോ. ജീവൻ വേണമെങ്കിൽ ഉടനെ, എന്റെ മുമ്പിൽ വെച്ചു തന്നെ വിഴുങ്ങിക്കോ." വരി ഉദ്യോഗസ്ഥന് ഭയമായി. ചക്രവർത്തി എന്താണുദ്ദേശിച്ചതെന്ന് ശരിക്ക് മനസ്സിലായതുമില്ല. സംശയനിവാരണത്തിനായി അയാൾ താഴ്മയായി പറയാനാരംഭിച്ചു. "സർ." പക്ഷേ ചക്രവർത്തിയുണ്ടോ വിടുന്നു. അദ്ദേഹം കോപത്തോടെ പറഞ്ഞു.

"അതേ. സംശയിക്കേണ്ട. തന്നോടുതന്നെയാ പറഞ്ഞത്. കള്ളക്കണക്കെഴുതിയ ആ പുസ്തകങ്ങൾ താൻതന്നെ വിഴുങ്ങിക്കോ.ളും. ജീവൻ വേണമെങ്കിൽ തുടങ്ങിക്കോ." എങ്ങനെ കണക്കുപുസ്തങ്ങൾ വിഴുങ്ങും?

പക്ഷേ വിഴുങ്ങാതിരിക്കാനും പറ്റുമോ? ചക്രവർത്തിയുടെ കല്പനയല്ലേ. ഒരു വിധത്തിൽ ആ കടലാസുകൾ ഒന്നൊന്നായി ആ പാവം മനുഷ്യൻ തിന്നാരംഭിച്ചു. അയാൾ ബുദ്ധിമുട്ടുന്നതു കണ്ട് ചക്രവർത്തി രസിച്ചു കൊണ്ടിരുന്നു. കുറേ കടലാസ് വിഴുങ്ങിക്കഴിഞ്ഞപ്പോൾ ചക്രവർത്തി പറഞ്ഞു. "തന്നെ ജോലിയിൽനിന്നും പിരിച്ചു വിട്ടിരിക്കുന്നു. ഇനി എന്റെ മുന്നിൽ കണ്ടുപോവരുത്. പോയ്ക്കോ. തനിക്കു പകരം എന്റെ വിശ്വസ്തസ്നേഹിതനായ നസറുദ്ദീൻഹോക്കയെ ഞാൻ വരി ഉദ്യോഗസ്ഥനായി നിയമിക്കുന്നു."

ഇത് ഹോക്ക ഒട്ടും പ്രതീക്ഷിക്കാത്തതായിരുന്നു. താൻ ഒരു വരുമാന വരി ഉദ്യോഗസ്ഥനാകുന്നത് സ്വപ്നത്തിൽ പോലും കരുതാത്തതാണ്. എങ്ങനെ കണക്കെഴുതിയാലും ചക്രവർത്തിക്ക് തൃപ്തിയാവില്ലെന്ന സത്യം ഹോക്കയ്ക്കറിയാമായിരുന്നു. പക്ഷേ ഒഴിഞ്ഞുമാറാനാവില്ലല്ലോ. ചക്രവർത്തിയുടെ കല്പനയല്ലേ. ചക്രവർത്തിക്ക് കോപം വരാത്ത രീതിയിൽ എങ്ങനെയെങ്കിലും കണക്കുകൾ എഴുതിയേ മതിയാവൂ. എന്തൊന്നൊരു പോംവഴി. ഹോക്ക തലപുകഞ്ഞാലോചിച്ചു. എന്നിട്ട് ചക്രവർത്തിയോട് അനുവാദം വാങ്ങി അവിടെ നിന്നു പോയി.

പോകുന്നതിനു മുമ്പ്, ചക്രവർത്തി തന്റെ മേൽ കാണിച്ച വിശ്വാസത്തിനും തനിക്ക് തന്ന ഉയർന്ന പദവിക്കും നന്ദി രേഖപ്പെടുത്താൻ ഹോക്ക മറന്നില്ല. പിന്നീടങ്ങോട്ടുള്ള ദിവസങ്ങളിലെല്ലാം ഹോക്ക കടുത്ത ആലോചനയിലായിരുന്നു. വീട്ടിൽ നിന്നും പുറത്തു പോകാതായി. തന്റെ ഭാര്യ അടുക്കളയിൽ യുഫ്കറൊട്ടികൾ ഉണ്ടാക്കുന്നതും നോക്കി ഹോക്ക ദീർഘനേരം ഇരുന്നു. പരന്ന് കട്ടി കുറഞ്ഞ യുഫ്ക കാണാൻ രസമായിരുന്നു. അവർ യുഫ്ക ഒന്നൊന്നായി അടുക്കി അടുക്കി വെച്ചു. അതു കണ്ടപ്പോൾ ഹോക്കക്ക് ഒരു ബുദ്ധി തോന്നി. എന്തുകൊണ്ട് കണക്കെഴുതാൻ യുഫ്ക ഉപയോഗിച്ചുകൂടാ. ഹോക്ക തന്റെ ഭാര്യയുടെ സഹായത്തോടെ ധാരാളം യുഫ്ക് ഉണ്ടാക്കി വരുമാനവരിക്കണക്കുകൾ ഒരു ചെറിയ കമ്പുകൊണ്ട് അതിൽ എഴുതി ഭദ്രമായി സൂക്ഷിച്ചു. വളരെ ശ്രദ്ധയോടെ, എലിയും പാറ്റയും, ഉറുമ്പുമൊന്നും തിന്നാതെ യുഫ്ക സൂക്ഷിച്ചു. അവയ്ക്കായി ഒരു പ്രത്യേക അറ തന്നെ ഉണ്ടാക്കി.

അങ്ങനെ ഏതാണ്ടൊരു മാസം കടന്നുപോയി. ചക്രവർത്തി ഹോക്കയെ വിളിച്ച് ആ മാസത്തെ കണക്കുകൾ സമർപ്പിക്കാൻ ആവശ്യപ്പെട്ടു. കെട്ടുകെട്ടുകളായി അടുക്കി വെച്ച യുഫ്കയുമായി ഹോക്ക

ചക്രവർത്തിയുടെ മുന്നിലെത്തി. ചക്രവർത്തതി ഹോക്കയെ സന്തോഷത്തോടെ വരവേറ്റു.

രണ്ടു സഞ്ചികളിലായി കൊണ്ടു വന്ന വരുമാനവരിക്കണക്ക് ചക്രവർത്തിയുടെ മുമ്പിൽ വെച്ചു. അത് ചക്രവർത്തിക്ക് സന്തോഷത്തിന് വകയായി. അദ്ദേഹം ഹോക്കയോടായി ചോദിച്ചു. "കണക്കുകൾ എവിടെ?" "ഇവിടെത്തന്നെയുണ്ട് പ്രഭോ". ഹോക്ക വിനയത്തോടെ യുഫ്ക കെട്ടുകളുമായി നിന്ന തന്റെ ഭൃത്യന്മാരെ കാണിച്ചു.

കണക്കുകൾ എന്തേ ഇത്ര കെട്ടുകളായി കൊണ്ടുവന്നിരിക്കുന്നു? ചക്രവർത്തിക്ക് കൗതുകം തോന്നി. അദ്ദേഹം പറഞ്ഞു. "അതിശയമായിരിക്കുന്നു ഹോക്ക, നിങ്ങളുടെ കണക്കുകൾ. ഈ കെട്ടുകളിലെല്ലാം കണക്കുകളാണോ? ഉം. ഒരു കെട്ട് എന്റെ മുമ്പിൽ വെയ്ക്കാൻ പറയൂ കാണട്ടെ"

ഹോക്ക വിനയത്തോടെ ഒരു കെട്ട് ചക്രവർത്തിയുടെ മുമ്പിൽ വെച്ച് കെട്ടഴിച്ച്, അതിൽ നിന്നും ഒരു യുഫ്ക എടുത്ത് ചക്രവർത്തിയെ കാണിച്ചു. അദ്ദേഹം ശ്രദ്ധയോടെ യുഫ്കയുടെ മേൽ എഴുതിയ ലിഖിതങ്ങൾ വായിച്ചു. കണക്കുകൾ തന്നെ. സംശയമില്ല. ചക്രവർത്തി ചോദിച്ചു. "ഹോക്ക കണക്കുകൾ യുഫ്കയിൽ എഴുതാൻ എന്താ കാരണം? പ്രത്യേകിച്ചെന്തെങ്കിലും ഉണ്ടെങ്കിൽ ഞാനും അറിയട്ടെ?"

ഹോക്ക വളരെ വിനയത്തോടെ ബോധിപ്പിച്ചു. "അങ്ങുന്നേ, കണക്കുകൾ ആരെങ്കിലും ഒരാൾ വിഴുങ്ങിയേ മതിയാവൂ. എന്ന് അങ്ങയുടെ ഈ വിശ്വസ്തന് മനസ്സിലായിട്ടുണ്ട്. അതുകൊണ്ട് ഞാൻ ബുദ്ധിമുട്ടി എഴുതിയ കണക്കുകൾ ആരും വിഴുങ്ങിയാലും അധികം ക്ലേശിക്കാതെ കഴിക്കാമല്ലോ എന്നു വിചാരിച്ചു. അത്രമാത്രം." ഹോക്ക ഇത്രയും പറഞ്ഞ് പഞ്ചപുച്ഛമടക്കി നിന്നു. നോക്കിക്കോ, ഞാനെന്തു ചെയ്യുമെന്നറിയാമോ?

ഒരു ദിവസം ഹോക്ക തന്റെ ഒട്ടകപ്പുറത്ത് സവാരി ചെയ്യുകയായിരുന്നു. വഴിയിൽവെച്ച് ഹോക്കയ്ക്ക് ക്ഷീണം തോന്നി. അയാൾ ഒട്ടകത്തെ വഴിയിരികിൽ നിർത്തി. അടുത്തുള്ള മരത്തണലിൽ അല്പം വിശ്രമിക്കാനിരുന്നു. പക്ഷേ, പ്രതീക്ഷിക്കാതെ ഹോക്ക ഉറങ്ങിപ്പോയി. അതിനിടയിൽ അദ്ദേഹത്തിന്റെ ചില വിദ്യാർത്ഥികൾ അതു വഴി വന്നു. അവർ ഒരു തമാശയ്ക്കായി ഹോക്കയെ പറ്റിക്കാൻ തീർച്ചയാക്കി. അവർ ഒട്ടകപ്പുറത്തുണ്ടായിരുന്ന ജീനി(പുറത്തിരുന്ന് ഓടിക്കാനുള്ള തോൽപീഠം) എടുത്ത് ഒളിപ്പിച്ചു വെച്ചു. ജീനി കാണാതാവുമ്പോൾ ഹോക്ക എങ്ങനെ പ്രതികരിക്കുമെന്നറിയാം. അതിൽ ഒരു തമാശ. അതുമാത്രമാണവർ കരുതിയത്! പക്ഷേ സംഭവിച്ചതോ ഹോക്ക ഉറക്കമുണർന്നതും

ഒട്ടകത്തേയും നടത്തി തന്റെ വീട്ടിലേക്കു തിരിച്ചു. ഒട്ടകത്തെ ലായത്തിൽ കെട്ടിയിട്ട് ജീനി എടുത്തു വെക്കാനായി നോക്കിയപ്പോൾ അത് അവിടെ യില്ല. ഹോക്ക കണ്ണുകൾ നന്നായി തിരുമ്മി വീണ്ടും നോക്കി. ഇല്ലല്ലോ. അപ്പോൾ അത് എവിടെപ്പോയി? ഹോക്ക ആലോചിച്ചു.

അടുത്ത ദിവസം അദ്ദേഹം റോഡിൽക്കൂടി നടക്കുമ്പോൾ വിദ്യാർത്ഥികളെ കണ്ടു. ഹോക്ക അവരോടായി പറഞ്ഞു. "പിള്ളരേ, എന്റെ ജീനി നഷ്ടപ്പെട്ടിരിക്കുന്നു. അത് നിങ്ങളിലാരോ ആണ് എടുത്തിരിക്കുന്നതെന്ന് എനിക്കറിയാം. ഇരുപത്തിനാലുമണിക്കൂറിനുള്ളിൽ അതെനിക്ക് തിരികെ തന്നില്ലെങ്കിൽ എന്റെ വിധം മാറും. പിന്നെ ഞാനെന്തു ചെയ്യുമെന്നറിയാമോ? സൂക്ഷിച്ചോ." ഹോക്ക ക്ഷുഭിതനായി. ഹോക്കകയുടെ വാക്കുകൾ എല്ലാ കുട്ടികളുടേയും ചെവിയിലെത്തി. തമാശക്കായി ചെയ്ത കാര്യത്തിന് ഇത്ര ഗൗരവമോ എന്നോർത്ത് കുട്ടികൾ വിഷമിച്ചു. അവർ വളരെ പെട്ടെന്ന് ജീനി വാങ്ങി ഒട്ടകപ്പുറത്ത് ഭദ്രമായി വെയ്ക്കുകയും ചെയ്തു. എന്നാൽ ആ വിദ്യാർത്ഥികളിൽ ഒരുവനു മാത്രം ജിജ്ഞാസയായി. തങ്ങൾ ജീനി തിരികെ കൊടുത്തില്ലായിരുന്നുവെങ്കിൽ ഹോക്ക എന്തു ചെയ്യുമായിരുന്നുവെന്ന് അറിയുന്നത് ഒരു രസമായിരിക്കും. പക്ഷേ എങ്ങനെ അറിയും? അവൻ വളരെനേരം ആലോചിച്ചതിനുശേഷം ഹോക്കയോടു തന്നെ ചോദിക്കാമെന്നും തീരുമാനിച്ചു. "സാർ സാറിനു വിരോധമില്ലെങ്കിൽ...." അവൻ മടിച്ചു മടിച്ചുനിന്നു. ഹോക്ക ചിരിച്ചുകൊണ്ടു പറഞ്ഞു. "എന്താ നിനക്കെന്തോ സംശയമുള്ളതുപോലെയുണ്ടല്ലോ. ചോദിക്ക്" അവൻ ധൈര്യം സംഭരിച്ചു ചോദിച്ചു "സാർ ഞങ്ങൾ ജീനി തിരികെ തന്നിരുന്നില്ലെങ്കിൽ സാറ് എന്തുചെയ്യാനാ ഉദ്ദേശിച്ചത്?" ഹോക്ക പുഞ്ചിരിച്ചു കൊണ്ടു പറഞ്ഞു അതിനെന്താ ഇത്ര സംശയം. എന്റെ വീട്ടിൽ ഒരു പഴയ കമ്പിളിപ്പുതപ്പുണ്ട്. അതുകൊണ്ട് ഞാനൊരു പുതിയ ജീനിയുണ്ടാക്കും അത്രതന്നെ."

അവർ രണ്ടുപേരും ഹൃദയം തുറന്നു പൊട്ടിച്ചിരിച്ചു.

കുപ്പിയിലിറങ്ങിയ പാമ്പ്

അംഹാരവംശജരുടെ ഇടയിൽ പ്രചാരത്തിലുള്ള ഒരു കഥയാണിത്. നിരന്തരമായി കുറേക്കാലം മറ്റു രാജ്യങ്ങളുമായി യുദ്ധം ചെയ്തു ഒരു രാജാവ് കണക്കിലേറെ സ്വത്തു സമ്പാദിച്ചു. അമൂല്യങ്ങളായ രത്നങ്ങൾ, വജ്രങ്ങൾ, സ്വർണാഭരണങ്ങൾ തുടങ്ങിയവയെല്ലാം അദ്ദേഹത്തിന്റെ ഖജനാവിലുണ്ടായിരുന്നു. പലപ്പോഴും കൊട്ടാരത്തിൽ നിന്നു യുദ്ധത്തിനായി പോവേണ്ടി വന്ന രാജാവ് ഭണ്ഡാരം സൂക്ഷിപ്പുകാരനായി വിശ്വസ്തനെന്നു കരുതിയ ഒരാളെ നിയോഗിച്ചു.

വർഷങ്ങൾ പിന്നിട്ടപ്പോൾ രാജാവ് യുദ്ധം മതിയാക്കി. ഇനിയുള്ള കാലം സ്വസ്ഥമായി ജീവിക്കാമെന്നു കരുതി കൊട്ടരത്തിലേക്ക് മടങ്ങി ആഡംബരപൂർണമായ ജീവിതത്തിനു വേണ്ട സമ്പത്ത് താൻ ശേഖരിച്ചു കഴിഞ്ഞിട്ടുണ്ടല്ലോ എന്നൊരാനന്ദവും രാജാവിനുണ്ടായി.

അങ്ങനെയിരിക്കെ ഒരു ദിവസം ഭണ്ഡാരം സൂക്ഷിപ്പുകാരൻ രാജസന്നിധിയിലെത്തി ഇപ്രകാരം ഉണർത്തിച്ചു. "പൊന്നു രാജാവേ, അങ്ങ് കൊട്ടാരത്തിൽ തിരിച്ചെത്തിയ സ്ഥിതിക്ക് ഇനി ഭണ്ഡാരം സൂക്ഷിക്കാൻ മറ്റൊരു സിംഹത്തിന്റെ ആവശ്യമില്ലല്ലോ. അതുകൊണ്ട് എന്നെ പോവാൻ അനുവദിച്ചു ദയയുണ്ടാകണം."

"അതേ, ശരിയാണ്. ഇനി എന്റെ ഭണ്ഡാരം സൂക്ഷിക്കാൻ നിങ്ങളെപ്പോലെ ഒരാളെ ആവശ്യമില്ല."

ഇത്രയുംകാലം തന്റെ ഭണ്ഡാരം സൂക്ഷിച്ചയാൾക്ക് എന്തെങ്കിലും പാരിതോഷികം നൽകുന്നത് ഉചിതമായിരിക്കുമെന്നു കരുതിയ രാജാവ്

രാജസേവകരെ വിളിച്ച് ഭണ്ഡാരം സൂക്ഷിപ്പകാരന് ഒരു കിഴി സ്വർണ്ണ നാണയങ്ങൾ കൊടുക്കുവാൻ കല്പനയായി.

ദിവസങ്ങൾ കഴിഞ്ഞപ്പോഴാണ് രാജാവ് ഒരു സത്യം മനസ്സിലാക്കിയത്. തന്റെ ഭണ്ഡാരത്തിൽ വിവിധ പെട്ടികളിലായി കല്ലും പാറക്കഷ്ണങ്ങളും കുഴാങ്കല്ലുകളുമാണ്. കുറച്ചു നേരത്തെ ആലോചനയ്ക്കു ശേഷം രാജാവിന് സംഗതി പിടികിട്ടി. അദ്ദേഹം ഭടന്മാരെ വിളിച്ച്, ഭണ്ഡാരം സൂക്ഷിപ്പകാരൻ എവിടെയുണ്ടെങ്കിലും ഉടനെ കൂട്ടിക്കൊണ്ടുവരാൻ ആജ്ഞാപിച്ചു. ഭടന്മാർ കുതിരപ്പുറത്തു കയറി നാടുനീളെ തിരഞ്ഞുഭണ്ഡാരം സൂക്ഷിപ്പകാരനെ പിടികൂടി. അപ്പോഴേയ്ക്കും അയാൾ രണ്ടുമൂന്നു സഞ്ചികളിൽ രത്നങ്ങളും സ്വർണ്ണപണ്ടങ്ങളുമായി രാജ്യാതിർത്തി കടക്കാനൊരുങ്ങുകയായിരുന്നു. ചുമക്കാവുന്നതിൽ കൂടുതൽ ഭാരം കയറ്റിയതുകൊണ്ട് കുതിരകൾ വളരെ പതുക്കെയായിരുന്നു ഓടിയിരുന്നത്.

രാജകൊട്ടാരത്തിലേക്ക് തിരിച്ചുവരണമെന്ന ഭടൻമാരുടെ ആവശ്യം ഭണ്ഡാരം സൂക്ഷിപ്പകാരന് സ്വീകാര്യമായില്ല. ഭടന്മാരും വിട്ടില്ല. രാജകല്പന അനുസരിച്ചില്ലെങ്കിൽ ഞങ്ങൾക്ക് ബലം പ്രയോഗിക്കേണ്ടി വരുമെന്ന് അറിയിച്ച ഭടന്മാർക്കു മുമ്പിൽ അയാൾക്ക് മറ്റു പോംവഴിയില്ലായിരുന്നു. ഭടന്മാരോടൊപ്പം കൊട്ടരത്തിലെത്തിയ ഭണ്ഡാരം സൂക്ഷിപ്പകാരനെ രാജ സന്നിധിയിൽ ഹാജരാക്കി. രാജാവ് വളരെ സൗമ്യനായി പറഞ്ഞു: “നിങ്ങൾ പരിഭ്രമിക്കേണ്ട. ഞാൻ നിങ്ങളെ തിരിച്ചു വിളിച്ചത് ഒരു കഥ നിങ്ങളോട് പറയണമെന്നു തോന്നി. അത്രമാത്രം.”

ഉൽകണ്ഠയും ആകാംക്ഷയും നിറഞ്ഞ മുഖത്തോടെ അയാൾ രാജാവിനെ നോക്കി. രാജാവ് കഥ തുടങ്ങി. “ഒരിക്കൽ ഒരു ഗ്രാമത്തിൽ വലിയൊരു കൃഷിയിടത്തിൽ വലിയൊരു കുപ്പി നിറയെ പാൽ വെച്ചിരുന്നു. എന്നാൽ കുപ്പിക്ക് അടപ്പില്ലായിരുന്നു. ഇതുകണ്ട ഒരു പാമ്പ് ഇതൊരു അസുലഭ നിമിഷമാണെന്നോർത്ത് പാല് കുടിക്കാൻ തുടങ്ങി. പാല് തീരുംതോറും പാമ്പിന്റെ തലയും ഉടലും കുപ്പിയിലേക്കിറങ്ങി. പാല് പൂർണ്ണമായും തീർന്നപ്പോഴേക്കും പാമ്പിന്റെ ഉടൽ തടിച്ചു വീർത്തിരിക്കുന്നു. കുപ്പിയിൽ നിന്നും വെളിയിലേക്ക് വരാൻ കഴിയാത്ത വിധം അതു വീർത്തപ്പോൾ.... ” ഇത്രയും പറഞ്ഞ് രാജാവ് കഥയൊന്നു നിർത്തി മന്ദഹസിച്ചു. ആ തക്കം നോക്കി ഭണ്ഡാരം സൂക്ഷിപ്പകാരൻ തിടുക്കത്തിൽ ചോദിച്ചു.

“തിരുമനസ്സേ.... കഥ ഇവിടെ തീർന്നെന്നു വിചാരിക്കട്ടെ. ഇനി എന്നെ പോകാൻ അനുവദിച്ചാലും. എനിക്ക് അല്പം ജോലി ചെയ്തു

തീർക്കാനുണ്ട്."

"ഓ കഥ തീർന്നില്ല. അതിനു മുമ്പ് ഒരു സംശയം. ആ പാമ്പ് കുപ്പിയിൽ നിന്നും പുറത്തു വരാൻ എന്തു തന്ത്രമാണ് പ്രയോഗിക്കേണ്ടത്. നിങ്ങൾക്കതു പറയാൻ കഴിയുമോ?"

"അങ്ങുന്നേ പാമ്പ് പാലുമുഴവൻ കക്കിയിൽ മാത്രമേ വെളിയിൽ വരാൻ കഴിയൂ എന്നാണെന്റെ അഭിപ്രായം."

"ഓ ശരി തന്നെ. നിങ്ങളെന്താ പറഞ്ഞത് പാലുമുഴവനും എന്നോ?"

"അതേ. മുഴവനും"

അപ്പോൾ ഭണ്ഡാരം സൂക്ഷിപ്പുകാരൻ കണ്ടത് തന്റെ ചുറ്റും നിൽക്കുന്ന ആയുധമേന്തിയ ഭടന്മാരെയാണ്. പിന്നീടെന്തു സംഭവിച്ചുവെന്നു പറയേണ്ടതില്ലല്ലോ.

പേരു കേട്ട ന്യായാധിപൻ

എത്യോപ്യയിലെ ഒറോമോ വംശത്തിൽ പണ്ടുപണ്ട് യംസ്വി എന്നു പേരുള്ള മധ്യവയസ്കയായ ഒരു വിധവ താമസിച്ചിരുന്നു. അവർക്ക് കേൾവി ശക്തി വളരെ കുറവായിരുന്നു. സ്വന്തമെന്നു പറയാൻ കുറേ ആടുകൾ മാത്രമായിരുന്നു അവർക്കുണ്ടായിരുന്നത്. ഒരു ദിവസം ആടുകളെ മേയാൻ വിട്ട് അവർ പുഴക്കരയിൽ തുണി അലക്കുകയായിരുന്നു. അലക്കു കഴിഞ്ഞു നോക്കുമ്പോൾ ആടുകളെ അവിടെയെങ്ങും കണ്ടില്ല. ആടുകളെ തിരഞ്ഞ് നാലുപാടും നടത്തുമ്പോൾ, മുലുഗേറ്റ എന്ന കൃഷിക്കാരൻ അതുവഴി വരുന്നതു കണ്ടു.

യംസ്വിയേക്കാൾ പ്രായക്കൂടുതലുള്ള മുലുഗേറ്റ നല്ലൊരു കൃഷിക്കാരനും കഠിനാധ്വാനിയുമായിരുന്നു. കേൾവിക്കുറവുള്ള മുലുഗേറ്റ ആരെങ്കിലും എന്തെങ്കിലും ചോദിച്ചാൽ, ചോദ്യം മനസ്സിലാക്കി എന്ന ഭാവത്തിൽ തലയാട്ടുകയും ഉത്തരം പറയുകയും ചെയ്യും. മുലുഗേറ്റയെ കണ്ടപ്പോൾ യംസ്വി ചോദിച്ചു.

“മുലുഗേറ്റ അണ്ണാ വരുന്ന വഴിക്കെങ്ങാനും എന്റെ ആടുകളെ കണ്ടോ?”

യംസ്വി ചോദിച്ചതെന്താണെന്നു മനസ്സിലായില്ലെങ്കിലും മുലുഗേറ്റ പറഞ്ഞു;

“അതേ യംസ്വി, ഇന്നെനിക്ക് പിടിപ്പതു പണിയുണ്ടായിരുന്നു. നോക്കൂ, ആ കാണുന്ന പാടം മുഴുവനും ഉഴുതിട്ടാണ് ഞാൻ വരുന്നത്.”

മുലുഗേറ്റ എന്താണ് പറഞ്ഞതെന്നു കേൾക്കാതെ യംസ്വി, തന്റെ

ആടുകൾ പോയ വഴിയായിരിക്കും അയാൾ ചൂണ്ടിക്കാണിച്ചതെന്ന് ഉറപ്പിച്ചു.

മുല്യഗേറ്റയ്ക്ക് നന്ദി പറഞ്ഞ യംസ്വി, തന്റെ ആടുകളെ കിട്ടിയാൽ അതിലൊന്നിനെ സമ്മാനമായി തരാമെന്നും പറഞ്ഞ് തിരക്കിട്ട് നടന്നു.

ഭാഗ്യമെന്നു പറയട്ടെ, മുല്യഗേറ്റ ചൂണ്ടിക്കാണിച്ച വഴിയിലൂടെ കുറെ ദൂരം നടന്ന യംസ്വി കണ്ടത് തന്റെ ആട്ടിൽ പറ്റത്തെയായിരുന്നു. ഇരുട്ടുന്നതിന് മുമ്പ് തന്നെ ആടുകളെ കണ്ടെത്തിയല്ലോ എന്ന ആശ്വാസത്തിലായിരുന്നു യംസ്വി.

അടുത്ത ദിവസം രാവിലെതന്നെ യംസ്വി ഒരാടിനെ മുല്യഗേറ്റയ്ക്ക് കാഴ്ച വെയ്ക്കാനായി കൊണ്ടുപോയി. തലേനാൾ ആട്ടിൻപറ്റത്തെ തെളിച്ചു കൊണ്ടുവരുമ്പോൾ കാലിനു പരിക്കേറ്റ ഒരാട്ടിൻ കുട്ടിയെയായിരുന്നു യംസ്വി മുല്യഗേറ്റയ്ക്ക് വേണ്ടി തിരഞ്ഞെടുത്തത്.

മുല്യഗേറ്റയുടെ വീട്ടിലെത്തിയ യംസ്വി പറഞ്ഞു. "മുല്യഗേറ്റയണ്ണാ ഇന്നലെ നിങ്ങൾ പറഞ്ഞ ദിക്കിലൂടെ പോയതുകൊണ്ടു മാത്രമാണ് എനിക്കെന്റെ ആടുകളെ നഷ്ടപ്പെടാതിരുന്നത്. ഞാൻ വാക്കു പാലിക്കുന്നു. ഇതാ ഒരാട്ടിൻ കുട്ടിയെ അങ്ങേയ്ക്ക് തരുന്നു."

യംസ്വി പറഞ്ഞതൊന്നും മനസ്സിലാവാത്ത മുല്യഗേറ്റ വിചാരിച്ചു ആട്ടിൻകുട്ടിയ്ക്ക് പരിക്കുപറ്റിയതിനു കാരണം തനാണെന്നു കരുതി യംസ്വി തന്നെ കുറ്റപ്പെടുത്തുകയാണെന്ന്. അയാൾ പറഞ്ഞു."ഞാൻ നിന്റെ ആടുകളെ ഒന്നും ചെയ്തില്ല, അവയെ കണ്ടിട്ടുപോലുമില്ലായിരുന്നു. അല്ലെങ്കിൽത്തന്നെ ഞാനെന്തിന് നിന്റെ ആടുകളെ ഉപദ്രവിക്കണം." യംസ്വി വിചാരിച്ചു. മുല്യഗേറ്റയ്ക്ക് പരിക്കേറ്റ ആടിനെ വേണ്ടെന്നു പറയുകയാണെന്ന്.

കോപം വന്ന യംസ്വി ശബ്ദമുയർത്തി പറഞ്ഞു.

"ഓ അല്ലെങ്കിലും നിങ്ങളൊരു ആർത്തിക്കാരനാ. ഞാൻ ഒരാടിൻ കുട്ടിയെ സമ്മാനമായി തരേണ്ട കാര്യമൊന്നുമില്ല. ആടുകൾ പോയ വഴിയൊന്നു ചൂണ്ടിക്കാണിച്ചുതന്നു എന്നു വെച്ച് ഇത്രയ്ക്ക് അഹങ്കാരമോ."

യംസ്വി ആട്ടിൻകുട്ടിയെ അയാൾക്കു നേരെ നീട്ടി. അയാൾ അതിനെ വാങ്ങാൻ വിസമ്മതിച്ചുകൊണ്ട് ഉച്ചത്തിൽ പറഞ്ഞു.

"യംസ്വി, ഞാൻ നിന്റെ ആടിനെ ഉപദ്രവിച്ചില്ലെന്നു പറഞ്ഞില്ലേ? പിന്നെ നീയെന്തിനാ അതിനെ വീണ്ടും വീണ്ടും എന്നെ കാണിക്കുന്നത്. ഞാനതിന്റെ വില തരണമെന്നാ നിന്റെ മനസ്സിലിരിപ്പെങ്കിൽ അത് നടക്കില്ല. ഞാനൊരു ചില്ലിക്കാശും തരില്ല."

പറഞ്ഞകാര്യം തന്നെ അങ്ങോട്ടുംമിങ്ങോട്ടും പറഞ്ഞുകൊണ്ട് അവർ വഴക്കടിക്കാൻ തുടങ്ങി. അവരുടെ വഴക്ക് മറ്റുള്ളവരുടെ ശ്രദ്ധയിൽപെട്ടു. അതുവഴി വന്ന ഒരു പോലീസുകാരൻ കാര്യം തിരക്കി. വഴക്കിന്റെ കാരണം മനസ്സിലാക്കിയ പോലീസുകാരൻ അവരെ ഒരു ന്യായാധിപന്റെ മുമ്പിലെത്തിച്ചു.

ആ നാട്ടിൽ പേരു കേട്ട യാസുവായിരുന്നു ന്യായാധിപൻ. നിഷ്പക്ഷമായ തീരുമാനങ്ങൾ എടുക്കുന്നതിൽ പ്രസിദ്ധനായിരുന്നു. അദ്ദേഹം,, പ്രായ കൂടുതൽ കാരണം അദ്ദേഹത്തിന് കാഴ്ചയും കേൾവിയും കുറവായിരുന്നനു.

ന്യായാധിപൻ കേസിന്റെ വിവരങ്ങൾ ആദ്യം ചോദിച്ചത് യംസ്വിയോടായിരുന്നു. യംസ്വി ഉണ്ടായ സംഭവമെല്ലാം ചുരുക്കപ്പറഞ്ഞു."അങ്ങുന്നേ, കാണാതായ എന്റെ ആടുകളെ ഇയാൾ ചൂണ്ടിക്കാണിച്ച വഴിയിലൂടെ പോയപ്പോൾ കണ്ടുകിട്ടി. അതിനു പ്രതിഫലമായി ഞാനൊരു ആട്ടിൻകുട്ടിയെ ഇയാൾക്കു നൽകി. പക്ഷേ, ആട്ടിൻകുട്ടിയുടെ കാലിന് ചെറിയൊരു മുറിവുള്ളതുകൊണ്ട് ഇയാൾക്ക് തൃപ്തിയായില്ല. ഒരാർത്തിക്കാരനായ ഇയാൾക്ക് ഇതിൽ കൂടുതലൊന്നും നൽകാൻ എനിക്കാവില്ല. ഞാൻ പറയുന്നതു ന്യായമല്ലേ? ദയവുചെയ്തു അങ്ങ് ഈ വിധവയോട് കരുണ കാട്ടി തീരുമാനമാകണം."

അടുത്തത് മുല്യഗേറ്റയുടെ ഊഴമായിരുന്നു. അയാളും സത്യസന്ധമായിത്തന്നെ കാര്യങ്ങൾ പറഞ്ഞു.

"അങ്ങുന്നേ ഈ സ്ത്രീ പറയുന്നതുമുഴുവൻ കളവാണ്. ഞാൻ അവരുടെ ആടിനെ ഉപദ്രവിച്ചില്ലെന്നു മാത്രമല്ല കാണുക കൂടി ചെയ്തിട്ടില്ല. ഇന്നലെ മുഴുവൻ ഞാൻ എന്റെ പാടത്തു പണിയെടുക്കുകയായിരുന്നു. ഇവരുടെ കൈയിലിരിക്കുന്ന ആടിന് പരിക്കേറ്റതിനു ഞാനുത്തരവാദിയല്ല. അതുകൊണ്ടുതന്നെ അതിന്റെ വില നൽകണമെന്നു പറയുന്നത് തികച്ചും അന്യായമാണ്. ഇനി അങ്ങുന്നു തന്നെ ഒരു തീരുമാനമുണ്ടാക്കണം."

രണ്ടുപേരുടേയും മൊഴി കേട്ട ന്യായാധിപൻ കുറേ നേരം മൗനം പൂണ്ടിരുന്നു. സത്യം പറഞ്ഞാൽ അവർ രണ്ടുപേരും പറഞ്ഞതെന്താണെന്ന് ന്യായാധിപന് ഒരു പിടിയും കിട്ടിയിരുന്നില്ല. മാത്രമല്ല യംസ്വിയുടെ കൈയിലിരിക്കുന്നത് അവരുടെ കുട്ടിയാണെന്നാണ് അദ്ദേഹം മനസ്സിലാക്കിയിരുന്നത്.

ന്യായാധിപൻ ഇങ്ങനെ ചിന്തിച്ചു; "തന്റെ മുമ്പിൽ നിൽക്കുന്നത് പ്രായമായ ദമ്പതിമാരും അവരുടെ കുട്ടിയുമാണ്. എന്തൊക്കെയോ അഭിപ്രായ വ്യത്യാസങ്ങൾ കാരണം അവർ വിവാഹമോചനത്തിനായി എത്തിയതാണ്. കുട്ടിയുടെ കൈവശാവകാശത്തിനു വേണ്ടിയാണ്

അവർ വഴക്കടിക്കുന്നത്. ധാരാളം ലോകപരിചയമുള്ള താൻ വളരെ വളിതമായ രീതിയിൽ ഇതിനൊരു തീർപ്പ കല്പിക്കേണ്ടിയിരിക്കുന്നു."

ന്യായാധിപൻ അധികാരസ്വരത്തിൽ ചോദിച്ചു;

"നിങ്ങൾ കല്യാണം കഴിച്ചിട്ട് എത്ര വർഷമായി?"

പാവം യംസ്വി, അവൾ വിചാരിച്ചത് തനിക്കെത്ര ആടുകളുണ്ടെന്നാണ്. സത്യമസന്ധമായിത്തന്നെ അവൾ ഉത്തരം പറഞ്ഞു. "ഇരുപത്."

പിന്നീട് ഒരു തീരുമാനത്തിലെത്താൻ ന്യായാധിപന് അധികം ആലോചിക്കേണ്ടിവന്നില്ല,

അദ്ദേഹം വിധി കല്പിച്ചു.

"നിങ്ങളുടെ ഈ വഴക്ക് തികച്ചും ലജ്ജാവഹമാണ്. വിവാഹം കഴിഞ്ഞിട്ട് ഇരുപത് വർഷമായിട്ടും ഒത്തൊരുമയോടെ എങ്ങനെ കുടുംബജീവിതം നയിക്കണമെന്ന് അറിയില്ലേ? ഈ കുട്ടിയുടെ നല്ല ഭാവിയോർത്തെങ്കിലും നിങ്ങൾ രണ്ടുപേരും നിങ്ങൾ വീട്ടിൽ ഒരുമയോടെ തുടർന്നും താമസിക്കണം."

വിധി പറഞ്ഞ ഉടൻ കോടതി പിരിയുകയും ചെയ്തു.

കോടതിയിലെ ഉദ്യോഗസ്ഥരും വിധി നടത്തിപ്പുകാരും വളരെ ബുദ്ധിമുട്ടി, സംസാരഭാഷയ്ക്കു പുറമേ ആംഗ്യങ്ങളും ഉപയോഗപ്പെടുത്തി. ന്യായാധിപന്റെ തീർപ്പ് അവർക്ക് മനസ്സിലാക്കിക്കൊടുത്തു. അവരിരുവരും ഒരേ സ്വരത്തിൽ എതിർത്തു.

"ഭാര്യാഭർത്താക്കൻമാരല്ലാത്ത ഞങ്ങൾക്ക് ഒന്നിച്ച് ജീവിക്കാനാവില്ല. ഞങ്ങൾ കല്യാണം കഴിച്ചിട്ടില്ല.

"ഇതൊന്നും ഞങ്ങൾക്കറിയേണ്ട ആവശ്യമില്ല. ന്യായാധിപന്റെ വിധി നടപ്പാക്കുകയാണ് ഞങ്ങളുടെ കർത്തവ്യം. നിങ്ങൾ ഒന്നിച്ചു താമസിക്കാൻ വിസമ്മതിച്ചാൽ രണ്ടു പേരേയും ജയിലിലടയ്ക്കേണ്ടി വരും."

ആകെക്കുഴഞ്ഞ ഈ ദുഃസ്ഥിതിക്ക് അവർ തന്നെ പരിഹാരവും നിർദ്ദേശിച്ചു കൊടുത്തു.

"നിങ്ങൾ കല്യാണം കഴിച്ചവരല്ലെങ്കിൽ ഇപ്പോൾ കല്യാണം കഴിച്ചാലും മതിയല്ലോ."

വിധി നടത്തിപ്പുകാരുടെ സഹായത്തോടെ അന്നു വൈകുന്നേരം തന്നെ അവർ വിവാഹിതരായി. ഭാര്യാഭർത്താക്കൻമാരായി ഒരേ വീട്ടിൽ താമസിച്ചു.

രണ്ടുപേരുടേയും കേൾവിക്കുറവ് അവരുടെ ദാമ്പത്യജീവിതത്തിന് അല്പം പോലും അലോസരം ഉണ്ടാക്കിയില്ല. മുല്ലഗേറ്റ കഠിനാധ്വാനിയായിരുന്നെങ്കിൽ യംസ്വി ഒരു പാചക വിദഗ്ധയായിരുന്നു. അതുകൊണ്ട് തന്നെ അവരുടെ ജീവിതം സുഖകരവും സന്തോഷപ്രദവുമായി.

നാട്ടുകാർ ഇപ്രകാരം പറഞ്ഞു ആ യാസു കാരണമല്ലേ അവർക്ക് ഈ സൗഭാഗ്യം വന്നുചേർന്നത്. എന്തൊക്കെ പറഞ്ഞാലും അദ്ദേഹം ഒരു നല്ല ന്യായാധിപൻ തന്നെയാണ്.

അങ്ങനെ യാസു എന്ന ന്യായധിപന്റെ പേരും പ്രശസ്തിയും നാൾക്കു നാൾ വർധിച്ചു.

നരഭോജിയും പാട്ടുപാടുന്ന പെൺകുട്ടിയും

പണ്ടുപണ്ട്, ആഫ്രിക്കയിലെ ചില ഉൾപ്രദേശങ്ങളിൽ മനുഷ്യരെ തിന്നുന്ന ആദി മനുഷ്യർ ഉണ്ടായിരുന്നു. അവരുടെ എതിരാളികളെന്ന തോന്നുന്നവരെ പിടിച്ചു തിന്നുന്നത് പതിവാക്കിയ അവർ, താമസസ്ഥലത്ത് അപരിചിതർ വന്നുപെട്ടാൽ അവരെയും പിടിച്ചു തിന്നുമായിരുന്നു. ഈ കഥയിലെ വില്ലൻ അത്തരമൊരു നരഭോജിയാണ്.

നരഭോജിയുടെ താവളത്തിന് അധികദൂരത്തല്ലാതെ മനുഷ്യർ താമസിക്കുന്ന ഒരു ഗ്രാമമുണ്ടായിരുന്നു. ഗ്രാമത്തലവന്റെ മകൾ അതീവസുന്ദരിയായിരുന്നു. തടിച്ച കൊഴുത്ത ശരീരപ്രകൃതിയോടുകൂടിയ അവൾ ആരുടെ മുമ്പിലും തല കുനിക്കാറില്ല. ഇളം കറുപ്പുനിറത്തിലുള്ള ദേഹം മുനുമിനുത്തവും മാർദ്ദവമുള്ളതുമായിരുന്നു. ഇടതൂർന്നു വളർന്ന നീണ്ട മുടി അവളുടെ മുഖത്തിനും ദേഹത്തിനും ഒരലങ്കാരം തന്നെയായിരുന്നു. തീർച്ചയായും അവളൊരു സുന്ദരിയായിരുന്നു.

ഗ്രാമത്തലവൻ മകളെ വിന്നി എന്നായിരുന്നു വിളിച്ചിരുന്നത്. ഒരു ദിവസം വിന്നി കൂട്ടുകാരോടൊപ്പം അടുത്തുള്ള നദിയിൽ കുളിക്കാൻ പോയി. ഓരോരുത്തരും ഓരോ കൂട കളിമണ്ണും കൊണ്ടുപോയിരുന്നു. കുളിക്കും മുമ്പ് ചുവന്ന കളിമണ്ണ് ദേഹത്തു പുരട്ടിയാൽ ദേഹകാന്തി വർധിക്കുമെന്ന് അവർ വിശ്വസിച്ചിരുന്നു. പാട്ടുപാടി നൃത്തം വെച്ച് ആഹ്ളാദതിമിർപ്പോടെയായിരുന്നു കളിമണ്ണ് വാരിയെടുത്തിരുന്നത്.

കൂട്ടത്തോടെയുള്ള ആട്ടവും പാട്ടുമായതുകൊണ്ട് അവർക്ക് ഭയമു ണ്ടായിരുന്നില്ല. എല്ലാം കഴിഞ്ഞ് എല്ലവരും തങ്ങളുടെ വസ്ത്രങ്ങൾ നദിക്കരയിൽ അഴിച്ചുവെച്ച് കുളിക്കാനിറങ്ങി. വിന്നിയാകട്ടോ വസ്ത്ര ങ്ങളോടൊപ്പം ആഭരണങ്ങളും അഴിച്ചു വെച്ചിരുന്നു. കുളിക്കുമ്പോൾ അവ കഴുത്തിൽ നിന്നും ഊരിപ്പോകാതിരിക്കാൻ വേണ്ടിയായിരുന്നു. ഈ മുൻകരുതൽ. കുളിച്ചു കഴിഞ്ഞപ്പോഴേക്കും സമയം വൈകിയി രുന്നു. വസ്ത്രം ധരിച്ച് അവരവരുടെ കൂടകൾ തലയിൽ വെച്ചുകൊണ്ട് വീട്ടിലേക്ക് യാത്ര തിരിച്ചു. കുറച്ചുദൂരം നടന്നു കഴിഞ്ഞപ്പോഴാണ് വിന്നി ഓർത്തത്; തന്റെ ആഭരണങ്ങൾ നദിക്കരയിൽ നിന്നു എടുത്തിട്ടില്ലെന്ന്. അവൾ ആ വിവരം കൂട്ടുകാരികളോട് പറഞ്ഞു. “എന്റെ ആഭരണങ്ങൾ എടുക്കാൻ മറന്നു. നിങ്ങളാരെങ്കിലുമൊന്ന് കൂടെ വരണേ. നമുക്ക് പോയി എടുക്കാം.” പക്ഷേ അവരാരും സമ്മതിച്ചില്ല. “ഇല്ല നേരം ഇരുട്ടിക്കഴിഞ്ഞു. തിരിച്ചുപോയാൽ കൂടുതൽ ഇരുട്ടും. വീട്ടിലെത്താൻ വൈകിയാൽ വഴക്കും കേൾക്കും.” വിന്നി ഓരോരുത്തരോടായി വീണ്ടും പറഞ്ഞു.“കൂട്ടുകാരി ഞാനൊറ്റക്ക് തിരികെ പോകുന്നത് അപകടമാണ്. അതുകൊണ്ടാ ഞാൻ നിന്നെ വിളിക്കുന്നത്. വാ എന്റെ കൂടെ വാ.”

പക്ഷേ ആരും അവളുടെ കൂടെ പോയില്ല. അവൾ വീണ്ടും അപേക്ഷി ച്ചു.“എനിക്ക് എന്റെ അച്ഛൻ സമ്മാനമായി തന്നെ ആഭരണങ്ങളാണ്. എനിക്കത് തിരികെ പോയി എടുത്തേ മതിയാവൂ. നിങ്ങളാരും എന്റെ കൂടെ വരില്ലേ?” ഇനി തിരികെ പോവുന്നത് അപകടമാണ്. അവർ ഒരേ ശ്വാസത്തിൽ പറഞ്ഞു.

“ശരി. അങ്ങനെയാണെങ്കിൽ ഞാനൊറ്റക്ക് പോകും.” വിന്നി നദി ക്കരയിലേക്കും കൂട്ടുകാരികൾ വീടുകളിലേക്കും നടന്നു.

നേരം ഇരുട്ടിത്തുടങ്ങിയതുകൊണ്ടും ഒറ്റയ്ക്കായതുകൊണ്ടു വിന്നിക്ക് ഭയമുണ്ടായിരുന്നു. അതുകൊണ്ട് അവൾ ഒരു പാട്ടും പാടിയാണ് നടന്നത്. പാട്ടുപാടുമ്പോൾ ഒരാൾ കൂടെയുണ്ടെന്നും മനസ്സിന് ധൈര്യം കിട്ടുമെന്നും അവൾക്ക് തോന്നി. അവളുടെ പാട്ട് മധുരമുള്ളതും കേൾക്കാൻ ഇമ്പമുള്ളതുമായിരുന്നു. അവൾ പുഴയോരത്തെത്തി. ആഭരണങ്ങൾ യഥാസ്ഥാനത്തുതന്നെയുണ്ടായിരുന്നു. ഒട്ടും വൈകാതെ അവയെടുത്തണിഞ്ഞ് തിരിഞ്ഞു നടക്കാൻ തുടങ്ങിയപ്പോൾ ആരോ പുറകിൽ നിന്ന് തന്റെ ദേഹത്തും തൊട്ടുവെന്ന് അവൾക്കു തോന്നി. അവൾ ഞെട്ടിത്തിരിഞ്ഞുനോക്കി.

പേടിപ്പെടുത്തുന്ന മുഖവുമായി ഒരപരിചിതൻ നിൽക്കുന്നു. അയാളുടെ കൈയിൽ ചാക്കുപോലെ വലിയൊരു സഞ്ചിയുണ്ടായിരുന്നു. അവൾ പേടിച്ചു വിറക്കാൻ തുടങ്ങി. താൻ ഒരു നരഭോജിയുടെ കൈയിൽ

അകപ്പെട്ടിരിക്കുന്നുവെന്നറിയാൻ അവൾക്ക് അധികനേരം വേണ്ടിവ ന്നില്ല. അവൻ ബലം പ്രയോഗിച്ച് പിടിച്ചുകൊണ്ട് അവളെ സഞ്ചിക്കുള്ളി ലാക്കി. ഭയംകൊണ്ട് ശബ്ദം പുറപ്പെടുവിക്കാൻ പോലും അവൾക്കായില്ല.

നരഭോജി അവളോടായി പറഞ്ഞു."എനിക്ക് നിന്നെ വേണമെങ്കിൽ ഉടനെ കൊന്നുതിന്നാം. പക്ഷേ ഞാനങ്ങനെ ചെയ്യുന്നില്ല. ഞാൻ നിന്റെ പാട്ടു കേട്ടു. നിനക്ക് നന്നായി പാടാനറിയാം. നിന്റെ പാട്ട് സുഖമുള്ള താണ്. അതുകൊണ്ട് ഞാൻ പറയുമ്പോഴൊക്കെ ഈ സഞ്ചിയിൽ കിടന്നു നീ പാടണം. അതിന് നീ സമ്മതിച്ചാൽ കുറച്ചു ദിവസത്തേക്ക് നിന്നെ കൊല്ലില്ല."

അവൾക്ക് സമ്മതമായി. സമാധാനവും. എങ്ങനെയെങ്കിലും രക്ഷപ്പെടാൻ ഒരു സൗകര്യം കിട്ടായാൽ മതിയായിരുന്നു എന്നവൾ ആഗ്രഹിച്ചു. പക്ഷേ നരഭോജിയുടെ കൈയിൽനിന്നും അത്ര എളുപ്പമൊ ന്നും രക്ഷപ്പെടാനാവില്ലെന്ന് അവൾക്ക് തോന്നി. സഞ്ചിക്ക് ദ്വാരങ്ങൾ ഉണ്ടായിരുന്നതുകൊണ്ട് ശ്വാസോച്ഛ്വാസത്തിന് ബുദ്ധിമുട്ടില്ലായിരുന്നു. പക്ഷേ ആ ഓട്ടകളിൽ കൂടി നോക്കിയാൽ പുറത്തൊന്നും കാണാൻ പറ്റില്ല എന്നവൾക്ക് മനസ്സിലായി.

നരഭോജി സഞ്ചിയും തോളിലേറ്റി നടന്നുനടന്ന് അടുത്തൊരു ഗ്രാമ ത്തിലെത്തി. ആ ഗ്രാമവാസികളോടായി നരഭേജി ഉച്ചത്തിൽ പറഞ്ഞു. "ഞാൻ നിങ്ങൾക്കായി മനോഹരമായി പാട്ടുപാടുന്ന ഒരു കിളിയെ കൊണ്ടു വന്നിട്ടുണ്ട്. എനിക്ക് വയറ് നിറയെ അഹാരം തന്നാൽ ഞാനീ കിളിയെക്കൊണ്ട് പാടിക്കാം."

ഗ്രാമവാസികൾക്കു പാട്ടുകേൾക്കാൻ കൗതുകം തോന്നി. അവർ ധാരാളം ഭക്ഷണസാധനങ്ങൾ നരഭോജിക്ക് നൽകി.

അയാൾ പറഞ്ഞു.

"പാട് കിളിയേ പാട്ട്"

അവൾ സഞ്ചിയിലിരുന്ന് അതിമനോഹരമായി പാടി.

"ഗ്രാമവാസികൾക്ക് സന്തോഷമായി. അവർ പറഞ്ഞു. നല്ല കിളിയാണ്. നല്ല പാട്ടും. നിനക്ക് ഈ കിളിയെ എവിടെ നിന്നും കിട്ടി. ആ സഞ്ചി തുറന്നു കിളിയെ ഒന്നു കാണിക്കാമോ?"

പക്ഷേ നരഭോജി അതിനു മാത്രം സമ്മതിച്ചില്ല. അയാൾ കിട്ടിയ ഭക്ഷണസാധനങ്ങളുമെടുത്ത് സഞ്ചിയും തോളിലേറ്റി വേഗം നടന്നു.

വഴിയിൽ വിജനമായൊരു കാട്ടിൽ കുറെ നേരം വിശ്രമിച്ചും, ഗ്രാമത്തിൽ നിന്നു കിട്ടിയ ഭക്ഷണം മുഴുവൻ തിന്നു. വിന്നിക്കു വേണ്ട ആഹാരം നൽകാനും മറന്നില്ല. വിശ്രമശേഷം അവളെ സഞ്ചിയിലേറ്റി

വീണ്ടും നടന്നു. കുറെ നടന്നപ്പോൾ മറ്റൊരു ഗ്രാമത്തിൽ ചെന്നു ചേർന്നു. അവിടെയും അയാൾ ആദ്യത്തെ ഗ്രാമത്തിൽ ചെയ്തതുപോലെ ഗ്രാമവാസികളെ വിളിച്ചുകൂട്ടി. തന്റെ സഞ്ചിയിലുള്ള പാട്ടുപാടുന്ന കിളിയെക്കുറിച്ച് അവരോട് വിസ്തരിച്ചു. ധാരാളം ഭക്ഷണ സാധനങ്ങൾ കിട്ടിയപ്പോൾ അയാൾ പറഞ്ഞു. "പാട്ടു കിളിയേ പാട്." അവൾ പാടി. അവളെന്താണ് പാടുന്നതെന്നു അയാൾ ശ്രദ്ധിച്ചിരുന്നില്ല. കൂടാതെ ഏതു ഗ്രാമത്തിലേക്കാണ് താൻ പോകുന്നതെന്നും അയാൾ ഗൗനിച്ചില്ല. അങ്ങനെ യാത്ര തുടർന്നുകൊണ്ടിരുന്നുവെന്നുമാത്രം.

കുറെനാൾ ഗ്രാമവാസികളിൽ നിന്ന് ഭക്ഷണം വാങ്ങിക്കഴിക്കാം. കൂട്ടത്തിൽ അവൾക്കും ധാരാളം ഭക്ഷണം കൊടുത്താൽ അവൾ ഇനിയും തടിച്ചുകൊഴുക്കും. പാട്ടിലുള്ള കമ്പം കുറയുമ്പോൾ അവളെ കൊന്നു തിന്നാം. അതായിരുന്നു. അവന്റെ പദ്ധതി.

ഒന്നൊന്നായി പല ഗ്രാമങ്ങളിലും പോയി. ഒരു ദിവസം ചെന്നെത്തിയ ഗ്രാമത്തിൽ പതിവുപോലെ ആളുകൾ കൂടി. കൂട്ടത്തിൽ അവളുടെ രണ്ടു സഹോദരൻമാരും ഉണ്ടായിരുന്നു. അത് അവളുടെ ഗ്രാമമായിരുന്നു. അവൾ പതിവുപോലെ മനോഹരമായി പാടി. പാട്ട് കേട്ടപ്പോൾ വിന്നിയാണ് പാടുന്നതെന്ന് സഹോദരൻമാർക്ക് മനസ്സിലായി. പക്ഷേ അവളെ എങ്ങനെ രക്ഷിക്കും? അവൾ ശബ്ദമുണ്ടാക്കിയാൽ അയാൾ ഓടി രക്ഷപ്പെട്ടു കഴിയും. പിന്നീടൊരിക്കലും അവളെ രക്ഷപ്പെടുത്താൻ അവസരം കിട്ടില്ല.

അവർ ആ സഞ്ചിയോടടുത്ത് നിന്ന് ഉറക്കെ പറഞ്ഞു."ഹേ കിളിയുടെ ഉടമസ്ഥാ. ഞങ്ങളുടെ അച്ഛൻ ഈ ഗ്രമത്തിലെ തലവനാണ്. ഞങ്ങളുടെ അച്ഛന് പാട്ടു കേൾക്കാൻ വളരെ വളരെ ഇഷ്ടമാണ്. നമുക്ക് അദ്ദേഹത്തിന്റെയടുക്കൽ പോകാം. നിനക്കദ്ദേഹം ഒരുപാടൊരുപാട് തീറ്റസാധനങ്ങൾ തരും. നീ ഇതിനു മുമ്പ് കണ്ടിട്ടില്ലാത്തയത്ര തീറ്റ സാധനങ്ങൾതരും."ശബ്ദം കേട്ടപ്പോൾ, അത് തന്റെ സഹോദരൻ മാരാണെന്ന് അവൾക്ക് മനസ്സിലായി. മാത്രമല്ല അവനെ അച്ഛന്റെയുടത്തേക്ക് ക്ഷണിക്കുന്നത് തന്നെ രക്ഷിക്കാനുള്ള ശ്രമമാണെന്നും അവൾ ഊഹിച്ചു. നരഭോജിക്കാണെങ്കിൽ കിട്ടാൻ പോകുന്ന ഭക്ഷണസാധനങ്ങളെക്കുറിച്ചോർത്തിട്ട് തിടുക്കവുമായി. അയാൾ കുട്ടികളോടൊപ്പം ഗ്രാമത്തലവന്റെ വീട്ടിലേക്ക് നടന്നു. വീട്ടിലെത്തിയ ഉടനെ കുട്ടികൾ അയാളോട് പറഞ്ഞു. "താനിവിടെ നിൽക്കൂ. ഞങ്ങൾ അച്ഛനെ വിളിച്ചോണ്ടുവരാം."

അവർ അച്ഛനോട് വിവരമെല്ലാം പറഞ്ഞു. മക്കളിൽ നിന്നു കേട്ട വിവരം അയാളെ അതിശയിപ്പിച്ചു. മകളെ രക്ഷിക്കാൻ കിട്ടിയ അവസരം

അയാളെ സന്തുഷ്ടനാക്കി. ബുദ്ധിയുപയോഗിച്ച് വേണ്ടവണ്ണം പ്രവർത്തിച്ചില്ലെങ്കിൽ അപകടമാണെന്ന് അയാൾക്കറിയാമായിരുന്നു. അയാൾ വീടിനുപുറത്തു വന്ന് നരഭോജിയോട് പറഞ്ഞു."ഹേ മനുഷ്യാ, എന്റെ മകൾ പറയുന്ന നിങ്ങളുടെ സഞ്ചിയിലെ കിളി നന്നായി പാടുമെന്ന്. ഞാൻ നിങ്ങൾക്ക് വലിയൊരു വിരുന്നൊരുക്കാം. തൽക്കാലം ഈ ഭക്ഷണമെല്ലാം തിന്നിട്ട് ആ കിളിയോട് പാടാൻ പറയൂ." നരഭോജി കിട്ടിയ ഭക്ഷണമെല്ലാം വാരിത്തിന്നിട്ട് പറഞ്ഞു. "പാടു കിളിയേ പാട്"

സഞ്ചിയിൽ നിന്നു ഒരു ശോകഗാനം കേട്ടു.

"ഇതുകിളിയല്ലച്ഛാ
ഞാനാണച്ഛന്റെ മോൾ
പിടിച്ചിവനെന്നെ
നദിക്കരയിൽ നിന്നും
ഇതുകിളിയല്ലച്ഛാ
രക്ഷിക്കണമെന്നേ
ഈ സഞ്ചിയിലാണച്ഛാ
ഇതു ഞാനാണച്ഛന്റെ മോൾ."

സഞ്ചിക്കുള്ളിൽ തന്റെ മകളാണെന്നു ഗ്രാമത്തലവനും പൂർണബോധ്യമായി.

തന്റെ മകൾ കളികഴിഞ്ഞ് വരാൻ താമസിച്ചപ്പോൾ, തിരികെ ച്ചെന്ന കൂട്ടുകാരികൾ നടന്ന സത്യം പറയാൻ മടിച്ചു. ഗ്രാമത്തലവൻ ശിക്ഷിച്ചാലോ എന്നോർത്തപ്പോൾ അവർ നല്ലൊരു നുണ തട്ടിവിട്ടു. "അങ്ങയുടെ മകൾ വധൂഗൃഹത്തിൽ പോയി." ഞങ്ങൾ തടഞ്ഞിട്ട് അവൾ സമ്മതിച്ചില്ല. വധൂഗൃഹങ്ങൾ ആഫ്രിക്കയിലെ പല ഗ്രാമങ്ങളിലേയും ഒരു രീതിയായിരുന്നു. ഗ്രാമമധ്യത്തിൽ ഒരുക്കിയിട്ടുള്ള ഒരു കുടിലാണ് അത്. പ്രായപൂർത്തിയായ പെൺകുട്ടികൾ സ്വമേധയാ അവിടെ പോയി താമസിക്കുന്നത് തനിക്ക് വിവാഹം കഴിക്കാനാഗ്രഹമുണ്ടെന്ന് രക്ഷിതാക്കളെ അറിയിക്കുവാനുള്ള ഒരു മാർഗമായി കരുതിയിരുന്നു.

ഗ്രാമത്തലവൻ വിചാരിച്ചു."എന്റെ മകൾക്ക് വധൂഗൃഹത്തിൽ പോകാൻ പ്രായമൊന്നും കൂടി പോയിട്ടില്ലല്ലോ. അല്ലെങ്കിൽത്തന്നെ സാധാരണനിലയിൽ അവൾ ഞങ്ങളോടൊരു സൂചനയും നൽകാതെ പോകുന്നവളല്ല. എന്നാലും അടുത്ത കൂട്ടുകാരികൾ പറഞ്ഞതല്ലേ? സത്യമാകാതിരിക്കാൻ വഴിയില്ല. പക്ഷേ അവൾക്ക് ആരോടും പ്രത്യേക സ്നേഹമോ അടുപ്പമോ കണ്ടിട്ടില്ല. അപ്പോൾ അവൾക്ക് ഒരു യോഗ്യനായ വരനെ കണ്ടുപിടിക്കണം" അല്പം ആകാംക്ഷ തോന്നിയെങ്കിലും വാർത്തയറിഞ്ഞ അയാൾ സന്തോഷിച്ചു. എന്നാൽ ഇപ്പോഴാണ്

ഗ്രാമത്തലവന് താൻ വഞ്ചിക്കപ്പെടുകയായിരുന്നുവെന്ന് മനസ്സിലായത്.

ഗ്രാമത്തലവൻ നരഭോജിയോടായി പറഞ്ഞു."ആ കിളി നന്നായി പാടുന്നു. അതിന്റെ പാട്ട് വളരെ മനോഹരമായിരിക്കുന്നു. എനിക്ക് ആ പാട്ട് ഇനിയുമിനിയും കേൾക്കണം."

അയാൾ ഭാര്യമാരെ വിളിച്ചു പറഞ്ഞു. "നമ്മുടെ ഈ അതിഥിക്ക് സ്വാദുള്ള ഭക്ഷണങ്ങളും വീഞ്ഞും കൊണ്ടു വരൂ." ധാരാളം ഭക്ഷണവും വീഞ്ഞും കണ്ടപ്പോൾ നരഭോജിക്ക് സന്തോഷമായി. കിളിയെ ഒന്നുകാണിക്കാമോ എന്നു ചോദിച്ചപ്പോൾ നരഭോജി സമ്മതിച്ചില്ല.

ഗ്രാമത്തലവൻ അവനെ ഒരു കെണിയിൽപെടുത്തി മകളെ രക്ഷിക്കാൻ തീർച്ചയാക്കി.

അവന് മൂക്കറ്റം വീഞ്ഞു നൽകി. ലഹരി തലയ്ക്കു പിടിച്ചപ്പോൾ കുറേശ്ശെ തലചുറ്റാൻ തുടങ്ങി. ഈ തക്കം നോക്കി ഗ്രാമത്തലവൻ പറഞ്ഞു."ഞാൻ താങ്കൾക്ക് ഇതിനേക്കാൾ നല്ലൊരു വിരുന്നു തരാം. പക്ഷേ എനിക്കൊരു സഹായം ചെയ്തു തരണം. നിങ്ങളുടെ സഞ്ചി ഇവിടെ വെച്ചിട്ട് അടുത്തു കാണുന്ന ആ കിണറ്റിൽ നിന്ന് ഒരു കുടം വെള്ളം കൊണ്ടുവന്നു തരണം." നരഭോജി സമ്മതിച്ചു.

പക്ഷേ "എന്റെ സഞ്ചി ആരും തൊടരുത്."

ശരിയെന്ന് ഗ്രാമത്തലവൻ മൂളി.

മൺകുടവുമായി നരഭോജി കിണറ്റിൻ കരയിലേക്ക് പോയി. വെള്ളം നിറച്ച കുടവുമായി തിരികെ നടന്നു. കുടത്തിനു, ഗ്രാമത്തലവൻ ചെറിയൊരു ഓട്ടയുണ്ടാക്കിയത് അവൻ ശ്രദ്ധിച്ചിരുന്നില്ല. മാത്രമല്ല. ലഹരി തലയ്ക്ക് നന്നായി പിടിച്ചിരുന്നു. വീട്ടിലെത്തിയപ്പോൾ കുടത്തിൽ ഒരു തുള്ളി വെള്ളമില്ല. അവൻ വീണ്ടും പോയി കുടത്തിൽ വെള്ളം നിറച്ചു, എന്തു പ്രയോജനം?! കുറെ പ്രാവശ്യം നടന്നപ്പോഴേക്കും, വീഞ്ഞിന്റെ പ്രവർത്തനവും ക്ഷീണവും കൊണ്ട് ഒന്നുറങ്ങിയാൽ മതി എന്നു മാത്രമായി അവന്റെ ചിന്ത. സദ്യ കൂടി ഉണ്ണാനുള്ള മോഹം അവനില്ലായിരുന്നു. ഇതിനിടയിൽ ഗ്രാമത്തലവൻ സഞ്ചിയഴിച്ച് മകളെ പുറത്തുകൊണ്ടുവന്നു. അവൾ വല്ലാതെ പരിക്ഷീണയായിരുന്നു. അവളെ വീട്ടിനുള്ളിലാക്കിയ ശേഷം അയാൾ ആ സഞ്ചിയിൽ ഒരു പെരുമ്പാമ്പിനേയും കുറേ കടന്നലുകളേയും ഇട്ടു. സഞ്ചി ഭദ്രമായി കെട്ടി വെച്ചു. ക്ഷീണിച്ചവശനായ നരഭോജി സഞ്ചി തോളിലേറ്റി നടക്കാനാരംഭിച്ചു. കുറെ ദൂരം നടന്ന് നന്നായുറങ്ങി. ഉറക്കമുണർന്നപ്പോൾ നേരെ വീട്ടിലേക്ക് നടന്നു.

വീട്ടിലെത്തിയ നരഭോജി സന്തോഷത്തോടെ ഭാര്യയോട് വിളിച്ചു പറഞ്ഞു. "എടിയേ നമുക്കൊരു നല്ല കോളുണ്ട്. നല്ല കൊഴുത്തു തടിച്ച

ഒരു മനുഷ്യക്കുട്ടി. അതിന്റെ മാംസത്തിനു നല്ല രുചിയായിരിക്കും. നല്ല തടിയുള്ളതു കൊണ്ട് നമുക്ക് നമ്മുടെ കൂട്ടുകാരേയും വിളിക്കാം. എല്ലാവർക്കും വേണ്ടത്ര മാംസമുണ്ടാകും."

കൂട്ടുകാരെയെല്ലാം വിളിച്ചു വരുത്തി അവൻ പറഞ്ഞു. "ആദ്യം നമുക്ക് നല്ലൊരു പാട്ടു കേൾക്കാം. ഇവൾ നന്നായി പാടും."

അവൻ സഞ്ചി കൂട്ടുകാരുടെ നടുക്ക് വെച്ചിട്ട് പറഞ്ഞു. "പാട്ടു കിളിയേ പാട്." പക്ഷേ ആരും പാടിയില്ല. പാട്ടു കേൾക്കാതായപ്പോൾ അവൻ പറഞ്ഞു. "ആ പെണ്ണിനറിയാം. പാടിയാലും പാടിയില്ലെങ്കിലും ഞാനിന്നിവളെ തിന്നുമെന്ന്. കണ്ടില്ലേ പെണ്ണിന്റെ ധിക്കാരം." അവൻ ദേഷ്യത്തോടെ ചാക്കിന്റെ കെട്ടഴിച്ച് അവളെ വലിച്ചെടുക്കാനായി അതിൽ കൈയിട്ടു. വിരലുകൾ ചെന്നു പെട്ടത് പെരുമ്പാമ്പിന്റെ വായിലായിരുന്നു. കടന്നലുകളുടെ കുത്താണെങ്കിൽ സഹിക്കാനും വയ്യാതായി. കുത്തുകൊണ്ട് വേദനയോടെ അവൻ കൈ ചാക്കിൽ നിന്ന് പിൻവലിച്ചു. കൂട്ടത്തിൽ പെരുമ്പാമ്പും പുറത്തെത്തി. അത് അവന്റെ ദേഹത്ത് ചുറ്റി വലിഞ്ഞ് അവനെ ഞെരുക്കാൻ തുടങ്ങി. കടന്നലുകളാകട്ടെ അവന്റെ ഭാര്യയേയും കൂട്ടുകാരേയും കുത്താൻ തുടങ്ങി. ഒരു വിധത്തിൽ അവരെല്ലാം കൂടി കടന്നലുകളെ വിരട്ടിയോടിച്ചു. പെരുമ്പാമ്പിനെ തൂക്കിയെടുത്ത് കാട്ടിലേക്കെറിഞ്ഞു.

കൂട്ടുകാരെല്ലാം ചേർന്നു പറഞ്ഞു."ഇവൻ പറഞ്ഞതു പോലെതന്നെ നമുക്കിന്ന് നരമാംസം കഴിക്കണം. അതിനിപ്പോൾ നാമെവിടെപ്പോകും? ഇവനെ കൊന്നുതിന്നാലും നല്ല സ്വാദായിരിക്കും."

●

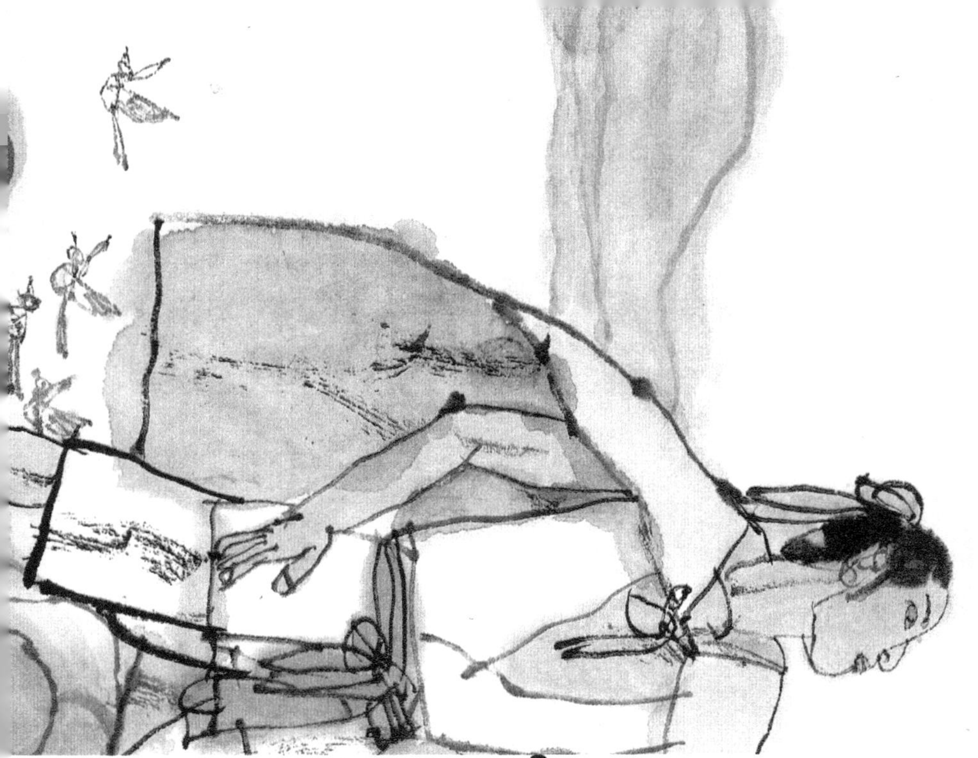

ഏഷ്യൻ നാടോടിക്കഥകൾ

ഏഷ്യ

ഏഷ്യാഭൂഖണ്ഡമാണ് വിസ്തൃതിയിൽ മറ്റെല്ലാ ഭൂഖണ്ഡങ്ങളേക്കാൾ വലുത്. ഏതാണ്ട് 44,000,000 ച.കി.മീ. അതേപോലെ ലോകജനസംഖ്യയുടെ പകുതിയിലധികം ഏഷ്യയിലാണ്. മൊത്തം ജനസംഖ്യ 700 കോടി എന്നത് കണക്കിടുമ്പോൾ ഏഷ്യയുടെ വിഹിതം 400 കോടിയാണ്. ലോകത്തിലെ ഏറ്റവും ജനനിബിഡങ്ങളായ രണ്ടു രാജ്യങ്ങൾ ചൈനയും ഇൻഡ്യയുമാണ്. ഇവ രണ്ടും ഏഷ്യയിലാണ്. ഉയരമേറിയ പർവ്വതനിരകളും, വൃഷ്ടി പ്രചുരവനങ്ങളും, മരുഭൂമികളും നിറഞ്ഞ ഈ ഭൂഖണ്ഡം എല്ലാവിധത്തിലും വൈവിധ്യം നിറഞ്ഞതാണ്. മാനുഷിക ചരിത്രത്തിന്റെയും അവന്റെ സാംസ്കാരിക വളർച്ചയുടെയും പാരമ്പര്യത്തിന്റെയും തുടക്കം ഇവിടെനിന്നായിരുന്നു എന്നുപറഞ്ഞാൽ തെറ്റാവില്ല. ഹിന്ദുമതം, ജൂതമതം, ബുദ്ധമതം, ക്രിസ്തുമതം, ഇസ്ലാം മതം തുടങ്ങി അറിയപ്പെടുന്ന എല്ലാ മതങ്ങളുടെയും തുടക്കം ഏഷ്യയിൽ നിന്നാണ്.

യൂറോപ്പും, ഏഷ്യയും ഏതാണ്ട് ഒന്നുചേർന്നുകിടക്കുന്ന രണ്ട് ഭൂഖണ്ഡങ്ങളാണ്. യൂറൽ പർവ്വതനിരകൾക്ക് കിഴക്കും, കാസ്പിയൻ സമുദ്രവും, കരിങ്കടലും, മെഡിറ്ററേനിയൻ സമുദ്രവും യോജിപ്പിക്കുന്ന ഒരു രേഖവരച്ചാൽ ആ രേഖയ്ക്ക് തെക്കുകിഴക്കുമായാണ് ഏഷ്യയുടെ സ്ഥാനം. കിഴക്ക് പസഫിക്ക് സമുദ്രം.

ഏഷ്യൻ ജനതയുടെ സംസ്കാരം വളരെയധികം വൈവിധ്യമായതാണ്. ആകൃതിയിലും പ്രകൃതിയിലും, ജീവിതരീതികളിലും, പെരുമാറ്റവഴക്കങ്ങളിലും, ഭാഷയിലും, മതവിശ്വാസങ്ങളിലും ഈ വൈവിധ്യം പരക്കെ

ദൃശ്യമാണ്. അതുകൊണ്ടുതന്നെ ഏഷ്യയിലെ ജീവിതശൈലിയും മാനുഷികബന്ധങ്ങളും മറ്റെവിടെയും കാണുന്നതിനേക്കാൾ കൂടുതൽ സങ്കീർണ്ണവും സംഘർഷഭരിതവുമാണ്. ഏഷ്യയിൽ ഏതാണ്ട് അൻപതോളം സ്വതന്ത്രരാഷ്ട്രങ്ങളുണ്ട്. ഭൂമിയുടെ വിസ്തീർണത്തിൽ 8.6 ശതമാനവും, ഭൂമിയിലെ കരഭാഗത്തിന്റെ 29.9 ശതമാനവും വിസ്തൃതിയുള്ള ഏഷ്യൻ ഭൂഖണ്ഡത്തിലാണ് ജനസംഖ്യയിലും സാംസ്കാരിക പാരമ്പര്യത്തിലും മുൻപന്തിയിലുള്ള ചൈനയും ഇൻഡ്യയുമുള്ളത്. എന്നിരുന്നാലും സാമ്പത്തികവളർച്ചയിലും ഉൽപ്പാദനക്ഷമതയിലും ഏഷ്യൻരാജ്യങ്ങളുടെ മുൻപന്തിയിൽ നിൽക്കുന്നത് ജപ്പാനും, ദക്ഷിണകൊറിയയും, സിംഗപ്പൂരുമാണ്. ലോക ഊർജ്ജ ഉൽപ്പാദനത്തിൽ മുൻനിരയിലുള്ള സൗദി അറേബ്യയും, കുവൈറ്റും ഉൾപ്പെടെയുള്ള അറബ്നാടുകളും കുരുമുളകും, റബ്ബറും, കാപ്പിയും, തേയിലയും ധാരാളമായി കൃഷി ചെയ്യുന്ന മലേഷ്യ, ഇൻഡോനേഷ്യ, ശ്രീലങ്ക മുതലായ രാഷ്ട്രങ്ങളും ശ്രദ്ധേയങ്ങളാണ്. പുരാതന ശില്പകലാശേഖരങ്ങളുടെ കേന്ദ്രമായ കംബോഡിയയും തായിലണ്ടും മറക്കാനാകാത്ത ദൃശ്യങ്ങളാണ് നമുക്ക് നൽകുന്നത്. മനുഷ്യന്റെ സാംസ്കാരിക വളർച്ചയ്ക്ക് അളവറ്റ സംഭാവനകൾ നൽകിയിട്ടുള്ള പേർഷ്യ എന്ന പേരിൽ അറിയപ്പെട്ടിരുന്ന ആധുനിക ഇറാക്കിൽ അടുത്തകാലത്ത് നടന്ന യുദ്ധങ്ങളും നാശനഷ്ടങ്ങളും നമ്മുടെ ഓർമ്മയിലുണ്ടല്ലോ. അതേപോലെ മനുഷ്യൻ നടത്തിയ യുദ്ധങ്ങളുടെ ചരിത്രത്തിൽ ഏറ്റവും ക്രൂരവും ഹീനവുമായ അണുവായുധ പ്രയോഗത്തിന് ഇരയായത് ജപ്പാനാണെന്നതും നമുക്ക് മറക്കാനാവില്ലല്ലോ. ഭൂഖണ്ഡത്തിന്റെ ഭൂമിശാസ്ത്രപരവും, സാമൂഹ്യപരവുമായ മുഖങ്ങൾപോലെതന്നെ വൈവിധ്യം നിറഞ്ഞതാണ് ഏഷ്യയുടെ സാംസ്കാരികമണ്ഡലവും. നാടോടിക്കഥകൾ ജനതയുടെ സാസംസ്കാരിക പാരമ്പര്യത്തിന്റെ പ്രതിഫലനങ്ങളാണ്. തന്നിമിത്തം; ഏഷ്യയുടെ ഏതുകോണിലും അതാത് സാംസ്കാരികപാരമ്പര്യത്തിന്റെ പ്രതിഫലനങ്ങളായ വ്യത്യസ്ഥ സ്വഭാവങ്ങളോടുകൂടിയ കഥകൾ ധാരാളമായി കാണുമെന്നതിൽ സന്ദേഹമില്ല.

ഈ സമാഹാരത്തിൽ ചേർത്തിരിക്കുന്നത് മലേഷ്യ, വിയറ്റ്നാം, ഇൻഡോനേഷ്യ, മൈക്രോനേഷ്യ, ലാവോസ്, തായിലണ്ട്, തുർക്കി എന്നീ നാടുകളിൽ നിന്നുള്ള കഥകളാണ്.

മലേഷ്യ

1963 -ലാണ് മലേഷ്യ എന്ന രാഷ്ട്രത്തിന്റെ ആരംഭം. അതിനുമുമ്പ് ബ്രിട്ടീഷ് ആധിപത്യത്തിലായിരുന്ന പല ദ്വീപുകളും, ഒറ്റപ്പെട്ടുകിടന്നിരുന്ന കുറേ ചെറിയ ചെറിയ രാജ്യങ്ങളും ചേർത്ത് രൂപപ്പെട്ടതാണ് ഇന്നത്തെ മലേഷ്യ.

1965 വരെ ഇന്നത്തെ സിംഗപ്പൂരും മലേഷ്യയുടെ ഭാഗമായിരുന്നു. വിവിധ വംശജരും വിഭിന്ന സാംസ്കാരിക പാരമ്പര്യമുള്ളവരും അധിവസിക്കുന്ന മലേഷ്യ പ്രധാനമായും രണ്ട് ഭൂപ്രദേശങ്ങൾ ഉൾപ്പെടുന്നതാണ്; പടിഞ്ഞാറുള്ള മലേയ ഉപദ്വീപും, കിഴക്ക് ബോർണിയോ ദ്വീപിന്റെ വടക്കു പടിഞ്ഞാറൻ പ്രദേശങ്ങളിലുള്ള സരവാക്ക്, സബാ എന്നീ പേരുകളിൽ അറിയപ്പെടുന്ന പ്രദേശങ്ങളും ചേർന്നതാണ് മലേഷ്യ. ഈ രണ്ട് ഭൂപ്രദേശങ്ങളേയും വേർതിരിച്ചുകൊണ്ട് 640 കി. മീ നീളത്തിൽ ദക്ഷിണചൈന സമുദ്രം. പ്രധാന നഗരങ്ങൾ ക്വാലാലംപൂർ, കോഡ്ഢാകിനാബലു, കുച്ചിംഗ്, പെനാംഗ് എന്നിവയാണ്.

ഭൂരിഭാഗം ജനങ്ങളും ഇസ്ലാംമതവിശ്വാസികളാണ്. എന്നിരുന്നാലും ഹിന്ദു-ബുദ്ധ-ക്രിസ്ത്യൻ മതവിശ്വാസികളുമുണ്ട്. മറ്റെല്ലാ കിഴക്ക്-പടിഞ്ഞാറൻ ഏഷ്യയിലെ (South East Asian) രാജ്യങ്ങളിലെന്നതു പോലെ ഇൻഡ്യൻ, ചൈനീസ് സംസ്കാരങ്ഹളും സ്വാധീനം മലേഷ്യയിലും കാണാൻ കഴിയും. പ്രധാന ഭാഷ മലായ് ആണെങ്കിലും ഇംഗ്ലീഷ്, തമിഴ്, ചൈനീസ് ഭാഷകളും പരക്കെ ഉപയോഗത്തിലുണ്ട്.

മലേഷ്യയിലെ പ്രധാന കാർഷികവിഭവങ്ങൾ റബ്ബർ, നെല്ല്, എണ്ണവിത്തുകൾ, തേയില,കൊപ്ര എന്നിവയാണ്. പ്രധാന ആഹാരം ചോറും, മത്സ്യവും, കറികളുമാണ്.വെളുത്തീയ നിക്ഷേപം ധാരാലമുള്ള മലേഷ്യയിലെ മറ്റ് ധാതുവിഭവങ്ങൾ ഇരുമ്പ്, അലുമിനിയം, പെട്രോളിയം എന്നിവയാണ്.

വിയറ്റ്നാം

ചെറിയ ഡ്രാഗണിന്റെ നാട് (The country of the smaller dragon വലിയ ഡ്രാഗണിന്റെ നാട് ചൈനയും) എന്നറിയപ്പെട്ടിരുന്ന വിയറ്റ്നാമിന് 2000-ലേറെ വർഷം പഴക്കമുള്ള പാരമ്പര്യവും സാംസ്കാരിക ചരിത്രവുമുണ്ട്. വിയറ്റ്നാമീസ് സംസ്കാരം ചൈനീസ് സംസ്കാരത്തോട് വളയെയടുത്ത ബന്ധമുള്ളതാണ്. ലാവോസിനും കംബോഡിയയ്ക്കും കിഴക്കായി ദക്ഷിണ ചൈന സമുദ്രത്തന് പടിഞ്ഞാറ് അർദ്ധചന്ദ്രാകൃതിയിലെന്നോ, അല്ലെങ്കിൽ അരിവാളിന്റെ ആകൃതിയിലെന്നോ വിശേഷിപ്പിക്കാവുന്ന ഈ ഭൂപ്രദേശത്തിന്റെ വടക്കേ അതിർത്തിയിൽ ചൈനയാണ്. ഏതാണ്ട് 3,30,000 ചതുരശ്ര കി.മീറ്റർ വിസ്തൃതിയുള്ള വിയറ്റ്നാമിന്റെ ജനസംഖ്യ ഒമ്പത് കോടിക്കടുത്തണ്. ഇത് ജനസംഖ്യയിൽ ലോകരാഷ്ട്രങ്ങളിൽ പതിമൂന്നാമത്തെയും, ഏഷ്യൻ രാജ്യങ്ങളിൽ എട്ടാമത്തെയും സ്ഥാനത്താണ്. പ്രധാന നഗരങ്ങളിൽ ഒന്ന്-പണ്ട് സെയ്ഗൺ എന്ന പേരിലും ഇന്ന് ഹോചിമിൻ എന്ന പേരിലും അറിയപ്പെടന്ന നഗരം.രണ്ട്- തലസ്ഥാനനഗരമായ

ഹാനോയ്. വിയറ്റ്നാമിലെ 85 ശതമാനം ആളുകളും ബുദ്ധമതവിശ്വാസികളാണ്; എട്ട് ശതമാനം ക്രിസ്ത്യാനികളും. വിയറ്റ്നാമിന്റെ ജീവനാഡികളെന്ന് വിശേഷിക്കപ്പെടുന്ന നദികളാണ് റെഡ് നദിയും, ചെകോങ്ക് നദിയും.

വളരെ നാളുകൾ ചൈനയുടെ ആധിപത്യത്തിലായിരുന്ന വിയറ്റ്നാം 1427 ൽ സ്വാതന്ത്ര്യം കൈവരിച്ചുവെങ്കിലും പിന്നീട് ഫ്രഞ്ച് അധീനതയിലായി. 1883-ൽ ഫ്രഞ്ച് അധീനതയിലായ ആ നാട് 1930 മുതൽ വർഷങ്ങൾ നീണ്ടുനിന്ന യുദ്ധത്തിനുശേഷം രണ്ടാക്കപ്പെട്ടു. 1956-ൽ വീണ്ടും ഒന്നിക്കാനുള്ള ശ്രമങ്ങൾ നടന്നുവെങ്കിലും ഫലപ്രദമായില്ല. ചൈനയുടെ സഹായത്തോടെ, കമ്മ്യൂണിസ്റ്റാധിപത്യത്തിലായിരുന്ന ഉത്തര വിയറ്റ്നാമും, ആദ്യം ഫ്രഞ്ച് സഹായത്തോടെയും പിന്നീട് അമേരിക്കൻ സഹായത്തോടെയും ദക്ഷിണ വിയറ്റ്നാമും യുദ്ധം തുടർന്നു. 1976 ജൂലൈ 2-ാം തീയതിയാണ് ഉത്തര-ദക്ഷിണ വിയറ്റ്നാമുകൾ തമ്മിലുള്ള യുദ്ധത്തിന് വിരാമമിട്ടുകൊണ്ട് ഒരു ഏകീകൃത വിയറ്റ്നാം രൂപപ്പെട്ടത്. ഇന്ന് കമ്മ്യൂണിസ്റ്റ് ഭരണത്തിലുള്ള വിയറ്റ്നാം ദക്ഷിണകിഴക്കൻ ഏഷ്യയിലെ ഒരു പ്രധാന രാജ്യമായി അംഗീകരിക്കപ്പെട്ടിരിക്കുന്നു.

വിയറ്റ്നാമിലെ ജനതയുടെ പ്രധാന ആഹാരം അരിയും മീനുമാണ്. അരികൊണ്ടുണ്ടാക്കുന്ന നൂഡിൽസും, അതുപോലെ തേങ്ങ ചേർത്തുണ്ടാക്കുന്ന വിവിധതരം കറികളും ഭക്ഷണവിഭവങ്ങളിൽപെടുന്നു. വിയറ്റ്നാമിൽ കാണാൻ കഴിയുന്ന മറ്റൊരു പ്രത്യേകത, അവരുടെ വസ്ത്രധാരണമാണ്. ആണുങ്ങളും പെണ്ണുങ്ങളും ഏതാണ്ട് ഒരേരീതിയിലുള്ള വസ്ത്രങ്ങളാണ് ഉപയോഗിക്കുന്നത്. ട്രൗസറും, ഷർട്ടിന്റെ ആകൃതിയിൽ തുന്നിയ ഉടുപ്പും, കോണാകൃതിയിലുള്ള തൊപ്പിയും. നെൽകൃഷിയാണ് വിയറ്റനാമിലെ പ്രധാന തൊഴിൽ. ഉത്തര വിയറ്റ്നാമിൽ ധാരാളം കൽക്കരി നിക്ഷേപങ്ങളുണ്ട്.

ഇൻഡോനേഷ്യ

ഇൻഡോനേഷ്യയുടെ പണ്ടത്തെ പേര് നുസാന്തര എന്നായിരുന്നു. നുസ എന്നാൽ ദ്വീപ് എന്നും അന്തര എന്നാൽ ഇടുക്ക് എന്നും അർത്ഥം. പസഫിക് സമുദ്രത്തിനും ഇൻഡ്യൻ മഹാസമുദ്രത്തിനുമിടയിൽ സ്ഥിതിചെയ്യുന്ന ദ്വീപ്; മറ്റൊരർത്ഥത്തിൽ ദ്വീപു സമൂഹം. ഡച്ച് ആധിപത്യത്തിലായിരുന്ന ഇൻഡോനേഷ്യ 1945 ആഗസ്റ്റ് 17-ാം തീയതിയാണ് സ്വതന്ത്ര രാഷ്ട്രമായത്. ഇൻഡോനേഷ്യ ആയിരക്കണക്കിന് വലുതും ചെറുതുമായ ദ്വീപുകളുടെ ഒരു സമൂഹമാണ്. ഏതാണ്ട് 1904,000 ച.കി. മീറ്റർ വിസ്തൃതിയുള്ള ഒരു രാഷ്ട്രമാണ്. ജനസംഖ്യ ഏതാണ്ട് 15 കോടിക്ക് മേലെയാണ്. ലോകത്തിലെ കൂടിയ ജനത്തുകയുള്ള പത്തു നാടുകളിൽ

ഒന്നാണ് ഇൻഡോനേഷ്യ. ദ്വീപുകളിൽ വലുതും, കൂടുതൽ പ്രാധാന്യമർഹിക്കുന്നതും ജാവ, സുമാട്ര, കളിമന്തൻ, സുലാവേശി എന്നിവയാണ്.

വളരെയധികം സാംസ്കാരിക വൈവിധ്യമുള്ള ഇൻഡോനേഷ്യയുടെ പാരമ്പര്യം മറ്റെല്ലാ ഏഷ്യൻ നാടുകളേയും പോലെ പഴമയേറിയതാണ്. 500,000 വർഷങ്ങൾക്കുമുമ്പ് ജാവാമാൻ എന്നറിയപ്പെടുന്ന ആദിമമനുഷ്യർ ഇവിടെ ജീവിച്ചിരുന്നുവെന്ന നിഗമനം പരക്കെ അംഗീകരിക്കപ്പെട്ടിരിക്കുന്നു. ഏതാണ്ട് 5000 വർഷങ്ങൾക്കുമുമ്പുമുതലേ മലയ, ഇൻഡ്യ മുതലായ സ്ഥലങ്ങളിൽനിന്നും ആളുകൾ ഇൻഡോനേഷ്യയിലേക്ക് കുടിയേറിപ്പാർക്കാൻ തുടങ്ങി എന്നു കരുതുന്നു. ഒരുകാലത്ത് ഹിന്ദു, ബുദ്ധമതങ്ങളും ഭാരതീയ സംസ്കാരവും സംസ്കൃതഭാഷയും, ഇൻഡോനേഷ്യയിലെ ജനങ്ങളുടെ ജീവിതരീതിയേയും അവരുടെ ഭാഷയേയും സംസ്കാര്തതേയും അധിക അളവിൽ സ്വാധീനിച്ചിരുന്നു. ഇന്നും ഇൻഡോനേഷ്യ സന്ദർശിക്കുന്നവർക്ക് അവിടുത്തെ ജനങ്ങളുടെ ജീവിതരീതിയും, ഭാഷയും ഇൻഡ്യൻ സംസ്കാരവും സംസ്കൃതഭാഷയുമായി ബന്ധപ്പെട്ടിരിക്കുന്നു എന്ന് മനസ്സിലാക്കാൻ ബുദ്ധിമുട്ടേണ്ടതായില്ല. ആധുനിക ഇൻഡോനേഷ്യയിൽ ജനസംഖ്യയുടെ 90 ശതമാനവും ഇസ്ലാംമത വിശ്വാസികളാണ്.

ഇൻഡോനേഷ്യയിലെ പ്രധാന വരുമാനമാർഗ്ഗം കൃഷിയാണ്. നെല്ലും, ഗോതമ്പും കരിമ്പും, കാപ്പിയും, തെങ്ങും, നിലക്കടലും, കുരുമുളകുമെല്ലാം സമൃദ്ധിയായി വിളയുന്ന ഇൻഡോനേഷ്യയിലെ പല സ്ഥലങ്ങളും കാണുമ്പോൾ അവയെ കേരളത്തോട് താരതമ്യപ്പെടുത്താൻ തോന്നിപ്പോകും. കേരളംപോലെതന്നെ പ്രകൃതിവിഭവങ്ങൾ നിറഞ്ഞ്, പ്രകൃതിസൗന്ദര്യം നിറഞ്ഞ പ്രദേശങ്ങൾ. തലസ്ഥാനനഗരം ജാവ ദ്വീപിലുള്ള ജക്കാർത്ത.

മൈക്രോനേഷ്യ

മൈക്രോനേഷ്യ ഒരു ഏഷ്യൻ ഭൂപ്രദേശമാണോ? തീർത്തുപറയുക വിഷമമാണ്. എന്നിരുന്നാലും, ഇവിടുത്തെ ജനങ്ങളുടെ ജീവിതരീതി കണക്കിലെടുക്കുമ്പോൾ ഫിലിപ്പൈൻസും, ഇൻഡോനേഷ്യയും പോലുള്ള ദ്വീപുസമൂഹങ്ങളിലുള്ള ജനങ്ങളുമായി അടുത്ത ബന്ധം ഇവിടുത്തെ ജനങ്ങൾക്കുണ്ടെന്ന് മനസ്സിലാകും. ആ മാനദണ്ഡം ഉപയോഗിച്ചുനോക്കുമ്പോൾ മൈക്രോനേഷ്യ ഏഷ്യൻ ഭൂപ്രദേശമായി കരുതുന്നതിൽ തെറ്റില്ല.

ആസ്ട്രേലിയയ്ക്ക് വടക്കുകിഴക്കായി, മെലനേഷ്യൻ ദ്വീപുകളിൽനിന്നും കുറേക്കൂടി ദൂരെയായി കിടക്കുന്ന 1000-ത്തിലേറെ ദ്വീപുകൾ ഉൾക്കൊള്ളുന്നതാണ് ഈ ഭൂപ്രദേശം. പടിഞ്ഞാറൻ പസഫിക്

സമുദ്രത്തിൽ സ്ഥിതിചെയ്യുന്ന ഈ ദ്വീപു സമൂഹത്തിന്റെ എല്ലുകകൾ നിർവ്വചിക്കുമ്പോൾ തെക്ക്-മെലനേഷ്യ, കിഴക്ക്-പോളിനേഷ്യ, പടിഞ്ഞാറ്-ഫിലിപ്പൈൻസ്, തെക്കുപടിഞ്ഞാറ്-ഇൻഡോനേഷ്യ. മൈക്രോ എന്ന പദത്തിന്റെ അർത്ഥം ചെറുത്, നേഷ്യ-ദ്വീപ്. അങ്ങനെ ചെറിയ ദ്വീപുകൾ എന്നോ, ചെറിയ ദ്വീപുകളുടെ സമൂഹം എന്നോ ആകാം. അതാണ് മൈക്രോനേഷ്യ. ഇവിടെയുള്ള കൂടുതൽ ദ്വീപുകളും വളരെ ചെറുതും, പല അമേരിക്കൻ-യൂറോപ്യൻ നാടുകളുടെയും അധീനത്തിലുള്ളവയാണെങ്കിലും, 1986-ൽ ഇവയിൽപ്പെട്ട 607 ദ്വീപുകൾ കൂട്ടിയിണക്കി FSM (Fedarated States of Micronesia)എന്ന ഒരു സ്വതന്ത്ര രാജ്യത്തിന് രൂപം നൽകുകയുണ്ടായി. 607-ൽ 4 ദ്വീപുകൾ മാത്രമാണ് പ്രാധാന്യമർഹിക്കുന്നവ. ഈ ചെറിയ സ്വതന്ത്രരാഷ്ട്രത്തിന്റെ ഭൂപരപ്പ് ഏതാണ്ട് 700 ച.കിമീറ്റർ മാത്രം. എങ്കിലും ഈ ദ്വീപുകൾ പടിഞ്ഞാറൻ പസഫിക് സമുദ്രത്തിലെ പരപ്പിൽ വ്യാപൃതമാണെന്ന് ഓർക്കേണ്ടതുണ്ട്.

F.S.M-ന്റെ ജനസംഖ്യ 1,12,000 എങ്കിലും ഇംഗ്ലീഷ് ഉൾപ്പെടെ ഏഴ് ഔദ്യോഗിക ഭാഷകളും, കൂടാതെ വളരെയധികം അനൗദ്യോഗിക ഭാഷകളും F.S.Mന് സ്വന്തമായിട്ടുണ്ട് എന്നു പറയുമ്പോൾ അത്ര ചെറിയ ഒരു ജനസമൂഹത്തിനിടയിലെ സാംസ്കാരിക വൈവിധ്യം എത്രയാണെന്ന് ആലോചിച്ചുനോക്കുക. F.S.M-ന്റെതലസ്ഥാനം ഫൊൻപി (pohnpei) ദ്വീപിലുള്ള പലികിർ (palikir) നഗരമാണ്.

ലാവോസ്

മറ്റെല്ലാ ഏഷ്യൻ നാടുകളേയും പോലെതന്നെ പുരാതനവും വൈവിധ്യമായതുമാണ് ലാവോസ് എന്ന ചെറിയ രാഷ്ട്രവും. എന്നിരുന്നാലും, പത്തുലക്ഷം ആനകളുടെ രാജ്യം (Kingdom of one million elephants) എന്നറിയപ്പെട്ടിരുന്ന ലാവോസിന്റെ രേഖപ്പെടുത്തപ്പെട്ടിട്ടുള്ള ചരിത്രം പതിമൂന്നാം നൂറ്റാണ്ടുമുതൽ മാത്രമാണ്. ബഹുഭൂരിപക്ഷം ഏഷ്യൻ രാഷ്ട്രങ്ങൾക്കുമുള്ളതുപോലെതന്നെ ഒരു യൂറോപ്യൻ അധിനിവേശത്തിന്റെ ചരിത്രം ലാവോസിനുമുണ്ട്; ഫ്രഞ്ച് അധിനിവേശത്തിന്റെ ചരിത്രം.

എല്ലുകകൾ: വടക്ക് ചൈന, പടിഞ്ഞാറ് തായിലണ്ട്, കിഴക്ക് വിയറ്റ്നാം, തെക്ക് കംബോഡിയ, വടക്കുപടിഞ്ഞാറ് ബർമ്മ (മ്യാൻമാർ.). തലസ്ഥാനം വിയൻടിയൻ (Vidntiane). ജനസംഖ്യ 30 ലക്ഷം. വിസ്തൃതി 236,800 ച.ക.മീ ഭൂരിഭാഗം ജനങ്ങളും ബുദ്ധമത വിശ്വാസികളാണ്. ഔദ്യോഗിക ഭാഷ ലാവോ. കൂടാതെ ഫ്രഞ്ചും ധാരാളമായി ഉപയോഗിക്കുന്നു. 300 മുതൽ 500 വരെ മാത്രം ജനത്തുകയുള്ള ചെറിയ

ചെറിയ ഗ്രാമങ്ങളിലാണ് ഭൂരിപക്ഷം ജനങ്ങളും വസിക്കുന്നത്. ലാവോസിലെ പ്രധാന കാർഷികവിഭവങ്ങൾ നെല്ല്, ചോളം, പരുത്തി, ഏലക്കാ മുതലായവയാണ്. വെളുത്തീയം, ഈയം, ചെമ്പ് മുതലായവ ധാതുവിഭവങ്ങളും. ലാവോസ് മ്യാൻമാറിനെപ്പോലെ വനവിഭവങ്ങൾക്ക് പ്രത്യേകിച്ചും തേക്കുമരത്തിന് പ്രസിദ്ധിപെറ്റ നാടാണ്.

തായിലണ്ട്

തായിലണ്ട് അല്ലെങ്കിൽ സ്വതന്ത്ര ജനതയുടെ നാട് (Land of the free people) സിയാം (Siam) എന്ന പേരിലാണ് പാശ്ചാത്യരുടെ ഇടയിൽ അറിയപ്പെട്ടിരുന്നത്. എന്നാൽ 1939-മുതൽ ഈ സ്ഥിതിമാറി. പരക്കെ തായിലണ്ട് എന്ന പേര് അംഗീകരിക്കപ്പെട്ടിരിക്കുന്നു. ഒരർത്ഥത്തിൽ തായിലണ്ട് എന്ന പേര് തികച്ചും അന്വർത്ഥമാണ്. ദക്ഷിണ ഏഷ്യൻ രാജ്യങ്ങളിൽ അധിനിവേശചരിത്രം ഇല്ലാത്ത ഏക രാജ്യം തായിലണ്ടാണ്.

ആകൃതിയിൽ വിടർന്നുനിൽക്കുന്ന ഒരു പൂവിന് സദൃശ്യമാണ് തായിലണ്ടിന്റെ ഭൂമിശാസ്ത്രപരമായ ആകൃതി എന്ന് പലപ്പോഴും വിശേഷിപ്പിക്കപ്പെടാറുണ്ട്. മലയാ ഉപദ്വീപ് ആകുന്ന നീണ്ട തണ്ടിന്റെയറ്റത്ത് വിടർന്നു നിൽക്കുന്ന ഒരു പുഷ്പം. അറ്റ്ലസിൽ നോക്കി ഈ ഉപമ ശരിയാണോ എന്ന് നിങ്ങൾ തന്നെ പരിശോധിച്ചുനോക്കുക.

ഇന്നും തായിലണ്ടിലെ ജനത പാരമ്പര്യാധിഷ്ഠിത ജീവിതശൈലിതന്നെ തുടരുന്നു. എങ്കിലും, പാശ്ചാത്യജീവിതരീതികളിൽനിന്നും ആകർഷകമായ പലതും സ്വായത്തമാക്കുന്നതിൽ ഒരിക്കലും വൈമുഖ്യം കാട്ടിയിട്ടില്ല. തന്നിമിത്തം പാശ്ചാത്യ സംസ്കാരത്തിന്റെ സ്വാധീനം തായിലണ്ടിൽ ധാരാളമായി കാണാൻ കഴിയും, 520,000ച.കി.മീറ്റർ വിസ്തൃതിയുള്ള തായിലണ്ടിന്റെ പടിഞ്ഞാറും, വടക്കുപടിഞ്ഞാറും ബർമ (മ്യാൻമാർ) കിഴക്കും, വടക്കുകിഴക്കും ലാവോസ്, തെക്കുകിഴക്ക് കംബോഡിയ നീണ്ടുകിടക്കുന്ന മലയ ഉപദ്വീപിന്റെ തെക്കായി മലേഷ്യ. തായിലണ്ടിലെ 50 ലക്ഷത്തിലധികം വരുന്ന ജനസംഖ്യയിൽ 90 ശതമാനവും ബുദ്ധമതവിശ്വാസികളാണ്.

എണ്ണമറ്റ ബുദ്ധ മതവിഹാരങ്ങൾ തായിലണ്ടിൽ എവിടെയും കാണാൻ കഴിയും. എല്ലാം വളരെ പുരാതനങ്ങളും. ഉദാഹരണത്തിന്, തലസ്ഥാന നഗരമായ ബോങ്കോക്കിൽമാത്രം 400-ലധികം പ്രസിദ്ധിപെറ്റ പുരാതന ബുദ്ധവിഹാരങ്ങളുണ്ട്. ഇവ പലപ്പോഴും വാത് (wat) എന്ന പേരിലാണ് അറിയപ്പെടുന്നത്. ബാങ്കോക്കിലുള്ള Wat phra keo-Temple of Emrald Budha എന്ന എമറാൾഡ് ബുദ്ധപ്രതിമയുള്ള വിഹാരം ലോകപ്രസിദ്ധമാണ്.

തായ്ലണ്ടിന്റെ ഔദ്യോഗിക ഭാഷ തായ് ആണെങ്കിലും വ്യാപകമായി ഇംഗ്ലീഷും ഉപയോഗിക്കുന്ന തായിലണ്ട് നദികളുടെയും തോടുകളുടെയും നാടാണ്. ഇവ തായ് ജീവിതരീതികളെ വളരെയധികം സ്വാധീനിക്കുന്നു. വീടുകൾ നിർമ്മിക്കുന്നത് മുളകൊണ്ടും മരംകൊണ്ടുമാണ്. പലപ്പോഴും ഭൂമിയിലേക്ക് അടിച്ചിറക്കിയ, ഭൂമിക്കുമുകളിൽ 6 മുതൽ 10 വരെ പൊയ്ക്കാലുകൾ (stilt) ഉണ്ടാക്കി അവയുടെ മുകളിലാണ് വീടുകൾ നിർമ്മിക്കുന്നത്. കൂടെക്കൂടെയുണ്ടാകുന്ന വെള്ളപ്പൊക്കത്തിൽ വീടുകളിൽ വെള്ളം കയറാതിരിക്കാനുള്ള മുൻകരുതലാണിത്.

ചോറും മത്സ്യവും ഇറച്ചിയുമാണ് പ്രധാന ആഹാരം. മാങ്ങ, മംഗസ്റ്റാൻ, റംബുത്താൻ, കടച്ചക്ക എന്നീ പഴവർഗ്ഗങ്ങൾ ധാരാളമായി വിളയുന്ന ഈ നാട്ടിലെ പ്രധാന കാർഷികവിഭവങ്ങൾ റബ്ബർ, ചോളം, കപ്പ മുതലായവയാണ്. ടങ്സ്റ്റൺ, ഇരുമ്പ്, മാംഗനീസ് മുതലായ ധാതുവിഭവങ്ങളുമുണ്ട്.

തുർക്കി

'കോൺസ്റ്റാന്റിനോപ്പിൾ ഭരിക്കുന്നത് ആരാണോ, അയാൾ ലോകത്തിന്റെ അധിപനാണെന്നു കരുതും.' നെപ്പോളിയൻ ബോണപ്പാർട്ട് പറഞ്ഞതാണ് ഈ വാചകം. അദ്ദേഹത്തിന്റെ കാലത്ത് തുർക്കിയ്ക്കുണ്ടായിരുന്ന സമരതന്ത്ര പ്രാധാന്യത്തെയാണ് ഈ പ്രസ്താവന സൂചിപ്പിക്കുന്നത്. കോൺസ്റ്റാന്റിനോപ്പിൾ (പുതിയ പേര് ഈസ്റ്റാൻബൂൾ). ഇത് തുർക്കിയിലെ ഏറ്റവും വലിയ നഗരമാണ്. വലുപ്പത്തിൽ 2-ാമത്തെ സ്ഥാനമാണ് ഇപ്പോഴത്തെ തലസ്ഥാനഗരമായ അങ്കാറയ്ക്ക്. ഏതാണ്ട് 780,000 ച.കി.മീറ്റർ വിസ്താരമുള്ള തുർക്കിയുടെ 97 ശതമാനം ഭൂമിയും ഏഷ്യൻ ഭൂഖണ്ഡത്തിലാണ്; ബാക്കി യൂറോപ്പിലും. എങ്കിലും ഒരു യൂറോപ്യൻ രാജ്യമായി കരുതപ്പെടാനാണ് തുർക്കിയുടെ ആഗ്രഹം. മെഡിറ്ററേനിയൻ കടലിനും കരിങ്കടലിനും (Black sea) മദ്ധ്യത്തിലായി ഏഷ്യയേയും, യൂറോപ്പിനേയും ബന്ധിപ്പിക്കുന്ന ഒരു പാലം പോലെയാണ് തുർക്കിയുടെ ഭൂമിശാസ്ത്രപരമായ സ്ഥാനം. 45 ലക്ഷത്തിനടുത്ത് ജനസംഖ്യയുള്ള തുർക്കിയിൽതുർക്കി, കുർദ്ദിഷ്, അറേബ്യൻ വംശജർ പ്രാധാന്യമർഹിക്കുന്നു. എല്ലാവരും ഇസ്ലാംമതവിശ്വാസികളാണ്. ഭാഷ- തുർക്കി. പ്രധാന കാർഷികവിഭവങ്ങൾ പരുത്തി, പുകയില, മുന്തിരിങ്ങ എന്നിവയാണ്. അതുപോലെതന്നെ തുർക്കിയിൽനിന്ന് ധാരാളമായി കിട്ടുന്ന അത്തിപ്പഴവും (Fig) ഹേസൽ അണ്ടിയും (hazelnut) അരിയും ഇറച്ചിയും പ്രധാന ആഹാരങ്ങളിൽപ്പെടുന്നു. തുർക്കിയിൽ നിന്നുള്ള കബാബും (kabab) പുലാവും(Pilaw) പ്രസിദ്ധമാണല്ലോ. ഇവ രണ്ടും നമ്മുടെ നാട്ടിലും സർവ്വസാധാരണമായ

ആഹാരമായിത്തീർന്നിട്ടുണ്ട്. ആധുനിക തുർക്കിയുടെ ആരംഭം കുറിച്ചത് കെമൽ അറ്റാതുർക്കിന്റെ കാലം മുതലാണ്. 1923-ൽ അദ്ദേഹം അധികാരമേറ്റെടുത്തു.

തുർക്കിഭാഷയിൽ വളരെയധികം നാടോടിക്കഥകൾ പ്രചാരത്തിലുണ്ട്. ആ കഥകൾ വളരെ നർമ്മരസ പ്രധാനങ്ങളും, മനുഷ്യന്റെ ചപലതകളെ എടുത്തുകാട്ടുന്നവയുമാണ്. നമ്മുടെ നാടോടിക്കഥകൾ പോലെതന്നെ ഗുണപാഠങ്ങൾ പ്രചരിപ്പിക്കാൻ ഉദ്ദേശിച്ചിട്ടുള്ളതുമായിരിക്കും. ഈ കഥകളിൽ പലപ്പോഴും കണ്ടുമുട്ടാറുള്ള നസറുദ്ദീൻ ഹോജ നമ്മുടെ കഥകളിലെ ബീർബലിനെയും, തെന്നാലിരാമനെയും മറ്റും ഓർമ്മിപ്പിക്കും.

പരസ്പരം സഹായിക്കുമ്പോൾ

സെറുംഗോ ഒരു സുന്ദരനല്ലായിരുന്നു. കാഴ്ചയ്ക്ക് ഭംഗിയില്ലാത്തവനായിരുന്നു എന്നു പറഞ്ഞാലും തെറ്റാവില്ല. എങ്കിലും അയാൾക്ക് ആ രാജ്യത്തിലെ രാജാവിന്റെ ഇളയ മകളെ വിവാഹം കഴിക്കാൻവളരെയധികം ആഗ്രഹമുണ്ടായിരുന്നു. പക്ഷേ, എങ്ങനെ ആ ആഗ്രഹം നടക്കും? അയാൾക്ക് യാതൊരു ഉറപ്പോ പ്രതീക്ഷയോ ഇല്ലായിരുന്നു. എങ്കിലും ആഗ്രഹിച്ചു; അത്രമാത്രം.

പക്ഷേ, ഒരു കാര്യം പറയാതെ വയ്യ. സെറുംഗോ അധികം ദീനാനുകമ്പ ഉള്ളവനായിരുന്നു. കഷ്ടപ്പെടുന്നവരേയും, ബുദ്ധിമുട്ടുകളിൽപ്പെടുന്നവരേയും യാതൊരു വലിപ്പച്ചെറുപ്പവ്യത്യാസവുമില്ലാതെ സഹായിക്കുന്നത് അയാളുടെ പതിവായിരുന്നു. എങ്കിലും തന്റെ ആഗ്രഹം സാധിച്ചുകിട്ടാൻ എന്ത് ചെയ്യണമെന്ന് അയാൾക്കറിയില്ലായിരുന്നു. രാജകൊട്ടാരത്തിൽ ചെന്ന് രാജാവിനോട് നേരിട്ട് ചോദിച്ചുനോക്കാൻതന്നെ സെറുംഗോ തീരുമാനിച്ചു; ഉടൻതന്നെ യാത്രയുമായി.

വഴിയിൽ കുറേപ്പേർ ചേർന്ന് ഒരു ഉറുമ്പിനെ കൊല്ലാൻ ശ്രമിക്കുന്നത് സെറുംഗോയുടെ ശ്രദ്ധയിൽപ്പെട്ടു. അയാൾ അവരോട് ആ പാവം ജന്തുവിനെ ഉപദ്രവിക്കരുതെന്ന് പറഞ്ഞു വഴക്കിട്ടു. ഒടുവിൽ അവർ ആ പാവം ഉറുമ്പിനെ വെറുതെ വിട്ടു. ഉറുമ്പ് സെറുംഗോയോട് നന്ദി പറഞ്ഞുപോയി.

കുറേ ദൂരംകൂടി പോയപ്പോൾ അടുത്തൊരു സ്ഥലത്ത് കുറേപ്പേർ ശബ്ദം വെക്കുന്നത് കേട്ടു. കാര്യം എന്തെന്ന് തിരക്കിയപ്പോൾ കണ്ടത് കുറേ ആളുകൾചേർന്ന് ഒരു മിന്നാമിനുങ്ങിനെപിടിക്കാൻ

ശ്രമിക്കുന്നതാണ്. സെറുംഗോ അവരോട് എന്തിനാണ് ആ മിന്നാമിനുങ്ങിനെ ഉപദ്രവിക്കുന്നതെന്ന് ചോദിച്ചപ്പോൾ, 'താനാരാ? തനിക്കെന്താ ഇവിടെ കാര്യം? ആ മിന്നാമിനുങ്ങ് ഞങ്ങളുടെ ഉറക്കം കെടുത്തുന്നു. അതിനെപ്പിടിച്ച് ഞങ്ങൾ കൊല്ലും' എന്നായിരുന്നു പ്രതികരണം. സെറുംഗോ അവരോട് അപേക്ഷിച്ചു; ശബ്ദമെടുത്ത് പറഞ്ഞു. ഒടുവിൽ വഴക്കിനും തയ്യാറായി. ഏതായാലും കുറേനേരത്തെ വാഗ്വാദത്തിനുശേഷം അവർ മിന്നാമിനുങ്ങിനെ വിട്ടുപോയി. മിന്നാമിനുങ്ങ് സെറുംഗോയോട് നന്ദി പറഞ്ഞുപോകുകയും ചെയ്തു.

രാജാവിന്റെ കൊട്ടാരവാതിലിനടുത്തെത്തിയപ്പോൾ നേരത്തേ സംഭവിച്ചതുപോലെ മൂന്നാമതും ഒരു രംഗം. ആ പ്രാവശ്യം ഒരു അണ്ണാൻ കുഞ്ഞിന്റെ ജീവനായിരുന്നു പ്രശ്നം. സെറുംഗോ ഇടപെട്ട് ആ അണ്ണാൻകുഞ്ഞിന്റെയും ജീവൻ രക്ഷിച്ചു.

രാജകൊട്ടാരത്തിൽ, രാജസമക്ഷമെത്തിയ സെറുംഗോ യാതൊരു കൂസലുമില്ലാതെ രാജാവിനോട് പറഞ്ഞു:

'ഞാൻ അങ്ങയുടെ ഇളയ മകളെ വിവാഹം കഴിക്കാൻ ആഗ്രഹിക്കുന്നു.

സാധാരണ തന്റെ പ്രജകളുടെ ആഗ്രഹങ്ങൾ സാധിച്ചുകൊടുക്കാറുള്ള ജയപ്രിയനായ ആ രാജാവിന് സെറുംഗോയെപ്പോലുള്ള ഒരാളെ ജാമാതാവായി അംഗീകരിക്കാൻ വലിയ ഇഷ്ടമുണ്ടായിരുന്നില്ല. അതുകൊണ്ട് സെറുംഗോയെ പിൻതിരിപ്പിക്കാനായി ഒരു ഉപായം പ്രയോഗിച്ചു. രാജാവ് പറഞ്ഞു: 'സെറുംഗോ, എന്റെ മകളെ വിവാഹം കഴിക്കാനാഗ്രഹിക്കുന്നവർക്ക് ഞാൻ ഒരു പരീക്ഷണം നിശ്ചയിച്ചിട്ടുണ്ട്. മൂന്നു ഘട്ടങ്ങളിലായി ആ പരീക്ഷ ജയിക്കുന്നവർക്കുമാത്രമേ ഞാൻ എന്റെ മകളെ വിവാഹം കഴിച്ചുകൊടുക്കൂ.'

'പരീക്ഷകൾ എന്തൊക്കെയാണെന്ന് കേൾക്കട്ടെ.'

സെറുംഗോ പറഞ്ഞു.

'ഈ പാത്രത്തിലെ അരി മുഴുവൻ ഈ കൊട്ടാരമുറ്റത്ത് വിതറും. അതു മുഴുവൻ പെറുക്കിയെടുത്ത് ഈ പാത്രത്തിൽ നിറച്ച് എനിക്ക് രണ്ടു ദിവസത്തിനുള്ളിൽ തിരിച്ചുതരണം. ഇതാണ് ആദ്യഘട്ടം പരീക്ഷ. നിനക്കതിന് കഴിയുമെന്നു തോന്നുന്നുണ്ടോ?'

'നോക്കട്ടെ, ശ്രമിക്കാം.' സെറുംഗോ പറഞ്ഞു.

പക്ഷേ എങ്ങനെ അത് ചെയ്യാൻ കഴിയും? സെറുംഗോ ആലോചിച്ചു. ഒരു വഴിയും കാണുന്നില്ലല്ലോ എന്നു വിചാരിച്ച് അവൻ കരയാൻ

തുടങ്ങി. ആ സമയത്ത് ഒരു ഉറുമ്പ് അതുവഴി വന്നു. ഉറുമ്പ് സെറുംഗയോട് ചോദിച്ചു:

'സെറുംഗോ, നീയല്ലേ ഞങ്ങളുടെ രാജകുമാരനെ ശത്രുക്കളുടെ പക്കൽനിന്നും രക്ഷിച്ചത്? നീയെന്തിനാ ഇവിടെയിരുന്ന് കരയുന്നത്?'

സെറുംഗോ വിവരങ്ങളെല്ലാം ആ ഉറുമ്പിനോട് പറഞ്ഞു.

'നീ വിഷമിക്കേണ്ട. വഴിയുണ്ടാക്കാം.'

അത്രയും പറഞ്ഞിട്ട് ഉറുമ്പ് പോയി. അൽപ്പസമയത്തിനുള്ളിൽ ഉറുമ്പുകളുടെ ഒരു പട്ടാളം അവിടെയെത്തി. കുറച്ചു സമയത്തിനുള്ളിൽ ത്തന്നെ അരിമണികളെല്ലാം പെറുക്കിയെടുത്ത് പാത്രം നിറച്ചു. നിറഞ്ഞ് പാത്രം നിശ്ചയിച്ചിരുന്ന രണ്ട് ദിവസങ്ങൾക്ക് മുമ്പുതന്നെ രാജാവിന് നൽകി.

സെറുംഗോയുടെ ആ വിജയത്തിൽ അതിശയിച്ചുപോയ രാജാവ് പറഞ്ഞു:

'സെറുംഗോ, ഇത് പരീക്ഷണത്തിന്റെ ആദ്യഘട്ടം മാത്രമാണ്. ഇതിൽ നീ ജയിച്ചു. പക്ഷേ, അടുത്ത പരീക്ഷ നിന്നെക്കൊണ്ട് ജയിക്കാൻ കഴിയുമോ എന്ന് നോക്കാം.'

'കേൾക്കട്ടെ.' സെറുംഗ പറഞ്ഞു.

'ദാ നോക്ക്; ആ നിൽക്കുന്ന കവുങ്ങിൽ കാണുന്ന പാക്ക് മുഴുവനും പറിച്ച് നാളെ നേരം വെളുക്കുന്നതിനുമുമ്പ് തന്നെ എനിക്കു നൽകണം. കവുങ്ങിൽ കയറുമ്പോൾ അപകടം എന്തെങ്കിലും സംഭവിച്ചാൽ എന്നോട് പരിഭവം തോന്നരുത്, കേട്ടോ.'

സെറുംഗ കവുങ്ങുമരത്തിലേക്ക് സൂക്ഷിച്ചുനോക്കി.

'എന്തൊരു വണ്ണംകുറഞ്ഞ, നീണ്ടുനീണ്ട് ആകാശം മുട്ടിനിൽക്കുന്ന മരം! അതിൽ കയറിയാൽ മരമൊടിഞ്ഞ് താഴെ വീഴുമെന്നതു തീർച്ച. അങ്ങനെ വീണാൽ താൻ മരിച്ചുപോകും എന്നതും തീർച്ച.' സെറുംഗോ വിചാരിച്ചു.

വിഷണ്ണനായി ചിന്തിച്ചിരുന്ന സെറുംഗയെ കണ്ട് ഒരു അണ്ണാൻ ചോദിച്ചു:

'സെറുംഗോ, നീയല്ലേ ഞങ്ങളുടെ പൊന്നുപോലെയുള്ള സുന്ദരി യായ രാജകുമാരിയെ ഒരു കൂട്ടം ക്രൂരന്മാരിൽനിന്നും രക്ഷിച്ചത്. നിനക്ക് എന്തുപറ്റി? നീയെന്താ ഇങ്ങനെ വിഷമിച്ചിരിക്കുന്നത്?'

സെറുംഗോ വിശദമായിത്തന്നെ എല്ലാ കാര്യങ്ങളും അണ്ണാനോട് പറഞ്ഞു.

'വിഷമിക്കാതിരിക്കൂ. നമുക്ക് വഴി കണ്ടെത്താം.' എന്നുപറഞ്ഞ് അണ്ണാൻ അവിടെ നിന്നുപോയി. കുറച്ചുസമയത്തിനുള്ളിൽ അവിടെ യെത്തിയ കുറേ അണ്ണാൻമാർ കവുങ്ങിലെ അടയ്ക്കയത്രയും ഒന്നുപോലും ബാക്കി വെയ്ക്കാതെ, ഒരു സഞ്ചിയിലാക്കി സെറുംഗക്ക് നൽകി.

എന്താ, ഇപ്പോൾ സന്തോഷമായില്ലേ?

അവർ സെറുഗയോട് യാത്ര പറഞ്ഞു പോയി.

അടയ്ക്കാസഞ്ചി കണ്ട രാജാവ് തികച്ചും അത്ഭുതപ്പെട്ടുപോയി!

'ങാ, ശരി. ശ്രമിച്ചുനോക്കൂ. ഇനി അടുത്ത പരീക്ഷ എന്താണെന്ന് ഞാൻ പറയാം. ആ പരീക്ഷ ജയിക്കാൻ നിനക്ക് കഴിയുമോ? എന്തോ.

'അങ്ങനെയാകട്ടെ; ഞാൻ ശ്രമിക്കാം.'

സെറുംഗ വിനയത്തോടെ പറഞ്ഞു.

'എന്റെ ആറു പെൺമക്കളും അല്പംപോലും വെളിച്ചമില്ലാത്ത ഇരുട്ടറയിൽ വട്ടത്തിൽ നിൽക്കും. നീ ആ ഇരുട്ടറയ്ക്കുള്ളിൽ പോയി മറ്റാരെയും തൊടാതെ, എന്റെ ഇളയ മകളെ മാത്രം തിരഞ്ഞെടുത്ത് എന്റെ മുമ്പിൽ കൂട്ടിക്കൊണ്ടു വരണം. അങ്ങനെ വന്നാൽ ഞാനവളെ നിനക്ക് വിവാഹം ചെയ്തു തരാം.'

'ഞാൻ ശ്രമിക്കാം.'

വീണ്ടു വിഷണ്ണനായി എങ്ങനെ തനിക്ക് ആ കൃത്യം ചെയ്യാൻ കഴിയു മെന്നാലോചിച്ച് ഇരിക്കുകയായിരുന്നു സെറുംഗോ. നേരം കുറേശ്ശെ ഇരുട്ടാൻ തുടങ്ങി. ആ സമയത്ത് ഒരു മിന്നാമിനുങ്ങ് ആ വഴി പറന്നുവ രാനിടയായി. സെറുംഗയെ കണ്ടതും മിന്നാമിനുങ്ങ് ചോദിച്ചു:

'എന്റെ രാജാവിനെ ആക്രമികളിൽനിന്നും രക്ഷിച്ച സെറുംഗോയല്ലേ നീ? എന്താ ഇവിടെ? നീയെന്താ ആലോചിക്കുന്നത്?'

വിവരങ്ങളെല്ലാം സെറുംഗോ മിന്നാമിനുങ്ങിനോട് പറഞ്ഞു.

'നീയതിന് എന്തിനാ ഇത്ര വിഷമിക്കുന്നത്? ഇത് വളരെ നിസാര കാര്യമല്ലേ. നീ ഇപ്പോൾതന്നെ ഇരുട്ടറയിലേക്കു വാ.' ഇരുട്ടറ എവി ടെയാണെന്നു സെറുംഗോ കണ്ടുപിടിച്ചു. അവിടേക്കു നടന്നു. അവർ രണ്ടുപേരും ഇരുട്ടറയുടെ വാതിലിലെത്തി. അപ്പോൾ മിന്നാമിനുങ്ങ് സെറുംഗയോട് പറഞ്ഞു:

'നീ ഈ ദ്വാരപാലകന്റെ അനുവാദം വാങ്ങിച്ച് ഇരുട്ടറയ്ക്കുള്ളിൽ പോകണം. ആ സമയത്ത് ഞാനും നിന്റെയൊപ്പം അകത്തു കയി റിക്കൊള്ളാം. എന്നെ ആരും കാണുകയില്ല. അകത്തുചെന്നാൽ നീ രാജകുമാരിയെ തിരഞ്ഞെടുക്കാൻ തയ്യാറാകുന്ന സമയത്ത്, ഞാൻ

ഇളയ രാജകുമാരിയുടെ മുമ്പിൽ മാത്രം എന്റെ വിളക്ക് ഒരു നൊടിയിട തെളിയിക്കാം, പോരേ?'

'ശരി, ധാരാളം മതി.'

അങ്ങനെ അവർ രണ്ടുപേരും ഇരുട്ടറയ്ക്കകത്തുകയറി. മിന്നാമിനുങ്ങ് വിളക്കുതെളിച്ച സമയത്ത് സെറുംഗോ രാജകുമാരിയുടെ കൈപിടിച്ച് വെളിയിലേക്ക് കൂട്ടികൊണ്ടു പോന്നു. മിന്നാമിനുങ്ങും വെളിയിൽ വരികയും, സെറുംഗയോട് യാത്ര പറഞ്ഞ് പോകുകയും ചെയ്തു.

രാജകുമാരിയുമായി തന്റെ മുമ്പിലെത്തിയ സെറുംഗയോട് എന്താണ് പറയുകയെന്ന് രാജാവ് സംശയിച്ചു. എങ്കിലും നൽകിയ വാഗ്ദാനം നിറവേറ്റാൻ കടപ്പെട്ടവനാണ് താനെന്നതിൽ രണ്ടഭിപ്രായമില്ലായിരുന്നു. അതുകൊണ്ട്, അദ്ദേഹം സെറുംഗയെ അഭിനന്ദിക്കുകയും, അടുത്ത ശുഭമുഹൂർത്തത്തിൽ വിവാഹം ചെയ്തുകൊടുക്കുകയും ചെയ്തു.

മലേഷ്യയിൽ പ്രചാരമുള്ള ഒരു നാടോടിക്കഥയാണിത്.

ചന്ദ്രനിലെ മനുഷ്യൻ

വളരെ പണ്ട് മലേഷ്യയിൽ ചന്ദ്രൻബുലൻ എന്ന് പേരുള്ള ഒരു മനുഷ്യൻ ജീവിച്ചിരുന്നു. ഒരു ദിവസം അദ്ദേഹം, റോഡരുകിൽ പരുക്കപറ്റി വീണുകിടന്ന ഒരു പക്ഷിയെ കണ്ടു. ബുലൻ ആ പക്ഷിയെ കൈയിലെടുത്ത് അതിനു വേണ്ടുന്ന ശുശ്രൂഷകൾ നൽകി. കുറച്ചുകഴിഞ്ഞ് അതിനു സുഖമാവുകയും, ദൂരേക്ക് പറന്നുപോകുകയും ചെയ്തു. പക്ഷേ, ആ പക്ഷി ബുലന്റെ അവസരോചിതമായ സഹായം മറന്നില്ല. അത് കുറേ ദിവസങ്ങൾക്കുശേഷം ബുലനെ കാണാനായി തിരികെ വന്നു. അത് ബുലന് പാരിതോഷികമായി ഒരു മത്തയരി നൽകി.

'അങ്ങ് ഈ വിത്ത് നടണം.'

ഇത്രയും പറഞ്ഞ് ആ പക്ഷി തിരികെ പോയി.

ബുലൻ പക്ഷി ഉപദേശിച്ചതുപോലെ ആ വിത്ത് നട്ടു. അതിന് വേണ്ട രീതിയിൽ വെള്ളവും വളവും നൽകാൻ മറന്നില്ല. മത്തൻ ചെടി നല്ല ആരോഗ്യത്തോടെ വളർന്നു. കുറേനാൾ കഴിഞ്ഞ് അത് പൂത്തു; ഒരു നല്ല മത്തങ്ങയുണ്ടായി. കുറേ ദിവസങ്ങൾക്കുള്ളിൽ മത്തങ്ങ വിളഞ്ഞു. ബുലൻ ആ മത്തങ്ങ പറിച്ചെടുത്ത് രണ്ടായി മുറിച്ചു. എന്തൊരതിശയം! മത്തങ്ങയ്ക്കുള്ളിൽ വളരെയധികം സ്വർണ്ണനാണയങ്ങളും, വെള്ളിനാണയങ്ങളും. ഈ അതിശയവാർത്ത നാടെങ്ങും പരന്നു. എല്ലാവരും ബുലനെ പ്രശംസിച്ചു. പ്രത്യേകിച്ചും, ബുലന്റെ സ്വതസിദ്ധമായ ദീനാനുകമ്പയെക്കുറിച്ച്. പക്ഷേ, ആ ഗ്രാമത്തിൽ ബുലനോട് അസൂയയുള്ള ഒരാളുണ്ടായിരുന്നു. അയാൾക്കുതോന്നി, ബുലന് ഇങ്ങനെ സ്വത്തുക്കൾ കിട്ടാമെങ്കിൽ എനിക്കും എന്തുകൊണ്ട് ആയിക്കൂടാ?

അതുകൊണ്ട് അയാൾ മനഃപൂർവ്വം ഒരു പക്ഷിയെ കല്ലെറിഞ്ഞുവീഴ്ത്തി. മുറിവേറ്റ് താഴെവീണ പക്ഷിയെ അയാൾ ശുശ്രൂഷിച്ച് ഭേദമാക്കി. മുറിവുണങ്ങിയ പക്ഷി പറന്നുപോകുകയും, ബുലന്റെ കാര്യത്തിൽ സംഭവിച്ചതുപോലെ കുറച്ചുദിവസങ്ങൾക്കുശേഷം തിരികെവന്ന് ഒരു മത്തൻവിത്ത് സമ്മാനിക്കുകയും ചെയ്തു. മത്തങ്ങ വിളഞ്ഞതിനുശേഷം പറിച്ചെടുത്ത് അയാൾ തികഞ്ഞ ആകാംക്ഷയോടെ രണ്ടായിമുറിച്ചു. അപ്പോൾ കണ്ടതോ; അതിശയം തന്നെ! പക്ഷേ, ബുലന് കിട്ടിയതു പോലെ വിലപിടിപ്പുള്ള സാധനങ്ങളൊന്നുമല്ല, മത്തങ്ങയ്ക്കുള്ളിലുണ്ടായി രുന്നത്. പകരം തലനരച്ച, വൃത്തിയായി വസ്ത്രധാരണം ചെയ്ത ഒരാൾ ഒരു കൈയിൽ പേനയുമായി ഇറങ്ങിവന്നു!

മത്തങ്ങയിൽ നിന്ന് ഇറങ്ങിവന്നയാൾ, അന്ധാളിച്ചുനിന്ന അവനോട് പറഞ്ഞു:

'നീ ഒരു ദുഷ്ടനും, അസൂയാലുവും ആയതെങ്ങനെ? നിനക്ക് തന്നെ നിന്റെ പ്രവൃത്തികൾ ശരിയല്ലെന്നു തോന്നുന്നില്ലേ?' വൃദ്ധൻ തുടർന്നു:

'ഏതായാലും നിനക്ക് സ്വത്തിനോടും സ്വർണ്ണത്തോടും പറയാനാ വാത്തത്ര മോഹമുള്ളതുകൊണ്ട് നിന്നെ ഞാൻ സഹായിക്കാം. നീ എന്റെ കൂടെ വാ.'

അയാൾ തന്റെ കൈയിലുണ്ടായിരുന്ന ബുക്കിൽ എന്തോ എഴുതി. പിന്നീട് കൈകാണിച്ചപ്പോൾ ഒരു മത്തങ്ങവിത്ത്! അതിന് നാമ്പ് മുളച്ചു. ആ ചെടി ആകാശം നോക്കി വേഗം വേഗം വളരാൻ തുടങ്ങി. അതിന്റെ തണ്ട് ആകാശം മുട്ടിനിന്നു. അയാൾ അവന്റെ കൈയിൽ പിടിച്ചു. ഓരോ ഇലയും ഓരോ പടി എന്നതുപോലെ ചവുട്ടി മുകളിലേക്കുകയറാൻ തുടങ്ങി; കൂടെ അവനും. പക്ഷേ, ഓരോ പടിയും കയറുന്നതിനൊപ്പം മത്തങ്ങവള്ളിയുടെ താഴത്തെ അറ്റം ഉണങ്ങി മുറിഞ്ഞുപോകുന്നതും കാണാമായിരുന്നു. അങ്ങനെ ആകാശത്തുനിന്നും തൂങ്ങിക്കിടക്കു ന്ന ആ വള്ളിയിൽ പിടിച്ച് പടിപടിയായി അവർ മുകളിലേക്ക് കയറി. അധികം താമസിയാതെ അവർ ആകാശത്ത് ചന്ദ്രഗോളത്തിൽ എത്തിച്ചേർന്നു. അവിടെ റോഡുകൾപോലും ശുദ്ധ വെള്ളിവിരിച്ചതാ യിരുന്നു. അവിടുത്തെ കൊട്ടാരങ്ങൾ സ്വർണ്ണവും വെള്ളിയുംകൊണ്ട് നിർമ്മിച്ചതായിരുന്നു. വളരെ വിസ്തൃതമായ ഒരു അത്ഭുതം! കണ്ണഞ്ചി പ്പിക്കുന്ന സൗന്ദര്യമുള്ള മാലാഖമാരുടെ ലോകം; കണ്ടാലും, കേട്ടാലും മതിവരാത്തത്ര സൗന്ദര്യമുള്ള പാട്ടിന്റെയും നൃത്തത്തിന്റെയും ലോകം! പക്ഷേ, കുറേ ദിവസത്തെ അവിടുത്തെ ജീവിതത്തിനുശേഷം അവന് തന്റെ സ്വന്തം നാടിനെക്കുറിച്ച് ഓർമ്മവന്നു. അവൻ വൃദ്ധനോട് പറഞ്ഞു:

'ഇനി നമുക്ക് തിരിച്ചുപോകാം.'

‘തിരികെ പോകാനോ? ഇനി ഇവിടെനിന്ന് തിരികെ പോകാൻ നിനക്ക് കഴിയില്ല. സ്വർണ്ണത്തിനും, വെള്ളിക്കും, അതിരറ്റ സ്വത്തിനും വേണ്ടി ആഗ്രഹിച്ചവനല്ല നീ. നീ ഇപ്പോൾ അതിന്റെയെല്ലം നടുവിലല്ലേ. ആഗ്രഹിച്ചതിനേക്കാൾ കൂടുതൽ അവയെല്ലാം ഇവിടെയുണ്ടല്ലോ. എന്തിന് തിരികെ പോകണം?’ പക്ഷേ, അവൻ കൂടുതൽ കൂടുതൽ നിർബന്ധിച്ചു. അപ്പോൾ അയാൾ പറഞ്ഞു:

‘അങ്ങനെയെങ്കിൽ ഞാൻ നിനക്ക് ഒരു സൂത്രം പറഞ്ഞുതരാം. കുറച്ചു നല്ലതുപോലെ പണിയെടുക്കണം.’

അയാൾ തുടർന്നു:

‘ഇതാ ഈ സ്വർണ്ണനിർമ്മിതമായ മഴുനീയെടുത്തോ. ആ കാണുന്ന സ്വർണ്ണമരം നീ വെട്ടിവീഴ്ത്തണം.

അവന് സന്തോഷമായി. അവൻ ധൃതിയിൽ മഴു കൈയിലെടുത്ത് മരത്തിനടുത്തുചെന്ന് ആഞ്ഞുവെട്ടി. മരത്തിൽ വെട്ടേറ്റ സ്ഥലത്ത് ഒരു വിള്ളലുണ്ടായി. രണ്ടമതും വെട്ടാൻ മഴു ഓങ്ങുമ്പോൾ പുറകിൽനിന്നും ഒരു കഴുകൻ അവനെ ആക്രമിക്കാൻ ശ്രമിച്ചു. അവൻ തിരിഞ്ഞുനിന്ന് മഴു കഴുകനുനേരെ വീശി. അപ്പോൾ കഴുകൻ പറന്നുപോയി. അവൻ വീണ്ടു വെട്ടാൻ ശ്രമിച്ചപ്പോഴാണ് അത് ശ്രദ്ധിച്ചത്; ആദ്യത്തെ വെട്ടു കൊണ്ട് മരത്തിലുണ്ടായ വിള്ളൽ പാടെ അപ്രത്യക്ഷമായിരിക്കുന്നു! എങ്കിലും നിരാശപ്പെടാതെ അവൻ വീണ്ടും ആഞ്ഞുവെട്ടി. മരത്തിൽ ആദ്യത്തേതുപോലെ വീണ്ടും വിള്ളലുണ്ടായി. പക്ഷേ, വീണ്ടും വെട്ടാൻ ഉദ്യമിക്കുമ്പോൾ നേരത്തെ സംഭവിച്ചതുപോലെ പുറകിൽ അക്രമാസക്തനായ കഴുകൻ. അങ്ങനെ അവന്റെ മരം വെട്ടിവീഴ്ത്താനുള്ള ശ്രമം തുടർന്നുകൊണ്ടേയിരിക്കുന്നു. ഇതുവരെ ഫലമുണ്ടായിട്ടില്ല. അവൻ ശ്രമം തുടരുന്നു, ചന്ദ്രനിൽതന്നെ ഇന്നും കഴിയുന്നു. മടിയൻ മല ചുമക്കുമെന്ന് പറയാറില്ലേ; അതുപോലെ ഒരു അന്തമില്ലാത്ത പ്രയാണത്തിലാണ് അവൻ.

ഒരുപക്ഷേ, നല്ല നിലാവുള്ള രാത്രിയിൽ ചന്ദ്രനിലേക്ക് സൂക്ഷിച്ചു നോക്കിയാൽ, അവിടെ ചില വൃക്ഷങ്ങളേയും മനുഷ്യനേയുമൊക്കെ കാണാൻ കഴിഞ്ഞെന്നു വരാം; സൂക്ഷിച്ച് നോക്കൂ.

കൊതുക്

ഛെ! ഈ കൊതുക് എത്ര ശല്യമാ, അല്ലേ?

നമുക്കും ഇങ്ങനെ തോന്നാറില്ലേ? കൊതുകിന്റെ ഉൽപ്പത്തിയെക്കുറിച്ച് വിയറ്റ്നാമിൽ പ്രചാരമുള്ള ഒരു കഥയുമുണ്ട്. നെഗേതാം എന്ന മദ്ധ്യവർഗ്ഗ കൃഷിക്കാരൻ ഹാൻദീപ് എന്ന സുന്ദരിയായ സ്ത്രീയെ വിവാഹം കഴിച്ച് പരസ്പരം സ്നേഹത്തോടെ സന്തോഷമായി ജീവിച്ചിരുന്നു. നെഗേതാം കൃഷിഭൂമിയിൽ ശ്രദ്ധിച്ചു. അങ്ങനെ അവർക്ക് സന്തോഷകരമായ ജീവിതത്തിന് വേണ്ടുന്ന വരുമാനവുമുണ്ടായിരുന്നു. നെഗേതാം ശുദ്ധനും, സത്യസന്ധനുമായിരുന്നു. തന്റെ ഭാര്യയോട് അധിക സ്നേഹമുള്ളവനുമായിരുന്നു. ഹാൻദീപിന് കുറച്ച് ആർഭാടമായ ജീവിതത്തോടായിരുന്നു താത്പര്യം. എങ്കിലും അവൾ തന്റെ മനസ്സിലെ ആഗ്രഹങ്ങൾ വെളിയിൽ പറയാറില്ലായിരുന്നു. നെഗേതാമിനോട് സ്നേഹവുമായിരുന്നു.

പെട്ടെന്നാണ് അത് സംഭവിച്ചത്; ഹാൻദീപിന് ഏതോ രോഗം പിടിപ്പെട്ടു. തികച്ചും അപ്രതീക്ഷിതമായി അവർ മരിച്ചു.

നെഗേതോം ഭാര്യയുടെ ശവം അടക്കം ചെയ്യാൻ വിസമ്മതിച്ചു. അയാൾ ശവം ഒരു പെട്ടിയിലാക്കി ആരുമറിയാതെ ഒരു വള്ളത്തിൽ പെട്ടിയും കയറ്റി അവിടം വിട്ടുപോയി. കുറച്ചുദിവസത്തേക്ക് വള്ളത്തിലൂടെയുള്ള യാത്ര തുടർന്നു.

ഒരു ദിവസം കാലത്തുണർന്ന് എഴുന്നേറ്റപ്പോൾ താൻ ഏതോ ഒരു ഉദ്യാനത്തിന്റെ അടുത്തെത്തിയിരിക്കുന്നു എന്നു മനസ്സിലാക്കി. ആ

ഉദ്യാനത്തിൽ ആയിരമായിരം ആകർഷണീയങ്ങളായ ചെടികളും, പൂക്കളുമുണ്ടായിരുന്നു; ധാരാളം ഫലവർഗ്ഗങ്ങളും. ആ ഉദ്യാനത്തിൽ അല്പം നടക്കുന്നതിനിടയിൽ നെഗേതാം ഒരു വൃദ്ധനെ കണ്ടുമുട്ടാൻ ഇടയായി. അയാളുടെ തലമുടി പഞ്ഞിപോലെ വെളുത്തിരുന്നു. മുഖത്ത് ചുളിവുകൾ. പക്ഷേ, നക്ഷത്രങ്ങൾപോലെ തിളക്കമുള്ള കണ്ണുകൾ കണ്ടപ്പോൾ തന്നെ ആ വൃദ്ധൻ ഔഷധങ്ങളുടേയും, ചികിത്സയുടെയും ദേവനായ തീതെയാണെന്ന് നെഗേതാമിന് മനസിലായി.

(നമ്മുടെ പുരാണങ്ങളിലെ ധന്വന്തരിയെപ്പോലെ)

നെഗേതാം തീതെയുടെ കാലിൽവീണ് അപേക്ഷിച്ചു:

'എല്ലാവർക്കും ആശ്വാസം നൽകുന്ന ദേവാ, അങ്ങയുടെ കഴിവുകൾ എനിക്കറിയാം. അതിൽ എനിക്ക് അതീവ വിശ്വാസവമുണ്ട്.'

'നെഗേതാം, ഞാൻ നിന്നെക്കുറിച്ച് അറിഞ്ഞിരിക്കുന്നു. അതുകൊണ്ടാണ് ഞാനിവിടെ എന്റെ വാഹനം നിർത്തി നിന്നെ കാണാൻ തീരുമാനിച്ചത്. നിനക്ക് ഇഷ്ടമാണെങ്കിൽ ഞാൻ എന്റെ ശിക്ഷ്യന്മാരിൽ ഒരാളായി സ്വീകരിക്കാം.'

'ഇല്ല ദേവാ; എനിക്ക് മറ്റൊരു ആഗ്രഹമാണുള്ളത്...'

നെഗേതാം തുടർന്നു:

'ഞാൻ എന്റെ ഭാര്യയിൽനിന്ന് വേർപെട്ട് ഒരു ജീവിതം ആഗ്രഹിക്കുന്നില്ല.

'എന്തിനാണ് കുട്ടി? നീ ഈ ലൗകികജീവിതത്തിൽ ഇത്രമാത്രം ഭ്രാന്ത് കാണിക്കുന്നത്? നശ്വരവും അനിശ്ചിതവുമായ ഈ ജീവിതത്തോടുള്ള പ്രണയം നിർത്തിക്കൂടേ? ഒരു നിസ്സാരയായ പെണ്ണിന്റെ കൂടെയുള്ള ജീവിതത്തിനോട് നീ എന്തിനാണ് ഔത്സുക്യം കാണിക്കുന്നത്? ഇത് മതിയാക്കി എന്റെ കൂടെ വന്നുകൂടേ?'

'ഇല്ല ദേവാ; എനിക്ക് എന്റെ ഭാര്യയുടെ കൂടെയല്ലാത്ത ഒരു ജീവിതം സങ്കല്പിക്കാൻകൂടി സാധ്യമല്ല. അതുകൊണ്ട് അങ്ങ് എന്നെ അനുഗ്രഹിക്കുകയും സഹായിക്കുകയും ചെയ്താലും'

'ശരി, അങ്ങനെയാകട്ടെ. പക്ഷേ, നീ പിന്നീട് ദുഃഖിക്കേണ്ടിവരുമെന്നാണ് എന്റെ ഭയം. നിനക്ക് നിർബന്ധമാണെങ്കിൽ ഞാൻ പറയുന്നതുപോലെ ചെയ്തുകൊള്ളൂ...'

തീതെയുടെ നിർദ്ദേശപ്രകാരം നെഗേതാം ശവപ്പെട്ടി തുറന്നു. സ്വന്തം വിരലിൽ കത്തികൊണ്ട് ഒരു മുറിവുണ്ടാക്കി. അതിൽനിന്നും മൂന്നുതുള്ളി രക്തം ഹാൻദീപിൻരെ ശരീരത്തിൽ വീഴ്ത്തി.

പിന്നീട് നടന്നത് ഒരതിശയം തന്നെയായിരുന്നു.

ഹാൻദീപ് കണ്ണുകൾ തുറന്നു. ഒന്നും സംഭവിക്കാത്ത മട്ടിൽ പെട്ടിയിൽനിന്നും ഉയർന്നെഴുന്നേറ്റു.

തീതോഹാൻദീപിനോട് പറഞ്ഞു:

'നിന്റെ ഭർത്താവിന്റെ അപേക്ഷപ്രകാരം ഞാൻ നിനക്ക് വീണ്ടും ജീവൻ നൽകിയിരിക്കുന്നു. നിന്റെ കടമകൾ നീ മറക്കരുത്. നിന്റെ ഭർത്താവിന്റെ സ്നേഹവും.'

അത്രയും പറഞ്ഞിട്ട് തീതേ തന്റെ യാത്ര തുടർന്നു.

നെഗേതയും ഹാൻദീപും വള്ളത്തിൽ വീട്ടിലേക്കുള്ള മടക്കയാത്ര തുടങ്ങി. ദിവസങ്ങൾ കഴിഞ്ഞു. കൈയിലുള്ള ഭക്ഷണസാധനങ്ങൾ കുറഞ്ഞു എന്ന് നെഗേതാം മനസ്സിലാക്കി. വീണ്ടും ഭക്ഷണസാധനങ്ങൾ വാങ്ങാനായി വള്ളം ഒരു ഗ്രാമത്തിനടുത്ത് നിർത്തി. നെഗേത അടുത്തുള്ള കടയിലേക്കു പോയി. ആ സമയത്ത് അതുവഴി വന്ന ധനികനായ ഒരു വണികൻ ഹാൻദീപിനെ കാണാനിടയായി. അവളുടെ അവിശ്വസനീയമായ സൗന്ദര്യത്തിൽ ആകൃഷ്ടനായ അയാൾ ഹാൻദീപിനെ ബലം പ്രയോഗിച്ച് സ്വന്തം വള്ളത്തിൽ കയറ്റി ദൂരത്തേക്ക് വേഗം തുഴഞ്ഞുപോയി.

കടയിൽനിന്ന് തിരികെ വന്ന നെഗേതാം ഭാര്യയെ കാണാതെ വളരെയധികം വിഷമിച്ചു. തന്റെ ഭാര്യ എവിടെപ്പോയി? ആർക്കും ഒരു വിവരം നൽകാൻ കഴിഞ്ഞില്ല. അയാൾ ഭാര്യയെ അന്വേഷിച്ചു വളരെക്കാലം നാടായ നാടെല്ലാം തിരഞ്ഞുനടന്നു. ഒടുവിൽ വളരെ നാളുകൾക്കുശേഷം അയാൾ ഹാൻദീപിനെ കണ്ടെത്തി. കണ്ടപ്പോഴോ! അവൾ എല്ലാ വിവരങ്ങളും വിശദമായി നെഗേതാമിനോട് പറഞ്ഞു. പക്ഷേ, അവൾ പറഞ്ഞുനിർത്തിയത് ഇങ്ങനെയാണ്-

'ഇപ്പോൾ ഞാനദ്ദേഹത്തിന്റെ പൂർണ്ണ ഐശ്വര്യങ്ങളോടും, സന്തോഷത്തോടും ജീവിക്കുന്ന ഭാര്യയാണ്. ഞാനെന്നും ആഗ്രഹിച്ചതും, നിങ്ങൾക്ക് തരാൻ കഴിയാതിരുന്നതുമായ ഒരു ജീവിതം. എനിക്ക് അദ്ദേഹത്തെ വളരെ ജീവനുമാണ്. അതുകൊണ്ട ദയവായി ഞങ്ങളെ ശല്യം ചെയ്യരുത്.'

'ഞാൻ സമ്മതിക്കുന്നു. നിനക്ക് ഇപ്പോഴത്തെ ഭർത്താവിനെ സ്നേഹമായ നിലയ്ക്ക് നിന്റെമേൽ 'ഇനി ഞാൻ ഒരവകാശവും പറയുകയില്ല. പക്ഷേ ഒരഭ്യർത്ഥനമാത്രം....'

'എന്താണെന്നു പറഞ്ഞാലും.'

'ഞാൻ നിനക്ക് ഒരിക്കൽ നൽകിയതുപോലെ, നിന്റെ ദേഹത്തു

നിന്ന് നീയെനിക്ക് മൂന്നുതുള്ളി രക്തം തിരികെ നൽകണം; അത്രമാത്രം.'

'അതിനെന്താ....

അവൾ സന്തോഷത്തോടെ സമ്മതിച്ചു.

ഹാൻദീപ് ഒരു കത്തിയെടുത്ത് തന്റെ വിരലിൽ ഒരു ചെറിയ മുറിവുണ്ടാക്കി. മുറിവിൽനിന്നും രക്തം തുള്ളിത്തുള്ളിയായി വീണു. മൂന്നുതുള്ളി രക്തം വീണപ്പോഴേക്കും അവൾ വിളറി വെളുത്ത് ആകെ അവശയായി.

നൊടിയിടയിൽ അവശയായ അഴൾ മരിച്ചുവീണു.

പക്ഷേ, ഇത്തവണ ഒരു കീടമായാണ് അവൾ ഉയർത്തെഴുന്നേറ്റത്. ആ കീടത്തിന്റെ ശ്രമം തന്റെ പൂർവ്വകാല ഭർത്താവിന്റെ ദേഹത്തുനിന്നും മൂന്നുതുള്ളി രക്തം എങ്ങനെയെങ്കിലും തിരികെയെടുക്കാൻ വേണ്ടിയായിരുന്നു.

കീടം ആ ഉദ്ദേശത്തോടുകൂടി നഗേതയുടെ ചുറ്റും നടന്ന് ശല്യം ചെയ്യാൻ തുടങ്ങി.

രാപകലില്ലാതെ എല്ലാ സമയത്തും അങ്ങനെ നെഗേതാമിനെ ശല്യം ചെയ്ത കീടത്തിന് തദ്ദേശവാസികൾ ഒരു പേരു നൽകി- 'കൊതുക്'.

നമ്മുടെ കഷ്ടകാലം എന്നല്ലാതെന്തു പറയാൻ!

അവളുടെ വംശം പെറ്റുപെരുകി, ലോകമൊട്ടുക്കും വ്യാപിച്ചു. മനുഷ്യന്റെ നിത്യശാപമായി കൊതുക് ഇന്നെവിടെയും നമ്മുടെ കൂടെയുണ്ട്.

കടുവയുടെ ദേഹത്തെ വരകൾ

ചരിത്രകാലത്തിനുമമ്പ് വിയറ്റ്നാമിൽ നടന്ന ഒരു സംഭവകഥയാണ് ഇതെന്ന് ആ നാട്ടുകാർ വിശ്വസിക്കുന്നു.

ആ കാലത്ത് മൃഗങ്ങൾക്കും മനുഷ്യർക്കും തമ്മിൽ പരസ്പരം സംസാരിക്കാൻ കഴിയുമായിരുന്നു. നമ്മുടെ പഞ്ചതന്ത്രം കഥകളിലെ മൃഗങ്ങളും പക്ഷികളും തമ്മിൽ പരസ്പരം സംസാരിക്കും പോലെ

അന്നൊരുദിവസം ചെറുപ്പക്കാരനായ ഒരു കർഷകൻ തന്റെ പാടം ഉഴുതിയതിനുസേഷം ഒരു വാഴത്തോട്ടത്തിന്റെ അരികിലിരുന്ന് വിശ്രമിക്കുകയായിരുന്നു. ഇടയ്ക്കിടയ്ക്ക് അത് തന്റെ ദേഹത്തു വന്നിരിക്കുന്ന ഈച്ചകളെ വാലുകൊണ്ട് തട്ടിയോടിക്കുന്നുണ്ടായിരുന്നു.

അങ്ങനെയിരിക്കുന്ന സമയത്ത് ഏതോ ഒരു മൃഗത്തിന്റെ ഭയാനാകമായ അലറൽശബ്ദം കേൾക്കാനിടയായി. പോത്ത് ഭയംകൊണ്ട് വിറച്ചു ഏതാണ്ട് കൊള്ളിമീനിന്റെ വേഗത്തിലാണ് ആ മൃഗം പോത്തിന്റെ മുന്നിൽ ചാടിവീണത്. അതൊരു കടുവയാണെന്ന് ആ കർഷകന് മനസ്സിലായി. കടുവ മറ്റ് മൃഗങ്ങളെപ്പോലെയല്ല; വളരെയേറെ വേഗതും ശക്തിയുമാള്ള, അപകടകാരിയായ മൃഗമാണ്. വളരെ സൂക്ഷിച്ചും, സമചിത്തതയോടുംകൂടി വേണം കടുവയോട് പെരുമാറാൻ. അയാൾ വിചാരിച്ചു.

പ്രതീക്ഷിക്കാത്തവിധം കടുവ പോത്തിനോട് സംസാരിക്കാൻ തുടങ്ങി.

'കൂട്ടരേ, ഞാൻ നിങ്ങളെ ഉപദ്രവിക്കാൻ വന്നതല്ല. അതുകൊണ്ട്

എന്നെക്കണ്ട് ഭയപ്പെടേണ്ടതില്ല. ഒരു സംശയം തീർക്കാനാണ് ഞാൻ വന്നത്; നിങ്ങൾ അതിനെന്നെ സഹായിച്ചാൽ മതി.'

എന്താണാവോ സംശയം?

'കുറച്ചുനാളുകളായി ഞാൻ ശ്രദ്ധിക്കുന്നു; എന്റെ അധീനതയിലുള്ള വനത്തിൽ രണ്ടുകാലിൽ നിൽക്കുന്ന ഒരു മൃഗത്തെ. എന്നെപ്പോലെയുള്ള പല മൃഗങ്ങളേയും അവൻ കെണിയിൽ പെടുത്തുന്നു. കാഴ്ചയ്ക്ക് അത്രയൊന്നും ശക്തിയില്ലാത്ത അവന്റെ പേര് മനുഷ്യനെന്നാണെന്ന് ആരോ പറഞ്ഞു. ഇന്ന് നീയും അതുപോലെയൊരു ഇരുകാലിമൃഗത്തിന്റെ അടിമയായി പണിയെടുക്കുന്നത് ഞാൻ കണ്ടു. അവന് നിന്നെ അടിമയാക്കാൻ എങ്ങനെ കഴിഞ്ഞു? പ്രത്യേകിച്ച് എന്ത് ശക്തിയാണ് അവനുള്ളതെന്ന് നീയെനിക്ക് പറഞ്ഞുതരുമോ? അതാണ് എനിക്കറിയേണ്ടത്.'

ആ സംസാരം കേട്ട് കർഷകന് കടുവ തന്നെ കണ്ടില്ലെന്നു മനസ്സിലായി. അതുകൊണ്ട് അയാൾ ഒരു മറവിലേക്ക് മാറിനിന്ന് അവരുടെ സംസാരം ശ്രദ്ധിച്ചു.

'സത്യം പറഞ്ഞാൽ, എനിയ്ക്ക് ലോകപരിചയം വളരെ കുറവാണ്. ഇത്തരം കാര്യം ഒട്ടുംതന്നെ അറിഞ്ഞുകൂടാ.'

പോത്ത് തുടർന്നു പറഞ്ഞു.

'ഞാൻ എന്റെ യജമാനൻ പറയുന്നതുപോലെ ജോലി ചെയ്യുന്നു; അത്രമാത്രം. എന്റെ യജമാനൻ, മനുഷ്യനെന്നു നിങ്ങൾ വിളിക്കുന്ന മൃഗം ഇവിടെത്തന്നെയുണ്ട്. അങ്ങയുടെ സംശയങ്ങൾ അദ്ദേഹത്തോട് നേരിട്ടു ചോദിക്കാമല്ലോ. പക്ഷേ, അദ്ദേഹത്തോട് നിങ്ങൾ മാന്യമായി മാത്രമേ പെരുമാറുകയുള്ളൂ എന്ന് എനിക്കുറപ്പ നൽകിയാൽ മാത്രമേ ഞാൻ താങ്കളെ അദ്ദേഹത്തിന്റെയടുത്ത് കൂട്ടിക്കൊണ്ടുപോകൂ.'

കടുവ സമ്മതം മൂളി.

പോത്ത് കടുവയെ തന്റെ യജമാനന്റെ അടുത്തേക്കു കൂട്ടിക്കൊണ്ടുപോയി. കർഷകന്റെ അടുത്തേക്കു നടക്കുന്നതിനിടയിൽ കടുവ പറഞ്ഞു:

'ഞാൻ സമ്മതിച്ചു; ആരോ പറഞ്ഞു മനുഷ്യന് നമ്മളേക്കാൾ കൂടുതൽ ബുദ്ധിശക്തിയുണ്ടെന്ന്. ആ ശക്തി എനിക്കുമുണ്ടെങ്കിലെന്ന് ഞാനാഗ്രഹിക്കുന്നു. എങ്കിൽ അധികം ബുദ്ധിമുട്ടാതെ, അലഞ്ഞുനടക്കാതെ എനിക്കും മറ്റ് മൃഗങ്ങളെ കെണിയിൽ പെടുത്തി വേണ്ടുന്ന ആഹാരം സമ്പാദിക്കാൻ കഴിയും.'

രണ്ടുപേരും സാവധാനം നടന്ന് കർഷകൻ നിന്നിരുന്ന

സ്ഥലത്തെത്തി. പോത്ത് തന്റെ യജമാനനെ കടുവയ്ക്ക് പരിചയപ്പെടുത്തി.

'ഇതാണ് എന്റെ യജമാനൻ.'

'നിങ്ങളാണോ മനുഷ്യൻ?'

'അതേ.'

'എനിയ്ക്ക് നിങ്ങൾക്കുള്ളതുപോലെ കുറച്ച് ബുദ്ധി-ശക്തി വേണം. നിങ്ങളുടെ പക്കൽ ആവശ്യത്തിൽ കൂടുതലുണ്ടെന്ന് എനിക്ക് അറിവ് കിട്ടി.'

പിന്നീടുള്ള കടുവയുടെ സംസാരം കൂടുതൽ കർക്കശവും ധാർഷ്ട്യത്തോടു കൂടിയതുമായിരുന്നു.

'നിങ്ങൾക്കറിയാമല്ലോ, എനിയ്ക്കതു തരാൻ വിസമ്മതിച്ചാൽ ബലം പ്രയോഗിച്ച് വാങ്ങിക്കാനും ഞാൻ മടിക്കില്ല. എന്റെ ശക്തി എത്രയാണെന്ന് നിനക്കറിയാമല്ലോ, അല്ലേ?'

ആ കർഷകൻ കുറേ ആലോചിച്ചതിനുശേഷം മറുപടി പറഞ്ഞു: 'ബുദ്ധിശക്തിയല്ലേ നിനക്ക് വേണ്ടത്? അത് നിനക്ക് തരുന്നതിൽ എനിക്കൊരു വിഷമവുമില്ല. പക്ഷേ എന്റെ പക്കലുള്ളതിന്റെ പകുതി മാത്രമേ തരികയുള്ളൂ. അതുകൊണ്ട് തൃപ്തിപ്പെടണം.'

'ശരി, എനിയ്ക്ക് സമ്മതം.'

ഓ, ഒരു ബുദ്ധിമുട്ടുണ്ടല്ലോ. ഞാനത് വീട്ടിൽ ഭദ്രമായി സൂക്ഷിച്ച് വെച്ചിരിക്കുകയാണ്. വയലിൽ ജോലിക്കുവരുമ്പോൾ കൂടെ കൊണ്ടുവരാറില്ല...'

അയാൾ തുടർന്നു:

'നീ ഇവിടെ നിൽക്ക്. ഞാൻ പോയി എടുത്തുകൊണ്ടുവരാം.'

ഞാനും നിങ്ങളുടെ കൂടെ വരാം.'

'ഏയ്, അതുവേണ്ട. നീ എന്റെ പോത്തിന്റെ അരികിൽ നിന്നോ. ഞാൻ പോയി വരുന്നതുവരെ എന്റെ പോത്ത് നിനക്ക് വേണ്ട സഹായങ്ങൾ ചെയ്തുതരും.'

രണ്ടുമൂന്നു ചുവട് മുന്നോട്ടു നടന്നതിനുശേഷം അയാൾ തിരിഞ്ഞുനിന്നു പറഞ്ഞു:

'പോകാൻ തുടങ്ങിയപ്പോൾ എനിക്കൊരു ഭയം. നീയെന്റെ പോത്തിനെയെങ്ങാനും പിടിച്ചു തിന്നാലോ? അതുകൊണ്ട് നീയൊരു കാര്യം സമ്മതിക്കണം.'

'കേൾക്കട്ടെ.'

'ഞാൻ നിന്നെ ഒരു കയറുകൊണ്ട് ഈ മരത്തിൽ കെട്ടിയിടും. ബുദ്ധിശക്തിയുമായി തിരിച്ചുവരുമ്പോൾ കെട്ട് അഴിച്ചുവിടും. എന്റെ കൈയിൽനിന്ന് ബുദ്ധിശക്തി വാങ്ങി നിനക്ക് സന്തോഷത്തോടെ തിരിച്ചുപോകുകയും ചെയ്യാം.'

കടുവ സമ്മതിച്ചു.

കർഷകൻ ഒരു നല്ല കയർകൊണ്ട് കടുവയെ ഭദ്രമായി മരത്തിൽ കെട്ടിയിട്ടു. പിന്നീട് അയാൾ കടുവ നിന്നിരുന്ന മരത്തിനുചുറ്റും നല്ലതു പോലെ ഉണങ്ങിയ വൈക്കോൽ നിരത്തി.

'ഇതൊക്കെ എന്തിനാ?'

കടുവ തിരക്കി.

'ഓ, ഒരു നിമിഷം. നിനക്ക് ബുദ്ധിശക്തി വേണ്ടേ? അതുകൊണ്ട് അല്പനേരം അടങ്ങിനിൽക്ക്.'

അതിനുശേഷം അയാൾ വൈക്കോലിന് തീയിട്ടു. കടുവ തീയ്ക്കു നടുവിൽ കിടന്ന് ദേഹമെല്ലാം ചൂടുതട്ടി നിലവിളിച്ചു. കെട്ടഴിച്ചുവിടാൻ യാചിച്ചു. പക്ഷേ, ഫലമുണ്ടായില്ല. കർഷകനും പോത്തും ഇതിനകം സ്വന്തം ഭവനത്തിലേക്കു പോയിക്കഴിഞ്ഞിരുന്നു.

കുറേനേരം കഴിഞ്ഞപ്പോൾ കടുവയെ കെട്ടിയിരുന്ന കയറിനും തീ പിടിച്ചു. കടുവയുടെ മേൽ കയറ് ചുറ്റിയിരുന്ന സ്ഥലമെല്ലാം പൊള്ളി. എരിഞ്ഞുപോയ കയർ തട്ടിമാറ്റി കടുവ ജീവനുംകൊണ്ട് രക്ഷപ്പെട്ടു.

ദേഹത്ത് പൊള്ളിയ സ്ഥലത്തുണ്ടായ വ്രണങ്ങൾ കരിയാൻ ഒന്നു രണ്ടു മാസങ്ങൾ വേണ്ടിവന്നു.

കരിഞ്ഞുകഴിഞ്ഞപ്പോൾ കയർ ചുറ്റിയിരുന്ന ഇടങ്ങളിൽ മാറാത്ത വ്രണപ്പാടുകൾ വരകൾപോലെ കാണപ്പെട്ടു. മാത്രമല്ല, പിന്നീട് കടുവയുടെ കുട്ടികളുടെ ദേഹത്തും, അവരുടെ കുട്ടികളുടെ ദേഹത്തും, അങ്ങനെ കടുവാവംശത്തിനു തന്നെ ആ വരകൾ കിട്ടിയെന്ന് വിയറ്റ്നാം കാർ വിശ്വസിക്കുന്നു.

ശിലയായി മാറിയ മകൾ

പടിഞ്ഞാറൻ സുമാട്രയിൽ പണ്ടുകാലത്ത് വിധവയായ ഒരമ്മയും, അവരുടെ സുന്ദരിയായ മകളും താമസിച്ചിരുന്നു. അവർ വളരെ പാവപ്പെട്ടവരായിരുന്നു. നെൽവയലുകളുടെ ഓരത്തായി ഒരു ചെറിയ കുടിലിലാണ് അവർ താമസിച്ചിരുന്നത്. ആ നെൽവയലുകളിൽ കൂലിവേല ചെയ്ത് കിട്ടിയ തുച്ഛമായ വരുമാനം കൊണ്ട് അവർ ജീവിച്ചു. രാവിലെ മുതൽ രാത്രിവരെ പണിയാണ്. അതുകഴിഞ്ഞാൽ വീട്ടിലെ ജോലിയും ആ അമ്മ തന്നെ ചെയ്യും.

അങ്ങനെയൊക്കെയാണെങ്കിലും തന്റെ സുന്ദരിയായ മകളെ കാണുമ്പോൾ ആ അമ്മയ്ക്ക് സന്തോഷമാകും. ആ മുഖം കണ്ടാൽ മതി; അമ്മ കഷ്ടപ്പാടുകളെല്ലാം മറക്കും. ചിലപ്പോഴൊക്കെ അമ്മ മകളെ കെട്ടിപ്പിടിച്ചു പറയുമായിരുന്നു:

'പൊന്നുമോളേ, എന്റെ ഓമനമോളേ, നിന്റെ ഈ സൗന്ദര്യം തികഞ്ഞ മുഖം കണ്ടാൽ മാത്രംമതി. പിന്നെയെനിക്ക് ഒന്നും ഒരു പ്രശ്നമല്ല. എത്ര പണിയുണ്ടെങ്കിലെന്താ, എനിയ്ക്കതെല്ലാം ഒരു വിഷമവും കൂടാതെ ചെയ്യാനാകും. നീയെന്റെയടുത്തുള്ളപ്പോൾ ഞാനെല്ലാ കഷ്ടപ്പാടുകളും മറക്കും.'

ചിലപ്പോഴൊക്കെ മകൾ വീട്ടുവേലകളിൽ അമ്മയെ സഹായിക്കുമായിരുന്നു. പക്ഷേ, പ്രായമായതോടെ അവൾ ഒരു ജോലിയു ചെയ്യാതെയായി. വീട്ടിലിരിക്കുന്നതുതന്നെ അവൾക്ക് ഇഷ്ടമല്ലാതായിത്തുടങ്ങി. അവളുടെ സൗന്ദര്യത്തെക്കുറിച്ച് എല്ലാവരും പുകഴ്ത്തിപ്പറയാൻ തുടങ്ങി.

അതുകേട്ട് അവൾക്ക് മനസ്സിൽ അഹങ്കാരം വളർന്നുവെന്നു പറഞ്ഞാൽ അതിശയിക്കാനൊന്നുമില്ല. കൂടുതൽ ആളുകളും അങ്ങനെ അഹങ്കരിക്കുന്നവരാണ്. പക്ഷേ, ഈ കഥയിലെ പെൺകുട്ടി വളരെയധികം അഹങ്കരിച്ചു.

അമ്മ കഷ്ടപ്പെട്ട്, പട്ടിണികിടന്ന് സ്വരൂപിച്ചുകിട്ടിയ പണംകൊണ്ട് അവൾക്ക് നല്ല വസ്ത്രങ്ങൾ വാങ്ങിച്ചുകൊടുക്കുമായിരുന്നു. പക്ഷേ, തനിയ്ക്കുവേണ്ടി അവരൊന്നും വാങ്ങാറില്ലായിരുന്നു. അവർ എന്നും പഴയതും, കീറിയതും, തുന്നിച്ചേർത്തതുമായ വസ്ത്രങ്ങളാണ് ധരിച്ചിരുന്നത്. നല്ല വസ്ത്രങ്ങൾ ധരിച്ച് വെളിയിൽ പോകുന്ന അവളുടെകൂടെ അമ്മ കീറിയ വസ്ത്രങ്ങളും ധരിച്ച് ചെല്ലുന്നത് അവൾക്കിഷ്ടമല്ലാതെയായി.

'അയ്യേ, ഈ കീറിയ വസ്ത്രങ്ങളുമായി എന്റെ കൂടെ വരരുത് കേട്ടോ. എന്തു കുറച്ചിലാണെന്നോ.' അവൾ പറയും.

പക്ഷേ അമ്മയ്ക്ക് കൂടുതലായി ഒന്നും ചെയ്യാൻ കഴിയുമായിരുന്നില്ല. മകൾക്ക് നല്ല വസ്ത്രങ്ങൾ വാങ്ങാൻ അവരെത്ര കഷ്ടപ്പെടുന്നു! പിന്നെ തനിക്കുംകൂടി നല്ല വസ്ത്രങ്ങൾ അവരെങ്ങനെ വാങ്ങും. മകൾ കുറേശ്ശെ അമ്മയെ വെറുക്കാനും ശപിയ്ക്കാനും തുടങ്ങി. ആ അമ്മ എല്ലാം സഹിക്കാൻ തയ്യാറായിരുന്നു. പക്ഷേ, മകൾ തന്നെ വെറുക്കാൻ തുടങ്ങിയത് അവർക്ക് സഹിച്ചില്ല. എന്നാലും സ്വന്തം മകളല്ലേ. അവർ അവൾക്കു വേണ്ടി എല്ലാം ചെയ്തു.

മകളെ മറ്റുള്ളവർ പുകഴ്ത്തിപ്പറയുന്നത് കേൾക്കാൻ അവർക്കെപ്പോഴും സന്തോഷമായിരുന്നു. തന്റെ മകൾ തികച്ചും സുന്ദരിയാമെന്ന് അമ്മ അഭിമാനിച്ചു. പക്ഷേ മകളോ? കൂട്ടുകാരുടെ മുമ്പിൽ അമ്മ ചെല്ലുന്നത് മകൾക്കിഷ്ടമല്ലാതായി. അവർ തന്റെ അമ്മയാണെന്നു പറയാൻ അവൾക്ക് ലജ്ജതോന്നി. തന്റെ സ്നേഹിതരുടെ മുമ്പിൽ അവർ അമ്മയാണെന്ന് പരിചയപ്പെടുത്താൻ അവൾ മടിച്ചു. എന്തിന്, അവൾ അമ്മയെ കൂട്ടുകാരികൾക്ക് പരിചയപ്പെടുത്തിയത് തന്റെ വീട്ടിലെ വേലക്കാരിയാണെന്നാണ്. ആ രീതികൾ പല പ്രാവശ്യം ആവർത്തിച്ചപ്പോൾ അമ്മയ്ക്ക് സഹിക്കാനായില്ല. എങ്കിലും എപ്പോഴും അവർ ദൈവത്തോട് പ്രാർത്ഥിച്ചത്, മകളെ തെറ്റുതിരുത്തി നേർവഴിയിൽ കൊണ്ടുവരണേയെന്നാണ്. എങ്കിലും തീരെ സഹികെട്ടപ്പോൾ, ഒരു ദിവസം ഹൃദയം നൊന്തുപോയ ആ അമ്മ പ്രാർത്ഥിച്ചുപോയി-

'ദൈവമേ, ഇവളുടെ പോക്ക് നല്ലതിനല്ലല്ലോ. അങ്ങിവൾക്ക് അർഹിക്കുന്ന ശിക്ഷ നൽകണേ, കാരുണ്യമൂർത്തേ.'

അമ്മ ആഗ്രഹിച്ചത് ദൈവം മകൾക്കു ശിക്ഷനൽകി നേർവഴിക്ക് നയിക്കണമെന്നു മാത്രമായിരുന്നു. പക്ഷേ, അവളുടെ തെറ്റ്

ക്ഷമിക്കത്തക്കതായിരുന്നോ?

നിങ്ങൾതന്നെ ആലോചിച്ച് ഉത്തരം കണ്ടെത്തിയതിനുശേഷം ഈ കഥയുടെ ബാക്കി വായിച്ചാൽ നന്നായിരിക്കും.

ദൈവം അവൾക്ക് ശിക്ഷ നൽകുകതന്നെ ചെയ്തു.

അവളുടെ കാലുകൾ മരവിച്ച് കല്ലായി മാറാൻ തുടങ്ങി. ക്രമേണ ദേഹവും.

ചില നിമിഷങ്ങൾക്കുള്ളിൽ അവൾ ഒരു നല്ല, സൗന്ദര്യമുള്ള ശിലയായി. ആ ശിലയുടെ വിള്ളലുകളിൽനിന്ന് വെള്ളം തുള്ളിത്തുള്ളിയായി ഒരു ചെറിയ ഉറവപോലെ കൂടെക്കൂടെ വീഴാറുണ്ട്.

അമ്മയോട് കാണിച്ച പുച്ഛം നിറഞ്ഞ ദയാരഹിതമായ പെരുമാറ്റം തെറ്റായിരുന്നുവെന്ന് ബോധ്യമായ അവൾ പശ്ചാത്താപിച്ച് കരയുന്നുവെന്നും, അങ്ങനെയുണ്ടാകുന്ന കണ്ണുനീരാണ് ആ ഉറവയായി ഇറ്റിറ്റു വീഴുന്നതെന്നും ആ നാട്ടിലെ നല്ലയാളുകൾ ഇന്നും വിശ്വസിക്കുന്നു.

സത്യസന്ധനായ ഒരു മനുഷ്യൻ

ഒരു രാജ്യത്തിന്റെ രാജാവാകാനും, ധാരാളം സ്വത്തും അധികാരവും സ്വന്തമാക്കാനുമുള്ള അവസരം ലഭിക്കുമ്പോൾ അതൊന്നും ആവശ്യമില്ലെന്നു പറഞ്ഞ് സന്തോഷമായി പാട്ടുംപാടിപോകുന്ന മനുഷ്യരുണ്ടോ?

ഉണ്ട്.

നിങ്ങൾക്ക് അതിശയം തോന്നുന്നു, അല്ലേ?

പക്ഷേ, അതാണ് സത്യം അപൂർവ്വം ചിലർ അങ്ങനെയാണ്. അങ്ങനെയുള്ളവർ പലപ്പോഴും കറകളഞ്ഞ സത്യസന്ധൻമാരായിരിക്കും. അവർ മറ്റ് മനുഷ്യരെ തന്നേപ്പോലെതന്നെ കാണുകയും ചെയ്യും.

പണ്ട് പണ്ട് സുമാട്രയിൽ ജീവിച്ചിരുന്ന അമൻ ജംഫ്രേറ്റ അങ്ങനെയുള്ള സത്യസന്ധനായ ഒരു മനുഷ്യനായിരുന്നു. അമനും അദ്ദേഹത്തിന്റെ ഭാര്യ ഇനെൻ ഇംഫ്രേറ്റും ഒരു ചെറിയ കുടിലിലാണ് താമസിച്ചിരുന്നത്. ഒരു കൈയിൽ ഒരു കുടയും, കക്ഷത്തിൽ ഒരു നീണ്ട സഞ്ചിയുമായി ഇനെൻ ദിവസവും രാവിലെ ചന്തയിലെ അരി ശേഖരിച്ചുവിൽക്കുന്ന കടകളുടെ മുമ്പിൽ എത്തും. എന്തിനാണെന്നല്ലേ? അരിച്ചാക്കുകൾ നിറച്ച ഭാരം തിട്ടപ്പെടുത്തി വണ്ടിയ്ക്കുള്ളിൽകയറ്റി അയയ്ക്കുമ്പോൾ സ്വാഭാവികമായും കുറേ അരിമണികൾ അവിടെയെല്ലാം വീണുപോകും. ഇനൻ ദിവ,വും തലേദിവസം വീണുകിടക്കുന്ന അരിമണികൾ ശേഖരിച്ച് തന്റെ സഞ്ചിയിലാക്കും. അങ്ങനെ ശേഖരിക്കുന്ന അരിമാത്രമേ അവർക്ക് ആഹാരത്തിനുണ്ടായിരുന്നുള്ളൂ. അവർക്ക് സ്വന്തമായി ഭൂമിയൊന്നും

തന്നെയില്ലായിരുന്നു. വളറെ പാവപ്പെട്ടവരായതുകൊണ്ട് ആരും കൃഷി ചെയ്യാൻ ഒരു തുണ്ട് ഭൂമിപോലും അവർക്കു കൊടുക്കാൻ തയ്യാറായ തുമില്ല. ഇനെൻ കടത്തെരുവുകളിൽ അരിമണികൾ പെറുക്കുമ്പോൾ അമൻ മീൻവലയുമായിഅടുത്തുള്ള തടാകത്തിലേക്കു പോകും. മീൻ പിടിച്ചതിനുശേഷം തിരികെ പോകുന്ന വഴിയിൽ, വഴിയോരത്ത് കാണുന്ന തിന്നാൻ കൊള്ളാവുന്ന ചില ഇലകളുംഅയാൾ പറിച്ചെടുക്കും. അങ്ങനെ കിട്ടുന്ന ഒന്നോ, രണ്ടോ ചെറിയ മീനും, ഇലകളും ഇനെൻ കൊണ്ടുവരുന്ന അരിമണഇകളും കൊണ്ട് അവർ അന്നന്നത്തെ ആഹാരമുണ്ടാക്കി കഴിച്ചു. അതുകൊണ്ട് അവർ തൃപ്തരായി ജീവിച്ചു.

അവർക്ക് കുട്ടികളില്ലായിരുന്നു. അതുകൊണ്ട് കഷ്ടപ്പാടുകൾ അവർ രണ്ടുപേരും മാത്രം പങ്കിട്ടാൽ മതിയായിരുന്നു. കഷ്ടപ്പെട്ടിട്ടാണെങ്കിലും അവർ സന്തോഷത്തോടെ ജീവിച്ചു. അവർക്ക് പരസ്പരം സ്നേഹവുമായിരുന്നു.

അങ്ങനെ ഒരു ദിവസം മീൻപ്പിടിത്തം കഴിഞ്ഞുവന്ന അയാൾ പറഞ്ഞു:

'നോക്കൂ, ഞാൻ നാളെ തടാകത്തിൽ വലവീശാൻ ഉദ്ദേശിക്കുന്നില്ല. തടാകത്തിൽ മീനൊന്നുംഇല്ലാതായിരിക്കുന്നു.'

പക്ഷേ, ഇനെൻ അയാൾ പറഞ്ഞതൊന്നും ശ്രദ്ധിക്കാനുള്ള മാനസികാവസ്ഥയിലായിരുന്നില്ല.

എങ്കിലും അവൾ അശ്രദ്ധയോടെ ചോദിച്ചു.

ങും, എന്താണാവോ പുതിയ പദ്ധതി?

'എന്റെ പൊന്നു ഭാര്യേ, ഞാൻ പറഞ്ഞില്ലേ, നാളെ ഞാൻ എന്നും ചെയ്യാറുള്ളതുപോലെ തടാകത്തിൽ വലയെറിയാൻ പോകുന്നില്ലെന്ന്.'

അതു നിങ്ങൾ നേരത്തേ പറഞ്ഞുകഴിഞ്ഞല്ലോ.'

'ഇന്ന് തിരികെവരുന്ന വഴിയാണ് എനിക്കൊരു പുതിയ ആശയം തോന്നിയത്.'

ഒരുപാട് ചിന്തിക്കാതിരിക്കുകയാ നല്ലത്. കൂടുതൽ ചിന്തിച്ചാൽ, വേണ്ടത് ചെയ്യാനും മറന്നുപോയെന്നു വരാം.'

'ഓ. അതെക്കുറിച്ചൊന്നും നീ ഭയപ്പെടേണ്ട. നാളെ ഞാൻ വലിയ മരങ്ങളുടെ നടുവിൽ വരവിരിച്ച്കെട്ടാൻ പോകുന്നു.'

'ഓഹോ, അങ്ങനെയോ? നിങ്ങളെന്തു ചെയ്താലും എനിക്കൊന്നുമില്ല.'

'എന്റെ ഇനെൻ, ഇതങ്ങനെയല്ല. ഞാൻ നാളെ തടാകത്തിനടുത്തുള്ള ഏറ്റവും വലിയ മരങ്ങളുടെ മുകളിൽ നമ്മുടെ വല വിരിച്ചുകെട്ടും.'

അപ്പോഴാണ് ഇനെൻ തന്റെ ഭർത്താവ് പറയുന്നതിൽ ശ്രദ്ധ പതപ്പിച്ചത്. അവൾക്ക് അമൻ പറയുന്നതിൽ എന്തോ പന്തികേടുണ്ടെന്ന തോന്നി. അവൾ ചോദിച്ച:

'എന്താ നിങ്ങളീപ്പറയുന്നത്? നിങ്ങളുടെ തലയ്ക്ക് വല്ല തകരാറുമുണ്ടോ? ആളുകൾ കേട്ടാൽ എന്തു പറയും? മരങ്ങളുടെ നടുവിൽ വലകെട്ടാൻ പോകുന്നപോലും!

പക്ഷേ, ഇനെൻ എന്നെ അങ്ങനെയൊന്നും കരുതണ്ട. ഞാൻ വലകെട്ടി എന്തെങ്കിലുമൊക്കെ സമ്പാദിക്കും. നീ നോക്കിക്കോ. ഇനെൻ പിന്നീടൊന്നും സംസാരിച്ചില്ല. അടുത്ത ദിവസം കാലത്തുതന്നെ, സാധാരണ പോകുന്നതിലും കുറച്ച് നേരത്തേ എഴുന്നേറ്റ് തന്റെ വലയും മറ്റ് സാമഗ്രികളും എടുത്തുകൊണ്ട് അമൻ പുറപ്പെട്ടു. അയാൾ തന്റെ ഉദ്ദേശത്തിൽ എന്തെങ്കിലും മണ്ടത്തരം ഉണ്ടോയെന്ന് വീണ്ടും വീണ്ടും ചിന്തിക്കാതിരുന്നില്ല. ഒടുവിൽ അയാൾ താൻ ഉദ്ദേശിച്ച രീതിയിൽ വലകെട്ടാൻ തീർച്ചയാക്കി നടന്നു.

അമൻ പോകുന്നതന് ഇനെൻ കണ്ടെങ്കിലും അവൾ ഒന്നും പറഞ്ഞില്ല. എങ്കിലും അവളുടെ മനസ്സിൽ ഇനെൻ പറഞ്ഞ കാര്യങ്ങൾ വീണ്ടും വീണ്ടും പൊന്തിവന്നു. അവൾ പതിവുപോലെ അരിപെറുക്കാൻ പോയെങ്കിലും മനസ്സിൽ അമൻ എന്ത് വിഡ്ഢിത്തരങ്ങളാണ് കാട്ടിക്കൂട്ടാൻ പോകുന്നതെന്ന ചിന്ത അവളെ അലട്ടിക്കൊണ്ടേയിരുന്നു. എങ്കിലും കിട്ടിയ അരിയും, വഴിയിൽ നിന്ന് പറിച്ചെടുത്ത് ഇലകളും കൊണ്ടുവന്ന് അവൾ ഭക്ഷണം പാകം ചെയ്തു.

അപ്പോൾ ആരോ ഓടിവരുന്ന ശബ്ദം അവളുടെ കാതിൽ വീണു. ശ്രദ്ധിച്ചപ്പോൾ അത് അമനാണെന്ന മനസ്സിലായി. ഓടിയതുകൊണ്ട് അയാൾ അണയ്ക്കുന്നുണ്ടായിരുന്നു. എങ്കിലും അയാൾ ചോദിച്ച:

'അതിവിടെ വന്നോ? ഞാനിവിടെ എത്തുന്നതിനുമുമ്പ് ഇവിടെ എത്താമെന്നാണല്ലോ എന്നോട് പറഞ്ഞത്?'

'ആരേക്കുറിച്ചാണ് നിങ്ങൾ പറയുന്നത്? ആര് വരുമെന്നാണ്? എനിക്കൊന്നും മനസ്സിലാകുന്നില്ല.' ഇനെൻ പറഞ്ഞു.

അയാളുടെ പെരുമാറ്റത്തിൽ എന്തോ സാരമായ പന്തികേടുണ്ടെന്ന് അവൾക്കു തോന്നി.

'ആ കൊക്ക്, അതിവിടെ വരാമെന്ന് എനിയ്ക്കുറപ്പ് തന്നതാണ്...'

അയാൾ ആകാശത്തേക്കു നോക്കിപ്പറഞ്ഞു.

'കൊക്കോ? ഏതു കൊക്ക്? നിങ്ങൾക്കെന്താ ഭ്രാന്തുണ്ടോ? കൊക്ക് നമ്മുടെ വീട്ടിലേക്കു വരാമെന്ന വാക്കു തന്നെന്നോ? ഭ്രാന്ത് പറയാതെ

മനുഷ്യാ.'

സത്യം പറഞ്ഞാൽ അവൾക്ക് വല്ലാത്ത വിഷമം തോന്നി. തന്റെ ഭർത്താവിന് എന്തെങ്കിലും മാനസികക്കുഴപ്പം...! അങ്ങനെയൊന്ന് അവൾക്ക് ചിന്തിക്കാൻകൂടി ഭയം തോന്നി.

'എനിക്ക് ഭ്രാന്തൊന്നുമില്ല. ആ കൊക്ക് സത്യം ചെയ്ത് പറഞ്ഞതാണ്; നീയെന്നെ വിശ്വസിയ്ക്ക്.'

ഭാര്യയ്ക്ക് താൻ പറയുന്നതൊന്നും ബോധ്യമായില്ലെന്ന് അവളുടെ നോട്ടം കണ്ടപ്പോൾ അയാൾക്കു മനസ്സിലായി. അതുകൊണ്ട് അയാൾ തുടർന്നു പറഞ്ഞു:

'എന്റെ പൊന്നുഭാര്യേ, നീ വിശ്വസിക്ക്; നടന്നതു മുഴുവൻ നിന്നോട് ഞാൻ പറയാം. ഞാനിന്ന് രാവിലെ നമ്മുടെ വല ആ മരങ്ങളുടെ മുകളിൽ കെട്ടി. അതിൽ മുളങ്കീറുകൊണ്ടുണ്ടാക്കിയ കെണിയും സംഘടിപ്പിച്ചു. എന്റെ ഭാഗ്യത്തിന് ഞാനാഗ്രഹിച്ചതുപോലെ അധികം താമസിയാതെ ഒരു കൊക്ക് ആ കെണിയിൽപെട്ടു. നല്ല ഒരു കൊക്ക്. നമ്മുടെ ഇന്നത്തെ ഭക്ഷണത്തിന് അത് ധാരാളം മതിയാകുമായിരുന്നു.'

അയാൾ പറയുന്നത് താടിക്ക് കൈയും കൊടുത്ത് ഇനെൻ കേട്ടുകൊണ്ടിരുന്നു. അയാൾ തുടർന്നു:

'കൊക്കിന്റെ ചിറകടികേട്ട് ഞാൻ മരത്തിന്റെ മുകളിൽ കയറി. അതിനെ പിടിച്ചെടുത്തു.പക്ഷേ, ആ കൊക്ക് നമുക്ക് മനസിലാകുന്ന രീതിയിൽ യാചിച്ചു. അതിനെ അങ്ങനെ അമർത്തിപ്പിടിക്കേണ്ടായെന്നും, വിട്ടാൽ അത് സ്വയം പറന്ന് നമ്മുടെ വീട്ടിലേത്തിക്കൊള്ളാമെന്നും സത്യം ചെയ്തു പറഞ്ഞു. അത് അങ്ങനെ പറഞ്ഞപ്പോൾ ഞാൻ വിശ്വസിച്ചുപോയി.'

ഇനെൻ അതിശയത്തോടെ ചോദിച്ചു.

എന്ത്! അതു പറഞ്ഞത് നിങ്ങൾ വിശ്വസിച്ചെന്നോ? നിങ്ങളൊരു വിഡ്ഢിയാണെന്ന് ഇപ്പോഴെങ്കിലും മനസ്സിലായില്ലേ? ഏതെങ്കിലും ഒരു പക്ഷി കൊല്ലപ്പെടാനായി ഒരു വേടന്റെ വീട്ടിലേക്ക് വരുമെന്നോ? ഇതു നല്ല കൂത്ത്.

ശരിയാണ്; ഞാനൊരു വിഡ്ഢിയായിരിക്കാം. പക്ഷേ, ഞാൻ കള്ളം പറയാത്തതുപോലെ, മറ്റുള്ളവരെ വിശ്വസിക്കുകയും ചെയ്യും. അങ്ങനെ ഒരു പ്രകൃതമായിപ്പോയി എന്റേത്.

അയാൾ സ്വയം പറഞ്ഞു. അതുകേട്ട ഇനെന് തന്റെ ഭർത്താവ് ശുദ്ധഗതിക്കാരനായ ഒരു നല്ല മനുഷ്യനാണല്ലോ എന്നു തോന്നി.

മനസ്സിന്റെയുള്ളിൽ അയാളെക്കുറിച്ച് അഭിമാനവും.

അടുത്ത ദിവസം കാലത്ത് ഒരു ദൃഢനിശ്ചയത്തോടെയാണ് അയാൾ ദിനചര്യകൾ ആരംഭിച്ചത്. ഇന്നും വല കെട്ടണം. നല്ല തീറ്റ വെച്ച് കെണിയൊരുക്കിയാൽ കൊക്ക് വീഴാതിരിക്കില്ല. ഇന്നലത്തെ അതേ കൊക്കുതന്നെ വീണാൽ നന്നായിരിക്കും. ആ വിശ്വാസവഞ്ചകനെ ഒരു പാഠം പഠിപ്പിക്കണം.

അയാൾ വിചാരിച്ചു.

അയാൾ വലകെട്ടി കെണി സംഘടിപ്പിച്ച് മരച്ചുവട്ടിൽ കാത്തിരുന്നു.

സമയം പൊയ്ക്കൊണ്ടേയിരുന്നു. അങ്ങനെ ഇരുന്നിരുന്ന് അയാൾ ഉറങ്ങിപ്പോയി. അപ്പോഴാണ് മുകളിൽ പക്ഷിയുടെ ചിറകടി കേട്ടത്. അയാൾ ഉണർന്ന് ധൃതിയിൽ മരത്തിന്റെ മുകളിലേക്കു കയറി. അയാൾക്ക് വിശ്വസിക്കാൻ കഴിഞ്ഞില്ല. താനാഗ്രഹിച്ചതുപോലെ തലേന്നാൾ തന്റെ കൈയിൽനിന്നും രക്ഷപ്പെട്ടുപോയ അതേ കൊക്ക് അവിടെ കിടക്കുന്നു. നന്നായി! ഇന്നിനെ വിടില്ല. അയാൾ തീർച്ചയാക്കി. അയാൾ അതിനെ പിടികൂടി അതിന്റെ കഴുത്തിൽ അമർത്തിപ്പിടിച്ചു. എന്നിട്ട് അതിനോട് പറഞ്ഞു:

'എടാ കള്ളാ, ഇന്നലെ നീയെന്നെ പറ്റിച്ചതുപോലെ ഇന്നു പോകാമെന്നു കരുതണ്ടാ. യാതൊരു കാരണവശാലും നിന്നെ ഞാൻ വെറുതെ വിടില്ല.'

ദയവുചെയ്ത് എന്നോട് ക്ഷമിക്കണം.

ആ കൊക്ക് യാചിച്ചു. അമൻ കൊക്കിന്റെ കഴുത്തിലെ പിടി ഒന്നുകൂടി മുറുക്കിക്കൊണ്ട് പറഞ്ഞു:

നീ'ന്നോട് ക്ഷമിക്കാനോ? ഇന്നലെ എനിക്കുപറ്റിയ മണ്ടത്തരം ധാരാളം മതി. ഇനി നിന്നെ വെറുതെ വിടുന്ന പ്രശ്നമില്ല. ഇന്നലെ പറ്റിച്ചതുമതി.'

കൊക്ക് ദയയ്ക്കുവേണ്ടി വീണ്ടും യാചിച്ചു.

'ഇന്നലെ ഞാൻ നിങ്ങളെ മനപ്പൂർവ്വം ചതിച്ചതല്ല. ചില സാഹചര്യങ്ങൾകൊണ്ട് അങ്ങനെ സംഭവിച്ചുവെന്നുമാത്രം. ദയവായി എന്നെ വിടണം.'

കൊക്ക് ഇത്രയും കൂടി കൂട്ടിച്ചേർത്തു:

'എന്നെ വിട്ടാൽ ഞാൻ നിങ്ങൾക്കു വേണ്ടുന്ന, നിങ്ങളാഗ്രഹിക്കുന്ന എന്തും...'

അമൻ ഇടിൽ കയറി ചോദിച്ചു:

'എന്ത്! എന്താ നീ പറയുന്നത്? വിട്ടാൽ എന്തു ചെയ്യുമെന്നാ?'

'അല്ലയോ മനുഷ്യാ, എന്നെ വിട്ടയച്ചാൽ ഞാൻ നിങ്ങളാഗ്രഹിക്കുന്ന എന്തും സാധിച്ചുതരും.'

'ഇന്നലെ നീ എന്നോട് കള്ളംപറഞ്ഞു. ഞാൻ നിന്റെ വാക്കുകൾ വിശ്വസിച്ചു. ഇനിയും നീ പറയുന്നത് ഞാൻ വിശ്വസിക്കണമെന്നാണോ?'

'തീർച്ചയായും; ഞാനീത്തവണ എന്റെ വാക്ക് തെറ്റിക്കുകയില്ല. മാത്രമല്ല, നിങ്ങളെ ഞാൻ എന്റെ വീട്ടിലേക്കു ക്ഷണിക്കുകയാണ്. എപ്പോഴെങ്കിലും സൗകര്യം കിട്ടുമ്പോൾ താങ്കൾ എന്റെ വീട്ടിലേക്കു വരണം. എന്റെ വീട്ടിലേക്കുള്ള വഴി ഞാൻ പറയാം; ഇവിടെനിന്ന് പടിഞ്ഞാറേക്ക് നടക്കണം. വഴിയിൽ ഏഴ് നദികൾ കടക്കണം. ഇടത്തേക്കോ, വലത്തേക്കോ തിരിയാതെ നേരെ നടന്നാൽ എന്റെ വീട്ടിലെത്താം.'

കൊക്ക് സംസാരിക്കുന്നത് ശ്രദ്ധിച്ച അമൻ തന്റെ കൈയുടെ മുറുക്കം കുറേശ്ശെ അയയുന്നത് ശ്രദ്ധിച്ചില്ല. ആ തക്കം നോക്കി കൊക്ക് അയാളുടെ കൈയിൽനിന്നും രക്ഷപ്പെട്ടു. ആകാശത്തേക്ക് പറന്നുയർന്ന കൊക്ക് പറഞ്ഞു:

'നിങ്ങൾ എന്തെങ്കിലും ആഗ്രഹിച്ചാലും ഇല്ലെങ്കിലും ഒരു കാര്യം തീർച്ചയാണ്; നിങ്ങൾ ഇനി പട്ടിണിയാകേണ്ടിവരില്ല. നിങ്ങൾക്ക് എല്ലാ സൗകര്യങ്ങളുമുണ്ടാകും.'

കൊക്ക് പടിഞ്ഞാറ് നോക്കി, ഉയർന്ന് ദൂരങ്ങളിലേക്കു പറന്നുമറയുന്നതും നോക്കി അമൻ വിഷണ്ണനായി നിന്നു.

അയാൾ മരത്തിൽ നിന്നുമിറങ്ങി. തന്റെ വലയും മറ്റുമെടുത്തുകൊണ്ട് വീട്ടിലേക്ക് നടന്നു. താനൊരു പമ്പരവിഡ്ഢിയാണെന്ന് അയാൾ മനസ്സിൽ കരുതി.

വീട്ടിൽ ചെല്ലുമ്പോൾ തന്റെ ഭാര്യ എന്താണാവോ പറയാൻ പോകുന്നതെന്ന് അയാൾ ചിന്തിച്ചു. ഇനെന്റെ ദേഷ്യപ്പെടുന്ന ശബ്ദം കേട്ടപ്പോഴാണ് അയാൾക്ക് പരിസരബോധമുണ്ടായത്.

'അമൻ ജംഫ്രെറ്റ്, നിങ്ങൾ എവിടെനിന്നാണ് ഈ സാധനങ്ങളിത്രയും മോഷ്ടിച്ചത്? എനിക്കിപ്പോഴറിയണം.'

ഇനെൻ ശബ്ദമെടുത്തു.

പാവം അമൻ, അയാൾക്കൊന്നും മനസ്സിലായില്ല.

'നീയെന്താ പറയുന്നത്! ഞാൻ മോഷ്ടിച്ചെന്നോ?

'വേണ്ട എനിക്കീ സമാധാനങ്ങളൊന്നും കേൾക്കണ്ട. നിങ്ങൾ മോഷ്ടിച്ചില്ലെങ്കിൽ ഈ സാധനങ്ങളെല്ലാം എവിടെനിന്നു വന്നു? എവിടെനിന്നോ മോഷ്ടിച്ചിട്ട് അറിഞ്ഞില്ലെന്നു നടിക്കുന്നു. അതല്ലേ സത്യം ? എന്താ ഞാനിതൊക്കെ വിശ്വസിക്കണോ?

അതുകേട്ടപ്പോൾ അമൻ തികഞ്ഞ ദേഷ്യത്തോടുകൂടി പറഞ്ഞു:

'നീ വിശ്വസിക്കുന്നില്ലെങ്കിൽ വേണ്ട്. പക്ഷേ ഞാനൊന്നും എങ്ങുനിന്നും മോഷ്ടിച്ചിട്ടില്ല. അതാണ് സത്യം. അതുകൊണ്ട് എനിക്ക് പ്രത്യേകിച്ച് നടിക്കേണ്ട ആവശ്യവുമില്ല.'

'എങ്കിൽ നിങ്ങൾ സത്യം പറ. ഇതൊക്കെ എവിടെനിന്നും വന്നു? നമ്മൾ ഒന്നുമില്ലാത്തവരായി ഇത്രയും നാൾ കഴിഞ്ഞു. മറ്റുള്ളവരുടെ സ്വത്ത് മോഷ്ടിച്ച് ആഡംബരമായി ജീവിക്കാൻ എനിക്ക് യാതൊരു ആഗ്രഹവുമില്ല.'

ഇനെൻ അല്പം കർക്കശമായിത്തന്നെ പറഞ്ഞു.അമനും സ്വരം ഉയർത്തി മറുപടി പറഞ്ഞു:

'അതേ സത്യമാണ്. ഞാനും പട്ടിണിക്കാരനായിട്ടാണ് വളർന്നത്. ആരുടെയും സ്വത്ത് മോഷ്ടിച്ച് ധനികനാകാൻ ഒട്ടും താല്പര്യമില്ല. എന്റെ ഭാര്യപോലും എനിക്ക് വേണ്ടത്ര മതിപ്പ് തരാത്തത് ഒരുപക്ഷേ എനിക്ക് പണമില്ലാത്തതുകൊണ്ടാകാം. എന്താ, ശരിയല്ലേ? സ്വന്തമായി എനിക്ക് ഒന്നുമില്ലാത്തത് ഞാൻ നിഷേധിക്കുന്നില്ല.'

ഭർത്താവിന്റെ മുഖം ശ്രദ്ധിച്ചുകൊണ്ടിരുന്ന അമന് ബോധ്യമായി. തന്റെ ഭർത്താവ് മോഷ്ടിച്ചിരിക്കാനിടയില്ല. അയാൾ ഒരിക്കൽ പോലും കള്ളം പറഞ്ഞതായി തനിക്കോർമ്മയില്ല. മറ്റുള്ളവരുടെ സ്വത്ത് ആഗ്രഹിച്ചിട്ടില്ല. തനിക്ക് ഒന്നുമില്ലെന്ന് മറ്റുള്ളവരുടെ മുമ്പിൽ പറയുന്നതിന് സങ്കോചം പോലുമില്ലാത്ത ഈ മനുഷ്യൻ മോഷ്ടിച്ചിരിക്കുമെന്ന് സത്യത്തിൽ അവൾക്ക് വിചാരമില്ലായിരുന്നു. എങ്കിലും മനസ്സിൽ തോന്നിയ ചില സന്ദേഹങ്ങൾക്കൊണ്ട് അങ്ങനെയൊക്കെ പറഞ്ഞുവെന്നുമാത്രം. അവൾ അല്പം മയത്തിൽ പറഞ്ഞു:

'അമൻ, ഞാൻ വിശ്വസിക്കാം. വീട്ടിനകത്തേക്കു വന്നുനോക്കൂ. എന്നിട്ട് ഇതെല്ലാം എവിടെനിന്നു വന്നുവെന്നു പറയൂ?'

അമൻ വീട്ടിനുള്ളിലേക്കു കയറി. അവിടെ കണ്ട കാഴ്ച അയാളെയും അതിശയിപ്പിച്ചു. വീട്ടിനുള്ളിൽ എന്തൊരു മാറ്റം! പരവതാനികൾ, കട്ടിലുകൾ, കസേരകൾ, തീൻമേശ, പലതരം പാത്രങ്ങൾ, മേശപ്പുറത്ത് പാചകം ചെയ്ത പലതരം പലഹാരങ്ങൾ. എന്തിന്, ഒരു വീട്ടിൽ ആവശ്യമുള്ള എല്ലാം അവിടെയുണ്ടായിരുന്നു. തന്റെ വീട് ഒരു

സ്വർഗ്ഗമായതുപോലെ. അയാൾ ആശ്ചര്യപ്പെട്ട് ചോദിച്ചു:

'എവിടെനിന്നു വന്നു ഇതെല്ലാം?'

'എന്നോട് ക്ഷമിക്കണം. ഇതെല്ലാം കണ്ടപ്പോൾ ഞാനും പെട്ടെന്ന് ചോദിച്ചുപോയതാണ്. ഇവയൊക്കെ മോഷ്ടിക്കാതെ എങ്ങനെ കിട്ടുമെന്ന്.' ഇനെൻ പറഞ്ഞു.

'മോഷ്ടിക്കുകയോ? ്യഞാനൊരിക്കലും അങ്ങനെ ചെയ്യിലെലന്ന് നിനക്കറിയാമല്ലോ.'

അപ്പോഴാണ് അയാൾക്ക് ഓർമ്മവന്നത്, ആ കൊക്ക് പറഞ്ഞിരുന്നല്ലോ അതിനെ കൊല്ലാതെ വിട്ടാൽ തനിക്ക് വേണ്ടതെല്ലാം തരാമെന്ന്. ഒരുപക്ഷേ...

അയാൾ അന്ന് നടന്നതെല്ലാം ഇനെനോട് പറഞ്ഞു. എന്നിട്ട് സ്വയം പറഞ്ഞു.

'ഒരു പക്ഷേ, ആ കൊക്ക് കൊണ്ടുവന്നതായിരിക്കുമോ ഇതെല്ലാം?'

'അതേ, ശരിയാണ്. ഒരുപക്ഷേ, ആ കൊക്കിന് എന്തെങ്കിലും ദിവ്യശക്തി കാണും. അതേ, അതാണു ശരി. ഛെ, ഞാനെന്തു മണ്ടിയാ നിങ്ങളെ സംശയിക്കാൻ. നിങ്ങളെപ്പോലെ സത്യസന്ധനായ മറ്റൊരാളില്ലെന്ന് എനിക്ക് നന്നായറിയാം; എന്നിട്ടും....' ഇനെൻ സങ്കടം പ്രകടിപ്പിച്ചു.

'അതു സാരമില്ല. നീ നിന്റെ ആകാംക്ഷകൊണ്ട് അങ്ങനെയൊക്കെ പറഞ്ഞുപോയി; അത്രയല്ലേയുള്ളു. സാരമില്ല.'

അയാൾ കൂട്ടിച്ചേർത്തു.

ഏതായാലും ഇന്നെങ്കിലും നമുക്ക് നല്ല ഭക്ഷണം കഴിക്കാം.

അതേ, നമുക്ക് വല്ലതും കഴിക്കാം. അവളും പറഞ്ഞു.

ജീവിതത്തിലാദ്യമായി അവർ നല്ല ഭക്ഷണം വയറുനിറയെ കഴിച്ചു. സ്വാദുള്ള നെയ്പോലുള്ള ചോറ്. നല്ല മണിമണിപോലുള്ള ചോറ്. അതിന് ചേർന്ന പലതരം കറികൾ. അന്നുമുതൽ അങ്ങോട്ടെല്ലാം സുഖിക്ഷമായിരുന്നു. നല്ല വസ്ത്രങ്ങൾ. ഒന്നിനും ലോഭിക്കേണ്ട ആവശ്യമില്ലായിരുന്നു.

കുറച്ചു ദിവസങ്ങൾക്കുശേഷം അമൻ പറഞ്ഞു:

എനിക്ക് ആ കൊക്കിന്റെ വീടുവരെ ഒന്നുപോകണം. അതിനെ കണ്ട് നമ്മുടെ നന്ദി അറിയിക്കണം.

അയാൾ നല്ല വസ്ത്രങ്ങൾ ധരിച്ച് പുറപ്പെട്ടു. കൊക്കിന്റെ നിർദ്ദേശപ്രകാരം പടിഞ്ഞാറാൻ ദിശയിലേക്കു നടന്നു. അടുത്ത ഏഴ്

ദിവസങ്ങൾക്കിടയിൽ ഏഴ് നദികൾ കടന്ന് ചെന്നെത്തിയത് അതിസുന്ദരമായ, തികച്ചും വിജനമായ ഒരു ഗ്രാമപ്രദേശത്താണ്. പറഞ്ഞറിയിക്കാൻ പറ്റാത്ത ഒരു ഏകാന്തത അയാൾക്കനുഭവപ്പെട്ടു. അയാൾ ചിന്തിച്ചു; ഈ പ്രദേശം ഏതാണ്? ഒരുപക്ഷേ, വല്ല ഭൂതങ്ങളോ പ്രേതങ്ങളോ കുടിയിരിക്കുന്ന പ്രദേശമാണോ? ഏതായാലും അയാൾ മുന്നോട്ടു നടന്നു. കുറേദൂരം നടന്നപ്പോൾ ഒരു വലിയ ഗോപുരവാതിൽക്കൽ അയാളെത്തി. അവിടെയുണ്ടായിരുന്ന വലിയ ഗേറ്റിൽക്കൂടി അകത്തുകടക്കാൻ ശ്രമിച്ച അമനെ കടന്നാക്രമിച്ചത് ഒരു പുലിയായിരുന്നു. അമൻ ഭയം പുറത്തു കാണിക്കാതെ ആ പുലിയോട് മല്ലിട്ടു. അല്പസമയത്തിനുള്ളിൽ പുലി വെറും കട്ടി കുറഞ്ഞ തുണിയിൽ തുന്നിയ ബൊമ്മപോലെ അമന് അനുഭവപ്പെട്ടു. അമൻ അതിനെ തൂക്കിയെടുത്തെറിഞ്ഞു. അത് ഒന്നും സംഭവിച്ചില്ലെന്ന മട്ടിൽ അകത്തേക്ക് നടന്നുപോയി.

ധൈര്യസമേതം കുറേക്കൂടി മുന്നോട്ടുനടന്ന അമന്റെ മുമ്പിൽ വീണ്ടും ചാടിവീണത് ഒരു കൂറ്റൻ കാട്ടുപോത്തായിരുന്നു. അമൻ യാതൊരു സങ്കോചവുമില്ലാതെ കാട്ടുപോത്തിനോട് പൊരുതാൻ തയ്യാറെടുത്തു. പക്ഷേ, കാട്ടുപോത്ത് ഉപദ്രവമൊന്നും ചെയ്യാതെ അവിടെനിന്നും നടന്നുമറഞ്ഞു. വീണ്ടും പല വാതിലുകൾ അമന് കടക്കേണ്ടതായിട്ടുണ്ടായിരുന്നു. അവിടെയെല്ലാം ചില തടസ്സങ്ങളുമുണ്ടായിരുന്നു. അവയൊന്നും വകവെയ്ക്കാതെ കൊട്ടാരത്തിനുള്ളിലെത്തിയ അമൻ കണ്ടത്, അവിടെ കുറച്ചകലെയായി ഒരു സ്ത്രീയും പുരുഷനുമിരിക്കുന്നതാണ്. അവർ രണ്ടുപേരും എഴുന്നേറ്റ് അമന്റെയടുത്തേക്കു വന്നു. അമൻ അവരോടു പറഞ്ഞു-

'എനിക്ക് ഈ മാളികയുടെ യജമാനനെ കാണണം.'

'എനിക്ക് തെറ്റുപറ്റിയിട്ടില്ലെങ്കിൽ താങ്കൾ വന്നത് എന്നെ കാണാനാണ്.'

അതുകേട്ടതും അമന് അതിശയം തോന്നി. അമൻ തന്റെ അതിശയം മറച്ചുവെക്കാതെ സംശയം പ്രകടിപ്പിച്ചു.

'എനിക്ക് തെറ്റുപറ്റിയിട്ടില്ലെങ്കിൽ ഈ ശബ്ദം....? അതേ ഈ ശബ്ദം ഞാൻ കേട്ടിട്ടുണ്ട്.'

അതിനിടയിൽ ആ പുരുഷൻ പറഞ്ഞു:

'താങ്കൾ ഒന്നുകൊണ്ടും വിഷമിക്കണ്ടാ; ഇവിടെ താങ്കൾ ഞങ്ങളുടെ വിരുന്നുകാരനാണ്. താങ്കൾക്കു വേണ്ടുന്ന എല്ലാ സൗകര്യങ്ങളും ഇവിടെ ഞങ്ങൾ ഒരുക്കിയിട്ടുണ്ട്.'

അതുകേട്ട അമന്റെ അതിശയം അല്പംകൂടി വർദ്ധിച്ചു.

അയാൾ പറഞ്ഞു:

'ഈ ശബ്ദം എനിക്ക് പരിചിതമാണ്. ഇത് ആ കൊക്കിന്റെ...'

അമൻ ആശ്ചര്യത്തോടെ അവരെ രണ്ടുപേരെയും നോക്കി.

അയാൾ അമനെ നോക്കി സന്തോഷത്തോടെ ചിരിച്ചു.

എന്നിട്ട് പറഞ്ഞു:

'അതേ സ്നേഹിതാ, താങ്കൾ പറഞ്ഞത് ശരിയാണ്.'

'ഓ, അങ്ങനെയോ? നിങ്ങൾ ഞങ്ങൾക്കു നൽകിയ സമ്മാനങ്ങൾക്ക് നന്ദി പറയാനാണ് ഞാൻ വന്നത്. എന്റെ ഭാര്യയും ഞാനും നിങ്ങളോട് വളരെയധികം കടപ്പെട്ടിരിക്കുന്നു.'

അയാൾ നിർബ്ബന്ധിച്ചതുകൊണ്ട് അടുത്ത ഏഴു ദിവസങ്ങൾ അവരുടെ കൂടെ താമസിക്കാൻ അമൻ തീർച്ചയാക്കി. വന്നപ്പോൾ, വിജനമായ ഒരു മരണഭൂമിപോലെ കിടന്ന ആ ഗ്രാമം, ധാരാളം ആളുകൾ ജീവിക്കുന്ന ഒരു സജീവപ്രദേശമായി അമന് കാണാൻ കഴിഞ്ഞു. അവിടെയുള്ളവരെല്ലാം അമനോട് വളരെ സ്നേഹത്തോടും ആദരവോടും കൂടിയാണ് ഇടപഴകിയത്.

തിരികെ യാത്ര തിരിക്കാൻ നിശ്ചയിച്ച ദിവസം, സ്നേഹിതൻ അമനോട് തൻരെ ലായത്തിൽനിന്നും ഇഷ്ടമുള്ള കുതിരയെ തിരഞ്ഞെടുക്കാൻ നിർബന്ധിച്ചു. അത് താൻ നൽകുന്ന ഒരു സമ്മാനമാണെന്ന് അദ്ദേഹം സൂചിപ്പിച്ചു. അമൻ അവിടെയുണ്ടായിരുന്ന ബലശാലികളായ കുതിരകളിൽ ഒന്നിനെ തിരഞ്ഞെടുക്കുന്നതിനുപകരം ലായത്തിലുണ്ടായിരുന്ന ഒരു ചടച്ച മുടന്തൻ കുതിരയേയാണ് തിരഞ്ഞെടുത്തത്. തനിക്ക് ഇതുപോലെയൊന്ന് ധാരാളം എന്നായിരുന്നു അമന്റെ നിലപാട്. അങ്ങനെ ആ മുടന്തൻ കുതിരയുടെ പുറത്ത് അമൻ തന്റെ മടക്കയാത്ര ആരംഭിച്ചു. സവാരി തുടങ്ങിയപ്പോഴാണ് ആ കുതിരയ്ക്ക് എത്ര വേഗത്തിൽ ഓടാൻ കഴിയുമെന്ന് അമന് മനസ്സിലായത്.

നൊടിയിട സമയം കൊണ്ട് അമൻ വീട്ടിലെത്തി!

വീട്ടിൽ തിരിച്ചെത്തിയ അമൻ പതിവുപോലെ മീൻപിടിക്കാൻ പോകുന്നത് വേണ്ടെന്നുവെച്ചു. അതുപോലെ ഇനെനും അരിമണി പെറുക്കാൻ പോകാതെയായി. എങ്കിലും പ്രത്യേകിച്ച് ഒരു ജോലിയുമില്ലാതെ തന്നെ അവർസുഭിക്ഷമായാണ് ജീവിക്കുന്നതെന്ന് അയൽപക്കത്തുകാർ മനസ്സിലാക്കി. ഇതെങ്ങനെ കഴിയും! ആ മുടന്തൻകുതിരയാണ് എല്ലാ സൗഭാഗ്യങ്ങൾക്കും കാരണമെന്ന് ഗ്രാമവാസികൾ വിശ്വസിച്ചു തുടങ്ങി. ആ നാട്ടിലെ രാജാവിന്റെ കാതിലും ആ വാർത്ത ചെന്നെത്തി.

എന്ത്! അത്ഭുതശക്തിയുള്ള ഒരു കുതിര അമന്റെ കൈയിലുണ്ടെന്നോ? അതെങ്ങനെ സമ്മതിക്കാനാകും. അങ്ങനെ ഒരു കുതിരയുണ്ടെങ്കിൽ അതിന്റെ സ്ഥാനം രാജകൊട്ടാരമാണ്. രാജാവ് തീരുമാനിച്ചു. തന്റെ ഭടന്മാരെ വിളിച്ച് ഉടൻതന്നെ അമന്റെ കുതിരയെ തന്റെ സമക്ഷത്തിൽ കൊണ്ടുവരാൻ ആജ്ഞാപിച്ചു.

നേരിട്ടു ചോദിച്ചാൽ അമന്റെ കൈയിൽനിന്ന് കുതിരയെ കിട്ടുകയില്ലെന്നു ബോധ്യമായ രാജഭടന്മാർ രാത്രിയിൽ അമൻ അറിയാതെ കുതിരയെ പിടിച്ചുകൊണ്ടുപോകാൻ തീർച്ചയാക്കി. അവർ രാത്രിയിൽ വീടിന്റെ പുറകിൽ ചെന്നത് മനസ്സിലാക്കിയ കുതിര അമറാൻ തുടങ്ങി. കുതിരയുടെ ശബ്ദംകേട്ട വേലിക്കമ്പുകൾ ജീവനുള്ളവയായി. അവ മനുഷ്യരെപ്പോലെ ഭടന്മാരെ ആക്രിക്കാൻ തുടങ്ങി. അപ്രതീക്ഷിതമായ ആക്രമണം കണ്ട ഭടന്മാർ ഭയന്നുപോയി. പലർക്കും അടികൊണ്ട് പരുക്കുപറ്റുകയും ചെയ്തു. അവർ തങ്ങളുടെ ഉദ്യമം തോറ്റപ്പോൾ തിരികെപ്പോയി രാജാവിനോട് വിവരങ്ങളെല്ലാം പറഞ്ഞു. അതുകേട്ട് അദ്ദേഹം കൂടുതൽ രോഷാകുലനായി.

എന്ത്?അമനെപ്പോലെ നാലുകാശിന് വിലയില്ലാത്ത ഒരുത്തൻ രാജഭടന്മാരെ ആക്രമിച്ചെന്നോ? അവനെ വെറുതെ വിടാൻ പറ്റില്ല.

ഉടൻതന്നെ രാജാവ് തന്റെ പ്രഗൽഭരായ രണ്ടു സേനാതലവന്മാരെ വിളിച്ച് എങ്ങനെയെങ്കിലും അമനെയും അവന്റെ കുതിരയേയും പിടിച്ചു കൊണ്ടുവരാൻ ഉത്തരവിട്ടു. അവർ ഉടനെ തന്നെ ഭടന്മാരുമായി അമന്റെ വീട്ടിലെത്തി. ബലം പ്രയോഗിച്ചു തന്നെ വീട്ടിൽ കടക്കാൻ ശ്രമിച്ചു. അപ്പോൾ വീടിന്റെ ഒരു കതകിളകി വലിയ ശബ്ദത്തോടെ താഴെ വീണു. ശബ്ദം കേട്ട് വേലിക്കമ്പുകൾ മുമ്പത്തെപോലെ തന്നെ രാജ ഭടന്മാരെ ആക്രമിച്ചു. ഒരു ഭടത്തലവനൊഴികെ ബാക്കിയെല്ലാവരും ആ വഴക്കിൽ മരിച്ചു. അവരുടെ ശവങ്ങൾ വീടിനുമുമ്പിൽ അങ്ങിങ്ങായി കിടക്കുന്നതാണ് ആ നാട്ടുകാർ അടുത്തദിവസം പ്രഭാതത്തിൽ കണ്ടത് അമൻ അത്രയും ധിക്കാരം കാട്ടരുതായിരുന്നുവെന്ന് അവർക്കുതോന്നി. പക്ഷേ, അമന് അതിലൊന്നും ഒരു പങ്കുമില്ലായിരുന്നുവെന്ന് അവർക്കറിയില്ലായിരുന്നല്ലോ. പക്ഷേ, ബലം പ്രയോഗിച്ച് കുതിരയെ കൊണ്ടുപോകുന്നതു കണ്ടപ്പോൾ അതു സഹിക്കാൻ കഴിയാതെ അമൻ കുതിരയെ വിളിച്ചു കരഞ്ഞുവെന്നത് സത്യമാണ്.

'സെബാങ്... സെബാങ്'

ആ വിളി കേട്ടപ്പോഴാണ് കുതിര ഭടന്മാരെ ഉപദ്രവിച്ച് കൊന്നതെന്ന് ജീവനോടെ അവശേഷിച്ച ഭടത്തലവൻ പറഞ്ഞു. വിവരമെല്ലാം ഒട്ടും താമസിയാതെ രാജാവിന് കിട്ടി. അദ്ദേഹം കൂടുതൽ സൈന്യത്തെ

അയച്ച് പകൽസമയത്തുതന്നെ അമനെയും, കുതിരയേയും ബന്ധന സ്ഥരാക്കാനും, രാജസഭയിലെത്തിക്കാനും ഉത്തരവായി. അങ്ങനെ രാജസഭയിൽ എത്തപ്പെട്ട അമൻ ഒരു കൊലപാതികയാണെന്ന് വിധി കല്പിച്ചു.

അമൻ താഴ്മയോടെ പറഞ്ഞു.

'ഹുസൂർ, ഞാൻ കൊലപാതകിയല്ല. ഞാനാരെയും കൊന്നിട്ടില്ല.'

'നീ കള്ളം പറയുകയാണ്. നിന്റെ വീടിനുചുറ്റും കിടക്കുന്ന ഭടന്മാരുടെ ശവശരീരങ്ങൾ നീ നടത്തിയ കൊലപാതകങ്ങൾക്ക് തെളിവല്ലേ?'

'അല്ല ഹുസൂർ; അങ്ങനെയല്ല. അങ്ങയുടെ ഭടന്മാരുടെ ശവശരീരങ്ങൾ എന്നെയും ദുഃഖത്തിലാഴ്ത്തി. അവരെല്ലാം നാടിന് വിലപ്പെട്ട സേവനം നൽകിയ ഭടനായകൻമാരായിരുന്നുവെന്ന് എനിക്കറിയാം.'

'ഇല്ല, എനിക്ക് നിന്റെ മുടന്തൻ സമാധാനങ്ങളൊന്നും കേൾക്കണ്ട. ഒരു കൊലപാതകിയുടെ സഹതാപം.'

കാര്യങ്ങൾ കൂടുതൽ വ്യക്തമായും, സത്യസന്ധമായും ബോധിപ്പിക്കേണ്ടത് തന്റെ കടമയാമെന്നു കരുതിയ അമൻ പറഞ്ഞു:

'ഹുസൂർ, നല്ല ഭടത്തലവന്മാർ സംരക്ഷണം നൽകേണ്ടത് നാട്ടിലെ പ്രജകൾക്കാണെന്നിരുന്നാൽ പോലും, അവർ രാജാക്കൻമാരെ മാത്രം സംരക്ഷിക്കുന്നവരായി മാറും'

'ഛീ, നീയെന്തു പറഞ്ഞു! നീയെന്നെ ധിക്കരിക്കാനാണോ ഭാവം?'

രാജാവിന് അടക്കാനാവാത്ത ദേഷ്യം വന്നു. അദ്ദേഹം തുടർന്നു:

'എങ്കിലും രാജമര്യാദയനുസരിച്ച് ഞാൻ നിനക്ക് ഒരവസരം കൂടി തരുന്നു. നാളെ നിന്റെ കുതിര നമ്മുടെ ലായത്തിലെ ഏറ്റവും നല്ല കുതിരകളോടൊപ്പം ഓടും. നിന്റെ കുതിരയാണ് ജയിക്കുന്നതെങ്കിൽ നിനക്ക് എന്റെ മുഴുവൻ രാജ്യവും സമ്മാനമായി തരുന്നതാണ്.'

അവിടെ കൂടിയിരിക്കുന്ന ജനങ്ങൾക്ക് അതത്ര സുഖമുള്ള കാര്യമായി തോന്നിയില്ല. അവർ പരസ്പരം കുശുകുശുക്കാൻ തുടങ്ങി. രാജാവ് അവരോട് നിശ്ശബ്ദത പാലിക്കാൻ ആംഗ്യം കാട്ടി.

അതോടൊപ്പം തുടർന്നു:

'മറിച്ച് നിന്റെ കുതിര തോറ്റുപോയാൽ...'

അദ്ദേഹം അല്പം നിർത്തിയിട്ട് വീണ്ടും ചോദിച്ചു:

'എന്തു ചെയ്യണം?'

ആരു മര്യാദയ്ക്കെങ്കിലും മറുപടി പറയണമല്ലോ എന്നു കരുതി അമൻ ഭവ്യതയോടെ പറഞ്ഞു:" 'ഹുസൂർ എന്തു ശിക്ഷവിധിച്ചാലും ഞാൻ

ഏറ്റുകൊള്ളാം.' പരിഹാസം നിറഞ്ഞ ചിരിയോടെ രാജാവ് പറഞ്ഞു:

'നിന്റെ കുതിര തോറ്റുപോയാൽ നിന്നെ ഈ നാട്ടിലെ ആളുകളുടെ മുമ്പിലേക്ക് എറിഞ്ഞുകൊടുക്കും. അവർക്കിഷ്ടമുള്ളത് എന്തും ചെയ്യാം.'

അമൻ അതെല്ലാം കേട്ടുകൊണ്ട് തലകുനിച്ചു നിന്നു.

രാജാവ് വീണ്ടും പറഞ്ഞു:

'മാത്രമല്ല, നിന്റെ കുതിര എന്റെ ലായത്തിലെ ഒരംഗമാകും.'

'ഹുസൂർ, അങ്ങയുടെ ഇഷ്ടം.'

അടുത്തദിവസം അമന്റെ മുടന്തൻ കുതിരയേയും, രാജാവിന്റെ ലായത്തിലെ ഏറ്റവും വേഗത്തിലോടുന്ന രണ്ടുമൂന്ന് കുതിരകളേയും പന്തയത്തിൽ പങ്കെടുക്കാനായി മൈതാനത്ത് കൃത്യസമയത്തുതന്നെ എത്തിച്ചു. കാണികൾക്കുവേണ്ടി ഒരുക്കിയിരുന്ന പന്തലിൽ രാജാവും രാജ്ഞിയും മറ്റ് വിശിഷ്ടാതിഥികളും ഇരിക്കുന്നുണ്ടായിരുന്നു. ഒരു കോണിൽ ഇനെനും ഉണ്ടായിരുന്നു. അവളുടെ മനസ്സ് പെടപെടയ്ക്കുകയായിരുന്നു. പന്തയത്തിൽ തങ്ങളുടെ സെബാങ് തോറ്റുപോയാൽ തന്റെ ഭർത്താവിന്റെ ഗതിയെന്താകും എന്ന് അവർക്കറിയാമായിരുന്നു.

രാജാവിനും മറ്റു അതിഥികൾക്കും പൗരസമൂഹത്തിനും തികഞ്ഞ വിശ്വാസമായിരുന്നു അമന്റെ കുതിര ജയിക്കുകയില്ലെന്ന്. ഓടാൻപോലും കെൽപില്ലാത്ത ആ മുടന്തൻകുതിരയ്ക്ക് ലായത്തിലെ ശക്തന്മാരായ കുതിരകളോട് എങ്ങനെ മത്സരിക്കാനാകും. അതായിരുന്നു അവരുടെ ചിന്ത.

പന്തയത്തിന് നിശ്ചയിച്ചിരുന്ന മൈതാനത്ത് രണ്ടുചുറ്റ് ഓടുക എന്നതായിരുന്നു പന്തയം. ഓട്ടത്തിന് കൊടികാട്ടിയതും രാജാവിന്റെ കുതിരകൾ വേഗത്തിൽ ഓടാൻ തുടങ്ങ്ഹി. അമന്റെ കുതിര വളരെ സാവധാനത്തിൽ ഓടി പിൻതള്ളപ്പെട്ടു. വാലിന് തീപിടിച്ചെന്നപോലെ അതിവേഗത്തിൽ ഓടിയ രാജാവിന്റെ കുതിരകൾ ആദ്യച്ചുറ്റിന്റെ നാലിൽ മൂന്നുദൂരവും ഓടിക്കഴിഞ്ഞപ്പോൾ അമന്റെ കുതിര ഓടാൻ തയ്യാറെടുക്കുകയായിരുന്നു. അതുകണ്ട് കാണികൾ പരിഹസിച്ച് ചിരിക്കാൻ തുടങ്ങി.

ആ സമയത്ത് കുതിരപ്പുറത്തിരുന്ന അമൻ കുനിഞ്ഞ് കുതിരയോട് പറഞ്ഞു:

സെബാങ്, ഇനി നീയും ഓടാൻ തുടങ്ങണം.

അതുകേട്ട മാത്രയിൽ സെബാങ് അതിവേഗം ഓടാൻതുടങ്ങി. മറ്റ് കുതിരകൾ ആദ്യത്തെ ചുറ്റ് തീർക്കുമ്പോഴേക്കും സെബാങ് അവയുടെ മുമ്പിലെത്തിക്കഴിഞ്ഞിരുന്നു. മറ്റ് കുതിരകൾ രണ്ടാമത്തെ ചുറ്റിന്റെ നാലിൽ ഒരു ഭാഗം ഓടിത്തീർന്നപ്പോൾ സെബാങ് രണ്ടാമത്തെ

ചുറ്റുമുഴുവനും ഓടിത്തീർത്തു. അത് ആരും പ്രതീക്ഷിച്ചതല്ല. പ്രത്യേകിച്ചും രാജാവും രാജ്ഞിയും അവരുടെ സേവകരും പ്രധാന അതിഥികളും ആരുംതന്നെ. ആ സ്ഥിതിയിൽ രാജാവ് എങ്ങനെ പ്രതികരിക്കും, എന്തു ചെയ്യും? അവർ വിഷണ്ണരായി ആലോചിച്ചു.

അല്പനിമിഷം മുമ്പുവരെ അമനെ പരിഹസിച്ച ജനങ്ങളുടെ മനോഭാവം പെട്ടെന്ന് മാറി. അവരെല്ലാം തങ്ങളുടെ ഭാവിരാജാവായ അമനെ പുകഴ്ത്താൻ തുടങ്ങി.

അപ്പോഴാണ് പന്തയത്തിൽ ജയിച്ച അമൻ തന്റെ മുടന്തൻ കുതിരയുടെ പുറത്ത്, രാജാവിനും മറ്റും ഒരുക്കിയിരുന്ന പന്തലിനടുത്തെത്തിയത്. ദൂരെ സന്തോഷംകൊണ്ട് വീർപ്പുമുട്ടിയിരുന്ന ഇനെനെയും കൊണ്ട് അമൻ രാജാവിന്റെ മുമ്പിലെത്തി. രണ്ടുപേരും കുതിരപ്പുറത്തു നിന്നിറങ്ങി രാജാവിനെ വന്ദിച്ചു.

എന്നിട്ട് പറഞ്ഞു:

'ഹുസൂർ, ഞാൻ അവിടുന്ന് പറയുന്നതെന്തും കേൾക്കാൻ തയ്യാറാണ്.'

അതുപറഞ്ഞ് അവർ ആൾക്കൂട്ടത്തിനുനേരെ തിരിഞ്ഞ് കൈകൂപ്പി നിന്നു. അവർ തങ്ങളുടെ ഭാവിരാജാവിനെ എന്നതു പോലെ കരഘോഷത്തോടെ അമന് വിജയാശംസകൾ നേർന്നു. അപ്പോൾ അമൻ അവരോടായി ഉറക്കെ പറഞ്ഞു:

'ഞാൻ നിങ്ങളോട് സത്യമായി പറയുന്നു; എനിക്ക് രാജാവാകാൻ ആഗ്രഹമേയില്ല. നിങ്ങളെല്ലാം എന്നോട് ക്ഷമിക്കുക. നിങ്ങൾക്കു നല്ലതുവരട്ടെ...'

അത്രയും പറഞ്ഞ് അമനും ഇനെനും തങ്ങളുടെ മുടന്തൻ കുതിരയുടെ പുറത്തുകയറി അവരുടെ വീട്ടിലേക്ക് യാത്രതിരിച്ചു.

അമൻ തികച്ചും സത്യസന്ധനായിരുന്നു എന്നു രാജാവിനും നാട്ടുകാർക്കും ബോധ്യമായി.

എലികൾ ഭൂമിയിൽ വന്ന കഥ

മൈക്രോനേഷ്യ എന്നറിയപ്പെടുന്ന ദ്വീപസമൂഹങ്ങളിൽ ഒന്നാണ് കൊസ്റൈറെ. ഈ കഥ കൊസ്റൈറെ ദ്വീപിൽ പ്രചാരത്തിലുള്ളതാണ്.

നമ്മുടെ നാട്ടിലെ എലി ഭഗവാൻ ഗണപതിയുടെ വാഹനമാണെന്ന് എതിഹ്യങ്ങൾ പറയുന്നു. അതുപോലെ കൊസ്റൈറെദ്വീപിലെ ആളുകൾ, എലി ഒരു കാലത്ത് ദൈവത്തിന്റെ കൂടെ സ്വർഗ്ഗത്തിൽ വസിച്ചിരുന്നു വെന്നും,അദ്ദേഹത്തിന്റെ കരിമ്പു തോട്ടങ്ങളുടെ മേൽനോട്ടം വഹിച്ചിരുന്നതിനുപുറമേ അദ്ദേഹത്തിന്റെ കൊട്ടാരത്തിലെ ഉദ്യാനവും നോക്കിയിരുന്നു എന്നും വിശ്വസിച്ചിരുന്നു. അതിൽ ഒരു പെണ്ണെലി വളരെ ബുദ്ധിശാലിയും, ദൈവം പറയുന്നതൊക്കെ ചൊൽപ്പടി അനുസരിക്കുന്നവളുമായിരുന്നു.

ഒരിക്കൽ ദൈവം സ്വർഗ്ഗംവിട്ട് എവിടേക്കോ, എന്തോ ഒരു പ്രത്യേക കാര്യത്തിനു പോയി. ഒരു ദിവസത്തേക്കു മാത്രമായിരുന്നു ആ യാത്ര. എന്നിരുന്നാലും പോകുമ്പോൾ എലിയോട് കരിമ്പുതോട്ടം നല്ലതു പോലെ നോക്കണമെന്നു പറഞ്ഞിട്ടാണ് പോയത്.

'ഞാൻ നോക്കികൊള്ളാം. അങ്ങ് ഒട്ടും വിഷമിക്കേണ്ട.'

അവൾ ഉറപ്പുകൊടുത്തു.

ദൈവം പോയതും എലി കരിമ്പുതോട്ടത്തിൽ ഒന്നു ചുറ്റി നടന്നു നോക്കാൻ തീർച്ചയാക്കി. അങ്ങനെ ചുറ്റിനടന്നു നോക്കുമ്പോൾ ഏതോ ഒരു അസാധാരണ ശബ്ദം കേൾക്കാനിടയായി. സാധാരണ ആ തോട്ടത്തിൽ നിന്ന് കേൾക്കാറുള്ള ശബ്ദമായിരുന്നില്ല അത്. അതുകൊണ്ട്

ആ ശബ്ദം എവിടെ നിന്ന്, എങ്ങനെ വരുന്നുവെന്ന് ശ്രദ്ധിക്കേണ്ടത് ആവശ്യമാണെന്ന് എലിക്കു തോന്നി.

ഷ്...ഷ്... ഷ്... എന്ന ശബ്ദം എലി വളരെ ഏകാഗ്രതയോടെ ശ്രദ്ധിച്ചു. ഏതോ കരിമ്പിൻ തണ്ടിനകത്തുനിന്നാണ് ആ ശബ്ദം വരുന്നതെന്ന് എലി മനസ്സിലാക്കി. അങ്ങനെയെങ്കിൽ ആരാണ് തന്റെ യജമാനന്റെ തോട്ടത്തിൽ വന്നിരുന്ന് ഇങ്ങനെ ശബ്ദമുണ്ടാക്കുന്നത്! അതും ഒരു കരിമ്പിൻതണ്ടിനകത്ത് അനധികൃതമായി പ്രവേശിച്ചിട്ട്; ധിക്കാരി. അവനെ അങ്ങനെ വെറുതെ വിട്ടാൽ പറ്റില്ലല്ലോ. എലി വിചാരിച്ചു.എലി ഓരോ കരിമ്പിന്റെയും അടുത്തുപോയി സൂക്ഷ്മമായി ശ്രദ്ധിച്ചു.

ക്രീച്ച്... ക്രീച്ച്...

എലി കൂടുതൽ വേഗത്തിൽ തിരയാൻ തുടങ്ങി. തിരച്ചിൽ വിഫലമായില്ല. ഒരു പ്രത്യേക കരിമ്പിൻതണ്ടിനകത്തുനിന്നാണ് ആ ശബ്ദം വരുന്നതെന്ന് എലി മനസ്സിലാക്കി. ആ ധിക്കാരിയെ ഒരു പാഠം പഠിപ്പിക്കണം. എലി തീർച്ചയാക്കി. എലി കരിമ്പിൻ തണ്ടിൽ കടിച്ച് ഒരു ഓട്ടയുണ്ടാക്കി. അതിൽക്കൂടി അകത്തേക്കു നോക്കി. ശബ്ദത്തിന്റെ ഉറവിടം ആ തണ്ടിനകത്തുനിന്നുതന്നെ. പക്ഷേ, കുറേക്കൂടി താഴെനിന്നായിരുന്നു. എലി തണ്ടിനകത്ത് പല്ലുകൊണ്ട് കരണ്ടിനോക്കി. ഹാ, എന്തൊരു സ്വാദ്. കരിമ്പിനകത്ത് ഇത്ര മധുരിക്കുന്ന ചാറുണ്ടോ! എലി സ്വയം പറഞ്ഞു. ആദ്യമായിട്ടാണ് എലിയ്ക്ക് കരിമ്പിൻ ചാറ് രുചിച്ചുനോക്കാൻ അവസരം കിട്ടിയത്. ഛെ, അതുപോകട്ടെ. തന്റെ ഉദ്ദേശം സ്വാദം നോക്കുകയല്ലല്ലോ. ആ ധിക്കാരിയെ കയ്യോടെ പിടിക്കുകയാണ്. എലി കരിമ്പിൻതണ്ടിനുള്ളിലേക്ക് കൂടുതൽ കൂടുതൽ ആഴത്തിൽ കരണ്ടാൻ തുടങ്ങി. അങ്ങനെ കരണ്ടിക്കരണ്ടി ഏതാണ്ട് അടിഭാഗത്തെത്തിയപ്പോഴാണ് ശബ്ദമുണ്ടാക്കിക്കൊണ്ടിരുന്ന ആ വീരനെ പിടികിട്ടിയത്. ഒരു ചെറിയ പുഴു. അവനാണ് ആ അശ്രീകര ശബ്ദത്തിന്റെ ഉടമ. എലി അവനെ വെറുതെ വിട്ടില്ല. ഞെരടിക്കൊന്നു. അതിനുശേഷം അല്പം വിശ്രമിക്കാൻ തീർച്ചയാക്കി.

അങ്ങനെ വിശ്രമിക്കുമ്പോൾ എലി വിചാരിച്ചു; ഹൊ! കരിമ്പിൻ ചാറിന് എത്ര മധുരമായിരുന്നു. എത്ര കിട്ടിയാലും കഴിയ്ക്കാം. മടുപ്പ് തോന്നുകയില്ല. അങ്ങനെ ചിന്തിച്ചിരിക്കുമ്പോൾ എലിയുടെ മനസ്സിൽ മറ്റൊരു സംശയം കടന്നുകൂടി. ഈ ചെറിയ പുഴുവിനെപ്പോലെ വേറെ പുഴുക്കൾ മറ്റ് കരിമ്പിൻതണ്ടിലിരിപ്പുണ്ടോ? ആർക്കറിയാം. ഏതായാലും കരിമ്പിൻതോട്ടം നന്നായി നോക്കാനുള്ള ചുമതല യജമാൻ തനിക്കു നൽകിയിട്ട് പോയിരിക്കുന്ന സ്ഥിതിക്ക് ഞാൻ ഉദാസീത കാട്ടാൻ പാടില്ലല്ലോ. ശരിയായിത്തന്നെ എല്ലാം പരിശോധിക്കണം. എലി മറ്റൊരു കരിമ്പിൻതണ്ടിൽക്കൂടി ഒരു സുഷിരമുണ്ടാക്കി അകത്തേക്ക് ആഴത്തിൽ

ചെന്നുനോക്കി. ഹാ.... എന്തൊരു മധുരം! സമ്മതിയ്ക്കാതിരിക്കാൻ തരമില്ല. എലി വീണ്ടും ഒരു കരിമ്പിൻ തണ്ടുകൂടി പരിശോധിച്ചു. വീണ്ടും മറ്റൊന്ന്. ഒന്നിനുപുറകേ ഒന്നായി തോട്ടത്തിലെ എല്ലാ കരമ്പിൻതണ്ടുകളും പരിശോധിച്ച് എലി തൃപ്തയായി. ഹാവൂ. എല്ലാ കരിമ്പിൻതണ്ടുകളും ഞാൻ കൃത്യമായി പരിശോധിച്ചു. യജമാനൻ വരുമ്പോൾ വിവരം പറയുകയും, ഇനി ഒരു കരിമ്പിനകത്തും പുഴക്കളുടെ ശല്യമില്ലെന്ന് അദ്ദേഹത്തിന് ഉറപ്പുകൊടുക്കുകയും ചെയ്യാം. എലി ആശ്വസിച്ചു. തനിക്ക് യജമാനൻ എന്തെങ്കിലും പാരിതോഷികം തരാതിരിക്കില്ല എന്നത് ഉറപ്പാണ്.

പക്ഷേ, ആ സമയത്തടിച്ച ചെറുകാററ് കൂടുതൽ പ്രശ്നങ്ങളുണ്ടാക്കി. ഉള്ള് പൊള്ളയായ കരിമ്പിൻതണ്ടുകൾ ആ ചെറിയ കാറ്റിൽ ഒന്നില്ലാതെ എല്ലാം ഒടിഞ്ഞുവീണു. കണ്ടാൽ നല്ലൊരു കൊടുംകാറ്റടിച്ച പ്രതീതിയായിരുന്നു. കാറ്റത്ത് കരിമ്പ് ഒടിഞ്ഞു വീണത് തന്റെ കുറ്റമല്ലല്ലോ! എലി സമാധാനിച്ചു.

ദൈവം വൈകിട്ട് തിരികെ വന്നപ്പോൾ തന്റെ വയലിലെ കാഴ്ച അദ്ദേഹത്തിന് സഹിക്കാനായില്ല. ഒരൊറ്റ കരിമ്പുപോലും ഒടിഞ്ഞു വീഴാത്തതായിഇല്ല. എന്തേ സംഭവിച്ചത്? അദ്ദേഹം എലിയെ വിളിച്ച് വിവരമന്വേഷിച്ചു. എലി എല്ലാ വിവരങ്ഹളും സത്യസന്ധമായി, വിശദമായി യജമാനനെ അറിയിച്ചു.

'അങ്ങത്തേ, ഒരു ധിക്കാരിയായ പുഴ വന്ന് നമ്മുടെ വയലിൽ കയറി ശബ്ദമുണ്ടാക്കുകയായിരുന്നു. ഒരു കരിമ്പിൻതണ്ടിൽ ഒളിച്ചിരുന്ന അവന്റെ കഥ ഞാൻ കഴിച്ചു. ഇതാ നോക്കൂ, ഞാനവന്റെശവം അങ്ങയെ കാണിക്കാനായി സൂക്ഷിച്ചുവെച്ചിട്ടുണ്ട്. മറ്റ് കരിമ്പിൻതണ്ടിലും വേറെ പുഴക്കളൊന്നുമില്ലെന്ന് ഞാൻ ഉറപ്പുവരുത്തി. അവനെ കണ്ടുപിടിച്ച് നശിപ്പിച്ചില്ലായിരുന്നെങ്കിൽ എനിക്കാലോചിക്കാൻകൂടി കഴിയുന്നില്ല; അവൻ നമ്മുടെ കരിമ്പ് മുഴുവൻ നശിപ്പിച്ചേനേ.'

എലിയുണ്ടോ മനസ്സിലാക്കുന്നു, വാസ്തവത്തിൽ അവളാണ് തോട്ടം മുഴുവൻ നശിപ്പിച്ചതെന്ന്.

ദൈവത്തിന് വന്ന ദേഷ്യത്തിന് അതിരില്ലായിരുന്നു.

ദേഷ്യം അടക്കാനാവാതെ ദൈവം എലിയുടെ രണ്ടുവരി പല്ലുകളും പിഴുതെടുത്തു. പകരം അതിന്റെ അടിമോണയിൽ രണ്ടു മരക്കഷ്ണങ്ങൾ വെച്ചമർത്തി.

അതായിരുന്നു അദ്ദേഹം എലിയ്ക്കു കൊടുത്ത ശിക്ഷ.

മറ്റൊന്നുകൂടി ചെയ്തു; ഇനി എലിയെ ഒരു നിമിഷംപോലും തന്റെ കൂടെ ഇരുത്തേണ്ട എന്ന് അദ്ദേഹം തീരുമാനിച്ചു. ഒരു ചെറിയ കൂടയിൽ

എലിയെ ഇട്ടു. എന്നിട്ട് ആ കൂട ഒരു നീണ്ട കയറിന്റെ അറ്റത്തുകെട്ടി കുറേശ്ശെയായി താഴേക്കിറക്കി.

എലി കരഞ്ഞുനിലവിളിച്ചെങ്കിലും അദ്ദേഹം കൂട്ടാക്കിയില്ല. അദ്ദേഹം എലിയുടെ കൂട ഭൂമിയിൽ എത്തിച്ചു.

ആ കൂട ചെന്നുവീണത് കൊസ്റ്ററെയിലെ ഒരു ഉയർന്ന മലയുടെ മുകളിലായിരുന്നുവെന്ന് ആ ദേശക്കാർ വിശ്വസിക്കുന്നു.

അങ്ങനെയാണ് എലികൾ ഭൂമിയിൽ വന്നതെന്നും, ദൈവം അടി മോണയിൽ അമർത്തിവെച്ച മരത്തുണ്ടുകളാണ് പിന്നീട് എലിയുടെ കൊമ്പല്ലുകളായതെന്നും അവർ വിശ്വസിക്കുന്നു.

8. നമ്മളെല്ലാം ഒരുപോലെയല്ലേ?

ഈ കഥ ലാവോസിൽ നിന്നാണ്. പക്ഷേ, ഇത് കേൾക്കുമ്പോൾ പണ്ടെപ്പോഴോ നമ്മുടെ നാട്ടിൽതന്നെ കേട്ടിട്ടുള്ള കഥയാണെന്നു സംശയിച്ചാൽ അത് ശരിയല്ലെന്നു പറയാൻ കഴിയുകയില്ല. കാരണം, ഇതും ഇതുപോലെയുള്ള മറ്റു കഥകളും ഏഷ്യയിൽ പല ഭാഗത്തും പ്ര ചാരത്തിലുണ്ട്. നമ്മുടെ നാട്ടിലും മറ്റു നാടുകളിലും.അല്പാല്പം വ്യത്യാസം ഉണ്ടായേക്കാം; അത്ര മാത്രം.

പണ്ടുപണ്ട് ആ നാട്ടിൽ ജീവിച്ചിരുന്ന ഒരു രാജാവുമായി ബന്ധ പ്പെട്ടാണ് കഥ തുടങ്ങുന്നത്. ഒരു വലിയ അലങ്കരിച്ച വള്ളത്തിൽ രാജാവ് ഒരു ദീർഘയാത്ര നടത്തുകയായിരുന്നു. കൂട്ടത്തിൽ പറയട്ടെ, ലാവോസിൽ ഒരുപാട് നദികളും കയാലുകളുമുണ്ട്. അവിടെ പല ഉൾനാടുകളിലും, എന്തിന് നഗരങ്ങളിൽപോലും യാത്രയ്ക്ക് ധാരാളമായി വള്ളങ്ങൾ ഉപയോഗിക്കുന്നു. നമ്മുടെ കുട്ടനാടൻ പ്രദേശങ്ങളിൽ ചെയ്യാറുള്ളതുപോലെ.

രാജാവിന്റെ കൂടെ അദ്ദേഹത്തിന്റെ മന്ത്രിമാരും ഉപദേശകരും സേവകരുമായി കുറേപ്പേർ മറ്റൊരു വള്ളത്തിൽ യാത്ര ചെയ്യുന്നുണ്ടായി രുന്നു. രാജാവും അദ്ദേഹത്തിന്റെ അകമ്പടിക്കാരും ആ യാത്ര, ഏതാണ്ട് ഉല്ലാസയാത്ര എന്ന മാതിരി പ്രകൃതി സൗന്ദര്യം ആസ്വദിച്ച് തമാശപറ ഞ്ഞ് കൂടുതൽ സമയം ചെലവഴിച്ചു. പക്ഷേ, വള്ളങ്ങൾ തുഴഞ്ഞിരുന്ന വള്ളക്കാർക്ക് അതൊരു ശ്രമകരമായ യാത്ര തന്നെയായിരുന്നു. വള്ളക്കാർക്ക് വിശ്രമമില്ലാതെ കഠിനാദ്ധ്വാനം ചെയ്യേണ്ടിവന്നു.

കുറേദൂരം കഴിഞ്ഞപ്പോൾ വള്ളക്കാർ ക്ഷീണിച്ച് അവശരായി വിയർത്തൊലിച്ചു. പക്ഷേ, എന്തു ചെയ്യാം? രാജാവിന്റെ കൂടെയുള്ള യാത്രയല്ലേ. അവർക്ക് ഒന്നു വിശ്രമിക്കാൻപോലും അവസരം കിട്ടിയില്ല. യാത്ര തുടർന്നുകൊണ്ടേയിരുന്നു.

കുറേ കഴിഞ്ഞപ്പോൾ രാജാവും കൂടെയുള്ളവരും നല്ല ഉറക്കമായി. ആ സമയത്ത് വള്ളക്കാർ തങ്ങളുടെ പിറുപിറുക്കൽ നിർത്തിയിട്ട് പരസ്പരം അടക്കിപ്പിടിച്ച ശബ്ദത്തിൽ സംസാരിക്കാൻ തുടങ്ങി.

ഇവിടെ വള്ളക്കാർ അറിയാതിരുന്ന ഒരു സത്യം പറയട്ടെ; രാജാവിന്റെ കൂടെയുണ്ടായിരുന്നവർ മാത്രമാണ് ഉറങ്ങിയത്. രാജാവ് ഉറങ്ങിയതുപോലെ കണ്ണടച്ചുകിടക്കുകയായിരുന്നു.

ഒരു വള്ളക്കാരൻ പറഞ്ഞു:

'എന്നാലും ചങ്ങാതീ, ഇത് തികച്ചും അന്യായമാണ്. നമ്മളെല്ലാം മനുഷ്യരല്ലേ. നമ്മൾ മാത്രം എന്തിന് ഭാരിച്ച പണി ചെയ്യണം. രാജാവിന്റെ കാര്യം പോകട്ടെ; കൂടെയുള്ള തടിയന്മാരെ കണ്ടില്ലേ. സുഖിച്ച് കിടന്നുറങ്ങുന്നു. എല്ലാവരും രാജാവിന്റെ പ്രജകൾ തന്നെയല്ലേ. ഉപദേശകന്മാരാണുപോലും, ഉപദേശകന്മാർ!'

'ശരിയാണ്; ഇവന്മാർക്കും കുറേനേരം വള്ളം തുഴഞ്ഞാലെന്താ. കുറച്ചിലാകുമോ? രാജാവിന്റെ കൈയിൽനിന്ന് നമുക്കൊക്കെ കിട്ടുന്നതിന്റെ എത്ര മടങ്ങ് ശമ്പളമാണെന്നോ ഇവർക്കു കിട്ടുന്നത്....'

ആ സംഭാഷണം അങ്ങനെ നീണ്ടുപോയി. കുറേദൂരം കൂടി പോയിക്കഴിഞ്ഞപ്പോൾ നേരം നന്നേ വൈകി. വള്ളക്കാർ വിശ്രമത്തിനായി വള്ളങ്ങൾ ഒരമ്പലത്തിനടുത്തായി കുറ്റികളിൽ കെട്ടി. വേഗംതന്നെ വള്ളക്കാരും ഉറക്കമായി. രാജാവുമാത്രം ഉറങ്ങിയിരുന്നില്ല.

നേരം പ്രഭാതമായി.

അപ്പോൾ അമ്പലത്തിനടുത്തുനിന്ന് എന്തൊക്കെയോ ശബ്ദം കേൾക്കാൻ തുടങ്ങിയ. രാജാവ് വള്ളക്കാരെ ഉണർത്തി. ശബ്ദം കേട്ട സ്ഥലത്തുചെന്ന് എന്താണ് ഇത്ര ശബ്ദമെന്നറിഞ്ഞു വരാൻരാജാവ് പറഞ്ഞു. അവർ ഉടൻതന്നെ പോയി വിവരം അറിഞ്ഞ് തിരിച്ചുവന്നു.

രാജാവ് ചോദിച്ചു:

'എന്തായിരുന്നു ശബ്ദം?'

'തിരുമനസ്സേ, അത് അവിടെയുള്ള കുറേ പട്ടിക്കുട്ടികൾ ഉണ്ടാക്കിയ ശബ്ദമാണ്.''

'എത്ര പട്ടികളുണ്ടായിരുന്നു?'

'തിരുമനസ്സേ, അത് ഞങ്ങൾ തിരക്കിയില്ല. ഉടനേ കണ്ടുപിടിച്ചു വരാം...'

അവർ വീണ്ടും അവിടേക്കുചെന്ന് വിവരമറിഞ്ഞു മടങ്ങി.

'അങ്ങത്തേ,അവിടെ അഞ്ച് പട്ടിക്കുട്ടികളുണ്ട്. അവയെല്ലാം ചേർന്നാണ് ശബ്ദമുണ്ടാക്കിയത്.'

ആ പട്ടിക്കുട്ടികളുടെ നിറമെന്തായിരുന്നു?'

ഒട്ടും ശങ്കിക്കാതെ വള്ളക്കാർ അവിടേക്കോടുകയും, വേഗം തിരിച്ചു വന്ന് രാജാവിനെ വിവരമറിയിക്കുകയും ചെയ്തു.:

'അങ്ങത്തേ, ഒരു വെളുത്തത്, രണ്ടു കറുത്തത്, രണ്ട് ചാരനിറം.'

'അവയെല്ലാം ആൺപട്ടികളായിരുന്നോ? അതോ പെൺപട്ടികളായിരുന്നോ?'

വള്ളക്കാർ വീണ്ടും ഓടി. തിരികെ വന്നു ബോധിപ്പിച്ചു:

'മൂന്ന് ആൺപട്ടികളും, രണ്ട് പെൺപട്ടികളും...'

അപ്പോൾ രാജാവ് തന്റെ ഉപദേശകന്മാരിൽ ഒരാളെ വിളിച്ചുണർത്തിയിട്ട് പറഞ്ഞു:

'അതാ, ആ സ്ഥലത്ത് കുറച്ചുമുമ്പ് എന്തൊക്കെയോ ചില ശബ്ദങ്ങൾ കേട്ടു. അതെന്താണെന്ന് അന്വേഷിച്ചു വരു.'

അയാൾ പോയി വിവരങ്ങൾ അന്വേഷിച്ച് തിരിച്ചുവന്നു.

ഹുസൂർ, ചില പട്ടിക്കുട്ടികളുണ്ടാക്കിയ ശബ്ദമാണ് അങ്ങ് കേൾക്കാനിടയായത്.

'ഓഹോ അങ്ങനെയോ? എങ്കിൽ അവിടെ എത്ര പട്ടിക്കുട്ടികളുണ്ട്?"

'അഞ്ച്. മൂന്ന് ആൺപട്ടികളും, രണ്ട് പെൺപട്ടികളും.'

'അവയുടെ നിറം?

'ഒന്ന് വെളുത്തത്, രണ്ട് കറുത്തത്, രണ്ട് ചാരനിറം.'

'മഹാരാജൻ. ആ പട്ടിക്കുട്ടികൾ അടുത്തുള്ള അമ്പലത്തിലെ പൂജാരിയുടെ സ്വന്തമാണ്. അവിടുത്തേക്ക് ആഗ്രഹമുണ്ടെങ്കിൽ പൂജാരി അവയെ അങ്ങേയ്ക്ക് കാഴ്ച വെക്കാൻസന്നദ്ധനാണ്.'

അപ്പോൾ രാജാവ് വള്ളക്കാരുടെ നേരെ തിരിച്ചുപറഞ്ഞു:

'നാം എല്ലാവരും മനുഷ്യരാണ് .ഒരുപോലെയുള്ള മനുഷ്യർ. എന്റെ ചോദ്യങ്ങൾക്കുത്തരം നൽകാൻ എത്ര പ്രാവശ്യം നിങ്ങൾക്ക് അവിടെ പോകേണ്ടിവന്നു. പക്ഷേ, എന്റെ ഉപദേഷ്ടാവ് ഒരു പ്രാവശ്യം പോയപ്പോൾതന്നെ ഞാൻ ചോദിച്ചേക്കാവുന്ന എല്ലാ വിവരങ്ങളും കണ്ടുപിടിച്ചു. അതുകൊണ്ടാണ് ചിലർ വള്ളക്കാരായും, മറ്റ് ചിലർ മന്ത്രിമാരായും, ഉപദേഷ്ടാക്കളായും മാറുന്നത്. നിങ്ങൾക്ക് ഇപ്പോൾ നിങ്ങളുടെ സംശയങ്ങളെല്ലാം മാറിയെന്നു വിശ്വസിക്കട്ടെ?'

തങ്ങളുടെ വിവരമില്ലായ്മയിൽ ലജ്ജിച്ച് വള്ളക്കാർ തലതാഴ്ത്തി.

സത്യസന്ധർക്കും തെറ്റുപറ്റാം

സാധാരണയായി എല്ലാം ശരിയായി ചെയ്യുന്നവർക്കും ചിലപ്പോൾ ചില തെറ്റുകൾ പറ്റാം. പക്ഷേ, അങ്ങനെ ചെയ്യുന്ന തെറ്റുകൾക്ക് അവർ വലിയ ശിക്ഷ അനുഭവിക്കേണ്ടിവരാറുമുണ്ട്. അതുപോലെ ദുരാഗ്രഹങ്ങൾ ഒന്നുമില്ലാത്തവരും, ചില അപൂർവ്വ സന്ദർഭങ്ങളിൽ അർഹതയില്ലാത്തത് ആഗ്രഹിച്ചുപോയി എന്നു വരാം. അങ്ങനെ സംഭവിക്കുമ്പോൾ അവർക്കുണ്ടാകുന്ന നഷ്ടവും കനത്തതായിരിക്കും.

അതിന്ഉദാഹരണമാണ്, പണ്ട് തായിലണ്ടിൽ നടന്ന ഈ കഥ. തായിലണ്ടിന്റെ തലസ്ഥാനനഗരമായ ബാങ്കോക്കിൽ വളരെ പണ്ട് ഫ്രാചംനൻ എന്ന ഒരു രത്നവ്യാപാരിയുണ്ടായിരുന്നു. എല്ലാവർക്കും അയാളെ വലിയ വിശ്വാസമായിരുന്നു. മിതമായ വിലയ്ക്ക് വിശ്വാസത്തോടെ ഏതുതരം രത്നവും വാങ്ങാൻ എല്ലാവരും പോയിരുന്നത് ഫ്രാചംനന്റെ കടയിലായിരുന്നു. എന്തിന്, രാജാവുപോലും രത്നങ്ങൾ വാങ്ങിയിരുന്നത് ഫ്രായുടെ പക്കൽനിന്നായിരുന്നു.

ഫ്രായ്ക്ക് ഒരു പാവപ്പെട്ട കൂട്ടുകാരനുണ്ടായിരുന്നു. പക്ഷെ, അയാൾ മിടുക്കനും വക്രബുദ്ധിയുമായിരുന്നു. അയാളുടെ പേര് നേയി ക്രൊദീ എന്നായിരുന്നു. സൗകര്യത്തിനായി നമുക്കയാളെ നേയി എന്നുവിളിക്കാം.

ഒരുദിവസം നേയിയ്ക്ക് എവിടെനിന്നോ വട്ടത്തിലുള്ള ഒരു കണ്ണാടിക്കല്ല് കിട്ടി. അയാൾ ആ കല്ലിന്റെ അരികുകളെല്ലാം ഉരച്ചുരച്ച് കണ്ടാലൊരു വൈരക്കല്ല് എന്നു തോന്നിപ്പോകുന്ന നിലയിലാക്കി. ആ കല്ലുമായി

അയാൾ ഫ്രായുടെ കടയിലെത്തി. കല്ല് ഫ്രായെ കാണിച്ചുകൊണ്ട് നേയി പറഞ്ഞു:

'സ്നേഹിതാ, ഇതെന്റെ വീട്ടിൽ വളരെക്കാലമായി സൂക്ഷിച്ചു വെച്ചിരുന്ന വലിയ വിലപിടിപ്പുള്ള രത്നമാണ്. ഇതിനിപ്പോൾ നല്ല വില കാണുമെന്നതിൽ സംശയമില്ല. എനിക്ക് തല്ക്കാലം കുറച്ചു പണം ആവശ്യമുണ്ട്. ഈ കല്ല് ഇവിടിരിക്കട്ടെ; എന്റെ ഇപ്പോഴത്തെ ആവശ്യ ത്തിന് പണം തന്ന് ഫ്രാ എന്നെ സഹായിക്കണം'

ഫ്രാ കല്ലുവാങ്ങി പരീക്ഷിച്ചുനോക്കിയിട്ടു പറഞ്ഞു:

'കൂട്ടുകാരാ, ഇത് വലിയൊരു തമാശയായിട്ടുണ്ട്. ഇത് വൈരമൊന്നു മല്ല മനുഷ്യാ. വെറും കണ്ണാടിക്കല്ലാണ്. ഇതിന് ഒരു വിലയും കിട്ടുകയില്ല.'

പക്ഷേ, നേയി അതൊന്നും കേൾക്കാൻ തയ്യാറായിരുന്നില്ല. അയാൾ ആ വൈരം തന്റെ വീട്ടിൽ മുന്നൂറ്-നാന്നൂറ് വർഷങ്ങൾക്കു മുമ്പായിരുന്നതാണെന്നും, അത് വളരെ വില കൂടിയ വിശിഷ്ടപ്പെട്ട വൈരമാണെന്നും പറഞ്ഞുകൊണ്ടേയിരുന്നു. സഹികെട്ടപ്പോൾ ഫ്രാ പറഞ്ഞു:

'ശരി അതെന്റെ കൈയിൽ തന്നിട്ടുപോകൂ. എന്തെങ്കിലും ചെയ്യാൻ കഴിയുമോയെന്ന് ഞാനൊന്നു നോക്കട്ടെ.'

നേയി ആ കല്ല് ഫ്രായെ ഏല്പിച്ചിട്ടുപോകുകയും ചെയ്തു. ഫ്രാ അത് തന്റെ മേശയ്ക്കുള്ളിൽ വെച്ചു. പക്ഷേ പിന്നീട് അതിനെക്കുറിച്ച് മറന്നു പോയി.

കുറേ ദിവസങ്ങൾക്കുശേഷം ലാവോ എന്ന് പറയുന്ന ഒരു ചൈന ക്കാരൻ ഫ്രായുടെ കടയിൽ ചെന്നു. ലാവോ തന്നെ സ്വയം പരിചയ പ്പെടുത്തിക്കൊണ്ടു പറഞ്ഞു:

'ഞാൻ താങ്കളുടെ പക്കൽനിന്നും ഒരു വിലകൂടിയ രത്നം വാങ്ങാനായി ചൈനയിൽനിന്ന് വന്നതാണ്. ഞങ്ങളുടെ ചക്രവർത്തി ഒരു പുതിയ കിരീടം നിർമ്മിക്കുന്നു. അതിൻരെ പണിയുടെ ചുമതല എനിക്കാണ്. ആ കിരീടത്തിൽ പതിക്കാൻ ഒരു വിശിഷ്ടമായ വൈര ക്കല്ല് ആവശ്യമാണ്.ചക്രവർത്തി താങ്കളുടെ കടയെക്കുറിച്ച് അറിഞ്ഞി രിക്കുന്നു. അദ്ദേഹത്തിന്റെ നിർദ്ദേശ പ്രകാരമാണ് ഞാൻ താങ്കളുടെ കടയിലേക്ക് നേരിട്ടു വന്നത്.'

അതുകേട്ടപ്പോൾ ഫ്രാ വളരെ സന്തുഷ്ടനായി. തന്റെ പേര് ചൈനയുടെ ചക്രവർത്തിവരെ അറിഞ്ഞിരിക്കുന്നു. അദ്ദേഹത്താൽ അംഗീകരിക്കപ്പെട്ടിരിക്കുന്നു എന്നറിയുന്നതിൽ ആർക്കാണ് സന്തോ ഷമുണ്ടാകാത്തത്!

തന്റെ കൈയിലുള്ള വൈരങ്ങൾ ഫ്രാ ഒന്നൊന്നായി ലാവോയെ കാണിച്ചു. പക്ഷേ അവയൊന്നും ലാവോയ്ക്കു ഇഷ്ടപ്പെട്ടില്ല. ഒന്നു വലുതായിരുന്നെങ്കിൽ മറ്റൊന്ന് ചെറുത്. മറ്റൊന്നിന്റെ തിളക്കം ആകർഷണീയമായിരുന്നില്ല. അങ്ങനെ പല പല കാരണങ്ങൾ. ലാവോയ്ക്ക് വൈരത്തേക്കുറിച്ച് വലുതായൊന്നും അറിയില്ലേയെന്നുപോലും ഫ്രാ സംശയിച്ചു. അപ്പോളാണ് നേയുടെ വൈരത്തേക്കുറിച്ച് ഫ്രാ ഓർത്തത്. നേയുടെ വൈരം, അല്ല കണ്ണാടിക്കല്ല് ലാവോയെ ഒന്നു കാണിച്ചാലോ. വെറുതെ മനസ്സിൽ കടന്നുവന്ന ചിന്ത. താനിന്നുവരെ സത്യസന്ധമായല്ലാതെ ഒന്നും ചെയ്തിട്ടില്ല. നേയുടേത് വെറും കണ്ണാടിക്കല്ലാണെന്നും വൈരമല്ലെന്ന് തികച്ചും ബോധ്യമുള്ളതുകൊണ്ടും, അത് വൈരമാണെന്ന നാട്യത്തിൽ ലാവോയെ കാണിക്കുന്നതുതന്നെ സത്യസന്ധമല്ലാത്ത പ്രവർത്തിയാകുമല്ലോ.

ഫ്രാ വളരെ നിമിഷങ്ങൾ ആലോചിച്ചു.

'താങ്കൾ എന്താ ആലോചിക്കുന്നത്?'

ലാവോ ചോദിച്ചു.

'ഓ, ഒന്നുമില്ല. ങാ, ഞാനോർക്കുകയായിരുന്നു. എന്റെ ഒരു സ്നേഹിതൻ കുറച്ചുദിവസങ്ങൾക്കു മുമ്പ് ഒരു വൈരം എന്നെ സൂക്ഷിക്കാനായി ഏല്പിച്ചു. അത് അങ്ങയെ ഒന്നു കാണിച്ചാലോ എന്നു വിചാരിക്കുകയായിരുന്നു.'

'അതേയോ? കാണട്ടെ. അങ്ങയുടെ സ്നേഹിതന്റേതാണെന്നല്ലേ പറഞ്ഞത്?'

ഫ്രാ ക്ഷമാപണസമേതം ആ കല്ല് ലാവോയെ കാണിച്ചു. കല്ല് കണ്ടതും ലാവോയ്ക്കു വളരെയിഷ്ടപ്പെട്ടു. അയാൾ പറഞ്ഞു:

'ഫ്രാ, സത്യം പറയട്ടെ; ഇതുപോലെയൊന്നാണ് ഞാൻ തേടിക്കൊണ്ടിരുന്നത്. ഒത്ത വലിപ്പം, നല്ല തിളക്കം. ഇത് ചക്രവർത്തിക്ക് ഇഷ്ടപ്പെടുമെന്നും, അദ്ദേഹത്തിന്റെ പുതിയ കിരീടത്തിന് തികച്ചും ചേരുന്നതായിരിക്കുമെന്നും എനിക്കുറപ്പാണ്.' ലാവോ തുടർന്നു:

'പക്ഷേ ഇതിന് നല്ല വില കാണുമല്ലോ? ങാ, ഞാൻ വെറുതെ പറഞ്ഞുവെന്നേയുള്ളൂ. എനിയ്ക്കുവേണ്ടിയിറില്ലോ. ചക്രവർത്തിക്കു വേണ്ടിയല്ലേ. അദ്ദേഹത്തിന് വില ഒരു പ്രശ്നമേയല്ല. എന്നാലും പറഞ്ഞുപോയി എന്നു മാത്രം.

ഫ്രായുടെ പ്രതികരണം ലാവോ ശ്രദ്ധിക്കുന്നുണ്ടായിരന്നു. ഫ്രായിക്ക് ലാവോയുടെ വൈരങ്ങളെക്കുറിച്ചുള്ള അറിവ് ശൂന്യം തന്നെയാണെന്ന് ഉറപ്പായി. എങ്കിലും ഒന്നും പറയാൻ ധൈര്യപ്പെട്ടില്ല.

ലാവോ വീണ്ടും പറഞ്ഞു:

'ഞാനീ വൈരം വാങ്ങാം. വില എന്താണെന്നു പറയൂ? അച്ചാരമായി കുറച്ചു പണം തന്നിട്ടുപോകാം. ഒരു വാരത്തിനുള്ളിൽ മടങ്ങിവന്ന് മുഴുവൻ പണവും തന്ന് വൈരം വാങ്ങിക്കൊള്ളാം. അതിനിടയിൽ അങ്ങ് സ്നേഹിതനോടു പറഞ്ഞ് ഈ വൈരം ചക്രവർത്തിക്കുവേണ്ടി നൽകാൻ സമ്മതം വാങ്ങിക്കണം. പിന്നെയൊരു കാര്യംകൂടി; ചക്രവർത്തി തിരുമനസ്സിനുള്ള പുതിയ കിരീടം പണി തീർന്നുകഴിഞ്ഞാൽ താങ്കളും സ്നേഹിതനും പ്രത്യേകം ക്ഷണിക്കപ്പെടും. അദ്ദേഹത്തെ മുഖം കാണിക്കാനും, അദ്ദേഹത്തോടൊപ്പം ഒരു ദിവസം ചെലവഴിക്കാനും അദ്ദേഹത്തിന്റെ സ്വന്തം അതിഥികളായി തീർച്ചയായും വരണം കേട്ടോ.'

മനസ്സില്ലാമനസ്സോടെ ഫ്രാ സമ്മതം മൂളി. അപ്പോഴാണ് സത്യം പറഞ്ഞാൽ ഫ്രായുടെ മനസ്സിൽ അല്പം അത്യാഗ്രഹം തോന്നിയത്; എന്തുകൊണ്ട് ഈ കച്ചവടത്തിൽ നല്ലൊരു ലാഭമുണ്ടാക്കിക്കൂടാ?

അയാൾ വിചാരിച്ചു.

ഫ്രാ പറഞ്ഞു:

'ശരി, താങ്കൽ പറഞ്ഞതുപോലെ ഇത് അല്പം വില കൂടിയ വൈരമാണ്. ഞാനെന്റെ സ്നേഹിതനെ പറഞ്ഞു സമ്മതിപ്പിച്ചുകൊള്ളാം. പക്ഷേ, അദ്ദേഹത്തിന് കുറഞ്ഞത് നൂറ് പൊൻപണമെങ്കിലും കൊടുക്കണം.'

'അത് അത്ര കൂടുതലല്ല.'

ലാവോ ഉടനെതന്നെ അഞ്ച് പൊൻപണത്തുട്ടുകൾ ഫ്രായുടെ നേരെ നീട്ടിക്കൊണ്ട് പറഞ്ഞു:

'ഇത് അച്ചാരമായി വെച്ചുകൊള്ളുക. ഞാൻ അടുത്തയാഴ്ചയിൽ തീർച്ചയായും വരും.'

അത്രും പറഞ്ഞ് ലാവോ അവിടെനിന്നും പോയി.

അടുത്ത ദിവസം നേയി കടയിൽ വന്നു. ഫ്രായെക്കണ്ട് കുശലങ്ങൾ അന്വേഷിച്ചതിനുശേഷം പറഞ്ഞു:

'സ്നേഹിതാ, ലാവോ എന്ന പേരിൽ ആരോ ഒരാൾ കൂടിയ വിലയുള്ള വൈരങ്ങൾ വാങ്ങാൻ ഇവിടെ എത്തിയിട്ടുണ്ടെന്ന് കേൾക്കുന്നു. എന്റെ വൈരം ഇങ്ങു തന്നോളൂ. ഞാനത് അയാളെയൊന്നു കാണിക്കട്ടെ.'

എങ്ങനെ ആ വൈരം തിരികെ കൊടുക്കാനാകും? താൻ ലാവോയോട് വൈരം കൊടുക്കാമെന്നു പറഞ്ഞ് അച്ചാരവും

വാങ്ങിയതല്ലേ. എന്നുതന്നെയല്ല, ഈ സന്ദർഭം നല്ലൊരു തുക ലാഭമുണ്ടാക്കാൻ ഉപയോഗപ്പെടുത്താമെന്നു കരുതിയതുമാണ്.

ഫ്രാ ചിന്തിച്ചു.

'സ്നേഹിതാ, ഞാൻ പിന്നീട് ആലോചിച്ച് ഒരു തീരുമാനത്തിലെത്തി. തനിക്ക് അതിന്റെ വിലയായി ഇരുപത്തഞ്ച് പൊൻപണം തരാം. ഇതുതന്നെ അതിന് വലിയ വിലയാണ്.'

'അതെങ്ങനെ വലിയ വിലയാകും? അത്തരം വൈരങ്ങൾക്ക് ഇതിനേക്കാളും വളരെ കൂടുതൽ വില കിട്ടുമെന്ന് എനിക്ക് നന്നായറിയാം. പക്ഷേ, സ്നേഹിതന്മാർ തമ്മിൽ ഒരു വിലപേശൽ എനിക്ക് ഇഷ്ടമല്ല. അതുകൊണ്ട് നിങ്ങൾ പറഞ്ഞ വിലയ്ക്കു തന്നെ ഞാനത് സന്തോഷത്തോടെ തരുന്നു.'

നേയി പറഞ്ഞു.

ഫ്രാ സന്തോഷത്തോടെ നേയിക്ക് ഇരുപത്തിയഞ്ച് പൊൻപണം നൽകി.

ഫ്രാ ലാലോവിന്റെ വരവും പ്രതീക്ഷിച്ച് കാത്തിരുന്നു.

രണ്ടുവാരം; ലാവോവിനെ കണ്ടില്ല.

ആഴ്ചകൾ പലത് കഴിഞ്ഞപ്പോൾ ഫ്രായ്ക്ക് ബോധ്യമായി താൻ കബളിപ്പിക്കപ്പെട്ടിരിക്കുന്നുവെന്ന്. തന്റെ അത്യാഗ്രഹം കൊണ്ട് തനിക്കു നഷ്ടപ്പെട്ടത് ഇരുപത് പൊൻപണമാണ്. നല്ലൊരു തുക അനർഹമായ വഴിയിൽ ലാഭമുണ്ടാക്കാമെന്ന് കരുതിയതിന്റെ ശിക്ഷയാണ് പൊൻപണം നഷ്ടമായത്.

ഇരുപത് പൊൻപണം അക്കാലത്ത് വലിയ തുകയായിരുന്നു. ഒരുപക്ഷേ, ലാവോ നേയിയുടെ നിർദ്ദേശപ്രകാരം വന്ന ഒരു കബളിപ്പുകാരൻ മാത്രമായിരിക്കുമോ?

ഫ്രാ സംശയിച്ചു.

തനിക്കു പറ്റിയ അമളി ആരും അറിയാതിരിക്കുകയല്ലേ നല്ലത്. അതുകൊണ്ട് ഫ്രാ ആ സംഭവം മറ്റാരോടും പറഞ്ഞില്ല.

ആരാണവിടെ?

പണ്ടുപണ്ട് തുർക്കിയിൽ ജീവിച്ചിരുന്ന ഒരു അമ്മൂമ്മയാടിന്റെ കഥയാണിത്. ആ അമ്മൂമ്മയാടിന്റെ ഭർത്താവ് കുറച്ചുനാളുകൾക്കു മുമ്പ് അവരുടെ വീടിനുമുന്നിലൂടെയുണ്ടായ വെള്ളപ്പൊക്കത്തിൽപ്പെട്ട് മരിച്ചുപോയി. ഭർത്താവ് മാത്രമല്ല വെള്ളപ്പൊക്കത്തിൽ ഒഴുകിപ്പോയത്; അമ്മൂമ്മയുടെ മകളും, മരുമകനും ആ ഒഴുക്കിൽ പിടിച്ചുനില്ക്കാനാകാതെ മുങ്ങിമരിച്ചു.

ഈ കഥ നടക്കുന്ന സമയത്ത് അമ്മൂമ്മയും രണ്ട് കൊച്ചു മക്കളും ഒന്നിച്ചാണ് താമസിച്ചിരുന്നത്.

എന്നും കാലത്ത് അമ്മൂമ്മയാട് അടുത്തുള്ള കാട്ടിലേക്ക് യാത്ര പോകുമായിരുന്നു. തനിക്കും കൊച്ചുമക്കൾക്കും അന്നത്തെ ആഹാരത്തിനുവേണ്ടത് സംഘടിപ്പിച്ച് ഉച്ചയോടെ തിരികെയെത്തും. അതായിരുന്നു പതിവ്.

പോകുന്നതിനുമുമ്പ് എന്നും പതിവായി അമ്മൂമ്മ പറയും:

മോഡി, മൂഡീ... രണ്ടുപേരും കേൾക്കാനാണ് അമ്മൂമ്മ പറയുന്നത്. യാതൊരു കാരണവശാലും ഞാനല്ലാതെ ആരു വിളിച്ചാലും കതക് തുറക്കരുത്. ചെന്നായും, കുറുക്കനും, കരടിയുമെല്ലാം തക്കം നോക്കിയിരിക്കുകയാണ്. അവസരം കിട്ടിയാൽ അവർ നിങ്ങളെ പിടിച്ചുതിന്നും; അറിയാമല്ലോ. അതുകൊണ്ട് കതക് തുറക്കരുത്, കേട്ടോ.'

ദിവസവും അതുകേട്ട് അവരുടെ കാതുകൾ മരവിച്ചുപോയിരുന്നു.

ഒരുദിവസം അമ്മൂമ്മ പോയപ്പോൾ മൂഡി പറഞ്ഞു:

'ഹൊ! ഈ അമ്മൂമ്മയുടെ ഒരു കാര്യം. ആ അമ്മൂമ്മ എന്താ എന്നും ഇങ്ങനെ. നമുക്കാണെങ്കിൽ ഒന്നു വെളിയിൽ പോയി രണ്ടു കൂട്ടുകാരെ കാണാനോ, ഒന്നു ചുറ്റിനടക്കാനോ ഒരു സ്വാതന്ത്ര്യവുമില്ല. നമ്മൾ രണ്ടുപേർ മാത്രം പരസ്പരം മുഖംനോക്കി എത്ര നേരമിരിക്കും.

അപ്പോഴാണ് ശബ്ദം കേട്ടത്.

'ടക്... ടക്... ടക്...'

മോഡിയും മൂഡിയും പരസ്പരം നോക്കി.

'ആരായിരിക്കും കതകിന് മുട്ടുന്നത്?'

രണ്ടുപേരും ഭയന്നുവിറച്ചു.

പക്ഷേ, നിമിഷങ്ങൾക്കകം ധൈര്യം വീണ്ടെടുത്ത് മൂഡി പറഞ്ഞു:

'നമ്മളാരെ ഭയപ്പെടണം? എന്തിന് ഭയപ്പെടണം? ഞാൻ കതക് തുറന്ന് ആരാണെന്നു നോക്കാം.'

മോഡി പറഞ്ഞു:

'വേണ്ട, ധൃതിപിടിക്കണ്ട. ഞാനീ ജനാലയിൽക്കൂടി നോക്കട്ടെ. ആരാണെന്നറിഞ്ഞിട്ടാകാം കതക് തുറക്കുന്നത്.'

മോഡി ജനൽകതക് കുറച്ചുമാത്രം തുറന്നുനോക്കി. വാതില്ക്കൽ നിന്നിരുന്നത് കറുത്തുതടിച്ച ഒരു കരടിയാണെന്ന് മനസ്സിലായി. ജനൽകതക് ശബ്ദമുണ്ടാക്കാതെ അടച്ചിട്ട് മൂഡിയോട് പറഞ്ഞു:

'അത് ആ തടിയൻ കരടിയാണ്. നമ്മളെന്തു ചെയ്യും?'

'ഓ, അതിന് വഴിയുണ്ടാക്കാം.'

മൂഡി അകത്തുനിന്ന് വിളിച്ചുചോദിച്ചു:

'ആരാണവിടെ? നിങ്ങൾക്കെന്തു വേണം?'

'ഇത് നിങ്ങളുടെ അമ്മൂമ്മയാ. കതക് തുറക്ക് കുഞ്ഞുങ്ങളേ.'

കരടി പറഞ്ഞു.

'നീ ഞങ്ങളുടെ അമ്മൂമ്മയല്ല. അമ്മൂമ്മയുടേത് നല്ല മാർദ്ദവമുള്ള, മണി മണിപോലെ മധുരമായ ശബ്ദമാണ്. നീ ഞങ്ങളുടെ അമ്മൂമ്മയല്ല; തീർച്ച.വേഗം പൊയ്ക്കോ ഇവിടുന്ന്. ഞങ്ങൾ കതക് തുറക്കുകയില്ല.'

നിരാശനായ കരടി മനസ്സിൽ വിചാരിച്ചു.

'ഓ, അങ്ങനെയാണല്ലേ. നിങ്ങളുടെ അമ്മൂമ്മയുടെ ശബ്ദം മധുരിക്കുന്നതാണല്ലേ.'

കരടി അടുത്ത പരിപാടി ആസൂത്രണം ചെയ്തു. അമ്മൂമ്മയാടിന്റെ ശബ്ദത്തിന് നല്ല മധുരമാണെന്നല്ലേ ആ പിള്ളാര് പറഞ്ഞത്. കരടി

ആലോചിച്ചു. അടുത്തുള്ള തേനീച്ചക്കൂട്ടിൽനിന്ന് കരടി ആവോളം തേൻ കട്ടെടുത്ത് കുടിച്ചു. തന്റെ ശബ്ദത്തിന് മധുരമുണ്ടോയെന്ന് വീണ്ടും വീണ്ടും പരിശോധിച്ചതിനുശേഷം കരടി ആടിന്റെ വീട്ടിൽ തിരികെയെത്തി.

'ടക്...ടക്....ടക്....'

'ആരാണവിടെ? നിങ്ങൾക്കെന്തുവേണം?'

മൂഡി അടച്ചിട്ട വാതിലിനു പുറകിൽനിന്നു തിരക്കി.

'കുട്ടികളേ, ഇതമ്മൂമ്മയാ. മക്കള് കതക് തുറക്ക്.'

'ഞങ്ങളുടെ അമ്മൂമ്മ സുന്ദരിയാ. അമ്മൂമ്മയുടെ കാലിന്റെ ഉള്ളനടിയ്ക്ക് നല്ല മരുതാണിയുടെ ചുവപ്പ് നിറമാണ്.'

മോഡി പറഞ്ഞു.

'അതിനിപ്പോ കതക് തുറക്കാതെ, ഞാനെന്റെ കാലിന്റെ ഉള്ളനടി നിങ്ങളെ എങ്ങനെ കാണിക്കും?'

കതകിന്റെ അടിയിലുള്ള വിള്ളലിൽക്കൂടി തന്റെ ഉള്ളനടികൾ കാണിച്ചുകൊടുത്തു.

ആട്ടിൻകുട്ടികൾ ഒന്നിച്ച് ശബ്ദമെടുത്തു പറഞ്ഞു:

'ഇത് ഞങ്ങളുടെ അമ്മൂമ്മയല്ല....'

അതുകേട്ടതും കരടി നിരാശനായി മടങ്ങി.

ആട്ടിൻകുട്ടികളെ തന്റെ കെണിയിൽ എങ്ങനെ പെടുത്താമെന്ന് വീണ്ടും ആലോചിച്ചു. മരുതാണി ഇലകൾ അരച്ച് കാലിന്റെ ഉള്ളനടിയിൽ പുരട്ടി അന്നു രാത്രി മുഴുവൻ ഇരുന്നു. അടുത്ത ദിവസം അവരുടെ അമ്മൂമ്മ സാധാരണയായി ഭക്ഷണവും കൊണ്ടു വരുന്ന സമയത്തിന് തൊട്ട്മുമ്പ് ആടിന്റെ വീട്ടിലേക്ക് യാത്ര തിരിച്ചു.

'ടക്... ടക്... ടക്...'

'ഇന്ന് കതകിനു മുട്ടുന്നത് അമ്മൂമ്മയായിരിക്കും. അമ്മൂമ്മ വരുന്ന സമയമായല്ലോ.'

മൂഡി പറഞ്ഞു.

'തീർച്ചയാക്കേണ്ട. നമ്മൾ കരുതലോടെ ഇരിക്കുന്നതാ നല്ലത്. മോഡിയുടെ അഭിപ്രായം അതായിരുന്നു.'

'മക്കളേ, ഇതമ്മൂമ്മയാ.'

കരടി പതിഞ്ഞ ശബ്ദത്തിൽ മധുരമായി സ്നേഹത്തോടെ സംസാരിച്ചു. തന്റെ ഉള്ളനടികൾ കതകിന്റെ താഴെയുള്ള വിടവിൽക്കൂടി കാണത്തക്കവണ്ണം ചരിച്ചുവെച്ചു.

'മക്കളേ, കതക് തുറക്ക്. അമ്മൂമ്മ ദാ നല്ല തീറ്റ കൊണ്ടുവന്നിട്ടുണ്ട്.'

ചുവന്ന ഉള്ളനടികൾ കണ്ട മൂഢി പറഞ്ഞു:

'ദാ നോക്ക്, അമ്മൂമ്മയുടെ കാലിന്റെ ഉള്ളനടികളുടെ നിറം. ശബ്ദവും അമ്മൂമ്മയുടേതുപോലെ തന്നെ. അമ്മൂമ്മ തന്നെയാ. ഞാനിതാ കതക് തുറക്കാൻ പോകുന്നു....'

പക്ഷേ, മോഡിക്ക് വിശ്വാസം വന്നില്ല. ആ കുട്ടി അടുക്കളയിൽ പാത്രങ്ങൾ സൂക്ഷിച്ചിരുന്ന ചാക്കിനുള്ളിൽ കയറി ഒളിച്ചിരുന്നു. കതക് തുറന്നതും കരടി ഒറ്റച്ചാട്ടത്തിന് മൂഢിയെ കൈയ്യുള്ളിലാക്കി. വേഗത്തിൽ മുഴുവനോടെ വിഴുങ്ങി. പിന്നീട് അവിടെയെല്ലാം തിരഞ്ഞുനോക്കിയെങ്കിലും മോഡിയെ കാണാൻ കഴിയാത്തതുകൊണ്ട് ഇനിയൊരിക്കൽ അവസരം കിട്ടുമെന്നാശ്വസിച്ച് കരടി തിരികെപ്പോയി.

കരടി പോയതും ഭയന്നുവിറച്ച് മോഡി കതകടച്ച് കുറ്റിയിട്ടു.അല്പനേരത്തിനുശേഷം അമ്മൂമ്മ വന്നപ്പോൾ മോഡി എല്ലാ വിവരങ്ങളും പറഞ്ഞു.

അല്പം ആലോചിച്ചതിനുശേഷം ദുഃഖം അടക്കിപ്പിടിച്ച് അമ്മൂമ്മ പറഞ്ഞു:

'മോളേ, നമുക്ക് കരടിയോട് പകരം ചോദിക്കണം. ഞാൻ കരടിയെ അത്താഴഭക്ഷണത്തിന് നമ്മുടെ വീട്ടിലേക്കു ക്ഷണിക്കാൻ പോകുകയാണ്.'

അതുകേട്ടതും മോഡി ഭയന്നുവിറച്ചു.

'എന്തിനാ അമ്മൂമ്മേ?'

'എന്റെ പൊന്നുമോള് പേടിക്കണ്ട. അമ്മൂമ്മ കൂടെയുള്ളപ്പം ആ തടിമാടന് മോളെ ഒന്നും ചെയ്യാൻ പറ്റില്ല.'

അതുകേട്ട മോഡി ധൈര്യം വീണ്ടെടുത്തു.

'മോളു വാ; കരടിവരുമ്പോൾ ഇരിക്കാൻ ഒരു സ്ഥലമൊരുക്കാം.'

അമ്മൂമ്മയും കുഞ്ഞുമോളും ചേർന്ന് കരടിക്കിരിക്കാൻ ഒരു സ്ഥലമൊരുക്കി. ഒരു വലിയ വീപ്പ മണ്ണിനടയിൽ പുതച്ച് കുത്തനെ നിർത്തി. വീപ്പയുടെ മുകളിൽ വണ്ണമില്ലാത്ത, ബലം കുറഞ്ഞ കമ്പുകൾ പാകി. അതിന്റെ പുറത്ത് ചിത്രങ്ങൾ വരച്ച കട്ടികുറഞ്ഞ തുണിവിരിച്ചു.

'ങാ, നല്ല ഇരിപ്പിടം. ഇനി നമുക്ക് ഒരു കാര്യംകൂടി ചെയ്യണം.'

അമ്മൂമ്മ പറഞ്ഞു.

തൂക്കിയെടുക്കാൻ സൗകര്യമായ ഒരു കലം നിറച്ച് വെള്ളം പിടിച്ച് അടുപ്പിൽ വെച്ചിട്ട് അടുപ്പിൽ തീ കൊളുത്തി.

'മോളേ, വെള്ളം തിളയ്ക്കട്ടെ. ഞാനുടനെ കരടിയെ ക്ഷണിച്ച് കയ്യോടെ

കൂട്ടിക്കൊണ്ടുവരാം. മോള് അടുപ്പിന്റെ അടുത്തെങ്ങും പോകണ്ട കേട്ടോ. ങാ, പിന്നൊരു കാര്യ; ഞങ്ങൾ തിരികെ വരുമ്പോൾ മോള് അകത്തു കയറി ശബ്ദമുണ്ടാക്കാതെ ഒളിച്ചിരുന്നോണം. കരടി നിന്നെ കാണാൻ ഇടയാകേണ്ട. അമ്മൂമ്മ വിളിക്കുമ്പോൾ മാത്രം വെളിയിലിറങ്ങിവന്നാൽ മതി, കേട്ടോ. മോള് പേടിക്കണ്ടാ. എല്ലാം അമ്മൂമ്മ നോക്കിക്കോളാം...'

അമ്മൂമ്മ കരടിയുടെ വീട്ടിലേക്കു പുറപ്പെട്ടു.

കരടി വീടിനു വെളിയിൽ തന്നെയുണ്ടായിരുന്നു.

'കരടിച്ചേട്ടാ, ചേട്ടനെന്തായാലും ഒരു നല്ലകാര്യം ചെയ്തു. എനിക്ക് സന്തോഷമായി.....'

അമ്മൂമ്മയോട് പറഞ്ഞു.

'എന്റെ രണ്ട് കൊച്ചുമക്കളും മൂശേട്ടകളാ. എങ്ങനെ രണ്ടുപേരെയും തള്ളിവിടാമെന്ന് ആലോചിക്കുകയായിരുന്നു. നല്ല കാലം; ചേട്ടനൊന്നിനെ രാവിലെ തിന്നു.'

അതുകേട്ട കരടി ഹൃദ്യമായി ഒന്നു പുഞ്ചിരിച്ചു.

അമ്മൂമ്മ തുടർന്നു:

'ഞാൻ വന്നത് ചേട്ടനെ അത്താഴത്തിന് ക്ഷണിക്കാനാ. ഞാൻ മറ്റേ മൂശേട്ടയെ കൊന്ന് നല്ല ഒന്നാന്തരം സൂപ്പുവെച്ചു. എന്റെ കൊച്ചുമകളുടെ ഇറച്ചിയല്ലേ. അത് എന്റെ അയൽപക്കക്കാരനായ ചേട്ടൻ തന്നെ കഴിക്കണമെന്ന് എനിക്ക് നിർബന്ധമാ.അതുകൊണ്ട് ചേട്ടൻ ഉടനെത്തന്നെ എന്റെ കൂടെ വരണം. ചേട്ടന് ഇഷ്ടപ്പെട്ട നല്ലയൊരു വിരുന്നുനൽകാം.'

അതുകേട്ട് കരടിക്ക് പറയാനാകാത്തത്ര സന്തോഷമായി.

'ഞാനിതാ പുറപ്പെട്ടുകഴിഞ്ഞു.'

രണ്ടുപേരും ആടിന്റെ വീട്ടിലേത്തി.

'കരടിച്ചേട്ടൻ ദാ ഇവിടെയിരിക്ക്. കൊച്ചുമകളുടെ ഇറച്ചിയിട്ടുണ്ടാക്കിയ സൂപ്പ് അടുപ്പത്തുതന്നെയിരിക്കുവാ. ചേട്ടൻ ദാ അങ്ങോട്ടിരുന്നാട്ടെ. ഞാനൊരു മിനിറ്റിനുള്ളിൽ സുഖപ്പെടുത്തുകൊണ്ടുവരാം.'

അമ്മൂമ്മ കരടിയ്ക്കായി നേരത്തേതന്നെ ഒരുക്കിയിരുന്ന ഇരിപ്പിടം സ്നേഹത്തോടെ കാണിച്ചുകൊടുത്തിട്ട് അകത്തേക്കു പോയി. യാതൊരു സംശയവും കൂടാതെ കരടി ആട് കാണിച്ച ഇരിപ്പിടത്തിലിരുന്നു.

എന്തു സംഭവിച്ചിരിക്കുമെന്ന് നിങ്ങൾക്ക് ഊഹിക്കാമല്ലോ!

ഭ്ധും...

കരടി ആ വീപ്പയ്ക്കകത്തേക്കു വീണു.

കാല് രണ്ടും മുകളിലേക്കുവളഞ്ഞ് വീപ്പയ്ക്കുള്ളിൽ വീണ കരടി അതിൽനിന്നെഴുന്നേറ്റ് പുറത്തുചാടാൻ ശ്രമിക്കുമ്പോഴേക്കും, തിളച്ച വെള്ളംനിറച്ച കലവുമായി ആട് അവിടെയെത്തിയിരുന്നു. കലത്തിലെ വെള്ളം കരടിയുടെ തലയിൽതന്നെയൊഴിച്ചു. തിളയ്ക്കുന്ന ഒരു കുടം വെള്ളം തലയിൽ ധാരവാർത്താൽ എന്താകും? കരടി ചുട്ടുപിടഞ്ഞു പൊള്ളിച്ചത്തു.

ഒട്ടും താമസിയാതെതന്നെ മോഡിയും അമ്മൂമ്മയും കൂടി കരടി ശരീരം വീപ്പയ്ക്കുള്ളിൽനിന്ന് വലിച്ചെടുത്തു പുറത്തിട്ടു. അമ്മൂമ്മ തന്റെ കൂർത്ത കൊമ്പുകൾകൊണ്ട് കരടിയുടെ വയർ കുത്തിക്കീറി.

അവരെ അതിശയിപ്പിച്ചുകൊണ്ട് മൂഡി കരടിയുടെ വയറ്റിൽ നിന്നും വെളിയിൽ വന്നു.

അവൾ രണ്ടുപേരെയും കെട്ടിപ്പിടിച്ചു!

പേർഷ്യൻ നാടോടിക്കഥകൾ

പേർഷ്യ

തെക്ക പടിഞ്ഞാറൻ ഏഷ്യ എന്ന് വിശേഷിപ്പിക്കാവുന്ന പേർഷ്യ ഇന്നത്തെ ഇറാനിന്റെ ഭാഗമായിരുന്നു എന്ന് പറയാം. പണ്ട്, പല ശതാബ്ദങ്ങൾക്ക് മുൻപ് പേർസിസ് (പേർഷ്യ) എന്ന പേരിൽ അറിയപ്പെട്ടിരുന്ന സ്ഥലങ്ങളിലെ ആദിമനിവാസികൾ കുറേശ്ശെയായി ആ പേര് ഇറാൻ എന്ന് രൂപാന്തരപ്പെടുത്തി. ഇറാൻ എന്നു പറഞ്ഞാൽ ആര്യൻമാരുടെ നാട് എന്നർത്ഥം. 1935 ലാണ് ഔദ്യോഗികമായി ഇറാൻ എന്നപേര് അംഗീകരിക്കപ്പെട്ടത്. ഈ പുസ്തകത്തിൽ പേർഷ്യയെന്നും ഇറാനെന്നും മാറിമാറി പ്രസ്താവിക്കുന്നത് ഒരേ നാടിനെയാണെന്ന് മനസിലാക്കണം.

ചരിത്രത്തിൽ സ്ഥാനം പിടിച്ചിട്ടുള്ള മഹാനായ അലക്സാണ്ടർ, ജെംഗിഷ്ഖാൻ, സെനഫോൺ, ഹീരോഡോറ്റസ്, സയിറസ്, ടോളമി, ഡാരിയസ് ഒന്നാമൻ, അബ്ബാസ് ഒന്നാമൻ മുതലായവരെല്ലാം ഇറാനിൽ (പേർഷ്യയിൽ) നിന്നുള്ളവരായിരുന്നു. ഇറാനിയൻ സംസ്കാരത്തെ വളരെയധികം സ്വാധീനിച്ചിട്ടുള്ളത് ഇന്ത്യൻ ഉപഭൂഖണ്ഡത്തിൽ നിന്നുള്ള ഇൻഡോ ആര്യന്മാരും മെസപ്പൊട്ടോമിയയിൽ നിന്നുള്ളവരുമാണ്. അതുപോലെ നമ്മുടെ സംസ്കൃതവും പേർഷ്യൻഭാഷയും തമ്മിലും അഭേദ്യമായ ബന്ധമുണ്ട്.

ആദ്ധ്യാത്മിക ചിന്തകളുമായി ബന്ധപ്പെട്ട ഏതൊരു പഠനത്തിലും സുതാരാഷ്ട്രരെ മറക്കാനാവില്ല; അദ്ദേഹത്തിന്റെ നാമധേയത്തിൽ ഒരു കാലത്ത് വ്യാപകമായി അംഗീകരിക്കപ്പെട്ട ഒരു മതമായിരുന്നു സൊരാഷ്ട്രീയനിസം. ഏതാണ്ട് B.C (Before Christ-ക്രിസ്തുവിന് മുമ്പ്)

ആറാം ശതകത്തിൽ സൊരാഷ്ട്രന്റെ കാഴ്ചപ്പാടുകളും ആദ്ധ്യാത്മിക സിദ്ധാന്തങ്ങളും ഉൾക്കൊണ്ടുകൊണ്ട് രൂപപ്പെട്ട മതം ഹിന്ദുമതവുമായി വളരെയേറെ ബന്ധപ്പെട്ടതാണെന്ന് കരുതപ്പെടുന്നു; ബുദ്ധമതവും, ജൈനമതവും സിക്കുമതവും പോലെ. പക്ഷേ പശ്ചിമ,ഏഷ്യയിൽ ഇസ്ലാം മതം കൂടുതലായി പ്രചരിക്കപ്പെട്ടപ്പോൾ ഇറാനിൽ ബഹു ഭൂരിപക്ഷം ആളുകളും പുതിയ മതം സ്വീകരിക്കാൻ പല കാരണങ്ങൾ കൊണ്ടും നിർബന്ധിതരായി. എങ്കിലും ഇസ്ലാം സ്വീകാര്യമല്ലായിരു ന്നവരിൽ നല്ലൊരു പങ്ക് ആളുകൾ ഇന്ത്യയിലേക്ക് അഭയാർത്ഥി കളായി കുടിയേറുകയും ചെയ്തു. A.D 630 -നും 660-നും (അതായത് ഏതാണ്ട് 1360-1390 വർഷങ്ങൾക്കു മുമ്പ്) ഇടയ്ക്കാണ് ആ കുടിയേറ്റം നടന്നത്-കൂടുതലാളുകളും ഗുജറാത്തിലാണ് താമസമാക്കിയത്. പിന്നീട് ബോംബെയിലും.

അങ്ങിനെ ഇവിടെയെത്തിയ പാർസികൾഇന്ത്യയുടെ ജനസംഖ്യ യിൽ വളരെ ചെറിയ വിഭാഗമാണെങ്കിലും നമ്മുടെ നാടിന്റെ വളർച്ചയ്ക്ക് പല വിധത്തിലും, വിവിധ തുറകളിൽ തുടക്കം കുറിച്ച സഹായിച്ചവരാണ് അവരിൽ പലരും എന്ന് ഓർക്കേണ്ടതുണ്ട്; അവർ ഇന്ത്യ അവരുടെ സ്വന്തം നാടാണെന്ന് അംഗീകരിച്ച-സ്നേഹിച്ച എന്ന സത്യവും. അവരിൽ മുൻപന്തിയിലുണ്ടായിരുന്ന ചിലരുടെ പേരുകൾ കൊടുക്കുന്നു

വ്യക്തികളുടെ പേര്	തുടക്കം കുറിച്ചത് സ്ഥാപനം/സംരംഭം	വർഷം
അർദേഷിർ ഗോദ്റേജ് -പിറോർഷാ ബുർജോർജ് -	ഗോദ്റേജ്കമ്പനി	1897
ബിറാമ്ജി ജീജിഭോയ് -	ബി.ജെ.മെഡിക്കൽ കോളേജ് (അഹമ്മദബാദ്)	1871
ജാം സേത്ജി ടാറ്റാ -	ടാറ്റാകമ്പനികളുടെ തുടക്കം. പല തുണി നിർമ്മാണ കമ്പനികളും തുടങ്ങി. ഒരു സ്റ്റീൽ കമ്പനിയെക്കുറിച്ച് സ്വപ്നം കണ്ടു.	1870
സർ ദൊറാബ്ജി ടാറ്റ.	ടാറ്റാ സ്റ്റീൽ കമ്പനി മറ്റു ടാറ്റാ ഗ്രൂപ്പ് കമ്പനികളും	1904

ബി.പി. വാഡിയ	ഇന്ത്യയിലെ തൊഴിലാളി പ്രസ്ഥാനത്തിന് ആരംഭം കുറിക്കുന്നതിൽ മുൻകൈ എടുത്തു. ഇൻഡ്യയിലെ ആദ്യത്തെ തൊഴിലാളി യൂണിയനായി 1918. ഏപ്രിൽ 27-ാം തിയ്യതി തുടക്കം കുറിച്ച മദ്രാസ് ടെക്സ്റ്റൈയിൽ വർക്കേഴ്സ് യൂണിയൻ (The Madras Textile Workers union) തൊഴിലാളികളുടെ അഭ്യർത്ഥന പ്രകാരംശ്രീ വാഡിയ അതിന്റെ ആദ്യത്തെ പ്രസിഡന്റായി	1910-1930 കാല ഘട്ടം
ഹോമി ജഹാംഗീർ	ഭാഭഇന്ത്യൻ ആണവ ഗവേഷണ കേന്ദ്രത്തിന്റെ ആദ്യത്തെ ചെയർമാൻ	1940-50 കാലഘട്ടം
റത്തൻ ടാറ്റ	ടാറ്റാ കമ്പനികളുടെ കൂട്ടതലായ വളർച്ച -കമ്പനികളെ ലോകോത്തര കമ്പനികളുടെ നിലവാരത്തിലേക്ക് ഉയർത്തി- ഇന്ത്യയിൽ തന്നെ രൂപകൽപന ചെയ്ത കാറുകൾ കുറഞ്ഞവിലയ്ക്ക് വിപണിയിൽ ഇറക്കി. അദ്ദേഹം ഇപ്പോഴും ടാറ്റാ കമ്പനികൾക്ക് നതൃത്വം കൊടുത്തുകൊണ്ടിരിക്കുന്നു.	
ദാദാഭായി നവറോജി	ഇന്ത്യൻ സ്വാതന്ത്ര്യം എന്ന ആശയം ആദ്യമായി ഉറക്കെ പ്രസ്താവിച്ച വ്യക്തി.	1885-1900 കാലഘട്ടം
സർ ഫിറോഷ് മേത്ത	ഇന്ത്യൻ നാഷണൽ കോൺഗ്രസ്സിന്റെ സ്ഥാപകരിൽ ഒരാൾ അദ്ദേഹം ആ രാഷ്ട്രീയ പ്രസ്ഥാനത്തിന്റെ പ്രസിഡന്റായി മൂന്നു പ്രാവശ്യം തിരഞ്ഞെടുക്കപ്പെട്ടു.	1885
ഹോമി നസ്സർ വഞ്ചി സേത്ന	കെമിക്കൽ എംജിനീയരും ഇന്ത്യയുടെ ആദ്യത്തെ അണവായുധം രൂപപ്പെടുത്തുന്നതിൽ പ്രധാന പങ്കുവഹിച്ച ശാസ്ത്രജ്ഞനും.	1974
ജെ. ആർ.ഡി. ടാറ്റാ.	ഇന്ത്യയുടെ ആദ്യത്തെ വിമാന സർവ്വീസ് (Air India) തുടങ്ങി വെച്ചയാൾ ആദ്യത്തെ പേര് ടാറ്റ എയർ സർവീസ്.	

ഡോക്ടർ സൈറസ് പൂനവ്വാല	സെറം ഇൻസ്റ്റിട്യൂട് ഓഫ് ഇന്ത്യ (Serum Institute of India) തുടക്കം കുറിച്ചവ്യക്തി .ഈ സ്ഥാപനമാണ് കോവിഡ് -19 (Covid 19) എന്ന മഹാമാരിക്കെതിരെ പ്രതിരോധശക്തിയുള്ള മരുന്നുകളുടെ നിർമ്മാണത്തിൽ മുൻപന്തിയിൽ നിന്ന് ഇൻഡ്യക്ക് പേരും പെരുമയും ഉണ്ടാക്കിത്തന്നത്	2020

നിധികിട്ടിയ ആട്ടിടയൻ

ഇത് രണ്ട് ആട്ടിടയൻമാരുടെ കഥയാണ്. അവർ ദിവസക്കൂലിക്ക് ജോലി എടുത്ത് അതിൽ നിന്ന് കിട്ടിയിരുന്നതുകൊണ്ട് ജീവിതം നടത്തിയിരുന്നു. പലപ്പോഴും തുറസ്സായ മൈതാനങ്ങളിൽ അവരുടെ യജമാനൻമാരുടെ ആട്ടിൻകൂട്ടത്തെ മേയാൻ കൊണ്ടു പോകുമായിരുന്നു. അങ്ങിനെ ഒരു ദിവസം അവരിൽ ഒരാൾ മൈതാനത്തിന്റെ ഓരമായി തണലുണ്ടായിരുന്ന സ്ഥലത്ത് കിടന്നുറങ്ങുകയായിരുന്നു. മറ്റെയാൾ ഉറങ്ങുന്ന കൂട്ടുകാരന്റെയടുത്ത് ആടുകളേയും നോക്കി ഇരുന്നു.

അങ്ങിനെയിരിക്കുമ്പോൾ കണ്ട ഒരു പ്രത്യേക കാഴ്ച എന്താണെന്നറിയേണ്ടേ? ഉറങ്ങിക്കിടന്ന കൂട്ടുകാരന്റെ മൂക്കിൽ നിന്ന് പച്ച നിറത്തിലുള്ള ഒരീച്ച വെളിയിൽ വന്ന് അവിടെയൊക്കെ പറന്നു നടക്കുന്നതായിരുന്നു ആ കാഴ്ച. മാത്രമല്ല അയാൾ നേരത്തെ ഒന്നോ രണ്ടോ ആടുകളെ കറന്ന് കിട്ടിയ പാലിൽ അല്പം നാരങ്ങ നീരൊഴിച്ച് പാല് പിരിപ്പിച്ച് ഉണ്ടാക്കിയ ചീസ് എടുത്തുവെച്ചിരുന്നു- അതിനു പുറത്ത് ഒരു കത്തിയും. പറന്നു നടന്ന ഈച്ച പിന്നീട് പറന്നുചെന്ന് ആകത്തിയുടെ മുകളിൽ ഇരുന്നു. കുറേ നേരം കത്തിയുടെ മുകളിൽ ഇരുന്നതിനുശേഷം പറന്നു ചെന്ന് ഒരല്പം ദൂരെയായി കിടന്നിരുന്ന മൂന്ന് വലിയ പാറാങ്കല്ലുകളിൽ ഒന്നിന്റെ പുറത്ത് ഇരുന്നു. പിന്നീടത് മൂന്നു കല്ലുകളിൽ നടുക്ക് കിടന്നതിന്റെ പുറത്തു സ്ഥാനം പിടിച്ചു. അത് ആ കല്ലിന്റെ പുറത്ത് കുറേനേരം അങ്ങോട്ടുമിങ്ങോട്ടും നടന്നുകൊണ്ടേയിരുന്നു. ആട്ടിടയൻ ആ സമയമെല്ലാം ഈച്ചയേ ശ്രദ്ധിച്ച് നോക്കിക്കൊണ്ട് ഇരുന്നുപോയതുകാരണം ചുറ്റും നടന്നൊതൊന്നും അത്ര ശ്രദ്ധിച്ചില്ല.

പക്ഷേ പെട്ടെന്നാണ് അയാൾ കണ്ടത്; തന്റെ ആട്ടിൻകൂട്ടത്തെ ഏതോ വന്യമൃഗങ്ങൾ തുരത്തി ഓടിച്ചിരിക്കുന്നു. ഒന്നോ രണ്ടോ ആടുകളെ കൊന്ന് തിന്നുകയും ചെയ്തിരുന്നു. ആടുകൾ അയാളുടെ യജമാനന്റേതായിരുന്നു എന്ന് പ്രത്യേകം പറയേണ്ടതില്ലല്ലോ. അവ നഷ്ടപ്പെട്ടാൽ യജമാനൻ എങ്ങിനെ പ്രതികരിക്കുമെന്ന് അയാൾക്ക് നന്നായി അറിയാമായിരുന്നു. ആ ഭയത്തിൽ അയാൾ ഉറക്കെ വിളിച്ചു.

"ഏ. കൂട്ടുകാരാ. നീയിങ്ങനെ ഉറങ്ങിയാലോ. നമ്മുടെ ആടുകളെല്ലാം ഓടിപ്പോയിരിക്കുന്നു. ഉറക്കം മതിയാക്കി എഴുന്നേൽക്ക്."

"എടാ കൂട്ടുകാരാ. നീ എന്നെ ഉറക്കത്തിൽ ബുദ്ധിമുട്ടിക്കാതിരിക്ക്. ഞാനൊരു നല്ല സ്വപ്നം കണ്ടുകൊണ്ടിരിക്കുകയായിരുന്നു. നോക്ക് ഇവിടെ കിടക്കുന്ന ഈ കല്ലിന്റെ പുറത്തിരുന്ന് ഒരൊന്നാന്തരം സ്വപ്നം കണ്ടുകൊണ്ടിരുന്ന എന്നെ നീ വിളിച്ചുണർത്താൻ ശ്രമിച്ചത് ഒട്ടും ശരിയായില്ല. കേട്ടോ."

അതുകേട്ട ആട്ടിടയന് ഒരു കാര്യം ബോദ്ധ്യമായി- കല്ലിന്റെ പുറത്തിരുന്ന ഈച്ച സ്നേഹിതന്റെ ആത്മാവായിരുന്നു എന്ന സത്യം. അയാൾ അല്പം ആലോചിച്ചതിനുശേഷം വീണ്ടും വിളിച്ചു.

"ചെങ്ങാതി, നീ ഉറക്കത്തിൽ സ്വപ്നം കാണുകയായിരുന്നു എന്നല്ലേ പറഞ്ഞത്. നീ എത്രവേണമെങ്കിലും ഉറങ്ങിക്കൊ. പക്ഷേ നീ കാണുന്ന സ്വപ്നം എന്താണെന്ന് അല്പം ഉച്ചത്തിൽ പറഞ്ഞാൽ എനിക്കുംകൂടി കേൾക്കാമല്ലോ. എന്താ പറയുകയില്ലേ, കൂട്ടുകാര."

"ശരി. പറയാം."

"എന്നാൽ പറഞ്ഞോ. ഞാൻ കേട്ടുകൊണ്ട് നിന്റെയരികിൽ ഇവിടെത്തന്നെ ഇരിക്കാം."

"എങ്കിൽ കേട്ടോ ചെങ്ങാതി. ഞാൻ നടന്ന് ഒരു ഇരുമ്പു പാലത്തിൽ എത്തി. പാലത്തിന്റെ മുകളിൽ കൂടി ഞാൻ നടന്നു. അപ്പോൾ പാലത്തിനടിയിൽ അടി കാണാനാകാത്ത ഒരു ഗർത്തമായിരുന്നു. മാത്രമല്ല, താഴെയുണ്ടായിരുന്നത് വെളുത്ത നിറത്തിലുള്ള ഒരു തരം ജലമായിരുന്നു. ഞാൻ സാവധാനം ആ പാലത്തിൽക്കൂടി നടന്ന് മറുകരയെത്തിയതിനുശേഷം അവിടെനിന്നു പറന്ന് ഒരു മലമുകളിൽ ഇരുന്നു. അവിടെ എനിക്കു താഴെ പൊട്ടിയ കല്ലുകളും മറ്റുമായിരുന്നു. പിന്നീട് ഞാനാ കുന്നിൻ പുറത്തുനിന്നും മറ്റൊരു കുന്നിന്റെ മുകളിൽ ചെന്നിരുന്നു.ആ കുന്നിന്റെ അടിയിൽ ഒരു വലിയ നിധി ഉണ്ടായിരുന്നു; ധാരാളം സ്വർണ്ണനാണയങ്ങളും മറ്റും കൂട്ടിയിട്ടിരുന്ന ഒരു നിധി. പക്ഷേ പിന്നീട് അങ്ങോട്ടു എന്തെങ്കിലും കാണുന്നതിനു മുമ്പ് നീ എന്നെ ഉണർത്തിയില്ലേ? കഷ്ടം."

"അറിയാതെ പറ്റിപോയതല്ലേ. ക്ഷമിക്ക്. ഇനി ഞാൻ നിന്നെ ഉപദ്രവിക്കുകയേയില്ല. നീ ഉറങ്ങിക്കോ." അയാൾ അല്പം നിർത്തിയിട്ട് അല്പം കുറഞ്ഞ ശബ്ദത്തിൽ വീണ്ടും പറഞ്ഞു.

"ഞാനിപ്പോൾ പോകുന്നു. ഉണർന്നു കഴിഞ്ഞ് നീ യജമാനന്റെയടുക്കൽ പോയി എന്റെയും കൂടി ഇന്നത്തേ കൂലി വാങ്ങിക്കോ. എന്റെ കൂലിയും കൂടി നീ എടുത്തോ." അത്രയും പറഞ്ഞിട്ട് ആ ആട്ടിടയൻ ഈച്ചയിരുന്ന കല്ലിന്റെ അടുക്കൽ എത്തി. അപ്പോഴേക്കും ഈച്ച പറന്നുപോയിരുന്നു. അയാൾ നല്ല ഭാരമുണ്ടായിരുന്ന ആ കല്ല് കഷ്ടപ്പെട്ട് ഉരുട്ടിമാറ്റി. പ്രതീക്ഷിച്ചതുപോലെ കല്ലിനടിയിൽ നാല് കുടങ്ങളുണ്ടായിരുന്നു- സ്വർണ്ണ നാണയങ്ങളും ആഭരണങ്ങളും മറ്റും നിറച്ച നാല് കുടങ്ങൾ. അയാൾ നാല് കുടങ്ങളും എടുത്തുകൊണ്ട് സ്വന്തം വീട്ടിലേക്ക് പുറപ്പെട്ടു. വീട്ടിലെത്തിയശേഷം അയാൾ ആരും കാണാത്ത വിധം കുടങ്ങൾ ഒളിപ്പിച്ച് വെച്ചു. ആ വിവരങ്ങളൊന്നും അയാൾ ആരോടും പറഞ്ഞതുമില്ല. മാത്രമല്ല തന്റെ കൂട്ടുകാരനെ പിന്നീട് കാണാൻ ശ്രമിക്കുകയും ചെയ്തില്ല. ജോലിക്കൊന്നും പോകാതെ കയ്യിൽ കിട്ടിയ നിധി കാത്തു സൂക്ഷിച്ച് അയാൾ പിന്നീടുള്ള കാലമത്രയും സുഖമായി ജീവിച്ചു.

അബ്ബാസ് രാജാവും
ഒരു പാവപ്പെട്ട അമ്മയും

ഇത് പണ്ട പണ്ട് പേർഷ്യയിൽ ഉണ്ടായിരുന്ന ഒരു രാജാവിന്റെയും അദ്ദേഹത്തിന്റെ നീതി നടപ്പ് രീതിയേയും പ്രതിപാദിക്കുന്ന ഒരു കഥയാണ്. ഷാ അബ്ബാസ് (പേർഷ്യൻ ഭാഷയിൽ ഷാ എന്നാൽ രാജാവ് എന്നർത്ഥം.) തന്റെ നാട്ടിൽ ജനങ്ങൾ എങ്ങനെ ജീവിക്കുന്നു എന്നറിയാൻ, അവരുടെ കഷ്ടപ്പാടുകൾ എന്തൊക്കെയെന്ന് നേരിട്ടറിയാൻ, നീതി നടത്തിപ്പ് കൃത്യമായും സത്യസന്ധമായും നടക്കുന്നുണ്ടോ എന്നും നേരിട്ട് അറിയാൻ അദ്ദേഹം വേഷപ്രച്ഛന്നനായി രാജ്യത്തിന്റെ പല ഭാഗത്തും ഇടയ്ക്കിടയ്ക്ക് പോകുന്ന പതിവുണ്ടായിരുന്നു. അത്തരം ഒരവസരത്തിൽ നടന്ന ഒരു സംഭവമാണ് ഇത്.

അന്നൊരു ദിവസം ഷാ അബ്ബാസ് ഒരു ഗ്രാമത്തിൽ ഒരു സൂഫി സന്ന്യാസിയുടെ വേഷത്തിൽ സഞ്ചരിച്ചുകൊണ്ടിരുന്ന സമയത്ത് ഒരു ചെറിയ കുടിലിൽ നിന്നും രണ്ടു മൂന്നു കുട്ടികളുടെ കരച്ചിൽ കേട്ടു.

"അമ്മേ, വിശന്നിട്ടുവയ്യാ. കഴിക്കാനെന്തെങ്കിലും താ അമ്മേ." അവർ അങ്ങിനെ പറഞ്ഞുകൊണ്ട് വാവിട്ട് കരഞ്ഞു കൊണ്ടിരുന്നു.

അതിനുമറുപടിയെന്നോണം,

"മക്കളെ കഴിക്കാൻ തരാൻ ഇവിടെ ഒന്നുമില്ലല്ലൊ. ഞാനെന്തുചെയ്യാനാ. ഇങ്ങനെ നമ്മളെയൊക്കെ പട്ടിണിക്കിട്ട് കൊല്ലാതെ അങ്ങു കൊന്നു കള ദൈവമേ എന്ന് പ്രാർത്ഥിക്കാനല്ലാതെ ഈ അമ്മയ്ക്ക് വേറേ ഒന്നും ചെയ്യാൻ കഴിയുന്നില്ലല്ലോ മക്കളേ."

"വെശന്നിട്ടു വയ്യായ്യേ. അമ്മേ എന്തെങ്കിലും താ."

കരച്ചിൽകേട്ട് ഷാ എന്താണ് സത്യാവസ്ഥ എന്ന് തിരക്കാനായി ആ കുടിലിലേക്ക് കയറിച്ചെന്നു. സൂഫി സന്ന്യാസി വേഷത്തിൽ കയറി ച്ചെന്ന അദ്ദേഹത്തിന്റെ തോളിൽ ഒരു സഞ്ചിയും ഒരു ഭിക്ഷാപാത്രവും, ഭിക്ഷാ പാത്രം നിറച്ച് പേർഷ്യൻ ആഷും (പയറു വർഗങ്ങൾ ഇട്ട് ഉണ്ടാ ക്കിയ ഒരു തരം കഞ്ഞി) ഉണ്ടായിരുന്നു.

വീട്ടിലേക്ക് കയറിച്ചെന്ന സന്ന്യാസിയെക്കണ്ട് ആ സ്ത്രീ എഴുന്നേറ്റ് നിന്നു.

“നിങ്ങളെന്തിനാ ഇങ്ങിനെ ഉറക്കെ കരയുന്നത്. എന്തു സംഭവിച്ചു.”

“സ്വാമി. മക്കളുരണ്ടും പട്ടിണിയാ. അവർക്കുകൊടുക്കാൻ ഈ വീട്ടിൽ ഒന്നും ഇല്ല. കയ്യിൽ പണമില്ലാത്തതുകൊണ്ട് ഒന്നും വാങ്ങാനും കഴിയു ന്നില്ല. കരയുകയല്ലാതെ എന്നെക്കൊണ്ട് മറ്റെന്തു ചെയ്യാൻ കഴിയും.”

“സാരമില്ല. ദാ ഇതിനകത്തുള്ള ഭക്ഷണം കുട്ടികൾക്ക് കൊടുക്കൂ. നിങ്ങളും കഴിക്കൂ.”

കിട്ടിയ ഭക്ഷണം ആർത്തിയോടെ കഴിക്കുന്നതും നോക്കി ഷാ അവിടെത്തന്നെ ഇരുന്നു. അവർ ഭക്ഷണം കഴിച്ചു കഴിഞ്ഞപ്പോൾ ഷാ പോകാനായി എഴുന്നേറ്റു. പക്ഷേ പോകുന്നതിനു മുൻപേ ഷാ ആ സ്ത്രീയെ അടുക്കൽ വിളിച്ച് തന്റെ കയ്യിലുണ്ടായിരുന്ന ഒരു മോതിരം വിരളിൽ നിന്ന് ഊരിയെടുത്ത് അവർക്കു കൊടുത്തിട്ട് പറഞ്ഞു.

“നിങ്ങൾ ഒന്നുകൊണ്ടും വിഷമിക്കേണ്ട. ഇനി ഒരിക്കലും നിങ്ങൾ പട്ടിണി കിടക്കേണ്ടി വരില്ല. ഇതാ. ഈ മോതിരം വാങ്ങിക്കൊള്ളൂ. നാളെ അടുത്തുള്ള റൊട്ടിക്കടയിൽ ഈ മോതിരം കൊടുത്തിട്ട് കടയുടെ മുതലാളിയോട് ഇത് നിങ്ങളുടെതാണെന്നും ഇത് എടുത്തിട്ട് പകരം നിങ്ങൾക്ക് എന്നും ആവശ്യത്തിന് ആഹാരം നൽകണമെന്നും പറയുക. നിങ്ങളുടെ മക്കൾ പ്രായപൂർത്തിയായി സ്വന്തമായി ജോലി ചെയ്ത് സമ്പാദിക്കാൻ തുടങ്ങുന്നതുവരെ നിങ്ങൾക്ക് ഭക്ഷണം തരാൻ വേണ്ടത്ര പണം ഈ മോതിരം വിറ്റാൽ കിട്ടുമെന്നും പറയുക. അങ്ങിനെ ഇനി നിങ്ങൾക്ക് എന്നും വേണ്ടത്ര ഭക്ഷണം തരാൻ അയാൾ കടപ്പെ ട്ടവനായിരിക്കും.

“ശരി. ഇനി ഞാൻ പോകട്ടെ.”

ഷാ അത്രയും പറഞ്ഞിട്ട് അവിടെ നിന്നും നടന്ന് മറഞ്ഞു.

അടുത്ത ദിവസം ആ സ്ത്രീ വളരെ സന്തോഷത്തോടെ മോതിരവും കൊണ്ട് അടുത്തുള്ള റൊട്ടിക്കടയിൽ പോയി.കട ഉടമസ്ഥന്റെ കയ്യിൽ മോതിരം കൊടുത്തിട്ട് സന്ന്യാസി പറഞ്ഞ വിവരങ്ങൾ അയാളോടു പറഞ്ഞു. അയാൾ മോതിരം തിരിച്ചു മറച്ചു നോക്കി പരിശോധിച്ചു.

മോതിരം നല്ല വിലമതിപ്പുള്ളതാണെന്ന് അയാൾക്കും ബോധ്യമായി. അയാൾ ആ സ്ത്രീയോട് ചോദിച്ചു.

"ഹേ. നിങ്ങൾക്കീ മോതിരം എവിടെ നിന്ന് കിട്ടി. എങ്ങിനെ കിട്ടി. സത്യം പറ."

"മോതിരം എനിക്കൊരു സന്ന്യാസി തന്നതാണ്. ഇപ്പോൾ ഇതെനിക്ക് സ്വന്തമാണ്."

"നിങ്ങൾ കള്ളം പറയുകയാണ്. ഇത് നിങ്ങൾ എവിടെ നിന്നോ മോഷ്ടിച്ചതാണ്. സത്യം പറ."

"സത്യമായും ഇതെനിക്ക് ഒരു സന്ന്യാസി സ്വമനസ്സോടെ തന്നതാ."

"ഇല്ല. നിങ്ങൾ കള്ളം പറയുകയാണ്. നിങ്ങളെക്കൊണ്ട് സത്യം പറയിപ്പിക്കാമോ എന്ന് നോക്കട്ടെ."

അയാൾ ആ സ്ത്രീയെ ബലമായി പിടിച്ചുകൊണ്ട് ആഗ്രാമത്തിലെ ദറോഗയുടെ (പോലീസ് ഓഫീസർ) അടുത്ത് കൊണ്ടു പോയി. അയാൾ പോലീസ് ഉദ്യോഗസ്ഥനോട് പറഞ്ഞു.

"ഹുസൂർ, ഈ സ്ത്രീ ഇന്നലെ എന്റെ വീട്ടിൽ നിന്നും ഈ മോതിരം മോഷ്ടിച്ചു. എന്നിട്ട് ഇന്ന് ഈമോതിരവുമായി എന്റെ കടയിൽ വന്ന് ഇത് അവരുടേതാണെന്നും ഞാനതിന്റെ വിലയ്ക്ക് അവർക്ക് ഭക്ഷണ സാധനങ്ങൾ കൊടുക്കണമെന്നും പറഞ്ഞ് വഴക്കിടുന്നു. അതുകൊണ്ട് ഞാനവരെ പിടിച്ചു കൊണ്ടുവന്ന് അങ്ങയുടെ മുമ്പിൽ നിർത്തുകയാണ്. എന്താണ് ചെയ്യേണ്ടതെന്ന് അങ്ങുതന്നെ തീരുമാനിച്ചാലും." പോലീസ് ഉദ്യോഗസ്ഥൻ കൂടുതലൊന്നും അന്വേഷിക്കാതെ തന്റെ കീഴ്ജീവനക്കാരോട് ആ സ്ത്രീയെ കസ്റ്റഡിയിൽ എടുക്കാൻ ഉത്തരവിട്ടു. പിന്നീട് ശിക്ഷ വിധിച്ചു. ആസ്ത്രീയുടെ കാതുകളുടെ കീഴ്ഭാഗം (കീഴ്ക്കാതുകൾ) മുറിച്ചുകളയുക.

പോലീസ് ഉദ്യോഗസ്ഥന്റെ ഉത്തരവ് കൃത്യമായും പാലിച്ചു. പിന്നീട് കടയുടമസ്ഥൻ മോതിരവുമായി അയാളുടെ കുടിലിലേക്കും. ആ സ്ത്രീ കരഞ്ഞുകൊണ്ട് അവരുടെ കുടിലിലേയ്ക്കു മടങ്ങി. കുടിലിലെത്തിയ സ്ത്രീ അവിടെയിരുന്ന് ഇടയ്ക്കിടയ്ക്ക് ഉച്ചത്തിൽ കരഞ്ഞു- ആ സന്യാസിയേയും തനിക്കും തന്റെ കുഞ്ഞുങ്ങൾക്കും ആ വിധി ഉണ്ടാക്കിയ ദൈവത്തിനേയും ശപിച്ചുകൊണ്ട് ആർത്തു വിളിച്ചു.

"ഹേ. ദൈവമേ. അങ്ങിത്ര ദുഷ്ടനായതെന്തിനാ. എന്നെയും എന്റെ മക്കളേയും ഇങ്ങിനെ പട്ടിണിക്കിടുന്നതെന്തിനാ. ഇന്നലെ ദൈവത്തെ പോലെ തോന്നിക്കുന്ന ഇവിടെ വന്നയാൾ മോഷ്ടിച്ച മോതിരം എനിക്ക് തന്നിട്ട് പോയി. അയാളെക്കൊണ്ട് നല്ല വാക്കുപറയിച്ച് ആ മോതിരം

എനിക്ക് തരീച്ചതെന്തിനാ. നീ എന്നെ എല്ലാവരും കള്ളിയെന്ന് വിളിച്ച പരിഹസിക്കുന്നതു കേട്ട്സന്തോഷിക്കാമെന്ന് കരുതിയോ.നോക്ക്. ചെവി മുറിച്ച വേദന ഇനിയും പോയിട്ടില്ല, നീ ഇത്ര ദുഃഷ്ടനായതെന്തിനാ. ഞാനെന്നും നിനക്ക് മെഴുകുതിരി കൊളുത്തി പ്രാർത്ഥിച്ചിരുന്നില്ലേ? എന്നിട്ടും എന്നെയിങ്ങിനെ കഷ്ടപ്പെടുത്തുന്നതെന്തിനാ. ദൈവമേ. "

അടുത്ത ദിവസം കാലത്തെ ഷാ തന്റെ സന്ന്യാസി വേഷത്തിൽ വീണ്ടും ആ സ്ത്രീയുടെ കുടിലിന്റെ മുമ്പിൽ എത്തി. തലേ ദിവസം താനവർക്ക് നൽകിയ മോതിരം അവർക്ക് പ്രയോജനപ്പെട്ടോ എന്നറിയുക എന്നതും അദ്ദേഹത്തിന്റെ സന്ദർശനോദ്ദേശമായിരുന്നു. പക്ഷേ അദ്ദേഹം പ്രതീക്ഷിച്ചതിന് വിരുദ്ധമായി കുടിലിൽനിന്നും സന്തോഷ വാക്കുകൾക്കു പകരം കരച്ചിലും ശാപവചനങ്ങളുമാണ് കേട്ടത്.

"ആ ദുഷ്ടൻ കപട സന്ന്യാസി. അയാളെന്തിനാ ആ മോഷ്ടിച്ച മോതിരം എനിക്കു തന്നത്. അയാളെ ആരെങ്കിലും ഇങ്ങോട്ട് വിളിച്ചോ. ഇല്ലല്ലോ. ദുഷ്ടൻ. ഇങ്ങോട്ട് കയറിവന്ന് മോതിരം തന്നിട്ട് എനിക്കെന്തു കിട്ടി. ചെവി മുറിച്ചത് മിച്ചം. പിന്നെ കള്ളിയെന്ന പേരും. ദൈവമേ. ആ മഹാപാപിക്ക് ഗുണം പിടിക്കരുതേ. ഇല്ല. പിടിക്കത്തില്ല. എനിക്കറിയാം. സന്ന്യാസിപോലുംസന്ന്യാസി; കള്ള സന്ന്യാസി."

ആ ശകാര വാക്കുകളും ശാപവചനങ്ങളും കേട്ടുകൊണ്ട് സന്ന്യാസി വേഷത്തിൽ ഷാ അബ്ബാസ് ആ കുടിലിലേക്ക് കയറിച്ചെന്നു.

"സഹോദരി. എന്തിനാ ഇങ്ങിനെ കരയുന്നത്. ഒച്ചയുണ്ടാക്കുന്നത്. പറയൂ. നമുക്ക് എല്ലാത്തിനും വഴിയുണ്ടാക്കാം."

"ഓ. താനൊന്നും പറയേണ്ട. എന്തിനാ ഇന്നും ഇങ്ങോട്ട് എത്തിയത്? സന്ന്യാസി പോലും,സന്ന്യാസി."

"സഹോദരി. ഇങ്ങിനെ കരയാതെ. പുലമ്പുന്നതു നിർത്തി എന്നോട് എല്ലാം വ്യക്തമായി തുറന്നു പറയൂ. ഞാൻ നിങ്ങളെ സഹായിക്കാനാണ്-സഹായിക്കാൻ തന്നെയാണ് വന്നത്. എന്നെ വിശ്വസിക്കു, ഇത് സത്യം."

ആ സ്ത്രീ പുലമ്പിക്കൊണ്ടിരുന്നതിനിടയിലും തലേന്നാൾ നടന്ന കാര്യങ്ങളെല്ലാം വിശദമായി പറഞ്ഞു. എല്ലാം കേട്ട ശേഷം സന്ന്യാസി അവരോട് പറഞ്ഞു.

"സഹോദരി. എങ്ങിനെയോ പ്രതീക്ഷിക്കാത്ത ഒരു തെറ്റ് നടന്നു. പക്ഷേ എന്നെ വിശ്വസിക്കു. ഇനിമേൽ നിങ്ങൾക്ക് ഇങ്ങിനെ കഷ്ടപ്പെടേണ്ടി വരില്ല. ദയവായി സഹോദരി എന്റെ കൂടെ ഒരിടം വരെ വരണം."

“അപ്പോൾ എന്റെ മക്കളോ.”

“സഹോദരിയുടെ കൂടെ വരട്ടെ. ഒട്ടും ഭയമില്ലാതെ എന്റെ കൂടെ വരൂ.”

സന്ന്യാസി കുടിലിന് വെളിയിലേക്ക് ഇറങ്ങി. കൂടെ ആ സ്ത്രീയും അവരുടെ രണ്ട് മക്കളും. കുറേ ദൂരം നടന്ന് അവരെത്തിചേർന്നത് രാജകൊട്ടാരത്തിന്റെ വാതിൽക്കലാണ്. അത് മനസ്സിലാക്കി ആ സ്ത്രീ ചോദിച്ചു.

“ഹേ സന്ന്യാസി. നിങ്ങൾ ഞങ്ങളെ എങ്ങോട്ടാണ് കൂട്ടിക്കൊണ്ടു വന്നത്. ഇത് രാജകൊട്ടാരമാണല്ലോ. അല്ലേ. എന്താ. ഇനിയും കൂടിയ ശിക്ഷ വല്ലതും വാങ്ങിത്തരാനാണോ നിങ്ങളുടെ പദ്ധതി. “

“സഹോദരീ. ഞാൻ പറഞ്ഞില്ലേ, ഒട്ടും ഭയപ്പെടേണ്ടതില്ലെന്ന്. മാത്രമല്ല ഇനിമേൽ നിങ്ങളുടെ കഷ്ടപ്പാടുകളെല്ലാം മാറുകയും ചെയ്യും. “

“ങ്ങാ. കണ്ടറിയണം.”

അപ്പോഴേക്കും കൊട്ടാരവാതിൽക്കൽ നിന്നിരുന്ന രാജഭടന്മാർ പ്രച്ഛന്ന വേഷധാരിയായ ഷായെ തിരിച്ചറിഞ്ഞ് ഓടിയെത്തി.

ഷാ അബ്ബാസ് സിൽബന്ധികളിൽ ഒരാളെ വിളിച്ച് നിർദേശിച്ചു.

“ഈ സ്ത്രീയെ നിങ്ങൾ റാണിയുടെ കൊട്ടാരത്തിലേക്ക് (ഹാരം) കൂട്ടിക്കൊണ്ടു പോകുക. അവിടെ ഇവർക്കുവേണ്ട എല്ലാ സൗകര്യങ്ങളും ഒരുക്കിക്കൊടുക്കുകയും വേണം. മാത്രമല്ല, ഇവരുടെ ചെവിയിലെ മുറിവുകൾ ഉണങ്ങാൻ വേണ്ട ചികിത്സയും ഒരുക്കണം. “

സിൽബന്ധി സ്ത്രീയേയും കുട്ടികളെയും കൂട്ടിക്കൊണ്ട് ഹാരത്തിലേക്ക് പോയി. പിന്നീട് ഷാ മറ്റൊരാളെ വിളിച്ച് കൊട്ടാരത്തിലേക്ക് വേണ്ട ആഭരണങ്ങൾ പരമ്പരാഗതമായി നിർമ്മിക്കുന്ന സ്വർണപണിക്കാരനെ കൂട്ടിക്കൊണ്ടുവരുവാൻ നിർദേശിച്ചു. മറ്റൊരാളെ ആ സ്ത്രിയുടെ ഗ്രാമത്തിൽ പോയി അവിടുത്തെ പോലീസ് അധികാരിയേയും റൊട്ടിക്കട ഉടമസ്ഥനേയും കൂട്ടിക്കൊണ്ടു വരുവാൻ ആജ്ഞാപിച്ചു. റൊട്ടിക്കടക്കാരനോട് തലേന്ന് അയാൾക്ക് ആ സ്ത്രീയിൽനിന്നും കിട്ടിയ മോതിരവും കൊണ്ടുവരാൻ നിർദേശിക്കണമെന്നും പറഞ്ഞു. അന്നുതന്നെ അല്പം വൈകി ഒരു കൃത്യസമയത്ത് രാജസഭ വിളിച്ചുകൂട്ടാൻ വേണ്ട നിർദേശങ്ങളും നൽകി.

രാജസഭ കൂടാൻ ഉദ്ദേശിച്ചിരുന്ന സമയമായപ്പോഴേക്കും ഷാ തന്റെ രാജകീയമായ ഔദ്യോഗിക വസ്ത്രങ്ങൾ അണിഞ്ഞ് സഭാമണ്ഡപത്തിൽ എത്തി. സഭയിൽ താനുദ്ദേശിച്ച പോലീസ് ഉദ്യോഗസ്ഥനും റൊട്ടിക്കടക്കാരനും, തലേദിവസം മോഷണക്കുറ്റത്തിന് ശിക്ഷിക്കപ്പെട്ട സ്ത്രീയും,

സ്വർണപ്പണിക്കാരനും ഉണ്ടെന്ന് ഉറപ്പുവരുത്തിയതിനുശേഷം ഷാ സഭയിലുണ്ടായിരുന്ന എല്ലാവരേയും അഭിസംബോധന ചെയ്തു പറഞ്ഞു.

"ഇന്നലെ ഒരു മോഷണക്കുറ്റത്തിനായി ഇതാ ഈ നിൽക്കുന്ന സ്ത്രീ ശിക്ഷിക്കപ്പെട്ടിരിക്കുന്നു. എങ്കിലും വാസ്തവം എന്താണെന്നതിനെക്കുറിച്ച് ഒരു പുനർവിചാരണ ആവശ്യമാണെന്ന് തോന്നിയതുകൊണ്ടാണ് ഞാൻ നിങ്ങളെയെല്ലാം വിളിച്ചു വരുത്തിയത്. ഇനി മോഷണക്കുറ്റത്തിന് ശിക്ഷ നൽകിയ നമ്മുടെ പോലീസ് ഉദ്യോഗസ്ഥൻ തന്നെ നടന്ന സംഭവങ്ങൾ കൂടുതൽ വിശദമായി നിങ്ങളോട് പറയും."

പിന്നീട് പോലീസ് ഉദ്യോഗസ്ഥൻ നടന്നതെല്ലാം തികഞ്ഞ സത്യസന്ധതയോടെ പറഞ്ഞു. അവസാനം,

"അങ്ങിനെ മോഷണം നടത്തിയ ഈ സ്ത്രീയ്ക്ക് തക്കതായ ശിക്ഷ നൽകിയ ഞാൻ എന്റെ കടമ വേണ്ടവണ്ണം നിർവഹിച്ചു-നീതി നടപ്പാക്കുന്നതിൽ ഒട്ടും ദാക്ഷണ്യം കാണിക്കാതെ തന്നെ നിർവഹിച്ചു.," എന്ന പ്രസ്താവനയും കൂട്ടിച്ചേർത്തു.

പിന്നീട് ഷാ റൊട്ടിക്കാരനോട് ചോദിച്ചു.

"മോഷ്ടിക്കപ്പെട്ടുവെന്ന് നിങ്ങൾ പറഞ്ഞ മോതിരം കൊണ്ടു വരണമെന്ന് പറഞ്ഞിരുന്നല്ലോ. കൊണ്ടു വന്നിട്ടുണ്ടോ.?"

"ഉണ്ട്. ഹുസൂർ."

"ശരി. ആ മോതിരം ഈ സ്വർണപ്പണിക്കാരന്റെ കയ്യിൽ കൊടുക്കൂ."

പിന്നീട് അദ്ദേഹം സ്വർണപ്പണിക്കാരനോട് പറഞ്ഞു.

"ആ മോതിരം വാങ്ങി പരിശോധിച്ചതിനുശേഷം, അതിനെക്കുറിച്ച് നിങ്ങൾക്ക് അറിയാവുന്ന വിവരങ്ങൾ സത്യസന്ധമായി ഈ സഭയേ അറിയിക്കൂ. പക്ഷേ നിങ്ങൾ ആർക്കുവേണ്ടി ആ മോതിരം ഉണ്ടാക്കി എന്നു മാത്രം പറയണ്ട. അത് ഞാൻ പിന്നീട് ചോദിച്ചുകൊള്ളാം."

സ്വർണപ്പണിക്കാരൻ മോതിരം പരിശോധിച്ചിട്ട് പറഞ്ഞു.

"ഈ മോതിരം ഞാൻ പണിതതാണ്. ജോഡിയായി ഒരേമാതിരി രണ്ട് മോതിരങ്ങൾ പണിതു-അതിൽ ഒന്നാണ് ഇത്. "

പിന്നീട് ഷാ റൊട്ടിക്കടക്കാരനോട് ചോദിച്ചു.

"സ്വർണപ്പണിക്കാരൻ പറഞ്ഞതുപോലെ ജോഡിയായി പണിത മോതിരങ്ങളിൽ ഒന്നാണ് ഇതെങ്കിൽ ഇതിന്റെ ജോഡി നിങ്ങളുടെ പക്കൽ ഉണ്ടായിരിക്കണം. അല്ലെങ്കിൽ അതെവിടെയെന്ന് താങ്കൾക്ക് അറിയാമായിരിക്കണം.ഇല്ലേ. ഇനി അങ്ങിനെയല്ലെങ്കിൽ ഇത് നിങ്ങൾക്ക് തന്ന ആളിന് അതിനെക്കുറിച്ച് അറിയാമായിരിക്കണം.

അതുകൊണ്ട് സത്യസന്ധമായി ഈ മോതിരം നിങ്ങൾക്ക് എപ്പോൾ, ആരിൽ നിന്ന് എങ്ങിനെ കിട്ടി എന്ന് പറയുന്നതിൽ വിഷമമില്ലല്ലോ. പറയൂ. എല്ലാവരും കേൾക്കട്ടെ. "

മറ്റ് മാർഗങ്ങളൊന്നുമില്ലാതെ അയാൾ നടന്ന സത്യങ്ങളെല്ലാം ഏറ്റുപറഞ്ഞ് രാജാവിനോടു മാപ്പപേക്ഷിച്ചു.

പിന്നീട് ഷാ തന്റെ പക്കലുണ്ടായിരുന്ന ജോഡിമോതിരവും പണിക്കാരന്റെ കയ്യിലുണ്ടായിരുന്ന മോതിരവും ഒന്നിച്ച് സഭയിലുണ്ടായിരുന്നവർക്ക് പരിശോധിക്കാൻ അവസരം നൽകി. പിന്നീട് അദ്ദേഹം പറഞ്ഞു.

"ഇന്നലെ പ്രച്ഛന്നവേഷത്തിൽ, ഒരു സൂഫിസന്യാസിയുടെ വേഷത്തിൽ ഗ്രാമങ്ങളിൽ ചുറ്റി നടന്ന ഞാൻ തന്നെയാണ് ഈ സ്ത്രീക്ക് ആ മോതിരം നൽകിയത്. നിങ്ങൾക്ക് രണ്ട് മോതിരങ്ങളും പരിശോധിച്ച് അഭിപ്രായം പറയാൻ അവകാശമുണ്ട്."

സഭയിലുണ്ടായിരുന്നവർ മോതിരങ്ങൾ പരിശോധിച്ചിട്ട് ഉറക്കെ പറഞ്ഞു.

"രണ്ടും ഒരു പോലെയുണ്ട്. സ്വർണപ്പണിക്കാരൻ(തട്ടാൻ) പറഞ്ഞതുപോലെ ഇവ ജോഡിയായി ചെയ്തവയാണ്. സംശയമില്ല. ഞങ്ങൾ അങ്ങയെ പൂർണമായി വിശ്വസിക്കുന്നു."

പിന്നീട് ഷാ എല്ലാവരും കേൾക്കാനായി പറഞ്ഞു.

"എങ്കിൽ കടയുടമസ്ഥൻ ചെയ്തത് ക്ഷമിക്കാനാകാത്ത തെറ്റാണ്-വഞ്ചനയും കാപട്യവുമാണ്. അതുകൊണ്ട് അയാളുടെ കട ഭരണകൂടം ഏറ്റെടുത്ത് ഈ സഹോദരിക്ക് അവർ സഹിച്ച കഷ്ടങ്ങൾക്കും അപമാനത്തിനും പ്രായശ്ചിത്തമായി നൽകുന്നു. ഇനി ഇവർക്കും ഇവരുടെ കുട്ടികൾക്കും ആ കട നന്നായി നടത്തി അതിൽ നിന്ന് കിട്ടുന്ന വരുമാനം കൊണ്ട് സന്തോഷമായി ജീവിക്കാം. കുട്ടികൾ പ്രായമായി സ്വന്തമായി സമ്പാദിക്കാൻ ശേഷിയുള്ളവരാകുന്നതുവരെ ഇതങ്ങിനെ തന്നെ തുടരും.

പിന്നീട് ഈ പോലീസ് ഉദ്യോഗസ്ഥൻ-ഇയാൾ ചെയ്തതും യാതൊരുവിധ മാപ്പും അർഹിക്കാത്ത കുറ്റമാണ്. ന്യായം നടപ്പാക്കാൻ ചുമതലപ്പെട്ട ഉദ്യാഗസ്ഥർതന്നെ യാതൊരന്വേഷണവും കൂടാതെ ഒരാളെ ശിക്ഷിക്കുക; കുറ്റം ആരോപിക്കപ്പെട്ട ആളിന് കുറ്റം ഉറപ്പാക്കുന്നതുവരെ സംരക്ഷണം നൽകാൻ കടമപ്പെട്ട ഉദ്യോഗസ്ഥൻതന്നെ ആരോപണങ്ങളെക്കുറിച്ച് അന്വേഷിച്ചില്ലെന്ന് മാത്രമല്ല, കുറ്റം ആരോപിക്കപ്പെട്ട ആളിന് പണമോ പിൻബലമോ ഇല്ലാതിരുന്നതുകൊണ്ട്

അവരെ ക്രൂരമായി ശിക്ഷിച്ച ഒരുദ്യോഗസ്ഥനേ നമുക്കാവശ്യമുണ്ടോ. നിങ്ങൾ നിങ്ങളുടെ നിക്ഷ്പക്ഷമായ അഭിപ്രായം പറഞ്ഞുകൊള്ളുക. "

സഭയിൽ കൂടിയിരുന്നവർ ഒറ്റ സ്വരത്തിൽ പ്രതികരിച്ചു.

"വേണ്ട. വേണ്ടവേ വേണ്ട. അയാൾക്കു അങ്ങുതന്നെ കടുത്ത ശിക്ഷ നൽകിയാലും."

"ശരി. ഞാനീ ഉദ്യോഗസ്ഥനെ ഇന്നുതന്നെ ജോലിയിൽ നിന്നും പിരിച്ചുവിടുന്നു. മാത്രമല്ല, അയാൾക്ക് ഈ ഗ്രാമത്തിനു പുറത്ത് എവിടെയെങ്കിലും പോയിതാമസിച്ച് തന്റെ തെറ്റുകൾ തിരുത്തി ജീവിക്കാൻ ഒരവസരം നൽകുന്നതിനൊപ്പം അയാൾ ഇനിമേൽ ഈ ഗ്രാമത്തിൽ പ്രവേശിക്കാൻ പാടില്ലെന്നും ഉത്തരവിടുന്നു. മാത്രമല്ല, ഈ സ്ത്രീയേയോ അവരുടെ മക്കളെയോ നേരിട്ടോ പരോക്ഷമായോ ഏതെങ്കിലും വിധത്തിൽ ഉപദ്രവിക്കുകയോ കഷ്ടപ്പെടുത്തുകയോ ചെയ്താൽ ശിക്ഷ മരണം തന്നെയായിരിക്കും എന്ന് ഓർമ്മപ്പെടുത്തുകയും ചെയ്യുന്നു. "

സഭയിൽ കൂടിയിരുന്നവർ ഒന്നടങ്കം രാജാവിനെ ഭക്തിപുരസരം വണങ്ങി, ഷാ അബ്ബാസ് നീണാൾ വാഴട്ടെ എന്ന് പറഞ്ഞ് പിരിഞ്ഞു. അങ്ങിനെ ആ സംഭവത്തിൽക്കൂടി ഷാ അബ്ബാസിന്റെ പേരും പ്രശസ്തിയും പൂർവ്വാധികം വർദ്ധിക്കുകയും ചെയ്തു.

റൊട്ടി ഉണ്ടാക്കുന്നവനും നന്ദിയുള്ള മത്സ്യങ്ങളും

പണ്ട് പണ്ട് പേർഷ്യയിൽ ജീവിച്ചിരുന്ന ഒരു റൊട്ടിക്കടക്കാരന്റെ (റൊട്ടി ഉണ്ടാക്കുന്നയാൾ എന്നുതന്നെ കരുതുക) ഒരനുഭവകഥ യാണ് ഇത്. അദ്ദേഹത്തെ ഇനിയങ്ങോട്ട് റൊട്ടിക്കാരൻ എന്ന് നമുക്ക് സംബോധന ചെയ്യാം.

എന്നും കാലത്ത് മാവ് കുഴച്ച് റൊട്ടിയുണ്ടാക്കുമ്പോൾ അല്പാല്പം മാവും, കരിഞ്ഞുപോയ റൊട്ടിക്കഷ്ണങ്ങളും, അല്ലെങ്കിൽ തലേന്നുണ്ടാക്കിയതിൽ മിച്ചമിരുന്ന് കേടുവരാൻ തുടങ്ങുന്ന റൊട്ടിക്കഷ്ണങ്ങളോ ഒക്കെ കളയേണ്ട തായിവരും. അത്തരം സാധനങ്ങൾ കടയിൽ ഉപയോഗിക്കാൻ കഴി യുകയില്ലെങ്കിലും മൃഗങ്ങൾക്കും മത്സ്യങ്ങൾക്കും, പറവകൾക്കുമൊക്കെ നല്ലൊരു ആഹാരവസ്തു തന്നെയാണ്. ദീനാനുകമ്പനായ റൊട്ടിക്കാരൻ അത്തരം ഭക്ഷണവസ്തുക്കൾ കുപ്പയിൽ വാരി എറിയുന്നതിനുപകരം ഭദ്രമായി ശേഖരിച്ച് എന്നും അടുത്തുള്ള നദിയിൽ ഒഴുക്കുമായിരുന്നു. നദിയിലുണ്ടായിരുന്ന അനേകം മത്സ്യങ്ങൾ കൂട്ടം കൂട്ടമായി ചെന്ന് ആ ഭക്ഷണം സന്തോഷത്തോടെ തിന്നുന്നത് കാണുന്നത് റൊട്ടിക്കാരന് സന്തോഷം നൽകിയിരുന്നു.അങ്ങിനെയിരിക്കുമ്പോൾ ഒരു ദിവസം ഒരു വ്യാപാരി അതുവഴി ചെന്നു. റൊട്ടിക്കാരനെ കണ്ട വ്യാപാരി സ്വയം പരിചയപ്പെടുത്തിയതിനുശേഷം റൊട്ടിക്കാരനോട് പറഞ്ഞു.

"സ്നേഹിതാ. എനിക്ക് എന്റെ ചില ജോലികൾക്കായി ഒരാളെ ആവശ്യമുണ്ട്. ഞാൻ വളരെ നല്ല ശമ്പളം കൊടുക്കാം."

"അങ്ങ് എന്താണ് ശമ്പളം കൊടുക്കുക."

“ആദ്യം ഞാൻ ജോലി എന്താണെന്ന് പറയാം. കേട്ടോളൂ. അതിനുശേഷം ശമ്പളം.”

“ഓ. ശരി.”

“എന്റെ കൂടെ ജോലിക്കു ചേർന്നു കഴിഞ്ഞാൽ ആദ്യത്തെ 40 ദിവസങ്ങൾ യാതൊരു ജോലിയും ഉണ്ടായിരിക്കുകയില്ല. നാല്പതാം ദിവസം രണ്ടു മണിക്കൂർ നേരം ഞാൻ പറയുന്നതുപോലെ ജോലി ചെയ്യണം. അത്രതന്നെ. അതിന് രണ്ടുമാസത്തെ ശമ്പളം മാസം നൂറ് തൂമാൻ (അന്നത്തെ പേർഷ്യൻ നാണയത്തിന്റെ പേര്) വേതനമായി നൽകുന്നതാണ്.”

“ഓ. ഇത് ഒരു നല്ല കാര്യമാണല്ലോ. ഇവിടെ ഒരു കട നടത്തിയിട്ടുപോലും അത്രയും സമ്പാദിക്കാൻ ആവുന്നില്ല. കട അടച്ചിട്ടിട്ട് ഞാൻ തന്നെ അങ്ങയോടൊപ്പം വരാം;അങ്ങയ്ക്ക് സമ്മതമാണെങ്കിൽ. “

“വളരെ സന്തോഷം. അങ്ങിനെയെങ്കിൽ ഇപ്പോൾതന്നെ എന്നോടൊപ്പം വന്നോളൂ.”

അങ്ങിനെ അവർ രണ്ടുപേരും യാത്രക്കാരന്റെ സങ്കേതത്തിലേക്ക് തിരിച്ചു. അവിടെയെത്തിയതിനുശേഷം റൊട്ടിക്കാരൻ പൂർണ വിശ്രമം എടുത്ത് നാല്പതുദിവസങ്ങൽ തള്ളിനീക്കി. നാല്പതാമത്തെ ദിവസം മദ്ധ്യാഹ്നത്തോടുകൂടി യാത്രക്കാരൻ റൊട്ടിക്കാരനെ വിളിച്ച് പറഞ്ഞു.

“തയ്യാറാകൂ. നമുക്ക് അല്പം ദൂരെ ഒരു സ്ഥലം വരെ പോകണം.”

പിന്നീട് യാത്രക്കാരൻ ഒരു പശുവിനെ വെട്ടി അതിന്റെ തുകൽ ഉരിഞ്ഞെടുത്തു. തുകൽ ഒരു സഞ്ചിപോലെ തുന്നിക്കെട്ടി. പശുവിന്റെ മാംസക്കഷ്ണങ്ങൾ ആ സഞ്ചിയിൽ ഇട്ടു. പിന്നീട് രണ്ടു മൂന്നു കോവർ കഴുതകളെ തയ്യാറാക്കി. അവയുടെ മുതുകിൽ കുറേ ചാക്കുകളും, പശുവിൻ തോലുകൊണ്ടുണ്ടാക്കിയ സഞ്ചിയും കയറ്റി താഴെപ്പോകാത്തവിധം ഭദ്രമായി വെച്ചു.

“ങാ. വന്നോളൂ. ഈ കഴുതയിൽ ഒന്നിന്റെ പുറത്തുകയറി എന്നോടൊപ്പം വരണം. നാം നേരത്തേ പറഞ്ഞിരുന്ന ജോലിസ്ഥലത്തേക്ക് പോകുന്നു. എന്താ. റെഡിയല്ലേ.”

അങ്ങിനെ യാത്രക്കാരനും റൊട്ടിക്കാരനും ഓരോ കഴുതപ്പുറത്തും കൂടാതെ വേറെ രണ്ട് കഴുതകളും ഒന്നിച്ച് യാത്ര തിരിച്ചു. കുറേ ദൂരം യാത്ര ചെയ്ത് അവർ സമുദ്രതീരത്തിനടുത്ത് കുത്തനെയുള്ള ഒരുയർന്ന മലയുടെ മുകളിൽ എത്തി. രണ്ടുപേരും അവിടെ ഇറങ്ങി. ആ മലയുടെ അടുത്തുതന്നെ അതിനേക്കാളും ഉയരത്തിലുള്ള മറ്റു മലകളും ഉണ്ടായിരുന്നു.

പിന്നീട് യാത്രക്കാരൻ റൊട്ടിക്കാരന്റെ സഹായത്തോടെ അവിടെക്കിടന്ന കുറേ ഉണങ്ങിയ കമ്പുകളും മറ്റും കൂട്ടിയിട്ട് തീ കൊളുത്തി. യാത്രക്കാരൻ കൂടെ കൊണ്ടു ചെന്നിരുന്ന പശുത്തോൽ സഞ്ചിയിൽ നിന്ന് മാംസക്കഷ്ണങ്ങൾ പുറത്തെടുത്ത് തീയിലിട്ടു. പിന്നീട് റൊട്ടിക്കാരനെ വിളിച്ച് തുകൽസഞ്ചിയിൽ കയറുവാൻ പറഞ്ഞു. മറുത്തൊന്നും പറയാതെ റൊട്ടിക്കാരൻ ആ പശുത്തോൽ സഞ്ചിയിൽ കയറിയിരുന്നു. ഉടൻതന്നെ യാത്രക്കാരൻ റൊട്ടിക്കാരന് പുറത്തുവരാൻ കഴിയാത്ത വിധം സഞ്ചി ഭദ്രമായി കെട്ടി.

ആ സമയത്ത് അടുത്തുണ്ടായിരുന്ന ഉയരം കൂടിയ മലമുകളിൽ നിന്ന് ഒരു കഴുകൻ പറന്നുചെന്ന് ആ സഞ്ചി അതിന്റെ നഖങ്ങളിൽ കോർത്തുപിടിച്ചുകൊണ്ട് പറന്നുപോയി. കഴുകൻ മലമുകളിൽ തിരികെ ചെന്നതും സഞ്ചി കടിച്ചു കീറി. പെട്ടെന്നുതന്നെ റൊട്ടിക്കാരൻ സഞ്ചിയിൽ നിന്നും പുറത്തുചാടി. അയാളെക്കണ്ടതും കഴുകൻ പറന്ന് അല്പം മാറിയിരുന്നു. അപ്പോൾ അയാൾ പരിഭ്രമിച്ച്, ഭയന്ന് ഉച്ചത്തിൽ വിളിച്ചു ചോദിച്ചു.

“യജമാനനേ, ഹേ, സ്നേഹിതാ, ഞാനിവിടെ നിന്ന് എങ്ങിനെയാ രക്ഷപ്പെടുക. എന്താ വഴി. പറഞ്ഞു തരൂ. ഭയമാകുന്നു. വേഗം.”

“ഓ. അങ്ങിനെയോ. നീ ഒരു കാര്യം ചെയ്യ്. രക്ഷപെടാനുള്ള മാർഗം പറയാം. അതിനുമുൻപ് ചുറ്റും ഒന്ന് നോക്ക്. അവിടെ ധാരാളം വിലപിടിപ്പുള്ള പവിഴവും വജ്രവും മറ്റും കിടക്കുന്നുണ്ടാവും. ഇല്ലേ. നോക്ക്. “

“ഉണ്ട്.”

“നീ ഉടനെ തന്നെ എത്രയും വേഗം കഴിയുന്നത്ര വാരി താഴേക്ക്, ദാ ഞാൻ നിൽക്കുന്നിടത്തേക്ക് വീഴുന്നതുപോലെ എറിയുക. അങ്ങിനെ ഇട്ടതിനുശേഷം രക്ഷപെടാനുള്ള വഴി പറയാം.”

റൊട്ടിക്കാരൻ യാത്രക്കാരൻ നിർദ്ദേശിച്ചതുപോലെ ചെയ്തു. യാത്രക്കാരൻ കയ്യിൽ കിട്ടിയ പവിഴവും വജ്രവുമെല്ലാം കയ്യിലുണ്ടായിരുന്ന ചാക്കുകളിൽ വാരിനിറച്ചു. പിന്നീട് ചാക്കുകൾ കഴുതകളുടെ പുറത്ത് കെട്ടിവെച്ചു. ഒരു കഴുതപ്പുറത്തുകയറി മടക്കയാത്രയ്ക്ക് ഒരുങ്ങി. യാത്ര തിരിക്കുന്നതിനു മുൻപ് റൊട്ടിക്കാരനേ വിളിച്ചു പറഞ്ഞു.

“നിനക്ക് രക്ഷപെടാനുള്ള വഴിയല്ലേ അറിയേണ്ടത്. കേട്ടോ. നിനക്ക് രണ്ടു വഴികളുണ്ട്. ആദ്യത്തേത് നീ അവിടെത്തന്നെ നിൽക്കുക എന്നതാണ്. ചുറ്റും നോക്ക്. അവിടെ ഇതിന് മുൻപും മരിച്ചുവീണവരുടെ എല്ലുമ്പുകൂട്ടുകൾ കിടക്കുന്നുണ്ടാകും. നിനക്ക് കാണാൻ കവിയുന്നില്ലേ. അതുപോലെ,അവിടെക്കിടന്ന് അവശനായിക്കഴിയുമ്പോൾ കഴുകൻമാർ നിന്നെ കൊന്നുതിന്ന് എല്ലുമ്പ് അവിടെ ഇടും. നിനക്കും മറ്റ

എല്ലമ്പുകൂട്ടുകളുടെ കൂടെ ഇനിയങ്ങോട്ട് കഴിയാം. പിന്നെ രണ്ടാമത്തെ വഴി-നീ കുന്നിൻ ചെരുവിൽനിന്ന് താഴോട്ടു നോക്ക്. അവിടെ സമുദ്ര മാണ്. മുകളിൽ നിന്ന് സമുദ്രത്തിലേയ്ക്ക് ചാടാം. അങ്ങിനെ ചാടിയാൽ സമുദ്രജലത്തിൽ മുങ്ങിമരിക്കാം. ഈ രണ്ടു വഴികളിൽ ഏതുവേണമെ ങ്കിലും നിനക്ക് തിരഞ്ഞെടുക്കാം. എന്താ. സന്തോഷമായില്ലേ. ഇനി നിനക്ക് നിന്റെ വഴി. എനിക്ക് എന്റെ വഴി. ഇനി ഞാൻ പോകട്ടെ സ്നേഹിതാ."

അത്രയും പറഞ്ഞ് അയാൾ തന്റെ കഴുതകളുമായി പുറപ്പെട്ടു. യാത്ര തിരിക്കുന്നതിനുമുൻപ് തിരിഞ്ഞു നോക്കി ഇത്രയും കൂടി പറയാൻ മറന്നി ല്ല.

"ഞാൻ പോകുന്നു സ്നേഹിതാ. എല്ലാ സേവനങ്ങൾക്കും തികഞ്ഞ നന്ദിയുണ്ട്. കേട്ടോ."

തികച്ചും നിരാശനായ റൊട്ടിക്കാരൻ ആലോചിച്ചു.എന്താണ് ചെയ്യുക. രണ്ടിൽ ഭേദം കടലിൽ ചാടുകയാണെന്ന് തീരുമാനിച്ച് അയാൾ കുന്നിന്റെ മുകളിൽ നിന്നും ചാടി. നല്ല കാലത്തിന് പാറകളിൽ ഒന്നിലും തട്ടാതെ അയാൾ വീണത് സമുദ്രജലത്തിലേക്കുതന്നെയായി രുന്നു. കടലിൽ ഉണ്ടായിരുന്ന ചില മത്സ്യങ്ങൾ അയാളെ തിരിച്ചറിഞ്ഞു. അവർ പരസ്പരം പറഞ്ഞു.

"ഇപ്പോൾ ഇവിടെ വീണ ഈ മനുഷ്യൻ നമുക്ക് പതിവായി തീറ്റ നൽകാറുള്ള റൊട്ടിക്കാരൻ തന്നെയാണ്. സംശയമില്ല. പാവം. എന്തു പറ്റിയെന്ന് അറിയില്ലല്ലോ."

"അതെയതെ. ഇദ്ദേഹം ഒരു നല്ല മനുഷ്യനാണ്. ചെങ്ങാതിമാരെ, ഇദ്ദേഹത്തിന് എന്തെങ്കിലും അപകടം പറ്റിയതായിരിക്കും. എങ്ങിനെ യെങ്കിലും രക്ഷിക്കണം. നമ്മൾ ഇദ്ദേഹത്തെ രക്ഷിക്കണം."

"അതേ ചെങ്ങാതിമാരെ. ഇദ്ദേഹത്തെ നമ്മൾ എങ്ങിനെയെങ്കിലും രക്ഷിക്കണം. അത് നമ്മുടെ കടമയാണ്."

"അതെ. സംശയമില്ല. പക്ഷേ എങ്ങിനെ."

അവരെല്ലാം ഒന്നിച്ചുകൂടി ആലോചിച്ചു. വേഗം തന്നെ അവരിൽ ചിലർ ഒന്നിച്ചു കൂടി ഒരു ചെങ്ങാടം പോലെ കിടന്നു. രണ്ട് മൂന്ന് വലിയ മത്സ്യങ്ങൾ ചേർന്ന് റൊട്ടിക്കാരനെ അവരുടെ മൂക്കുകൾ കൊണ്ട് ഉന്തിത്തള്ളി ഒരു വിധത്തിൽ അവരുടെ ചെങ്ങാടത്തിന്റെ മുകളിലാ ക്കി-അതായത് വെള്ളത്തിന് മുകളിലായി കിടത്തി; ശ്വാസം വലിക്കാൻ കഴിയുന്ന വിധം പിന്നീട് അവർ ഒരു ചെങ്ങാടം നീങ്ങുന്നതുപോലെ സാവധാനം അയാളെയും വഹിച്ചുകൊണ്ട് തീരത്തേക്ക് നീങ്ങി.

കരയടുത്തപ്പോൾ അവ അയാളെ അവിടെ വിട്ടിട്ട്, തങ്ങളാൽ കഴിയുന്ന രീതിയിൽ അയാളെ രക്ഷിക്കാൻ കഴിഞ്ഞു എന്ന സന്തോഷത്തോടെ തിരികെ പോയി. അയാളും മത്സ്യങ്ങളോട് നന്ദി പറഞ്ഞ് സ്വന്തം വീട്ടിലേക്ക് മടങ്ങി.

കുറേ നാളുകൾ (ചില വർഷങ്ങൾ എന്നു തന്നെ പറയാം) ആ യാത്രക്കാരൻ വീണ്ടും ആപ്രദേശത്ത് എത്തി. റൊട്ടിക്കാരന് ആഗതനെ നിഷ്പ്രയാസം തിരിച്ചറിയാൻ കഴിഞ്ഞുവെങ്കിലും ഉടനെ അയാളുടെ മുന്നിൽ ചെന്നില്ല. മറിച്ച് തന്റെ വേഷമെല്ലാം മാറ്റി ഒരു പ്രച്ഛന്നവേഷധാരിയായി, പെട്ടെന്ന് തിരിച്ചറിയാത്ത വിധമാണ് അയാൾ യാത്രക്കാരന്റെ മുമ്പിൽ പ്രത്യക്ഷപ്പെട്ടത്. പുതിയ വേഷത്തിൽ യാത്രികന് റൊട്ടിക്കാരനെ തിരിച്ചറിയാൻ കഴിഞ്ഞില്ല. എന്നുതന്നെയല്ല പഴയ റൊട്ടിക്കാരൻ കുന്നിൻ മുകളിൽ മരിച്ചുപോയിരിക്കും എന്നും അയാൾ വിശ്വാസിച്ചിരുന്നു. അതുകൊണ്ട് അയാൾക്ക് യാതൊരുവിധ സംശയവും ഇല്ലായിരുന്നുതാനും.

യാത്രികൻ അവിടെയുണ്ടായിരുന്ന എല്ലാവരോടു മായി പണ്ടത്തേപ്പോലെതന്നെ തനിക്ക് ഒരു സേവകനെ ആവശ്യമുണ്ടന്നും നല്ല ശമ്പളം കൊടുക്കാമെന്നും പറഞ്ഞു. റൊട്ടിക്കാരൻ ജോലി ചെയ്യാമെന്ന് സമ്മതിക്കുകയും യാത്രക്കാരനുമൊത്ത് പോകുകയും ചെയ്തു. പിന്നീട് എല്ലാം പണ്ടത്തേതുപോലെതന്നെ സംഭവിച്ചു.

പക്ഷേ കുന്നിൻ മുകളിൽ എത്തിയതിനുശേഷം പശുവിൻ തോലു കൊണ്ടുണ്ടാക്കിയ സഞ്ചിയിൽക്കയറാൻ യാത്രക്കാരൻ പറഞ്ഞപ്പോൾ റൊട്ടിക്കാരൻ പറഞ്ഞത് മറ്റൊന്നായിരുന്നു.

“ഹുസൂർ. ഇതിൽ എങ്ങിനെയാണ് കയറേണ്ടതെന്ന് എനിക്ക് പരിചയമില്ല. അതുകൊണ്ട് ദയവായി അങ്ങ് ഒരു പ്രവാശ്യം എനിക്കുകാണിച്ചുതന്നാൽ പിന്നീട് ഞാൻ നിഷ്പ്രയാസം കയറാം. ദയവുണ്ടാകണം.”

“ഓഹോ. അങ്ങിനെയോ. ഞാൻ കാണിക്കാം. പക്ഷേ അതുകഴിഞ്ഞാൽ നീ കയറിക്കൊള്ളണം.”

“തീർച്ചയായും. ഹുസൂർ. ഒരു പ്രാവശ്യം കാണിച്ചുതന്നാൽ മതി.”

യാത്രക്കാരൻ സഞ്ചിയിൽ കയറി.

“ദാ. ഇങ്ങിനെ. നോക്കിക്കൊ.”

“ശരി. ഹുസൂർ. ഞാൻ നോക്കുന്നുണ്ട്. യാത്രക്കാരൻ സഞ്ചിയിൽ കാലുകൾ രണ്ടും വെച്ചതും റൊട്ടിക്കാരൻ ഓടിചെന്ന് അയാളെ ബലം പ്രയോഗിച്ച് തുകൽ സഞ്ചക്കകത്ത് മുറുക്കി കെട്ടി. അത്രയുമായപ്പോഴേക്കും പണ്ട് സംഭവിച്ചതുപോലെ തന്നെ ഒരു കഴുകൻ സഞ്ചിയുമായി

ഉയരം കൂടിയ ഒരു മലമുകളിലേക്ക് പറന്നുപോയി."

മലമുകളിൽ നിസ്സഹായനായി നിന്ന യാത്രക്കാരനോട് റൊട്ടിക്കാരൻ വിളിച്ചു പറഞ്ഞു.

"യജമാനനേ. ഒട്ടും വിഷമിക്കേണ്ട. ഞാൻ പണ്ടത്തെ റൊട്ടിക്കാരൻ തന്നെയാണ്. അവിടുത്തേക്ക് ഓർമ്മയുണ്ടായിരിക്കുമല്ലൊ. കഴിഞ്ഞ പ്രാവശ്യം അങ്ങെന്നെക്കൊണ്ട് പവിഴങ്ങളും രത്നങ്ങളും വജ്രങ്ങളുമൊക്കൊ താഴേക്ക് എറിയിച്ചില്ലേ. ഓർമ്മയുണ്ടല്ലോ. ഇല്ലേ. അതുപോലെ അങ്ങും ഇപ്പോൾ കുറേ ഇങ്ങോട്ട് എറിഞ്ഞാലും. അതിനുശേഷം ഞാനന്ന് അങ്ങയുടെ ഉപദേശപ്രകാരം താഴേക്ക് വരാനുള്ള വഴി കണ്ടുപിടിച്ചതുപോലെ അങ്ങേയ്ക്കും വഴി പറഞ്ഞുതരാം."

"ശരി. ശരി. ഞാനുടനെ കഴിയുന്നത്ര പവിഴങ്ങളും മറ്റും താഴേക്കെറിഞ്ഞുതരാം.അതിനുശേഷം നീ തിരികെയെത്താൻ കണ്ടുപിടിച്ച വഴി എനിക്കും പറഞ്ഞതാ. വേഗം."

അയാൾ ധൃതിയിൽ വിലപിടിപ്പുള്ള ആ സാധനങ്ങൾ വാരി താഴേക്ക് എറിഞ്ഞു. റൊട്ടിക്കാരൻ പെറുക്കിയെടുക്കാൻ കഴിഞ്ഞതെല്ലാം ചാക്കകളിൽ നിറച്ചു. യാത്രികൻ ധൃതിയിൽ വിളിച്ചു പറഞ്ഞു.

"ഹേ. റൊട്ടിക്കാരാ. പോരേ. ധാരാളമായില്ല. ഇനി വേഗം നീ രക്ഷപ്പെടാൻ ഉപയോഗിച്ച വഴി എനിക്കും പറഞ്ഞുതാ. വേഗമാകട്ടെ."

"ഓ. അങ്ങേയ്ക്ക് രക്ഷപ്പെടാനുള്ള ശരിയായി വഴി അറിയണം, അല്ലേ. ഞാൻ പറഞ്ഞുതരാം. കേട്ടോളൂ."

"വേഗം. വേഗമാകട്ടെ."

"ഇതൊക്കെയൊന്ന് ചാക്കുകളിലാക്കി കുതിരപ്പുറത്ത് വെയ്ക്കട്ടെ. അതിനു ശേഷം ഞാൻ വഴികൾ പറഞ്ഞു തരാം. സംശയിക്കേണ്ട."

അല്പസമയത്തിനുശേഷം റൊട്ടിക്കാരൻ വിളിച്ചു പറഞ്ഞു.

"യജമാനനേ ഇനി ഞാൻ വഴികൾ പറഞ്ഞുതരാം. ശ്രദ്ധിച്ച് കേട്ടുകൊള്ളുക."

"ഞാൻ കേൾക്കുന്നുണ്ട്. വേഗം പറ."

"കഴിഞ്ഞ പ്രാവശ്യം അങ്ങെനിക്ക് രണ്ടുവഴികളാണ് പറഞ്ഞുതന്നത്. അല്ലേ."

"അതേയതെ. പക്ഷേ നീ രക്ഷപ്പെട്ട പുതിയ വഴി; അതു പറഞ്ഞുതാ."

"ഞാൻ പുതുതായി ഒരു വഴിയും കണ്ടുപിടിച്ചില്ല. അങ്ങ് പറഞ്ഞുതന്ന രണ്ടു വഴികൾ മാത്രം. ഒന്ന്-അവിടെത്തന്നെ കിടന്ന് കഴുകൻമാർക്ക്

ഭക്ഷണമാകുക. വേണമെങ്കിൽ അങ്ങേയ്ക്ക് ആ വഴി സ്വീകരിക്കാം. അല്ലെങ്കിൽ രണ്ടാമത്തെ വഴി. അവിടെ നിന്നും കടലിലേക്ക് ചാടുക. ഞാൻ സ്വീകരിച്ചത് രണ്ടാമത്തെ വഴിയായിരുന്നു. അങ്ങയ്ക്ക് ആ വഴിയും സ്വീകരിക്കാം. ഏതുവേണമെന്ന തീരുമാനം അങ്ങയുടെ അവകാശമാണ്. അതിൽ ഞാനിടപെടുകയില്ല. ഇനി ഞാൻ പോകട്ടെ."

റൊട്ടിക്കാരൻ കഴുതകളേയും കൊണ്ട് സ്വന്തം ഗ്രാമത്തിലേക്ക് മടങ്ങി. തനിക്ക് കിട്ടിയ വിലപ്പെട്ട വസ്തുക്കൾ സൂക്ഷിച്ചുവെച്ച് സന്തോഷമായി എല്ലാ സുഖ സൗകര്യങ്ങളോടുംകൂടി വളരെ ക്കാലം ജീവിച്ചു. പക്ഷേ, എല്ലാ സുഖസൗകര്യങ്ങളും ഉണ്ടായിരുന്നിട്ടും തന്റെ റൊട്ടിക്കട തുടർന്ന് നടത്തുന്നതിലും എന്നും കുറേ ഭക്ഷണസാധനങ്ങൾ കടലിലൊഴുക്കി തന്റെ സുഹൃത്തുക്കളായ മത്സ്യങ്ങളോടൊപ്പം കുറച്ച് സമയം ചിലവഴിക്കാനും റൊട്ടിക്കാരൻ മറന്നില്ല. മാത്രമല്ല തനിക്ക് കിട്ടിയ സ്വത്തിന്റെ ഒരു ഭാഗം ദാനധർമ്മങ്ങൾക്കായി മാറ്റിവെച്ച് ചിലവഴിക്കുകയും ചെയ്തു.

യാത്രക്കാരന് എന്തുസംഭവിച്ചു എന്നല്ലേ. അയാളും രണ്ടാമത്തെ വഴിയാണ് സ്വീകരിച്ചത്. കടലിലേക്ക് ചാടിയ അയാൾ തിരമാലകളിൽ പെട്ട് ഒഴുകിപ്പോയി. ഒരു പക്ഷേ അയാളുടെ ശരീരം മീനുകൾക്കോ തിമിംഗലങ്ങൾക്കോ ആഹാരമായി എന്നും വരാം. അത്രതന്നെ.

നാല്പത് കള്ളന്മാർ

ഈ കഥ ഒരുപക്ഷേ നിങ്ങൾ ഇതിന് മുൻപും കേട്ടുകാണും. പണ്ട് പേർഷ്യയിൽ താമസിച്ചിരുന്ന രണ്ട് സഹോദരന്മാരുടെ കഥയാണ് ഇത്. കാസിമും ആലിബാബയും. കാസിം വിവാഹം കഴിച്ചത് ധനികയായ ഒരു പെൺകുട്ടിയെയാണ്. അതുകൊണ്ട് അവർ വളരെ വലിയ സ്വത്തുക്കാർക്ക് ചേർന്ന രീതിയിലാണ് ജീവിച്ചത്-എല്ലാവിധ ധാരാളിത്തങ്ങളും അനുഭവിച്ചുകൊണ്ട്. പക്ഷേ ആലിബാബബയുടെ കാര്യം അങ്ങിനെ ആയിരുന്നില്ല. അവർക്ക് ജീവിതാവശ്യങ്ങൾക്കായി കഷ്ടപ്പെട്ട് ജോലി ചെയ്യേണ്ടതായുണ്ടായിരുന്നു. ദിവസവും അടുത്തുള്ള വനത്തിൽ പോയി വിറക് വെട്ടിക്കൊണ്ടുചെന്ന് കിട്ടിയ വരുമാനം കൊണ്ടാണ് അവർക്കും അവരുടെ കുട്ടികൾക്കും വേണ്ട അന്നന്നത്തേ ആവശ്യങ്ങൾ നിറവേറ്റിയിരുന്നത്.

ഒരു ദിവസം അങ്ങിനെ കാട്ടിൽ വിറക് ശേഖരിച്ചുകൊണ്ടിരുന്ന സമയത്ത് ഒരു കൂട്ടം ആളുകൾ കുതിരപ്പുറത്ത് അതുവഴി വരുന്നതു ബാബ കണ്ടു. കുളമ്പടി കാരണം ഉണ്ടായ പൊടി കാരണം അവർ ബാബയെ കണ്ടില്ല. അതുപോലെ ബാബക്ക് അവരേയും വ്യക്തമായി കാണാൻ കഴിഞ്ഞില്ല. ഏതായാലും ബാബ ഒരു വലിയ മരത്തിന്റെ മറവിൽ നിന്നുകൊണ്ട് അവരെ ശ്രദ്ധിച്ചു.അവരെല്ലാവരും ബാബ നിന്നതിന് കുറച്ച് മുമ്പിലായി കുതിരകളെ നിർത്തി താഴെയിറങ്ങി. കുതിരകളെ അടുത്തുണ്ടായിരുന്ന മരങ്ങളിൽ കെട്ടിയിട്ടു. പിന്നീട് കുറച്ച് മുമ്പിലായി കുറ്റിച്ചെടികളുടെ മറവിലായി ഉണ്ടായിരുന്ന കുന്നുകളിൽ ഒരെണ്ണത്തിന്റെ മുമ്പിൽ ചെന്നുനിന്നു. അവരിൽ പ്രധാനി എന്ന് തോന്നിച്ച ഒരാൾ

(അയാൾ അവരുടെ ക്യാപ്റ്റൻ ആയിരിക്കണമെന്ന് ബാബ കരുതി) കുന്നിന്റെ മുമ്പിൽ നിന്ന് പറഞ്ഞു.

"തുറക്കു സീസെം"

(ഇംഗ്ലീഷിൽ open seasame ഓപ്പൺ സീസെം-സീസെം ഒരു ധാന്യത്തിന്റെ പേരാണ്-നമ്മുടെ എള്ള്). ബാബയ്ക്ക് ആ വാക്കുകൾ സ്പഷ്ടമായി കേൾക്കാൻ കഴിഞ്ഞു. മാത്രമല്ല അവരെത്ര പേരുണ്ടായിരുന്നുവെന്ന് എണ്ണുവാനും കഴിഞ്ഞു. ക്യാപ്റ്റൻ ഉൾപ്പെടെ അവർ നാല്പതു പേരായിരുന്നു. ആ വാക്കുകൾ പറഞ്ഞ ഉടനേ കുന്നിന്റെ മുൻപിൽ ഒരു കതക് തുറക്കുന്നത് ബാബ കണ്ടു. പിന്നീട് കാപ്റ്റന്റെ കൂടെ ഉണ്ടായിരുന്നവർ ഓരോരുത്തരായി തുറന്ന വാതിലിനകത്തേക്ക് പോയി. ഒടുവിൽ അകത്തേക്ക് കയറിയത് ക്യാപ്റ്റനായിരുന്നു. അയാൾ അകത്ത് കയറിയതും ഉറക്കെ പറഞ്ഞു.

"അടയു സീസെം" (shut seasame). അപ്പോൾ ഗുഹയുടെ വാതിൽ അടയുകയും ചെയ്തു.

ഉടനെയെങ്ങാനും താൻ മരത്തിന്റെ പുറകിൽ നിന്ന് പുറത്തു ചെന്നാൽ ആരെങ്കിലും കണ്ടാലോ എന്ന ഭയം കാരണം ബാബ അവിടെത്തന്നെ നിശ്ശബ്ദനായി ഇരുന്നു.

കുറച്ചു സമയം കഴിഞ്ഞപ്പോൾ വീണ്ടും ഗുഹയുടെ വാതിൽ തുറന്നു. അവരെല്ലാവരും ഓരോരുത്തരായി ഗുഹയ്ക്കു പുറത്തുവന്നതും അയാൾ വീണ്ടും

"അടയു സീസെം" എന്ന് പറയുന്നത് കേട്ടു. വാതിൽ അടഞ്ഞതും അവരെല്ലാം കുതിരകളുടെ പുറത്തുകയറി തിരികെ പോകുകയും ചെയ്തു.

കുറെ സമയംകൂടി കാത്തിരുന്നതിനുശേഷം ബാബ സാവധാനം ആ കുന്നിന്റെ വാതിലിനു മുമ്പിൽ എത്തി. ഒന്നു പരീക്ഷിക്കാനായി ബാബ വാതലിനുമുമ്പിൽ നിന്നുകൊണ്ട് പറഞ്ഞു.

"തുറക്കു സീസെം"

അതിശയമെന്ന് പറയാവുന്ന വിധം വാതിൽ തുറന്നു. ബാബ അല്പം ഭയത്തോടെയാണെങ്കിലും ഗുഹയ്ക്കകത്ത് കയറി. അതിനകത്ത് കണ്ട കാഴ്ച തികച്ചും അത്ഭുത ജനകമായ ഒന്നായിരുന്നു. കുന്നുകൾപോലെ അവിടെയുമിവിടെയുമെല്ലാം കൂട്ടിയിട്ടിരുന്ന വിലപിടിപ്പുള്ള സ്വർണ്ണ ആഭരണങ്ങളും, പവിഴങ്ങളും, വജ്രങ്ങളും മറ്റും മറ്റും. ഏതായാലും ബാബ ഉടനേതന്നെ ഗുഹയ്ക്ക് പുറത്തിറങ്ങി, ആ രഹസ്യ വാചകം ഉച്ചരിച്ചു.

"അടയു സീസെം"

ഗുഹയുടെ വാതിൽ അടഞ്ഞു. ബാബ സ്വന്തം വീട്ടിലേക്ക് തിരികെ

പോകുകയും ചെയ്തു. വീട്ടിലെത്തിയതിനുശേഷം ബാബ ആലോചിച്ചു. അവർ ആരായിരിക്കും. എല്ലാ ലക്ഷണങ്ങളുംകൊണ്ട് അവർ കള്ള ന്മാരോ കൊള്ളക്കാരോ ആണെന്ന് വിചാരിക്കുന്നതിൽ തെറ്റില്ല. എങ്കിൽ പിന്നെ അവരുടെ കൈയിലുള്ള സ്വത്തു മുഴുവനും അനധികൃ തമായി സമ്പാദിച്ചതാകണം. അങ്ങിനെയെങ്കിൽ അനധികൃതമായി അവർ സമ്പാദിച്ച സ്വത്തിൽ ഒരു ചെറിയ പങ്ക് വളരെയധികം കഷ്ട പ്പെട്ടു ജീവിക്കുന്ന താൻ എന്തുകൊണ്ട് സ്വന്തമാക്കിക്കൂടാ-ഇങ്ങിനെ കഷ്ടപ്പെട്ട് ജീവിക്കുന്നതിനേക്കാൾ നല്ലത് അതല്ലേ. ബാബ രണ്ട് കഴുതകളെ സംഘടിപ്പിച്ചു; അവയുടെ പുറത്ത് കെട്ടിവെയ്ക്കാവുന്ന തരത്തിലുള്ള മൂന്നുനാല് വലിയ സഞ്ചികളും. കഴുതകളുമായി കള്ളൻ മാർ വരാൻ സാധ്യതയില്ലെന്ന് കരുതിയ സമയം നോക്കി ഗുഹയുടെ മുമ്പിൽ എത്തി.

"തുറക്കു സീസെം"

ഗുഹ തുറന്നു. ബാബ കഴുതകളേയും കൊണ്ട് ഗുഹക്കകത്ത് കയറി. സഞ്ചികളിൽ അവിടെക്കിടന്ന സ്വർണനാണയങ്ങളും ആഭരണങ്ങളും മറ്റും വാരി നിറച്ചു. പിന്നീട് സഞ്ചികൾ കഴുതകളുടെ പുറത്ത് ഭദ്രമായി കെട്ടിവെച്ചു. കഴുതകളെയും കൊണ്ട് ഗുഹക്കുവെളിയിൽ ഇറങ്ങിയതി നുശേഷം ബാബ മാന്ത്രിക വാചകം ഉച്ചരിച്ചു.

"അടയു സീസെം"

ഗുഹ അടഞ്ഞതും ബാബ കഴുതകളേയും കൊണ്ട് വീട്ടിലേയ്ക്ക് മടങ്ങി. വീട്ടിലെത്തിയ ബാബ ആരും ശ്രദ്ധിക്കാത്ത വിധം സഞ്ചികൾ വീട്ടി നുള്ളിൽ എടുത്തുവെച്ചു. ഭാര്യയേ വിളിച്ച് എല്ലാ വിവരങ്ങളും പറഞ്ഞു. പിന്നീട് ബാബ പറഞ്ഞു.

"എടീ. ഭാര്യേ. ഈ വിവരമൊന്നും യാതൊരു കാരണവശാലും ആരോടും പറയരുത്. കേട്ടോ. വിവരങ്ങൾ മറ്റാരെങ്കിലുമറിഞ്ഞാൽ അത് വലിയ പ്രശ്നങ്ങൾ ഉണ്ടാക്കും. നമ്മുടെ ജീവൻതന്നെ അപകട ത്തിലാകും. ഓർമ്മയിരിക്കട്ടെ."

"ഇല്ല. ഞാനാരോടും പറയുകയില്ല. സത്യം."

"എങ്കിൽ നമുക്ക് ഇതിൽ അല്പം സാധനങ്ങൾ താൽക്കാലിക ചിലവുകൾക്കായി എടുത്തു വെച്ചിട്ടു ബാക്കി നമ്മുടെ വീടിന്റെ പുറകുവ ശത്തായി ആരും കാണാതെ, ആർക്കും സംശയം ഉണ്ടാകാത്ത വിധം കുഴിച്ചിടാം."

"ശരി. പക്ഷേ അതിനുമുമ്പ് നമുക്ക് എത്രയുണ്ട് ഈ സ്വർണനാണ യങ്ങൾ എന്ന് എണ്ണിനോക്കാം."

“ഏയ്. അതുവേണ്ട. ഇതെണ്ണിതീർക്കാൻ കുറേ സമയം എടുക്കും.”

“അല്ല. നമ്മളോരോന്നായി എണ്ണണ്ട. ഞാൻ കാസിം ചേട്ടന്റെ വീട്ടിൽ പോയി ധാന്യങ്ങൾ അളക്കാനുപയോഗിക്കുന്ന നാഴി എടുത്തു കൊണ്ടുവരാം. “അത്രയും പറഞ്ഞിട്ട് ബാബയുടെ ഭാര്യ തൊട്ടടുത്തുണ്ടായിരുന്ന കാസിമിന്റെ വീട്ടിലേക്ക് പോയി.

കാസിമിന്റെ വീട്ടിൽചെന്ന് അവർ ചോദിച്ചു.

“ജേഷ്ഠത്തി. നിങ്ങൾ പയറും മറ്റും അളക്കാനുപയോഗിക്കുന്ന നാഴി ഒരല്പ സമയത്തേക്ക് ഒന്നുതരു. ങ്ങാ. ദാ. നാഴി ഇവിടെത്തന്നെയുണ്ടല്ലോ. ഞാനിതെടുത്തുകൊണ്ടുപോയിട്ട് ഉടനേ തന്നെ തിരികെ കൊണ്ടുത്തരാം, ചേച്ചീ.”

നാഴിയുമായി തിരികെയെത്തിയയുടനേതന്നെ ബാബയും ഭാര്യയും ചേർന്ന് സ്വർണനാണയങ്ങൾ അളന്ന് തിട്ടപ്പെടുത്തി. പിന്നീട് ബാബ അതെല്ലാം കുഴിച്ചിടാനുള്ള പ്രവർത്തി തുടങ്ങി. ബാബയുടെ ഭാര്യ കാസിമിന്റെ വീട്ടിലേക്ക് നാഴിയുമെടുത്ത് പോകുകയും ചെയ്തു. നാഴി കാസിമിന്റെ ഭാര്യയുടെ കയ്യിൽ കൊടുത്തിട്ട് പറഞ്ഞു.

“അത്രയേ വേണ്ടൂ, ജേഷ്ഠത്തി. ഇതാ ഞാനിതിവിടെ തിരികെ വെയ്ക്കുന്നു.”

അവർ പിന്നീട് സ്വന്തം വീട്ടിലേക്ക് മടങ്ങി.

പക്ഷേ നിർധനരായ ബാബയ്ക്കും ഭാര്യയ്ക്കും നാഴികൊണ്ട് അളക്കേണ്ടത്ര എന്തായിരിക്കും കിട്ടിയത് എന്ന ജിജ്ഞാസ കാസിമിന്റെ ഭാര്യയുടെ മനസ്സിൽ ഉദിച്ചു. “എന്തായിരിക്കും അവർ നാഴിയുപയോഗിച്ച് അളന്നത്; അതൊന്ന് കണ്ടുപിടിക്കണമല്ലോ.” അങ്ങിനെ ആലോചിച്ചു. അവർ അവരുടെ സംശയം കാസിമിനോടും പറഞ്ഞു. കാസിമും ഭാര്യയുടെ സംശയം ന്യായമാണെന്ന് സമ്മതിച്ചു.

“ഏതായാലും ഞാൻ ഒന്നുമറിയാത്ത മട്ടിൽ, വെറുതേ കുശലം അന്വേഷിക്കാനെന്ന രീതിയിൽ ബാബയുടെ വീടുവരെ ഒന്ന് പോയിട്ടുവരാം.” അവർ ഭർത്താവിനോട് പറഞ്ഞിട്ട് നാഴിയുമെടുത്തുകൊണ്ട് ബാബയുടെ വീട്ടിലേക്ക് തിരിച്ചപ്പോഴാണ് അത് കണ്ണിൽ പെട്ടത്. നാഴിയുടെ അടിയിൽഒരു സ്വർണനാണയം ഒട്ടിപ്പിടിച്ചിരുന്നു.

“ഹേ. മനുഷ്യാ. ഇങ്ങോട്ടു വന്നേ ഇതൊന്നു നോക്ക്.”

അടുത്തുചെന്ന കാസിമിനെ നാഴിയുടെ അടിയിൽ ഒട്ടിപ്പിടിച്ചിരുന്ന സ്വർണനാണയം കാണിച്ചുകൊണ്ട് പറഞ്ഞു.

“എന്റെ ഭർത്താവേ. ഇപ്പോൾ നിങ്ങൾക്ക് മനസ്സിലായോ. നിങ്ങൾ ബാബയെക്കാൾ ധനികനാണെന്നല്ലേ നിങ്ങളുടെ വിചാരം. പക്ഷേ

സത്യം അതല്ല. ബാബയും ഭാര്യയും നിങ്ങളെപ്പോലെ സ്വർണനാണയങ്ങൾ എണ്ണിയല്ല സൂക്ഷിക്കുന്നത്; അളന്നാണ്; അളന്ന്."

"അത് നിനക്കെങ്ങിനെ മനസ്സിലായി."

"അതോ. ഇതൊന്ന് നോക്ക്. അപ്പോൾ നിങ്ങൾക്ക് ഞാൻ പറയാതെതന്നെ മനസ്സാകും." അതും പറഞ്ഞ് അവർ നാഴിയുടെ അടിയിൽ ഒട്ടിപ്പിടിച്ചിരുന്ന സ്വർണനാണയംകാണിച്ചുകൊണ്ട് പറഞ്ഞു.

"അല്പം മുമ്പെയാണ് ബാബയുടെ ഭാര്യ ഈ നാഴി എന്തോ അളക്കാനുണ്ടെന്ന് പറഞ്ഞ് ഇവിടെനിന്നും എടുത്തുകൊണ്ടുപോയത്. തിരികെ തന്നപ്പോൾ ഇതാ, ഈ നാണയം അതിന്റെ കീഴേ ഒട്ടിപ്പിടിച്ചിരിക്കുന്നു."

"ഓ. അങ്ങിനെയോ. അപ്പോൾ നീ പറഞ്ഞത് ശരിയാകാൻ ഇടയുണ്ട്. പക്ഷേ അവന് അത്രയധികം സ്വർണനാണയങ്ങൾ എവിടുന്ന്കിട്ടി. അതൊന്നന്വേഷിക്കണമല്ലൊ."

"അതേ. അവർക്ക് ഇത്ര സ്വത്ത് എവിടെ നിന്നു കിട്ടിയെന്നറിയണം."

കാസിം ഉടനെതന്നേ ബാബയുടെ വീട്ടിലേക്ക് പോയി. ഒന്നും മറച്ചു വെയ്ക്കാതെ നേരെതന്നെ ചോദിച്ചു.

"ബാബ, നിനക്ക് ഇത്രയധികം സ്വർണനാണയങ്ങൾ എവിടെനിന്നു കിട്ടി. എനിക്കറിഞ്ഞേ മതിയാകൂ.

പിന്നീട് തന്റെ കൈയ്യിലുണ്ടായിരുന്ന സ്വർണനാണയം കാണിച്ചു കൊണ്ട് ആവർത്തിച്ചു.

"നാഴികൊണ്ട് അളക്കാനും മാത്രം സ്വർണനാണയങ്ങൾ നിന്റെ കയ്യിലുണ്ടെങ്കിൽ അതെങ്ങിനെ എവിടെ നിന്നു കിട്ടിയെന്ന് അറിഞ്ഞേ മതിയാകൂ.അതുകൊണ്ട് എല്ലാ സത്യവും എന്നോട് ഇപ്പോൾ പറയണം. "

തന്റെ ഭാര്യയുടെ ബുദ്ധിമോശം കൊണ്ട് കാസിം വിവരങ്ങളൊക്കെ അറിഞ്ഞു എന്ന് ബാബക്ക് മനസിലായി.അതുകൊണ്ട് ബാബ സത്യസന്ധമായിത്തന്നെ എല്ലാ വിവരങ്ങളും കാസിമിനോടട് പറഞ്ഞു.

"ശരിയാണ്. എനിക്ക് യാദൃശ്ചികമായി കുറച്ച് ധനം കിട്ടി. കൂടുതലും സ്വർണനാണയങ്ങളായിട്ട്. ഞാൻ എനിക്ക് കിട്ടിയതിന്റെ ഒരു പങ്ക് ചേട്ടനു തരാം."

"അതേ നിനക്ക് ഏതോ ഒരു നിധി കിട്ടിയെന്ന് എനിക്കു മനസ്സിലായി. എനിക്ക് ഒരു പങ്ക് കിട്ടിയാൽ പോരാ. അത് എവിടെനിന്ന് എങ്ങിനെ കിട്ടിയെന്നറിയണം. ഇല്ലെങ്കിൽ ഞാനീവിവരം നാട്ടുകാരെയെല്ലാം അറിയിക്കും. നമ്മുടെ രാജാവിനേയും. അതിന്റെ ഭവിഷ്യത്തുകൾ നിനക്ക് നന്നായി അറിയാമല്ലൊ. നിനക്ക് കിട്ടിയതെല്ലാം അതുപോലെ

നഷ്ടപ്പെട്ടുമെന്ന് മാത്രമല്ല, നിധി കിട്ടിയ വിവരം രാജാവിനെ ഉടനെ അറിയിക്കാതിരുന്നതിന് തക്ക ശിക്ഷയും."

മറ്റ് പോംവഴികളില്ലാതിരുന്നതിനാൽ ബാബ എല്ലാ വിവരങ്ങളും സത്യസന്ധമായും കൃത്യമായും കാസിമിനോട് രഹസ്യവാചകങ്ങൾ ഉൾപ്പെടെ എല്ലാം പറഞ്ഞു.

അടുത്ത ദിവസം പ്രഭാതത്തിൽത്തന്നെ കാസിം അഞ്ചാറ് കഴുതകളോടൊപ്പം വേണ്ടത്ര സഞ്ചികളും എടുത്തുകൊണ്ട് വനത്തിലേക്ക് തിരിച്ചു. ഗുഹാമുഖത്തെത്തിയ കാസിം ഒട്ടും അമാന്തിക്കാതെ രഹസ്യ വാചകം പറഞ്ഞു.

"തുറക്കൂ സീസെം"

ഗുഹ തുറന്നയുടൻ കാസിം കഴുതകളുമായി ഗുഹക്കുള്ളിൽ കയറി. അവിടെക്കണ്ട കാഴ്ച കാസിമിന്റെ കണ്ണഞ്ചിപ്പിക്കുന്നതുതന്നെയായിരുന്നു. കാസിം കിട്ടിയതൊക്കെ വലിച്ചു വാരി തന്റെ സഞ്ചികളിൽ നിറയ്ക്കാൻ തുടങ്ങി. അപ്പോൾ കാസിമിനൊരു സംശയം-താൻ സഞ്ചികൾ നിറയ്ക്കുന്ന സമയത്ത് ആരെങ്കിലും ഗുഹാമുഖത്തുവന്ന് അകത്തുകയറിയാലോ; എന്തിന് അങ്ങിനെ ഒരവസരം ഉണ്ടാക്കണം. അയാൾ ഗുഹാമുഖത്തിന് മുമ്പിൽ നിന്ന് (ഗുഹക്കകത്ത്) പറഞ്ഞു.

"അടയൂ സീസെം"

ഗുഹയുടെ വാതിൽ പ്രതീക്ഷിച്ചതുപോലെ അടഞ്ഞു. കാസിം സഞ്ചികളെല്ലാം നിറച്ച് കഴുതകളുടെ പുറത്ത് കെട്ടിവെച്ചു. പിന്നീട് ഗുഹാമുഖത്തിന് നേരേനിന്ന് പറഞ്ഞു.

"തുറക്കൂ... ... "

കാസിമിന് രഹസ്യ വാചകത്തിൽ ഉപയോഗിക്കേണ്ട വാക്കിൽ ഒരോർമ്മപ്പിശക് സംഭവിച്ചു. എങ്കിലും അത് ഒരു ധാന്യത്തിന്റെ പേരാണെന്ന് ഓർത്തു. നല്ലതുപോലെ ആലോചിച്ചതിനുശേഷം കാസിം പറഞ്ഞു.

"തുറക്കൂ ബാർലി."

പക്ഷേ കതക് തുറന്നില്ല. ഓർമ്മയിൽ വന്ന എല്ലാ ധാന്യങ്ങളുടെയും പേരുകൾ പറഞ്ഞുനോക്കി. പ്രയോജനമുണ്ടായില്ല. കഷ്ടകാലത്തിന് സീസെം എന്ന പേരുമാത്രം നാവിൽ-ഓർമ്മയിൽ വന്നില്ല. കാസിം അങ്ങിനെ ആകെ പരിഭ്രമിച്ച് നിൽക്കുന്ന സമയത്ത് ഒന്നും ചെയ്യാതെ തന്നെ ഗുഹാമുഖം തുറന്നു. അകത്തേക്ക് കയറിച്ചെന്നത് കൊള്ളക്കാർ തന്നെയായിരുന്നു. പുറത്തേക്ക് ഓടി രക്ഷപ്പെടാൻ ശ്രമിച്ച കാസിമിനെ അവർ പിടിച്ച് കെട്ടിയിട്ടു. അപ്പോഴേക്കും അവരുടെ ക്യാപ്റ്റനും

ഗുഹയ്ക്കുള്ളിൽ എത്തി. ക്യാപ്റ്റൻ കാസിമിനെ ചോദ്യം ചെയ്തെങ്കിലും അയാൾ കൃത്യമായ മറുപടി ഒന്നും കൊടുത്തില്ല. തങ്ങളുടെ സങ്കേതവും അടയാള വാക്യവും (രഹസ്യ വാചകം) മനസ്സിലാക്കിയ കാസിമിനെ ജീവനോടെ വെച്ചിരിക്കുന്നത് തങ്ങൾക്ക് അപകടമാണെന്ന് ക്യാപ്റ്റന് നന്നായി അറിയാമായിരുന്നു. അതുകൊണ്ട് ഇനി രഹസ്യങ്ങളറിയാവുന്ന മറ്റാരെങ്കിലുമുണ്ടെങ്കിൽ അവർക്കും കൂടി ഒരു പാഠമാകുന്ന രീതിയിൽ ഒരു ശിക്ഷതന്നെ കാസിമിന് കൊടുക്കണമെന്ന് ക്യാപ്റ്റൻ തീർച്ചയാക്കി. അദ്ദേഹം തന്റെ സംഘത്തിലെ മറ്റുള്ളവരോട് പറഞ്ഞു.

"കൂട്ടരെ, നമ്മൾ ഇയാൾക്ക് നൽകുന്ന ശിക്ഷ ഇനി ഗുഹയിൽ നമ്മുടെ അനുവാദം ഇല്ലാതെ പ്രവേശിക്കുന്നവർക്ക് ഒരു പാഠമാകണം. അതുകൊണ്ട് ഇയാളെ വെട്ടിക്കൊന്ന് ശരീരം നാലു തുണ്ടുകളാക്കി ഈ ഗുഹയിൽത്തന്നെ നാല് കൊമ്പുകളിലായി കെട്ടിത്തൂക്കുക."

"ശരി. ഉടനേ ചെയ്യാം. ഈ ശിക്ഷ തന്നെയാണ് ശരി," എന്ന് പറഞ്ഞുകൊണ്ട് അവർ ക്യാപ്റ്റന്റെ തീരുമാനം നടപ്പിലാക്കി. പിന്നീട് അവരെല്ലാം ഗുഹക്ക് പുറത്തേക്ക് പോകുകയും ചെയ്തു.

രാത്രിയായിട്ടും കാസിം വീട്ടിൽ തിരിച്ചെത്താതിരുന്നത് കാസിമിന്റെ ഭാര്യയെ ഭയവിഹ്വലയാക്കി. അവർ കരഞ്ഞുകൊണ്ട് ബാബയുടെ വീട്ടിലെത്തി.

"ബാബ, നിന്റെ ചേട്ടൻ പോയിട്ട് ഇതുവരെ തിരിച്ചെത്തിയില്ല. എനിക്ക് പേടിയാകുന്നു. അങ്ങേർക്ക് വല്ല അപകടവും പറ്റിയിരിക്കും. എന്താ ചെയ്യുകയെന്ന് അറിയുന്നില്ലല്ലോ."

ബാബ അവരെ സമാധാനിപ്പിച്ചുകൊണ്ട് പറഞ്ഞു.

"ചേട്ടത്തി വിഷമിക്കണ്ട. ചേട്ടന് ഒന്നും പറ്റിയിട്ടുണ്ടാകുകയില്ല. തീർച്ച. ഏതായാലും ഞാൻ പോയി അന്വേഷിച്ചിട്ട് വരാം. ചേട്ടത്തി സമാധാനമായി പോയിക്കിടന്ന് ഉറങ്ങ്."

അവരെ സമാധാനിപ്പിച്ചിട്ട് വീട്ടിലേക്ക് തിരികെ അയച്ചിട്ട് ബാബ രണ്ട് കഴുതകളുമായി ഗുഹയിലേക്ക് പോയി കാരണം കാസിം അവിടേക്കായിരിക്കും പോയിരിക്കുക എന്ന് ഊഹിക്കാവുന്നതായിരുന്നു.

ബാബ ഗുഹാമുഖത്തുനിന്ന്, "തുറക്കൂ സീസെം" എന്ന് പറഞ്ഞയുടനെ വാതിൽ തുറന്നു. ഉള്ളിൽക്കയറിയ ബാബ കണ്ടത് സഹിക്കാനാകാത്തത്ര ഘോരവും സങ്കടകരവുമായ കാഴ്ച തന്നെയായിരുന്നു. ദുഃഖം സഹിക്കവയ്യാതെ ബാബ കരഞ്ഞുപോയി. ജ്യേഷ്ഠന്റെ ശരീരം തുണ്ടു തുണ്ടുകളാക്കി തൂക്കിയിട്ടിരിക്കുന്നു. ജ്യേഷ്ഠന്റെ കഴുതകളേയും കൊന്നിട്ടിരിക്കുന്നു.

ഏതായാലും അധികം ആലോചിച്ചു നിൽക്കാതെ ചേട്ടന്റെ ശവശരീരം ഒരു ചാക്കിലാക്കി കൂടെ കൊണ്ടുചെന്നിരുന്ന കഴുതകളിൽ ഒന്നിന്റെ പുറത്ത് കെട്ടിവെച്ചു. മറ്റേ കഴുതയുടെ പുറത്ത് രണ്ടു ചാക്കുകളിലായി സ്വർണ നാണയങ്ങളും. കഴുതകളെയുംകൊണ്ട് ഗുഹക്ക് പുറത്തിറങ്ങിയ ഉടൻ തന്നെ ബാബ ഉച്ചത്തിൽ പറഞ്ഞു.

"അടയൂ സീസെം"

ഗുഹാമുഖം അടഞ്ഞതും ഒട്ടും സമയം കളയാതെ ബാബ കഴുതകളെയും കൊണ്ട് സ്വന്തം വീട്ടിലേക്ക് മടങ്ങി. വീട്ടിലെത്തിയ ബാബ സ്വർണ ചാക്കുകൾ കയറ്റിവെച്ചിരുന്ന കഴുതയെ തന്റെ വീട്ടുവളപ്പിനുള്ളിൽ കയറ്റിവിട്ട് ഗേറ്റ് അടച്ചു പൂട്ടി. മറ്റേ കഴുതയേയും കൊണ്ട് കാസിമിന്റെ വീട്ടിൽ കയറി ശബ്ദമുണ്ടാക്കാതെ വീട്ടിലുണ്ടായിരുന്ന അടിമപ്പെണ്ണ് "മൊഗിയാന"യെ വിളിച്ചു.

മൊഗിയാന അടിമപ്പെണ്ണായിരുന്നുവെങ്കിലും നല്ല ബുദ്ധികൂർമ്മതയും, ധൈര്യവും ഉള്ള എല്ലാകാര്യങ്ങളിലും ആലോചിച്ച് അവസരോചിതമായി പ്രവർത്തിക്കാൻ കഴിവുള്ളവളായിരുന്നു എന്ന് ബാബയ്ക്ക് അറിയാമായിരുന്നു. മൊഗിയാനയോട് ബാബ എല്ലാ കാര്യങ്ങളും വിശദമായി പറഞ്ഞു. പിന്നീട് കാസിമിനുണ്ടായ അപകടം ആരും അറിയാതിരിക്കാൻ വേണ്ട മുൻകരുതലുകൾ എടുക്കണമെന്നും, മൃതദേഹം അടക്കം ചെയ്യാൻ വേണ്ട ഏർപ്പാടുകൾ എത്രയും വേഗം ചെയ്യണമെന്നും നിർദേശിച്ചു.

അത്രയുമായപ്പോഴേക്കും കാസിമിന്റെ ഭാര്യ ഉണർന്ന് അവിടെയെത്തി. കാസിമിന്റെ ശവശരീരം കണ്ട അവർ ഉറക്കെയുറക്കെ കരയാൻ തുടങ്ങി. ബാബ കഴിയുന്ന വിധം അവരെ സമാധാനിപ്പിച്ചു.

"ജേഷ്ഠത്തി ഇങ്ങിനെ കരഞ്ഞ് ഒച്ചയുണ്ടാക്കിയാൽ ജേഷ്ഠന് സംഭവിച്ചത് എന്താണെന്ന് നമ്മൾ എല്ലാവരോടും പറയേണ്ടി വരും. അതെല്ലാം ചുറ്റുവട്ടാരത്തിൽ ഉള്ളവർ അറിഞ്ഞാൽ, അവർ മുഖേന ആ കൊള്ളക്കാരും അറിഞ്ഞാൽ ജേഷ്ഠത്തിയുൾപ്പെടെ നമ്മുടെ എല്ലാവരുടെയും ജീവൻതന്നെ അപകടത്തിലാകും. അതുകൊണ്ട് നടന്നത് നടന്നു. ഇനി നമ്മൾ ഒരുപാട് ഒച്ചപ്പാടുണ്ടാക്കാതെ എല്ലാം മുൻകരുതലോടെ ഭദ്രമായി ചെയ്യണം. ജേഷ്ഠത്തി ഇനിയങ്ങോട്ട് കുറേ ദിവസം ഞങ്ങളുടെ വീട്ടിൽ താമസിച്ചാൽ മതി."

ബാബ അവരെ സമാധാനിപ്പിച്ച് സ്വന്തം വീട്ടിലേക്ക് കൂട്ടിക്കൊണ്ടുപോയി. അതിനിടയ്ക്ക് മൊഗിയാന അടുത്തുള്ള വൈദ്യരെക്കണ്ട് കാസിമിന് പെട്ടെന്ന് അസുഖമായെന്നും ആഹാരം ഒന്നുംതന്നെ കഴിക്കാൻ കഴിയുന്നില്ലെന്നും സംസാരശേഷി പോയിരിക്കുന്നു എന്നും

പറഞ്ഞ് മരുന്നുകൾ വാങ്ങി. കാസിമിനെക്കുറിച്ചുള്ള വിവരങ്ങൾ മറ്റു ള്ളവരും കേൾക്കത്തക്കവിധം ഉറക്കെത്തന്നെ വൈദ്യരോട് പറയാൻ മൊഗിയാന പ്രത്യേകം ശ്രദ്ധിച്ചു. അങ്ങിനെ തന്റെ യജമാനന്റെ രോഗവിവരം നാട്ടുകാരെല്ലാം അറിയണമെന്ന് അവർ കരുതി. പിന്നീട് വീട്ടിൽ തിരികെയെത്തിയ ആ അടിമപ്പെണ്ണ് യജമാനന്റെ തുണ്ടാക്ക പ്പെട്ട ശരീരഭാഗങ്ങൾ ഒന്നിച്ച് ചേർത്തു വെച്ച് ഒരു പുതപ്പിനടിയിലാ ക്കി. അടുത്ത ദിവസം രാവിലെയും അവൾ വൈദ്യനെ കാണുകയും എല്ലാവരും കേൾക്കെ വിവരങ്ങൾ ആവർത്തിച്ച് പറയുകയും ചെയ്തു.

“വൈദ്യരെ, യജമാനന്റെ അസുഖത്തിന് ഒരു കുറവുമില്ല. അദ്ദേഹം തീരെ അവശനായിരിക്കുന്നു. മരിച്ചുപോകരുതേ എന്നാണ് എന്റെ പ്രാർത്ഥന.”

അങ്ങിനെ പറഞ്ഞ് മരുന്നുകളും വാങ്ങി മടങ്ങി. അന്ന് രാത്രിയായ തും അവൾ മുസ്തഫ എന്ന ചെരുപ്പുകുത്തിയോട് രഹസ്യമായി പറഞ്ഞു.

“ഹേ. മനുഷ്യാ. എനിക്ക് ഇരുചെവിയറിയാതെ ഒരു ജോലി ചെയ്തു തന്നാൽ ഞാൻ നിങ്ങൾക്ക് പത്ത് സ്വർണനാണയങ്ങൾ പ്രതിഫ ലമായി നൽകാം. പക്ഷേ ഈ വിവരം യാതൊരു കാരണവശാലും മറ്റാരും അറിയാൻ ഇടയാകരുത്. അങ്ങിനെയറിഞ്ഞാൽ നിങ്ങളുടെ ജീവൻ അപകടത്തിലാകും. “

പത്ത് സ്വർണനാണയങ്ങൾ അയാൾക്ക് സ്വപ്നം കാണാൻ പോലും കഴിയാത്തത്ര വലിയ ഒരു തുകയായിരുന്നു. അതുകൊണ്ട് മറ്റൊന്നും ആലോചിക്കാതെ അയാൾ പറഞ്ഞു.

“ഞാൻ ചെയ്തുതരാം.”

“എങ്കിൽ എന്നോടൊപ്പം വാ.”

അത്രയും പറഞ്ഞ് ചെരുപ്പുകുത്തിയേയും കൂട്ടിക്കൊണ്ട് അവൾ കാസിമിന്റെ വീട്ടിൽ തിരികെ ചെന്നു. പക്ഷേ വീട്ടിലേക്ക് പോകുന്ന വഴി ചെരുപ്പുകുത്തി അറിയാതിരിക്കാനായി അയാളുടെ കണ്ണുകൾ ഒരു കറുത്ത തുണികൊണ്ട് മൂടിക്കെട്ടാൻ അവൾ മറന്നില്ല-താൻ പോകുന്നത് എവിടേയ്ക്കെന്ന് അയാൾക്ക് മലസ്സിലാകാൻ പാടില്ല എന്ന മുൻകരുതൽ തന്നെയായിരുന്നു അത്. വീട്ടിലെത്തിയ ചെരുപ്പുകുത്തിയേക്കൊണ്ട് കാസിമിന്റെ ശരീരഭാഗങ്ങൾ തുന്നിയോജിപ്പിച്ചു. ജോലി തീർന്നതി നുശേഷം അയാളുടെ കണ്ണുകൾ കെട്ടി അവൾ തന്നെ അയാളെ അയാളുടെ വീട്ടിൽ കൊണ്ടാക്കി തിരികെ പോരുകയും ചെയ്തു.

അടുത്ത ദിവസം രാവിലെ മൊഗിയാന ഉച്ചത്തിൽ നിലവിളികൂട്ടി.

“എന്റെ യജമാനൻ മരിച്ചുപോയേ. എല്ലാവരും വരണേ. രണ്ടു മൂന്നു

ദിവസമായി സുഖക്കേടായിരുന്നെങ്കിലും പെട്ടെന്നാണ് യജമാനൻ മരിച്ചത്. ഞങ്ങളാൽ കഴിയുന്നത്ര മരുന്നെല്ലാം കൊടുത്തിട്ടും, പ്രാർത്ഥിച്ചിട്ടും അദ്ദേഹത്തേ രക്ഷിക്കാനായില്ലല്ലൊ. ദൈവമേ."

നാട്ടുകാർ അവളുടെ വാക്കുകൾ സംശയിച്ചില്ല. അവരെല്ലാം കാസിമിന്റെ മൃതദേഹം അടക്കം ചെയ്യാൻ വേണ്ട സഹായവും സഹകരണവും നൽകി. അങ്ങിനെ ആ അദ്ധ്യായം അവിടെ അവസാനിച്ചു എന്ന് പറയാം.

പക്ഷേ തങ്ങളുടെ ഗുഹയിൽ തിരികെയെത്തിയ കൊള്ളക്കാരെ ആശ്ചര്യപ്പെടുത്തുന്നതായിരുന്നു അവർ കണ്ട കാഴ്ച. ഗുഹയിൽ നിന്നും കാസിമിന്റെ ശരീരം പോയിരുന്നു; അവിടെ വിട്ടുപോയ കഴുതകളും സ്വർണപണ്ഡങ്ങൾ നിറച്ച ചാക്കുകളും. അവർക്ക് ഒരു കാര്യം വ്യക്തമായി. അവരുടെ രഹസ്യങ്ങൾ മറ്റാർക്കോകൂടി മനസ്സിലായിട്ടുണ്ട്.

ക്യാപ്റ്റൻ എല്ലാവരോടുമായി പറഞ്ഞു.

"നമ്മുടെ രഹസ്യസങ്കേതത്തെക്കുറിച്ച് കുറഞ്ഞത് രണ്ടുപേർക്കെങ്കിലും അറിയാം എന്നത് തീർച്ച. അതിൽ ഒരാളെ നാം വകവരുത്തി. പക്ഷേ നാം ഇവിടെ ഇട്ടുപോയ ആ മൃതശരീരം മറ്റാരോ എടുത്തുകൊണ്ടുപോയിരിക്കുന്നു. ആരാണ് അവൻ. ആർക്കാണ് നമ്മുടെ രഹസ്യങ്ങൾ മനസ്സിലായിരിക്കുന്നത്. നമ്മൾ അവനെ കഴിയുന്നത്രവേഗം തിരഞ്ഞുപിടിക്കണം. ഇല്ലെങ്കിൽ നമ്മേ സംബന്ധിച്ച് അവൻ ഒരു വലിയ അപകടകാരിയാകും."

"അതേ. നമുക്ക് അവനെ കണ്ടെത്തിയേ മതിയാകൂ. എത്രയും വേഗം ."മറ്റുള്ളവർ ക്യാപ്റ്റന്റെ പ്രസ്താവന ശരിവെച്ചു.

"എന്റെ അഭിപ്രായം നമ്മളിൽ ഒരാൾ വേഷ പ്രഛന്നനായി അടുത്തുള്ള ഗ്രാമങ്ങളിൽ പോയി ഒരു രഹസ്യ അന്വേഷണം നടത്തണം എന്നാണ്. പക്ഷേ അന്വേഷണം പരാജയത്തിൽ കലാശിക്കുകയാണെങ്കിൽ അന്വേഷണത്തിന് പോകുന്നയാൾക്ക് മരണശിക്ഷ കിട്ടും. എന്തു പറയുന്നു. നമ്മൾ ഇങ്ങിനെ ചെയ്തില്ലെങ്കിൽ നമ്മുടെ രഹസ്യങ്ങൾ കൂടുതൽ ആളുകൾ അറിയാൻ വഴിയൊരുക്കും. എന്താ നിങ്ങളുടെ അഭിപ്രായം."

കൂട്ടത്തിൽ ധൈര്യശാലിയായിരുന്ന ഒരാൾ പറഞ്ഞു.

"ഞാൻ തയ്യാറാണ്."

"ശരി. എന്നാൽ അങ്ങിനെയാകട്ടെ."

ക്യാപ്റ്റൻ ആ ധൈര്യശാലിക്ക് വേണ്ട നിർദേശങ്ങൾ കൊടുത്തു.

“നീ മാറുവേഷത്തിൽ പോയി അടുത്തുള്ള ഗ്രാമങ്ങളിൽ എവിടെ യെങ്കിലും ഇന്നലെയോ മിനിഞ്ഞാന്നോ സംശയകരമായ വിധത്തിൽ ഏതെങ്കിലും മരണം നടന്നിട്ടുണ്ടോ. എന്നന്വേഷിക്കണം. അങ്ങിനെ നമുക്ക് കിട്ടുന്ന വിവരം പിന്നീട് ചെയ്യേണ്ടതെന്തെന്ന് കാണിച്ചു തരും. ശരി. എങ്കിൽ നിന്റെ ജോലി ഉടനേ തുടങ്ങിക്കോ.”

കൊള്ളക്കാരൻ തന്റെ പുതിയ വേഷത്തിൽ ഉടനേ പുറപ്പെട്ടു. പ്രഭാതമായപ്പോൾ തന്നെ അയാൾ ആദ്യത്തെ ഗ്രാമത്തിൽ എത്തി. കുറച്ചുദൂരം നടന്ന് എത്തിയത് മുസ്തഫയുടെ കടയുടെ മുന്നിലായിരുന്നു. കടയിൽ ജോലി ചെയ്തുകൊണ്ടിരുന്ന വയോധികനായ മുസ്തഫയോട് കൊള്ളക്കാരൻ ചോദിച്ചു.

“ഹേ. വയോധികാ. താങ്കൾ ഈ സമയത്ത് തുന്നൽ ജോലി ചെയ്യുന്നല്ലോ. ഇത്ര കുറഞ്ഞ വെളിച്ചത്തിൽ തുന്നാൻ കഴിയുന്നത്ര കാഴ്ചശക്തി ഈ വയസ്സിലും താങ്കൾക്ക് ഉണ്ടല്ലോ. നല്ലതുതന്നെ.”

“ങ്ങാ. നിങ്ങളാരാ.”

“ഞാനൊരു വഴിപോക്കൻ. കുറേ ദൂരനിന്ന് വരികയാ. താങ്കൾക്ക് ഇപ്പോഴും നന്നായി തുന്നാൻ കഴിയുന്നതുകണ്ട് ചോദിച്ചുപോയതാ. വേറൊന്നും തോന്നരുത്. കേട്ടോ.”

“ഛെ. ഛെ. അങ്ങിനെയൊന്നുമില്ല. എന്നാൽ കേട്ടോളൂ. ഇന്നലെ രാത്രി ഒരു മെഴുകുതിരി വെളിച്ചത്തിൽ നാലുതുണ്ടങ്ങളായ ഒരു ശവശരീരം യാതൊരു ബുദ്ധിമുട്ടുമില്ലാതെ തുന്നിക്കെട്ടാൻ എനിക്ക് കഴിഞ്ഞു എന്നു പറഞ്ഞാൽ താങ്കൾക്ക് വിശ്വാസിക്കാനാകുമോ. എന്റെ കാഴ്ചയ്ക്ക് ഈ വയസ്സിലും ഒരു കുറവും വന്നിട്ടില്ല. കേട്ടോ. ഇക്കാര്യത്തിൽ ഞാൻ തികച്ചും ഭാഗ്യവാനാ.”

അതുകേട്ട കൊള്ളക്കാരന് വലിയ സന്തോഷമായി. തേടുന്ന വള്ളി നിശ്ചയാസം തന്റെ മുമ്പിൽ തന്നെ എന്ന് അയാൾ കരുതി.

“ഓ. അങ്ങിനെയോ. അങ്ങ് തീർച്ചയായും ഭാഗ്യവാൻ തന്നെ. സംശ യമില്ല. അങ്ങ് ഇതെന്റെ ഒരു സന്തോഷത്തിനായി ഒരു സമ്മാനമായി കയ്യിൽ വെച്ചുകൊള്ളുക.” അയാൾ മുസ്തഫയ്ക്ക് ഒരു സ്വർണനാണയം നല്കി. മുസ്തഫ അത് സന്തോഷത്തോടെ സ്വീകരിക്കുകയും ചെയ്തു.

“മുസ്തഫ അമ്മാവാ. എനിക്ക് ഒരുപകാരം ചെയ്തു തന്നാൽ ഞാന ങ്ങേയ്ക്ക് ഇനിയും അഞ്ച് നാണയങ്ങൾ സമ്മാനമായി തരും.”

“എന്തുപകാരമാ. പറ. ഞാനൊന്നു നോക്കട്ടെ. എന്നെക്കൊണ്ട് കഴിയുന്നതാണെങ്കിൽ തീർച്ചയായും ചെയ്യാം.”

“അമ്മാവൻ ഇന്നലെ ഏതുവീട്ടിലാ ആ ശരീരം തുന്നിക്കൊടുത്തത്.

ആ വീട് എനിക്കൊന്ന് കാണിച്ചു തന്നാൽ മാത്രം മതി."

"അയ്യോ, അതെന്നേക്കൊണ്ട് സാധിക്കുമോ എന്നറിയത്തില്ല. ഒരു പെണ്ണാ എന്നെ വിളിച്ചോണ്ടുപോയത്. പക്ഷേ പോകുമ്പോഴും തിരികെ കൊണ്ടുവിടുമ്പോഴും അവളെന്റെ കണ്ണ് കെട്ടിയിരുന്നതിനാൽ എനിക്കൊന്നും കാണാൻ കഴിഞ്ഞില്ല."

"എങ്കിലും അമ്മാവനൊന്ന് ശ്രമിച്ചു നോക്കിക്കൂടേ."

"ശരി. ഒന്നുശ്രമിക്കാം. അല്ലേ. ഞാൻ കണ്ണുകെട്ടിത്തന്നെ താങ്കളുടെ കൂടെ വരാം. എന്നെ ഒന്ന് സഹായിച്ചാൽ മതി. ഇന്നലത്തേതുപോലെ ചുവടുകൾ വെച്ച് പരീക്ഷിച്ചു നോക്കാം." അങ്ങിനെ മുസ്തഫയും കൊള്ളക്കാരനും കാസിമിന്റെ വീട്ടുപടിക്കൽ എത്തി. മുസ്തഫ തന്റെ കണ്ണിന്റെ കെട്ടഴിച്ചുമാറ്റി. പിന്നീട് അവിടെയെല്ലാം ഒന്നുനോക്കിയിട്ട് പറഞ്ഞു.

"അതെ. ഇതുതന്നെയാ ആ സ്ഥലം ഞാൻ ഇന്നലെ ചെന്നതും ഈ വീട്ടിൽ തന്നെയാ. യാതൊരു സംശയവുമില്ല. തീർച്ച." കൊള്ളക്കാരൻ മുസ്തഫയ്ക്ക് അഞ്ച് സ്വർണ്ണനാണയങ്ങൾ കൂടി കൊടുത്തിട്ട് പറഞ്ഞു.

"അമ്മാവൻ ഇനി പൊയ്ക്കോ. ഉപകാരത്തിന് വളരെ നന്ദി. എനിക്ക് ഇവിടെ ഒരല്പം ജോലിയുണ്ട്. അതു തീർത്തിട്ട് ഞാനും പോകും."

"ശരി. എങ്കിൽ ഞാൻ പോകുന്നു." പിന്നീട് കൊള്ളക്കാരൻ ആ വീടിന്റെ മുമ്പിൽ ഒരു പ്രത്യേകതരം മഷികൊണ്ട് ഒരടയാളം വരച്ചു. വീണ്ടും വരുമ്പോൾ വീടിന്റെ അടയാളം തെറ്റരുതല്ലോ എന്ന് കരുതിയാണ് അങ്ങിനെ ചെയ്തത്. പിന്നീട് കൊള്ളക്കാരൻ തികഞ്ഞ സന്തോഷത്തോടെ തങ്ങളുടെ ഒളിസങ്കേതത്തിലേക്ക് മടങ്ങി. ക്യാപ്റ്റനോടും കൂട്ടുകാരോടും എല്ലാ വിവരങ്ങളും പറഞ്ഞു. അവർ അയാളുടെ വിജയം ആഘോഷിച്ചു എന്നു തന്നെ പറയാം. പിന്നീട് ക്യാപ്റ്റൻ ഭാവിനടപടികൾ എങ്ങിനെ, എന്തൊക്കെ എന്നതിനേക്കുറിച്ച് തീരുമാനിക്കാനായി ആ വീടും പരിസരവും കാണാനായി ആ കൊള്ളക്കാരനുമൊത്ത് കാസിമിന്റെ വീട്ടിലേക്ക് പോയി.

പക്ഷേ കൊള്ളക്കാരൻ മുസ്തഫയേയും കൂട്ടി യജമാനന്റെ വീട്ടിൽ ചെന്നതും, അയാൾ വീട്ടുമുമ്പിൽ അടയാളചിഹ്നം വരഞ്ഞിട്ടതും മൊഗിയാന കണ്ടിരുന്നു. അവൾ ആരോടും പറയാതെ കൊള്ളക്കാരൻ യജമാനന്റെ വീടിനുമുൻപിൽ വരഞ്ഞിട്ടതുപോലെയുള്ള ചിഹ്നങ്ങൾ അതേപോലെ അടുത്തുള്ള മറ്റ് പല വീടുകളുടെ മുമ്പിലും വരഞ്ഞിട്ടു. തിരികെ സ്ഥലം പരിശോധിക്കാനെത്തിയ ക്യാപ്റ്റനും അനുചരനും കണ്ടത് ആ ചുറ്റുപാടിലുണ്ടായിരുന്ന എല്ലാ വീടുകളുടേയും മുന്നിൽ ഒരേതരം അടയാളം വരഞ്ഞിട്ടിരുന്നതാണ്. അതുകൊണ്ടുതന്നെ

അവർക്ക് ശവശരീരം എടുത്തുവെച്ച വീട് കൃത്യമായി മനസിലാക്കാൻ കഴിയാതെ പോയി. മാത്രമല്ല അവരുടെ അന്വേഷണത്തെക്കുറിച്ച് ആരോ മനസ്സിലാക്കിയിരിക്കുന്നു എന്ന ബോധവും അവർക്കുണ്ടായി. അത് ഗുരുതരമായ ഒരു പാളിച്ചയായിരുന്നതിനാൽ തങ്ങളുടെ സങ്കേതത്തിൽ തിരിച്ചെത്തിയയുടനെ അന്വേഷണത്തിന് പോയ കൊള്ളക്കാരനെ മുൻനിശ്ചയത്തിനനുസരണം വധിക്കുകയും ചെയ്തു.

പിന്നീട് കാസിമിന്റെ വീട് കൃത്യമായി കണ്ടുപിടിക്കുക എന്ന ചുമതല മറ്റൊരു ധൈര്യശാലിയായ കൊള്ളക്കാരൻ ഏറ്റെടുത്തു. അയാളും നേരത്തെ കിട്ടിയ അറിവിന്റെ അടിസ്ഥാനത്തിൽ മുസ്തഫയെത്തന്നെയാണ് ആദ്യം കണ്ടത്. മുസ്തഫ അപ്പോഴും ആതിഥേയനേ സഹായിച്ചു. വീടിന് മുമ്പിൽ മറ്റൊരു അടയാള ചിഹ്നം കൊള്ളക്കാരൻ ഒരുക്കുകയും ചെയ്തു. മറ്റാർക്കും അത്രപെട്ടെന്ന് അനുകരിക്കാൻ കഴിയാത്ത ഒരു പ്രത്യേക അടയാളമാണ് അയാൾ തിരഞ്ഞെടുത്തത്. പക്ഷേ, മുൻകരുതലുകൾ എല്ലാം എടുത്തിരുന്നുവെങ്കിലും ഒടുവിൽ സംഭവിച്ചത് ആദ്യം അന്വേഷണത്തിന് ചെന്ന കൊള്ളക്കാരന്റെ അതേ ഗതിയാണ്. മൊഗിയാനയുടെ സൂക്ഷ്മബുദ്ധിയും ജാഗ്രതയും കൊള്ളക്കാരന്റെ തന്ത്രങ്ങൾക്കുമുമ്പിൽ നിഷ്പ്രഭമായിപ്പോയി. രണ്ടാമത്തെ അനുചരനും ശിക്ഷാർഹനായതിനുശേഷം ക്യാപ്റ്റൻ എല്ലാവരോടുമായി പറഞ്ഞു.

"ഇങ്ങിനെപോയാൽ കാര്യങ്ങൾ ശരിയാകുമെന്ന് തോന്നുന്നില്ല. അതുകൊണ്ട് ഞാൻ സ്വയം അന്വേഷണച്ചുമതല ഏറ്റെടുക്കുകയാണ്. നിങ്ങൾ ഇവിടെത്തന്നെ താവളമടിച്ച് ഇരുന്നുകൊള്ളുക. ഞാൻ പോയി വരാം."

ക്യാപ്റ്റനും മുസ്തഫയുടെ സഹായത്തോടെ കാസിമിന്റെ വീട്ടുപടിക്കൽ എത്തി. പക്ഷേ ക്യാപ്റ്റൻ വീട്ടുവാതിൽക്കൽ അടയാളചിഹ്നങ്ങൾ വരയാൻ ശ്രമിച്ചില്ല. പകരം ചുറ്റുപാടും നല്ലതുപോലെ നിരീക്ഷിച്ചു. ചില മായിക്കാൻ കഴിയാത്ത അടയാളങ്ങൾ മനസ്സിൽ കുറിച്ചു. പിന്നീട് സ്വന്തം ഗുഹയിലേക്ക് മടങ്ങിയ ക്യാപ്റ്റൻ അനുയായികളോട് നിർദേശിച്ചു.

"നിങ്ങൾ ഉടനേതന്നെ ചന്തയിൽ പോയി ഇരുപത് കഴുതകളെ വാങ്ങണം. അതുപോലെ മുപ്പത്തിയെട്ട് തുകൽ സഞ്ചികളും-എണ്ണ നിറയ്ക്കാൻ പറ്റിയ തരത്തിലുള്ള സഞ്ചികൾ ; പക്ഷേ ഓരോന്നിലും ഒരാളിന് അകത്തുകയറി ഒതുങ്ങിയിരിക്കാൻ കഴിയുന്നത്ര വലുപ്പവും ഉണ്ടായിരിക്കണം.ഒരു സഞ്ചിയിൽ മാത്രം നല്ല ഒന്നാന്തരം പനയെണ്ണ നിറച്ചുകൊള്ളുക. സഞ്ചികൾ, ഒരു കഴുതയുടെ പുറത്ത് രണ്ടുവീതം ഭദ്രമായി കെട്ടിവെയ്ക്കുക."

ക്യാപ്റ്റന്റെ അനുയായികൾ കഴിയുന്നത്ര വേഗം തന്നെ കഴുതകളു മായി തിരികെയെത്തി. ക്യാപ്റ്റൻ വീണ്ടും അവരേ നിർദേശിച്ചു.

"നിങ്ങളോരോരുത്തരും കഠാരപോലെയുള്ള മൂർച്ചയുള്ള സ്വന്തം ആയുധങ്ങളുമെടുത്ത് ഓരോ സഞ്ചിയിൽ കയറി ഇരിക്കണം. നമ്മൾ ഒരു സ്ഥലത്തേക്ക് യാത്രയാകുകയാണ്. ഉദ്ദിഷ്ട സ്ഥലത്ത് എത്തി യതിനുശേഷം ഞാൻ ഓരോ സഞ്ചിയിലും ഒരോ ചെറിയ കല്ലിട്ട് നിങ്ങൾക്ക് സഞ്ചിയിൽനിന്നും വെളിയിൽ വരാൻ സൂചന നൽകും. ആ സമയത്ത് ഒട്ടും സമയം നഷ്ടപ്പെടുത്താതെ നിങ്ങൾ ആയുധങ്ങളുമായി, ജാഗ്രതയോടെ സഞ്ചിയിൽ നിന്നും വെളിയിൽ വരണം. ഉടനേ ഒരു പോരാട്ടത്തിനു തയ്യാറായിരിക്കണം. എന്താ എല്ലാം മനസ്സിലായല്ലോ. അല്ലേ?"

"അതേ. എല്ലാം വ്യക്തമായി. പക്ഷേ നമ്മൾ എങ്ങോട്ടാണ് പോകു ന്നതെന്ന് പറഞ്ഞില്ല."

"എങ്ങോട്ടാണെന്ന് നിങ്ങൾ ഇപ്പോൾ അറിയണ്ട. സമയമാകു മ്പോൾ അത് നിങ്ങൾക്ക് മനസ്സിലാകും. ഇപ്പോൾ ഞാൻ നിങ്ങളെ ചുമ ക്കുന്ന ഈ കഴുതകളെയും കൊണ്ട് ഒരു സ്ഥലത്തേക്ക് പോകുകയാണ്. എണ്ണ നിറച്ച സഞ്ചി കെട്ടിയിരിക്കുന്ന കഴുതയുടെ മുമ്പിൽ മറ്റ് കഴുതക ളെയും നയിച്ചുകൊണ്ട് ഒരു കഴുതപ്പുറത്ത് ഞാനുണ്ടാകും. എല്ലാവരും തയ്യാറായിക്കൊള്ളുക.നമുക്ക് ഉടനേതന്നെ പുറപ്പെടാം."

ക്യാപ്റ്റൻ കഴുതകളെ നയിച്ച് എത്തിച്ചേർന്നത് കാസിമിന്റെ വീടിനു മുമ്പിൽത്തന്നെയായിരുന്നു. ആ സമയത്ത് ആലിബാബ വീടിനു മുമ്പിൽ നിൽക്കുന്നുണ്ടായിരുന്നു. ക്യാപ്റ്റൻ കഴുതപ്പുറത്തുനിന്നിറങ്ങി, തികഞ്ഞ ബഹുമാനത്തോടെ ബാബയോട് പറഞ്ഞു.

"അങ്ങ് ആരാണെന്ന് എനിക്കറിയുകയില്ല. എങ്കിലും ഞാനാദ്യം സ്വയം പരിചയപ്പെടുത്താം. കുറേ ദൂരെ നിന്നും വരുന്ന ഒരെണ്ണ വ്യാപാരി യാണ് ഞാൻ. ഇവിടുത്തെ ചന്തയിൽ വിൽക്കാനായി കുറേ നല്ല എണ്ണ ശേഖരിച്ചുകൊണ്ട് വന്നതാണ്. പക്ഷേ ഇവിടെ എത്തിയപ്പോഴേക്കും നേരം വൈകിയതിനാൽ ചന്ത പിരിഞ്ഞു പോയിരിക്കുന്നു. ഇന്നിനി എവിടെയെങ്കിലും തങ്ങി നാളെ ചന്തയിൽ പോയി എണ്ണ വിറ്റിട്ട് തിരികെ പോകണം. അന്വേഷിച്ചപ്പോൾ ഈ വീട്ടിൽ താമസിക്കുന്ന യാളും നല്ല മനസ്സുള്ള ഒരു വണികൻതന്നെയാണെന്ന് മനസ്സിലായി; അപേക്ഷിച്ചാൽ രാത്രി താമസിക്കാനും എന്റെ കഴുതകളെ നിർത്താൻ വേണ്ട സൗകര്യവും ചെയ്തുതരാൻ കഴിവും സന്മനസ്സുമുള്ളയാളാണെന്നും ചന്തയിൽ പലരും പറഞ്ഞു. അതുകൊണ്ട് വന്നതാണ്. ങാ. പറയാൻ മറന്നുപോയല്ലോ. എന്റെ പേര് ഹസ്സൻ."

“ഹസ്സൻ ഭായി. താങ്കൾക്ക് സ്വാഗതം. ഈ രാത്രി എന്റെകൂടെ ഇവിടെ താമസിക്കാം. കഴുതകളെ വീട്ടുവളപ്പിനുള്ളിൽ നിർത്താം. മാത്രമല്ല താങ്കൾക്ക് ഇന്ന് രാത്രി ഭക്ഷണം ഞങ്ങളോടൊപ്പമാകാം “

ക്യാപ്റ്റൻ അവിടെയെത്തിയത പ്രച്ഛന്ന വേഷത്തിലായിരുന്നതു കൊണ്ട് ബാബയ്ക്ക് അയാളെ തിരിച്ചറിയാൻ കഴിഞ്ഞില്ല.

ബാബ മൊഗിയാനയെ വിളിച്ച് പറഞ്ഞു.

“എടീ പെണ്ണേ. നോക്ക്, ഈ ഹസ്സൻ ഭായി ഇന്ന് നമ്മുടെ വിരുന്നാളിയാണ്. അദ്ദേഹത്തിനു കൂടി നല്ല രുചികരമായ ഭക്ഷണം ഉണ്ടാക്കണം. അതുപോലെ അബ്ദുലിനെ വിളിച്ച് പിന്നാടി വാതിൽ തുറന്ന് ഇദ്ദേഹത്തിന്റെ കഴുതകളെയെല്ലാം മുറ്റത്തുനിർത്തി വാതിലടയ്ക്കാനും പറയണം.”

ആ സമയം യജമാനന്റെ വിളികേട്ട് മൊഗിയാന അവിടെ എത്തി.

“എല്ലാം ചെയ്യാം യജമാനനേ. “

“പറഞ്ഞില്ലല്ലോ. ഹസ്സൻ ഭായി. ഇത് ഞങ്ങളുടെ വീട്ടുവേലക്കാരി മൊഗിയാന താങ്കൾക്ക് വേണ്ട എല്ലാ സൗകര്യങ്ങളും ഈ അടിമപ്പെണ്ണ് ഒരുക്കിത്തരും. അതുപോലെ അബ്ദുലും.”

മൊഗിയാന ഹസ്സൻ ഭായിയെഅതിഥികൾക്കായുള്ള കിടപ്പുമുറിയിലേക്ക് കൂട്ടിക്കൊണ്ടു പോയി. പിന്നീട് മൊഗിയാന അബ്ദുലിനെ വിളിച്ച് പറഞ്ഞു.

“എടാ. അബ്ദുൽ. ഈ വിളക്കിലെ എണ്ണ തീർന്നുപോയെന്ന് തോന്നുന്നു. എവിടെന്നെങ്കിലും കുറച്ച് എണ്ണ സംഘടിപ്പിക്കണം. വേഗം ഭക്ഷണം തയ്യാറാക്കേണ്ടതല്ലേ.”

“ശരി.”

അല്പം കഴിഞ്ഞ് അവൻ പറഞ്ഞു.

“മൊഗി. അടുത്തുള്ള കടകളെല്ലാം അടച്ചു. ഇനിയെവിടെന്നാ എണ്ണ കിട്ടുക”

അല്പം ആലോചിച്ചിട്ട് മൊഗിയാന പറഞ്ഞു.

“എടാ. അബ്ദുലേ, ഹസ്സൻ ഭായി പറഞ്ഞത് അയാളുടെ കഴുതകളുടെ പുറത്തുള്ള സഞ്ചികളിലെല്ലാം എണ്ണയാണെന്നല്ലേ. നീ ശബ്ദമുണ്ടാക്കാതെ ഒരു സഞ്ചിയിൽ നിന്ന് അല്പം എണ്ണയെടുക്ക്.ആരും അറിയണ്ട. മനസ്സിലായോ. അല്ലെങ്കിൽ വേണ്ട. നീ എന്റെ കൂടെ വന്നാ മതി. ഞാൻ തന്നെ കുറച്ച് എണ്ണ എടുക്കാം.”

അവർ രണ്ടുപേരും ചേർന്ന് ഒരു സഞ്ചിയുടെ മൂടി അല്പം തുറന്നു.

അപ്പോൾ സംഭവിച്ചത് അവരെ അത്ഭുതപ്പെടുത്തി. തുകൽ സഞ്ചിയിൽ നിന്നും ആരോ ചോദിച്ചതുപോലെ അവർക്ക് തോന്നി.

"എന്താ. സമയമായോ."

പെട്ടെന്ന് പരിഭ്രമിച്ചെങ്കിലും മൊഗിയാന ഉടനേതന്നെ മൂടി അടച്ചു; സമനില വീണ്ടെടുത്തു. "ഇല്ല. കുറച്ച് സമയം കൂടി കഴിയട്ടെ" എന്ന് പറയുകയും ചെയ്തു. മൊഗിയാന അല്പനേരം ആലോചിച്ചതിനുശേഷം അബ്ദുലിനോട് പറഞ്ഞു.

"എടാ അബ്ദുലേ, യജമാനനെതിരായി എന്തോ വലിയ ചതി നടക്കുന്നു. നമ്മൾ കരുതി പെരുമാറണം."

"മൊഗീ. നമുക്ക് ഉടനേതന്നെ യജമാനനെ വിവരം അറിയിക്കാം."

"വേണ്ട. ധൃതി പിടിച്ച് ഒന്നും ചെയ്യണ്ട. ഒരു പക്ഷേ എല്ലാ സഞ്ചികളിലും ഇതുപോലെ കൊള്ളക്കാരാണെങ്കിൽ അവരോട് എതിർത്തു നിൽക്കാൻ യജമാനന് കഴിഞ്ഞെന്ന് വരില്ല."

"എങ്കിൽ നമ്മളെന്തു ചെയ്യും മൊഗീ."

"നോക്കാം."

മൊഗിയാന എല്ലാ സഞ്ചികളുടെയും മൂടി മണത്തുനോക്കി. കൈ കൊണ്ട് തടവി നോക്കി. അവൾക്ക് മനസ്സിലായി ഒരു സഞ്ചിയിൽ മാത്രമാണ് എണ്ണ ഉണ്ടായിരുന്നതെന്ന്, അവൾ അബ്ദുലിനോട് പറഞ്ഞു.

"അബ്ദുൽ. ഈ ഒരു സഞ്ചിയിൽ മാത്രമാണ് എണ്ണയുള്ളത്. നീ ശബ്ദമുണ്ടാക്കാതെ ഒരു വലിയ ചെമ്പിലേക്ക് ഈ എണ്ണ പകർന്നെടുക്കുക; എന്നിട്ട് എണ്ണ നല്ലതുപോലെ തിളപ്പിക്കണം അബ്ദുൽ വേഗം തന്നെ വേണ്ടതുചെയ്തിട്ട് പറഞ്ഞു."

"മൊഗി. തിളയ്ക്കുന്ന എണ്ണ റെഡി. "

"ശരി. നീ ഓരോ കുടം എണ്ണ എടുത്തു കൊണ്ടു വാ. ഞാൻ മൂടി തുറന്നു തരുന്ന ഓരോ സഞ്ചിയിലും ഒട്ടും സമയം കളയാതെ കുടത്തിലെ തിളയ്ക്കുന്ന എണ്ണ ഒഴിച്ചിട്ട് മൂടി അടയ്ക്കണം. ഓരോന്നിലും വേഗം വേഗം എണ്ണ ഒഴിക്കുകയും മൂടി അടയ്ക്കുകയും ചെയ്യണം."

അല്പ സമയത്തിനുള്ളിൽ അവർ രണ്ടു പേരും ചേർന്ന് എല്ലാ സഞ്ചികളിലും തിളയ്ക്കുന്ന എണ്ണയൊഴിച്ച് മൂടികൾ ഭദ്രമായി അടച്ചു. സഞ്ചികളിലുണ്ടായിരുന്ന മുപ്പത്തിയേഴ് കള്ളൻമാർക്കും എന്തു സംഭവിച്ചിരിക്കുമെന്ന് നിങ്ങൾക്ക് ഊഹിക്കാവുന്നതേയുള്ളൂ. യാതൊരു ശബ്ദമോ അനക്കമോ ഉണ്ടായതുമില്ല.

പിന്നീട് ധൃതിയിൽത്തന്നെ മൊഗിയാന ഭക്ഷണം പാകം ചെയ്ത് തീൻമേശയ്ക്കുമേൽ നിരത്തി.

മൊഗിയാന ഭക്ഷണം പാകം ചെയ്തുകൊണ്ടിരുന്ന സമയത്ത് ഹസ്സൻ ഭായി ആരും ശ്രദ്ധിക്കാത്ത വിധം കഴുതകളെ നിർത്തിയിരുന്ന സ്ഥലത്തേക്ക് പോയി. ഒരു സഞ്ചി തുറന്ന് ഒരു ചെറിയ കല്ല് അതിനകത്തേക്ക് ഇട്ടുകൊണ്ട് പറഞ്ഞു.

"കൂട്ടുകാരാ. സമയമായി."

പക്ഷേ സഞ്ചിക്കുള്ളിൽ നിന്നും യാതൊരു പ്രതികരണവും ഉണ്ടായില്ല. എന്നു മാത്രമല്ല എണ്ണ വാസനയും, ചുടുന്ന എണ്ണപ്പുകയും, വെന്തെരിഞ്ഞ മാംസത്തിന്റെ മണവും സഞ്ചിയിൽ നിന്ന് പുറത്തേക്ക് വന്നു. അപ്പോൾ ഹസ്സൻ ഭായിക്ക് തന്റെ ചതി ഗ്രഹനാഥന് മനസ്സിലായി എന്നും തന്റെ അനുയായികൾ എല്ലാം കൊല്ലപ്പെട്ടു എന്നും മനസ്സിലായി. ഉടൻതന്നെ അയാൾ മതിൽ ചാടി റോഡിലെത്തി ജീവനും കൊണ്ട് ഓടി രക്ഷപ്പെട്ടു.

ഭക്ഷണം നിരത്തിയതിനുശേഷം മൊഗിയാന പറഞ്ഞു.

"യജമാനനേ. ഭക്ഷണം തയ്യാറായിരിക്കുന്നു."

ബാബ ഭക്ഷണത്തിനായി ഹസ്സൻ ഭായിയേ വിളിച്ചു. പക്ഷേ ഹസ്സൻ ഭായിയെ അവിടെയെങ്ങും കണ്ടില്ല. ബാബ തിരക്കി.

"മൊഗിയാന, അബ്ദുൽ ഹസ്സൻ ഭായിയെ ഇവിടെയെങ്ങും കാണുന്നില്ലല്ലോ. എവിടെപ്പോയി."

"ഒട്ടും പരിഭ്രമിക്കേണ്ട യജമാനനേ. അദ്ദേഹം ഇവിടെ നിന്നും ഓടി രക്ഷപ്പെട്ടിരിക്കും."

"എന്ത്? ഓടി രക്ഷപെട്ടിരിക്കുമെന്നോ."

"അതേ. ഓടി രക്ഷപ്പെട്ടു. യജമാനൻ വന്നാലും. സത്യത്തിൽ എന്താണ് നടന്നതെന്ന് ഞാൻ കാണിച്ചുതരാം." അവൾ ബാബയേ കഴുതകൾ നിന്ന സ്ഥലത്തേക്ക് കൂട്ടിക്കൊണ്ടുപോയി തുകൽ സഞ്ചികൾ ഒന്നൊന്നായി തുറന്ന് കാണിച്ചു. സത്യാവസ്ഥ മനസ്സിലാക്കിയ ബാബ മൊഗിയാനിയേയും അബ്ദുലിനേയും വാനോളം പുകഴ്ത്തുകയും അവരുടെ സമയോചിതമായ ബുദ്ധിപൂർവ്വമായ പ്രവർത്തിക്ക് നന്ദി പറയുകയും ചെയ്തു. മാത്രമല്ല, മൊഗിയാനയെ അടിമത്തത്തിൽ നിന്ന് മോചിപ്പിച്ച് സ്വതന്ത്രയാക്കുകയും ചെയ്തു.

"മൊഗിയാന. നീ ഇന്നുമുതൽ അടിമയല്ല. നിനക്ക് ഞാൻ പൂർണ്ണ സ്വാതന്ത്ര്യം നൽകിയിരിക്കുന്നു. നിനക്ക് നിന്റെ ഇഷ്ടം പോലെ എവിടെ വേണമെങ്കിലും പോകാം. അതല്ല ഞങ്ങളുടെ കൂടെ തുടർന്ന് താമസിക്കണമെങ്കിൽ അങ്ങിനെയും ആകാം. എനിക്ക് സന്തോഷമേയുള്ളൂ. "

"യജമാനനേ. നന്ദി. പക്ഷേ ഞാൻ അങ്ങയുടെ കുടുംബത്തോടൊപ്പം

ഇവിടെത്തന്നെ താമസിക്കാൻ ഇഷ്ടപ്പെടുന്നു. മാത്രമല്ല ഞാനെന്നും നിങ്ങളുടെയെല്ലാം വിശ്വസ്തയായ സ്നേഹിതയായിരിക്കും. "

അങ്ങിനെ ദിവസങ്ങൾ കുറേ കഴിഞ്ഞു. ആ സമയമെല്ലാം ക്യാപ്റ്റൻ തന്നെ ചതിക്കുകയും തന്റെ അനുയായികളെയെല്ലാം കൊന്നൊടുക്കുകയും ചെയ്തതിന് പ്രതികാരം ചെയ്യാനുള്ള പദ്ധതികൾ ആലോചിക്കുകയായിരുന്നു. അങ്ങിനെ ആലോചിച്ച് തയ്യാറാക്കിയ ഒരു പദ്ധതി പ്രകാരം അയാൾ ധനികരായ കച്ചവടക്കാർ ധരിക്കുന്ന രീതിയിലുള്ള വസ്ത്രധാരണം ചെയ്യാൻ ആരംഭിച്ചു. ബാബയുടെ വീടിനടുത്തുണ്ടായിരുന്ന ചന്തയ്ക്ക് സമീപം ഒരു ഹോട്ടൽമുറിയെടുത്ത് താമസിക്കാൻ തുടങ്ങി. സ്വയം മറ്റ് കച്ചവടക്കാർക്ക് പരിചയപ്പെടുത്തിയത് കോഗിയ ഹസ്സൻ എന്നായിരുന്നു. കോഗിയ ബാബയുടെ മകന്റെ കടയിലും ഇടയ്ക്കിടെ പോകുകയും ചില വ്യാപാരവിഷയങ്ങൾ സംസാരിക്കുകയും അങ്ങിനെ സൗഹൃദം സ്ഥാപിക്കുകയും ചെയ്തു. ആ സ്നേഹബന്ധം കാരണം കോഗിയ ഒന്നു രണ്ടു പ്രാവശ്യം ബാബയുടെ വീട്ടിൽ പോകുകയും അതുപോലെ ഹോട്ടലിലേക്ക് ക്ഷണിച്ച് ബാബയ്ക്കും മകനും വിരുന്ന് നൽകുകയും ചെയ്തു. അയാൾ വീട്ടിൽ ചെന്നിരുന്ന സന്ദർഭങ്ങളിൽ മൊഗിയാന ഹസ്സനെ കാണാനിടയായി. അപ്പോഴൊക്കെ മൊഗിയാനയ്ക്ക് പറയാനറിയാത്ത എന്തോ കാരണം കൊണ്ട് അയാൾ ഒരു നല്ലയാളല്ലെന്ന് സംശയം തോന്നി. അങ്ങിനെയിരിക്കെ ഒരു ദിവസം കോഗിയ ബാബയുടെ വീട്ടിൽ ചെല്ലുകയും അച്ഛനോടും മകനോടും വ്യാപാര കാര്യങ്ങൾ സംസാരിച്ച് കുറേ നേരം ചിലവാക്കുകയും ചെയ്തു. പിന്നീട് യാത്ര പറഞ്ഞ് പോകാൻ തുടങ്ങിയപ്പോൾ ബാബ പറഞ്ഞു.

"കോഗിയ. ഇന്ന് അത്താഴഭക്ഷണം ഇവിടെത്തന്നെയാകട്ടെ. ഒഴിവുകഴിവുകളൊന്നും പറയണ്ട."

"അയ്യോ അതുവേണ്ട. കുറച്ചു കാലമായി ഞാൻ ഉപ്പു ചേർത്ത ഭക്ഷണമൊന്നും കഴിക്കാറില്ല. അതുകൊണ്ട് ക്ഷമിച്ചാലും"

"ഛെ. ഛെ. അങ്ങിനെ പറഞ്ഞാലോ. അങ്ങേയ്ക്ക് ഉപ്പില്ലാത്ത ഭക്ഷണം വേണം. അത്രയല്ലേയുള്ളൂ. ഇന്ന് ഭക്ഷണം ഇവിടെത്തന്നെ." പിന്നീട് ബാബ വീട്ടിനകത്തേയ്ക്ക് വിളിച്ചു പറഞ്ഞു.

"മൊഗിയാനാ. ഇന്ന് ഇദ്ദേഹവും അത്താഴഭക്ഷണത്തിന് നമ്മോടൊപ്പം ഉണ്ടാകും. ഇദ്ദേഹം ഉപ്പു ചേർത്ത ഭക്ഷണങ്ങൾ കഴിക്കുകയില്ല. അതുകൊണ്ട് ഇന്നത്തേ വിഭവങ്ങളിലൊന്നും ഉപ്പ് ചേർക്കാൻ പാടില്ല. ശ്രദ്ധിച്ചോണം."

"ശരി. ശ്രദ്ധിച്ചോളാം."

മൊഗിയാനയുടെ മനസ്സിൽ വീണ്ടും സംശയങ്ങൾ മുളയെടുക്കാൻ തുടങ്ങി.

"ഉപ്പില്ലാത്ത ഭക്ഷണമോ. ഉപ്പില്ലാത്ത ഭക്ഷണം വൈരാഗ്യത്തിന്റെയും പകയുടേയും ലക്ഷണമാണല്ലോ."അങ്ങിനെ ചിന്തിച്ചുകൊണ്ട് അവൾ കോഗിയ ഇരുന്ന സ്ഥലത്തേക്ക് എത്തിനോക്കി. വീണ്ടും അയാളെ കണ്ടപ്പോൾ അത് കൊള്ളക്കാരുടെ തലവൻ തന്നെയാണെന്ന് അവൾക്ക് പൂർണ ബോദ്ധ്യമായി. അവൾ ചിന്തിച്ചു. "ഇയാൾ പക പോക്കാൻ വന്നിരിക്കുകയാണ്. സംശയമില്ല. എന്ത് സാഹസം കാണിച്ചാണെങ്കിലും യജമാനനേയും കുടുംബത്തെയും ഈ അപകടക്കാരനിൽ നിന്ന് രക്ഷിക്കണം."

അവൾ ഭക്ഷണങ്ങൾ ഉണ്ടാക്കി. എല്ലാം തീൻമേശപ്പുറത്ത് നിരത്തിയതിന് ശേഷം ബാബയേയും, ബാബയുടെ മകനേയും കോഗിയയേയും ഭക്ഷണത്തിന് ക്ഷണിച്ചു. കൂടത്തന്നെ പറഞ്ഞു.

"യജമാനനേ. ഭക്ഷണം കഴിഞ്ഞാലുടനെ ഞാൻ നിങ്ങളുടെയൊക്കെ സന്തോഷത്തിനായി എന്റെ ചില നൃത്തങ്ങളും അവതരിപ്പിക്കാം. ഇദ്ദേഹം നമ്മുടെ വിശിഷ്ടാതിഥിയല്ലേ. ഇദ്ദേഹത്തിന് എന്റെ നൃത്തം ഇഷ്ടപ്പെടും. സംശയിക്കേണ്ട."

"ശരി. അങ്ങിനെയാകട്ടെ." ബാബ പറഞ്ഞു.

"നല്ലത്." കോഗിയയും ശരിവെച്ചു.

ഭക്ഷണം കഴിഞ്ഞയുടൻ തന്നെ സമയം കളയാതെ മൊഗിയാന നൃത്തപരിപാടി തുടങ്ങി. അബ്ദുൽ മൊഗിയാനയുടെ നൃത്തച്ചുവടുകളുക്കനുസരണം ടാബർ എന്ന സംഗീത ഉപകരണം വായിക്കാനും തുടങ്ങി. രണ്ടു മൂന്ന് നൃത്തങ്ങൾ അവതരിപ്പിച്ചതിനുശേഷം മൊഗിയാന മറ്റൊരു തരം നൃത്തം ആരംഭിച്ചു.അവൾ തന്റെ വസ്ത്രത്തിന്റെ ഭാഗമായി ഒരു കത്തി തൂക്കിയിട്ടിരുന്നു. നൃത്തച്ചുവടുകളുടെ ഭാഗമായി ആ കത്തി ഇടത്തോട്ടും വലത്തോട്ടും തട്ടിയെറിയുകയും ചിലപ്പോൾ കയ്യിൽ പിടിക്കുകയും ചെയ്തിരുന്നു. ആ ചലനങ്ങൾ നൃത്തത്തിന്റെ ഭാഗമായി ഇണങ്ങിച്ചേർന്ന് പോയതുകൊണ്ട് ആർക്കും സംശയങ്ങളൊന്നും ഉണ്ടായില്ല. പിന്നീട് നൃത്തത്തിന്റെ അവസാനം എന്ന നിലയിൽ അവൾ ഒരു തട്ട് ബാബയുടെ നേർക്ക് നീട്ടി. സമ്പ്രദായപ്രകാരം അങ്ങിനെ ചെയ്യുമ്പോൾ കാണികൾ നർത്തകിക്ക് പാരിതോഷികമായി കുറച്ച് നാണയങ്ങൾ തട്ടിലിടുന്നത് ആ നാട്ടിലെ ഒരു പരിചയമായിരുന്നു. ബാബ പതിവു തെറ്റിക്കാതെ രണ്ടു മൂന്ന് സ്വർണനാണയങ്ങൾ തട്ടിലിട്ടു. അതുപോലെ ബാബയുടെ മകനും ചെയ്തു. പിന്നീട് മൊഗിയാന

തട്ട് കോഗിയയുടെ നേർക്ക് നീട്ടി. കോഗിയ കീശയിൽനിന്നും നാണയ സഞ്ചി എടുക്കുന്നതിനിടയിൽ, അയാളുടെ ശ്രദ്ധ നാണയസഞ്ചിയിൽ മാത്രമായിരുന്ന സമയം നോക്കി മൊഗിയാന ഒരു കൈകൊണ്ട് കോഗിയയുടെ കൈയ്യിൽ ബലമായി പിടിക്കുകയും മറ്റേക്കയ്യിൽ ഉണ്ടാ യിരുന്ന കത്തി അയാളുടെ നെഞ്ചിലേക്ക് കുത്തിയിറക്കുകയും ചെയ്തു.

ആ അപ്രതീക്ഷിത സംഭവം കണ്ട് ഞെട്ടിപ്പോയ ബാബയും മകനും ഒരേ സ്വരത്തിൽ ഉറക്കെ ചോദിച്ചു.

"മോഗീ. പെണ്ണേ. നീയെന്താ ചെയ്തത്. എന്തിനാ നീയിങ്ങിനെ ഞങ്ങളെ നാശത്തിലേക്ക് തള്ളിയിട്ടത്. നിനക്കെന്തുപറ്റി. എന്താ ഭ്രാന്തുപിടിച്ചോ."

മൊഗിയാന നിദാനം വീണ്ടെടുത്തുകൊണ്ട് സാവധാനം പറഞ്ഞു.

"യജമാനനേ. ക്ഷമിച്ചാലും. ഞാൻ ചെയ്തതൊക്കെ അങ്ങയുടേയും നമ്മുടെ കുടുംബത്തിന്റെയും നല്ലതിനുവേണ്ടിത്തന്നെയാണ്; നല്ലതിനു വേണ്ടി മാത്രം. എല്ലാം ഞാൻ വിശദീകരിച്ച് പറഞ്ഞ് ബോധ്യപ്പെടുത്തി ത്തരാം."

പിന്നീട് അവൾ എല്ലാ കാര്യങ്ങളും വിശദീകരിച്ചു. കോഗിയയുടെ ശരീരത്തിലെ വസ്ത്രത്തിനടിയിൽ ഒളിപ്പിച്ചുവെച്ചിരുന്ന കഠാരയും കണ്ടെത്താൻ അവൾക്ക് കഴിഞ്ഞു. അത് കാണിച്ചുകൊണ്ട് മാന്യരായ അതിഥികൾ അത്തരം കഠാരകളോ ആയുധങ്ങളോ ഒളിപ്പിച്ചുവെച്ചു കൊണ്ട് സ്നേഹിതരുടെ വീടുകളിൽ പോകുകയില്ലെന്നും, ഉപ്പിടാത്ത ആഹാരം ആവശ്യപ്പെട്ടതിലെ ദുരൂഹത യും എല്ലാം വിവരിച്ച് പറഞ്ഞു.

"ഇപ്പോൾ നിങ്ങൾക്ക് ബോധ്യമായില്ലേ, ഞാൻ ചെയ്തത് നമ്മുടെ കുടുംബത്തിന്റെനന്മ മാത്രം കരുതിയായിരുന്നു എന്ന്? ഇയാൾ നമ്മോട് പകയുള്ള ആ കൊള്ളക്കൂട്ടത്തിന്റെ ക്യാപ്റ്റൻ തന്നെയാണെന്നും. ഇനിയൊരിക്കലും ആ കൊള്ളക്കൂട്ടത്തിൽ നിന്ന് നമുക്ക്, യജമാനനും കുടുംബത്തിനും ഒരാപത്തും ഉണ്ടാകുകയില്ല; തീർച്ച."

അവൾ പറഞ്ഞു നിർത്തിയതും ബാബ അവളെ കെട്ടിപ്പിടിച്ചുകൊണ്ട് പറഞ്ഞു.

"മോളേ, നീ പറഞ്ഞതെല്ലാം ശരിയാണ്. ഇനി നീ എനിക്ക് ഒരു മോളുതന്നെയായിരിക്കും. എന്റെ മകന് നിന്നെ വിവാഹം കഴിക്കു ന്നതിൽ വിരോധമില്ലെങ്കിൽ, നിനക്കും ഇഷ്ടമാണെങ്കിൽ നിങ്ങളുടെ വിവാഹം നടത്താനും നിന്നെ സ്വന്തം മകളാക്കി ഈ കുടുംബത്തിന്റെ ഭാഗമാക്കാനും ഞാനാഗ്രഹിക്കുന്നു."

ആ അഭിപ്രായം ബാബയുടെ ഭാര്യയ്ക്കും കാസിമിന്റെ ഭാര്യയ്ക്കും ഇഷ്ടപ്പെട്ടു. ബാബയുടെ മകന്റെയും മൊാഗിയാനയുടെയും വിവാഹം അവരുടെ രണ്ടുപേരുടെയും ഇഷ്ടപ്രകാരം അധികം വൈകാതെ വളരെ ആർഭാടമായി നടത്തി. ആ അവസരത്തിൽ അബ്ദുലിനെ അടിമപ്പണിയിൽനിന്ന് മോചിപ്പിക്കാനും ബാബ മറന്നില്ല.

പിന്നീട് അവരെല്ലാം വളരെക്കാലം സന്തോഷത്തോടെ ജീവിച്ചു.

ഫയിസും പെരിഭാര്യയും

ഈ കഥയുടെ തലക്കെട്ട് കണ്ടപ്പോൾ ആരാണ്."പെരി" എന്ന ചോദ്യം സ്വാഭാവികമായും നിങ്ങൾക്ക് ഉണ്ടായിക്കാണും. നമ്മുടെ പൗരാണിക കഥകളിൽ യക്ഷിയെന്നോ മോഹിനിയെന്നോ ഒക്കെ പറയുമ്പോൾ നാം മനസ്സിലാക്കുന്നത് മനുഷ്യരല്ലാത്ത എന്നാൽ മനുഷ്യരുടെ സ്വഭാവങ്ങളും ജീവിതരീതികളും സ്വീകരിക്കാൻ കഴിയുന്ന ചില അമാനുഷിക സ്ത്രീകളെയാണ് -അല്ലേ? അവർ സാധാരണയായി ഈ ഭൂമിയിൽ ജീവിക്കുന്നവരും ആയിരിക്കുകയില്ല. എങ്കിലും വേണമെങ്കിൽ പ്രത്യേക സാഹചര്യങ്ങളിൽ അവർക്ക് മനുഷ്യസ്ത്രീകളെപ്പോലെ ഭൂമിയിൽ ജീവിക്കുവാനും കഴിയും. അവരിൽ ചിലർ മോഹിപ്പിക്കുന്നത്ര സൗന്ദര്യം ഉള്ളവരും ആയിരിക്കും.നമ്മുടെ നാട്ടിലുള്ളതുപോലെ മറ്റ് പല നാടുകളിലും അത്തരം സങ്കല്പങ്ങളും കഥകളും ഉണ്ട്. പേർഷ്യൻ നാട്ടിൽ ആ തരത്തിലുള്ള യക്ഷികൾ (മോഹിനികൾ) പെരി (പരി) എന്ന പേരിലാണ് അറിയപ്പെട്ടിരുന്നത്. ഈ കഥ ആ കൂട്ടത്തിൽപെട്ട ഒരു മോഹിനിയുമായി ഫയിസ് എന്ന ചെറുപ്പക്കാരൻ ബന്ധപ്പെട്ട് ഭാര്യാ ഭർത്താക്കൻമാരായി ജീവിച്ച കഥയാണ്.

പണ്ട് പേർഷ്യയിലെവിടെയോ ജീവിച്ചിരുന്ന സത്യസന്ധനും സൽസ്വഭാവിയും വിശാലഹൃദയനുമായിരുന്ന ഒരു ചെറുപ്പക്കാരനായിരുന്നു ഫയിസ്. മാത്രമല്ല അയാൾ സുമുഖനും നല്ല ചുറുചുറുപ്പുള്ളവനുമായിരുന്നു. വിവാഹിതനായ ഫയിസിന് രണ്ട് മക്കളും ഉണ്ടായിരുന്നു.

അങ്ങിനെ അവർ, ഫയിസും ഭാര്യയും മക്കളും സുഖമായി സന്തോഷമായി ജീവിച്ചിരുന്ന കാലം; ഫയിസ് തന്റെ ആടുകളെയും കൊണ്ട് അടുത്തുണ്ടായിരുന്ന കുന്നിൻ ചെരുവിൽ പോയി ഇരിക്കുന്ന

പതിവുണ്ടായിരുന്നു. അവിടെ ആടുകൾക്ക് തിന്നാൻ വേണ്ടത്ര പുല്ലും ഇലകളും കിട്ടുമായിരുന്നു.

അന്നൊരു ദിവസം ഫയിസ് ആടുകളെ മേയാൻ വിട്ടിട്ട് കുന്നിൻ ചെരുവിൽ പ്രകൃതി നോക്കി ഇരിക്കുകയായിരുന്നു. മാത്രമല്ല ഇടയ്ക്കിടെ തന്റെ കയ്യിലുണ്ടായിരുന്ന ഓടക്കുഴൽ വായിക്കുകയും ചെയ്തിരുന്നു. അപ്പോൾ അതീവ സുന്ദരിയായ ഒരു ചെറുപ്പക്കാരി സാവധാനം നടന്നു ചെന്ന് ഫയിസ് ഇരുന്നതിന് അടുത്തായി ഇരുന്നു.

അവളുടെ സൗന്ദര്യം അയാളുടെ ശ്രദ്ധയെ ആകർഷിച്ചു. അവളെ ത്തന്നെ നോക്കിയിരുന്ന അയാളോട് അവൾ ചോദിച്ചു.

"താങ്കൾ കാഴ്ചയ്ക്ക് സുന്ദരനായിരിക്കുന്നു. താങ്കൾ ആരാണ്. താങ്കളുടെ പേര് എന്താണ്."

"ഓ. ഞാൻ ഫയിസ്. ഇവിടെ അടുത്ത് ഒരു ഗ്രാമത്തിൽ താമസിക്കുന്നു. ആടുകളെ മേയിക്കാൻ ഇടയ്ക്കിടക്ക് ഇവിടെ വന്നിരിക്കും."

"ഓ. അങ്ങിനെയോ. എനിക്ക് അങ്ങയോട് ഒരുപാട് ഇഷ്ടം തോന്നുന്നു."

"അല്ല. നിങ്ങൾ നിങ്ങളെക്കുറിച്ച് ഒന്നും പറഞ്ഞില്ല. സുന്ദരിയായ നിങ്ങൾ ആരാണ്."

"ഞാൻ പറഞ്ഞില്ലേ. എനിക്ക് നിങ്ങളോട് വളരെ ഇഷ്ടം തോന്നുന്നു എന്ന്. അതിൽക്കൂടുതൽ എന്നെക്കുറിച്ച് അറിഞ്ഞിട്ട് എന്തു കാര്യം. താങ്കൾക്ക് എന്നെ ഇഷ്ടപ്പെട്ടോ. എന്നെ സ്നേഹിക്കാൻ തോന്നുന്നോ."

"നിങ്ങളെപ്പോലെ ഒരു സുന്ദരിയേ സ്നേഹിക്കാൻ തോന്നാത്തത് ആർക്കാണ്. പക്ഷേ നിങ്ങളുടെ പേരെന്താണ്. നിങ്ങൾ എവിടെ നിന്ന് വരുന്നു. ഒന്നും പറഞ്ഞില്ലല്ലൊ."

"നിങ്ങൾക്കെന്നെ ഇഷ്ടപ്പെട്ടു. ഞാൻ നിങ്ങളെ ഇഷ്ടപ്പെടുന്നുവെന്നും സ്നേഹിക്കുന്നു എന്നും പറഞ്ഞുകഴിഞ്ഞു. സുന്ദരിയായ എന്നെപ്പോലെ ഒരു പെണ്ണിൽ നിന്നും കൂടുതലായി എന്താണ് കേൾക്കേണ്ടത്. ഞാനാരാണ് എന്നൊക്കെ അറിഞ്ഞിട്ട് എന്തുകാര്യം. അതല്ല, നിങ്ങൾക്ക് കൂടുതൽഅറിയണമെന്ന് നിർബന്ധമാണെങ്കിൽ ഞാനെല്ലാം സാവകാശമായി പറയാം. ഇപ്പോൾ നമുക്ക് കുറച്ച് നടക്കാം. ഈ കാറ്റുകൊണ്ട് നടക്കാൻ നല്ല സുഖമായയിരിക്കും."

അത്രയും പറഞ്ഞ് അവൾ ഫയിസിനു നേരെ കൈ നീട്ടി. അല്പം സങ്കോചത്തോടെയായിരുന്നു എങ്കിലും ഫയിസ് അവളുടെ കൈ തന്റെ കയ്യിൽ സ്വീകരിച്ച് പിടിച്ചു. അവർ കുറേ ദൂരം നടന്ന് ചെന്നെത്തിയത്

മറ്റൊരു കുന്നിൻ ചെരുവിൽ ഉണ്ടായിരുന്ന ആകർഷണീയമായ ഒരു വീട്ടുമുറ്റത്തായിരുന്നു. അവൾ അയാളെ വീട്ടിനുള്ളിലേക്ക് നയിച്ചുകൊണ്ട് പറഞ്ഞു."

"ഇതെന്റെ വീടാണ്. ഞാൻ ഇവിടെ ഒറ്റയ്ക്കു താമസിക്കുന്നു. നോക്കു. ഇവിടെ വേണ്ടത്ര സിൽബന്ധികളും വേണ്ട പരിചരണ നൽകാൻ സുന്ദരിമാരായ പെൺകുട്ടികളുമൊക്കെയുണ്ട്. എന്താ താങ്കൾക്കും കുറച്ചു നേരം ഇവിടെയിരുന്ന് വിശ്രമിച്ചുകൂടേ."

"തീർച്ചയായും. സന്തോഷത്തോടെ."

കുറച്ചു സമയം കഴിഞ്ഞ് അവൾ വീണ്ടും പറഞ്ഞു.

"നിങ്ങൾക്ക് എന്നെ ഇഷ്ടമാണ് അല്ലേ."

"വളരെയേറെ."

"എങ്കിൽ ഇതാ, ഞാൻ നിങ്ങളുടേതാകാൻ, നിങ്ങളുടെ സ്വന്തമാകാൻ പോകുന്നു. ഇത് എന്റെ സ്വയം സമർപ്പണമാണെന്ന് കരുതിക്കൊള്ളുക."

അവൾ അടുത്തുനിന്ന ഒരു പരിചാരികയെ വിളിച്ച് ഉടൻതന്നെ ഒരു പുരോഹിതനെ (മുല്ലയെ) കൂട്ടിക്കൊണ്ടു ചെല്ലാൻ നിർദേശിച്ചു. പുരോഹിതൻ വന്നതും അവൾ മുല്ലയോട് പറഞ്ഞു.

"ഹേ. പുരോഹിതാ. ഇദ്ദേഹത്തെ നോക്കു. ഞങ്ങൾ പരസ്പരം ഇഷ്ടപ്പെടുന്നു; സ്നേഹിക്കുന്നു. ഞങ്ങളെ ഉടനേതന്നെ ആചാരപ്രകാരം വിവാഹിതരാക്കിയാലും. സ്നേഹിതാ, എന്താ, അങ്ങേയ്ക്കും സമ്മതം തന്നെയല്ലേ."

അവളുടെ ആ സമയത്തെ നോട്ടവും മുല്ലായുടെ ഭയപ്പെട്ടുള്ള നിൽപുമൊക്കെ കണ്ടപ്പോൾ ഫയിസിന് അവർ ഒരു സാധാരണ സ്ത്രീ അല്ലെന്ന തോന്നലുണ്ടായി. അവരോട് ആ സമയത്ത് എതിർത്തു പറയുന്നത് അപകടത്തിലേക്ക് നയിക്കുമെന്ന തോന്നലും ഉണ്ടായി. അവൾ തീർച്ചയായും ഒരു പെരി ആയിരിക്കുമെന്ന് മനസ്സ് മന്ത്രിച്ചു. അവളുടെ ചോദ്യത്തിന് എതിർപ്പു പറയാൻ അയാൾക്കു കഴിഞ്ഞില്ല. മുല്ലാ തന്റെ ജോലി കൃത്യമായിട്ടു ചെയ്തു. എല്ലാ മന്ത്രങ്ങളും ചൊല്ലി അവരെ വിവാഹിതരാക്കി- ഭാര്യാഭർത്താക്കന്മാരാക്കി. അയാളുടെ മനസ്സിൽ നിന്നും അയാളറിയാതെ തന്നെ സ്വന്തം ഭാര്യയേയും കുട്ടികളേയും കുറിച്ചുണ്ടായിരുന്ന ഓർമ്മകൾ മാഞ്ഞുപോയി- സ്വന്തം ഭൂതകാലം മുഴുവൻ.

അങ്ങിനെ അവർ ഭാര്യാഭർത്താക്കൻമാരായി കുറേനാൾ സന്തോഷമായി ജീവിച്ചു.അവർക്ക് രണ്ടു മക്കളും ഉണ്ടായി. അങ്ങിനെ മൂന്ന് നാല് വർഷങ്ങൾ ഉത്സാഹമായി കടന്നു പോയിക്കഴിഞ്ഞ് ഒരു ദിവസം

ഫയിസിന്റെ പെരിഭാര്യ അയാളോട് പറഞ്ഞു.

“ഹേ. മനുഷ്യാ, പ്രിയപ്പെട്ട ഭർത്താവേ, എന്നെങ്കിലും നിങ്ങൾ എന്റെ രഹസ്യം മറ്റാരെയെങ്കിലും അറിയിച്ചാൽ അതിനപ്പുറം എന്നെയോ നമ്മുടെ മക്കളെയോ നിങ്ങൾക്ക് കാണാൻ കഴിയുകയില്ല.അതെപ്പോഴും ഓർമ്മയിലുണ്ടാകണം. അറിയാമല്ലോ.”

“ഇല്ലില്ല. ഞാനൊരിക്കലും നിന്നെക്കുറിച്ച് ഒന്നും തന്നെ മറ്റാരോടും പറയുകയില്ല. എനിക്ക് ജീവനുള്ളടത്തോളം കാലം ഇതെല്ലാം എനിക്കു മാത്രം അറിയാവുന്ന രഹസ്യങ്ങളായിരിക്കും.എന്റെ വാക്ക്.”

എങ്കിലും കുറേ ദിവസങ്ങൾ കഴിഞ്ഞ് അയാൾക്ക് അയാളുടെ നേരത്തേയുണ്ടായിരുന്ന ഭാര്യയെക്കുറിച്ചും മക്കളെക്കുറിച്ചും ഓർക്കാൻ കഴിഞ്ഞു. ജനിച്ചുവളർന്ന ഗ്രാമവും അയാളുടെ മാതാപിതാക്കളുമെല്ലാം ഓർമയിലേക്ക് കടന്നു ചെന്നു. അയാൾ വിചാരിച്ചു, “ഒരിക്കലെങ്കിലും എന്റെ ഗ്രാമത്തിലൊന്ന് പോകാൻ കഴിഞ്ഞിരുന്നു എങ്കിൽ ; മക്കളേയും ഭാര്യയെയും അമ്മയേയും അച്ഛനെയും സുഹൃത്തുക്കളെയുമൊക്കെ ഒന്ന് കാണാൻ കഴിഞ്ഞിരുന്നുവെങ്കിൽ എന്ന്.” അയാൾ തന്റെ മനസ്സിലെ ആഗ്രഹം പെരിഭാര്യയോട് പറഞ്ഞു.

“ഓ. നിങ്ങൾക്കിങ്ങനെ ഒരാഗ്രഹം തോന്നിത്തുടങ്ങിയോ. ഞാനൊരു കാര്യം പറഞ്ഞേക്കാം. നിങ്ങൾ നിങ്ങളുടെ മനുഷ്യഭാര്യയേയും കുട്ടികളെയും കാണാൻ പോയാൽ എല്ലാ സത്യങ്ങളും, എന്നെക്കുറിച്ചും ഞാനാരാണെന്ന സത്യവും എല്ലാം നിങ്ങൾ അവളോട് പറയേണ്ടി വരും. അങ്ങിനെ എന്റെ രഹസ്യം മറ്റൊരു ചെവി അറിഞ്ഞാൽ പിന്നെ ഞാനും നമ്മുടെ മക്കളും നിങ്ങളുടെ കൂടെ ഉണ്ടാകുകയില്ല. ഹേ. മനുഷ്യാ. നിങ്ങൾക്ക് നല്ലതുപോലെ മനസിലായല്ലോ. ഇല്ലേ.”

അല്പം നിർത്തിയിട്ട് പെരിഭാര്യ വീണ്ടും പറഞ്ഞു.

“പക്ഷേ, നിങ്ങൾക്ക് ഒന്നുപോയി അവരെയൊക്കെ കാണണമെന്നുണ്ടെങ്കിൽ പൊയ്ക്കോളൂ ഞാനൊരു തടസ്സമാകുകയില്ല. പക്ഷേ ഞാൻ നേരത്തെ പറഞ്ഞ കാര്യങ്ങൾ മനസ്സിലുണ്ടാകണം. അത്രതന്നെ.”

ഫയിസ്, രഹസ്യങ്ങളൊന്നും മറ്റാരോടും പറയുകയില്ലെന്ന് പെരിഭാര്യയ്ക്ക് ഒരിക്കൽക്കൂടി സത്യംചെയ്തുകൊടുത്തിട്ട് യാത്രതിരിച്ചു. ഏതാനും മണിക്കൂറുകൾക്കുള്ളിൽ സ്വന്തം ഗ്രാമത്തിൽ എത്തി.

“അച്ഛാ. അച്ഛൻ ഇത്രയും നാൾ എവിടെയായിരുന്നു. ഞങ്ങളെയൊക്കെവിട്ട് അച്ഛൻ എങ്ങോട്ടാ പോയത്.”

അയാളെക്കണ്ടതും രണ്ട് മക്കളും ഓടിച്ചെന്ന് കെട്ടിപ്പിടിച്ച് കരഞ്ഞുകൊണ്ട് ചോദിച്ചു.

“അമ്മ എന്നും കരച്ചിലോട് കരച്ചിലായിരുന്നു.” അവർ കൂട്ടിച്ചേർത്തു.

“എന്നാലും ഞങ്ങളോട് ഒരു വാക്കുപോലും പറയാതെ ഇത്ര നാളും എവിടെപ്പോയിരുന്നു. എന്നേം കുട്ടികളേം നിങ്ങളുമറന്നുപോയെന്നാ ഞാൻ കരുതിയത്.” ഭാര്യ അടക്കിപ്പറഞ്ഞു.

ഗ്രാമവാസികൾ തിരക്കി.

“താനിത്രനാളും എവിടെയായിരുന്നു. എന്താ, വല്ല കെണിയിലും പെട്ടുപോയോ. അതോ വല്ല അസുഖവുമായി എവിടെയെങ്കിലും കിടന്നുപോയോ. “ഓരോരുത്തരും ഓരോ വിധത്തിലാണ് ചോദിച്ചത്. മറ്റു ചിലർ പറഞ്ഞു.

“താൻ എവിടെയോ പോയി വേറെ ഏതോ പെണ്ണിന്റെ കൂടെ താമസമാക്കിയെന്നാ ഞങ്ങൾ കരുതിയത്. എന്താ അങ്ങിനെ വല്ലോ മായിരുന്നോ.”

“എടോ. സത്യം പറയാമല്ലൊ. താനെന്തോ അപകടത്തിൽപെട്ട് ഊരും പേരും അറിയാത്ത എവിടെയോ കിടന്ന് ചത്തെന്നാ ഞങ്ങള് കരുതിയത്.കേട്ടോ.”

“മോനേ. നിന്റെ ഭാര്യയേയും മക്കളേയും വയസ്സായ ഞങ്ങളേയു മൊക്കെ വിട്ടിട്ട് നീയിത്രനാൾ എവിടെപ്പോയിരിക്കുകയായിരുന്നു.” അച്ഛനമമ്മയും അങ്ങിനെയാണ് ചോദിച്ചത്.

ആ ചോദ്യങ്ങൾക്കെല്ലാം അയാൾക്ക് ഒരേ മറുപടി മാത്രമായിരുന്നു.

“ഏയ്. അങ്ങിനെയൊന്നുമായിരുന്നില്ല. ഞാൻ ഒരിടം വരെ പോയി. പ്രതീക്ഷിക്കാത്ത ച്ല സാഹചര്യങ്ങൾ കാരണം ഉടനേ തിരികെ വരാൻ കഴിഞ്ഞില്ല.താമസിച്ചു. അത്രതന്നെ.”

അയാൾ ഏതാണ്ട് രണ്ടാഴ്ചയോളം എല്ലാവരുമായി സന്തോഷം പകർന്ന് അവിടെ കഴിഞ്ഞു. ഗ്രാമവാസികളോടും ബന്ധുക്കളോടുമെല്ലാം സ്നേഹമായി പെരുമാറാൻ കഴിഞ്ഞു; മറിച്ച് അവരുടെയെല്ലാം സ്നേഹവും സന്തോഷവും പങ്കുവെയ്ക്കുവാനും. അയാളുടെ ഭാര്യയ്ക്കും മക്കൾക്കും പറഞ്ഞറിയിക്കാൻ കഴിയാത്ത ആഹ്ളാദം കിട്ടിയ ദിവസങ്ങളായിരുന്നു അത്. എങ്കിലും ആ ദിവസങ്ങളിലെല്ലാം അയാളുടെ പെരിഭാര്യയും അദൃശ്യയായി അയാളോടൊപ്പം അവിടെത്തന്നെ ഉണ്ടായിരുന്നു. അവിടെ നടന്നതെല്ലാം അവർക്ക് കാണാനും കഴിയുമായിരുന്നു. പക്ഷേ ഫയിസിനോ മറ്റാർക്കെങ്കിലുമോ പെരിയേ കാണാൻ കഴിയുമായിരുന്നില്ല.

അങ്ങിനെയിരിക്കെ ഒരു ദിവസം അയാൾ ഭാര്യയോട് പറഞ്ഞു.

“പണ്ടത്തെപ്പോലെ എനിക്ക് ഒരിടം വരെ പോകേണ്ടതുണ്ട്. കുറച്ച്

ദിവസങ്ങൾ കഴിഞ്ഞേ തിരികെ വരികയുള്ളൂ."

"ഓ. അങ്ങിനെയോ. ഇനിയും ഞങ്ങളെ വിട്ട് പോകാനാണോ ഭാവം. പക്ഷേ നിങ്ങൾ പോകുന്നതിന് മുൻപ് എനിക്കൊരു കാര്യം അറിയണം."

"എന്താ നിനക്കറിയേണ്ടത്."

"നിങ്ങൾ ഈ കഴിഞ്ഞനാളത്രയും എവിടെയായിരുന്നു. ഇപ്പോൾ എങ്ങോട്ടേക്കാണ് പുറപ്പാട്..

അതുപോലെ ഇപ്പോൾ നിങ്ങളുടെ പക്കലുള്ള സമ്പത്ത് എവിടെനിന്ന് എങ്ങിനെ കിട്ടി. ഇതൊക്കെ എനിക്കറിഞ്ഞേ മതിയാകൂ."

"ഇതൊക്ക എന്നോട് ചോദിക്കാൻ നിനക്കെന്താ അവകാശം. ഞാനെനിക്ക് ഇഷ്ടമുള്ളിടത്ത് പോകും. ഇഷ്ടപ്പെട്ടതുപോലെ സമ്പാദിക്കും."

"ഇല്ല. ഇതൊന്നും പറഞ്ഞ് ഒഴിഞ്ഞുപോകണ്ട. എനിക്ക് സത്യം അറിഞ്ഞേ കഴിയൂ. ഒരു കാര്യം. എന്നോട് സത്യം പറഞ്ഞാൽ എന്റെ പക്കൽ നിന്നും അതൊന്നും മറ്റൊരാൾ കേൾക്കുകയില്ല. നമ്മുടെ മക്കളെപ്പോലും ഞാനതൊന്നും അറിയിക്കുകയില്ല. ഞാൻ നിങ്ങൾക്ക് സത്യം ചെയ്തു തരാം. പക്ഷേ നിങ്ങളുടെ ഭാര്യയെന്ന നിലയിൽ എല്ലാ സത്യങ്ങളും എനിക്കറിയണം."

"ഛെ. ഇതെന്തു ശല്യമാ. എന്നെ ഇങ്ങിനെ നിർബന്ധിക്കാതിരിന്നുകൂടേ."

"എല്ലാം എന്നോട് പറഞ്ഞില്ലെങ്കിൽ ഞാനടുത്തൊരുദിവസം തൂങ്ങിച്ചാകും. ഇതു സത്യം. മനസ്സിൽ വെച്ചോ."

മറ്റ് വഴിയില്ലാതെ അയാൾ നടന്ന സംഭവങ്ങളെല്ലാം ഭാര്യയോട് വിശദമായും സത്യസന്ധമായും പറഞ്ഞു.

"ഏ. ഭാര്യേ. ഞാനെല്ലാം നിന്നോട് പറഞ്ഞു. ഇനി ഞാൻ പോകുന്നു. ഞാൻ കൊണ്ടു വന്നിട്ടുള്ള ഈ പണവും മറ്റു വിലപിടിപ്പുള്ള സാമഗ്രികളും നീ വെച്ചോ. ഇതൊന്നും എനിക്കിനി ആവശ്യമില്ല. നമ്മുടെ മക്കളെ നല്ലനിലയിൽ വളർത്താൻ ഇതൊക്കെ ധാരാളം മതിയാകും. "

നടന്നതെല്ലാം പെരിഭാര്യ കാണുന്നും കേൾക്കുന്നും ഉണ്ടായിരുന്നു. പെട്ടെന്ന് അവൾ അയാൾക്കു മുന്നിൽ (അയാൾക്കു മാത്രം കാണുന്നതുപോലെ) പ്രത്യക്ഷപ്പെട്ടു. അവൾ ചോദിച്ചു.

"അപ്പോൾ നിങ്ങൾ എനിക്കുതന്ന വാക്ക് തെറ്റിച്ചു. അല്ലേ."

"അതേ. എനിക്ക് മറ്റ് മാർഗങ്ങളൊന്നും ഇല്ലായിരുന്നു."

“ഓഹോ. നിങ്ങൾ എനിക്കുതന്ന വാക്ക് പാലിച്ചില്ല. എന്നെ വഞ്ചിച്ചിരിക്കുന്നു. നിങ്ങൾ എന്നെക്കുറിച്ചുള്ള എല്ലാ സത്യങ്ങളും നിങ്ങളുടെ മുൻഭാര്യയോട് പറഞ്ഞിരിക്കുന്നു. തന്ന വാക്ക് പാലിക്കാത്ത ഒരാളുമായി ഒരു ബന്ധവും എനിക്ക് സാധ്യമല്ല. ഞാൻ നേരത്തെ നിങ്ങളോട് പറഞ്ഞിരുന്നതുപോലെ ഇനി ഒരിക്കലും നിങ്ങൾക്ക് എന്നെയോ നമ്മുടെ മക്കളെയോ കാണാൻ സാധിക്കുകയില്ല. ഞാൻ പോകുന്നു.”

അത്രയും പറഞ്ഞിട്ട് അവൾ ഒരു പ്രാവിന്റെ രൂപം പൂണ്ട് ആകാശത്തിലേക്ക് പറന്നുപോകുന്നത് കണ്ടു നിൽക്കാനല്ലാതെ ഫയിസിന് ഒന്നും ചെയ്യാൻ കഴിയുമായിരുന്നില്ല. എങ്കിലും അടുത്ത ഒരു ദിവസം തന്നെ മുമ്പ് ആടുകളെ മേയിക്കാൻ പോയിരുന്ന കുന്നിൻ ചെരുവിലേക്കും പെരിഭാര്യയുമായി ജീവിച്ചിരുന്ന സ്ഥലത്തേക്കും പോയി. അവരൊന്നിച്ച് ജീവിച്ച കെട്ടിടം ഇരുന്നിരുന്ന കുന്നിൻ ചെരുവിൽ എത്ര ശ്രമിച്ചിട്ടും അവർ താമസിച്ചിരുന്ന കെട്ടിടംപോലെ ഒന്നോ അതിന്റെ അവശിഷ്ടങ്ങളോ ഒന്നും ഫയിസിന് കാണാൻ കഴിഞ്ഞില്ല. ഫയിസ് അങ്ങിനെ ഒരു പ്രാവശ്യമല്ല, പല പ്രാവശ്യം പോയി. പക്ഷേ ഒരു പ്രയോജനവും ഉണ്ടായില്ല.

ഫയിസ് തന്റെ ആദ്യഭാര്യയോടും കുട്ടികളോടും കൂടി സന്തോഷമായിത്തന്നെ ജീവിച്ചു എങ്കിലും ചിലപ്പോഴൊക്കെ ഒറ്റയ്ക്കിരുന്ന് ആത്മഗതം എന്നതുപോലെ പറയുമായിരുന്നു.

“എന്റെ പെരിഭാര്യേ. ഞാൻ നിന്നെ വഞ്ചിക്കണമെന്ന് ഉദ്ദേശിച്ചതല്ല. പക്ഷേ എനിക്ക് നിന്നോടെന്നതുപോലെ തന്നെ എന്റെ ഭാര്യയോടും മക്കളോടും ചില കടമകൾ ഉണ്ടല്ലോ അത് നിഷേധിക്കാനാവില്ല എന്ന് നീ അംഗീകരിച്ചേ മതിയാകൂ. അതുകൊണ്ട് എന്നോട് നീ ക്ഷമിക്കണം.” അയാൾ ചിലപ്പോഴൊക്കെ തന്റെ ആഗ്രഹവും ഉറക്കെ പറയുമായിരുന്നു.

“എന്റെ സ്നേഹമുള്ള പെരിഭാര്യേ എന്നാണ് ഇനി എനിക്ക് നിന്നെയും നമ്മുടെ മക്കളെയും ഒന്നു കൂടി കാണാൻ കഴിയുക. നീ എന്നോടുള്ള കോപമെല്ലാം കളഞ്ഞ് എന്നാണ് ഇനി ഇങ്ങോട്ട്, ഈ ഭൂമിയിലേക്ക് വരുന്നത്. ഒരു പ്രാവശ്യമെങ്കിലും നീ വരും അല്ലേ. വരും. തീർച്ചയാണ്. ഞാൻ കാത്തിരിക്കും.”

പ്രാർത്ഥനാ നിരതനായ റൊട്ടിക്കാരൻ

അബ്ബാസ് രാജാവുമായി ബന്ധപ്പെട്ട ഒരു കഥ നേരത്തേ നാം വായിച്ചില്ലേ. ഇതും അതേ അബ്ബാസ് രാജാവുമായി ബന്ധപ്പെട്ട കഥയാണ്. അദ്ദേഹം പലപ്പോഴും ചെയ്യാറുണ്ടായിരുന്നതുപോലെ അന്നൊരു ദിവസവും തന്റെ സാധാരണ വേഷങ്ങളെല്ലാം അഴിച്ചുവെച്ചിട്ട് ഒരു ഭിക്ഷക്കാരന്റെ വേഷം ധരിച്ചു. അങ്ങിനെ ഒരു ഭിക്ഷക്കാരനായി നടിച്ച് അദ്ദേഹം ഒരു റൊട്ടിക്കടക്കാരന്റെ കടയുടെ മുമ്പിൽ എത്തി. അവിടെ സാധനങ്ങൾ തൂക്കിക്കൊടുക്കുന്നയാളെ (ഭാരം തിട്ടപ്പെടുത്തിക്കൊടുക്കുന്നയാൾ)കണ്ടു. അയാൾ തന്നെയായിരുന്നു കടയുടെ ഉടമസ്ഥനും. അയാളുടെ പ്രാർത്ഥനാ വാചകങ്ങൾ അബ്ബാസ് രാജാവ് ശ്രദ്ധിച്ചു.

"ദൈവം എന്തു നിശ്ചയിച്ചോ അതുമാത്രമേ നടക്കൂ." അയാൾ ആ വാചകം വീണ്ടും വീണ്ടും ഉരുവിട്ടുകൊണ്ടേയിരുന്നു. അത് ശ്രദ്ധിച്ച അബ്ബാസ് രാജാവിന് ആ മനുഷ്യൻ ആത്മാർത്ഥമായി പ്രാർത്ഥിക്കുകയാണോ അതോ വെറുതെ മനുഷ്യരെ കാണിക്കാൻ വേണ്ടി മാത്രം ഒരു പ്രഹസനം നടത്തുകയാണോ എന്നൊന്ന് പരീക്ഷിക്കണമെന്ന് തോന്നി. വെറും പ്രഹസനമാണെങ്കിൽ താൻ അയാൾക്ക് വധശിക്ഷ തന്നെ നൽകും എന്നും അദ്ദേഹം തീരുമാനിച്ചു.

അദ്ദേഹം റൊട്ടിക്കാരനെ ധ്യാനത്തിൽ നിന്നും വിളിച്ചുണർത്തി പറഞ്ഞു.

“ഹേ. കടക്കാരാ. എനിക്ക് വളരെയധികം വിശക്കുന്നു. എന്റെ കയ്യിൽ തൽക്കാലം പണമില്ല. എന്റെ കയ്യിൽ കിടക്കുന്ന ഈ മോതിരം നല്ല വിലപ്പിടിപ്പുള്ളതാണ്. ദയവായി ഇത് ഒരു പണയമായി സ്വീകരിച്ച് എനിക്ക് ഒരു നേരത്തെ ആഹാരം തന്നാലും. സംശയിക്കേണ്ട. ഇതിന് കുറഞ്ഞത് ആയിരം ദുമൻ (അന്ന് പേർഷ്യയിൽ പ്രചാരത്തിലുണ്ടായിരുന്ന നാണയത്തിന്റെ പേര്.) വരെ വിലമതിപ്പുണ്ടാകും. അത്രയും പറഞ്ഞ് അദ്ദേഹം തന്റെ വിരലിലുണ്ടായിരുന്ന മോതിരം ഊരി വ്യാപാരിക്ക് കൊടുത്തു. വ്യാപാരി മോതിരം വാങ്ങി പരിശോധിച്ച് ഉറപ്പുവരുത്തിയതിനുശേഷം റൊട്ടിയും മറ്റ് തീറ്റസാധനങ്ങളും ഒരു സഞ്ചിയിലാക്കി മുന്നിൽ നിന്ന വഴിപോക്കന് കൊടുക്കുകയും ചെയ്തു.”

കൊട്ടാരത്തിൽ തിരിച്ചെത്തിയ അബ്ബാസ് രാജാവ് തന്റെ ഉന്നത ഉദ്യോഗസ്ഥരിൽ ഒരാളെ വിളിച്ച് നിർദേശിച്ചു.

“എന്റെ മോതിരം ഞാൻ ആ റൊട്ടിക്കാരന് കൊടുത്തിട്ടുണ്ട്.” എന്തിന് മോതിരം അയാളുടെ പക്കൽ കൊടുത്തുവെന്നും താൻ അയാളുടെ പ്രാർത്ഥനയുടെ ശരിയായ ഉദ്ദേശം കണ്ടുപിടിക്കാനുള്ള ശ്രമത്തിലാണെന്നും മറ്റുമുള്ള എല്ലാക്കാര്യങ്ങളും വിശദമായിത്തന്നെ രാജാവ് ഉദ്യോഗസ്ഥനോട് വിശദീകരിച്ചതിനുശേഷം പറഞ്ഞു.

“എങ്ങിനെയെങ്കിലും ആ കടക്കാരന്റെ പക്കൽ നിന്നും അയാളറിയാതെ ആമോതിരം നാളെ പുലർച്ചയാകുമ്പോഴേക്കും എനിക്ക് തിരികെ കിട്ടണം. കടക്കാരന് സംശയമോ, ദേഹോപദ്രവമോ ഉണ്ടാകാനും പാടില്ല. എന്തു ചെയ്യണമെന്ന് ആലോചിച്ച് വേണ്ടതുപോലെ ചെയ്യുക.”

“ശരി ഹുസൂർ”

“നാളെ പുലർച്ചയ്ക്ക്”

“ശരി”

“നാളെ പുലർച്ചയ്ക്ക് മോതിരം എന്റെ കയ്യിൽ കിട്ടുകയാണെങ്കിൽ ഒരു വലിയ പ്രതിഫലം; കിട്ടിയില്ലെങ്കിൽ ശിരച്ഛേദം. ഓർമ്മയിരിക്കട്ടെ.”

ഉദ്യോഗസ്ഥൻ എന്തുചെയ്യണമെന്നറിയാതെ സ്വന്തം വീട്ടിലേക്ക് മടങ്ങി. അയാളുടെ അസ്വസ്ഥത മനസ്സിലാക്കിയ ഭാര്യ ചോദിച്ചു.

“നിങ്ങളെയെന്തോ അലട്ടുന്നുണ്ടല്ലോ. എന്താ. എന്തു സംഭവിച്ചു.”

“അതേ. രാജാവ് എനിക്കൊരു കുനഷ്ട്ടുപിടിച്ച ജോലി തന്നിരിക്കുകയാ.” അയാൾ ഭാര്യയോട് എല്ലാ വിവരങ്ങളും പറഞ്ഞു.കുറച്ചു സമയത്തിനുശേഷം ഭാര്യ പറഞ്ഞു.

“അതേ. നിങ്ങൾക്ക് വിരോധമില്ലെങ്കിൽ ഞാനൊരുപായം പറയാം.”

“എന്താ. കേൾക്കട്ടെ.”

“അതേ, നിങ്ങൾ നേരിട്ട് കടക്കാരന്റെ അടുത്തേക്ക് പോകണ്ട. പകരം നിങ്ങളുടെ വരുമാനവരി ഓഫീസിലെ ഒന്നു രണ്ട് ജീവനക്കാരെ ആ തെരുവിലുള്ള എല്ലാ കടകളിലും കയറി അവരുടെ ത്രാസും മറ്റും ശരിയാണോ എന്ന് പരിശോധിക്കാൻ നിർദേശിക്കുക. കൂട്ടത്തിൽ ആ റൊട്ടിക്കടയിലും കയറണം. നിങ്ങളുടെ വളരെ വിശ്വസ്ഥനായ ഒരാളോടുമാത്രം റൊട്ടിക്കടയിൽ നിന്ന് മോതിരം കരസ്ഥമാക്കുന്ന കാര്യം പറയണം. അങ്ങിനെ പരിശോധിക്കുമ്പോൾ, റൊട്ടിയുണ്ടാക്കാൻ വേണ്ട ഗോതാമ്പുമാവും മറ്റും തൂക്കിയെടുക്കാൻ ഉപയോഗിക്കുന്ന ത്രാസും പരിശോധിക്കണമെന്ന് പറഞ്ഞാൽ റൊട്ടിക്കടക്കാരൻ റൊട്ടിചുടാൻ ഉപയോഗിക്കുന്ന മുറിയിലേക്ക് (അത് മിക്കവാറും അകത്തേമുറിയായിരിക്കും) പോകും. ആ സമയത്ത് നിങ്ങളുടെ വിശ്വസ്ഥനായ ഉദ്യോഗസ്ഥന് കടക്കാരന്റെ പണപ്പെട്ടി അയാൾ കാണാതെ തുറന്നുനോക്കാൻ അവസരം കിട്ടും. എന്താ. അങ്ങിനെ ചെയ്തുകൂടേ. മിക്കവാറും അയാൾ വിലപിടിപ്പുള്ള മോതിരം പണപ്പെട്ടിയിൽത്തന്നെയായിരിക്കും സൂക്ഷിച്ച് വെച്ചിരിക്കുക;സംശയമില്ല.”

“ഓ. ഇത് വളരെനല്ല ഒരഭിപ്രായമാണല്ലോ. അല്ലെങ്കിലും എന്റെ ഭാര്യടെ ബുദ്ധി അപാരം തന്നെ. സമ്മതിച്ചേ മതിയാകൂ. ഏതായാലും ഞാൻ ഉടനെതന്നേ വേണ്ട ഏർപ്പാടുകൾ ചെയ്തിട്ട് വരാം.”

അടുത്തദിവസം രാവിലെ ഉദ്യോഗസ്ഥൻ നിർദേശിച്ച പ്രകാരം അദ്ദേഹത്തിന്റെ ഉദ്യോഗസ്ഥൻമാർ പ്രവർത്തിച്ചു. റൊട്ടിക്കടയിൽ പരിശോധന നടത്തിയ ഉദ്യോഗസ്ഥൻ റൊട്ടിക്കടക്കാരനോട് പറഞ്ഞു.

“നിങ്ങൾ റൊട്ടിയുണ്ടാക്കാൻ ഉപയോഗിക്കുന്ന ത്രാസുകളും മറ്റും എടുത്തുകൊണ്ടുവരൂ. ഞങ്ങൾക്ക് അതുമൊക്കെ ഒന്ന് പരിശോധിക്കണം. നിങ്ങൾ എല്ലാം കൃത്യ അളവുതന്നെ ചേർത്താണോ റൊട്ടിയും മറ്റ് തീറ്റസാധനങ്ങൾ ഉണ്ടാക്കുന്നതെന്നും അറിയണമല്ലോ.”

“അതെന്തിനാ.”

“അതൊന്നും തെരക്കിയിട്ട് കാര്യമില്ല. ഞങ്ങൾക്ക് കിട്ടയിരിക്കുന്ന കല്പന പ്രകാരം അതെല്ലാംകൂടി പരിശോധിക്കേണ്ടതുണ്ട്. വേഗം എടുത്തുകൊണ്ടുവാ.”

റൊട്ടിക്കാരൻ ഉടനെത്തന്നെ അകത്തേ മുറിയിലേക്ക് പോയി. പണപ്പെട്ടി പൂട്ടുന്ന കാര്യം ശ്രദ്ധിച്ചില്ല. ആ തക്കം നോക്കി ഉദ്യോഗസ്ഥൻ പണപ്പെട്ടി തുറന്ന് പരിശോധിച്ചു. പ്രതീക്ഷിച്ചതുപോലെ മോതിരം അതിനകത്തുണ്ടായിരുന്നു. അത് കയ്യിലെടുത്ത്, റൊട്ടിക്കാരൻ തിരികെ

എത്തുന്നതിനു മുമ്പ് കൂടെയുണ്ടായിരുന്ന മറ്റുള്ളവർപോലും അറിയാതെ മോതിരം വായ്ക്കുള്ളിൽ നാക്കിനടിയിൽ ഒളിപ്പിച്ചു.

അന്ന് സായന്തനം തന്നെ ഉദ്യോഗസ്ഥൻ രാജാവ് ആവശ്യപ്പെട്ടിരുന്നതുപോലെ മോതിരം അദ്ദേഹത്തിന് എത്തിച്ചുകൊടുത്തു.

അതിനടുത്ത ദിവസം പുലർച്ചയ്ക്ക് അബ്ബാസ് രാജാവ് തന്റെ ഔദ്യോഗികവേഷത്തിൽ റൊട്ടിക്കടയിൽ എത്തി. റൊട്ടിക്കടക്കാരനെ വിളിച്ച് പറഞ്ഞു.

"ഹേ. കടയുടമസ്ഥാ. ഇന്നലെ ഏതാണ്ട് ഈ സമയത്ത് ഞാൻ പ്രച്ഛന്ന വേഷത്തിൽ നിങ്ങളുടെ കടയിൽ വന്ന് എന്റെ വിലപിടിപ്പുള്ള ഒരു മോതിരം അടമാനമായിത്തന്നിരുന്നു. ഓർമയുണ്ടോ."

"ഉണ്ട്"

"എങ്കിൽ നിങ്ങൾ എനിക്കുതന്ന ഭക്ഷണ സാധനങ്ങളുടെ വിലയായി ഈ പണം സ്വീകരിച്ചിട്ട് എനിക്ക് മോതിരം തിരികെ തന്നാലും."

"അങ്ങിനെയാകട്ടെ ഹുസൂർ."

അയാൾ പണപ്പെട്ടി തുറന്ന് മോതിരം എടുക്കാൻ ഉദ്യമിച്ചു. പക്ഷേ അപ്പോഴാണ് അയാൾക്ക് തന്റെ പണപ്പെട്ടിയിൽ നിന്ന് മോതിരം നഷ്ടപ്പെട്ട വിവരം മനസ്സിലായത്. തികച്ചും നിസ്സഹായനായി അയാൾ പറഞ്ഞു.

"ഹുസൂർ. മോതിരം നഷ്ടപ്പെട്ടിരിക്കുന്നു. എന്റെ പൂട്ടിവെച്ചിരുന്ന പണപ്പെട്ടിയിൽ നിന്ന് അതെങ്ങിനെ നഷ്ടപ്പെട്ടുവെന്ന് എനിക്ക് മനസ്സിലാകുന്നില്ല."

"എന്ത്. മോതിരം നഷ്ടപ്പെട്ടെന്നോ. ഞാൻ മോതിരം തന്റെ കയ്യിൽ തന്നപ്പോൾ പറഞ്ഞതല്ലേ, അത് വളരെ വിലപിടിപ്പുള്ളതാണെന്ന്. എന്നിട്ടിപ്പോൾ അത് നഷ്ടപ്പെട്ടെന്നോ. ഇതിനുള്ള ശിക്ഷ എന്താണെന്ന് തനിക്കറിയാമോ."

"ഹുസൂർ, എനിക്കൊരു പത്തുദിവസത്തെ സാവകാശം തരൂ. അതിനുള്ളിൽ ഞാൻ മോതിരം തേടിപ്പിടിച്ച് അങ്ങേയ്ക്ക് തരാം. സാധിച്ചില്ലെങ്കിൽ എന്ത് ശിക്ഷ തന്നാലും എനിക്കത് സ്വീകാര്യമാണ്."

"ശരി. എങ്കിൽ അങ്ങിനെയാകട്ടെ. എങ്കിൽ ഞാൻ പോകുന്നു. പത്തുദിവസം. ഓർമ്മയിരിക്കട്ടെ." അത്രയും പറഞ്ഞ് രാജാവ് തിരികെ പോയി.

റൊട്ടിക്കടക്കാരനും കട പൂട്ടിയിട്ട് വീട്ടിലേക്ക് മടങ്ങി. നടന്ന വിവരങ്ങളെല്ലാം ഭാര്യയോട് പറഞ്ഞിട്ട് അയാൾ സ്വന്തം പ്രാർത്ഥനാമുറിയിൽ കയറിയിരുന്ന് പ്രാർത്ഥിക്കാൻ തുടങ്ങി; മുഴുവൻ സമയവും നീണ്ടുനിന്ന

പ്രാർത്ഥന.

“ദൈവം നിശ്ചയിച്ചതെന്തോ അത് നടക്കും; അതു മാത്രമേ നടക്കൂ.”

ഏതാണ്ട് എട്ടു ദിവസങ്ങൾ അങ്ങിനെ കടന്നുപോയി. ഒമ്പതാം ദിവസം അബ്ബാസ് രാജാവ് തന്റെ ഒന്നുരണ്ട് ഭടൻമാരെയും കൂട്ടി കുതിരസവാരിക്ക് പോയി. പോകുമ്പോൾ നേരത്തേ പറഞ്ഞ മോതിരവും തന്റെ വിരലിൽ ഇടാൻ അദ്ദേഹം മറന്നില്ല. അങ്ങിനെ അദ്ദേഹം കുറേ ദൂരം സഞ്ചരിച്ച് ഒരു നല്ല തടാകത്തിന്റെ ഓരത്തെത്തി. കുതിരയെ നിർത്തിയിട്ട് രാജാവ് തടാകത്തിലെ വെള്ളത്തിൽ മുഖവും കൈകളും കഴുകി. അങ്ങിനെ കൈകൾ കഴുകുന്ന സമയത്ത് മോതിരം യദൃശ്ചയാ വിരലിൽ നിന്ന് വഴുതി വെള്ളത്തിൽ വീണു. എത്ര ശ്രമിച്ചിട്ടും അദ്ദേഹത്തിന് അത് വീണ്ടെടുക്കാൻ കഴിഞ്ഞില്ല. അദ്ദേഹം കൂടെയുണ്ടായിരുന്ന ഉദ്യോഗസ്ഥനോട് പറഞ്ഞു.

“ആ മോതിരം തടാകത്തിൽ വീണു. ഇനി എങ്ങിനെ തിരികെ കിട്ടുമെന്നറിയില്ല.”

“അയ്യോ അപ്പോൾ റൊട്ടിക്കടക്കാരന്റെ കാര്യം.”

“എന്തുകാര്യം. മോതിരം പത്താം ദിവസം തിരികെത്തരുമെന്ന് അയാളല്ലേ പറഞ്ഞിരിക്കുന്നത്. തിരികെ തന്നില്ലെങ്കിൽ അയാൾക്ക് മരണശിക്ഷ തീർച്ച. അത്രതന്നെ.”

അവർ അവിടെ നിന്നും പുറപ്പെട്ടു. അതിനിടയിൽ തടാകത്തിലുണ്ടായിരുന്ന ഒരു മീൻ ആ മോതിരം ഏതോ തീറ്റ സാധനമാണെന്ന് തെറ്റിദ്ധരിച്ച് വിഴുങ്ങി. പക്ഷേ മീനിന്റെ കഷ്ടകാലം; അധികം താമസിയാതെ അത് തടാകത്തിൽ മീൻപിടിച്ചുകൊണ്ടിരുന്ന ഒരാളിന്റെ വലയിൽപെട്ടു.

രാജാവിൽനിന്ന് പത്തുദിവസത്തെ സാവകാശം വാങ്ങിയ റൊട്ടിക്കടക്കാരൻ ഒമ്പതാം ദിവസം തനിക്ക് തുടർജീവിതം ഉണ്ടാകുമെന്ന പ്രതീക്ഷ ഉപേക്ഷിച്ച് തുടങ്ങി. അയാൾ ഭാര്യയെ വിളിച്ച് പറഞ്ഞു.

“ഏ. ഭാര്യേ. എനിക്ക് രാജാവ് നൽകിയിരിക്കുന്ന പത്തുദിവസങ്ങളിൽ ഇന്നോടെ ഒൻപത് ദിവസങ്ങൾ തീരുകയാണ്. നാളെ എനിക്ക് വധശിക്ഷ കിട്ടുമെന്നത് ഏതാണ്ട് ഉറപ്പായിരിക്കുന്നു.”

അയാൾ അങ്ങിനെ പറഞ്ഞുകൊണ്ടിരുന്ന സമയത്ത് ഒരു മീൻകാരി വിളിച്ചു പറയുന്നത് കേട്ടു.

“മീൻ വേണോ. മീൻ.”

“ഹേ. ഭാര്യേ. ഞാൻ പറഞ്ഞില്ലേ. നാളെക്കൊണ്ട് എന്റെ ജീവിതം അവസാനിക്കാൻ പോകുകയാണെന്ന് തോന്നുന്നുവെന്ന്. എങ്കിലും മരിക്കുന്നതിന് മുൻപ് ഒരു പ്രാവശ്യം നല്ലമീൻകറി ചേർത്ത്

ഊണുകഴിക്കാൻ ഒരു മോഹം. ദേ നീ ആ മീൻകാരിയുടെ അടുക്കൽ നിന്ന് കുറച്ചു മീൻ വാങ്ങി കറിവെയ്ക്ക്."

"ശരി. അങ്ങിനെയാകട്ടെ."

അവർ മീൻകാരിയെ വിളിച്ച് കുറച്ച് മീൻ വാങ്ങി.അടുക്കളയിൽ പോയി മീൻ നുറുക്കാൻ ആരംഭിച്ചു. അങ്ങിനെ മീൻ നുറുക്കുമ്പോൾ ഒരു മീനിന്റെ വയറിൽ ഒരതിശയമെന്നോണം ഒരു മോതിരം കണ്ടു. അവർ ആ മോതിരവും എടുത്തുകൊണ്ട് ഭർത്താവിന്റെ അടുത്തേയ്ക്ക് ഓടി.

"ദാ നോക്കു. ഇതെന്തൊരതിശയമാണെന്ന് നോക്കു. ഈ മോതിരം തന്നെയാണോ രാജാവിന്റെ മോതിരമെന്ന് നോക്കു. അങ്ങിനെയാകണമേ ദൈവമേ."

അയാൾ ആ മോതിരം വാങ്ങിനോക്കിയിട്ട് പറഞ്ഞു.

"അതേ. ഇതുതന്നെ. സംശയമില്ല. എല്ലാം ദൈവത്തിന്റെ മായകൾ."

"അതേ. അങ്ങ് എപ്പോഴും പ്രാർത്ഥിക്കുന്നതുപോലെ, എല്ലാം ദൈവനിശ്ചയം പോലെ നടക്കും. ദൈവത്തിന് സ്തുതി."

അടുത്ത ദിവസം പുലർച്ചയ്ക്കു തന്നെ റൊട്ടിക്കാരൻ മോതിരവുമായി അബ്ബാസ് രാജാവിന്റെ കൊട്ടാരത്തിൽ എത്തി. രാജാവിന്റെ പരിചാരകർ അയാളെ രാജസദസ്സിൽ, രാജസന്നിധിയിൽ എത്തിച്ചു. അയാളെ കണ്ടയുടനെ രാജാവ് ചോദിച്ചു.

"എന്താ. മോതിരം കിട്ടിയില്ല. അല്ലേ. എങ്കിൽ മരണശിക്ഷ ഏറ്റുവാങ്ങാൻ തയ്യാറായിക്കോ."

"ക്ഷമിക്കണം ഹുസൂർ. അങ്ങ് വിചാരിക്കുന്നതുപോലെയല്ല കാര്യം. ഞാൻ അങ്ങയുടെ മോതിരം തിരികെ അങ്ങയേ ഏൽപിക്കാൻ വന്നതാണ്.'

"എന്ത്? തനിക്ക് മോതിരം കിട്ടിയെന്നോ. അതെങ്ങിനെ സാധ്യമാകും. നോക്കട്ടെ. എന്റെ മോതിരം തന്നെയാണോ എന്ന് ഉറപ്പുവരുത്തണമല്ലോ."

രാജാവ് അയാളുടെ കൈയ്യിൽ നിന്നും മോതിരം വാങ്ങി പരിശോധിച്ചു. അത് തന്റെ മോതിരം തന്നെയായിരുന്നു എന്ന് അദ്ദേഹത്തിന് ഉറപ്പായി. എങ്കിലും അതെങ്ങിനെ സാധ്യമായി എന്ന കാര്യം അദ്ദേഹത്തെ ആശയകുഴപ്പത്തിലാക്കി.

"അതേ. ഇതെന്റെ മോതിരം തന്നെയാണ്. സംശയമില്ല. താങ്കളെ ഞാൻ ശിക്ഷയിൽ നിന്നു മുക്തനാക്കിയിരിക്കുന്നു. പക്ഷേ, തനിക്ക് ഈ മോതിരം നഷ്ടപ്പെട്ടതിനു ശേഷം എവിടെ നിന്ന് എങ്ങിനെ കിട്ടി എന്ന്

പറയാൻ താങ്കൾ കടപ്പെട്ടിരിക്കുന്നു. അത് പറയൂ."

"ഹുസൂർ." അയാൾ രാജാവിനോട് വിവരങ്ങളെല്ലാം പറഞ്ഞു. കൂടാതെ ഇത്രയും കൂടി കൂട്ടിച്ചേർത്തു.

"എല്ലാം ദൈവനിശ്ചയം പോലെ നടക്കും. ദൈവം നിശ്ചയിച്ചത് മാത്രമേ നടക്കൂ."

രാജാവും അയാളോടൊപ്പം ചേർന്ന് പറഞ്ഞു.

"അതേ ദൈവം നിശ്ചയിച്ചതേ നടക്കൂ."

പിന്നീട് റൊട്ടിക്കടക്കാരന്റെ വിശ്വാസത്തെയും ആത്മാർത്ഥതയേയും പ്രശംസിച്ച് അയാൾക്ക് പല വിലപിടിപ്പുള്ള പാരിതോഷികങ്ങളും നൽകി അബ്ബാസ് രാജാവ് അയാളെ സന്തോഷത്തോടെ മടക്കി അയച്ചു.

ഒരു ക്ഷുരകന്റെ കക്ഷി കണ്ട സ്വപ്നം

ഇത് വെറും ഒരു സ്വപ്നത്തിന്റെ കഥയാണ്. നമ്മുടെ ആരാധനീയനായിരുന്ന മുൻ പ്രസിഡന്റ് അബ്ദുൽകലാം പറയാറുണ്ടായിരുന്നതുപോലെയുള്ള ഒരു സ്വപ്നമായിരുന്നില്ല. മറിച്ച് വെറുതേ സമയം പോക്കാൻ ചിലപ്പോഴൊക്കെ നമ്മുടെ മനസ്സിൽ വന്നുപോകാറുള്ള ഒരു സ്വപ്നം-വേണമെങ്കിൽ മടിയൻമാരുടെ സ്വപ്നം എന്നും പറയാം. ആ കക്ഷി (ഇവിടെ കടയുടെ അല്ലെങ്കിൽ ക്ഷുരകന്റെ സേവനം സ്വീകരിക്കാൻ പതിവായി വരാറുള്ള ഒരാൾ -customer എന്ന അർത്ഥത്തിലാണ് കക്ഷി എന്ന വാക്ക് ഉപയോഗിച്ചിട്ടുള്ളത്.) തലമുടി വെട്ടിക്കാനായി ക്ഷുരകന്റെ കടയിൽ ചെന്നത് നല്ലതുപോലെ മയക്കു മരുന്ന് കഴിച്ചിട്ടായിരുന്നു. കടയിൽ ചെന്ന അയാളെ കസേരയിൽ ഇരുത്തിയിട്ട് ക്ഷുരകൻ അയാളുടെ കയ്യിൽ സാമാന്യം വലുപ്പമുള്ള ഒരു കണ്ണാടി കൊടുത്തു. അത് കയ്യിൽ പിടിച്ച് അതിലേക്ക് നോക്കിയിരുന്നുകൊള്ളുവാൻ ക്ഷുരകൻ അയാളോട് പറഞ്ഞു. അന്നൊക്കെ അങ്ങിനെയായിരുന്നു. കാരണം ക്ഷുരകന്മാരുടെ പ്രവർത്തിസ്ഥലം (കട) പലപ്പോഴും തുറന്ന പ്രദേശങ്ങളിലായിരുന്നു എന്നതുതന്നെ.

അയാൾ ക്ഷുരകൻ നിർദ്ദേശിച്ചതുപോലെ കണ്ണാടിയിൽനോക്കി ഇരുന്നു. കണ്ണാടിയിൽ കണ്ട സ്വന്തം പ്രതിച്ഛായ അയാളെ അത്ഭുതപ്പെടുത്തി. താൻ അത്രമാത്രം സുന്ദരനായിരുന്നുവെന്ന് അയാൾക്ക് അപ്പോൾ മാത്രമാണ് മനസ്സിലായത്. ഒരു പക്ഷേ തന്നേക്കാൾ സുന്ദരനായ മറ്റൊരു ചെറുപ്പക്കാരനും ലോകത്തെങ്ങും

ഉണ്ടായിരിക്കുകയില്ലെന്നുപോലും അയാൾ വിചാരിച്ചു. മാത്രമല്ല, എന്തു കൊണ്ടും ചൈനയിലെ രാജാവിന്റെ സുന്ദരിയായ മകളുടെ ഭർത്താവാകാൻ തന്നേക്കാൾ അർഹതയുള്ള മറ്റാരും ഉണ്ടായിരിക്കുകയില്ല എന്നും അയാൾക്ക് ഉറപ്പായി. എന്താണ് ചൈനയിലെ രാജകുമാരിയെ തിരഞ്ഞെടുത്തതെന്നല്ലേ. അന്നൊക്കെ പേർഷ്യയുമായി അടുത്ത ബന്ധമുണ്ടായിരുന്ന ഒരു വലിയ രാജ്യമായിരുന്നു ചൈന എന്നതും പേർഷ്യയോട് അടുത്തുകിടന്ന രാജ്യമായിരുന്നു ചൈന എന്നതുമാത്രം. മറ്റ് കാരണങ്ങളൊന്നുമില്ലായിരുന്നു.

ഏതായാലും സമയം വൈകിക്കാതെ കക്ഷി ചൈനയിലേക്ക് യാത്ര തിരിച്ചു. കാൽനടയായി തുടങ്ങിയ ആ യാത്രയിൽ കുറേ ദൂരം താണ്ടിക്കഴിഞ്ഞപ്പോൾ റോഡരികിൽ ഇരുന്നിരുന്ന ഒരാളെ കാണാൻ ഇടയായി. അയാൾ ചോദിച്ചു.

"താങ്കൾ എങ്ങോട്ടാണ് യാത്രക്കാരാ? ചീനയിലേക്കാണോ. ആണെങ്കിൽ എന്നേയും കൂടി കൂട്ടിന് കൂട്ടിക്കൊണ്ടാൽ നന്നായിരിക്കും. എന്റെ പേര് അഹമെദ് എന്നാണ്. തിലൻ* അഹമെദ്."

"ഓ. വിരോധമില്ല. ഞാൻ ചീനയിലേക്കുതന്നെ. ഒപ്പം കൂടിയാൽ എനിക്കും ഒരു കൂട്ടാകുമല്ലോ."

അങ്ങിനെ അവർ രണ്ടുപേരും ഒന്നിച്ച് യാത്ര തുടർന്നു.

കുറച്ചു ദൂരം കൂടി താണ്ടിക്കഴിഞ്ഞപ്പോൾ അവരോടൊപ്പം മറ്റൊരാളും കൂടി. മൂന്നാമത്തെയാളിന്റെ പേര് ത്രിക്കാമന്ദർ അഹമെദ് എന്നായിരുന്നു. (ത്രിക്കാമന്ദർ എന്നാൽ വില്ലാളിവീരൻ-അമ്പും വില്ലും കയ്യിലുള്ളവൻ). കുറേക്കൂടി നടന്നുകഴിഞ്ഞപ്പോൾ മറ്റു രണ്ടുപേർകൂടി അവരോടൊപ്പം യാത്രികരായിചേർന്നു-ചെർകിൻ അഹമെദും ഹവേർദാർ അഹമെദും. (ചെർകിൻ എന്നാൽ ചൈനയുടെ ഭാഗ്യയന്ത്രം എന്നർത്ഥമാക്കാം. അതുപോലെ ഹവേർദാർ എന്നാൽ ജ്ഞാനദൃഷ്ടിയുള്ളവൻ). അങ്ങിനെ അവർ അഞ്ചുപേരും ചേർന്ന് ചൈനയുടെ തലസ്ഥാന നഗരത്തിൽ എത്തി. അവിടെ ചെന്നാൽ എന്തുചെയ്യണമെന്ന് അവർ നേരത്തെ സംസാരിച്ച് ഉറപ്പിക്കുകയും ചെയ്തിരുന്നു. അതുകൊണ്ട് തലസ്ഥാന നഗരത്തിൽ എത്തിയ ഉടൻതന്നെ അവർ അവിടുത്തെ രാജാവിന് ഒരു സന്ദേശം അയച്ചു. സന്ദേശത്തിലെ വാചകങ്ങൾ ഏതാണ്ട് ഇങ്ങിനെയായിരുന്നു.

---

* തിലൻ എന്നതിന് അർത്ഥം എന്താണെന്ന് നല്ല നിശ്ചയമില്ല. വിശിഷ്ടമായതെന്നോ, സ്വർണ്ണ നിറമുള്ളതെന്നോ അല്ലെങ്കിൽ കുടവയറൻ എന്നോ ഒക്കെ ആകാം.

"ഹേ. ചിന്നിന്റെ രാജാവേ. ഞങ്ങൾ അഞ്ചുപേർ ഇവിടെയെത്തിയിരിക്കുന്നത് അങ്ങയുടെ മകളെ ചോദിച്ച് വാങ്ങാനാണ്. മകളെ ഞങ്ങൾക്ക് തരാൻ ഏതെങ്കിലും കാരണവശാൽ മടികാണിച്ചാൽ ഞങ്ങൾ അങ്ങയുടെ ഈ മണ്ണ് (രാജ്യം) ആക്രമിച്ച് ഞങ്ങളുടേതാക്കാനും മടിക്കുകയില്ലെന്ന് മനസ്സിലാക്കിക്കൊള്ളുക. ഞങ്ങൾ അങ്ങയുടെ മറുപടിക്കായി ഒരു ദിവസം മുഴുവൻ കാത്തിരിക്കും."

ആ സന്ദേശം കിട്ടിയ ഉടനെതന്നെ രാജാവ് അദ്ദേഹത്തിന്റെ പ്രധാന ഉപദേഷ്ടാവിനേയും മന്ത്രിയേയും പടനായകനേയും വിളിച്ച് ആലോചിച്ചു. എല്ലാവരും കുറേയേറെ നേരം ആലോചിച്ചതിനുശേഷം പറഞ്ഞു.

"ബഹുമാന്യനായ രാജാവേ. അവർ എങ്ങിനെയുള്ളവരാണെന്ന്, പ്രത്യേകിച്ചും ബലശാലികളാണോ എന്ന് പരിശോധിച്ച്, അന്വഷിച്ച് അറിയണം."

"എങ്ങിനെ?"

"ഞങ്ങൾ അവർക്ക് അങ്ങയുടെ മകളെ നൽകുന്നതിന് ഒരു നിബന്ധന വെയ്ക്കാം. ഞങ്ങൾ എഴുപത് കലങ്ങൾ നിറച്ച് നല്ല ചൂടുള്ള ചാരം (പേർഷ്യയിൽ സൂപ്പിന് അങ്ങിനെയും ഒരു പേരുണ്ടായിരുന്നു-ഇംഗ്ലീഷിലെ ആഷ് അവെ) ഉണ്ടാക്കാം. അവരിൽ ആരെങ്കിലുമൊരാൾ എഴുപത് കലങ്ങളിലുമുള്ള ചാരം ഒറ്റയിരുപ്പിന് കുടിച്ചു തീർക്കുകയാണെങ്കിൽ അയാൾ തികഞ്ഞ ശക്തിശാലിയാണെന്ന് കരുതാം. അങ്ങിനെ ചെയ്യുകയാണെങ്കിൽ അങ്ങ് മകളേ അവർക്ക് നൽകേണ്ടിവരും."

അതൊരു നല്ല അഭിപ്രായമായിരുന്നു എന്ന് രാജാവ് സമ്മതിച്ചു. പിന്നീട് അവർ യാത്രികരെ രാജാവിന്റെ നിബന്ധന അറിയിച്ചു.

"ഓ. ഞങ്ങൾ തയ്യാർ."

അടുത്തദിവസം രാവിലെ മന്ത്രിയും കൂട്ടരും ഉണ്ടാക്കിയ എഴുപതു കലം ചൂടുള്ള ചാരവും തിലൻ അഹമെദ് ഒറ്റയിരുപ്പിന് കുടിച്ചു തീർത്തു. അതുകണ്ട ചിൻരാജാവ് പറഞ്ഞു.

"ഓ. നല്ലത്. പക്ഷേ എന്റെ മകളെ നിങ്ങൾക്ക് തരാൻ സമ്മതമാണെങ്കിലും അങ്ങിനെ തരുന്നതിനുമുമ്പ് ഒരു ചടങ്ങുകൂടി ചെയ്തുതീർക്കേണ്ടതായുണ്ട്."

"എന്താണത്. പറഞ്ഞാലും."

"ഈ നാട്ടുനടപ്പനുസരിച്ച് നിങ്ങൾ ഈ നാട്ടിലെ ജനങ്ങളുടെ സമ്മതപത്രം വാങ്ങേണ്ടതായുണ്ട്. അങ്ങിനെ നാട്ടുകാരുടെ സമ്മതത്തോടെ മാത്രമെ ഇവിടുത്തെ രാജകുമാരിയേ നിങ്ങൾക്ക് തരാൻ കഴിയുകയുള്ളൂ.

അതുകൊണ്ട് ഞാൻ സമ്മതപത്രം തയ്യാറാക്കി നിങ്ങളെ ഏല്പിക്കാം. സമ്മതം വാങ്ങിക്കഴിഞ്ഞാലുടൻ ഞാനെന്റെ മകളെ നിങ്ങൾക്ക് നൽകാം."

"ശരി. ഉടനേതന്നെ പത്രം തയ്യാറാക്കി തന്നാലും."

അധികം താമസിയാതെ രാജാവ് സമ്മതപത്രം അവരേ ഏല്പിച്ചു. അപ്പോൾ ചെർകിചിൻ പറഞ്ഞു.

"കൂട്ടുകാരെ. എനിക്ക് ഇവിടെ കുറേ സ്നേഹിതരുണ്ട്. അതുകൊണ്ട് അവരുടെ സഹായത്തോടെ ഞാൻ നാട്ടുകാരുടെ എല്ലാവരുടെയും സമ്മതം നിഷ്പ്രയാസം വാങ്ങിക്കാം. പത്രം എന്റെ കയ്യിൽ തരൂ."

ചെർകിചിൻ പത്രം വാങ്ങി നാട്ടുകാരുടെ അനുവാദം വാങ്ങാൻ പുറപ്പെട്ടു. പക്ഷേ അല്പദൂരം പോയതിനുശേഷം അയാൾ ഒരു ചെനാർ മരത്തിന്റെ തണലിൽ കിടന്ന് ഉറങ്ങിപ്പോയി. കുറേയേറെ സമയം കഴിഞ്ഞിട്ടും ചെർകിചിൻ തിരികെ വരാതിരുന്നതുകൊണ്ട് ഹവേർദാർ ചെർകിചിന്നിനെ അന്വേഷിച്ച് പുറപ്പെട്ടു. അദ്ദേഹം തിരികെച്ചെന്ന് എല്ലാവരോടുമായി പറഞ്ഞു.

"ചെർകിചിൻ ചെനാർ മരത്തിന്റെ തണലിൽക്കിടന്ന് നല്ല ഉറക്കമാണ്. നമ്മളെന്താണ് ചെയ്യേണ്ടത്."

അപ്പോൾ ത്രിക്കാമന്ദർ ചെനാർമരത്തിന്റെ കൊമ്പുകളിൽ വീഴുന്നവിധം ഒരമ്പ് എയ്തു. അമ്പ് കൊമ്പുകളിൽ തട്ടിയതും മരത്തിൽനിന്ന് ധാരാളം ഇലകൾ ചെർക്കിചിന്നിന്റെ ദേഹത്തും മുഖത്തുമെല്ലാം വീണു. അയാൾ അപ്പോൾ ഉറക്കം ഉണരുകയും തന്റെ ദൗത്യം നിറവേറ്റി ജനസമ്മതം വാങ്ങി തിരികെ എത്തുകയും ചെയ്തു. മറ്റ് ഒഴിവുകഴിവുകളൊന്നും പറയാനില്ലാതിരുന്നതുകൊണ്ട് ചിൻരാജാവ് അദ്ദേഹത്തിന്റെ മകളെ തിലനും കൂട്ടുകാർക്കും അവരുടെ കൂടെ കൂട്ടിക്കൊണ്ടു പോകാനായി വിട്ടുകൊടുത്തു. ആ സുന്ദരിയായ കുമാരിയെ ഒരു കുതിരപ്പുറത്തും മറ്റവർ അവരവരുടെ കുതിരകളുടെ പുറത്തും യാത്രയായി.

പക്ഷേ യാത്രാമദ്ധ്യേ അവർ പരസ്പരം വഴക്കടിക്കാൻ തുടങ്ങി. എന്തിനെന്നല്ലെ. കുമാരിയേ ആര് വിവാഹം കഴിക്കും, കുമാരി ആരുടെ ഭാര്യയാകും എന്നതിനെക്കുറിച്ചായിരുന്നു വഴക്ക്. അവരിൽ ഒരാൾ (ത്രിക്കാമന്ദർ എന്നുതന്നെ വെച്ചുകൊള്ളുക) പറഞ്ഞു.

"കുമാരിയെ ഞാൻ വിവാഹം കഴിക്കും. കുമാരി എനിക്കുള്ളതാണ്."

അപ്പോൾ ഹവേർദാർ ഇടയ്ക്കുകയറി പറഞ്ഞു.

"അത് ഞാൻ സമ്മതിക്കുകയില്ല. കുമാരി എന്റേതാണ്. സംശയം വേണ്ട."

അങ്ങിനെ അവരെല്ലാം പരസ്പരം കലഹിച്ചുതുടങ്ങിയപ്പോൾ സഹികെട്ട് കുമാരിക്കുവേണ്ടി ആദ്യം യാത്രയാരംഭിച്ച കക്ഷി ഉറക്കത്തിൽ നിന്ന് ഞെട്ടിയുണർന്ന് കൈകൾ വീശികൊണ്ട് രോഷാകുലനായി ചോദിച്ചു.

"അപ്പോൾ എന്റെ സ്ഥാനം. ഞാനല്ലേ കുമാരിക്കുവേണ്ടി ആദ്യം യാത്ര തിരിച്ചത്. കുമാരി എനിക്കുമാത്രമം അവകാശപ്പെട്ടവളാണ്, എന്റെ സ്വന്തമാണ്. നീയെല്ലാം മാറി നിൽക്ക്."

ദേഷ്യപ്പെട്ട് വീശിയ കൈകൾ മുന്നിൽ നിന്നിരുന്ന ക്ഷുരകന്റെ ദേഹത്ത് ശക്തിയായി വീണു. അടികൊണ്ട ക്ഷുരകൻ ക്ഷുഭിതനായി പറഞ്ഞു.

"എടോ. താനെന്താ ഈ കാണിക്കുന്നത്. എടാ. പന്നീ, നീ എന്റെ കടയിൽ മുടിവെട്ടിക്കാൻ വന്നിട്ട എന്നേ തല്ലുന്നോ. നിന്നെ ഞാൻ വെറുതെ വിടില്ല. നോക്കിക്കൊ."

ആ ശകാരവാക്കുകൾ കേട്ടപ്പോളാണ് കക്ഷിക്ക് തികച്ചും പരിസരബോധമുണ്ടായത്. താൻ ക്ഷുരകന്റെ കസേരയിലിരുന്ന് വെറുതേ സ്വപ്നം കാണുകയായിരുന്നു എന്ന് അയാൾ മനസ്സിലാക്കി. അയാൾ ക്ഷുരകനോട് ക്ഷമ ചോദിച്ചു.

"ഹേ. ബഹുമാന്യനായ ക്ഷുരകാ. എന്നോട് ക്ഷമിക്കണം. ഞാൻ നിങ്ങളുടെ മുമ്പിൽ കസേരയിലിരുന്ന് ഉറങ്ങിപ്പോയി. ഉറക്കത്തിൽ ഒരു സ്വപ്നം കണ്ടു. സ്വപ്നം കണ്ട് ഞെട്ടിയുണർന്നപ്പോൾ കൈവീശിയത് അറിയാതെ താങ്കളുടെ മേൽ വീണതാണ്. അറിയാതെ പറ്റിയ തെറ്റിന് ഞാൻ വീണ്ടും വീണ്ടും ക്ഷമ ചോദിക്കുന്നു. ദയവായി അങ്ങ് എന്നോട് ക്ഷമിക്കണം."

ഭാഗ്യം പ്രവചിക്കുന്നവൻ

ഇത് പേർഷ്യയിൽ വളരെയധികം പ്രചാരത്തിലുണ്ടായിരുന്ന ഒരു കഥയാണ്. ഒരു പക്ഷേ പേർഷ്യയിൽ എന്നതിനു പകരം പല മുസ്ലീം രാജ്യങ്ങളിലും എന്ന് പറഞ്ഞാലും തെറ്റാവില്ല. മാത്രമല്ല ഈ കഥയുടെ പല പാഠഭേദങ്ങളും മൂലകഥയെപ്പോലെ തന്നെ പ്രചാരത്തിലുണ്ട്. അതുപോലെ 1919-ൽ മാക്മില്ലൻ കമ്പനി "പേർഷ്യൻ കഥകൾ" എന്ന പേരിൽ പ്രസിദ്ധീകരിച്ച പുസ്തകത്തിൽ "ഭാഗ്യം പറയുന്നവന്റെ കഥ" എന്ന ശീർഷകത്തിൽ കൊടുത്തിരിക്കുന്ന (The Story of the Fortune Teller, Persian, Tales, Mac millian, London 1919) കഥയേ ആസ്പദമാക്കി പുനരാഖ്യാനം ചെയ്തതാണ് ഈ കഥ.

1598-ലാണ് വിഖ്യാതനായ ഷാ അബ്ബാസ് രാജാവ് ഇസ്ഷഹാൻ നഗരം പേർഷ്യയുടെ (ഇറാന്റെ) തലസ്ഥാനമായി പ്രഖ്യാപിച്ചത്. തുടർന്ന് ഏതാണ്ട് നൂറ് വർഷങ്ങൾ അങ്ങിനെതന്നെ തുടരുകയും ചെയ്തു. അക്കാലത്ത് ആ നഗരം ലോകത്തിലെ വളരെ സുന്ദരങ്ങളായ നഗരങ്ങളിൽ ഒന്നായിരുന്നു. മാത്രമല്ല സാംസ്കാരിക കാര്യങ്ങളിലും, വാണിജ്യപരമായ കാര്യങ്ങളിലും പേരുകേട്ട നഗരങ്ങളിൽ ഒന്നായിരുന്നു ഇസ്ഷഹാൻ. ആ കാലത്ത് ഭാഗ്യം പറയുക എന്നത് പല നാടുകളിലും വളരെയധികം പ്രചാരത്തിലുണ്ടായിരുന്നു- പേർഷ്യയിലും. പകിടയെറിഞ്ഞു ഭാവി പ്രവചിക്കുന്നത് പേർഷ്യയിൽ സർവ്വസാധാരണമായി അംഗീകരിക്കപ്പെട്ടിരുന്നു.-വളരെ അന്തസ്സുള്ള ഒരു തൊഴിലുമായിരുന്നു.

അക്കാലത്ത് ഇസ്ഷഹാൻ നഗരത്തിൽ ജീവിച്ചിരുന്ന അഹമദ് എന്ന ചെറുപ്പക്കാരന്റെയും അയാളുടെ ഭാര്യ ജമെല്ലിന്റെയും കഥയാണ് ഇത്. അഹമദിന് എടുത്തുപറയത്തക്കവിധത്തിൽ ഒരു പ്രത്യേക

ജോലിയും വശമില്ലായിരുന്നു. എങ്കിലും അയാൾ കൂടെക്കൂടെ അയാളുടെ ഭാര്യയോട് പറയുമായിരുന്നു. "ഇതൊന്നും സാരമില്ലന്നേ. മണ്ണിൽ ഒരു കുഴിതോണ്ടാൻ കഴിയുന്നത്ര ആരോഗ്യമുള്ളിടത്തോളം കാലം ജീവിക്കാൻ വേണ്ടത് സമ്പാദിക്കാൻ കഴിയും. അതുപോരേ."

അഹമദിന് ആ ജീവിതം സന്തോഷകരമായിട്ടാണ് തോന്നിയത്. പക്ഷേ അയാളുടെ ഭാര്യ ജമെൽ അതുകൊണ്ട് തൃപ്തിപ്പെടുന്നവളായിരുന്നില്ല. ജെമല്ലിന് ധനികരായ സ്ത്രീകളെപ്പോലെ അല്പം ആഢംബരമായി ജീവിക്കാനായിരുന്നു ആഗ്രഹം. ഉദാഹരണത്തിന് ഇടക്കിടയ്ക്ക് പൊതു കളിസ്ഥലങ്ങളിൽ പോയി നന്നായി സുഖമായി കളിക്കുക; അങ്ങിനെ പലതും.

അക്കാലങ്ങളിൽ പാശ്ചാത്യ രാജ്യങ്ങളിൽ കളിക്കാനും മറ്റും ഉപയോഗിച്ചിരുന്നത് പൊതുസ്ഥലങ്ങളായിരുന്നു. പൊതുസ്ഥലങ്ങൾ എന്നു പറഞ്ഞാൽ കുറെ കുളിമുറികൾ സജ്ജമാക്കിയിട്ടുള്ള ഒരു കെട്ടിടം. ആർക്കും അവിടെ ചെന്ന് വേണ്ട പണം കെട്ടിയാൽ ഒന്നോ കൂടുതലോ മുറികൾ വാടകയ്ക്കെടുത്ത് കളിക്കാം. ഓരോ കുളിമുറിയിലും കയറിനിന്ന് കളിക്കാൻ പാകത്തിനുള്ള, വലുപ്പമുള്ള പാത്രങ്ങളും; പാത്രങ്ങളിൽ ചൂടുള്ളതും തണുത്തതുമായ വെള്ളം പ്രത്യേകം പ്രത്യേകം കരുതിയിട്ടുണ്ടാകും. തോർത്താൻ വേണ്ട തുണികളും, ആവശ്യത്തിന് സോപ്പും സുഗന്ധദ്രവ്യങ്ങളുമുള്ള ചെപ്പുകളും മറ്റും ഉണ്ടായിരിക്കും. അത്തരം കളിസ്ഥലങ്ങൾ (ഇംഗ്ലീഷിൽ ഒരു കാലത്ത് അത്തരം സ്ഥലങ്ങളെ ഹമാമം (Hammam) എന്ന് പറഞ്ഞിരുന്നു. പാശ്ചാത്യ രാജ്യങ്ങളിലെന്ന പോലെ പേർഷ്യയിലും അത്തരം കളിസ്ഥലങ്ങൾ ഉപയോഗത്തിലുണ്ടായിരുന്നു. അന്നൊരു ദിവസം ജമല്ല അഹമ്മദിനെയും കൂട്ടിക്കൊണ്ട് നഗരത്തിലെ പൊതു കളിസ്ഥലത്ത് പോയി. അവിടെ സ്ഥലത്തിന്റെ സൂക്ഷിപ്പുകാരനോട് പറഞ്ഞു.

"ഹേ സൂക്ഷിപ്പുകാരാ. എനിക്ക് ഒരു കുളിമുറി വേണം. അതിന് എത്ര പണം കെട്ടണമെന്നു പറഞ്ഞാൽ ഞാനത് തരാം."

"ഇന്ന് കുളിമുറികളൊന്നും തരപ്പെടില്ല"

"കാരണം"

"എല്ലാ മുറികളും രാജാവിന്റെ ഭാവിപ്രവാചകന്റെ ഭാര്യ അവരുടേയും കൂട്ടുകാരുടേയും ആവശ്യത്തിന് എടുത്തു കഴിഞ്ഞു. അതുകൊണ്ട് ഇന്ന് ഒരു മുറിയും തരമാവുകയില്ല."

"ച്ഛേ. ച്ഛേ. അവളെന്താ വിചാരിച്ചിരിക്കുന്നത്. ഒരേ സമയത്ത് എല്ലാ മുറികളും എടുക്കാൻ അവളെന്താ മഹാറാണിയെന്നായിരിക്കും അവളുടെ വിചാരം."

“എന്താ. ജെമൽ, ഇങ്ങിനെയൊക്കെ പറയുന്നത്. അവരൊക്കെ വലിയ ആളുകളല്ലേ. അഹമദ് ചോദിച്ചു.”

“എന്തു വലിയ ആളുകൾ. ഇവന്മാരുടെയൊക്കെ ബന്താ എനിക്കും അറിയാം. അവളുടെ ഭർത്താവ് ഒരു ഭാവി പ്രവാചകനായതുകൊണ്ട് അവരെങ്ങിനെ വലിയവരായി നടിക്കേണ്ട”.

ഏതായാലും അവർ തിരികെ വീട്ടിലേക്ക് മടങ്ങി. അഹമദ് പിന്നീട് അടുത്തെവിടെയോ കൂലിപ്പണിക്ക് പോയി. വൈകിട്ട് തിരിച്ചെത്തി അന്ന് കൂലിയായി കിട്ടിയ പണം ഭാര്യയേ ഏല്പിച്ചു.

“ഇതെന്ത് നക്കാപിച്ച പണം. ദാ ഞാനൊരു കാര്യം പറയാം. നാളെ ത്തൊട്ട് നിങ്ങളും ഒരു ഭാഗ്യം പറയുന്ന ആളാകണം” ജെമൽ പറഞ്ഞു.

“അയ്യയ്യോ. അതിന് പഠിപ്പും അറിവുമൊക്കെ വേണ്ടേ. എനിക്ക് അതൊന്നുമില്ലല്ലോ.”

“എന്തു പഠിപ്പ്. എന്തറിവ്. എല്ലാം ഞാൻ പറയുന്നതുപോലെ നിങ്ങൾ ചെയ്താൽ മതി. പ്രത്യേകിച്ച് ഒരു പഠിപ്പും അറിവുമൊന്നും വേണ്ട.”

“എങ്കിലും...”

“എന്തെങ്കിലും. നാളെത്തൊട്ട് ഞാൻ പറയുന്നതനുസരിച്ചാൽ നിങ്ങൾ ഒരു ഭാഗ്യം പറച്ചിലുകാരനാകും. ദിവസവും ധാരാളം പണം സമ്പാദിക്കുകയും ചെയ്യും. എന്തെങ്കിലും ഒഴിവുകഴിവുകൾ പറഞ്ഞ് ഞാൻ പറയുന്നപോലെ ചെയ്തില്ലെങ്കിൽ എന്റെ സ്വഭാവം മാറും കേട്ടോ.”

“ചെയ്തില്ലെങ്കിൽ നീ എന്തുചെയ്യും.”

“എന്തുചെയ്യുമെന്നോ. ഞാൻ പറയുന്നതുപോലെ ചെയ്തില്ലെങ്കിൽ നാളെത്തന്നെ ഞാനെന്റെ സ്വന്തം വീട്ടിലേക്ക് തിരികെപ്പോകും. മനസ്സിലായോ.”

ഗത്യന്തരമില്ലാതെ അഹമദിന് ജമെല്ല പറഞ്ഞത് അനുസരിക്കേണ്ടിവന്നു. അടുത്ത ദിവസം കാലത്ത് അയാൾ തന്റെ പിക്കാസും കൈക്കോട്ടും ചന്തയിൽ കൊണ്ടുപോയി വിറ്റു. കിട്ടിയ പണം കൊണ്ട് ഭാഗ്യം പറച്ചിലുകാർ ഉപയോഗിക്കുന്ന രീതിയിലുള്ള പകിടകളും മറ്റ് അത്യാവശ്യ സാമഗ്രികളും വാങ്ങി. വീട്ടിൽ തിരിച്ചെത്തി. ഭാര്യയോട് പറഞ്ഞു.

“എടീ. ജമല്ലേ. ഞാൻ നമ്മുടെ പൊതുസ്ഥലത്തേക്ക് പോകുന്നു. ഇന്നുമുതൽ ഭാഗ്യം പറച്ചിലുകാരനായി ജോലി- ചെയ്ത് നിന്റെ ആഗ്രഹം പോലെ എന്റെ ഭാഗ്യം പരീക്ഷിക്കാൻ പോകുകയാ. നീ പറഞ്ഞത്

കേട്ടില്ലെന്ന് വേണ്ട."

"അതേയ്. കേട്ടോ, അങ്ങിനെ അവിടെ ഇരിക്കുമ്പോൾ ആരെങ്കിലും അവരുടെ ഭാവിയെക്കുറിച്ചറിയാൻ നിങ്ങളുടെ അടുത്തു വന്നാൽ എനിക്കൊന്നുമറിയില്ല എന്നു പറഞ്ഞിരിക്കരുത്. വലിയ അറിവാളിയാണെന്ന് ഭാവിച്ച്, പകിട ഉരുട്ടിനോക്കിയിട്ട്, അല്പം ചിന്തിച്ചിരിക്കുന്നതുപോലെ കാണിക്കണം. പിന്നെ സന്ദർഭത്തിനനുസരിച്ച് എന്തെങ്കിലും തട്ടിവിടണം. അത്രതന്നെ. കേട്ടോ. എല്ലാം നല്ലതുപോലെ വരുമെന്ന് വിശ്വസിച്ചോ. വേറൊന്നും വേണ്ട കേട്ടോ." അതായിരുന്നു ജമെല്ലയുടെ പ്രതികരണം

അയാൾ പൊതുസ്ഥലത്ത് എത്തി ഇരിക്കാൻ ഒരു സ്ഥലം കണ്ടെത്തി. തന്റെ കയ്യിലുണ്ടായിരുന്ന വിരിപ്പ് വിരിച്ച് അതിൽ ഇരുന്നു. അധികം താമസിയാതെതന്നെ ഒരു സ്ത്രീ തിടുക്കത്തിൽ അയാളുടെ മുന്നിൽ എത്തി. അവരോടൊപ്പം ഒരു ഗവൺമെന്റ് ഉദ്യോഗസ്ഥനുമുണ്ടായിരുന്നു. ഉദ്യോഗസ്ഥൻ പറഞ്ഞു.

"ഹേ ജ്യോതിഷക്കാരാ. ഇത് നമ്മുടെ മന്ത്രിയുടെ ഭാര്യയാണ്. നിങ്ങൾ വേണ്ടവിധത്തിൽ അമ്മയ്ക്കുവേണ്ട സഹായം ചെയ്യണം."

"അങ്ങിനെയോ. പറഞ്ഞാലും. ഞാനെന്താണ് ചെയ്യേണ്ടത്."

"അതേ. നിങ്ങൾ ഉടനേ എന്നെ സഹായിക്കണം. ഇന്നു രാവിലെ ഇവിടുത്തെ ഒരു കുളിമുറിയിൽ കുളിക്കാൻ കയറിയ ഞാൻ കയ്യിൽ വില പിടിപ്പുള്ള ഒരു മോതിരം ധരിച്ചിരുന്നു. പക്ഷേ കുളി കഴിഞ്ഞ് തിരികെ വന്നപ്പോൾ മോതിരം നഷ്ടപ്പെട്ടിരിക്കുന്നു. മോതിരം എവിടെയാണെന്ന് പറഞ്ഞുതന്നാലും. വേഗം വേണം".

അഹമ്മദിന് എന്തുചെയ്യണമെന്ന്, എന്തു പറയണമെന്ന് അറിയില്ലായിരുന്നു. എങ്കിലും മറ്റ് ഭാഗ്യം പറച്ചിലുകാർ ചെയ്യുന്നതുപോലെ തന്റെ പകിട ഉരുട്ടാൻ തീർച്ചയാക്കി. അയാൾ പറഞ്ഞു.

"അമ്മ ഇവിടെ ഇരുന്നാലും ഞാനൊന്ന് നോക്കട്ടെ."

"വേണ്ട ഞാനിവിടെ നിന്നുകൊള്ളാം. അങ്ങ് വേഗം നോക്കിയാട്ടെ."

അഹമ്മദ് പകിടയുരുട്ടി. പകിടകളിലെ കുത്തും മറ്റും നോക്കി എന്തോ ആലോചിക്കുന്നതുപോലെ പകിടകളിലേക്ക് നോക്കി അല്പനേരം ഇരുന്നു. പിന്നീട് തലയുയർത്തി ആ സ്ത്രീയുടെ നേരെ നോക്കി. അക്കാലത്തും മതാചാരപ്രകാരം സ്ത്രീകളും ഒരളുവരെ പുരുഷന്മാരും കഴിയുന്നത്ര ദേഹം മുഴവൻ മറയ്ക്കുന്ന രീതിയിൽ വസ്ത്രധാരണം ചെയ്യണമായിരുന്നു. അതിനുവേണ്ടി സ്ത്രീകൾ അവരുടെ സാധാരണ വസ്ത്രങ്ങൾക്ക് പുറമേ ധരിച്ചിരുന്ന വസ്ത്രം ചദോർ എന്ന പേരിലാണ് അറിയപ്പെട്ടിരുന്നത്.

അങ്ങിനെ ആ സ്ത്രീയെ നോക്കയിരുന്ന സമയത്ത് അവർ ധരിച്ചിരുന്ന ചദോറിൽ ഒരു കീറൽ (ഓട്ട) കണ്ടു. മാത്രമല്ല ആ ഓട്ടയിൽക്കൂടി ആ സ്ത്രീയുടെ നഗ്നമായ കൈത്തണ്ട കാണാമായിരുന്നു. അത് അക്കാലത്ത് നാഗരീകമായിരുന്നില്ല. അവർ വസ്ത്രത്തിലെ കീറൽ കണ്ടുകാണുകയില്ലെന്നും അതിനേക്കുറിച്ച് ബോധവതിയല്ലെന്നും അഹമദ് വിചാരിച്ചു. എങ്കിലും ആ ഓട്ടയുടെ കാര്യം അവരെ അറിയിക്കണമല്ലോ. അറിയിക്കേണ്ടത് ആ സഹോദരിയോട് കാണിക്കുന്ന ധാർമിക കടമയല്ലേ. മറ്റാരെങ്കിലും അത് കാണാൻ ഇടയായാൽ അവർക്ക് മോശമാവുകയില്ലേ. പക്ഷേ എങ്ങിനെ അവരേ അറിയിക്കും. ഒരു മന്ത്രിയുടെ ഭാര്യയുടെ വസ്ത്രത്തിലെ ഓട്ട ചൂണ്ടികാണിക്കുന്നത് നാഗരീകമായ ഒരു പ്രവർത്തിയായി ആരും കരുതുകയില്ല. എങ്കിലും അയാൾ സ്വരം അല്പം താഴ്ത്തി അവർക്കുമാത്രം കേൾക്കാവുന്ന വിധത്തിൽ പറഞ്ഞു.

“ഹേ മഹതി. ഒരോട്ട.” അതുപറയുമ്പോൾ അഹമദിന് വാക്കുകൾ വിട്ടുവിട്ടുപോയി.

“ഓട്ട... ഓട്ട”

ആ വാക്കുകൾ കേട്ടതും ആ സ്ത്രീയുടെ മുഖത്ത് പെട്ടന്നൊരു സന്തോഷം കണ്ടു. അവർ ഉത്സാഹത്തോടെ പറഞ്ഞു.

“ഓട്ട. അതേ...ഓട്ട.” അതും പറഞ്ഞ് അവർ താൻ കുളിച്ചിറങ്ങിയ കുളിമുറിയിലേക്ക് ഓടി. കുളിമുറിക്കകത്ത് കയറിയ അവർ ഉടൻതന്നെ തികഞ്ഞ സന്തോഷത്തോടെ അഹമദിന്റെയടുക്കലിലേക്ക് തിരികെ ഓടിയെത്തി;

“നിങ്ങൾ പറഞ്ഞത് വളരെ സത്യം. തികച്ചും ശരിയായിരുന്നു. തികച്ചും കൃത്യമായിട്ട് പറഞ്ഞല്ലോ. സന്തോഷം.”

“ഓ. അങ്ങിനെയോ. എല്ലാം ദൈവത്തിന്റെ കൃപ.” അഹമദും അങ്ങിനെയാണ് പ്രതികരിച്ചത്.

“അങ്ങിനെ കൂടുതൽ വിനയമൊന്നും കാണിക്കണ്ട. താങ്കളെപ്പോലെ കാര്യങ്ങൾ കൃത്യമായും പ്രവചിക്കാൻ കഴിയുന്ന മറ്റാരും നമ്മുടെ നാട്ടിലില്ല. തീർച്ച. ഈ വിവരം ഞാൻ മറ്റ് മന്ത്രി ഭാര്യമാരേയും രാജ്ഞിയേയും അറിയിക്കുന്നതാണ്.”

“അവിടുത്തെ ഇഷ്ടം. എനിക്ക് ദൈവത്തിന്റെ അനുഗ്രഹവും.”

“ഇതാ. ഇത് എന്റെ ഒരു എളിയ പാരിതോഷികമായി കയ്യിലിരിക്കട്ടെ.” എന്നു പറഞ്ഞു അവർ ഒരു സ്വർണ്ണനാണയം അയാൾക്ക് നൽകിയിട്ട് പോയി.

അന്നുവൈകിട്ട് വീട്ടിലെത്തിയതും അഹമദ് ഭാര്യയെ വിളിച്ച്

സ്വർണ്ണനാണയം അവരുടെ കയ്യിൽ കൊടുത്തു. നടന്ന കാര്യങ്ങളെല്ലാം പറയുകയും ചെയ്തു. പിന്നീട് ഇത്രയും കൂടി കൂട്ടിച്ചേർത്തു.

“ഇന്ന് ദൈവകൃപയാൽ എല്ലാം മംഗളമായി നടന്നു. നാളെ ഇങ്ങിനെ ആയിരിക്കണമെന്നില്ലല്ലോ. അതുകൊണ്ട് നാളെത്തൊട്ട് ഈ തൊഴിലിന് ഞാനില്ല. ദൈവത്തെ കൂടുതൽ പരീക്ഷിക്കുന്നത് നല്ലതിനല്ല.”

“എന്ത്. നിങ്ങളെന്താ പറഞ്ഞത്. അങ്ങിനെയെങ്കിലെ നാളെ മുതൽ ഞാൻ നിങ്ങളോടൊപ്പം ഉണ്ടാകില്ല. നേരത്തേ പറഞ്ഞതല്ലേ ഞാൻ.” അങ്ങിനെ മറ്റ് പോംവഴികളൊന്നുമില്ലാതിരുന്നതിനാൽ അയാൾ അടുത്ത ദിവസങ്ങളിലും ആ പണി തുടർന്നു. ചില ദിവസങ്ങളിൽ ചില കക്ഷികൾ അയാളുടെ അടുത്ത് ഭാഗ്യം പറയുന്നത്, ഭാവി പറയുന്നത് കേൾക്കാൻ ചെല്ലുമായിരുന്നു. തുച്ഛമായ വരുമാനവും കിട്ടുമായിരുന്നു.

മൂന്ന് നാല് നാളുകൾ കഴിഞ്ഞ് ഒരു ദിവസം രാജാവിന്റെ ഖജനാവ് ആരോ കൊള്ളക്കാരാൽ ആക്രമിക്കപ്പെട്ടു. വിവരം അറിഞ്ഞ രാജാവ് കോപിഷ്ഠനായി. രാജ്യത്തെ പ്രധാന പ്രവാചകന്മാരെ വിളിച്ചുവരുത്തി ഉടനേതന്നെ കൊള്ളക്കാരുടെ വിവരങ്ങൾ കണ്ടുപിടിക്കാൻ ആവശ്യപ്പെട്ടു.

പക്ഷേ അവർ നൽകിയ വിവരങ്ങളൊന്നും തന്നെ ശരിയായിരുന്നില്ലെന്നും പ്രയോജനരഹിതങ്ങളായിരുന്നുവെന്നും എല്ലാവർക്കും ബോധ്യമായി. ക്രുധനായ രാജാവിനോട് ആ അവസരത്തിൽ രാജ്ഞി പറഞ്ഞു.

“നമ്മുടെ ഒരു മന്ത്രിയുടെ ഭാര്യയും എന്റെ സ്നേഹിതയുമായ ഒരാൾ എന്നോട് ഒരു പുതിയ പ്രവാചകനെക്കുറിച്ച് ഈയിടെ പറയുകയുണ്ടായി. അയാളുടെ പ്രവചനങ്ങൾ വളരെ കൃത്യമാണെന്ന് അവർ സ്വന്തം അനുഭവത്തിൽനിന്ന് പറഞ്ഞതാണ്. നമുക്ക് അയാളെ ഒന്ന് വിളിച്ചു നോക്കിയാലോ.”

“ഇത് വളരെ ഒരു ശരിയായ ഒരഭിപ്രായമാണല്ലൊ. ഉടനെതന്നെ ആ പുതിയ പ്രവാചകനേ ഇവിടെ എത്തിക്കു.” രാജാവ് സേനാപതിക്ക് നിർദ്ദേശ നല്കി.അധികം താമസിയാതെ അഹമദ് രാജസമക്ഷം ഹാജരാക്കപ്പെട്ടു. രാജാവ് അഹമദിനോട് പറഞ്ഞു.

“എന്റെ ആസ്ഥാന പ്രവാചകരെല്ലാം തികച്ചും കഴിവുകെട്ടവരാണെന്ന് തെളിഞ്ഞിരിക്കുകയാണ്. താങ്കൾക്ക് കൃത്യമായി കാര്യങ്ങൾ കണ്ടറിയാനും പ്രവചിക്കാനും കഴിയുമെന്ന് നമുക്ക് അറിവുകിട്ടിയിരിക്കുന്നു. അതുകൊണ്ട് നമ്മുടെ ഖജനാവ് കൊള്ളയടിച്ചവരെക്കുറിച്ചുള്ള

വിവരങ്ങൾ കണ്ടുപിടിച്ച് പറയണം ; എത്രയും വേഗം.

"ശരി. ഹുസൂർ"

അഹമദ് അങ്ങിനെ പറഞ്ഞുവെങ്കിലും എന്തു ചെയ്യണമെന്നോ എന്ത് പറയണമെന്നോ അറിയാതെ പരിഭ്രമിച്ച് നിൽക്കുകയായിരുന്നു. അങ്ങിനെ നിൽക്കുമ്പോൾ അയാളുടെ മനസ്സിൽ പേർഷ്യയിൽ വളരെ പ്രചാരത്തിലുണ്ടായിരുന്ന നാല്പത് കള്ളന്മാരെക്കുറിച്ചുള്ള കഥ ഓർമ്മ യിൽ വന്നു. ഇവിടെയും നാല്പത് പെട്ടികളാണ് കൊള്ളയടിക്കപ്പെട്ടത്.

"നിങ്ങൾ എന്താ ഒന്നും പറയാതെ നിൽക്കുന്നത്." രാജാവ് ചോദിച്ചു.

"ഇല്ല. ഹുസൂർ. ഞാനൊന്ന് മനസ്സിൽ ധ്യാനിച്ച് നോക്കുകയായിരു ന്നു. ഇപ്പോൾ എനിക്ക് കാര്യങ്ങളുടെ കിടപ്പ് ബോധ്യമായിരിക്കുന്നു."

"എന്ത് എന്താണെങ്കിലും വേഗം പറയൂ."

"അത് ഹുസൂർ, അവിടുത്തെ ഖജനാവ് കൊള്ളയടിച്ചിരിക്കുന്നത് ഒരാളല്ല. നാല്പത് കള്ളന്മാർ ചേർന്നാണ് ആ കൃത്യം ചെയ്തത്."

"ഓ. അങ്ങിനെയോ. ഇത് തികച്ചും പ്രയോജനകരമായ ഒരു വിവരമാണ്. സംശയമില്ല. പക്ഷേ നിങ്ങൾക്കിത് എങ്ങിനെ മനസ്സി ലായി."

"അത് എന്റെ മനക്കണ്ണിൽ കാണാൻ കഴിഞ്ഞതാണ്, ഹുസൂർ."

"ശരി, ശരി. അവർ എവിടെയാണെന്നും എങ്ങിനെ അവരെ പിടി കൂടാമെന്ന്കൂടി പറയൂ."

അഹമദ് കുറച്ചു നേരം കൂടി ആലോചിച്ച് നിന്നതിനുശേഷം പറഞ്ഞു.

"അവരെ തീർച്ചയായും പിടിക്കാം, ഹുസൂർ പക്ഷേ കുറച്ച സമയമെ ടുക്കും."

"കുറച്ച് സമയമെന്നു പറഞ്ഞാൽ."

"അത് ഒരു നാല്പത് ദിവസങ്ങളാകും, ഹുസൂർ." രാജാവ് സമ്മതി ച്ചാൽ തന്റെ ജീവൻ അത്രയും നാളേക്കെങ്കിലും നീട്ടിക്കിട്ടുമല്ലോ എന്ന ഒരാഗ്രഹം മാത്രമായിരുന്നു അഹമദിന്റെ മനസ്സിൽ.

"നാല്പത് ദിവസങ്ങളോ. അത് കുറെ കൂടതലാണല്ലോ. എങ്കിലും അനുവദിച്ചിരിക്കുന്നു. നാല്പത് ദിവസങ്ങൾക്കുള്ളിൽ അവരെ പിടികൂടിയി ല്ലെങ്കിൽ എന്തു സംഭവിക്കുമെന്ന് അറിയാമല്ലോ." അത്രയും പറഞ്ഞിട്ട് രാജാവ് അവിടെ നിന്നും പോയി.

തിരികെ വീട്ടിലെത്തിയ അഹമദ് ഭാര്യയോട് പറഞ്ഞു.

"കണ്ടോ. നീ എന്നെ എത്തിച്ചിരിക്കുന്നത് എത്രവലിയ ദുർഘടത്തി ലാണെന്ന് ഇപ്പോ മനസ്സിലായോ."

“ഹോ. ഇതെന്താ ഇത്ര വലിയ ഒരു കാര്യം. നിങ്ങളാ മോതിരം കണ്ടുപിടിക്കാൻ സഹായിച്ചതുപോലെ ഈ കള്ളന്മാരെയും കണ്ടുപിടിക്കണം. അത്രയല്ലേയുള്ളൂ.” ജമെൽ ആ അവസ്ഥ നിസ്സാരവൽക്കരിച്ചുകൊണ്ടാണ് പ്രതികരിച്ചത്.

“ജമെല്ലേ, നിനക്ക് കാര്യങ്ങളുടെ ഗൗരവം മനസ്സിലായിട്ടില്ല. ഏതോ ദൈവകൃപയാൽ അന്ന് അങ്ങിനെയൊക്കെ സംഭവിച്ചു. എന്നു മാത്രം. ഇത്തവണ എന്റെ ജീവനാണ് പണയപ്പെടുത്തിയിരിക്കുന്നത്.”

തികച്ചും അവശനായ അഹമദ് തന്റെ നിസ്കാരമുറിയിൽ പോയിരുന്നു. നാല്പത് ഈന്തപ്പഴങ്ങളും കയ്യിൽ കരുതിയിരുന്നു. മുറിയിലേക്ക് കയറുന്നതിനുമുൻപ് ഭാര്യയെ വിളിച്ച് പറഞ്ഞു.

“ജമല്ലെ. ഞാൻ കുറച്ച് ദിവസം നിസ്കരിക്കാൻ പോകുന്നു. ആവശ്യമില്ലാതെ എന്നെ വിളിക്കണ്ട. എനിക്ക് വേണ്ട ആഹാരവും ഞാൻ കരുതിയിട്ടുണ്ട്. ആരന്വേഷിച്ചാലും ഞാൻ പ്രാർത്ഥനയിലാണെന്ന് മാത്രം പറഞ്ഞാൽ മതി. മനസ്സിലായല്ലോ.”

അഹമദ് മനസ്സിൽ ഒരു ഉറച്ച തീരുമാനവുമായിട്ടാണ് പ്രാർത്ഥനാമുറിയിൽ കയറിയത്. നാല്പതു ദിവസങ്ങൾ തുടർച്ചയായി പ്രാർത്ഥനയിൽ ഇരിക്കാനും ഓരോ ദിവസവും ഓരോ ഈന്തപ്പഴം മാത്രം ആഹാരമായി കഴിക്കാനും ആയിരുന്നു തീരുമാനം. നാല്പതാമത്തെ പഴം കഴിച്ചുകഴിയുമ്പോൾ തന്റെ ജീവിതവസാനമായി എന്ന് കരുതാം എന്നും അയാൾ കണക്കുകൂട്ടി. അതിനിടയിൽ കൊള്ളക്കാർക്ക് ഒറ്റുകാരനായി രാജകൊട്ടാരത്തിൽത്തന്നെ ഉണ്ടായിരുന്ന ഒരു ഗുമസ്തൻ വിവരങ്ങളെല്ലാം കൊള്ളക്കൂട്ടത്തിന്റെ തലവനേ അറിയിച്ചു.

“ആ പ്രശ്നക്കാരൻ ചില്ലറക്കാരനല്ലെന്നാ കേട്ടത്. അതുകൊണ്ട് നിങ്ങൾ വളരെ സൂക്ഷിക്കണം.” എന്നുകൂടി അവരോട് പറയാൻ ഗുമസ്തൻ മറന്നില്ല. കൊള്ളക്കൂട്ടത്തിന്റെ തലവൻ അയാളുടെ മറ്റ് കൂട്ടുകാരോട് പറഞ്ഞു.

“അയാളിങ്ങനെയൊക്കെ പറയും. നമ്മളതൊന്നും അത്ര വലിയ കാര്യമാക്കണ്ട. എങ്കിലും സൂക്ഷിക്കണം. നമ്മളിൽ ഒരാൾ ആ പ്രവചകന്റെ വീട്ടിൽ ഒളിഞ്ഞിരുന്ന് അയാളുടെ നീക്കങ്ങൾ നിരീക്ഷിക്കണം.”

“ശരി അങ്ങിനെയാകട്ടെ. ഇന്നു തന്നെ ഞാനയാളുടെ വീട്ടിൽ നിരീക്ഷണത്തിനായി പോകാം.” അവരിൽ ഒരാൾ സന്നദ്ധത കാട്ടി.

“അങ്ങിനെയാകട്ടെ” തലവൻ അനുവാദം നല്കി.

അങ്ങിനെ ഒന്നാം കള്ളൻ അഹമദിന്റെ വീട്ടിലെത്തി കെട്ടിടത്തിന്റെ മുകളിൽ ആരും കാണാതെ കയറി ഒളിഞ്ഞിരുന്നു. അഹമദിന്റെ

പ്രാർത്ഥനാമുറിയുടെ തുറന്നിട്ടിരുന്ന ജനലിൽക്കൂടി മുറിക്കകത്ത് നടക്കുന്ന സംഭാഷണം കള്ളന് കേൾക്കാമായിരുന്നു.

"ഇപ്പോൾ ഒന്നായി."

അതുകേട്ട കള്ളന് അഹമദ് പറഞ്ഞത് തന്നെക്കുറിച്ചായിരിക്കുമോ എന്ന സംശയം ഉണ്ടായി. അയാൾ അടുത്ത പ്രഭാതത്തിൽ വിവരങ്ങൾ കൃത്യമായി തലവനെ അറിയിച്ചു; തനിക്ക് തോന്നിയ സംശയവും.

"ഓ. അങ്ങിനെയോ. അതേ. അങ്ങിനെയാകാനും വഴിയുണ്ട്. ഇന്ന് നമ്മളിൽ ഒരാൾകൂടി ആ വീടിന്റെ മുകളിൽ എത്തണം. അപ്പോൾ ആ പ്രവചകൻ എന്തു പറയുന്നു എന്നറിയാമല്ലോ." തലവൻ പറഞ്ഞു.

അന്ന് രാത്രിയും അഹമദ് പ്രാർത്ഥന അവസാനിപ്പിച്ചിട്ട് ഒരീന്തപ്പഴം കഴിച്ചു. പിന്നീട് തന്നത്താൻ പറഞ്ഞു.

"ഇപ്പോൾ രണ്ടായി."

അതുകേട്ട കള്ളന്മാർ വിവരം ഉടൻതന്നെ തലവനെ അറിയിക്കുകയും ചെയ്തു.

"എങ്കിൽ നമുക്ക് ഒന്നുകൂടി പരീക്ഷിക്കണം. ഇന്ന് മൂന്ന്പേർ അയാളെ ശ്രദ്ധിക്കണം."

അന്ന് രാത്രിയിൽ അഹമദ് പറഞ്ഞത് "ഇപ്പോൾ മൂന്നായി. എന്നാണ്." കള്ളന്മാർക്ക് അഹമ്മദ് അവരെക്കുറിച്ചാണ് പറഞ്ഞത് എന്ന് ഉറപ്പായെങ്കിലും അവരുടെ തലവന് പൂർണ്ണമായും വിശ്വസിക്കാൻ കഴിഞ്ഞില്ല. അതുകൊണ്ട് അയാൾ കൂടുതൽ നിരീക്ഷണം ആവശ്യമാണെന്ന് കരുതി. അങ്ങിനെ മുപ്പത്തിഒൻപത് ദിവസങ്ങൾ കഴിഞ്ഞു. നാല്പതാം ദിവസം കൊള്ളക്കാരുടെ തലവനുൾപ്പടെ നാല്പതുപേരും അഹമദിന്റെ വീടിന്റെ മേൽതളത്തിലുണ്ടായിരുന്നു. അന്ന് രാത്രിയിൽ അഹമദ് ഉച്ചത്തിൽ തന്നെ പറഞ്ഞു

"ഇന്നോടെ നാല്പത് തികഞ്ഞിരിക്കുന്നു. ഇനി കൂടുതൽ കാത്തിരിപ്പിന്റെ ആവശ്യമില്ല."

അതുകേട്ട കൊള്ളക്കൂട്ടത്തിന്റെ തലവനും കൂട്ടുകാർക്കും അഹമദ് അവരെകുറിച്ചാണ് പറഞ്ഞത് എന്നതിൽ പൂർണ്ണവിശ്വാസമായി. ആ സമയത്ത് ജമല്ലെ പ്രാർത്ഥനാമുറിയിൽ ചെന്ന് ഭർത്താവിന്റെ അരികിൽ ഇരുന്നു. താനാണല്ലോ ഭർത്താവിനെ ആ ദുർഘടത്തിലേക്ക് തള്ളിവിട്ടതെന്ന് ഓർത്ത് സങ്കടപ്പെട്ട് അവർ അഹമദിനോട് പറഞ്ഞു.

"ഞാൻ ചെയ്തത് തെറ്റായിപ്പോയി. അങ്ങയെ ഇങ്ങിനെ ഒരു ദുർഘടത്തിലേക്ക് തള്ളിവിട്ടത് ഞാനാണെന്ന് എനിക്കറിയാം. എന്നോട് ക്ഷമിക്കണം."

ജമല്ലെ വളരെ താണ ശബ്ദത്തിലാണ് സംസാരിച്ചത്. അതുകൊണ്ട് അവർ പറഞ്ഞതൊന്നും കൊള്ളക്കാർക്ക് കേൾക്കാൻ കഴിഞ്ഞില്ല. എന്നാൽ മറുപടിയായി അഹമദ് പറഞ്ഞത് അവർക്ക് വ്യക്തമായി കേൾക്കാൻ കഴിഞ്ഞു.

"ഇവിടെ ക്ഷമിക്കുകയോ ക്ഷമിക്കാതിരിക്കുകയോ എന്നതല്ല പ്രശ്നം. രാജാവിനെ എങ്ങിനെ സമാധാനിപ്പിക്കും; എന്തു പറഞ്ഞ് അദ്ദേഹത്തെ സമാധാനിപ്പിക്കും;അദ്ദേഹത്തെ എങ്ങിനെ കാര്യങ്ങൾ പറഞ്ഞ് മനസ്സിലാക്കും. അതാണ് പ്രശ്നം. ഞാൻ ക്ഷമിക്കാൻ തയ്യാറാണ്. സംശയിക്കേണ്ട."

അതുകേട്ട കൊള്ളക്കാർ അതെല്ലാം അവരെ ഉദ്ദേശിച്ചാണ് പറഞ്ഞതെന്നാണ് മനസ്സിലാക്കിയത് കൊള്ളക്കാരുടെ തലവൻ കൂട്ടുകാരോട് പറഞ്ഞു.

"ഈ പ്രവചകൻ ഒരു നല്ല മനുഷ്യനാണെന്ന് തോന്നുന്നു. നമുക്ക് അദ്ദേഹത്തിന്റെ കാലുപിടിച്ച് ക്ഷമ ചോദിക്കാം. അദ്ദേഹം എങ്ങിനെയെങ്കിലും രാജകോപത്തിൽ നിന്ന് നമ്മളെ രക്ഷിക്കും."

"അതേ. അതാണ് നല്ലത്." എല്ലാവരും സമ്മതിച്ചു. അവർ വീടിന്റെ മേൽത്തളത്തിൽ നിന്ന് ഇറങ്ങി വീടിന്റെ മുൻവാതിൽ തട്ടി വിളിച്ചു. കതകിൽ തട്ടുന്ന ശബ്ദം കേട്ട് അഹമദ് ഭാര്യയോട് പറഞ്ഞു.

"ഓ. രാജാവിന്റെ ഭടന്മാർ എത്തിക്കഴിഞ്ഞുവെന്ന് തോന്നുന്നു. നാല്പത് ദിവസങ്ങൾ കഴിഞ്ഞല്ലോ. അവർ നാളെ കാലത്ത് എത്തുമെന്നാണ് കരുതിയത്. പക്ഷേ മുൻകൂട്ടിത്തന്നെ എത്തിയിരിക്കുന്നു. എന്റെ സ്നേഹമുള്ള ഭാര്യേ. ഞാൻ പോകട്ടെ. ഇനി നമുക്ക് കാണാൻ കഴിയുമോ എന്ന് എനിക്കറിയുകയില്ല. പക്ഷേ, ഒന്ന്-എനിക്ക് നിന്നോട് ഒരു ദ്വേഷ്യവുമില്ല. കേട്ടോ. സ്നേഹം മാത്രമേയുള്ളൂ."

അത്രയും പറഞ്ഞിട്ട് അഹമദ് വാതിൽ തുറന്നു. അപ്പോൾ കണ്ട കാഴ്ച തികച്ചും അമ്പരപ്പിക്കുന്നതായിരുന്നു. നാല്പത് ആജാനുബാഹുക്കളായ മനുഷ്യർ അയാളുടെ മുമ്പിൽ സാഷ്ടാംഗം വീണ് അപേക്ഷിക്കുന്നു.

"അങ്ങ് ഒരു മഹാനാണ്-ദിവ്യപുരുഷനാണ്. സംശയമില്ല. അങ്ങയുടെ പക്കൽ നിന്നും ഒന്നും ഒളിച്ചുവെയ്ക്കാനാവില്ലെന്ന് ഞങ്ങൾക്ക് ബോധ്യമായിരിക്കുന്നു. ഞങ്ങൾ ചെയ്തത് വലിയ തെറ്റാണെന്നും. രാജാവിന്റെ ഖജനാവിൽ നിന്ന് കൊള്ളയടിച്ച എല്ലാ പണ്ഡങ്ങളും-നാല്പത് പെട്ടികളും അങ്ങിനെതന്നെ ഞങ്ങൾ തിരികെ തരാം. രാജാവിന്റെ കോപത്തിൽ നിന്ന് അങ്ങ് ഞങ്ങളെ രക്ഷിക്കണം. അങ്ങയ്ക്കുമാത്രമേ അതിന് കഴിയൂ എന്നും ഞങ്ങൾക്ക് ബോദ്ധ്യമുണ്ട്."

അമ്പരന്നു നിന്ന അഹമദ് എന്തുപറയണമെന്നറിയാതെ കുറച്ചു നേരം ഒന്നും മിണ്ടാതെ നിന്നു. അതേ അവസ്ഥയിലായിരുന്നു ജമെല്ലും. പിന്നീട് അഹമദ് അവരോട് പറഞ്ഞു.

"നിങ്ങൾ എഴുന്നേൽക്കൂ. നിങ്ങളെ എങ്ങിനെ രക്ഷിക്കണമെന്ന് എനിക്കറിഞ്ഞുകൂടാ. എങ്കിലും ഞാൻ എന്റെ പരമാവധി ശ്രമിക്കാം. ഞാൻ പറയുന്നതുപോലെ ചെയ്താൽ എന്നെക്കൊണ്ടാകുന്ന വിധത്തിൽ ശ്രമിക്കാം. രാജാവിനോട് അപേക്ഷിക്കാം. അത്രതന്നെ."

"ശരി. അങ്ങയ്ക്ക് ഞങ്ങളെ രക്ഷിക്കാനാകും. ഞങ്ങൾക്ക് വിശ്വാസമാണ്. അങ്ങ് പറയുന്നതെന്തും അനുസരിക്കാം. ഇനിയങ്ങോട്ട് അങ്ങയുടെ ഉപദേശാനുസരണം ജീവിച്ചുകൊള്ളാം. ഒരു പിഴയും വരുത്തുകയില്ല. സത്യം".

"ശരി. എങ്കിൽ നിങ്ങൾ കൊള്ളയടിച്ച നാല്പത് പെട്ടികളും ഉടനേ തന്നെ ആരും അറിയാതെ ഖജനാവിൽ അവ മുമ്പ് ഇരുന്ന സ്ഥലത്ത് കൊണ്ടുവയ്ക്കുക. പിന്നീട് ഇതിനേക്കുറിച്ച് അടുത്ത രാജകല്പന വരുന്നതുവരെ എവിടെയെങ്കിലും ഒളിച്ചിരിക്കുക. വേഗം പോയ്ക്കോ. രാജാവിന്റെ ഭടന്മാർ ഏതുസമയത്തും ഇവിടെയെത്തും; എന്നെ രാജസന്നിധിയിൽ എത്തിക്കാൻ അവരെത്തും. സംശയമില്ല."

കള്ളന്മാർ അവിടെനിന്നു പുറപ്പെട്ട് പോയി. രാത്രിയിൽത്തന്നെ ആരും അറിയാതെ അവർ പെട്ടികൾ ഖജനാവിൽ തിരികെ എത്തിക്കുകയും ചെയ്തു. പ്രഭാതമായതോടെ അഹമദിനെ വാതിൽ മുട്ടി വിളിച്ചുണർത്തിയത് രാജഭടന്മാരായിരുന്നു. ജെമല്ലിനോട് യാത്ര പറഞ്ഞ് അഹമദ് അവരോടൊപ്പം കൊട്ടാരത്തിലേക്ക് യാത്രയായി. അവിടെയെത്തിയ അഹമദ് കണ്ടത് തികച്ചും അക്ഷമനായി നിന്നിരുന്ന അബ്ബാസ് രാജാവിനെയാണ്. അഹമദിനെ കണ്ടതും രാജാവ് ചോദിച്ചു.

"ഹേ. പ്രവചകാ. കൊള്ളക്കാരെവിടെ. എന്താ. നാല്പത് ദിവസങ്ങൾ കടന്നുപോയത് അറിഞ്ഞില്ലെന്നുണ്ടോ. എന്റെ നഷ്ടപ്പെട്ട ധനമൊക്കെ എവിടെ. നിങ്ങൾ പറഞ്ഞ അവധി കഴിഞ്ഞില്ലേ. എന്താ പറയൂ കേൾക്കട്ടെ."

"ഹുസൂർ. കൊള്ളക്കാർ എവിടെയെന്ന് ഇപ്പോഴും എനിക്ക് കൃത്യമായി അറിഞ്ഞുകൂടാ. എങ്കിലും ഞാൻ അങ്ങയോട് ഒരു സംശയം കൂടി ചോദിക്കാൻ ആഗ്രഹിക്കുന്നു. ദയവായി അനുവദിക്കണം."

"ശരി. കേൾക്കട്ടെ. എന്തു സംശയമാ. വേഗം ചോദിച്ചുതുലക്ക്."

"അങ്ങ് കൊള്ളക്കാരെ പിടിക്കുന്നതിനാണോ അങ്ങയുടെ സ്വത്തു ക്കൾ തിരികെ കിട്ടുന്നതിനാണോ മുഖ്യത്വം കൊടുക്കുന്നത്?.

കേൾക്കാനാഗ്രഹമുണ്ട്. ദയവായി പറഞ്ഞാലും."

അബ്ബാസ് രാജാവ് അല്പം ആലോചിച്ചതിനുശേഷം പറഞ്ഞു. "മുഖ്യത്വം ധനം തിരികെ കിട്ടുന്നതിനാണ്. സംശയമില്ല."

"എങ്കിൽ അങ്ങ് ദയവായി അങ്ങയുടെ ഖജനാ സൂക്ഷിപ്പുകാരോട് ഖജനാവ് തുറന്ന് പരിശോധിക്കാൻ പറയൂ. മിക്കവാറും അങ്ങയുടെ നഷ്ടപ്പെട്ട പെട്ടികളെല്ലാം യാതൊരു കേടുപാടുകളുമില്ലാതെ അവ മുമ്പ് ഇരുന്നിരുന്ന സ്ഥാനങ്ങളിൽ തന്നെ കണ്ടെന്ന് വരാം."

അതുകേട്ട് അതിശയിച്ചു പോയ രാജാവ് ചോദിച്ചു.

"എന്ത് നഷ്ടപ്പെട്ട പെട്ടികളെല്ലാം ഖജനാവിൽ തിരികെയെത്തിയെന്നോ. അതെങ്ങിനെ; എങ്ങിനെ താങ്കൾക്ക് മനസ്സിലായി."

"രാജൻ. പെട്ടികൾ എത്തിയിട്ടില്ല. പക്ഷേ അങ്ങയുടെ ഖജനാ സൂക്ഷിപ്പുകാർ ഖജനാവ് തുറന്ന് അതിൽ പ്രവേശിക്കുന്നതിനുള്ളിൽ എന്റെ മന്ത്രത്തിന്റെ പ്രത്യേക ശക്തികൊണ്ട് അവ അവിടെയെത്തുമെന്ന് ഞാൻ കരുതുന്നു. കഴിഞ്ഞ നാല്പതു ദിവസങ്ങൾ ഞാൻ പ്രാർത്ഥിച്ച് സമ്പാദിച്ച ശക്തി എന്നെ ഇക്കാര്യത്തിൽ സഹായിക്കുമെന്നാണ് എന്റെ വിശ്വാസം."

"ശരി. അങ്ങിനെയാകട്ടെ." രാജാവ് ഖജനാവ് സൂക്ഷിപ്പുകാർക്ക് വേണ്ട നിർദ്ദേശം നൽകി.

"രാജൻ. ഇനി എനിക്കൊരല്പം സമയം തരൂ. ഞാനെന്റെ മന്ത്രം ചൊല്ലട്ടെ." പിന്നീട് അഹമദ് തന്റെ മന്ത്രം ചൊല്ലി. യാതൊരർത്ഥവുമില്ലാത്ത കുറേ വാക്കുകൾ.

"പിഷ്, പോഷ്, വിഷ് മോസ്, വിഷ് മോസ്..."

പിന്നീട് ഖജനാവ് സൂക്ഷിപ്പുകാരുടെ പിന്നിലായി അബ്ബാസ് രാജാവ് അഹമദിനേയും കൂട്ടി ഖജനാവിലേക്ക് തിരിച്ചു. ഖജനാവ് തുറന്ന് അകത്തുകയറിയ സൂക്ഷിപ്പുകാർക്കും രാജാവിനും നഷ്ടപ്പെട്ട പെട്ടികളെല്ലാം അതാതിന്റെ സ്ഥാനങ്ങളിൽ ഇരിക്കുന്നത് കാണാൻ കഴിഞ്ഞു. പെട്ടികൾക്കോ അവയുടെ പൂട്ടുകൾക്കോ ഒന്നും യാതൊരു കേടുപാടുകളും ഉണ്ടായിരുന്നില്ല. അത് എല്ലാവരും ഒരതിശയമായിത്തന്നെ കരുതി. അഹമദ് പ്രവചകൻ ഒരു വലിയ അറിവാളിയും തികച്ചും അനുഗ്രഹീതനുമാണെന്നും അവരെല്ലാം സമ്മതിച്ചു. അബ്ബാസ് രാജാവ് ആ വിവരം അബമദിനോട് തുറന്ന് പറയുകയും ചെയ്തു.

"അഹമദ്, ഇനി മുതൽ നിങ്ങളായിരിക്കും ഈ രാജ്യത്തെ അംഗീകരിക്കപ്പെട്ട പ്രവചൻ. അതിനനുസരിച്ചുള്ള എല്ലാ സ്ഥാനമാനങ്ങളും, ശമ്പളവും ഇന്ന് മുതൽ അങ്ങയ്ക്ക് കിട്ടുന്നതുമായിരിക്കും. എന്താ

സന്തോഷമായില്ലേ. ഇനി ഞാനെന്തെങ്കിലും കൂടുതലായി അങ്ങയ്ക്കു വേണ്ടി ചെയ്യേണ്ടതുണ്ടോ.”

“ഉണ്ട് ഹുസൂർ. എനിക്കുവേണ്ടി ഒരു കാര്യം കൂടി.”

“എന്താ. പറയൂ. കേൾക്കട്ടെ.”

“ഹുസൂർ, തെറ്റ് ചെയ്യുന്ന ആരും തെറ്റ് മനസ്സിലാക്കി തിരുത്തുകയും ഇനിയങ്ങോട്ട് ജീവിതത്തിൽ അത്തരം തെറ്റുകൾ ചെയ്യില്ലെന്ന് തീരുമാനിക്കുകയും ചെയ്താൽ അവർ മാപ്പിനർഹരല്ലേ. ആണെന്നാണ് എന്റെ വിനീതമായ അഭിപ്രായം. ഇക്കാര്യത്തിൽ അങ്ങയുടെ വിലപ്പെട്ട അഭിപ്രായം അറിയാൻ ഈയുള്ളവന് ആഗ്രഹമുണ്ട്.”

അബ്ബാസ് രാജാവ് നീണ്ടനേരത്തെ മൗനമായ ആലോചനയ്ക്കുശേഷം പറഞ്ഞു.

“അങ്ങനെയുള്ളവർ മാപ്പ് അർഹിക്കുന്നു എന്നുതന്നെയാണ് എന്റെയും അഭിപ്രായം.”

പിന്നീട് അഹമദ് നടന്ന വിവരങ്ങളെല്ലാം രാജാവിനെ സത്യസന്ധമായി അറിയിച്ചു. പിന്നീട് രാജാവിനോട് അപേക്ഷിച്ചു.

“ഞാനങ്ങയോട് വിനയപുരസരം അപേക്ഷിക്കുന്നു. ആ കൊള്ളക്കാർക്ക് മാപ്പ് നൽകി ജീവിക്കാൻ വേണ്ടത് സമ്പാദിക്കാൻ കഴിയുന്ന വിധം ഏതെങ്കിലും ഒരു ജോലിയും നൽകണം. ഇനിയുള്ള ജീവിതകാലം മുഴുവനും അവർ അങ്ങയ്ക്ക് വിശ്വസ്തരായി ജീവിക്കും. ഇതെന്റെ അപേക്ഷയാണ്.”

“ശരി. അങ്ങിനെ ചെയ്യാം.” രാജാവ് വേണ്ട നിർദ്ദേശങ്ങൾ ബന്ധപ്പെട്ട ഉദ്യോഗസ്ഥർക്ക് നൽകി.

“മറ്റൊരു കാര്യം കൂടി ബോധിപ്പിക്കാനുണ്ട് ഹുസൂർ.”

“എന്താ. കേൾക്കട്ടെ.”

അഹമദ് ഭാര്യയുടെ നിർബന്ധപ്രകാരം ഒരു പ്രവചകനായി മാറിയതും, ദൈവാനുഗ്രഹം കൊണ്ട് രണ്ട് പ്രധാനപ്പെട്ട സംഭവങ്ങളിൽ എങ്ങിനെ വിജയിച്ചു എന്നും മറ്റുമുള്ള എല്ലാ കാര്യങ്ങളും വിശദമായും സത്യസന്ധമായും രാജാവിനോട് പറഞ്ഞു. പിന്നീട് ഇത്രയും കൂട്ടിച്ചേർത്തു.

“ഹുസൂർ. അങ്ങെനിക്ക് നൽകിയിരിക്കുന്ന ആസ്ഥാന പ്രവചകൻ എന്ന സ്ഥാനം സ്വീകരിക്കാൻ എനിക്ക് ആകുകയില്ല. അതിന് ഞാൻ അർഹനുമല്ല. ഇനിയങ്ങോട്ട് ദൈവത്തെ പരീക്ഷിക്കാനും ഞാനില്ല. അതുകൊണ്ട് അങ്ങ് കനിഞ്ഞു തന്ന ആ പദവി എനിക്ക്

സ്വീകരിക്കാനാവില്ല. എന്നോട് പൊറുക്കണം."

"എനിക്ക് എല്ലാം മനസ്സിലായി. താങ്കളുടെ സത്യസന്ധതയും ദൈവ വശ്വാസവും ഞാൻ ബഹുമാനിക്കുന്നു. താങ്കളുടെ തീരുമാനം നമുക്ക് വിദഗ്ധനായ ഒരു പ്രവാചകനെ ഇല്ലാതാക്കിയിരിക്കുന്നു. എങ്കിലും ഞാൻ നേരത്തെ തന്ന പാരിതോഷികങ്ങളുടെ ഇരട്ടി അങ്ങ് അർഹിക്കുന്നു എന്ന് എനിക്ക് ബോധ്യമായിരിക്കുന്നു-അങ്ങിനെ എന്റെ മനസ്സ് പറയുന്നു. ആസ്ഥാനപ്രവചകന്റെ പദവി അങ്ങ് സ്വീകരിക്കുന്നില്ലെങ്കിലും അങ്ങ് രാജസഭയിലെ ഒരു അംഗമായി, ഒരു മാർഗദർശിയായി തുടരുന്നതാണ്. അതുപോലെ ഞാൻ നേരത്തെ പറഞ്ഞ എല്ലാ സാമ്പത്തിക ആനുകൂല്യങ്ങളും അങ്ങയ്ക്ക് ലഭ്യമാകുന്നതാണ്. അതിനു പുറമേ, ഇന്ന് അങ്ങ് കാരണം നമ്മുടെ ഖജനാവിലേക്ക് തിരികെ എത്തിച്ചേർന്ന പണപ്പെട്ടികളിൽ രണ്ടെണ്ണം അങ്ങേയ്ക്കുള്ള എന്റെ പ്രത്യേക സമ്മാനമായി നമ്മുടെ ഭടന്മാർ അങ്ങയുടെ വീട്ടിൽ എത്തിക്കുന്നതാണ്. അങ്ങയ്ക്കും അങ്ങയുടെ ഭാര്യയ്ക്കും എല്ലാ നന്മകളും ഉണ്ടാകട്ടെ." അത്രയും പറഞ്ഞ് അബ്ബാസ് രാജാവ് കൊട്ടാരത്തിനുള്ളിലേക്ക് പോയി. അഹമദ് തനിക്ക് സമ്മാനമായി കിട്ടിയ രണ്ടു പെട്ടികളുമായി ഭടന്മാരുടെയൊപ്പം സ്വന്തം വീട്ടിലേക്കും മടങ്ങി.

"എന്തായി. രാജാവ് അങ്ങയ്ക്ക് മാപ്പ് നൽകിയോ. ശിക്ഷയൊന്നും കിട്ടിയില്ലല്ലോ. ദൈവമേ. എന്റെ പ്രാർത്ഥന അങ്ങ് കേട്ടല്ലോ." അങ്ങിനെ പറഞ്ഞുകൊണ്ട് ഓടിച്ചെന്ന് അഹമദിനെ കെട്ടിപ്പിടിച്ചുകൊണ്ട് ജമെല പറഞ്ഞു.

"ഞാനാണ് അങ്ങയ്ക്ക് വന്ന ഈ കഷ്ടതകൾക്കെല്ലാം കാരണം."

"എല്ലാം നല്ലതായി അവസാനിച്ചു ഭാര്യേ. നീ ഒട്ടും വിഷമിക്കേണ്ട. നമുക്കിനി നീ ആഗ്രഹിച്ചതുപോലെ നല്ല അന്തസ്സോടെ മറ്റുള്ളവരുടെ മുന്നിൽ തല ഉയർത്തിപ്പിടിച്ചുതന്നെ ജീവിക്കാം. വാ. നടന്നതെല്ലാം ഞാൻ വിശദമായി പറഞ്ഞുകേൾപ്പിക്കാം."

പിന്നീട് അഹമദ് എന്ന പ്രവചകനും ജമെല്ല എന്ന അയാളുടെ ഭാര്യയും ദീർഘകാലം എല്ലാ സുഖസൗകര്യങ്ങളോടും കൂടി വളരെക്കാലം അന്തസ്സായി ജീവിച്ചു.

എലിയും പൂച്ചയും

ഹിന്ദുമത വിശ്വാസികൾ കൂടുതലായി ജീവിക്കുന്ന നമ്മുടെ നാട്ടിൽ അവരുടെ വിശ്വാസങ്ങളുമായി ബന്ധപ്പെട്ട, അവരുടെ മതാചാരങ്ങളുമായി ബന്ധപ്പെട്ട നാടോടികഥകൾ ധാരാളം ഉണ്ടാകും ; അതുപോലെ കൃസ്ത്യാനികൾ അധികമുള്ള യൂറോപ്യൻ രാജ്യങ്ങളിൽ നിന്നുള്ള കഥകളിൽ കൃസ്തുമത വിശ്വാസങ്ങളോടും ജീവിതരീതികളോടും ബന്ധപ്പെട്ടവയും. പണ്ടുപണ്ടേ ഇസ്ലാം മതവിശ്വാസികൾ അധികമായി താമസിച്ചിരുന്ന പേർഷ്യയിൽ (ഇന്നത്തെ ഇറാനിൽ) നിന്നുള്ള കഥകളിൽ അവരുടെ ആചാരങ്ങളും സംഭാഷണശൈലിയുമെല്ലാം നിറഞ്ഞുനിൽക്കുന്നത് സ്വാഭാവികം മാത്രമാണല്ലോ. ഈ കഥയിലും അങ്ങിനെതന്നെ.

ഇത് വേണമെങ്കിൽ അക്കാലത്ത് പേർഷ്യയിലുണ്ടായിരുന്ന സാമൂഹ്യനിലപാടുകളെ ഹാസ്യരൂപത്തിൽ നമുക്ക് പറഞ്ഞുതരുന്ന ഒരു കഥയായും കരുതാം. ഇതിലെ കഥാപാത്രങ്ങൾ അവിടെ ഉണ്ടായിരുന്ന എലികളും പൂച്ചകളുമാണ്. പേർഷ്യയിലെ കെർമൻ നഗരത്തിൽ ജീവിച്ചിരുന്ന ഒരു രാക്ഷസപൂച്ചയാണ് പ്രധാന നായകൻ ; ഒരു വലിയ ഡ്രാഗൺ (തീ തുപ്പുന്ന ചിറകുകളുള്ള ഒരുഗ്ര സർപ്പം) പോലെ രൂപമുള്ള, പുലികളുടേതുപോലെ തിളങ്ങുന്ന കണ്ണുകളും, മീശയും, കൂർത്ത പല്ലുകളും ഉണ്ടായിരുന്ന ഒരു പൂച്ച. ആ പൂച്ച ഒരു നവവധുവിനെപ്പോലെയൊ അല്ലെങ്കിൽ ഇഷ്ടപ്പെട്ട വിരുന്നാളികളെ വീട്ടിലേക്ക് സ്വീകരിക്കുന്ന ഒരു ഗ്രഹനാഥനെപ്പോലെയൊ വളരെയധികം സന്തോഷത്തോടെയാണ് ജീവിച്ചിരുന്നത്.

മറ്റൊരു നായകൻ എലികളുടെ രാജാവായിരുന്നു. തന്റെ കൂട്ടരുടെ അംഗസംഖ്യ വളരെ വർദ്ധിച്ചിട്ടുണ്ട് എന്ന് മനസ്സിലാക്കിയ എലി രാജാവ് പൂച്ചയുമായി ഒരു ബല പരീക്ഷണത്തിന് തയ്യാറായി. പ്രജകളുടെ കൂടിയ എണ്ണം തന്റെ ബലമാണെന്ന് ആ എലി ശ്രേഷ്ഠൻ കരുതിയിരുന്നിരിക്കാം.

“എവിടെ പൂച്ച സിംഹം. അവന്റെ തലയെടുക്കാൻ ഞാൻ തീരുമാനിച്ചിരുന്നു. ഒരു യുദ്ധഭൂമിയിലെന്നപോലെ ഞാനവന്റെ കഴുത്ത് അറുത്തിടുന്നുണ്ട്. ഒരു പട്ടിയുടേതെന്ന പോലെ ഞാനവന്റെ തലവെട്ടി നിരത്തിലെറിയും. എവിടെ അവൻ” എലി രാജാവ് അദ്ദേഹത്തിന്റെ പ്രജകളുടെ മദ്ധ്യത്തിൽ നിന്ന് അലറി. എലികളുടെ ഗർജ്ജനങ്ങളേക്കുറിച്ച് അറിഞ്ഞ പൂച്ച സിംഹവും തീർത്താലും തീരാത്ത കോപം കൊണ്ട് ഒറ്റച്ചാട്ടത്തിന് എലി രാജാവിനെ തന്റെ കൈക്കുള്ളിൽ അള്ളിയെടുത്തു.

“എടാ എലിക്കുട്ടീ. നീയെന്റെ തലവെട്ടും, അല്ലേടാ. എന്നാൽ ഇപ്പോൾ തന്നെയാവട്ടെ, മരമണ്ടാ.” പൂച്ച സിംഹം ഗർജിച്ചു.

പൂച്ചയുടെ കൈകളിൽ വേദനയെടുത്ത് പുളഞ്ഞുകൊണ്ടിരുന്ന എലിരാജാവ് കരഞ്ഞുകൊണ്ട് പറഞ്ഞു.

“എന്നോട് ക്ഷമിച്ചാലും. ഞാനങ്ങിനെയൊന്നും പറയാൻ പാടില്ലായിരുന്നു. അങ്ങയുടെ ഈ എളിയ സേവകൻ ഏതോ അറിവില്ലാതെ, ബോധം നഷ്ടപ്പെട്ട സമയത്ത് പറഞ്ഞുപോയ വീൺവാക്കുകൾക്ക് പശ്ചാത്തപിക്കുന്നു. അങ്ങയുടെ കേവലം അടിമയായ എന്നോട് ദയവുകാണിച്ച് ക്ഷമിച്ചാലും.”

“എടാ കള്ളാ. കള്ളം പറയാനും നിനക്കൊരു വിഷമവും ഇല്ല. അല്ലേ. നിന്റെ അഹങ്കാരത്തിന് നീ നിന്റെ ജീവൻ കൊടുത്താലേ മതിയാകൂ. നീ എന്നെ ഒരു പട്ടിയേപ്പോലെ കരുതുന്നു എന്നല്ലേ പറഞ്ഞത്. ഇനി എങ്ങിനെ നീ അങ്ങനെയൊക്കെ പറയുമെന്ന് ഞാനൊന്നു കാണട്ടെടാ, പട്ടി,” എന്ന് പറഞ്ഞുകൊണ്ട് പൂച്ച എലിയെ ഞെക്കികൊന്ന് വായിലിട്ടു.

പക്ഷേ വിശപ്പെല്ലാം അടങ്ങി സുഖമായി വിശ്രമിക്കുമ്പോൾ പൂച്ച നടന്ന കാര്യങ്ങളെല്ലാം ഓർത്തുനോക്കി. മനസ്സിൽ ഒരു കുറ്റബോധം തോന്നി. ആ വിഡ്ഢി അങ്ങിനെയൊക്കെ പുലമ്പിയെങ്കിലും അവനെ കൊല്ലേണ്ടായിരുന്നു എന്ന തോന്നൽ മനസ്സിനെ അലട്ടി. എല്ലാ തെറ്റുകൾക്കും പരിഹാരം തേടേണ്ടത് കുറ്റസമ്മതത്തിൽക്കൂടിയാണല്ലോ. പൂച്ച സിംഹം നേരേ അടുത്തുള്ള മസ്ജിദിയിലേക്ക് തിരിച്ചു. അവിടെച്ചെന്ന് പ്രാർത്ഥനാസമയത്ത് മനുഷ്യർ ചെയ്യുന്നതുപോലെ കയ്യും കാലും ശുദ്ധം ചെയ്തു, കണ്ണുകൾ പൊത്തി വേദപുസ്തകത്തിലെ (ഖുറാനിലെ)

അള്ളാഹുവിനെ പ്രകീർത്തിക്കുന്ന സുന്ദരങ്ങളായ വചനങ്ങൾ ചൊല്ലാൻ ആരംഭിച്ചു. പിന്നീട് തെറ്റുകൾ ഏറ്റുപറഞ്ഞ് കുമ്പസാരിച്ചു.

"അള്ളാ. ഞാനിന്ന് ചെയ്യാൻ പാടില്ലായിരുന്ന ഒരു വലിയ തെറ്റ് ചെയ്തു. ആ തെമ്മാടി എലി പറയാൻ പാടില്ലാത്തവിധം എന്നെ ശകാരിച്ചു. എങ്കിലും അവന്റെ ജീവനെടുക്കാൻ എനിക്കധികാരം ഇല്ലാ യിരുന്നുവെന്ന് ഞാൻ മനസ്സിലാക്കുന്നു. എന്റെ തെറ്റായ പ്രവർത്തി പൂർണ്ണമായും ഉണർന്ന് ഞാൻ അവിടുത്തെ സമക്ഷം വിനയാന്വിത നായി, പാപഭാരത്തോടെ, തികഞ്ഞ പശ്ചാത്താപത്തോടെ മാപ്പിര ക്കുന്നു. കൃപാനിധിയായ അല്ലാ എന്റെ തെറ്റ് പൊറുത്ത് മാപ്പാക്കണം." പൂച്ചസിംഹം പല പ്രാവശ്യം ആവർത്തിച്ചാവർത്തിച്ച് ആ വാക്യങ്ങൾ ഉരുവിട്ടു. ശരിക്കും പശ്ചാത്തപിച്ചാലെന്നതുപോലെ പൂച്ചയുടെ കണ്ണുകൾ നിറഞ്ഞൊഴുകി. പ്രാർത്ഥിക്കുന്നതിനിടയിൽ ചിലപ്പോഴൊക്കെയെങ്കി ലും ദുഃഖഭാരം കൊണ്ട് തൊണ്ടയടഞ്ഞു പോകുകയും ചെയ്തു.

പൂച്ച അങ്ങിനെ പ്രാർത്ഥിച്ചുനിന്ന സമയമത്രയും ഒരെലി മസ്ജിദിയിലെ പ്രസംഗപീഠത്തിന് പുറകിൽ ഒളിഞ്ഞിരിപ്പുണ്ടായിരുന്നു. എലി പൂച്ചയുടെ പ്രാർത്ഥന കേട്ടു എന്നു മാത്രമല്ല, പൂച്ചയുടെ കണ്ണുകളിൽ നിന്ന് കണ്ണുനീർ ധാരധാരയായി ഒഴുകുന്നത് കാണുകയും ചെയ്തു. അങ്ങിനെ ആ ദൃശ്യങ്ങൾക്കെല്ലാം സാക്ഷിയായ എലി ഒട്ടും താമസിയാതെതന്നെ തന്റെ താവളത്തിലെത്തി. മറ്റ് കൂട്ടുകാരോടെല്ലാം താൻ കണ്ട കാഴ്ചയും കേട്ട കാര്യങ്ങളും വിശദീകരിച്ചു. ആ വാർത്ത അല്പസമയത്തിനുള്ളിൽ കാട്ടുതീ പോലെ പടർന്നു; ഇപ്പോഴൊക്കെ നമ്മുടെ സമൂഹമാധ്യമങ്ങ ളിൽ വാർത്തകൾ "വൈറസ്" ആയി എന്ന് പറയാറില്ലേ, അതുപോലെ എന്ന് കരുതിക്കൊള്ളുക

"ഓ ദൈവമേ, ഈ ലോകത്തിന്റെ സൃഷ്ടാവേ, എന്റെ തെറ്റ് പൊറുക്കണമേ; ഞാൻ ഒരു വിഡ്ഢിയെപ്പോലെ ആ എലിയെ കൊന്ന പാപത്തിന് ക്ഷമ നൽകേണമേ, മാപ്പ നൽകേണമേ" എന്ന പൂച്ചസിംഹത്തിന്റെ വാക്കുകൾ എല്ലാ എലികളുടേയും കാതുകളിൽ എത്തി. അതുകേട്ട് എലികൾ സന്തോഷിച്ച് തുള്ളിച്ചാടി. ആർപ്പുവിളിച്ചു അവരുടെ ആഹ്ലാദം പ്രകടിപ്പിച്ചു. എലി ഗ്രാമങ്ങളിലെ മുഖ്യൻമാർ ഒന്നു ചേർന്ന് പൂച്ചസിംഹം പശ്ചാത്തപിച്ചതിലും ഒരു നല്ല വിശ്വാസിയായി മാറിയതിലും അദ്ദേഹത്തെ അഭിനന്ദിച്ച് പ്രമേയങ്ങൾ പാസ്സാക്കി. അവർ വലിയ അനുമോദന പ്രകടനങ്ങൾ ഒരുക്കുകയും ചെയ്തു. അത്തരം കൂട്ടങ്ങളിൽ ആയിരമായിരം എലികൾ പങ്കെടുക്കുകയും ചെയ്തു. എല്ലാവരും ആടിപ്പാടി നല്ല സദ്യകൾ ഒരുക്കി ആഘോഷിച്ചു. അത്തരം ആഘോഷങ്ങളിൽ പങ്കെടുത്ത ഓരോ എലിയും അവരാൽ കഴിയുന്നത്

ആഘോഷസ്ഥലത്തേക്ക് കൊണ്ടു ചെല്ലുകയും ചെയ്തു. ഒരെലി ഒരു കുപ്പി വീഞ്ഞായിരുന്നു കൊണ്ടുചെന്നതെങ്കിൽ മറ്റൊരാൾ ഒരു കൂടനിറച്ച് മുന്തിരിപ്പഴം; മറ്റൊരാൾ കുറേ ഓറഞ്ച്; വേറൊരാൾ നല്ല മധുരമുള്ള കേയ്ക്ക് ; ചിലർ കൊണ്ടു ചെന്നത് കാശ്മീരിലുണ്ടാക്കിയ കമ്പിളി ഷാളു കളായിരുന്നു, ചിലർ മറ്റുതരം വസ്ത്രങ്ങൾ; ചിലർ ആകർഷണീയങ്ങളായ തൊപ്പികൾ: അങ്ങിനെ പലതും.

അങ്ങിനെ എത്തിച്ചേർന്ന വസ്തുക്കളിൽ നിന്ന് ചിലതെല്ലാം തിര ഞ്ഞെടുത്ത് പൂച്ച സിംഹത്തിന് ഉപഹാരമായി നൽകാൻ മുഖ്യന്മാർ തീരുമാനിച്ചു. ഉപഹാരം പൂച്ചസിംഹത്തിന് അദ്ദേഹത്തിന്റെ ആസ്ഥാ നത്ത് ചെന്ന് ആദരപൂർവ്വം സമ്മാനിക്കാനായി എലിഗ്രാമങ്ങളിലെ പേരും പെരുമയുള്ള ചില മുഖ്യന്മാരിൽനിന്നും തിരഞ്ഞെടുത്ത ഒരു സംഘത്തെ നിയോഗിച്ചു. അതെല്ലാം ചെയ്തത് പുതുതായി ചുമതലയേറ്റ എലി രാജാവിന്റെ അറിവോടും പൂർണ്ണസമ്മതത്തോടെയുമായിരുന്നു.

ആ ദൗത്യസംഘം ഉപഹാരങ്ങളുമായി പൂച്ചസിംഹത്തിന്റെ വാസ സ്ഥലത്ത് നേരത്തേ നിശ്ചയിച്ച് ഉറപ്പിച്ചിരുന്ന സമയത്തുതന്നെ എത്തി. പൂച്ച അവരെ തികഞ്ഞ സ്നേഹത്തോടെ സ്വീകരിച്ചു. അവരോട് സംസാ രിച്ചുകൊണ്ടിരുന്നതിനിടയിൽ സിംഹം പറഞ്ഞു.

"നിങ്ങളൊക്കെയെന്താ ഇത്ര ദൂരെ നിൽക്കുന്നത്?. ഇങ്ങടുത്തു വാ. നമുക്ക് കുറച്ച്നേരം സംസാരിച്ചിരിക്കാം." അവർ മുൻപ് നിന്നിരുന്നതി നേക്കാൾ കുറച്ച് കൂടി അടുത്തേക്ക് മാറിനിന്നു.

"ച്ഛെ. ച്ഛെ. ഇതെന്താ. നിങ്ങൾക്ക് ഇപ്പോഴും എന്നെ ഭയമാണോ. ഞാൻ തികച്ചും മാനസാന്തരപ്പെട്ടിരിക്കുന്ന വിവരം നിങ്ങൾക്കറിയില്ലെ. വാ. ഇങ്ങടുത്തുവാ." പൂച്ച വീണ്ടും പറഞ്ഞു.

മനസ്സിൽ നിന്ന് മാറാത്ത ഭയവുമായി അവർ പൂച്ചയോട് കുറച്ചുകൂടി അടുത്ത് സ്ഥാനമുറപ്പിച്ചു. അവർ പറഞ്ഞു.

"മഹനായ രാജാവേ, അങ്ങ് ഞങ്ങളുടെ മിത്രവും രക്ഷകനുമാണെന്ന് ഞങ്ങൾ മനസ്സിലാക്കിയിരിക്കുന്നു. അതുകൊണ്ട് ഞങ്ങൾ അങ്ങയ്ക്ക് സമർപ്പിക്കാൻ ചില ഉപഹാരങ്ങൾ കൊണ്ടുവന്നിട്ടുണ്ട്. ഇതൊന്നും അങ്ങയ്ക്ക്, അങ്ങയുടെ അന്തസ്സിന് ചേരുന്നവയായിരിക്കില്ലെന്ന് ഞങ്ങൾക്ക് സന്ദേഹമുണ്ട്. എങ്കിലും ഞങ്ങളുടെ കഴിവിനനുസരണം സ്വരൂപിച്ച ഈ ഉപഹാരങ്ങൾ ദയവായി സ്വീകരിച്ച് ഞങ്ങളെ അനു ഗ്രഹിക്കണം."

"ഓ. അങ്ങിനെയോ. വളരെ സന്തോഷം. സ്നേഹിതന്മാർ തരുന്ന ഉപഹാരങ്ങൾ, അവ എന്തായാലും വില മതിപ്പില്ലാത്തവയാണ്.

സംശയമില്ല. ഓരോരുത്തരും ഇങ്ങടുത്തുവന്ന് അവരവരുടെ കയ്യിലു ള്ള ഉപഹാരങ്ങൾ ഇവിടെ വെച്ചോളൂ. എന്നിട്ട് ഇങ്ങടുത്ത്, ഇവിടെ നിന്നാൽ ഞാനെല്ലാവരേയും തലയിൽതൊട്ട് അനുഗ്രഹിക്കാം."

മനസ്സിൽ കൂടിക്കൂടി വന്ന ഭയം കാരണം അല്പം അറച്ചാണ് അവർ സിംഹത്തോട് കുറേക്കൂടി അടുത്ത് നിന്നത്. എങ്കിലും പൂച്ചസിംഹത്തി ന്റെ അനുനയിപ്പിക്കുന്ന വിധത്തിലുള്ള സ്നേഹത്തോടുകൂടിയ സംസാരം കേട്ട് അവർ അല്പം ആശ്വസിക്കാൻ തുടങ്ങുന്ന സമയത്തായിരുന്നു പെട്ടന്നുണ്ടായ ആക്രമണം. പൂച്ചസിംഹം ഒറ്റചാട്ടത്തിന് തന്റെ രണ്ട് മുൻകാലുകളിലുമായി അഞ്ച് എലികളെ പിടിച്ചെടുത്തു. രണ്ടെണ്ണത്തിനെ വായിലും. അങ്ങിനെ പൂച്ചസിംഹത്തിന്റെ ആക്രമണത്തിന് ഇരയായ ഏഴ് എലികളും അവരവരുടെ ഗ്രാമങ്ങളിലെ പഞ്ചായത്ത് മുഖ്യന്മാരാ യിരുന്നു. ആ കാഴ്ചകണ്ട മറ്റെലികൾ ചില നിമിഷങ്ങൾ ഇതി കർത്ത വ്യതാമൂഢരായിപ്പോയി എങ്കിലും പെട്ടന്ന് സ്വബോധം വീണ്ടെടുത്ത് അവിടെനിന്നും ഓടി രക്ഷപ്പെട്ടു. അങ്ങിനെ ഓടി രക്ഷപ്പെട്ടവരിൽ ചെറുപ്പക്കാരായവർ പറഞ്ഞു.

"കൂട്ടരേ, നമ്മളെന്താണ് ചെയ്യേണ്ടതെന്ന് ആലോചിക്കണം. ആ കള്ളൻ പൂച്ച നമ്മുടെ ഏഴ് നേതാക്കന്മാരെയാണ് ചതിച്ച് കൊന്നിരി ക്കുന്നത്. ഇതിന് പകരം വീട്ടണം".

എല്ലാ എലികളും ദുഃഖിതരായി തലകുനിച്ച് ഇരിക്കുകയായിരുന്നു. അതിലൊരാൾ ചെറുപ്പക്കാരുടെ അടക്കാനാകാത്ത രോഷം കണ്ടു പറഞ്ഞു.

"കൂട്ടരെ. നമ്മൾ ആദ്യം ചെയ്യേണ്ടത് തിരികെപ്പോയി നമ്മുടെ രാജാവിനോട് വിവരങ്ങൾ പറയുകയാണ്. അദ്ദേഹം എന്താണ് ചെയ്യേ ണ്ടതെന്ന് ഉപദേശിക്കാൻ കഴിവും അർഹതയുമുള്ള ആളാണല്ലോ. മാത്രമല്ല അദ്ദേഹവും കൂടി ഉപദേശിച്ചതനുസരിച്ചല്ലെ നമ്മൾ ഉപഹാരങ്ങളുമായി ഈ ചതിയൻ പൂച്ചയുടെ മുന്നിൽ എത്തിയത്." ആ അഭിപ്രായം എല്ലാവർക്കും സമ്മതമായിരുന്നു. അവരെല്ലാവരും എലിരാജാവിനെക്കണ്ട് നടന്ന വിവരങ്ങളെല്ലാം വിശദീകരിച്ചു.

"ഞങ്ങളുടെ പ്രിയപ്പെട്ട രാജാവേ, അങ്ങയെ ഒരു വലിയ ദുഃഖവാർ ത്ത അറിയിക്കാനാണ് അടിയങ്ങൾ അങ്ങയുടെ സമക്ഷം എത്തിയി രിക്കുന്നത്."

"എന്താ കേൾക്കട്ടെ"

"അങ്ങയുടെ ഉപദേശപ്രകാരം ഞങ്ങൾ ആ പൂച്ചസിംഹത്തിന്റെ അടുത്തേക്ക് സ്നേഹോപഹാരങ്ങളുമായി പോയി. പക്ഷേ ആ ചതിയൻ

പൂച്ച ഞങ്ങളെ അപമാനിക്കുകയും നമ്മുടെ ഗ്രാമമുഖ്യന്മാർ ഏഴുപേരെ ക്രൂരമായി കൊലപ്പെടുത്തുകയും ചെയ്തു. ആ ഏഴുപേരുടേയും മൃതശരീരങ്ങൾ ആ ദുഃഷ്ടൻ തിന്നുകയും ചെയ്തു. അവരെക്കൂടാതെ മറ്റുചിലരും ആ ചതിയന്റെ ആക്രമത്തിൽ കൊല്ലപ്പെട്ടു. അവരുടെ മൃതദേഹങ്ങൾ ഞങ്ങൾ വീണ്ടെടുത്ത് കൊണ്ടുവന്നിട്ടുണ്ട്."

മറ്റുചിലർ തുടർന്ന് പറഞ്ഞു.

"ആ ദുഷ്ടൻ പൂച്ചയെ ഒരു പാഠം പഠിപ്പിക്കണം അതിന് അങ്ങയുടെ ഉപദേശം ഞങ്ങൾക്ക് ഉണ്ടാകണം". വിവരങ്ങളെല്ലാംകേട്ട എലിരാജാവിന്റെ മനസ്സ് കോപം കൊണ്ട് തിളച്ചുപൊങ്ങുകയായിരുന്നു-എങ്ങിനെയെന്ന് ചോദിച്ചാൽ നമ്മുടെ ചീനച്ചട്ടികളിൽ തിളച്ചുപൊങ്ങുന്ന സൂപ്പുപോലെ എന്ന് വേണമെങ്കിൽ പറയാം. എങ്കിലും രാജാവ് സംയമനം പാലിച്ച് പറഞ്ഞു.

"ആദ്യം നമ്മൾ, നമ്മുടെ മരിച്ച കൂട്ടരുടെ മൃതദേഹങ്ങൾ എല്ലാ മര്യാദകളോടും കൂടി സംസ്കരിക്കണം. അതിനുശേഷമാകട്ടെ മറ്റുകാര്യങ്ങൾ."

ആ അഭിപ്രായം ശരിയാണെന്ന് മറ്റെലികൾക്കും തോന്നി. അവരെല്ലാം ദുഃഖസൂചകമായ് കറുത്ത വസ്ത്രങ്ങൾ ധരിച്ച് ഒന്നുചേർന്ന് വാദ്യഘോഷത്തോടെ പൂച്ചയുടെ ആക്രമണത്തിൽ മരിച്ചുപോയ കൂട്ടുകാരുടെ ശവശരീരങ്ങൾ എടുത്തുചെന്ന് വിധിപ്രകാരമുള്ള എല്ലാ കർമ്മങ്ങളും ചെയ്ത് അടക്കി.

പിന്നീട് അവർ എലിരാജാവിന്റെ മുമ്പിൽ എത്തി. അവർ പറഞ്ഞു.

"പണ്ടെല്ലാം ദിവസം ഒരെലിയെമാത്രം കൊന്നുതിന്ന് വിശപ്പടക്കിയിരുന്ന ദുഃഷ്ടൻ പൂച്ച ഇപ്പോൾ ദിവസം അഞ്ച് എലികളെയാണ് കൊന്നു തിന്നുന്നത്. അവൻ വിശ്വാസിയായി മാറിയെന്ന് കാണിച്ചു നടത്തിയ കുമ്പസാരവും ഏറ്റുപറച്ചിലുമെല്ലാം വെറും തട്ടിപ്പായിരുന്നു. നമ്മൾ തക്ക പ്രതികാരം ചെയ്യണം."

"അതെ നമ്മൾ ആ ദുഃഷ്ടന് കൊടുക്കുന്ന തിരച്ചടി ലോകമെങ്ങുമുള്ള എല്ലാ പൂച്ചകളും എന്നും ഓർക്കുന്നതരത്തിലായിരിക്കണം. സംശയമില്ല." എലി രാജാവ് ഉടനെത്തന്നെ തന്റെ സൈന്യം മുഴുവനും അവിടെ ഹാജരാകാൻ ഉത്തരവിട്ടു. ഏതാനും നിമിഷങ്ങൾക്കുള്ളിൽത്തന്നെ കണ്ണുകളുടെ കാഴ്ചയ്ക്കും അപ്പുറം വിസ്തൃതിയുള്ള അടുത്ത മൈതാനം നിറഞ്ഞ് അടുത്തുള്ള റോഡിലേക്കും നിറഞ്ഞുനിന്നത്ര എലിഭടന്മാർ രാജാവിന്റെ മുമ്പിൽ അച്ചടക്കത്തോടെ അണിനിരന്ന് നിന്നു. എലിരാജാവ് അവരെ അഭിസംബോധന ചെയ്ത് പ്രസംഗിച്ചു-ആക്രോശിച്ചു എന്ന് പറയുന്നതായിരിക്കും കൂടുതൽ ശരി.

“എന്റെ എത്രയും പ്രിയപ്പെട്ട ഭടന്മാരെ, പ്രജകളെ, നാം ഇന്ന് ഇവിടെക്കൂടിയിരിക്കുന്നത് എന്തിനാണെന്ന് നിങ്ങൾക്ക് അറയാം. ഞാൻ പ്രത്യേകിച്ച് പറയേണ്ടതില്ല. നമ്മുടെ ആദരണീയരായ പല ഗ്രാമമുഖ്യന്മാരുൾപ്പെടെ പലരേയും ആ ദുഃഷ്ടനായ, പരമദ്രോഹിയും കൗശലക്കാരനുമായ പൂച്ചസിംഹം-ച്ഛീ, സിംഹം പോലും സിംഹം, ആ കള്ളൻ പൂച്ച കൊന്നു തിന്നിരിക്കുന്നു. അതുകൊണ്ട് ആ അവിശ്വാസിയും ദൈവനിഷേധിയുമായ പൂച്ചയ്ക്ക് ഒരു പാഠം കല്പിക്കേണ്ടതുണ്ട്. നിങ്ങളെല്ലാവരും ഒരു തുണയായി നമ്മോടൊപ്പം ഉണ്ടാകും എന്നു വിശ്വസിക്കുന്നു-ഉണ്ടാകും എന്ന് എനിക്കുറപ്പുണ്ട്. ഞാൻ നമ്മുടെ ഭടന്മാരോട് തികഞ്ഞ ആത്മവിശ്വാസത്തോടെ നീചനായ പൂച്ചയുടെ ആസ്ഥാനമായ “കെർമാൻ” നഗരത്തിലേക്ക് പുറപ്പെടാനും ആ ദുഷ്ടൻ പൂച്ചയോട് പൊരുതി അവനെ കൊല്ലുവാനും കല്പിക്കുന്നു. ഉടനേ പുറപ്പെട്ടുക വിജയികളായി തിരിച്ചു വരൂ”.

ഉടനേ തന്നെ രോഷാകുലരായ എലി സൈന്യം കെർമാനിലേക്ക് യാത്ര തിരിച്ചു. വാളും പരിചയും, തോക്കുകളും, കുന്തങ്ങളും, അങ്ങിനെ പലതരം ആയുധങ്ങളോടും കൂടി എലിപ്പട അവരുടെ കൊടിയുമേന്തി മുൻനിരയിൽ നടന്ന ഭടന്മാരെ അനുഗമിച്ചു-ആ സൈന്യം ചെറുതൊന്നുമായിരുന്നില്ല. മുപ്പത്തിമൂവായിരം എലിഭടന്മാരായിരുന്നു കെർമാനിലേക്ക് യാത്ര ചെയ്തത്. എന്തിന്, ആ ദൃശ്യം കാണാനും വിവരങ്ങൾ അപ്പോഴപ്പോൾ വാർത്താവിനിമയ മാധ്യമങ്ങൾക്ക് എത്തിച്ചുകൊടുക്കുവാനും എലി സൈന്യത്തെ അനുഗമിച്ച ഒരു മനുഷ്യൻ (ഒരു പത്രപ്രവർത്തകൻ) എലി സൈന്യത്തിന്റെ വലുപ്പവും ആവേശവും കണ്ട് അതിശയിച്ച്, അത്ഭുതപ്പെട്ട് സ്വയം അറിയാതെ അയാളുടെ കുതിരപ്പുറത്തുനിന്നും താഴെ വീണു. ആ വീഴ്ചകാരണം കുറെ എലിഭടന്മാർക്ക് പരുക്ക് പറ്റുകയും ഒന്നു രണ്ടുപേർ മരിക്കുകയും ചെയ്തു. പക്ഷേ അതൊന്നും ആ സൈന്യത്തെ ബാധിച്ചില്ല. അവർ തികഞ്ഞ ധൈര്യത്തോടെ കെർമാൻ നഗരത്തിലേക്ക് അണിഅണിയായി മാർച്ച് ചെയ്തു. അവരുടെ രാജാവും പിന്നിലായിരുന്നില്ല. അദ്ദേഹവും അവരോടൊപ്പം ഉണ്ടായിരുന്നു.

അങ്ങിനെ കെർമാൻ നഗരത്തിൽ എത്തിയ എലിസൈന്യത്തെ അഭിസംബോധന ചെയ്ത് എലിരാജാവ് പറഞ്ഞു.

“ചെറുപ്പക്കാരായ എന്റെ യുവസൈനികരെ, നാം കെർമൻ നഗരത്തിൽ എത്തിയിരിക്കുന്നു. ഇതാണ് നമ്മുടെ ശത്രുവായ പൂച്ചയുടെ വാസസ്ഥലം. ഇനി നാം ആ ദുഃഷ്ടനെ പൊരുതി ഇല്ലാതാക്കണം. പക്ഷേ സാമാന്യ മര്യാദ അനുസരിച്ച് നാം ആ കള്ളന് ഒരവസരം കൂടി

നൽകേണ്ടതുണ്ട്. നാം നമ്മുടെ ഒരു ദൂതനെ ആ ദുഃഷ്ടന്റെ അടുത്തേക്ക് അയക്കാം".

മറ്റുള്ളവർ ആർത്തുവിളിച്ച് പറഞ്ഞു.

"അതേ അതാണ് ശരി. നാം നമ്മുടെ രാജാവിന്റെ ഉപദേശങ്ങളും കല്പനകളും സ്വീകരിച്ച് പ്രവർത്തിക്കുന്നതായിരിക്കും. ഇത് ഞങ്ങളുടെ വാക്ക്-ഞങ്ങളുടെ സത്യം."

കൂട്ടത്തിൽ നല്ല വിദ്യാഭ്യാസവും ലോകപരിചയവും നയപരമായി സംസാരിക്കാൻ മികവുള്ള ഒരു എലിമുഖ്യൻ ഉണ്ടായിരുന്നു. രാജാവ് അദ്ദേഹത്തിന്റെ പേരാണ് നിർദ്ദേശിച്ചത്. തന്റെ പേര് രാജാവ് നിർദ്ദേശിച്ചയുടനെതന്നെ, ഒട്ടും സമയം കളയാതെ മുഖ്യൻ ഉച്ചത്തിൽ പറഞ്ഞു.

"ഞാനിതാ പുറപ്പെട്ടുകഴിഞ്ഞു." സമയം ഒട്ടും തന്നെ നഷ്ടപ്പെടുത്താതെ മുഖ്യൻ പൂച്ചസിംഹത്തിന്റെ മുമ്പിലെത്തി-ഏതാണ്ട് കാറ്റിന്റെ വേഗതയിൽത്തന്നെ എന്ന് പറയാം യാതൊരു സങ്കോചമോ ഭയമോ ഇല്ലാതെ മുഖ്യൻ പൂച്ചസിംഹത്തിന്റെ മുമ്പിൽ നിന്ന് സംസാരിച്ചു.

"ഹേ ബലശാലിയായ പൂച്ചസിംഹം അവർകളേ, ഞാൻ ഞങ്ങളുടെ ആരാധ്യനായ, പൂജ്യനായ എലിരാജാവിന്റെ ഒരു പ്രധാന ദൗത്യവുമായിട്ടാണ് അങ്ങയുടെ മുമ്പിൽ നിൽക്കുന്നത്. അങ്ങയ്ക്ക് ഞങ്ങളുടെ രാജാവിന്റെ ആശംസകളും ഞങ്ങളുടെ ബഹുമാനവും സമർപ്പിച്ചുകൊണ്ട് ഞങ്ങൾക്ക് പറയുവാനുള്ളത് അങ്ങയെ ബോധിപ്പിക്കാൻ അനുവാദം തന്നാലും".

"ശരി, ശരി. എന്താണെന്നുവെച്ചാൽ വേഗം പറഞ്ഞുതുലക്ക്." പൂച്ചസിംഹത്തിന്റെ പ്രതികരണം അഹങ്കാരത്തിന്റെ ഭാഷയിലായിരുന്നു.

"ശരി. അങ്ങ് ദയവായി കേട്ടാലും. ഞങ്ങൾ എലികളുടെ നേരെയുള്ള അങ്ങയുടെ ക്രൂരകൃത്യങ്ങൾ സഹിക്കാവുന്നതിലും കൂടുതലായിരിക്കുന്ന നിലയിൽ, അങ്ങ് ഞങ്ങളുടെ സ്നേഹദൗത്യവുമായി അങ്ങയുടെ അടുത്തേക്ക് വന്ന ഞങ്ങളുടെ ഗ്രാമമുഖ്യന്മാരെ ദയവില്ലാതെ ആക്രമിച്ച് കൊലചെയ്ത നിലയിൽ ഞങ്ങൾക്ക് അങ്ങയോടും അങ്ങയുടെ വംശത്തോടും യുദ്ധം ചെയ്തേ മതിയാകൂ എന്ന നില വന്നിരിക്കുന്നു. എങ്കിലും വിനാശകരമായ ഒരു യുദ്ധം ഒഴിവാക്കാൻ ഞങ്ങൾ ആഗ്രഹിക്കുന്നു. അതുകൊണ്ട് ഇനിമേൽ ഇത്തരം ക്രൂരകൃത്യങ്ങൾ അങ്ങോ അങ്ങയുടെ വംശജരോ ചെയ്യുകയില്ലെന്ന ഉറപ്പ് കിട്ടിയില്ലെങ്കിൽ ഞങ്ങൾ ഉടൻതന്നെ യുദ്ധം ആരംഭിക്കുന്നതാണ്. അങ്ങയുടെ അന്ത്യം കാണുക എന്നതുതന്നെയായിരിക്കും യുദ്ധത്തിന്റെ ലക്ഷ്യം. ഞാൻ അങ്ങയുടെ മറുപടിക്കായി വിനീതമായി കാത്തുനിൽക്കുന്നു."

“എടാ പട്ടിസമാനനായ എലി, നീ പോയി നിന്റെ രാജാവിനോട് പറ, അവൻ മണ്ണുകപ്പി അപേക്ഷിച്ചാലും ഈ പൂച്ചയുടെ മനസ്സ് മാറുകയില്ലെന്ന്. എനിക്ക് നിന്റെയൊന്നും ഔദാര്യമോ സഹതാപമോ ആവശ്യമില്ലെന്നും പറഞ്ഞേക്ക്. ങ്ഉം. വേഗം എന്റെ മുമ്പിൽ നിന്നും പൊക്കൊ. അല്ലെങ്കിൽ ദൂതനാണെന്ന പരിഗണന നിനക്കും കിട്ടുകയില്ല.”

എലിമുഖ്യൻ ഉടൻതന്നെ അവിടെനിന്നും മടങ്ങിപ്പോയി. പൂച്ച തന്റെ ദൂതന്മാരെ അടുത്തുള്ള “ഖൊറസ്സാൻ” നഗരത്തിലേക്ക് അയച്ചു. അവിടെയുണ്ടായിരുന്ന പൂച്ചസൈന്യത്തിന്റെ ഒരു വിഭാഗത്തിനെ ഉടനേ കെർമാനിലേക്ക് അയക്കണമെന്നതായിരുന്നു ദൂത്. അധികം താമസിയാതെ ഖൊറാസ്സാനിൽ നിന്നും ഒരു വലിയ പൂച്ചസൈന്യം കെർമനിൽ എത്തി. അങ്ങിനെ കെർമനിലെയും “ഖൊറാസ്സാന”യിലെയും പൂച്ചസൈന്യങ്ങളും യുദ്ധത്തിന് സന്നദ്ധരായി നിലയുറപ്പിച്ചു. ആ സൈന്യത്തെ അഭിസംബോധന ചെയ്തുകൊണ്ട് പൂച്ചസിംഹം ആജ്ഞാപിച്ചു.

“നമ്മുടെ ധൈര്യശാലികളായ പൂച്ച ഭടന്മാരെ,നമ്മുടെനേരെ ഒരാക്രമണം ഏതുസമയത്തും നടത്താനായി എലികൾ അണിനിരന്ന് നിൽക്കുകയാണ്. ആ പട്ടികളെ ഒരു പാഠം പഠിപ്പിക്കാനുള്ള അവസരമാണിത്. ഒട്ടും സങ്കോചപ്പെടാതെ നിങ്ങൾ ആ എലി സൈന്യത്തെ ആക്രമിക്കുക. വിജയം നമുക്കുള്ളതാണ്. ഒരു സംശയവും വേണ്ട. ആവശ്യം വരുകയാണെങ്കിൽ നാളെ ഞാനും നിങ്ങളോടൊപ്പം യുദ്ധഭൂമിയിൽ ഉണ്ടാകും. പുറപ്പെട്ടുകൊള്ളുക.” പൂച്ചഭടന്മാർ അവരുടെ കുതിരുകളുടെ പുറത്തുകയറി യുദ്ധഭൂമിയിലേക്ക് പുറപ്പെട്ടു.

അതേ സമയംതന്നെ എലിരാജാവ് എലിസൈന്യത്തെ അഭിസംബോധന ചെയ്ത് പ്രസംഗിച്ചു.

“എന്റെ പ്രിയപ്പെട്ട എലി സഹോദരന്മാരെ, ഭടന്മാരെ, ആ ദുഃഷ്ടൻ പൂച്ച നമ്മുടെ ദൂതനേയും അവഹേളിച്ചിരിക്കുന്നു. ഇനി നമുക്ക് പൂച്ചകളോട് ഒരു യുദ്ധമല്ലാതെ മറ്റ് മാർഗങ്ങളൊന്നുമില്ല. ഇതാ പൂച്ച ഭടന്മാർ എത്തിക്കഴിഞ്ഞിരിക്കുന്നു. നിങ്ങളും പുറപ്പെട്ടുകൊള്ളുക.” എലി ഭടന്മാരും യുദ്ധഭൂമിയിലേക്ക് പോയി. അങ്ങിനെ എലികളും പൂച്ചകളും തമ്മിൽ ലോകം അതിനുമുൻപെങ്ങും കണ്ടിട്ടില്ലാത്തവിധം ഭയാനകമായ യുദ്ധം തുടങ്ങി. യുദ്ധത്തിൽ ചത്തുവീണ എലികളും പൂച്ചകളും കുറച്ചൊന്നും ആയിരുന്നില്ല.

പക്ഷേ ഏതാണ്ട് നേരം വൈകാറായ സമയത്ത് ഒരെലിഭടൻ ഒരു പ്രമുഖനായ പൂച്ചമുഖ്യനെ തന്റെ കയ്യിലുണ്ടായിരുന്ന കുന്തം കൊണ്ട് ആഞ്ഞുകുത്തി. പരിക്ക് പറ്റിയ പൂച്ചമുഖ്യൻ കുതിരപ്പുറത്തുനിന്ന് താഴെ

വീണു. ഉടനെ മറ്റുചില എലിഭടന്മാർ അയാളെ ചുറ്റുകയും ബന്ധിതനാക്കി എലി രാജാവിന്റെ സമക്ഷം എത്തിക്കുകയും ചെയ്തു. ആ സംഭവത്തോടു കൂടി അന്നത്തെ യുദ്ധം അവസാനിച്ചു. അങ്ങിനെ യുദ്ധത്തിന്റെ ആദ്യദിവസം എലികൾ ജയിച്ചു എന്ന് കരുതാം.

എലിരാജാവ് ബന്ധിതനായ ആ പൂച്ചമുഖ്യനെ കണ്ടതും പറഞ്ഞു.

“ഹേ. തെമ്മാടി. നീ എന്തിനാ ഞങ്ങളുടെ കൂട്ടരെ കൊല്ലാനായി ഇറങ്ങിത്തിരിച്ചത്. കൊല്ലുന്നതുമാത്രമല്ല നീ അവരിൽ പലരുടേയും ശരീരങ്ങൾ തിന്നുകയും ചെയ്തു. അല്ലേടാ പട്ടീ. എന്നാൽ ഇപ്പോൾ ഈ എലിരാജാവ് ആജ്ഞാപിക്കുന്നത് നീ കേട്ടുകൊള്ളുക.”

എലി രാജാവ് തന്റെ ഭടന്മാർക്ക് നിർദ്ദേശം നല്കി.

“ഈ വകതിരിവ്കെട്ട പൂച്ചയെ നമ്മുടെ തൂക്കുമേടയിൽ കൊണ്ടുപോയി തൂക്കിലിടുക. ഒട്ടും അമാന്തിക്കണ്ട.”

എലി രാജാവ് അവിടെ നിന്നും പോകുന്നതിനുമുൻപ് ബന്ധിതനായ പൂച്ച വളരെ വിനയത്തോടു കൂടി അപേക്ഷിച്ചു.

“അല്ലയോ രാജൻ. ഈയുള്ളവന് ഒരു തെറ്റുപറ്റിയതാണ്. ഇനി ഒരിക്കലും ഞാൻ അങ്ങയുടെ പ്രജകളിലാരെയും യാതൊരു വിധത്തിലും ഉപദ്രവിക്കുകയില്ലെന്ന്, ശല്യപ്പെടുത്തുകയില്ലെന്ന് അങ്ങേയ്ക്ക് വാക്കുനൽകുന്നു. എന്നും അങ്ങയുടെ ഒരു വിനീത ദാസനായി കഴിഞ്ഞുകൊള്ളാം. ഈ ഒരു പ്രാവശ്യം എന്നോട് ക്ഷമിക്കണം.”

രാജാവ് പൂച്ചയുടെ അഭ്യർത്ഥന ചെവികൊണ്ടില്ല എന്നുമാത്രമല്ല തന്റെ ഭടന്മാരോട്,

“ഇവനേ വേഗം ഇവിടെനിന്ന് കൊണ്ടുപോകൂ” എന്നു പറഞ്ഞിട്ടാണ് അവിടെ നിന്നും പോയത്.

അടുത്ത ദിവസം കാലത്ത് എലിരാജാവ് സ്വന്തം കുതിരപ്പുറത്ത് യുദ്ധഭൂമിയിലേക്ക് യാത്ര തിരിച്ചു. വഴിയിൽ തൂക്കുമേടയും സന്ദർശിക്കാൻ മറന്നില്ല. അവിടെ ചെന്നപ്പോൾ തലേദിവസം കണ്ട പൂച്ചമുഖ്യൻ ബന്ധനസ്ഥനായി അവിടെ നിൽക്കുന്നുണ്ടായിരുന്നു. അതുകണ്ട എലി രാജാവിന് അല്പം കോപം വന്നതിൽ അതിശയിക്കാനൊന്നും ഇല്ലല്ലൊ. അദ്ദേഹം തന്റെ ഭടന്മാരോട് ആക്രോശിച്ചു

“ഓ ഇനിയും ഇവൻ ജീവനോടെ ഇവിടെയുണ്ടോ. നിങ്ങളിത്തരം നീചന്മാരോട് കരുണകാണിക്കേണ്ട ഒരാവശ്യവും ഇല്ല. ഇവനോടൊക്കെ സഹതാപം കാണിച്ചാൽ കിട്ടുന്ന സന്ദർഭം ഉപയോഗിച്ചു. പകരം വീട്ടാൻ കാത്തിരിക്കുന്ന നന്ദിയില്ലാത്ത വർഗമാണ് ഇവന്മാരുടേതെന്ന് മറക്കണ്ട. ഉം. ഇവനേ ഉടനേ തൂക്കിലിട്”

എലി രാജാവ് അതുപറഞ്ഞ് നിർത്തിയതും ഒരു പൂച്ച കുതിരപ്പുറത്ത് അവിടെ എത്തി ഉച്ചത്തിൽ വിളിച്ചു പറഞ്ഞു.

"മഹാനായ എലിരാജാവേ, ഞാൻ പൂച്ചകൾക്ക് വേണ്ടി ദൂതനായി അങ്ങയോട് അപേക്ഷിക്കുകയാണ്; തടവുകാരനായി അങ്ങയുടെ മുന്നിൽ നിൽക്കുന്ന പൂച്ചയോട് ദയവ് കാണിച്ചാലും"

ആ ക്ഷമാപണയാചനം എലിരാജാവിന്റെ കോപം കൂട്ടാൻ മാത്രമാണ് പ്രയോജനപ്പെട്ടത്. അദ്ദേഹം തന്റെ ഭടന്മാരെ ശാസിച്ചു.

"നിങ്ങൾ എന്തിനുവേണ്ടയാണ്, ആർക്കുവേണ്ടിയാണ് കാത്തിരിക്കുന്നത്. ഇവന് കൊടുക്കുന്ന ഒരോ നിമിഷവും നമ്മുടെ നാശത്തിന് വഴി വിതയ്ക്കുകയായിരിക്കും എന്ന് നിങ്ങൾക്കൊന്നും അറിഞ്ഞുകൂടേ."

ആ സമയത്ത് നടന്നത് തികച്ചും അപ്രതീക്ഷിതമായിരുന്നു. ബന്ധനസ്ഥനായിരുന്ന പൂച്ച കുതിരപ്പുറത്തിരുന്ന ദൂതനെ സൂക്ഷിച്ച് നോക്കിയപ്പോൾ ഒരു കാര്യം മനസ്സിലായി. കുതിരപ്പുറത്ത് ചെന്നിരുന്നത് മറ്റാരുമായിരുന്നില്ല. സാക്ഷാൽ പൂച്ചസിംഹം തന്നെയായിരുന്നു.

ആ സത്യം മനസ്സിലാക്കിയ ബന്ധനസ്ഥനായിരുന്ന പൂച്ച തന്റെ ബന്ധനങ്ങൾ ശക്തിയെടുത്ത് പൊട്ടിച്ചെറിഞ്ഞു. ഒറ്റചാട്ടത്തിന് തന്റെ മുമ്പിൽ നിന്നിരുന്ന എലിഭടന്മാരെ കൈക്കുള്ളിലാക്കി. ഒപ്പം തന്നെ പൂച്ചസിംഹം ഒറ്റച്ചാട്ടത്തിന് കുതിരപ്പുറത്തിരുന്ന എലിരാജാവിനേയും തട്ടി താഴെ വീഴ്ത്തുകയും തന്റെ കൈക്കുള്ളിൽ പിടിക്കുകയും ചെയ്തു. പിന്നീട് അവിടെ നടന്നത് ഒരു വലിയ യുദ്ധം തന്നെയായിരുന്നു. എലികളുടെ അല്ലാ... അല്ലാ... ദൈവമേ... എന്ന വിളി അവിടെയെങ്ങും മാറ്റൊലിച്ചു.

അവന്റെ തല വെട്ട്... റസ്റ്റം പൊരുതിയതുപോലെ പൊരുതു കൂട്ടരേ...അല്ലാ... അല്ലാ... ഉച്ചത്തിലുച്ചത്തിൽ അവർ വിളിച്ചു പറഞ്ഞു. (റസ്റ്റം ആരായിരുന്നു എന്ന് നിങ്ങൾക്ക് അറിയാമോ 10-ാം നൂറ്റാണ്ടിൽ ഫിർദാവസി എന്ന പേർഷ്യൻ കവി എഴുതിയ ഷാ നാമ-രാജാക്കന്മാരുടെ പുസ്തകം-എന്ന നീണ്ട കവിതയിൽക്കൂടി പേർഷ്യയിലെങ്ങും പ്രസിദ്ധി നേടിയ നായകനാണ് റസ്റ്റം. അന്നുതൊട്ട് പേർഷ്യൻ നാടോടികഥകളിലും ചരിത്രത്തിലുമെല്ലാം നിറഞ്ഞു നിന്നിരുന്ന ഒരു കഥാപുരുഷനാണ് റസ്റ്റം. റസ്റ്റം കഥകളെന്നോ, റസ്റ്റവും സോറാബും കഥകളെന്നോ അറിയപ്പെടുന്ന കഥകൾ നിങ്ങൾ വായിച്ചിട്ടില്ലെങ്കിൽ വായിക്കാൻ ശ്രമിക്കുക. അവയെല്ലാം ആരും വായിക്കാനാ ഇഷ്ടപ്പെടുന്ന കൗതുകരങ്ങളായ കഥകളാണ്.)

യുദ്ധം അവസാനിച്ചപ്പോഴേക്കും എലി രാജാവ് ഉൾപ്പെടെ

ബഹുഭൂരിപക്ഷം എലികളും കൊല്ലപ്പെട്ടുകഴിഞ്ഞിരുന്നു. കുറേയേറെ പൂച്ചകളും കൊല്ലപ്പെട്ടു. എങ്കിലും എലികളേ അപേക്ഷിച്ച് കൊല്ലപ്പെട്ട പൂച്ചകളുടെ എണ്ണം വളരെക്കുറവായിരുന്നു. ജീവനോടെ രക്ഷപ്പെടാൻ കഴിഞ്ഞ എലികൾ അന്യപ്രദേശങ്ങളിലും ദേശങ്ങളിലും പോയി രക്ഷപ്പെട്ടു. വീണ്ടും പൂച്ചകളോട് ഒരു വെല്ലുവിളിക്കോ യുദ്ധത്തിനോ എലികൾക്ക് സ്വപ്നംപോലും കാണാൻ കഴിയാത്തത്ര ശോചനീയമായിരുന്നു അവരുടെ പരാജയം. അതു കൊണ്ടു തന്നെ ഇന്നും അവർ പൂച്ചകളെക്കണ്ടാൽ എതിർക്കാതെ പ്രാണരക്ഷാർത്ഥം ഓടിഒളിച്ചുകളയും.

അബ്ദുൽകരിം എന്ന കർഷകനും രാജാവിന്റെ നിധിയും

ഇത് പണ്ട് പണ്ട്, അതായത് അബ്ബാസ് രാജാവിന്റെ കാലത്ത്, പേർഷ്യയിലെ ഒരു സാധാരണ ഗ്രാമത്തിൽ താമസിച്ചിരുന്ന അബ്ദുൽ കരിം എന്ന കൃഷിക്കാരന്റെയും അയാളുടെ സുന്ദരിയായിരുന്ന ഭാര്യ സിബയുടേയും കഥയാണ്. അവർക്ക് രണ്ട് മക്കളും ഉണ്ടായിരുന്നു. ഒരു മകനും ഒരു മകളും. കരിം താമസിച്ചിരുന്നത് മലകളാൽ ചുറ്റപ്പെട്ട ഒരു താഴ്‌വര (മലയടിവാരം) യിലായിരുന്നു.-രമണീയമായ പ്രകൃതിദൃശ്യങ്ങൾ; ധാരാളം പഴവർഗ്ഗങ്ങളും, കായ്കറികളും, പൂക്കളും ചിത്രശലഭങ്ങളും എല്ലാം ഉണ്ടായിരുന്ന ഒരു താഴ്‌വര. പക്ഷേ ഭൂസ്വത്തെല്ലാം ജന്മിയുടേതായിരുന്നു; കരീം വെറുമൊരു കൂലിവേല ചെയ്തിരുന്ന കർഷകത്തൊഴിലാളിയും. കരിമിന് കിട്ടിയിരുന്നത് വളരെ തുച്ഛമായ ദിവസക്കൂലി മാത്രമായിരുന്നു.-പലപ്പോഴും ആഹാരത്തിനുവേണ്ട ധാന്യങ്ങളും പച്ചക്കറികളും മറ്റുമായിരുന്നു പ്രതിഫലം. പണം (നാണയം) എന്നത് കരിമിനെ സംബന്ധിച്ച് ഒരു കാണാക്കനിയായിരുന്നു എന്നു തന്നെ പറയാം. എങ്കിലും കരീം ഒരു സമർദ്ധനായ കൃഷിക്കാരനായിരുന്നു. ഒരു ദിവസം കരിമിന്റെ ജോലിയിൽ അതീവ സന്തുഷ്ടനായ ഭൂവുടമ (ജന്മി) കരിമിനെ വിളിച്ചു പറഞ്ഞു.

“കരിം. നീ ഇപ്പോഴൊക്കെ വളരെ നന്നായി ജോലിചെയ്യുന്നു. അതുകൊണ്ട് ഇതാ, ഈ പത്ത് റിയൽ (അന്ന് പേർഷ്യയിലെ നാണയത്തിന്റെ പേര് അതായിരുന്നു-ഇന്നത്തെ ഇറാനിലും-ഇപ്പോൾ -2021 ൽ ഒരു ഇന്ത്യൻ രൂപ ഏതാണ്ട് 580 റിയാലിന് തുല്യമാണെന്ന് പറയാം.

ഒരു അമേരിക്കൻ ഡോളർ (USA) ഏതാണ്ട് 42000 റിയാലിനും. പക്ഷേ രണ്ടുവർഷങ്ങൾക്കുള്ളിൽ. അതായത് 2022 അവസാനമാകുമ്പോഴേക്കും തോമൻ-toman എന്ന പേരിൽ ഒരു പുതിയ നാണയം (നോട്ട്) ഇറക്കാൻ ഇറാൻ ഉദ്ദേശിക്കുന്നുണ്ട്. അതിന്റെ വില മിക്കവാറും 1 തോമൻ= 10,000 റിയാൽ എന്ന രീതിയിലായിരിക്കും എന്നുമാണ് അറിവ്.) നിനക്ക് ഒരു പ്രത്യേക സമ്മാനമായി തരുന്നു. ഇത് നിനക്ക് നിന്റെ ഇഷ്ടം പോലെ എങ്ങിനെ വേണമെങ്കിലും ചിലവാക്കാം". കരിമിനെ സംബന്ധിച്ച് പത്ത് റിയാൽ ഒരു വലിയ തുകയായിരുന്നു. അതുകൊണ്ട് ഇഷ്ടപ്പെട്ട എന്തും വാങ്ങാൻ കഴിയും എന്നായിരുന്നു അയാളുടെ ധാരണ. അതുകൊണ്ട് കിട്ടിയ സമ്മാനവുമായി കരിം തന്റെ വീട്ടിലേക്ക് ഓടി.

"സീബേ, സീബേ ഇങ്ങോട്ട് വാ ഇതെന്താണെന്ന് നോക്കു."

കരീം തന്റെ കയ്യിലുണ്ടായിരുന്ന നാണയങ്ങൾ ഒരു തോർത്തുമുണ്ടിന്റെ മുകളിൽ വിതറിയിട്ട് ഭാര്യയെ അഭിമാനത്തോടെ കാണിച്ചു.

"നിനക്ക് ഏറ്റവും കൂടുതൽ ആഗ്രഹമുള്ളതെന്താണെന്ന് പറഞ്ഞോ. ഞാൻ നാളെ മഷാട് പട്ടണത്തിലേക്ക് പോയി നിനക്കിഷ്ടപ്പെട്ടതൊക്കെ വാങ്ങിക്കും. നമ്മുടെ മക്കളെവിടെ. അവരെയും വിളിക്ക്. അവർക്കിഷ്ടപ്പെടുന്നതൊക്കെ അവർക്കും വാങ്ങിക്കൊടുക്കണം."

അപ്പോഴേക്കും മക്കളും അവിടെയെത്തി. മകൾ-ഫാത്തിമ ; മകൻ-യൂസഫ്. സീബ പറഞ്ഞു

"എനിക്ക് ഒരു പട്ടുസാരി വേണം. ഞാനൊരുപാടുനാളായി ആഗ്രഹിക്കുന്നതാ"

"അതിനെന്താ. പട്ടുസാരി തന്നെ വാങ്ങിക്കാം. അതും നല്ലയിനം പട്ടുകൊണ്ടുള്ള സാരി."

"എനിക്ക് ഒരു നല്ല കുതിരബൊമ്മയും ഒരു വാളും വേണം". അതു യൂസഫിന്റെ ആവശ്യമായിരുന്നു. ഫാത്തിമ ചോദിച്ചത് ഇൻഡ്യയിൽ നിന്നും വരുന്ന ഒരു നല്ല തുവാലയും ഒരു ജോഡി സ്വർണ്ണനിറത്തിലുള്ള കോൽഹാപ്പൂരി ചെരുപ്പുകളുമായിരുന്നു.

"നാളെ വൈകാറാകുമ്പോഴേക്കും നിങ്ങൾ ചോദിച്ച ഓരോ സാധനവും ഇവിടെയുണ്ടാകും. തീർച്ച." കരീം പറഞ്ഞു.

"അതെങ്ങിനെ. ഇതെല്ലാം വാങ്ങാൻ വലിയ പട്ടണത്തിൽ പോകേണ്ടേ".

"അതേ. ഞാൻ നേരത്തേ പറഞ്ഞില്ലേ? നാളെ പുലർച്ചയ്ക്കുമുമ്പുതന്നെ ഞാൻമാഷാടിലേക്ക്യാത്രയാകും. വഴിയിൽ പെരിയപള്ളിയിൽക്കയറി

നമുക്ക് കിട്ടിയ പത്ത് റിയാലിൽ രണ്ടെണ്ണം പള്ളിയിലെ ഹുണ്ടിയിൽ ഇടും."

"അതെന്തിനാ വാപ്പാ." കുട്ടികൾ ചോദിച്ചു.

"നമുക്ക് കിട്ടുന്നതിന്റെ ഒരു പങ്ക് ദൈവത്തിന് കൊടുത്താലല്ലെ അത് നമ്മളെക്കാളും പാവങ്ങളായ മറ്റുള്ളവർക്ക് സഹായകമാകൂ. അതിനാ മക്കളെ."

കരീം തുടർന്നു.

"ങാ. ഞാൻ പറയട്ടെ. പള്ളിയിൽ നിന്ന് ഞാൻ നേരെ പട്ടണത്തിലേക്ക് പോകും. നമുക്ക് വേണ്ടതെല്ലാം വാങ്ങി ഉച്ചയാകുമ്പോഴേക്കും മടക്കയാത്ര തിരിക്കും".

കരിം നടന്ന് മലനിരകൾ കടന്ന് മാഷാട് എന്ന മഹാനഗരത്തിന് സമീപമുണ്ടായിരുന്ന പെരിയ പള്ളിയിൽ എത്തി. ദൂരെനിന്നു തന്നെ നഗരം കരിമിനെ അത്ഭുതപ്പെടുത്തി. വലിയ വലിയ കെട്ടിടങ്ങൾ ഒന്നിനുപിറകെ ഒന്നായി ഓരോന്നും പ്രത്യേക ആകൃതിയിലും; തനിപ്പെട്ടനിലയിൽ ഓരോന്നും ആകർഷണീയവും ആയിരുന്നു. അതുപോലെ ജ്വലിച്ചുനിന്ന പള്ളിയുടെ മുകളിലെ താഴികക്കുടങ്ങൾ നോക്കി കരിം കുറച്ചുനേരം നിന്നുപോയി. അതുപോലെ പള്ളിയിലുണ്ടായിരുന്ന വിലപിടിച്ച പരവതാനികളും അലങ്കാരവസ്തുക്കളുമെല്ലാം അതിശയത്തോടെ നോക്കിനിന്നു. അങ്ങിനെയൊന്നും അയാൾ അതിനുമുമ്പ് ഒരിക്കലും ഒരിടത്തും കണ്ടിരുന്നില്ലല്ലൊ. പിന്നീട് പള്ളിയുടെ അകത്തുവെച്ചിരുന്ന ഭണ്ഡാരപ്പെട്ടിയിൽ രണ്ട് റിയാൽ ഇട്ടതിനുശേഷം കരിം കുറച്ചുനേരം പ്രാർത്ഥിച്ചു.

"അല്ലാ. എല്ലാവർക്കും നല്ലതു വരുത്തേണമേ.", എന്നു മാത്രമായിരുന്നു കരിമിന് വീണ്ടും വീണ്ടും പ്രാർത്ഥിക്കാനുണ്ടായിരുന്നത്. പ്രാർത്ഥിച്ച് പള്ളിയിൽ നിന്നും തിരികെ പോരാൻ തുടങ്ങിയപ്പോൾ അതുവരെ അയാളെ ശ്രദ്ധിച്ചു നിന്നിരുന്ന ഒരു മുല്ലാ കരിമിനോട് പറഞ്ഞു.

"നിന്റെ പ്രാർത്ഥന അല്ലാ കേൾക്കാതിരിക്കില്ല മോനേ. ദൈവം നിനക്കും നല്ലതു വരുത്തും. സംശയിക്കേണ്ട." കരിം അവിടെ നിന്നും പട്ടണത്തിലെ ചന്തഭാഗത്തേക്ക് നടന്നു. അവിടെ ഓരോതരം സാധനങ്ങൾക്കും പ്രത്യേകം പ്രത്യേകം സ്ഥലങ്ങളാണെന്ന് കരിം മനസ്സിലാക്കി; വസ്ത്രങ്ങൾ വിൽക്കുന്ന തെരുവ്; ചെരുപ്പുകൾ വിൽക്കുന്ന തെരുവ്; അങ്ങിനെ പലതും. കരിം ആദ്യം കയറിയത് സിൽക് (പട്ട്) സാരികൾ വിൽക്കുന്ന തെരുവിലെ സാമാന്യം വലിയ ഒരു കടയിലാണ്. അവിടെയുണ്ടായിരുന്ന ജോലിക്കാരിൽ ഒരാൾ കരിമിനെ സ്വാഗതം ചെയ്തു.

മാത്രമല്ല കരിം ആവശ്യപ്പെട്ടതുപോലെ വിലകൂടിയ നല്ലയിനം പട്ടുസാരികൾ പലതും എടുത്ത് നിവർത്തി കാണിച്ചുകൊടുക്കുകയും ചെയ്തു. കരിം അവയിൽ നിന്ന് തന്റെ മനസ്സിനണങ്ങിയ ഒരു സാരി തിരഞ്ഞെടുത്തു. അയാൾ മനസ്സിൽ വിചാരിച്ചു, ഇത് സീബയ്ക്ക് നന്നായി ചേരും; ഇതെടുത്താൽ അവൾ തികച്ചും ഒരു ലോകസുന്ദരിയേപ്പോലെ ശോഭിക്കും; സംശയമില്ല. ഇതവൾക്ക് ഇഷ്ടപ്പെടാതിരിക്കില്ല.

"എനിക്ക് ഈ സാരിമതി ഇതിനെന്താ വില?" കരിം വില്പനക്കാരനോട് ചോദിച്ചു.

"താങ്കൾ ഞങ്ങളുടെ കടയിൽ ആദ്യമായാണ് വരുന്നത് അല്ലേ"

"അതേ"

"അങ്ങിനെ ആദ്യമായി ഞങ്ങളുടെ കടയിൽ വരുന്നവർക്ക് ഞങ്ങൾ വിലയിൽ ഒരു നിശ്ചിത തുക കിഴിവ് നൽകുന്ന വഴക്കമുണ്ട്. അങ്ങിനെ നൽകുന്ന ഇളവും കണക്കിലെടുത്ത് അങ്ങ് ഇതിന് ഇരുനൂറ് റിയാൽ തന്നാൽ മതിയാകും"

"എന്താ ഇരുനൂറ് റിയാലോ. നിങ്ങൾക്കെന്താ കിറുക്കുണ്ടോ".

"കരിമിന്റെയടുക്കൽ നിന്ന് അങ്ങിനെയൊരു പ്രതികരണം വില്പനക്കാരൻ പ്രതീക്ഷിച്ചതല്ല." കരീം തുടർന്നു.

"റിയാൽ എന്നു പറഞ്ഞാൽ എന്താണെന്ന് നിനക്കറിയാമോ. ഇതാ നോക്ക്." കരിം തന്റെ കീശയിൽ നിന്ന് ഒരു റിയാൽ നാണയം എടുത്തുകാണിച്ചുകൊണ്ട് വീണ്ടും ചോദിച്ചു.

"ഞാൻ ഇത്തരം എത്ര നാണയങ്ങളാണ് ഇതിന്റെ വില എന്നാ ചോദിച്ചത്. ഇത്-ഇതാ റിയാൽ നാണയം. മനസ്സിലായോ. കണ്ടിട്ടില്ലെങ്കിൽ നോക്കിക്കോ."

"അതേ ഞാൻ റിയാൽ നാണയം ധാരാളം കണ്ടിട്ടുണ്ട്. സംശയിക്കേണ്ട. ഈ സാരിയുടെ കുറഞ്ഞ വില ഇതു പോലെയുള്ള ഇരുനൂറ് റിയാൽ നാണയങ്ങൾ തന്നെയാണ്. കിറുക്ക് എനിക്കല്ല. നിങ്ങൾക്കു തന്നെയാണ്." അപ്പോൾ കരിം തനിക്കു പറ്റിയ തെറ്റ് മനസ്സിലാക്കി വില്പനക്കാരനോട് സത്യം പറഞ്ഞു-തന്റെ കയ്യിൽ വെറും എട്ട് റിയാൽ മാത്രമാണ് ഉള്ളതെന്നും ആ സാരിക്ക് ഒന്നോ രണ്ടോ റിയാലിൽ കൂടുതൽ വില ഉണ്ടാകാൻ സാധ്യതയില്ലെന്നായിരുന്നു തന്റെ വിചാരമെന്നുമല്ലാം പറഞ്ഞു. അതുകേട്ട വിലപനക്കാരൻ കരിമിനോട് തട്ടിക്കയറി.

"നിങ്ങൾ എട്ടു റിയാലും കൊണ്ടാണ് പട്ടുസാരി വാങ്ങാൻ കടയിൽ കയറിയെതെന്ന് അറിഞ്ഞിരുന്നെങ്കിൽ ഉടനെത്തന്നെ പുറത്താക്കുമായിരുന്നു. വെറുതേ എന്റെ സമയം കളയാൻ വന്നിരിക്കുന്നു. ചാട്ടയടി

കിട്ടുണ്ടയെങ്കിൽ വേഗം ഇവിടെ നിന്നും സ്ഥലം വിട്ടോ."

തലകുനിച്ച് അപമാനിതനായി കരിം അവിടെനിന്നും തിരികെ നടന്നു. പിന്നീട് പോയത് ബൊമ്മകൾ വിൽക്കുന്ന കടകളുള്ള ഒരു തെരുവിലേക്കാണ്. അവിടെ ഒരു കടയിൽക്കയറി ഇഷ്ടപ്പെട്ട ഒരു കുതിരബൊമ്മയുടെ വില തിരക്കി.

"ഇതിന് വിലകുറവാണ് ഹുസൂർ. വെറും ഇരുനൂറ്റിഇരുപത് റിയാൽ മാത്രം, ഹുസൂർ."

"എന്ത്, ഇരുനൂറ്റി ഇരുപത് റിയാലോ."

"അതേ ഹുസൂർ"

കരിമിന്റെ കയ്യിൽ കേവലം എട്ടു റിയാലുകൾ മാത്രമാണ് ഉള്ളതെന്ന് മനസ്സിലാക്കിയ കടയിലെ വില്പനക്കാരൻ അല്പം പരുഷമായിത്തന്നെ കരിമിനോട് പറഞ്ഞു.

"വെറുതേ എന്നേക്കൊണ്ട് അതുമിതും പറയിപ്പിക്കാതെ ഒന്നിറങ്ങിപ്പോകൂ. ശല്യം ചെയ്യാൻ വന്നിരിക്കുന്നു." കരിം അന്വേഷിച്ചപ്പോൾ ഒരു ചെറിയ ഇന്ത്യൻ ടവ്വാലയ്ക്കുപോലും പന്ത്രണ്ട് റിയാലാണ് വില എന്ന് മനസ്സിലായി; അന്വേഷിച്ച രീതിയിലുള്ള ഒരു ജോഡി ചെരുപ്പിന് മുന്നൂറ് നാന്നൂറ് റിയാലിനടുത്തും. അങ്ങിനെ സാധനങ്ങളുടെ വില മനസ്സിലാക്കുകയും തന്റെ കയ്യിലുള്ള എട്ട് റിയാലുകൊണ്ട് ഒന്നും വാങ്ങാൻ കഴിയുകയില്ലെന്ന സത്യം അറിയുകയും ചെയ്ത കരിം നിരാശനായി തന്റെ ഗ്രാമത്തിലേക്ക് മടങ്ങിപ്പോകാൻ തീർച്ചയാക്കി. മടക്കയാത്ര തുടങ്ങി കുറച്ചുദൂരം നടന്നുകഴിഞ്ഞപ്പോൾ വഴിയരികിൽ ഒരു യാചകനെ കണ്ടു.

"അയ്യാ. എന്തെങ്കിലും ദാനം തന്നാലും. ഇന്ന് വെള്ളിയാഴ്ചയാണ്. നാളെ സബാത്തും. (സ്വസ്ഥ ദിവസം-യഹൂദർക്ക് ശനിയാഴ്ചയാണ് സ്വസ്ഥ ദിവസം.) സബാത്തിന് പട്ടിണി കിടക്കാതിരിക്കാൻ കനിവുണ്ടായി എന്തെങ്കിലും തന്നാലും." യാചകൻ കരിമിനോട് അഭ്യർത്ഥിച്ചു. കരിം അയാളെ ശ്രദ്ധിച്ചു. അത് മനസ്സിലാക്കിയ ഭിക്ഷു വീണ്ടും പറഞ്ഞു.

"പാവങ്ങൾക്ക് നൽകുന്നവരെ ദൈവം കാക്കും. കനിവുണ്ടായി എന്തെങ്കിലും തന്നാലും." കരിം അല്പം ഒച്ചയെടുത്തുതന്നെ അയാളോട് ചോദിച്ചു

"എന്തെങ്കിലും എന്തെങ്കിലുമെന്നു പറഞ്ഞാൽ നിങ്ങളെന്താ ഉദ്ദേശിക്കുന്നത്. നിങ്ങൾക്ക് ഭിക്ഷയായി എത്ര റിയാലാ വേണ്ടത്."

"അയ്യോ. എത്ര റിയാലെന്നോ. അതൊന്നും എന്നേപ്പോലുള്ളവർക്ക് വിധിച്ചിട്ടുള്ളതല്ല. ഒരു റിയാൽ പോയിട്ട് ഒരു ചെമ്പുതുട്ടെങ്കിലും കിട്ടിയാൽ തന്നെ വലിയ കാര്യമായിരിക്കും ഹുസൂർ. എന്നെപ്പോലുള്ളവർക്ക്,

പാവങ്ങൾക്ക് നൽകുന്നവരേ ദൈവം കാക്കും, ഹുസൂർ."

"ഓ, ഹോ. അങ്ങിനെയോ. സത്യം പറയട്ടെ. ഇന്നുകാലത്ത് മുതൽ ഇതുവരെ കണ്ടതിൽ പണത്തിന്റെ വില അറിയാവുന്ന ഒരാളെ ഞാനാദ്യമായിട്ടാണ് കാണുന്നത്. അതുകൊണ്ട് എന്റെ കയ്യിലുള്ള എട്ട് റിയാലും ഞാനിതാ താങ്കൾക്ക് നൽകുന്നു. പൊതുവെ പറഞ്ഞാൽ പണം കൊണ്ട് നാമുദ്ദേശിക്കുന്ന പ്രയോജനമോ സന്തോഷമോ കിട്ടുകയില്ലെന്ന് ഞാൻ മനസ്സിലാക്കിയിരിക്കുന്നു. അങ്ങയെപ്പോലെ പണത്തിന്റെ യഥാർത്ഥവില മനസ്സിലാക്കിയിട്ടുള്ളവർക്കാണ് ഇത് പ്രയോജനപ്പെടുക." അത്രയും പറഞ്ഞ് തന്റെ കയ്യിലുണ്ടായിരുന്ന എട്ട് റിയാലും കരിം ആ ഭിക്ഷക്കാരന് നൽകി. പിന്നീട് വീട്ടിലേക്കുള്ള യാത്ര തുടർന്നു. തിരിച്ചുപോകാൻ തുടങ്ങിയ കരിമിനോട് ആ ഭിക്ഷക്കാരൻ പറഞ്ഞു.

"ഹുസൂർ. അങ്ങയുടെ വലിയ മനസ്സിന് നന്ദി. ഈ ഉപകാരത്തിന് ഒന്നും തിരിച്ചുതരാൻ എനിക്ക് കഴിഞ്ഞില്ലെങ്കിലും എന്നെങ്കിലും ദൈവം നൂറുമടങ്ങായി അങ്ങയ്ക്ക് തന്ന് അങ്ങയെ അനുഗ്രഹിക്കുമെന്ന് എനിക്കുറപ്പുണ്ട് ഹുസൂർ."

വീട്ടിലെത്തിയ കരിമിനെ ആദ്യം കണ്ടത് യൂസഫാണ്. യൂസഫ് ഓടിച്ചെന്ന് അച്ഛനെ കെട്ടിപ്പിടിച്ചു കൊണ്ട് ചോദിച്ചു.

"അച്ഛാ. അച്ഛനെനിക്കൊരു കുതിരയെ വാങ്ങിക്കൊണ്ടുവരാമെന്ന് പറഞ്ഞിട്ടല്ലേ പോയത്. എന്നിട്ട് കുതിരയെവിടെ". അപ്പോഴേക്കും ഭാര്യയും മകളും അവിടെയെത്തി.

കരിം നടന്ന സംഗതികളെല്ലാം ഭാര്യയോടും മക്കളോടും പറഞ്ഞു.

"എന്ത്. എന്നിട്ട് കയ്യിലുണ്ടായിരുന്ന എട്ടുറിയാൽ നിങ്ങൾ ഭിക്ഷക്കാരന് കൊടുത്തെന്നോ. അതുകുറച്ചുകൂടിപ്പോയി, കേട്ടോ. ഞാനിത് നമ്മുടെ ഭൂവുടമയോട് പറയും. എന്നാലും അങ്ങേര് സ്നേഹത്തോടെ തന്ന പണം ഭിക്ഷക്കാരന് കൊടുക്കാൻ നിങ്ങൾക്കെങ്ങിനെ മനസ്സ് വന്നു." ഭാര്യ പരിഭവിച്ചു.

വിവരം കേട്ട ജന്മിയും (ഭൂവുടമ) കോപിച്ചു.

"എന്ത്. ഞാൻ കൊടുത്ത പണം അവൻ ഭിക്ഷക്കാരന് കൊടുത്തെന്നോ. ധിക്കാരം; അവന്റെ അഹങ്കാരമെന്നല്ലാതെ മറ്റെന്താ പറയേണ്ടത്. ഞാൻ പോലും ഭിക്ഷക്കാർക്ക് ഒരു ചെമ്പുതുട്ടിൽക്കൂടുതൽ കൊടുക്കാറില്ല. ഏറിപ്പോയാൽ ഒരു വെള്ളിത്തുട്ട്. ഇവൻ എട്ട് സ്വർണ്ണനാണയങ്ങൾ ഭിക്ഷനൽകിയിരിക്കുന്നു-ദാനപ്രഭു". അയാൾ കരിമിന്റെ ഭാര്യയോട് പറഞ്ഞു.

"നീ പോയ്ക്കോ. പക്ഷേ അവനിങ്ങു വരട്ടെ. ഞാനവന് ഇതിന് തക്ക ശിക്ഷകൊടുക്കും."

അടുത്ത ദിവസം പതിവുപോലെ ജോലിക്കായി ജന്മിയുടെ മുമ്പിൽ ചെന്ന കരിമിനോട് അദ്ദേഹം ദേഷ്യത്തോടെ പറഞ്ഞു.

"ഓ. നീ വലിയ ധനികനും ദാനപ്രഭുവുമൊക്കയാണെന്ന് കേട്ടല്ലോ. പിന്നെ നീയെന്തിനാ ഇപ്പോ ഇങ്ങോട്ട് വന്നത്. ഏതായാലും വന്നില്ലേ. അതുകൊണ്ട് ഇന്ന് ഞാൻ നിനക്കുതരുന്ന ജോലികേട്ടോ. കുറച്ച് ദൂരെ വരണ്ടുകിടക്കുന്ന നമ്മുടെ ഭൂമിയില്ലേ. നീ അവിടെപ്പോയി ഒരു കുളം കുഴിക്കണം. വെള്ളം കാണുന്നതുവരെ കുഴിക്കണം. വെള്ളം കണ്ടതിനുശേഷം മാത്രം തിരികെ ഇങ്ങോട്ട് വന്നാൽ മതി. എന്താ. മനസ്സിലായോ".

"ശരി മനസ്സിലായി".

"എന്നാൽ സമയം കളയണ്ട. ഉടനേ പോയി ജോലി തുടങ്ങിക്കോ". കരിം നല്ല വെയിലത്തുതന്നെ കുളം തോണ്ടുന്ന പണി ആരംഭിച്ചു. പല ദിവസങ്ങൾ കുഴിച്ചിട്ടും വെള്ളം കിട്ടിയില്ല. പക്ഷേ കുറേ ദിവസങ്ങൾക്കുശേഷം ഒരു നാൾ തികച്ചും യാദൃച്ഛികമായി കുഴിച്ചുകൊണ്ടിരുന്ന സ്ഥലത്തുനിന്നും ഓരോട്ടുപാത്രം കിട്ടി. മൂടികെട്ടിയിരുന്ന പാത്രത്തിനകത്ത് തിളങ്ങുന്ന മുത്തുമണികൾ പോലെയുള്ള മണികളായിരിന്നു. കരിമിന് ശരിക്കും അവയെന്താണെന്ന് മനസ്സിലായില്ല. എങ്കിലും മഷാട് പട്ടണത്തിൽ പോയിരുന്ന സമയത്ത് ചില കടകളിൽ അത്തരം മണികൾ വില്പനയ്ക്ക് വെച്ചിരുന്നത് കണ്ടു എന്ന് അയാൾ ഓർത്തു. അവ വിറ്റിരുന്ന കടകൾ സാമാന്യം വലിയ കടകളായിരുന്നുവെന്നും, മോടിയായി അലങ്കരിച്ചിരുന്ന കടകളായിരുന്നുവെന്നും കരിം ഓർത്തു. അതുകൊണ്ടുതന്നെ ആ മുത്തുകൾ വിലപിടിപ്പുള്ളവ ആയിരിക്കുമെന്ന് കരിം ഊഹിച്ചു. എപ്പോഴെങ്കിലും സൗകര്യം കിട്ടുമ്പോൾ മഷാടിൽ പോയി തനിക്കുകിട്ടിയ മുത്തുകൾ അത്തരം ഒരു കടയിൽ കാണിച്ചാൽ അവ വിലപിടിപ്പുള്ളവയാണോ എന്ന് അറിയാമല്ലോ.

അതിനുശേഷമാകാം തനിക്കുകിട്ടിയ ഓട്ടുപാത്രത്തെക്കുറിച്ച് യജമാനനോട് പറയുന്നത് എന്ന് കരിം കരുതി-അല്ലെങ്കിൽ, മുത്തുകൾ വെറും വിലയില്ലാകല്ലുകളാണെങ്കിൽ അതിനെക്കുറിച്ച് പറഞ്ഞ് താൻ വിഡ്ഢിവേഷം കെട്ടേണ്ടതില്ലല്ലോ എന്നതായിരുന്നു കരിമിന്റെ മനസ്സിൽ. ഏതായാലും കരിം കുറെമുത്തുകൾ തന്റെ കുപ്പായത്തിന്റെ കീശയിലിട്ടു.

കരിം കുളത്തിന്റെ പണി തുടർന്നു. നേരത്തേ പറഞ്ഞ സംഭവം കഴിഞ്ഞു രണ്ടു മൂന്നുദിവസങ്ങൾക്കൂടി പണി തുടർന്നപ്പോൾ കുളത്തിൽ വെള്ളം കണ്ടുതുടങ്ങി. അത് കരിമിന് വളരെ സന്തോഷവുമായി.

കരിം കുളത്തിൽ വെള്ളം കണ്ടുതുടങ്ങിയ വിവരം ജന്മിയേ അറിയിച്ചു. അദ്ദേഹത്തിനും അത് വളരെയധികം സന്തോഷം നൽകുന്ന വാർത്തയായിരുന്നു. തരിശായി കിടന്നിരുന്ന ഭൂമിയിൽ കൃഷി ചെയ്യാൻ വെള്ളമായല്ലോ എന്നതായിരുന്നു അദ്ദേഹത്തിന്റെ സന്തോഷത്തിന് കാരണം. തന്റെ സന്തോഷം പ്രകടിപ്പിച്ചുകൊണ്ട് അദ്ദേഹം കരിമിനോട് പറഞ്ഞു.

"എടാ. കരിം. നീ ശരക്കും ബുദ്ധിമുട്ടി ജോലി ചെയ്തു. സംശയിക്കാനില്ല. അതുകൊണ്ട് ഇനി ഒരു നാലഞ്ചുദിവസത്തിന് നിനക്ക് ജോലിയൊന്നും തരുന്നില്ല. നീ പോയി കുറച്ചുദിവസം നന്നായി വിശ്രമിക്ക്. വീട്ടുചെലവിന് വേണ്ടത് ഞാൻ നിന്റെ ഭാര്യയുടെ കയ്യിൽ കൊടുക്കാം."

ആ അവസരം മഷാടിലേക്ക് പോകാൻ ഉപയോഗിക്കാം എന്ന് കരിം തീർച്ചയാക്കി. വീട്ടിലെത്തിയ കരിം ഭാര്യയേ വിളിച്ച് പറഞ്ഞു.

"എടീ. സീബേ. ഞാൻ നാളെ പുലർച്ചയ്ക്ക് മാഷാടിലേക്ക് പോകുന്നു യജമാനൻ എനിക്ക് നാലുദിവസം അവധി തന്നിരിക്കുകയാണ്."

"എന്തേ ഇപ്പോ എന്തിനാ മാഷാടിൽ പോകുന്നത്"

"വെറുതേ. അവിടെയൊക്കെയൊന്ന് ചുറ്റിക്കറങ്ങിനടന്ന് കാണണമെന്ന് ഒരു മോഹം അത്രതന്നെ."

"നല്ലകൂത്ത്. നിങ്ങൾ നിങ്ങളുടെയിഷ്ടം പോലെ എവിടെ വേണമെങ്കിലും പോയിട്ടുവാ. തിരികെ ഇങ്ങോട്ടുതന്നെയല്ലേ വരുന്നത്. അതുമതി."

അങ്ങിനെ മഷാടിൽ എത്തിയ കരിം അവിടെയെല്ലാം ചുറ്റിനടന്നതിനിടയിൽ തന്റെ കയ്യിലുണ്ടായിരുന്ന മുത്തുകൾപോലെയുള്ള മുത്തുകൾ വെച്ചിരുന്ന ഒരു കട കണ്ടു. കടയിൽ കയറിച്ചെന്ന കരിമിനോട് കടക്കാരൻ ചോദിച്ചു.

"ങ്ും എന്തുവേണം."

"ഇതുപോലെയുള്ള മുത്തുകൾ വാങ്ങിക്കാൻ നിങ്ങൾക്ക് താല്പര്യമുണ്ടോ." അവിടെയിരുന്ന ചില മുത്തുകൾ ചൂണ്ടിക്കാണിച്ചുകൊണ്ട് കരിം ചോദിച്ചു.

"എന്താ. താല്പര്യമുണ്ടെങ്കിൽ തരാൻ തന്റെ കയ്യിൽ എന്തെങ്കിലുമുണ്ടോ."

"ഉണ്ട്. ഉണ്ടെന്നു മാത്രമല്ല എന്റെ കീശ നിറച്ചും ഇത്തരം മുത്തുകളാണ്."

"എങ്കിൽ കാണട്ടെ. ഒരെണ്ണം എടുത്തുകാണിക്കു."

കരിം തന്റെ കീശയിൽ നിന്ന് ഒരുമുത്തെടുത്ത് കാണിച്ചു. കടക്കാരൻ

പരിശോധിച്ചപ്പോൾ അത് ശരിക്കും വിലകൂടിയതരം പവിഴംതന്നെയാണെന്ന് മനസ്സിലായി. കരിമിനെപ്പോലെ ഒരാളിന് അത്തരം പവിഴങ്ങൾ കിട്ടാൻ-അതും പോക്കറ്റുനിറയെ, സാധാരണനിലയിൽ യാതൊരു വഴിയുമില്ല. അതുകൊണ്ട് അയാൾ ഒരു കള്ളനോ കൊള്ളക്കാരനോ ആയിരിക്കണമെന്ന് കടക്കാരൻ സംശയിച്ചു. അയാൾ ബഹുമാനം നടിച്ച് കരിമിനോട് പറഞ്ഞു.

താങ്കൾ അല്പനേരം ഇവിടെയിരുന്ന് വിശ്രമിക്കൂ. ഇത്തരം വിലകൂടിയ മുത്തുകൾ വാങ്ങണമെങ്കിൽ കടയുടെ ശരിയായ ഉടമസ്ഥൻ കൂടി വരേണ്ടതുണ്ട്. ഞാൻ ഇവിടുത്തെ ജോലിക്കാരൻ മാത്രമാണ്. ഞാൻ ഉടനേ ഉടമസ്ഥനെ കൂട്ടിക്കൊണ്ടുവരാം. ദയവായി അല്പം വിശ്രമിച്ചാലും. അത്രയും പറഞ്ഞ് അയാൾ കടയിൽ നിന്നും പുറത്തേക്ക് പോയി. വാസ്തവത്തിൽ അയാൾ പോയത് പോലീസിനെ വിവരം അറിയിക്കാനായിരുന്നു. അല്പസമയത്തിനുള്ളിൽ അയാൾ നാലഞ്ചു പോലീസുകാരുമായി കടയിൽ തിരികെയെത്തി. പോലീസുകാർ തികച്ചും അന്ധാളിച്ച് പകച്ചുനിന്ന കരിമിനെ ചോദ്യം ചെയ്തു. കരിം നടന്ന വിവരങ്ങളെല്ലാം സത്യസന്ധമായിത്തന്നെ പോലീസുകാരോട് പറഞ്ഞു.

“അപ്പോൾ നിന്റെ യജമാനന് ഈ വിവരങ്ങളൊന്നും അറിയില്ലെന്ന് തീർച്ചയാണോ.”

“അതേ ഹുസൂർ”

“ശരി. ഞങ്ങൾ തല്ക്കാലം നിന്നെ വിശ്വസിക്കുന്നു. അതുകൊണ്ട് നിന്റെ യജമാനനെക്കുറിച്ച് പിന്നീട് അന്വേഷിക്കാം നിനക്ക് കിട്ടിയിരിക്കുന്നത് ഒരു വലിയ നിധിയാണ്. മണ്ണിൽ പൂഴ്ത്തിവെച്ചിരിക്കുന്ന എല്ലാ നിധിയും നിയമപരമായി രാജാവിന്റെ സ്വത്താണ്. നിധി കിട്ടിയ വിവരം നിന്റെ യജമാനനെയോ രാജാവിനെയോ അറിയിക്കാതെ വിൽക്കാൻ ശ്രമിച്ച നീയും നിന്റെ എല്ലാ ബന്ധുക്കളും കുറ്റക്കാരാണ്.”

അങ്ങിനെ ഒരു പ്രതികരണം കരിം അശേഷം പ്രതീക്ഷിരുന്നതല്ല. പക്ഷേ പോലീസുകാർ അല്പം പരുഷമായിത്തന്നെ തുടർന്നു.

“നിന്നെ ഞങ്ങൾ ബന്ധനസ്ഥനാക്കുന്നു. അടുത്ത നാലോ അഞ്ചോ ദിവസങ്ങൾക്കുള്ളിൽ നിന്നെ രാജസമക്ഷം ഹാജരാക്കുന്നതാണ്. നിനക്കുള്ള ശിക്ഷ രാജാവുതന്നെ നിശ്ചയിക്കും.” കരിമിനെ അവർ ജയിലിൽ അടച്ചു. കൂടാതെ കരിമിന്റെ ഗ്രാമത്തിൽ പോയി അയാളുടെ ഭാര്യയേയും രണ്ട് മക്കളേയും കൂട്ടിക്കൊണ്ടുവന്ന് അവരെ നാലുപേരേയും കയ്യിൽ വിലങ്ങുകളിട്ട് രാജാവിന്റെ ആസ്ഥാനമായ നഗരത്തിലേക്ക് നടത്തിച്ചെന്നു-ഭടന്മാർ കുതിരപ്പുറത്തും കരിമും കുടുംബാംഗങ്ങളും

കാൽനടയായി മുൻപിലും പിൻപിലും കുതിരപ്പുറത്ത് ഉണ്ടായിരുന്ന ഭടന്മാർക്ക് (പോലീസുകാർക്ക്) നടുവിലും. മഷാടിൽ നിന്ന് തലസ്ഥാന നഗരിയിലേക്ക് ഏതാണ്ട് മുപ്പത് മൈൽ (50 കിലോമീറ്ററിനടുത്ത്) ദൂരമുണ്ടായിരുന്നതുകൊണ്ട് ആ യാത്ര രണ്ടുദിവസത്തെ പരിപാടിയായിട്ടാണ് പോലീസുകാർ ആസൂത്രണം ചെയ്തത്. അങ്ങിനെ ബന്ധനസ്ഥരായ കരിമും കുടുംബാംഗങ്ങളും രാജകൊട്ടാരത്തലേക്ക് നടന്നുകൊണ്ടിരുന്ന അതേ സമയത്ത് മറ്റൊരു സംഭവവും നടന്നു. രാജാവ് ആ ദിവസങ്ങളിൽ-അടുത്തടുത്ത മൂന്ന് ദിവസങ്ങളിൽ പരസ്പരം ബന്ധപ്പെട്ട ഒരു സ്വപ്നം കണ്ടു. ഒരു വിശുദ്ധ പ്രവാചകൻ അദ്ദേഹത്തെ ചെന്നുകണ്ടുവെന്നും, "അബ്ബാസ് രാജാവേ," അങ്ങ് നീതിമാനായാണ് അറിയപ്പെടുന്നത്: അത് സത്യവുമാണ്; അതുകൊണ്ടുതന്നെ നല്ലവനും, വിശ്വാസിയുമായ എന്റെ സ്നേഹിതനെ അങ്ങ് രക്ഷിക്കണം. അവൻ തെറ്റുകാരനല്ല എന്ന് അദ്ദേഹം തന്നോട് പറഞ്ഞു എന്നുമായിരുന്നു സ്വപ്നം. മൂന്നാമത്തെ ദിവസം അതേ സ്വപ്നം കണ്ട രാജാവ് പെട്ടെന്നുണർന്ന് (ഒരു പക്ഷേ ഉറക്കത്തിൽത്തന്നെ ആയിരുന്നിരിക്കാം) ചോദിച്ചു.

"അതേ. ഞാൻ നിങ്ങളുടെ, തെറ്റുകാരനല്ലാത്ത, വിശ്വസ്ഥനായ സ്നേഹിതനെ സഹായിക്കണം. പക്ഷേ എങ്ങിനെ, ആരാണയാൾ, എവിടെയാണയാൾ."

അപ്പോൾ രാജാവിന്റെ ചോദ്യത്തിന് പ്രവാചകനിൽ നിന്നും കൃത്യമായ മറുപടി കിട്ടുകയും ചെയ്തു. അങ്ങിനെ കരിമിനെക്കുറിച്ചുള്ള എല്ലാ വിവരങ്ങളും കൃത്യമായികേട്ട രാജാവ് ഉടനെത്തന്നെ കരിമിനെ നേരിട്ട് കാണാനായി യാത്ര തിരിച്ചു. ഏതാണ്ട് നൂറോളം കുതിരപ്പട്ടാളക്കാർ അദ്ദേഹത്തിന്റെ മുമ്പിലും പിന്നിലുമായി അദ്ദേഹത്തോടൊപ്പം ഉണ്ടായിരുന്നു. അവർ വഴിമധ്യത്തിൽത്തന്നെ കരിമിനേയുംകൂട്ടി കൊണ്ടാരത്തിലേക്ക് യാത്ര ചെയ്തിരുന്ന പോലീസുകാരെ കണ്ടുമുട്ടി. പോലീസുകാർ വിവരങ്ങൾ രാജാവിനെ ബോധിപ്പിക്കാൻ ശ്രമിച്ചു-കരിമിന്റെ വീട്ടിൽ നിന്നും അയാളുടെ കീശയിൽ നിന്നും കിട്ടിയ പവിഴങ്ങളുടെ കണക്കുകൾ പറയാനും. പക്ഷേ രാജാവ് അക്ഷമനായി അവരോട് പറഞ്ഞു.

"നിങ്ങൾ എന്നെ ഒന്നും ബോധിപ്പിക്കേണ്ടതായി ഇല്ല. എല്ലാവിവരങ്ങളും കൃത്യമായിത്തന്നെ എനിക്കറിയാം."

അതിനിടയിൽ കരിം രാജാവിന്റെ കാലിൽവീണ് അപേക്ഷിച്ചു.

"സത്യസനധനും നീതിമാനുമായ രാജാവേ, ഞാൻ അറിഞ്ഞുകൊണ്ട് യാതൊരു തെറ്റും ചെയ്തിട്ടില്ല. അങ്ങയുടെ ഉദ്യോഗസ്ഥന്മാർ അങ്ങയോട്

പറഞ്ഞതെല്ലാം എന്റെ ഭാഗത്തുനിന്നുള്ള സത്യം കേൾക്കാൻ അവർ തയ്യാറായില്ല എന്നതുകൊണ്ട് ഉണ്ടായ തെറ്റിദ്ധാരണ മാത്രമാണ്. സത്യത്തിൽ ഞാനൊരു തെറ്റും ചെയ്തിട്ടില്ല.

രാജ്യത്തുള്ള നിധിനിക്ഷേപങ്ങളെല്ലാം രാജാവിന് അവകാശപ്പെട്ടതാണെന്ന നിയമം എനിക്കറിയില്ലായിരുന്നു. അതേപോലെ ഈ മുത്തുകൾ വിലപിടിപ്പുള്ളവയാണെന്നും. അതുകൊണ്ട് ദയവായി എന്നോടും എന്റെ കുടുംബങ്ങളോടും ക്ഷമിക്കണം; അല്ലെങ്കിൽ എന്നെ മാത്രം ശിക്ഷിച്ചുകൊള്ളൂ. ഒന്നും അറിഞ്ഞിട്ടില്ലാത്ത എന്റെ ഭാര്യയേയും മക്കളേയും മാപ്പാക്കി മോചിപ്പിച്ചാലും."

രാജാവ് ധൃതിയിൽ കുതിരപ്പുറത്തു നിന്നിറങ്ങി കരിമിന്റെ കൈകൾ സ്വന്തം കയ്യിലെടുത്ത് വിലങ്ങുകൾ തന്നത്താനെ അഴിച്ചുമാറ്റി. പിന്നീട് കരിമിനോട്, മറ്റുള്ളവരും കൂടി കേൾക്കത്തക്കവിധം പറഞ്ഞു.

"താങ്കൾ ഒരു കുറ്റവും ചെയ്തിട്ടില്ലെന്ന് എനിക്കറിയാം. മറിച്ച് അങ്ങ് നല്ലതുമാത്രമാണ് ചെയ്തത്. മാപ്പുചോദിക്കേണ്ടത് അങ്ങല്ല. ഞാനാണ്. ഞാനിവിടെ എത്തിയത് താങ്കളെ ശിക്ഷിക്കാനല്ല. മറിച്ച് ബഹുമാനിക്കാനാണ്. അങ്ങും കുടുംബാംഗങ്ങളും സന്തോഷത്തോടെ വീട്ടിലേക്ക് മടങ്ങിയാലും. എന്റെ ഭടന്മാർ അങ്ങയേയും കുടുംബാംഗങ്ങളേയും കുതിരപ്പുറത്ത് അകമ്പടിയോടെ കൊണ്ടുചെന്നാക്കും. ദയവായി ഞങ്ങളുടെ എല്ലാ തെറ്റുകളും മറന്ന് സന്തോഷത്തോടെ യാത്രയായാലും."

കരിമും കുടുംബാംഗങ്ങളും രാജാവിനെ നമസ്കരിച്ച് മടക്കയാത്ര തുടങ്ങാൻ കുതിരപ്പുറത്ത് ഭടന്മാരുടെ സഹായത്തോടെ കയറാൻ തുടങ്ങിയപ്പോൾ രാജാവ് സീബയോട് പറഞ്ഞു.

"നിങ്ങൾ ഗ്രാമത്തിലേക്ക് മടങ്ങുന്നത് പണ്ടത്തേപ്പോലെ നിർദ്ധരായിട്ടല്ല; വലിയ ധനികരായിട്ടാണ്. കരിമിന് കിട്ടിയ വിലപിടിപ്പുള്ള പവിഴങ്ങൾ മുഴുവനും നിങ്ങൾക്ക് സ്വന്തമായിരിക്കുന്നു."

അവർ കുതിരപ്പുറത്ത് കയറി യാത്ര തുടങ്ങുന്ന സമയത്ത് മഹാനായ അബ്ബാസ് രാജാവ് പിന്നിൽ നിന്നും വിളിച്ചു പറഞ്ഞു

"കരിം ഭായി, മറ്റൊരു കാര്യം. ഞാൻ പറയാൻ മറന്നുപോയി. സീബയ്ക്കു വേണ്ട പട്ടുസാരിയും, മക്കൾക്ക് വേണ്ട കുതിരബൊമ്മയും, വാളും, ഇന്ത്യൻ തുവാലയും, സ്വർണ്ണ നിറത്തിലുള്ള ചെരുപ്പുകളുമെല്ലാം നിങ്ങൾ വീട്ടിലെത്തുമ്പോൾ അവിടെ ഉണ്ടാവും. സംശയിക്കേണ്ട."

ആ സംഭവം കൊണ്ട് അതുമായി ബന്ധപ്പെട്ട സകലപേർക്കും, പിന്നീട് കരിമിന്റെ കഥ കേട്ടവർക്കും എല്ലാം ഒരു കാര്യം നിസ്സന്ദേഹം ബോധ്യമായി. എന്താണെന്നല്ലേ

തനിക്കുകിട്ടുന്ന വരുമാനത്തിൽ നിന്ന് ഒരു പങ്ക് സാധുക്കൾക്ക് (പാവപ്പെട്ടവർക്ക്) ഉപകരിക്കാനായി മസ്ജിദിയിലോ അതുപോലെ മറ്റ് ദേവസ്ഥാനങ്ങളിലോ നൽകുന്നവർക്ക് അവർ നൽകുന്ന സംഭാവന യേക്കാൾ വളരെക്കൂടുതൽ നൽകി ദൈവം അവരെ സംരക്ഷിക്കുമെന്ന സത്യമാണ് അവർ മലസ്സിലാക്കിയത്.

കർഷകന്റെ മകനും മന്ത്രവാദിയും

ഒരു കർഷകന്റെ മകനായിരുന്നു കിയൻ. അച്ഛൻ മരിച്ചതിനുശേഷം അച്ഛന്റെ സ്വത്തായി കിട്ടിയ ഒരു ചെറിയതുണ്ട് ഭൂമിയിൽ രാപകൽ കഷ്ടപ്പെട്ട് കൃഷിചെയ്താണ് കിയൻ ജീവിച്ചിരുന്നതും അമ്മയെ സംരക്ഷിച്ചിരുന്നതും. അങ്ങിനെ കഴിയുമ്പോൾ ഒരു പ്രാവശ്യം തന്റെ ഒന്നുരണ്ട് ആടുകളെ വിൽക്കാൻ പോയിരുന്ന സമയത്ത് ഒരു പെൺകുട്ടിയെ കാണാൻ ഇടയായി-അവർ പരസ്പരം ഇഷ്ടപ്പെടാനും സ്നേഹിക്കാനും തുടങ്ങി. മാത്രമല്ല, കുറച്ചുദിവസങ്ങൾ കഴിഞ്ഞ് ഒരു ദിവസം കിയൻ അമ്മയോട് പറഞ്ഞു.

"അമ്മേ. ഞാൻ ചന്തയിൽ വെച്ച് കണ്ടുമുട്ടിയ ഒരു പെണ്ണുമായി ഇഷ്ടത്തിലാണ്. ഞങ്ങൾക്ക് വിവാഹം കഴിക്കണമെന്ന് ആഗ്രഹമുണ്ട്. അതുകൊണ്ട് അമ്മ ഒന്നു സഹായിക്കണം."

"ഞാനെന്താ ചെയ്യേണ്ടത്. നീ വിവാഹം കഴിക്കാനും മാത്രം വളർന്നിരിക്കുന്നു. അമ്മയ്ക്ക് സന്തോഷം. പക്ഷേ എനിക്കെങ്ങിനെ സഹായിക്കാനാകും."

"അമ്മേ, നാട്ടുനടപ്പനുസരിച്ച് നമ്മൾ വേണം പെണ്ണിന്റെ വീട്ടുകാരെ ക്കണ്ട് വിവാഹാഭ്യർത്ഥന നടത്താൻ എന്ന് അമ്മയ്ക്കറിയാത്തതല്ലല്ലോ."

"അതെയതെ. അത് നേരുതന്നെയാ. ശരി. ഞാൻ പോകാം. പക്ഷേ നീ എന്നോട് പെണ്ണിന്റെ വിവരങ്ങളൊന്നും പറഞ്ഞില്ലല്ലോ".

"അതെ. അതുശരിയാ. എങ്കിൽ ഞാനെല്ലാ വിവരങ്ങളും പറയാം. പെൺകുട്ടി വേറാരുമല്ല. നമ്മുടെ ഷായുടെ (രാജാവിന്റെ) മകളാണ്."

"എന്ത്, നീ കല്യാണം കഴിക്കാൻ ആഗ്രഹിക്കുന്നത് നമ്മുടെ രാജകുമാരിയെ ആണെന്നോ. മോനെ. രാജാവ് ലാളിച്ച് വളർത്തുന്ന അദ്ദേഹത്തിന്റെ ഏകമകളാണ് നമ്മുടെ രാജകുമാരി. കുമാരിയെ നിന്നെപ്പോലെ അധികം സൗകര്യങ്ങളൊന്നുമില്ലാത്ത ഒരാളിന് വിവാഹം കഴിച്ചുതരാൻ അദ്ദേഹം സമ്മതിക്കുമോ."

"സമ്മതിക്കാതിരിക്കാനെന്താ. കുമാരിക്ക് എന്നെയും എനിക്ക് കുമാരിയേയും ഇഷ്ടമാണ്. ഞങ്ങൾ പരസ്പരം സ്നേഹിക്കുന്നു. വിവാഹം കഴിക്കാൻ ആഗ്രഹിക്കുന്നു. അത്രതന്നെ. അതുകൊണ്ട് ദയവായി അമ്മപോയി രാജാവിനോട് ചോദിക്കണം."

മകന്റെ നിർബന്ധത്തിന് സ്നേഹമയിയായ ആ അമ്മ സമ്മതിച്ചു. അടുത്തദിവസം പുലർച്ചയ്ക്കുതന്നെ അവർ ഷായുടെ കൊട്ടാരവാതിൽക്കൽ എത്തി. അവിടെ ഉണ്ടായിരുന്ന ദ്വാരപാലകന്മാരുടെ അനുവാദത്തോടെ കൊട്ടാരത്തിനുള്ളിൽച്ചെന്ന് ഷായെകണ്ട് സംസാരിക്കുകയും ചെയ്തു. പ്രതീക്ഷിച്ചതിന് വിപരീതമായി ഷാ അവരോട് സ്നേഹത്തോടെയും തികഞ്ഞ മര്യാദയോടെയുമാണ് സംസാരിച്ചത്.

"വരൂ സഹോദരീ. എനിക്ക് നിങ്ങളുടെ മരിച്ചുപോയ ഭർത്താവിനെ നന്നായി അറിയാമായിരുന്നു. അദ്ദേഹം സത്യസന്ധനും പ്രയത്നശാലിയും ആയിരുന്നു എന്നും എനിക്കറിയാം. സഹോദരി ഇപ്പോൾ എന്നെ കാണാൻ വന്നതിന്റെ ഉദ്ദേശം എന്താണ് പറയൂ."

"ഹുസൂർ, ഞാൻ പറയുന്നതുകേട്ട അങ്ങ് എന്നോട് കോപിക്കരുത്. എന്റെ മകന്റെ പേര് കിയൻ എന്നാണ്. അവന് വിവാഹ പ്രായമായിരിക്കുന്നു."

"ഓ. അങ്ങിനെയോ, സന്തോഷം."

"അവൻ നമ്മുടെ ചന്തയിൽവെച്ച് ഒരു പെൺകുട്ടിയെ കണ്ടുമുട്ടി. ഒരിക്കലല്ല, പല പ്രാവശ്യം അവർ കാണുകയും സംസാരിക്കുകയും ചെയ്തു. രണ്ടുപേരും പരസ്പരം സ്നേഹത്തിലാണെന്നുമാത്രമല്ല, അവർ വിവാഹം കഴിക്കാനും ആഗ്രഹിക്കുന്നു".

"അതൊരു നല്ല കാര്യമാണെല്ലൊ, പറയൂ. ആരാണ് പെൺകുട്ടി."

"പറയാം ഹുസൂർ. പെൺകുട്ടി മറ്റാരുമല്ല, അങ്ങയുടെ ഏക മകൾ നമ്മുടെ രാജകുമാരി തന്നെയാണ്."

"എന്ത് എന്റെ മകളും നിങ്ങളുടെ മകൻ കിയനും തമ്മിൽ പ്രേമത്തിലാണെന്നോ."

"അതേ ഹുസൂർ".

രാജസന്നിധിയിലുണ്ടായിരുന്ന മറ്റുള്ളവർ കിയന്റെ അമ്മയുടെ വാക്കുകൾ കേട്ട് കോപിഷ്ഠരും പരിഭ്രാന്തരുമായി എന്നതാണ് സത്യം. അതുകേട്ട ഷാ എങ്ങിനെ പ്രതികരിക്കുമെന്ന് അവർ ഭയന്നു; കിയന്റെ അമ്മയോട് അദ്ദേഹം എങ്ങിനെ തന്റെ കോപം പ്രകടമാക്കും; രാജാവിന്റെ ഏക മകളെ, അതും അദ്ദേഹത്തിന്റെ മകളെ സ്വന്തം മകന് വിവാഹം കഴിച്ചുകൊടുക്കാൻ പാവപ്പെട്ട, നിർധനയായ എന്ന് കരുതാവുന്ന ഒരു സ്ത്രീ ആവശ്യപ്പെടുന്നു; അതും രാജാവിനോട് അദ്ദേഹത്തിന്റെ മുന്നിൽ നിന്ന്. അവരുടെ ഭയം ന്യായമല്ലായിരുന്നു എന്ന് നമുക്ക് പറയാൻ കഴിയുകയില്ലല്ലൊ.

പക്ഷേ എല്ലാവരും പ്രതീക്ഷിച്ചതുപോലെ രാജാവ് കോപിഷ്ഠനായില്ല. മറിച്ച് അദ്ദേഹം തുടർന്നും ആ സ്ത്രീയോട് വളരെ സൗമ്യമായിത്തന്നെയാണ് പെരുമാറിയത്.

“സഹോദരീ. കേട്ടിടത്തോളം നിങ്ങളുടെ മകനേയും നിങ്ങൾ നല്ല ശീലങ്ങൾ പഠിപ്പിച്ചാണ് വളർത്തിയിരിക്കുന്നതെന്ന് തോന്നുന്നു-സൽസ്വഭാവിയും സത്യസന്ധനുമായിരുന്ന അവന്റെ അച്ഛനെപ്പോലെ. പക്ഷേ നിങ്ങളുടെ മകന് ഒരു വലിയ കുറവുണ്ട്.”

“അതെന്താണാവോ, ഹുസൂർ.”

“അവന് വേണ്ടത്ര വിദ്യാഭ്യാസമോ അന്തസ്സായി ഒരു വരുമാനം ഉണ്ടാക്കി ഒരു കുടുംബം പുലർത്താൻ വേണ്ട സാങ്കേതിക അറിവോ ലോക പരിചയമോ ഇല്ല എന്നതുതന്നെ. അതുകൊണ്ട് അടുത്ത ഒന്ന് രണ്ട് കൊല്ലങ്ങൾക്കുള്ളിൽ അവൻ എന്റെ മകളെ അന്തസ്സായ രീതിയിൽ സംരക്ഷിക്കാൻ കഴിയുന്ന തരത്തിലുള്ള ഏതെങ്കിലും വിദ്യകൾ അഭ്യസിച്ച് എന്റയടുക്കൽ വരുകയാണെങ്കിൽ, ആ സമയത്ത് എന്റെ മകൾക്ക് സമ്മതവും ഇഷ്ടവുമാണെങ്കിൽ ഞാൻ അവർ തമ്മിലുള്ള വിവാഹത്തിന് സമ്മതിക്കാം. ഇത്രയല്ലേ എനിക്ക് ചെയ്യാൻ കഴിയൂ.”

“അതേ. അങ്ങ് പറഞ്ഞത് തികച്ചും ശരിയാണ്. ഞാൻ അവനെ അങ്ങയുടെ അഭിപ്രായം അറിയിക്കാം. പിന്നെയെല്ലാം ദൈവനിശ്ചയം പോലെ നടക്കട്ടെ.”

അത്രയും പറഞ്ഞ് അവർ തിരികെ വീട്ടിലേക്ക് പോയി. സായന്തനം വീട്ടിലെത്തിയ അമ്മയുടെ അടുക്കൽ നിന്നും വിവരങ്ങളെല്ലാം അറിഞ്ഞ കിയൻ രാജാവ് പറഞ്ഞതിൽ കാര്യമുണ്ടെന്നും അത് ശരിയാണെന്നും അംഗീകരിച്ചു.

“അമ്മേ രാജാവ് പറഞ്ഞ കാര്യങ്ങൾ എനിക്ക് സമ്മതമാണ്. അതുകൊണ്ട് ഞാൻ നാളെ പ്രഭാതത്തിൽത്തന്നെ യാത്രതിരിക്കുന്നു.

ലോകത്തിന്റെ പല ഭാഗങ്ങളിലും സഞ്ചരിച്ച് എനിക്ക് പറ്റിയ ഒരു ജോലി, രാജാവിന് എന്നെക്കുറിച്ച് അഭിമാനം തോന്നിപ്പിക്കുന്ന വിധത്തിലുള്ള ഒരു ജോലി നന്നായി പഠിച്ചിട്ടേ ഞാൻ തിരികെ വരികയുള്ളൂ; അതിനെത്ര താമസിച്ചാലും എത്ര കഷ്ടപ്പെടേണ്ടി വന്നാലും."

"മോനേ ഉടനേ..."

"വേണമമ്മേ. ഇത് എന്റെ ഒരു വാശിയും കൂടിയാണെന്ന് കരുതിക്കോ." കൂടുതൽ ഒന്നും ചെയ്യാൻ കഴിയാതെ അമ്മ കിയന്റെ തീരുമാനത്തിന് സമ്മതം മൂളി. അടുത്ത ദിവസം രാവിലെ അവർ കുറച്ച് റൊട്ടിയും മറ്റും ഒരു സഞ്ചിയിലാക്കി മകന് കൊടുത്തു.

"മോനേ. ഇത് നിനക്ക് വഴിയിൽ പ്രത്യേകിച്ചും ആദ്യത്തെ ദിവസങ്ങളിൽ പ്രയോജനപ്പെടും."

"ശരിയമ്മേ."

കിയൻ സഞ്ചിയും അമ്മയുടെ അനുഗ്രഹവും വാങ്ങി യാത്രതിരച്ചു. അയാൾ പല സ്ഥലങ്ങളിലും സഞ്ചരിച്ചു; നദികളും, മലകളും, ഗ്രാമങ്ങളും, നഗരങ്ങളും കടന്ന് പലയിടങ്ങളിലും പോയി. അവിടെയൊക്കെ കണ്ട പല പല മനുഷ്യരുമായി ഇടപഴകുകയും അവരുടെ ജീവിതരീതികൾ കണ്ട് മനസ്സിലാക്കുകയും ചെയ്തു; പലതും പഠിച്ചു. അങ്ങിനെ യാത്ര ചെയ്യുന്നതിനിടയിൽ ഒരു ദിവസം ഒരു നദിയോരത്തുണ്ടായിരുന്ന മൈതാനത്തിൽ ഒരു വാൽ നട്ട് (അക്രോട്ട് എന്നും പറയും) മരത്തിന്റെ തണലിൽ വിശ്രമിക്കാനിരുന്നു. ഇരിക്കുമ്പോൾ "ഹാവൂ" എന്ന് ശബ്ദമെടുത്തുകൊണ്ടാണ് ഇരുന്നത്-"ഹാവൂ", പ്രത്യേകിച്ച് അർത്ഥമൊന്നുമില്ലാത്ത ഒരു ചില സമയങ്ങളിൽ നമ്മളിൽ പലരും ഉപയോഗിക്കുന്ന ഒരു ശബ്ദം. അങ്ങിനെ ഉച്ചരിച്ചുകൊണ്ട് കിയൻ അവിടെ ഇരിക്കുമ്പോഴേക്കും പ്രത്യേക ആകൃതിയിലുള്ള ഒരു കള്ളൻ മനുഷ്യൻ അയാളുടെ മുമ്പിൽ പ്രത്യക്ഷപ്പെട്ടു. കിയന്റെ മുട്ടുവരെ മാത്രം ഉയരമുണ്ടായിരുന്ന ആ മനുഷ്യൻ ഒരു വാൽനട്ടിന്റെ ആകൃതിയിലുള്ള തൊപ്പിയും മരവുരികൊണ്ടുണ്ടാക്കിയ ചെരുപ്പുകളുമാണ് ധരിച്ചിരുന്നത്. അയാളുടെ നീണ്ട താടിമീശ നിലത്ത് തൊടുന്നുണ്ടായിരുന്നു. അയാൾ കിയനോട് ചോദിച്ചു.

"നിങ്ങളാരാണ്. എന്തിനാണ് നിങ്ങൾ എന്നെ വിളിച്ചത്."

"ഞാൻ നിങ്ങളെ വിളിച്ചില്ലല്ലോ. ഏതായാലും എന്റെ പേര് കിയൻ. ഞാൻ കുറച്ച് ദൂരെനിന്ന് വരുന്നു." കിയൻ അങ്ങിനെയൊരാളെ അവിടെ പ്രതീക്ഷതേയല്ല. അതുകൊണ്ട് അല്പം പരിഭ്രമത്തോടെയാണ് അത്രയും പറഞ്ഞത്.

“ഓ. നിങ്ങൾ എന്നെ വിളിച്ചില്ലെന്നോ. എങ്കിൽ ഞാൻ ഓർമ്മിപ്പിക്കട്ടെ. ഇവിടെ ഈ മരത്തണലിൽ ഇരിക്കാൻ തുടങ്ങിയപ്പോൾ എന്തോ പിറുപിറുത്തുകൊണ്ട് “ഹാവൂ” എന്ന് വിളിച്ചില്ലെന്ന് പറയാൻ കഴിയുമോ.”

“അതേ അങ്ങിനെ പറഞ്ഞു. അതു ശരിയാണ്. പക്ഷേ ഞാൻ നിങ്ങളെ വിളിച്ചില്ല.”

എന്നാൽ കേട്ടോളൂ. എന്റെ പേര് “ഹാവൂ” എന്നാണ്.

“ഓ. അങ്ങിനെയോ. അതെനിക്കറിയില്ലായിരുന്നു. ക്ഷമിക്കണം”.

“ഇപ്പോ സമ്മതിച്ചല്ലോ നിങ്ങളെന്നേ വിളിച്ചു എന്ന്. ഞാനെന്തെങ്കിലും സഹായം ചെയ്യേണ്ടതായുണ്ടെങ്കിൽ വേഗം പറയൂ. എന്തുവേണമെങ്കിലും സന്തോഷത്തോടെ ചെയ്തു തരാം. പക്ഷേ വേഗം പറയണം.”

കിയൻ അതൊരവസരമായിരിക്കും എന്നാലോചിച്ച് താൻ എന്തിനുവേണ്ടി അവിടെ എത്തിയെന്നും ഏതെങ്കിലും ഒരു സാങ്കേതിക വിദ്യ നന്നായി പഠിക്കണമെന്ന് ആഗ്രഹമുണ്ടെന്നുമെല്ലാം വിശദീകരിച്ചു. എല്ലാം കേട്ട ശേഷം ഹാവൂ പറഞ്ഞു

“കിയൻ, നീ എത്തിയിരിക്കുന്നത് ശരിയായ സ്ഥലത്തുതന്നെയാണ്. ഞാൻ “ഹാവൂ” എന്ന പേരുകേട്ട മാന്ത്രികനാണ്. മാന്ത്രികവിദ്യയിൽ എന്നെപ്പോലെ പ്രാവീണ്യം നേടിയ മറ്റാരെങ്കിലും ഉണ്ടെന്ന് തോന്നുന്നില്ല. ഞാൻ ഇടയ്ക്കിടയ്ക്ക് നല്ല ചുറുചുറുക്കുള്ള ചെറുപ്പക്കാരെ തിരഞ്ഞെടുത്ത് മാന്ത്രികവിദ്യ പഠിപ്പിക്കുകയും ചെയ്യാറുണ്ട്. നിനക്ക് മാന്ത്രികവിദ്യ പഠിക്കുന്നതിൽ താല്പര്യമുണ്ടെങ്കിൽ ഞാൻ നിന്നെ പഠിപ്പിക്കാം.”

അത് തനിക്കുകിട്ടിയ ഒരു സുവർണ്ണാവസരമായിട്ടാണ് കിയന് തോന്നിയത്.

“എനിക്ക് താല്പര്യമുണ്ട്. അങ്ങ് എന്നെ മാന്ത്രികവിദ്യ പഠിപ്പിക്കുമെങ്കിൽ അത് എനിക്കു കിട്ടുന്ന ഒരു വലിയ അനുഗ്രഹമായിരിക്കും.”

“എങ്കിൽ എന്നോടൊപ്പം വന്നോ. ഞാൻ നിന്നെ നീ ഇന്നുവരെ കണ്ടിട്ടില്ലാത്ത മറ്റൊരു ലോകത്തേക്ക് കൊണ്ടുപോകാം”

അയാൾ കിയനെ അടുത്തുനിന്നിരുന്ന വലിയ വാൽനട്ട് മരത്തിന്റെ സമീപത്തേക്ക് കൂട്ടിക്കൊണ്ടുപോയി. അയാൾ തന്റെ കയ്യിലുണ്ടായിരുന്ന ഊന്ന് വടി മരത്തിന്റെ നേരെ ചൂണ്ടിക്കൊണ്ട് എന്തോ പറഞ്ഞു. ഉടൻ തന്നെ മരം രണ്ടായിപ്പിളർന്നു. അങ്ങിനെ പിളർന്നുനിന്ന മരത്തിന്റെ നടുവിലേക്ക് കയറി കൊള്ളാൻ ഹാവൂ കിയനോട് പറഞ്ഞു. ആദ്യം മനസ്സിൽ അല്പം ഭയമുണ്ടായിരുന്നുവെങ്കിലും മരത്തിന്റെ വിള്ളലിലേക്ക് നോക്കിയ കിയൻ കണ്ടത് കൗതുകകരമായ ഒരു കാഴ്ചയായിരുന്നു.

അതിനകത്ത് വാൽനട്ട് തോടുകൾകൊണ്ട് നിർമ്മിച്ച ഒരു ചെറിയ വീട്; വീടിനുമുമ്പിൽ സുന്ദരിയായ ഒരു പെൺകുട്ടി; അതുപോലെത്തന്നെ സുന്ദ രമായ, ധാരാളം പൂക്കൾ വിടർന്നുനിന്നിരുന്ന ഒരു ചെറിയ തോട്ടം; ഒരു കൊച്ചരുവി. തികഞ്ഞ കൗതുകത്തോടുകൂടിത്തന്നെയാണ് കിയൻ ആ വിള്ളലിലേക്ക് കയറിയത്. പിന്നാലെ ഹാവൂവും കയറി. ഉടൻതന്നെ മരം മറുപടിയും ഒന്നായി-പുറം ലോകം കാണാൻ കഴിഞ്ഞില്ലെങ്കിലും അവർ ഒരു പുതിയ നല്ല ലോകത്തിൽ എത്തിച്ചേർന്നതുപോലെയാണ് കിയന് അനുഭവപ്പെട്ടത്. ആ പെൺകുട്ടി "അച്ഛാ" എന്ന് വിളിച്ചുകൊണ്ട് ഹാവൂവിനെ കെട്ടിപ്പിടിച്ചു. അവൾ ഹാവൂവിന്റെ വിചിത്രമായ തലപ്പാവും വേഷങ്ങളും അഴിച്ചുവെയ്ക്കാൻ അച്ഛനെ സഹായിച്ചു. അതിനിടയിൽ അതിഥിയായി അവിടെയെത്തിയ കിയനെ സ്വാഗതം ചെയ്യാൻ മറന്ന തുമില്ല. പിന്നീട് അവൾ അവർക്കുവേണ്ടി ചില ഭക്ഷണങ്ങൾ ഉണ്ടാക്കി തീൻമേശപ്പുറത്ത് വെച്ചു. അവരെ ഭക്ഷണം കഴിക്കാൻ ക്ഷണിച്ചു

"നിങ്ങൾ യാത്രയൊക്കെ കഴിഞ്ഞ് വന്നതല്ലേ. അല്പം ഭക്ഷണം കഴിക്കൂ. ക്ഷീണമൊക്കെ പോകട്ടെ." അവൾ പറഞ്ഞു.

"കിയൻ, ഇത് എന്റെ ഏകമകളാണ്. പാരി. ങ്ങാ. മോളേ ഇത് കിയൻ. എന്റെ പുതിയ പഠിതാവാണ്. കുറച്ചുനാൾ നമ്മുടെ കൂടെ ഉണ്ടാവും."

"ശരിയച്ഛാ"

പിന്നീട് ഹാവൂ അല്പം വിശ്രമിക്കാനായി പോയസമയത്ത് പാരി കിയനോട് ചോദിച്ചു.

"കിയൻ, താങ്കളെപ്പറ്റി ഒന്നും പറഞ്ഞില്ലല്ലോ. എന്തു പഠിക്കാ നാണ് അച്ഛനോടൊപ്പം ഇവിടെ വന്നത്." കിയൻ തന്നെ കുറിച്ചുള്ള എല്ലാവിവരങ്ങളും, രാജകുമാരിയെ സ്നേഹിക്കുന്ന വിവരമുൾപ്പെടെ എല്ലാം പാരിയോട് പറഞ്ഞു. എല്ലാം പറഞ്ഞുനിർത്തിയപ്പോൾ കിയൻ പാരിയോട് ഇത്രയും കൂടി പറഞ്ഞു.

"പാരി.നിന്നെക്കണ്ടിട്ട് എനിക്ക് ഒരജനുത്തിയേപ്പോലെയാണ് തോന്നുന്നത് എന്റെ സ്വന്തം അനുജത്തി."

"വിവരങ്ങളെല്ലാം കേട്ട പാരിക്കും കിയനോട് ഒരു പ്രത്യേക സ്നേഹം തോന്നി. അവൾ കിയനോട് പറഞ്ഞു.

"കിയൻ, എൻയച്ഛൻ സാധാരണ നിലയിൽ ഒരു നല്ല മനുഷ്യനാ യിരുന്നു. പക്ഷേ അച്ഛൻ മാന്ത്രികവിദ്യ പഠിച്ച് വലിയ മാന്ത്രികനാ യഷശഷം അദ്ദേഹത്തിന്റെ സ്വഭാവം മാറിയിരിക്കുന്നു. മാന്ത്രികവി ദ്യയിൽ പ്രാവീണ്യം നേടിക്കഴിഞ്ഞ അദ്ദേഹം ഇപ്പോൾ ചെയ്യുന്നത്

പല ചെറുപ്പാക്കാരേയും ഇവിടെ കൊണ്ടുവന്ന് വിദ്യ പഠിപ്പിക്കുകയും അവരിൽ നന്നായി വിദ്യ പഠിക്കുന്നവരെ അവരുടെ പഠിത്തം പൂർത്തിയാക്കിയാൽ ആഴ്ന്ന ഉറക്കത്തിലാക്കി പ്രത്യേകതരം ഭരണികളിലാക്കി സൂക്ഷിക്കുകയുമാണ്."

"എന്തിന്."

"അദ്ദേഹത്തിന് പ്രായമാകുമ്പോൾ അവരെ പുനർജീവിപ്പിച്ച് അവരേക്കൊണ്ട് തനിക്കുവേണ്ട ജോലികൾ ചെയ്യിക്കാമെന്ന് അദ്ദേഹം കരുതുന്നു. ഒരു തരത്തിൽ പറഞ്ഞാൽ അച്ഛൻ ദുഃഷ്ടനായി മാറിയിരിക്കുന്നു."

"ഓ. അങ്ങിനെയോ. അപ്പോൾ എന്റെ ഗതി... "

തികച്ചും പേടിച്ചുപോയ കിയൻ ചോദിച്ചു

"എന്നെ ഇവിടെനിന്നും പോകാൻ രക്ഷപ്പെടാൻ സഹായിച്ചുകൂടെ സഹോദരീ."

"ഇവിടെ നിന്നും പുറംലോകത്തേക്ക് പോകാനുള്ള വഴി തുറക്കാൻ അച്ഛനു മാത്രമേ കഴിയൂ. എങ്ങിനെയാണെന്ന് എനിക്കും അറിഞ്ഞുകൂടാ."

അല്പംനിമിഷങ്ങൾ കഴിഞ്ഞ് പാരി വീണ്ടും പറഞ്ഞു.

"കിയൻ ഞാനൊരു കാര്യം പറയാം. അങ്ങിനെ ചെയ്താൽ കിയൻ മാന്ത്രികവിദ്യ കുറേയൊക്കെ പഠിച്ചതിനു ശേഷം ഇവിടെ നിന്നും രക്ഷപ്പെടാം."

"എന്താ. കേൾക്കട്ടെ."

"അച്ഛൻ ഓരോ കാര്യങ്ങളും പഠിപ്പിക്കുമ്പോൾ, കാര്യങ്ങൾ മനസ്സിലാക്കിയാലും ഒന്നും മനസ്സിലായില്ല; പഠിക്കാൻ കഴിയുന്നില്ല, കഴിഞ്ഞില്ല എന്ന രീതിയിൽ പെരുമാറണം. അങ്ങിനെ ചെയ്താൽ അച്ഛൻ കിയനെ ഒരു മണ്ടനായി കണക്കാക്കി, മാന്ത്രികവിദ്യകൾ പഠിക്കാൻ കഴിയാത്തവൻ എന്ന് ഉറപ്പാക്കി ഇവിടെ നിന്നും പുറന്തള്ളും."

"ഓ. അങ്ങിനെയോ. ഇതൊരു നല്ല ഉപദേശം തന്നെ. ഞാനിങ്ങനെതന്നെ ചെയ്തുകൊള്ളാം. നന്ദിയുണ്ട് അനുജത്തീ."

പിന്നീടുള്ള മൂന്നുനാലു മാസങ്ങൾ അങ്ങിനെയാണ് കഴിഞ്ഞുപോയത്. ഹാവൂ പല വിദ്യകളും കിയനെ പഠിപ്പിച്ചു. ഓരോ കർമ്മവും എങ്ങിനെ ചെയ്യണമെന്ന് വിശദമായി ഉപദേശിച്ചു. ഓരോന്നും കേട്ട് നല്ലതുപോലെ ഹൃദ്യസ്ഥമാക്കിയതിനുശേഷം ഒന്നും മനസ്സിലാക്കാൻ കഴിയാത്ത ഒരു വിഡ്ഢിയെപ്പോലെ അഭിനയിച്ചു. ദിവസങ്ങൾ

കടന്നുപോയപ്പോൾ ഹാവ്യവിന് കിയൻ ഒരു വിഡ്ഢിതന്നെയാണെന്ന് തോന്നിത്തുടങ്ങി. അങ്ങിനെയാണ് ഏതാണ്ട് ഉറപ്പായതും ഹാവ്യ കിയനോട് സ്നേഹഭാവത്തിൽ പറഞ്ഞു.

"കിയൻ നീ വന്നിട്ട് കുറേ ദിവസങ്ങളായില്ലേ, മാസങ്ങൾ തന്നെയായി. നിനക്ക് നിന്റെ അമ്മയേയും മറ്റ് സ്നേഹിതരേയുമൊക്കെ ഒന്ന് കാണണമെന്ന് തോന്നുന്നില്ലേ. ഉണ്ടായിരിക്കും. തീർച്ച. അല്ലേ."

"പോയാൽ കൊള്ളാമെന്നുണ്ട്, പക്ഷേ പഠിത്തം കഴിഞ്ഞിട്ട്..."

"ഏ. അതൊന്നും സാരമില്ല. നീ വീട്ടിൽ പോയി എല്ലാവരേയും കണ്ടിട്ട വാ. ഞാൻ നിനക്ക് പുറംലോകത്തേക്കുള്ള വാതിൽ തുറന്ന് തരാം".

ഹാവ്യ വാൽനട്ടമരത്തിലേ വിള്ളൽ തുറന്ന് കിയനെ വെളിയിലേക്ക് വിട്ടു. കിയൻ പുറത്ത് ഇറങ്ങിയതും ഹാവ്യ അയാളോട് ദേഷ്യത്തിൽ പറഞ്ഞു.

"പമ്പര വിഡ്ഢി. തലയിൽ ഒന്നുമില്ലാത്ത അസത്ത്. ഇനി നിന്നെ ഈ പ്രദേശത്തെങ്ങും കണ്ടുപോകരുത്. മനസ്സിലായല്ലോ." അത്രയും പറഞ്ഞ് അയാൾ മരത്തിന്റെ വിള്ളൽ അടയ്ക്കുകയും ചെയ്തു.

തടിതപ്പിയെന്ന സന്തോഷത്തോടെ കിയൻ സ്വന്തം വീട്ടിലേക്ക് മടങ്ങി. മാത്രമല്ല തനിക്ക് മാന്ത്രികവിദ്യകൾ, പ്രത്യേകിച്ചും സ്വയം പല പരരൂപങ്ങൾ മാറിമാറി സ്വീകരിക്കുക-ഉദാഹരണത്തിന് ഒരു മനുഷ്യന് സ്വയം ഒരു പക്ഷിയോ, മൃഗമോ ഒക്കെയായി മാറാനും അതുപോലെ സ്വന്തം രൂപത്തിലേക്ക് തിരികെ മാറുക; അങ്ങിനെ കഠിനമായ പല വിദ്യകളും ഒരളവിന് നന്നായി പഠിക്കാൻ കഴിഞ്ഞു എന്ന വിശ്വാസം കിയന് സന്തോഷവും ആത്മവിശ്വാസവും നല്കി. തിരികെ വീട്ടിലെത്തിയ മകനെ അമ്മ സനേഹത്തോടെ വരവേറ്റു.

"മോനേ. നീയിത്രനാളും എവിടെയായിരുന്നു. എവിടൊക്കെ പോയി. എന്തൊക്കെ പഠിച്ചു. വാ. കഴിക്കാൻ എന്തുണ്ടെന്ന് നോക്കട്ടെ."

പക്ഷേ വീടിനകത്ത് കയറിയപ്പോൾത്തന്നെ വീട്ടിൽ വേണ്ടത്ര ഭക്ഷണസാധനങ്ങൾ ഇല്ലായിരുന്നുവെന്നും അമ്മ ഏതാണ്ട് അരവയറുമായി ജീവിക്കുകയായിരുന്നു എന്നും മനസ്സിലായി. തിരികെപ്പോയി രാജാവിനെ കാണുന്നതിനുമുമ്പ് അമ്മയുടെ സാമ്പത്തികസ്ഥിതി മെച്ചപ്പെടുത്തണമെന്ന് കിയൻ തീർച്ചയാക്കി. ഉറങ്ങാൻ പോകുന്നതിനുമുൻപ് കിയൻ അമ്മയോട് പറഞ്ഞു.

"അമ്മേ. അമ്മ വളരെ കഷ്ടപ്പെട്ടാണ് ജീവിക്കുന്നത്-അതെനിക്ക് മനസ്സിലാകുന്നുണ്ട്. ഞാനൊരു വഴി കണ്ടുവെച്ചിട്ടുണ്ട്. അമ്മ

അതുപോലെ ചെയ്താൽ അമ്മയുടെ കഷ്ടപ്പാടെല്ലാം മാറിക്കിട്ടും."

"അതെന്തു വഴിയാ"

"അതൊക്കെപ്പറയാം, അമ്മേ." കിയൻ തന്റെ മാന്ത്രികകഴിവുകൾ ഒന്ന് പരീക്ഷിക്കാനുള്ള ഒരവസരവും അമ്മയ്ക്ക് കുറച്ച് ധനം സമ്പാദിക്കാനുള്ള ഒരു വഴിയായും ചിലതൊക്കെ ആസൂത്രണം ചെയ്തു. പിന്നീട് അമ്മയോട് പറഞ്ഞു.

"അമ്മേ, നാളെ പുലർച്ചക്കുമുമ്പുതന്നെ അമ്മ തയ്യാറായി നമ്മുടെ വീടിന്റെ മുമ്പിൽപോയി നോക്കണം. അവിടെ ഒരു നല്ല ആട് നിൽക്കുന്നുണ്ടാകും. അതിനേയും കൊണ്ട് അമ്മ ചന്തയിൽ പോകണം. ആടിനെ വിൽക്കുകയും വേണം. പക്ഷേ പത്ത് വെള്ളിനാണയങ്ങളിൽ കുറവായ വില വാങ്ങാൻ പാടില്ല. അതുപോലെത്തന്നെ വിറ്റ് പണം കയ്യിൽ കിട്ടിയാൽ ഉടനേതന്നെ ആടിന്റെ കഴുത്തിൽ കിടക്കുന്ന കയർ അഴിച്ചുമാറ്റി തിരികെ കൊണ്ടു വരണം. യാതൊരു കാരണവശാലും ആ കയർ വിട്ടുകൊടുക്കാൻ പാടില്ല. അത് തിരികെ കൊണ്ടുവന്ന് എന്നേ ഏല്പിക്കണം. ഞാൻ പറഞ്ഞതെല്ലാം അമ്മയ്ക്ക് മനസ്സിലായല്ലോ ഇല്ലേ."

"എല്ലാം മനസ്സിലായി മോനേ. പക്ഷേ നമുക്ക് ആടുകളൊന്നുമില്ലല്ലോ."

"അതൊന്നും അമ്മ വിഷമിക്കേണ്ട. നാളെക്കാലത്ത് നമ്മുടെ പുരയിടത്തിൽ അമ്മ പോയിനോക്കുമ്പോൾ അവിടെ ഒരാടുണ്ടാകും. തീർച്ച. ഞാനല്ലേ പറയുന്നത്."

"ശരി."

അടുത്തദിവസം കിയന്റെ അമ്മ വീടിന്റെ മുൻവശത്തെ കതകു തുറന്നപ്പോൾ പൂമുഖത്തിനടുത്തായി ഒരൊന്നാന്തരം ആട് നിൽക്കുന്നുണ്ടായിരുന്നു; കണ്ടാൽ കൗതുകം തോന്നിപ്പിക്കുന്ന ഒരൊന്നാന്തരം ആട്. അമ്മ ആടിനേയും കൊണ്ട് മകൻ നിർദ്ദേശിച്ചിരുന്നതുപോലെ ചന്തയിൽ പോയി. പലരും ആടിനെ വാങ്ങാൻ താല്പര്യം കാണിച്ചെങ്കിലും ആരും പത്ത് വെള്ളി നാണയങ്ങൾ വിലയായി കൊടുക്കാൻ തയ്യാറായില്ല. മദ്ധ്യാഹ്നമായപ്പോഴേക്കും നിരാശയായി അമ്മ വീട്ടിലേക്ക് മടങ്ങാൻ തയ്യാറായ സമയത്ത് കാഴ്ചയിൽ ധനികനായ ഒരാൾ ആടിനെ വാങ്ങിക്കാൻ താല്പര്യം കാണിച്ചു. ആടിന് പത്തുവെള്ളി വളരെക്കൂടുതലാണെന്ന് പറഞ്ഞ അയാളുടെ സുഹൃത്തുക്കളോട് അദ്ദേഹം പറഞ്ഞു.

"ഇത്ര ലക്ഷണമൊത്ത ഒരാടിനെ ഞാനിതിനുമുൻപ് കണ്ടിട്ടില്ല. ഇതിനെ എനിക്ക് വളരെ ഇഷ്ടപ്പെട്ടു. പത്ത് വെള്ളിയെങ്കിൽ പത്ത്. ഞാനിതിനെ വാങ്ങുന്നു".

പണം കൊടുത്ത് അദ്ദേഹം ആടിനെ വാങ്ങിച്ചു. അപ്പോൾ അമ്മ ധൃതിയിൽ ആടിന്റെ കഴുത്തിലുണ്ടായിരുന്ന കയർ അഴിച്ചെടുത്തു. അതുകണ്ട് അദ്ദേഹം ചോദിച്ചു.

“ആ കയർ അതിന്റെ കഴുത്തിൽ കിടക്കട്ടെ. കാണാൻ നല്ല ഐശ്വര്യമുണ്ട്.”

“ഇല്ല. അതെനിക്കുവേണം. എന്റെ മകൻ നിർബന്ധമായി പറഞ്ഞിട്ടുണ്ട്, ഈ കയറ് അവന് വേണമെന്ന്.” അമ്മ കയറ് കൊടുക്കാൻ വിസമ്മതിച്ചു. ആടിനെ വാങ്ങിയയാൾ മറ്റൊരു കയറ് ആടിന്റെ കഴുത്തിലിട്ട് അതിനേയും കൊണ്ടു യാത്ര തിരിച്ചു. അമ്മ തിരികെ വീട്ടിലെത്തി.

അതിനിടയിൽ ആടിനെ വാങ്ങിയ ആൾ കുറേനേരം പോയികഴിഞ്ഞപ്പോൾ അയാളുടെ പിന്നിൽ നടന്നിരുന്ന ആട് മുന്നോട്ട് നടക്കാതെ വഴിയിൽ നിലയുറപ്പിച്ചു. അയാൾ അല്പം ശക്തിയോടെ വലിച്ചപ്പോൾ കയർ ആടിന്റെ കഴുത്തിൽ നിന്നും വഴുതി വീണു. തക്കം നോക്കി ആട് അടുത്തുണ്ടായിരുന്ന കുറ്റിക്കാട്ടിലേക്ക് ഓടിപ്പോയി. കുറേനേരം ആടിനെപ്പിടിക്കാൻ ആ ധനികനും കൂട്ടുകാരും ശ്രമിച്ചെങ്കിലും കഴിഞ്ഞില്ല; കാരണം അതിനിടയിൽ ആട് സ്വരൂപം മാറ്റിയിട്ട് ഒരെലിയുടെ രൂപം സ്വീകരിച്ചു എന്നതുതന്നെ. ഇതുപറയുമ്പോൾ മറ്റൊരു സത്യം കൂടി പറയേണ്ടതായുണ്ട്. വാസ്തവത്തിൽ സംഭവിച്ചത് നമുക്ക് ഊഹിക്കാൻ കഴിയുന്ന ഒരു കാര്യം തന്നെയാണ്. ആടായതും പിന്നീട് എലിയായതും മറ്റാരുമായിരുന്നില്ല. കിയൻ തന്നെയായിരുന്നു.

എലിയായി മാറിയ കിയൻ അമ്മ അറിയാതെ അമ്മയുടെ കയ്യിലുണ്ടായിരുന്ന സഞ്ചിയിൽ കയറി ഒളിച്ചിരുന്നു. അങ്ങിനെ വീട്ടിൽ തിരിച്ചെത്തിയപ്പോൾ നല്ല ഒരവസരം നോക്കി സഞ്ചിയിൽനിന്നും വെളിയിൽച്ചാടി; സ്വന്തം രൂപം തിരികെ സ്വീകരിച്ച് കിയനായി മാറി. അമ്മ കൈകാൽ മുഖമെല്ലാം വൃത്തിയായി കഴുകിയതിനുശേഷം വിളിച്ചു.

“മോനേ, നീ എവിടെയാ”

“ഇവിടെയുണ്ടമ്മേ. ദാ വരുന്നു.”

അമ്മ ചന്തയിൽ നടന്ന കാര്യങ്ങളെല്ലാം കിയനോട് വിശദീകരിച്ചു. എല്ലാം കേട്ടതിനുശേഷം കിയൻ പറഞ്ഞു

“ഞാൻ പറഞ്ഞ കാര്യങ്ങളെല്ലാം അമ്മ കൃത്യമായി ചെയ്തു. നാളെയും അമ്മ ഇതുപോലെ ചന്തയിൽ പോകണം കേട്ടോ.”

“അതെന്തിനാ മോനേ.”

“അതൊക്കെ അമ്മ വൈകിട്ട് ഉറങ്ങാൻ പോകുന്നതിനുമുമ്പേ പറയാം. എന്താ. പോരേ.”

ശരി. എങ്കിൽ ഇപ്പോൾ നീ വന്ന് ആഹാരം കഴിക്ക്. ഞാനെല്ലാം എടുത്തുവയ്ക്കാം.

"ശരിയമ്മേ."

കിയന് തന്റെ കഴിവുകൾ പരീക്ഷിക്കാൻ കിട്ടിയ ആദ്യത്തെ അവസരമായിരുന്നു അത്. എല്ലാം വിജയകരമായി ചെയ്യാനും കഴിഞ്ഞു. അന്ന് രാത്രി കിയൻ അമ്മയോട് പറഞ്ഞു.

"അമ്മ നാളെ നമ്മുടെ പട്ടിക്കൂട്ടിൽ നോക്കിയാൽ അവിടെ ഒരു നല്ലയിനം വേട്ടനായ് നിൽക്കുന്നുണ്ടാകും. അതിനേയും കൊണ്ട് ഇന്നത്തേതുപോലെ അമ്മ ചന്തയിൽ പോകണം. നാല്പത് വെള്ളി നാണയത്തിൽക്കുറച്ച് വിൽക്കരുത്. അതുപോലെ വിലയുറപ്പിച്ച് പണം വാങ്ങിക്കഴിഞ്ഞാൽ പട്ടിയുടെ കഴുത്തിലുള്ള കഴുത്തുപട്ട എടുത്ത് മാറ്റണം. യാതൊരു കാരണവശാലും അത് പട്ടിയെ വാങ്ങുന്ന ആളിന് കൊടുക്കാൻ പാടില്ല. അത് തിരികെ കൊണ്ടുവന്ന് എനിക്ക് തരണം. എന്താ. അമ്മയ്ക്ക് ഞാൻ പറഞ്ഞതെല്ലാം മനസ്സിലായില്ലേ."

"മനസ്സിലായി മോനേ".

"ഇങ്ങിനെ രണ്ടുമൂന്ന് പ്രാവശ്യം കൂടി ചന്തയിൽപ്പോയാൽ അമ്മയുടെ പണക്കഷ്ടമെല്ലാം തീരും. അമ്മ നോക്കിക്കോ."

അതുകേട്ട് അമ്മ ചിരിക്കുകമാത്രം ചെയ്തു. അടുത്തദിവസം രാവിലെ വീടിന്റെ വാതിൽ തുറന്ന അമ്മ കണ്ടത്. പട്ടിക്കൂട്ടിന് മുമ്പിൽനിന്നിരുന്ന ഒരു നല്ല വേട്ടനായയെയാണ്. അതിനേയും കൊണ്ട് അമ്മ ചന്തയിലേക്ക് പോയി. ചന്തയിൽ ചെന്നിരുന്ന പല പ്രഭുക്കന്മാർക്കും നായയെ വളരെ ഇഷ്ടപ്പെട്ടു. അല്പം വിലകുറച്ച് കിട്ടുമോ എന്ന് നോക്കാനായി ചിലർ അല്പം വിലപേശി നോക്കി. പക്ഷേ നാല്പത് വെള്ളിയിൽ കുറയുകയില്ലെന്ന് അമ്മ നിർബന്ധമായി തറപ്പിച്ചു പറഞ്ഞു. ഒരു പ്രഭു ആ വില തന്നെ കൊടുത്തു നായയെ വാങ്ങി. പണം സ്വീകരിച്ചതിനുശേഷം അമ്മ നായയുടെ കഴുത്തിൽ നിന്ന് പട്ട അഴിച്ചെടുത്തു. ആ പ്രഭു വളരെയധികം നിർബന്ധിച്ചെങ്കിലും അമ്മ അത് വിട്ടുകൊടുക്കാൻ സമ്മതിച്ചില്ല. അതുകൊണ്ട് ഒരു പുതിയ ചങ്ങല നായുടെ കഴുത്തിലിട്ട് പ്രഭു നായയേയും കൊണ്ട് പോയി. പിന്നീട് നടന്നതെല്ലാം തലേദിവസം നടന്നതുപോലെ തന്നെ. വഴിയിൽ വച്ച് നായ ഇടഞ്ഞു നിന്നതും, ചങ്ങലപൊട്ടിച്ച് ഓടി രക്ഷപ്പെട്ടതും, നായ എലിയായി മാറി കിയന്റെ അമ്മയുടെ പച്ചക്കറി സഞ്ചിയിൽ കയിറിയതും, വീട്ടിലെത്തിയതും അമ്മയറിയാതെ വീണ്ടും കിയനായിമാറിയതും എല്ലാം ആവർത്തിച്ചു. വീട്ടിലെത്തിയ അമ്മ കൈകാൽ ശുദ്ധമാക്കിയതിനുശേഷം വിളിച്ചു.

“മോനേ. കിയൻ. നീ എവിടെയാ. ഇന്നും ഇന്നലത്തേതുപോലെ തന്നെ. ഏതായാലും ഒടുവിൽ പട്ടിയെ നീ പറഞ്ഞ വിലയ്ക്കുതന്നെ വിൽക്കാൻ കഴിഞ്ഞു. നീ വാ. നമുക്ക് വല്ലതും കഴിച്ചുകൊണ്ട് സംസാരിക്കാം.”

“ദാ. ഞാൻ വന്നുകഴിഞ്ഞമ്മേ.” ഭക്ഷണം കഴിച്ചുകൊണ്ടിരുന്നതിനിടയിൽ കിയൻ പറഞ്ഞു.

“നാളെയും അമ്മ ഇതുപോലെ ചന്തയിൽ പോകണം. അതുകഴിഞ്ഞാൽ അമ്മയ്ക്ക് പിന്നീട് പണത്തിന് ബുദ്ധിമുട്ടേണ്ടിവരില്ല.”

“അതെങ്ങിനെ മോനേ.”

“അതൊക്കെ ഞാൻ വൈകിട്ട് അമ്മ ഉറങ്ങാൻ പോകുന്നതിനു മുമ്പ് പറയാം.”

അന്നും വൈകിട്ട് ഉറങ്ങാൻ പോകുന്നതിനുമുൻപ് കിയൻ അമ്മയോട് പറഞ്ഞു.

“അമ്മേ. നാളെ അമ്മ ഒരു കുതിരയെയാണ് ചന്തയിൽ കൊണ്ടുപോകേണ്ടത്. നൂറ് നാണയങ്ങളിൽ കുറവായി അമ്മ വാങ്ങരുത്. അതുപോലെ കുതിരയുടെ കഴുത്തിൽ ഇട്ടിരിക്കുന്ന കടിഞ്ഞാൺ കയറ്റിയെടുത്ത് തിരികെ കൊണ്ടുവരാനും മറക്കരുത്. യാതൊരു കാരണവശാലും കടിഞ്ഞാൺ കൊടുക്കാൻ പാടില്ല. അപ്പോൾ എല്ലാം ഇന്നലത്തേതുപോലെ. ശരിയല്ലേ അമ്മേ.”

“ശരി മോനേ.”

അടുത്ത ദിവസവും അമ്മ പതിവുപോലെ ചന്തയിലേക്ക് യാത്രയായി; കുതിരയുമായി. കണ്ടാൽ ആരും ഇഷ്ടപ്പെട്ടുപോകുന്ന, രാജാക്കന്മാരും പ്രഭുക്കന്മാരുമൊക്കെ ഉപയോഗിക്കുന്നതുപോലെയുള്ള ഒരു ലക്ഷണമൊത്ത കുതിരയായിരുന്നു അത്. അതുകൊണ്ട് തന്നെ കുതിരയെകണ്ടതും അന്ന് ചന്തയിലെത്തിയിരുന്ന ചില പ്രസിദ്ധരായ പ്രഭുക്കന്മാരുപോലും അതിനെ വാങ്ങാൻ താല്പര്യം കാണിച്ചു. നൂറ് സ്വർണ്ണനാണയങ്ങൾ കുതിരക്ക് ന്യായമായ വില ആയിരുന്നുവെന്ന് അവർ സമ്മതിച്ചു. എങ്കിലും അല്പം കുറച്ചുകിട്ടിയാൽ നന്നായിരിക്കും എന്ന് ചിലർ അഭിപ്രായപ്പെട്ടു. ആ സമയത്ത് അടുത്ത രാജ്യത്തിലെ രാജകുമാരനും അവിടെയെത്തി. കുമാരനും കുതിരയെ വളരെ ഇഷ്ടപ്പെട്ടു. കുമാരൻ എല്ലാവരും കേൾക്കെ പറഞ്ഞു.

“ഈ കുതിരയെ ഞാൻ വാങ്ങിക്കുന്നു. മറ്റാരും ഇനി അവകാശം പറയരുത്. ഇതാ, ഞാനിവർക്ക് അവർ ആവശ്യപ്പെട്ട നൂറ് സ്വർണ്ണ നാണയങ്ങൾ കുതിരയുടെ വിലയായി നൽകുന്നു.”

കുമാരൻ തന്റെ സഞ്ചിയിൽ നിന്ന് സ്വർണ്ണനാണയങ്ങൾ പെറുക്കിയെടുക്കുന്ന സമയത്ത് ആ നാട്ടുകാരനല്ലാത്ത മറ്റൊരു ധനികൻ അവിടെയെത്തി. അദ്ദേഹം കുതിരയെ കണ്ടയുടൻ പറഞ്ഞു.

"ഈ കുതിരയേ എനിക്ക് വളരെയേറെ ഇഷ്ടപ്പെട്ടു. എന്തുവിലയായാലും വേണ്ടില്ല; കുതിരയെ എനിക്കു വേണം. പ്രിയപ്പെട്ട വയോധികേ, ഞാൻ നിങ്ങൾക്ക് കുതിരയുടെ വിലയായി അഞ്ഞൂറ് സ്വർണ്ണനാണയങ്ങൾ നൽകാം. കുതിരയെ എനിക്കു തന്നാലും."

അതുകേട്ട ആ അമ്മയും അവിടെ ഉണ്ടായിരുന്ന പ്രഭുക്കന്മാരും രാജകുമാരനും എല്ലാം അതിശയിച്ചുപോയി. അഞ്ഞൂറ് സ്വർണ്ണനാണയങ്ങൾ-അത്രയും വലിയ തുക ഈ കുതിരയ്ക്ക്; അവർ എന്തെങ്കിലും പ്രതികരിക്കുന്നതിനു മുൻപ് അയാൾ തന്റെ കയ്യിലുണ്ടായിരുന്ന പെട്ടിയിൽ നിന്നും ഒരു പണസഞ്ചിയെടുത്ത് കിയന്റെ അമ്മയുടെ കയ്യിൽ വച്ചു.

"ഏ. വയോധികേ, ഇതാ ഈ സഞ്ചിയിൽ ഉള്ളതുമുഴുവൻ നിങ്ങൾക്കുള്ളതാ. ഇതിനകത്ത് അഞ്ഞൂറിലും കൂടുതൽ സ്വർണ്ണനാണയങ്ങൾ ഉണ്ട്. എണ്ണിനോക്കിക്കൊള്ളുക".

അത്രയും പറഞ്ഞിട്ട് അയാൾ കിയന്റെ അമ്മയുടെ കയ്യിൽനിന്നും കുതിരയുടെ കടിഞ്ഞാൺ വാങ്ങി യാത്ര തിരിച്ചു.

അല്പനിമിഷങ്ങൾക്കുള്ളിൽ അമ്പരപ്പിൽ നിന്ന് ഉണർന്ന അമ്മ, തനിക്ക് കടിഞ്ഞാൺ തിരികെ വേണമെന്ന് പറയുന്നതിന് മുൻപുതന്നെ അയാൾ കുതിരയുമായി കുറേദൂരം പോയിക്കഴിഞ്ഞിരുന്നു. അതുകൊണ്ട് അവർക്ക് കിയൻ നിർദ്ദേശിച്ചിരുന്നതുപോലെ കടിഞ്ഞാൺ തിരികെ വാങ്ങാനായില്ല. എങ്കിലും അത്രയും പണം കിട്ടിയല്ലോ എന്ന സന്തോഷത്തോടെ അവർ വീട്ടിലേക്ക് മടങ്ങി. വീട്ടിലെത്തി പതിവുപോലെ കൈകാലുകൾ ശുദ്ധം ചെയ്തതിനുശേഷം അവർ മകനേ വിളിച്ചു.

"മോനേ. കിയാ. നീ എവിടെയാ അമ്മയ്ക്ക് നിന്നോട് ഒരു വലിയ സന്തോഷവാർത്ത പറയാനുണ്ട്. ദാ. വന്നുനോക്ക്. ഇന്ന് നമുക്ക് എത്ര വലിയ തുകയാ കുതിരയുടെ വിലയായി കിട്ടിയെതെന്ന് നോക്ക്. വാ."

അത്രയും പറഞ്ഞ് അവർ സഞ്ചി തുറന്ന് സ്വർണ്ണനാണയങ്ങൾ പെറുക്കിയെടുക്കാൻ തുടങ്ങി. എണ്ണി തിട്ടപ്പെടുത്തണമല്ലോ. പക്ഷേ ആ സമയത്തൊന്നും കിയന്റെ പ്രതികരണം ഉണ്ടായില്ല. സഞ്ചിയിൽനിന്ന് നാണയങ്ങൾ എന്നുവിചാരിച്ച് എടുത്തതൊന്നും നാണയങ്ങളായിരുന്നില്ല. അവർ പരിഭ്രമത്തോടെ സഞ്ചിയിലുണ്ടായിരുന്നതു മുഴുവനും തറയിൽ ഇട്ടു. സഞ്ചിക്കകത്തുണ്ടായിരുന്നത്

സ്വർണ്ണനാണയങ്ങളായിരുന്നില്ല-പകരം കുറേ കനച്ചുപോയ വാൽനട്ട് പരിപ്പുകൾ മാത്രം. താൻ വഞ്ചിക്കപ്പെട്ടു എന്നു മനസ്സിലാക്കിയ അമ്മ കിയനെ വീണ്ടും വീണ്ടും വിളിച്ചു. പക്ഷേ കിയനും വീട്ടിൽ ഉണ്ടായിരുന്നില്ല. അങ്ങിനെ മൊത്തത്തിൽ നിരാശയായി അവർ തളർന്ന് ഇരുന്നുപോയി.

കഥയുടെ ഭാഗമായി ഒരു സത്യം വായിക്കുന്നവർ അറിയേണ്ടതുണ്ട്. വാസ്തവത്തിൽ ആടായതും, പട്ടിയായതും, കുതിരയായതും എല്ലാം കിയൻ തന്നെയായിരുന്നു. എന്ന് നേരത്തേ മനസ്സിലായല്ലോ. പക്ഷേ അങ്ങിനെ കിയൻ സ്വമേധയാ സ്വീകരിച്ച അപരരൂപങ്ങളിൽ നിന്ന് തിരികെ മനുഷ്യരൂപത്തിലേക്ക് വരണമെങ്കിൽ തന്റെ പക്കം ബന്ധിച്ചിരുന്ന വാറുകൾ ഉണ്ടായിരിക്കണം. അവയുടെ അഭാവത്തിൽ കിയന് മനുഷ്യരൂപം തിരികെ കിട്ടുക സാധ്യമായിരുന്നില്ല. അത് മാന്ത്രികവിദ്യയുടെ ഉപയോഗത്തിലെ ഒരു രഹസ്യമായിരുന്നു. അതുകൊണ്ടാണ് ആടിന്റെ കയറും, പട്ടിയുടെ കഴുത്തുപട്ടയും, കുതിരയുടെ കടിഞ്ഞാണും തിരികെ കൊണ്ടുവരണമെന്ന് കിയൻ നിർബന്ധമായി പറഞ്ഞിരുന്നത്. എങ്കിലും കുതിരയുടെ കടിഞ്ഞാൺ തിരികെ കൊണ്ടുവരാൻ അമ്മയ്ക്ക് കഴിഞ്ഞില്ലല്ലോ-അതുകൊണ്ട് കിയന് തിരികെ മനുഷ്യരൂപം സ്വീകരിക്കാനും.

പിന്നീട് എന്താണ് കിയൻ എന്ന കുതിരയ്ക്ക് സംഭവിച്ചതെന്ന് അറിയണ്ടേ. കുതിരയെ വാങ്ങിയ ധനികൻ കുതിരയേയും കൊണ്ട് പോകുന്ന വഴി കുതിര ഇടറിനോക്കി. പിന്നിലേക്ക് ശക്തിയെടുത്ത് ഓടാൻ നോക്കി. പക്ഷേ ആ ധനികൻ കടിഞ്ഞാൺ ബലമായി പിടിച്ച് കുതിരയെ അടക്കിക്കൊണ്ട് പറഞ്ഞു.

“എടാ. കിയാ. നീ എന്നെ ഇതുവരെയും മനസ്സിലാക്കിയില്ല. പക്ഷേ കഴിഞ്ഞ രണ്ടുദിവസങ്ങൾ നീ ആൾമാറാട്ട വിദ്യകൾ നടത്തി പണം സമ്പാദിച്ച വിവരം കേട്ടയുടനെ ഞാൻ മനസ്സിലാക്കി, അത് നിന്റെ കൈക്രിയ ആയിരിക്കുമെന്ന്.

എടാ നീ എന്റെയടുക്കൽ നിന്ന് വിദ്യകൾ പഠിച്ചിട്ട് വിഡ്ഢിയായി അഭിനയിച്ച് എന്നെ കബളിപ്പിച്ചു. അതേടാ. ഞാൻ ഹാവ്യ തന്നെ. ഇനി എന്നെ കബളിപ്പിക്കാമെന്ന് വിചാരിക്കേണ്ട, നമുക്ക് നമ്മുടെ മറ്റേ ലോകത്തേക്ക് പോകാം, അവിടെ നീ ജീവിതകാലം മുഴുവനും കുതിരയായിത്തന്നെ ജീവിച്ചോ. അതാ നിന്റെ വിധി.”

അത്രയും പറഞ്ഞ് ഹാവ്യ കുതിരയേയും പിടിച്ചുകൊണ്ട് വാൽനട്ട് മരത്തിന്റെ അടുത്തെത്തി. മാന്ത്രിക വാക്യം പറഞ്ഞുകൊണ്ട് മരത്തിന്റെ മുമ്പിൽ നിന്നപ്പോൾ മരം രണ്ടായി പിളർന്നു. കുതിരയായി നിന്ന

കിയനും ഹാവ്യ പറഞ്ഞ മാന്ത്രികവാക്യം വ്യക്തമായി കേൾക്കാമായിരുന്നു. അത് കിയൻ തന്റെ മനസ്സിൽ സൂക്ഷിക്കുകയും ചെയ്തു. പിളർന്ന വാൽനട്ട് മരത്തിനുള്ളിലേക്ക് ഹാവ്യ കുതിരയേയും കൊണ്ട് അകത്തു കയറി. ഹാവ്യ കുതിരയെ തന്റെ സ്വന്തം കുതിരാലയത്തിൽ കെട്ടിയിട്ടു.

"ഇനി ജീവിതകാലം മുഴുവൻ നിനക്കിവിടെയാണ് ജീവിതം. മോളേ, നീ കുറച്ച് ആഹാരമെന്തെങ്കിലും തയ്യാറാക്കിവെയ്ക്ക്. ഞാനൊന്ന് കുളിച്ചിട്ട് വരാം."

"ശരിയച്ഛാ. ഞാനിപ്പോൾത്തന്നെ ഭക്ഷണം തയ്യാറാക്കാം. അച്ഛൻ കൊണ്ടുവന്ന കുതിരയ്ക്കും കാടി ഉണ്ടാക്കിക്കൊടുക്കാം."

കുളികഴിഞ്ഞ് തിരിച്ചെത്തിയ ഹാവ്യ ഭക്ഷണം കഴിക്കുന്നതിനിടയിൽ മകളോട് പറഞ്ഞു.

"മോളേ, പാരീ ഈ കുതിര മറ്റാരുമല്ല. നമ്മളെ കബളിപ്പിച്ച് ഇവിടെ നിന്നും പോയ കിയൻ തന്നെയാ. ഇനി ഇവൻ ഇവിടെ കിടക്കട്ടെ."

പാരി കുതിരയ്ക്ക് കാടി കൊടുക്കുന്നതിനിടയിൽ പറഞ്ഞു.

"കിയൻ, നീ ഇങ്ങിനെ നിൽക്കുന്നതുകാണാൻ സങ്കടമുണ്ട്. പക്ഷേ നിന്നെ രക്ഷിക്കാൻ എനിക്ക് വഴിയൊന്നും അറിയില്ലല്ലൊ."

"എനിക്ക് നിന്നെ അറിയാമല്ലൊ. അതുകൊണ്ട് നിന്നോടെനിക്ക് പരിഭവമൊന്നുമില്ല. നീ പറഞ്ഞതുപോലെ ഞാനും നിന്റെ അച്ഛനെപ്പോലെ മാന്ത്രികവിദ്യകൾ പഠിച്ചുകഴിഞ്ഞപ്പോൾ തെറ്റുകൾ ചെയ്യാൻ തുടങ്ങി. എന്റെ അമ്മയെ സാമ്പത്തികമായി സഹായിക്കാൻ തെറ്റായ വഴികൾ സ്വീകരിച്ചു. അങ്ങിനെയാണ് ഞാനിപ്പോൾ കഷ്ടത്തിലായത്."

"ശരി. ഞാൻ നിന്റെ മുതുകത്തുള്ള പൊടിയൊക്കെ ഒന്ന് തട്ടിതുടയ്ക്കാം".

"പാരീ. നീ എന്റെ കടിഞ്ഞാൺ ഒന്നഴിച്ച് മാറ്റിവെയ്ക്ക്. പിന്നീട് തുടയ്ക്കാം".

"ശരി"

അവളുടെ അച്ഛൻ മറ്റെന്തോ ജോലി ചെയ്യുകയായിരുന്നതുകൊണ്ട് അയാൾ പാരി എന്താണ് ചെയ്യുന്നത് എന്ന് ശ്രദ്ധിച്ചില്ല.

പാരി കുതിരയുടെ കടിഞ്ഞാൺ അഴിച്ചുമാറ്റി. അങ്ങിനെ കടിഞ്ഞാൺ സ്വന്തം ദേഹത്തിൽനിന്ന് മാറ്റിക്കിട്ടിയയുടനേ കിയൻ കുതിരയുടെ രൂപം കളഞ്ഞിട്ട് ഒരു ചെറിയ തത്തയുടെ രൂപം സ്വീകരിച്ചു. തനിക്കറിയാമായിരുന്ന മന്ത്രം ഉപയോഗിച്ച് മരത്തിലെ വിള്ളൽ തുറന്ന് വെളിയിലേക്ക് പറന്ന് രക്ഷപ്പെടുകയും ചെയ്തു. അതുകണ്ട് പരിഭ്രമിച്ച് പാരി ഉറക്കെ വിളിച്ചു പറഞ്ഞു.

"അയ്യോ അച്ഛാ. കിയൻ കുതിര ഒരു തത്തയായി വെളിയിലേക്ക് പറന്നുപോയി.

എന്ത്. ആ അതിക്രമി വീണ്ടും എന്നെ പറ്റിച്ച് കടന്നുകളഞ്ഞന്നോ. അവനെ എന്താ ചെയ്യേണ്ടതെന്ന് എനിക്കറിയാം."

അത്രയും പറഞ്ഞ് ഹാവൃ ഒരു കഴുകനായി വെളിയിലേക്ക് പറന്നുപോയി. പുറകെ പിൻതുടർന്ന് ചെല്ലുന്ന കഴുകനെക്കണ്ട് അതിൽനിന്നും രക്ഷപ്പെടാനുള്ള മാർഗം ആലോചിച്ച് തത്ത എത്തിച്ചേർന്നത് രാജാവിന്റെ കൊട്ടാരവളപ്പിന് മുകളിലാണ്. കൊട്ടാരവളപ്പിന് ഉള്ളിലുണ്ടായിരുന്ന പൂന്തോട്ടത്തിൽ രാജാവും അദ്ദേഹത്തിന്റെ മകളും ഇരിക്കുന്നുണ്ടായിരുന്നു. തത്ത വേഗം തന്നെ അവിടെയിറങ്ങി രാജകുമാരി വെച്ചുപിടിപ്പിച്ചിരുന്ന റോസാചെടികളുടെ നടുവിൽ ഒരു റോസാപ്പൂവായി നിലയുറപ്പിച്ചു. പുറകെ ചെന്ന കഴുകൻ ഒരു ഭിക്ഷാംദേഹിയുടെ രൂപം സ്വീകിരിച്ച് കൊട്ടാരവാതിൽക്കൽ എത്തി. രാജാവിനെക്കാണണമെന്ന് നിർബന്ധിച്ചു. വിവരം അറിഞ്ഞ രാജാവ് ഭിക്ഷാംദേഹിക്ക് വേണ്ട ധനസഹായം നൽകാൻ തന്റെ അംഗരക്ഷകരോട് പറഞ്ഞു. പക്ഷേ ഭിക്ഷാംദേഹി തനിക്ക് സഹായം വേണ്ടെന്നും തനിക്ക് വേണ്ടത് രാജാവിന്റെ പൂന്തോട്ടത്തിൽ നിന്ന് ഒരു പൂ പറിച്ചെടുക്കാനുള്ള അനുവാദമാണ് എന്നും പറഞ്ഞുകൊണ്ട് കൊട്ടാരത്തിലേക്ക് കടന്നുചെന്നു.

എന്തുചെയ്യണമെന്നറിയാതെ രാജാവും കുമാരിയും അല്പം പരിഭ്രമിച്ച് നിന്ന സമയത്ത പൂച്ചെടികളുടെ നടുവിൽ നിന്ന് ഒരു റോസാപ്പൂ മുകളിലേക്ക് ഉയർന്ന് ഒരു വെട്ടിതിളങ്ങുന്ന മരതകക്കല്ലായി മാറി കുമാരിയുടെ ശിരാലങ്കാരത്തിൽ സ്ഥാനം ഉറപ്പിച്ചു. ആ കാഴ്ച അവർക്കെല്ലാം ഒരത്ഭുതമായിത്തോന്നി. പക്ഷേ ഭിക്ഷാംദേഹി ആ കല്ലാണ് തനിക്ക് വേണ്ടതെന്ന് പറഞ്ഞുകൊണ്ട് അത് രാജകുമാരിയുടെ തലയിൽ നിന്നും എടുക്കാനായി മുന്നോട്ട് ആഞ്ഞു. ആ സമയത്ത് കല്ല് വീണ്ടും മുകളിലേക്കുയർന്ന് ഒരു മാതളനാരങ്ങാപ്പഴമായി മാറി നിലത്തേക്ക് വീണു. അതുകണ്ട ഭിക്ഷാംദേഹി സ്വയം ഒരു കോഴിയായി മാറി മാതളനാരങ്ങാപ്പഴം കൊത്തിമുറിച്ച് തിന്നാനായി ആഞ്ഞടുത്തു. പക്ഷേ നിമിഷത്തിനുള്ളിൽ പഴം ഒരു കുറുനരിയുടെ രൂപം സ്വീകിരിച്ച് ഒറ്റ കുതിപ്പിന് കോഴിയെ പിടിച്ച് കൊന്നു. മരിച്ചുവീണ കോഴിയുടെ ദേഹം തന്നത്താനെ ഹാവൃ എന്ന മാന്ത്രികന്റെ രൂപത്തിലേക്ക് സ്വയം മാറുകയും ചെയ്തു. അപ്പോഴേക്കും കുറുനരിയെ അമ്പെയ്തുകൊല്ലാൻ രാജഭടന്മാർ തയ്യാറായിക്കഴിഞ്ഞിരുന്നു. രക്ഷപ്പെടാൻ മറ്റ് മാർഗ്ഗങ്ങളൊന്നും ഇല്ലെന്ന് മനസ്സിലാക്കി കുറുനരി സ്വന്തം മനുഷ്യരൂപം സ്വീകരിച്ച്, അതായത് കിയനായി മാറി രാജാവിന്റെ കാൽക്കൽ സാഷ്ടാംഗം

വീണ് മാപ്പപേക്ഷിച്ചു. തന്റെ അമ്മ രാജാവിനെക്കണ്ട സമയം മുതൽ അന്നേദിവസം വരെ നടന്ന എല്ലാകാര്യങ്ങളും സത്യസന്ധമായി രാജാവിനോടും മകളോടും, രാജസഭയിലുണ്ടായിരുന്ന എല്ലാവരും കേൾക്കുന്നവിധം വശദമായി പറഞ്ഞു. അതിനിടയിൽ അമ്മയ്ക്കുവേണ്ടി പണം സമ്പാദിക്കാനുള്ള ആഗ്രഹം കൊണ്ട് താൻ ചെയ്തുപോയ തെറ്റുകളും ഏറ്റുപറയാൻ മറന്നില്ല. ആ തെറ്റുകൾക്ക് താൻ പശ്ചാത്തപിക്കുന്നു എന്നും പറഞ്ഞു.

എല്ലാം കേട്ടശേഷം രാജാവ് പറഞ്ഞു.

"അങ്ങിനെ ദുർബുദ്ധിയായി മാറിയ ഹാവൂ ഇനി ആരെയും ഉപദ്രവിക്കാൻ ഉണ്ടാകുകയില്ല.. അതൊരു നല്ലകാര്യം തന്നെ. സംശയമില്ല." പിന്നീട് ഹാവൂവിന്റെ മൃതദേഹം എടുത്തുകൊണ്ടുപോയി മറവുചെയ്യാൻ രാജാവ് തന്റെ ഭടന്മാരെ നിർദ്ദേശിച്ചു.

ആ സമയത്ത് കിയൻ രാജാവിനോട് പറഞ്ഞു.

"ഞാനെന്റെ എല്ലാ തെറ്റുകളും സമ്മതിക്കുന്നു. പശ്ചാത്തപിക്കുന്നു. മാത്രമല്ല ഞാൻ പഠിച്ച മാന്ത്രിക വിദ്യകൾ ഇനിമേൽ നല്ല കാര്യങ്ങൾക്കല്ലാതെ യാതൊരുവിധത്തിലും യാതൊരു തെറ്റായ കാര്യത്തിനും ഉപയോഗിക്കുകയില്ലെന്നും സത്യം ചെയ്യുന്നു. ദയവായി എന്റെ തെറ്റുകൾ പൊറുത്ത് എനിക്ക് മാപ്പ് തരണം."

എല്ലാം കേട്ടതിനുശേഷം രാജാവ് പറഞ്ഞു.

"കിയൻ. നീ നല്ല വഴിയിലേക്ക് തിരിച്ചു വന്നിരിക്കുന്നു. മാത്രമല്ല ഒരു നല്ല സാങ്കേതികവിദ്യയിൽ പ്രാവീണ്യം നേടിയിരിക്കുന്നു. മാന്ത്രികവിദ്യയിൽ രീതിയിൽ ഉപയോഗിച്ചാൽ അത് നമ്മുടെ രാജ്യകാര്യങ്ങളിൽ പലവിധത്തിലും സഹായകമാകും. അതുകൊണ്ട് ഞാൻ നിന്നെ സ്ഥിരം രാജകീയ മാന്ത്രികനായി നിയമിക്കുന്നു. നിനക്ക് അന്തസ്സായി ജീവിക്കാൻ വേണ്ടത്ര ഒരു നല്ല തുക പ്രതിമാസ ശമ്പളമായി ലഭിക്കുന്നതാണ്.

അതിനും പുറമേ എന്റെ മകൾക്ക് ഇപ്പോഴും നിന്നെ ഇഷ്ടമാണെങ്കിൽ നിന്റെയമ്മയ്ക്ക് ഞാൻ കൊടുത്ത വാക്കനുസരിച്ച് എന്റെ മകളെ നിനക്ക് വിവാഹം കഴിച്ചു തരുന്നതാണ്." അത്രയും പറഞ്ഞിട്ട് അദ്ദേഹം മകളോട് ചോദിച്ചു.

"എന്താ മോളേ. നീയും ഈ നിൽക്കുന്ന കിയനും തമ്മിൽ സ്നേഹത്തിലായിരുന്നു എന്ന് ഞാനറിഞ്ഞിരുന്നു. പക്ഷേ ഇപ്പോൾ നിന്റെ തീരുമാനം എന്താണെന്ന് പറയൂ. നിനക്ക് ഈ കിയനെ വിവാഹം കഴിക്കാൻ ഇഷ്ടമാണോ. പറയൂ."

“അതേയച്ഛാ. ഞങ്ങൾ പരസ്പരം സ്നേഹിക്കുന്നു. വിവാഹം കഴിക്കാൻ ആഗ്രഹിക്കുന്നു.”

അധികം താമസിയാതെ അവരുടെ വിവാഹം നടന്നു. കിയൻ രാജകുമാരിയേയും കൂട്ടിക്കൊണ്ട് വാൽനട്ട് മരം നിന്നിരുന്ന സ്ഥലത്തേക്ക് പോകുകയും പാരിയെ കൂടെക്കൂട്ടി കൊണ്ടുവന്ന് ഒരനുജത്തിയെപ്പോലെ സംരക്ഷിക്കുകയും ചെയ്തു; അതുപോലെ തന്റെ സ്വന്തം അമ്മയേയും കൂടെക്കൂട്ടാൻ മറന്നില്ല.

പിന്നീട് വളരെക്കാലം അവർ ഭാര്യാഭർത്താക്കന്മാരായി സന്തോഷത്തോടെ ജീവിച്ചു.

●

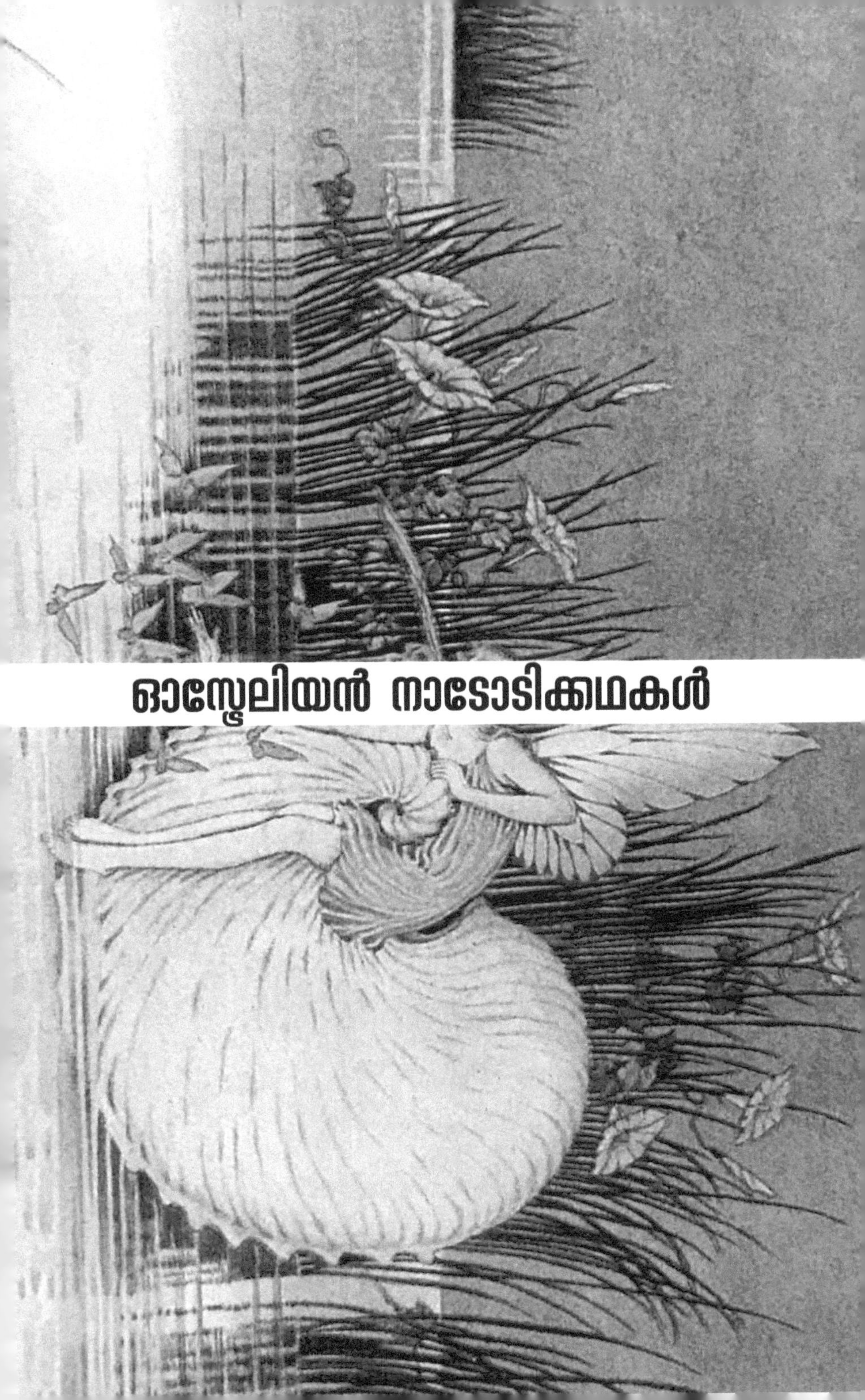

ഓസ്ട്രേലിയൻ നാടോടിക്കഥകൾ

ഓസ്ട്രേലിയ

ഭൂഖണ്ഡങ്ങളായി അംഗീകരിക്കപ്പെട്ടിട്ടുള്ള ഏഴ് ഭൂപ്രദേശങ്ങളിൽ ഏറ്റവും ചെറുതാണ് ഓസ്ട്രേലിയ. ഇന്ത്യൻ മഹാസമുദ്രത്തിന്റെയും തെക്കൻ പെസഫിക്ക് സമുദ്രത്തിന്റെയും നടുവിൽ സ്ഥിതിചെയ്യുന്ന ഓസ്ട്രേലിയൻ ഭൂഖണ്ഡവും തൊട്ടടുത്തുള്ള ടാസ്മേനിയൻ ദ്വീപും മറ്റുകുറേ ചെറിയ ദ്വീപുകളും ചേർന്നതാണ് ഓസ്ട്രേലിയ എന്ന രാജ്യം. ലോക രാജ്യങ്ങളുടെ വിസ്തൃതിപ്പട്ടികയിൽ ആറാമത്തെ സ്ഥാനമാണ് ഓസ്ട്രേലിയക്ക്. ഏറ്റവും കൂടുതൽ നിരപ്പായ ഭൂപ്രദേശങ്ങൾ ഉൾക്കൊള്ളുന്ന ഓസ്ട്രേലിയയുടെ മധ്യപ്രദേശം മരുഭൂമിക്ക് സമാനമായതും വടക്കുകിഴക്കൻ പ്രദേശം പർവ്വതനിരകൾ ഉള്ളതുമാണ്. താരതമ്യേന കുറഞ്ഞ ഫലപുഷ്ടിയാണ് ഓസ്ട്രേലിയയിലെ മണ്ണിനെന്ന് കരുതപ്പെടുന്നു. എങ്കിലും താരതമ്യേന വളരെ കുറഞ്ഞ ജനസംഖ്യയും ജനസാന്ദ്രതയുമുള്ള ഓസ്ട്രേലിയ വികസന സാധ്യത കൂടിയ ഒരു രാജ്യമാണ്; അതുകൊണ്ടുതന്നെ കുടിയേറ്റക്കാർക്ക് വളരെ ആകർഷണീയമായതും.

ഇപ്പോൾതന്നെ വികസിത രാജ്യങ്ങളുടെ മുൻപന്തിയിലാണ് ഓസ്ട്രേലിയ. 2019-ലെ കണക്കുകൾ പ്രകാരം ലോകരാഷ്ട്രങ്ങളുടെ പട്ടികയിൽ പത്താം സ്ഥാനം വഹിക്കുന്ന ഈ രാജ്യത്തിന്റെ ആളോഹരി വരുമാനം യു.എസ്.ഡോളർ 53825 ആണ്. ഒന്നാം സ്ഥാനം വഹിക്കുന്ന ലക്സംബർഗിന്റേത് യു.എസ്.ഡോളർ 113,196 ഉം ഏഴാം സ്ഥാനം വഹിക്കുന്ന യു,എസ്.എ.യുടേത് യു.എസ്.ഡോളർ 65,111 ഉം 138-ാം സ്ഥാനത്ത് നിൽക്കുന്ന നമ്മുടെ രാജ്യത്തിന്റേത് യു.എസ്.ഡോളർ 2171 ഉം ആണെന്ന സത്യം നാം മനസ്സിലാക്കേണ്ടതുണ്ട്. കാൻബറയാണ് തലസ്ഥാന നഗരമെങ്കിലും ഏറ്റവും വലിയ നഗരം സിഡ്നിയാണ്.;

മറ്റു പ്രധാന നഗരങ്ങൾ മെൽബോൺ, പെർത്ത്, ബ്രിസ്ബേൻ, അഡിലയിഡ്.

ജനസംഖ്യയുടെ 3.9 ശതമാനം ഇന്ത്യൻ വംശജരാണ്.

ഓസ്ട്രേലിയയുടെ ചരിത്രത്തിലേക്ക് ഒന്ന് കണ്ണോടിച്ചാൽ ഏതാണ്ട് 65000 വർഷങ്ങൾക്കുമുമ്പ് തന്നെ ഇവിടെ മനുഷ്യവാസം ഉണ്ടായിരുന്നു എന്നും, ഏതാണ്ട് 45000 വർഷങ്ങൾ പഴക്കമുള്ള ഒരു സംസ്കാരത്തിന്റെ പിൻതുടർച്ചക്കാരാണ് ഇന്ന് ഇവിടെയുള്ള ആദിവാസി സമൂഹങ്ങൾ എന്നും മനസ്സിലാക്കാൻ കഴിയും. എന്നാൽ ഇന്ന് ഓസ്ട്രേലിയൻ ആദിവാസികളുടെ എണ്ണം, എല്ലാ ഗോത്രവർഗങ്ങളേയും ഉൾപ്പെടുത്തിയാൽ, ഏതാണ്ട് 6500-നും താഴെ മാത്രമാണ്. അടുത്തകാലത്ത് ഇവരുടെ സംരക്ഷണത്തിനുവേണ്ടി പല നിയമങ്ങളും ഉണ്ടാക്കിയിട്ടുണ്ടെങ്കിലും ക്രമേണ ക്ഷയിച്ചുകൊണ്ടിരിക്കുന്ന ഒരു സമൂഹമാണ് അവരുടേത്.- ഏതാണ്ട് അമേരിക്കയിലെ "റെഡ് ഇൻഡ്യൻസ്" എന്നോ "അമേരിക്കൻ ഇൻഡ്യൻ" എന്നോ അറിയപ്പെടുന്ന അമേരിക്കയിലെ ആദിവാസി സമൂഹങ്ങളുടെ അവസ്ഥ തന്നെയാണ് ഇവരുടേതും.

17-ാം നൂറ്റാണ്ടിൽ ഡച്ചുകാരാണ് ആദ്യം ഇവിടെ എത്തിയ വിദേശികൾ-അന്ന് അവർ ഈ പ്രദേശത്തിന് "ന്യൂ ഹോളണ്ട്" എന്നാണ് നാമകരണം ചെയ്തത്. പിന്നീട് ബ്രിട്ടീഷുകാരും ഇവിടെ എത്തി. 1770-ആയപ്പോഴേക്കും ഓസ്ട്രേലിയയുടെ കിഴക്കൻ പ്രദേശങ്ങളുടെ പകുതിയും തങ്ങളുടേതാണെന്ന് അവർ അവകാശപ്പെട്ടു തുടങ്ങി.

1788-ജനവരി 26-ാം തിയതി അവിടെ കരയിറങ്ങിയ ബ്രിട്ടീഷ് പൗരന്മാരെ (ശിക്ഷിച്ച് നാടുകടത്തപ്പെട്ട കുറ്റവാളികളെ-പിനൽ ട്രാൻസ്പോർട്ടേഷൻ-penal transportation എന്ന് ബ്രിട്ടീഷ് ചരിത്രത്തിൽ രേഖപ്പെടുത്തിയിട്ടുള്ള സംഭവം) അവിടെ താമസിക്കാൻ അനുവദിച്ചതാണ് ഇന്നത്തെ ഓസ്ട്രേല്യയുടെ ആരംഭ ചരിത്രം. ഇന്നത്തെ ഓസ്ട്രേലിയ എന്ന രാജ്യം രൂപംകൊണ്ടത് 1901 ജനുവരി ഒന്നിനാണ്-വിവിധ ഭാഗങ്ങൾ ഒന്നിച്ചുചേർന്ന് ഒരു സംയുക്ത ജനാധിപത്യ രാഷ്ട്രമായിത്തീർന്ന ദിവസം.എങ്കിലും ആദ്യത്തെ ബ്രിട്ടീഷ് കുടിയേറ്റക്കാർ ഓസ്ട്രേലിയയിൽ എത്തിയ ജനുവരി 26-ാം തിയതിയാണ് അവർ ദേശീയദിനമായി ആഘോഷിക്കുന്നത്.

1970 വരെ വെളുത്തതൊലിയുള്ളവരെ -(വെള്ളക്കാർ-whites) മാത്രമേ ഓസ്ട്രേലിയയിൽ കുടിയേറി താമസിക്കാൻ അനുവദിച്ചിരുന്നുള്ളൂ. എന്നാൽ 1970-ൽ ഈ നിയമത്തിന് അയവുവരുത്തിയ കാരണം ഇപ്പോൾ ചൈന, ഇന്ത്യ, ഇണ്ടോനേഷ്യ, ശ്രീലങ്ക മുതലായ നാടുകളിൽ നിന്നും ധാരാളം ആളുകൾ ഓസ്ട്രേലിയയിലേക്ക് കുടിയേറാൻ

താൽപര്യം കാണിക്കുന്നു.

ഓസ്ട്രേലിയൻ നാടോടിക്കഥകളെക്കുറിച്ച് ഒരു വാക്ക്

ഓസ്ട്രേലിയൻ നാടോടിക്കഥകളിലെ ഒരു പ്രത്യേകത പലപ്പോഴും മറ്റുജന്തുക്കളെക്കുറിച്ച് പരാമർശിക്കുമ്പോൾ അത്തരം പരാമർശങ്ങൾ അതിന്റെ ശരിയായ അർഥത്തിലോ അല്ലെങ്കിൽ അതേപേരുള്ള ഒരു ഗോത്രവർഗത്തെ അടയാളപ്പെടുത്തുന്ന ഒരു ലക്ഷകമോ ആകാമെന്നുള്ളതാണ്. അത്തരം പ്രയോഗങ്ങൾ കഥയുടെ വികാസത്തിനനുസരണം വായിക്കുന്നവർ മനസിലാക്കേണ്ടതുണ്ട്. മറ്റൊന്ന് മനുഷ്യരും, മൃഗങ്ങളും, പക്ഷികളും, ജലജീവികളും, ഇഴജന്തുക്കളും, ചെടികളും, മരങ്ങളുമെല്ലാം ഒത്തിണങ്ങി ഒന്നുപോലെ ജീവിക്കുന്ന ഒരു ചിത്രമാണ് ഓരോകഥയും നമുക്ക് തരുന്നത്. അതുപോലെ ശ്രദ്ധിക്കേണ്ട മറ്റൊരു പ്രയോഗം "കറുത്തവർ" എന്ന വാക്കാണ്. ഇതിനെക്കുറിച്ച് കൂടുതലായ ഒരു വിശദീകരണം "ബാലു എന്ന ചന്ദ്രനും കറുത്തവർഗക്കാരും" എന്ന കഥയിൽ കൊടുത്തിട്ടുണ്ട്. മറ്റു സ്ഥലങ്ങളിൽ ആദിമകാലങ്ങളിൽ വസിച്ചിരുന്ന ജനസമൂഹങ്ങളെക്കാൾ താരതമ്യേന നിഷ്കളങ്കരും മാനസിക വ്യാപാരങ്ങളുടെ വളർച്ചയിൽ പിൻതങ്ങിയിരുന്നതുമായ ഒരു ജനസമൂഹത്തിന്റെ ഭാവനയും അവരുടെ ദൈനംദിന ജീവിതത്തിൽ ഉണ്ടായ അനുഭവങ്ങളും ചേർന്ന് രൂപംകൊണ്ട കഥകളാണ് ഓസ്ട്രേലിയയിലെ ആദിവാസികൾക്കിടയിൽ പ്രചാരത്തിലുണ്ടായിരുന്ന കഥകൾ എന്ന് കരുതുന്നത് ശരിയായിരിക്കും എന്ന് തോന്നുന്നു. ഇത്തരത്തിലുള്ള ഒരു പശ്ചാത്തലം മനസിലാക്കി വായിക്കുമ്പോൾ ഈ കഥകൾ തികച്ചും ആസ്വാദ്യകരങ്ങളായി അനുഭവപ്പെടും.

കുശുമ്പന്മാരുടെ കഥ

"എമു" പക്ഷികളെക്കുറിച്ച് നിങ്ങൾ കേട്ടിട്ടില്ലേ? ഇന്ത്യയിൽ കാണാറുള്ള ഒരു പക്ഷിയിനമല്ല എമു. പക്ഷേ അടുത്തകാലത്ത് തിരുവല്ല പോലെയുള്ള പല സ്ഥലങ്ങളിലും ഒരു ധനാഗമനമാർഗമായി എമു പക്ഷികളെ ധാരാളമായി വളർത്തുവാൻ തുടങ്ങിയിട്ടുണ്ട്. ഒട്ടകപ്പക്ഷികളെ മാറ്റി നിർത്തിയാൽ ഏറ്റവും വലുപ്പമുള്ള പക്ഷിയാണ് എമു. നീണ്ട കഴുത്തും കാലുകളുമുള്ള ഈ പക്ഷിയ്ക്ക് രണ്ടു മീറ്റർവരെ നീളവും 40 മുതൽ 60 കി.ഗ്രാം വരെ ഭാരവും ഉണ്ടാകും. ഇതിന്ന് ഏതാണ്ട് മണിക്കൂറിൽ 50 കി.മി. വേഗത്തിൽ ഓടാനും കഴിയും. ഈ പക്ഷികളുടെ ജീവിത ദൈർഘ്യം 20 മുതൽ 30 വരെ വർഷങ്ങളാണ്, ഒരു സമയത്ത് 30 മുതൽ 50 വരെ മുട്ടകൾ ഇടും; ഓരോ മുട്ടയ്ക്കും 400 മുതൽ 650 ഗ്രാം വരെ ഭാരവും ഉണ്ടായിരിക്കും. ഈ പക്ഷികളുടെ മറ്റൊരു പ്രത്യേകത മറ്റു പക്ഷികളിൽ നിന്നും വ്യത്യസ്തമായി ആൺ പക്ഷികളാണ് പെണ്ണിന് മുട്ടയിടാൻ വേണ്ട കൂട് (മണ്ണിൽ ചെറിയ സ്ഥലം നിരപ്പാക്കി അതിൽ കമ്പുകളും ഇലകളും പാകി) നിർമിക്കുന്നതും, പെണ്ണ് മുട്ടയിട്ടുകഴിഞ്ഞാൽ അടയിരിക്കുന്നതും, പിന്നീട് കുഞ്ഞുങ്ങളെ സംരക്ഷിക്കുന്നതിൽ താൽപര്യം കാണിക്കുന്നതും എന്നതാണ്. ഓസ്ട്രേലിയയിൽ എമു പക്ഷികളെ ധാരാളമായി കാണാം. മറ്റു പക്ഷികൾ എമു പക്ഷികളെ അവരുടെ രാജാക്കന്മാരായി അംഗീകരിക്കുന്ന ഒരു സങ്കൽപവുമുണ്ട്. ഈ കഥയിലെ രണ്ട് അമ്മ പക്ഷികളിൽ ഒന്ന് എമുവർഗത്തിൽ പെട്ടതാണ്; നമുക്ക് ആ അമ്മപക്ഷിയെ "ദിനേവാൻ അമ്മ" എന്ന് വിളിക്കാം.

ഓസ്ട്രേലിയയിൽ ധാരാളമായി കാണുന്ന മറ്റൊരു പക്ഷിവർഗമാണ്

"ഓാസ്ട്രേലിയൻ ബസ്റ്റാർഡ്". ഇതേ ഇനത്തിൽ പെട്ടതാണ് "ദ ഗ്രേറ്റ് ഇന്ത്യൻ ബസ്റ്റാർഡും". ഒരുപക്ഷേ അമേരിക്കയിലെ "ടർക്കി"യും ഇന്ത്യയിൽ ചില പ്രദേശങ്ങളിൽ "ചിഡിയ" എന്ന പേരിലും ഇത് അറിയപ്പെടുന്നു. ഒരുകാലത്ത് ഇവ പഞ്ചാബ്, ഹരിയാണ, ഉത്തർ പ്രദേശ്, ഒറീസ്സ, രാജസ്ഥാൻ, തമിഴ്നാട് മുതലായ പ്രദേശങ്ങളിൽ ധാരാളമായി ഉണ്ടായിരുന്നു; എങ്കിലും ഇന്ന് അവ നമ്മുടെ നാട്ടിൽ വംശനാശത്തിന്റെ വക്കിൽ എത്തി നിൽക്കുകയാണ്. 2018-ലെ കണക്കുകൾ പ്രകാരം ഇവയുടെ എണ്ണം നമ്മുടെ നാട്ടിൽ കേവലം 150 ആയി ചുരുങ്ങിയിരിക്കുന്നു. ബസ്റ്റാർഡുകളും എമുക്കളെപ്പോലെ വലിയ പക്ഷികളാണ്; ഏതാണ്ട് ഒന്നര മീറ്റർ ഉയരവും ചിറക് വിടർത്തി നിന്നാൽ രണ്ട് മീറ്റർവരെ വിരിവും ഉള്ള ഇവയ്ക്ക് ശരാശരി 6 മുതൽ 7 വരെ കിലോഗ്രാം ഭാരം ഉണ്ടാകും. പെൺ പക്ഷികൾ ആൺ പക്ഷികളെക്കാൾ അൽപം ചെറുതായിരിക്കും. ബസ്റ്റാർഡ് പക്ഷികൾക്ക് പക്ഷിവർഗം എമുക്കൾക്ക് നൽകിയിരുന്ന രാജകീയസ്ഥാനം അത്ര ഇഷ്ടപ്പെട്ടിരുന്നില്ല. അവർക്ക് എമുക്കളോട് തീരാത്ത അസൂയയുണ്ടായിരുന്നു. പ്രത്യേകിച്ചും ബസ്റ്റാർഡുകളുടെ അമ്മസ്ഥാനീയയായ "ഗൂബ്ലോൺ" പക്ഷിക്ക്.

ദിനേവാൻ അമ്മ ഉയരത്തിൽ പറന്ന് താഴേക്ക് ഇറങ്ങി തന്റെ മുമ്പിൽക്കൂടി തികഞ്ഞ ഗൗരവത്തോടെ നടന്നുപോകുന്ന കാഴ്ച; ചിറകുകൾ വിടർത്തി ശബ്ദമുണ്ടാക്കി വിജയീഭാവത്തിൽ തന്റെ മുമ്പിൽക്കൂടി നടന്നുപോകുന്ന കാഴ്ച പലപ്പോഴും ഗൂബ്ലോൺ അമ്മയെ അലോസരപ്പെടുത്തി. അവളെ ഒരു പാഠം പഠിപ്പിക്കണമെന്നും അവൾ ചിന്തിക്കാൻ തുടങ്ങി. പക്ഷേ എങ്ങനെ. നേരിട്ട് ഒരു വഴക്കുണ്ടാക്കിയതുകൊണ്ട് ഒന്നും നേടാനില്ലെന്ന് അവൾക്ക് ബോധ്യമുണ്ടായിരുന്നു. അതുകൊണ്ടുതന്നെ എല്ലാ അസൂയാലുക്കളേയും പോലെ അവരും ഒരു കുറുക്കുവഴി തേടിക്കൊണ്ടിരുന്നു.

അന്നൊരു ദിവസം സാധാരണപോലെ ദിനേവാൻ അമ്മ മുമ്പിൽക്കൂടി ഞെളിഞ്ഞുകാട്ടി നടന്നുപോയപ്പോൾ ഗൂബ്ലോൺ അമ്മ അവൾ വന്നുകൊണ്ടിരുന്ന വഴിയിൽ തന്റെ ചിറക് തികച്ചും മടക്കിയൊതുക്കി (കണ്ടാൽ ചിറകുകൾ ഇല്ലെന്ന് തോന്നിക്കുംവിധം) നിന്നു. അവിടെയെത്തിയ ദിനേവാൻ അമ്മ ഗൂബ്ലോൺ അമ്മയോട് വിശേഷങ്ങൾ അന്വേഷിക്കുകയും കുശലം ചോദിക്കുകയുമെല്ലാം ചെയ്യുതു; അതുപോലെ ഗൂബ്ലോൺ അമ്മ തിരിച്ചും. അങ്ങനെ അൽപനേരത്തെ നർമസംഭാഷണത്തിനുശേഷം ഗൂബ്ലോൺ അമ്മ ദിനേവാനിനോട് തികച്ചും സ്വാഭാവികമെന്നതുപോലെ ചോദിച്ചു:

"ദിനേവാൻ സഹോദരീ, നിങ്ങളൊക്കെ പക്ഷികളുടെ

രാജകീയസ്ഥാനം അലങ്കരിക്കുന്നവരല്ലേ? അപ്പോൾ മറ്റു പക്ഷികളിൽ നിന്നും വിത്യസ്തമായ ചില സവിശഷതകൾ നിങ്ങൾക്കുണ്ടായിരിക്കേണ്ടതല്ലേ?"

"എന്തു പ്രത്യേകതകളാണ് താങ്കൾ ഉദ്ദേശിക്കുന്നത്?"

"ഓ, അതോ. മറ്റ് സാധാരണ പക്ഷികളിൽനിന്നും വിത്യസ്തമായി എന്തെങ്കിലും ഒന്ന്. ഉദാഹരണത്തിന് എന്നെ നോക്കു. എനിക്ക് ചിറകുകളേ ഇല്ല. എങ്കിലും എനിക്ക് നന്നായി പറക്കാൻ കഴിയും. അതുപോലെ എന്തെങ്കിലും ഒരു പ്രത്യേകത. അങ്ങനെയില്ലെങ്കിൽ മറ്റ് പക്ഷികൾ അടുത്തുതന്നെ ഈ ഉബ്ലോണിനെ അവരുടെ രാജകീയ സ്ഥാനത്തിന് അർഹയാക്കിയാലും അതിശയിക്കണ്ട, കേട്ടോ."

"പക്ഷേ നിനക്ക് ചിറകുകളുണ്ടല്ലോ. ഇല്ലേ?"

"ഏ, ദിനേവാൻ അമ്മേ, നീ നന്നായിട്ടൊന്ന് നോക്ക്. എനിക്ക് ചിറകുകളേ ഇല്ല."

ഉബ്ലോൺ തന്റെ ചിറകുകൾ അത്രമാത്രം ചേർത്ത് മടക്കി പിടിച്ചതിനാൽ ദിനേവാൻ അമ്മയ്ക്കും അവൾക്ക് ചിറകുകൾ ഇല്ലെന്ന തോന്നൽ ഉണ്ടായി. അതിനുശേഷം സ്വന്തം വീട്ടിലേക്ക് മടങ്ങിയ ദിനേവാൻ ആലോചിച്ചു; "ആ ഉബ്ലോൺ പറഞ്ഞതിൽ എന്തെങ്കിലും കാര്യമുണ്ടോ എന്ന്." തന്റെ സംശയത്തിന് ശക്തി കൂടിയപ്പോൾ അവൾ തന്റെ ഭർത്താവിനോട് ഉബ്ലോണുമായുണ്ടായ സംഭാഷണത്തെക്കുറിച്ച് പറഞ്ഞു. അദ്ദേഹവും പറഞ്ഞു"

"അതേ. ഉബ്ലോൺ പറഞ്ഞതിലും കാര്യമില്ലെന്ന് പറയാൻ കഴിയുകയില്ല."

"അങ്ങനെയെങ്കിൽ നമ്മളെന്തു ചെയ്യും. നമ്മുടെ രാജകീയസ്ഥാനം നഷ്ടപ്പെട്ടാൽ അത് വലിയ കുറച്ചിലാകുകയില്ലേ?"

അവർ രണ്ടുപേരും വളരെ ആലോചിച്ചതിനുശേഷം തങ്ങളുടെ ചിറകുകൾ മുറിച്ചുകളയാൻ തീരുമാനിച്ചു. "എന്തൊക്കെയായാലും ഉബ്ലോണിന് കീഴടങ്ങിക്കൊടുക്കാൻ പാടില്ലല്ലോ." അതായിരുന്നു അവരുടെ നിലപാട്.

ദിനേവാൻ അമ്മ ഭർത്താവിനെക്കൊണ്ട് തന്റെ ചിറകുകൾ മുറിപ്പിച്ചു. ചിറകുകൾ മുറിക്കാൻ കുറേ ബുദ്ധിമുട്ടേണ്ടിവന്നു എന്നുമാത്രമല്ല വളരെയധികം വേദനയും സഹിക്കേണ്ടിവന്നു. എന്നിരുന്നാലും ദിനേവാൻ സന്തോഷത്തോടെ അതെല്ലാം സഹിച്ചു. സ്വന്തം മാനം കാക്കാൻ വേണ്ടി എന്തുവേദനയും സഹിക്കുന്നതിൽ തെറ്റില്ലല്ലോ. ദിനേവാൻ ചിറകുകൾ മുറിച്ചതിനുശേഷം ഭർത്താവിന്റെ ചിറകുകൾ മുറിക്കാൻ

അദ്ദേഹത്തെ സഹായിക്കുകയും ചെയ്തു. മുറിവുകൾ എല്ലാം ഉണങ്ങിയതിനുശേഷം ദിനേവാൻ ഗ്ലബ്ലോണിനെ സന്ദർശിക്കാൻ പോയത് അൽപം ധാർഷ്ട്യത്തോടെയായിരുന്നു. കുശലാന്വേഷണങ്ങൾ കഴിഞ്ഞ് ദിനേവാൻ ഗൂബ്ലോണിനോട് പറഞ്ഞു:

"ഹേ സഹോദരീ, ഞങ്ങൾ നിന്റെ ഉപദേശം സ്വീകരിച്ചു. നോക്ക് ഇപ്പോൾ എനിക്കും നിന്നെപ്പോലെ ചിറകുകൾ ഇല്ലാതായിരിക്കുന്നു. ഇനി ആർക്കും ഞങ്ങളുടെ രാജകീയസ്ഥാനം തട്ടിപ്പറിക്കാൻ കഴിയുകയില്ലല്ലോ. എന്താ, നീ എന്തു പറയുന്നു."

"എന്ത്. നിനക്ക് ചിറകുകൾ ഇല്ലാതായെന്നോ. അതെങ്ങിനെ സംഭവിച്ചു?"

"ഞാനും എന്റെ ഭർത്താവും ഞങ്ങളുടെ ചിറകുകൾ മുറിച്ചുകളഞ്ഞു. പിന്നെ നിനക്കും ചിറകുകളില്ലല്ലോ."

അതുകേട്ട ഗൂബ്ലോൺ സന്തോഷവും പരിഹാസവും കലർന്ന സ്വരത്തിൽ ഉറക്കെയുറക്കെ ചിരിച്ചുകൊണ്ട് പറഞ്ഞു:

"എനിക്ക് ചിറകുകളില്ലെന്ന് നിന്നോട് ആരുപറഞ്ഞു.?"

"നീ തന്നെയല്ലെ എന്നോട് പറഞ്ഞത്?"

"ഓ, അതോ. അതു ഞാൻ വെറുതെ ഒരു തമാശയ്ക്ക് പറഞ്ഞതല്ലേ.?"

ഗൂബ്ലോൺ തന്റെ നീളമുള്ള വലിയ ചിറകുകൾ വിടർത്തി ഹുങ്കോടെ ദിനേവാന്റെ മുമ്പിൽക്കൂടി രണ്ടുമൂന്നു പ്രാവശ്യം നടന്നു. അതുകണ്ട് താൻ വഞ്ചിക്കപ്പെട്ടു എന്ന് മനസിലാക്കിയ ദിനേവാൻ തന്റെ വീട്ടിലേക്ക് തിരികെ നടന്നു. മുഴുവൻ ദൂരവും നടന്നുതന്നെ പോകേണ്ടിവന്നു. ചിറകുകൾ പോയ അവർക്ക് പറക്കാൻ കഴിയുമായിരുന്നില്ലല്ലോ. പക്ഷേ അവരുടെ മനസുനിറയെ ഒരേ ഒരു ചിന്ത മാത്രമായിരുന്നു.-എങ്ങനെയാണ് ആ വഞ്ചനക്ക് തക്ക തിരിച്ചടി കൊടുക്കുക എന്ന വിചാരം മാത്രം.

സ്വന്തം വീട്ടിൽ വിഷണ്ണയായി ദിവസങ്ങൾ കടത്തിയ ദിനേവാൻ ഒരു ദിവസം വീടിനുവെളിയിൽ നടക്കുമ്പോൾ കുറച്ചുദൂരെയായി ഗൂബ്ലോൺ അവരുടെ പത്തുപന്ത്രണ്ട് കുഞ്ഞുങ്ങളുമായി ചെടികൾക്കിടയിൽ ഉലാത്തുന്നത് കണ്ടു. ആ അമ്മ മക്കളുമായി സന്തോഷം പകർന്ന് ചെടികളിൽനിന്ന് പഴങ്ങൾ കൊത്തിയെടുത്ത് തിന്നുകയായിരുന്നു. അങ്ങനെ അവരെ നോക്കിയിരുന്നപ്പോഴാണ് പകപോക്കാൻ ഒരു യുക്തി ദിനേവാനിന് തോന്നിയത്. ദിനേവാൻ തന്റെ മക്കളെ വീടിനടുത്ത് സുരക്ഷിതമായ ഒരു സ്ഥലത്ത് ഒളിപ്പിച്ചു. പിന്നീട് രണ്ടു മക്കളെ മാത്രം കൂടെക്കൂട്ടി ഗൂബ്ലോണിന്റെ അടുത്തേക്കു പോയി. പതിവുപോലെ രണ്ടുപേരും കുശലങ്ങൾ അന്വേഷിച്ചു. കുശലാന്വേഷണങ്ങളുടെ

തുടർച്ചയെന്നോണം ദിനേവാൻ ചോദിച്ചു.

"ഗ്ബ്ലോൺ ചേച്ചി, എന്താ നിന്റെ മക്കൾ ഇങ്ങനെ ശോഷിച്ചിരിക്കുന്നത്? അവർക്ക് വേണ്ടത്ര ആഹാരം കൊടുക്കാൻ നിങ്ങൾക്ക് കഴിയുന്നില്ലേ? കഷ്ടമുണ്ട് കേട്ടോ. നീ എന്റെ മക്കളെ നോക്ക്. ഇവർ നിന്റെ മക്കളുടെ അതേ പ്രായമാണെങ്കിലും അവരേക്കാൾ എത്ര കൂടുതൽ വലുതായിരിക്കുന്നു. നോക്ക് എന്റെ മക്കളുടെ നല്ല ഒത്ത ശരീരം." ഗ്ബ്ലോൺ ദിനേവാന്റെ കുട്ടികളെ ശ്രദ്ധിച്ചു നോക്കി. അവൾ വിചാരിച്ചു

"ഈ ദിനേവാൻ പറയുന്നത് ശരിയാണല്ലോ. എന്റെ മക്കൾ അവളുടെ മക്കളുമായി താരതമ്യപ്പെടുത്തിയാൽ വളരെ ചെറുതാണ്."

ദിനേവാൻ വീണ്ടും പറഞ്ഞു:

"ചേച്ചീ, ഇപ്പോ മനസിലായോ, എന്റെ വംശത്തിന് രാജകീയ സ്ഥാനം ലഭിക്കുന്നതിന്റെ കാരണം. നിനക്ക് ഒരുപാട് മക്കളുള്ളതു കൊണ്ട് അവർക്ക് വേണ്ടത്ര ആഹാരം കൊടുക്കാൻ കഴിയുന്നില്ലെന്നുണ്ടോ. എനിക്കാണെങ്കിൽ വെറും രണ്ട് മക്കൾ-നിനക്കോ, പന്ത്രണ്ടും പതിനഞ്ചും മക്കൾ-അത്രയും മുട്ടകളല്ലേ നീ ഓരോ സമയത്തും ഇടുന്നത്. പറയുന്നതിൽ ചേച്ചിക്ക് പരിഭവം തോന്നരുത്. ചേച്ചിയും എന്റെ കൂട്ട് രണ്ടു മക്കൾ മതിയെന്ന് വെയ്ക്കണം. അതായിരിക്കും നല്ലത്." അത്രയും പറഞ്ഞിട്ട് ദിനേവാൻ അവിടെനിന്നും പോയി.

ഗ്ബ്ലോൺ വീണ്ടും ആലോചിച്ചു. ആ ദിനേവാൻ പറഞ്ഞത് ശരിയാണ്. എന്റെ മക്കളും അവളുടെ മക്കളെപ്പോലെ ആ ജാനുബാഹുക്കളായി വളരണം. എങ്കിലല്ലേ എന്റെ വംശത്തിനും ഒരു നാൾ രാജകീയ അന്തസ്സ് നേടാൻ കഴിയും. അതേ, അതിനുവേണ്ടി എന്ത് ത്യാഗവും സഹിക്കണം. വേണമെങ്കിൽ കൂടുതലായുള്ള സ്വന്തം കുട്ടികളെ കൊന്നാലും തെറ്റില്ല. വംശത്തിന്റെ അഭിമാനം ഉറപ്പുവരുത്താൻ ഏത് ത്യാഗവും കൂടുതലല്ല.

ഗ്ബ്ലോൺ വീട്ടിൽപോയി മറ്റാരും അറിയാതെ തന്റെ കുഞ്ഞുങ്ങളെ, രണ്ടെണ്ണം ഒഴികെ എല്ലാത്തിനെയും കൊന്ന് കുഴിച്ചുമൂടി. പിന്നീട് അവൾ ഒന്നും അറിയാത്തഭാവത്തിൽ ചുറ്റുപുറങ്ങളിൽ തന്റെ രണ്ടു മക്കളുമായി കറങ്ങിനടന്നു. അതിനിടയിൽ ശേഖരിച്ച സാധനങ്ങൾ കുട്ടികൾക്ക് ധാരാളമായി നൽകി.

രണ്ടു കുട്ടികൾ മാത്രമായി ഉലാത്തുന്ന ഗ്ബ്ലോണിനെക്കണ്ടു ദിനേവാൻ ചോദിച്ചു:

"ചേച്ചീ, ചേച്ചിയുടെ മറ്റുമക്കളൊക്കെ എവിടെപ്പോയി?"

"മറ്റു മക്കളോ ആരു പറഞ്ഞു എനിക്ക് വേറെ മക്കളുണ്ടെന്ന്?

ചേച്ചിയെപ്പോലെ എനിക്കും രണ്ട് കുട്ടികളേയുള്ളൂ. ദാ. ഈ രണ്ട് കുട്ടികൾ മാത്രം.”

അതുകേട്ട ദിനോവാനിന് കാര്യം ഏതാണ്ട് മനസിലായി. അവൾ ഉച്ചത്തിൽ ഗ്ബ്ലോണിനോട് ചോദിച്ചു.

“എടീ, ഘാതകീ. നീ നിന്റെ മക്കളെയൊക്കെ എന്തു ചെയതു? എല്ലാത്തിനെയും കൊന്നോ? പാപി... നിനക്കെങ്ങിനെ മനസുവന്നു മക്കളെയെല്ലാം കൊല്ലാൻ. എന്തൊക്കെയായാലും ഞാനെന്റെ കുഞ്ഞുങ്ങളോട് ഇങ്ങനെ ഒരു ക്രൂരത കാണിക്കുകയില്ല. നിനക്ക് ദൈവം പോലും മാപ്പനൽകുകയില്ല. നോക്കിക്കോ. മഹാപാപി.”

“അതിന് നിനക്കും രണ്ടു മക്കളെല്ലേയുള്ളൂ. കൂടുതലൊന്നും ഇല്ലല്ലോ”

“ആരുപറഞ്ഞു. നോക്ക്, എന്റെ പന്ത്രണ്ടുമക്കളും എന്റെ കൂടെത്ത ന്നെയുണ്ട്-ദാ, ഈ രണ്ടെണ്ണം ഒഴിച്ച് ബാക്കിയെല്ലാം എന്റെ വീട്ടിലുണ്ട്. ഞാനവരെ വിളിക്കാം-മക്കളേ, മക്കളേ, ഇങ്ങോട്ടുവാ. ഈ ഗ്ബ്ലോൺ ആണ്ടിക്ക് നിങ്ങളെയൊന്ന് കാണണമെന്ന് പറയുന്നു. ഇങ്ങോട്ട് വാ.”

അപ്പോൾ കാണാൻ കൗതുകമുള്ള തടിച്ചുകൊഴുത്ത, ദേഹത്ത് പുതപ്പിട്ടതുപോലെ തോന്നിപ്പിക്കുന്ന വരകളോടുകൂടിയ ദിനേവാൻ കുട്ടികൾ അവരുടെ അടുത്തേക്ക് വന്നു. അതുകണ്ട ഗ്ബ്ലോണിന് താൻ വഞ്ചിക്കപ്പെട്ടു എന്ന് മനസിലായി. ദു:ഖത്തോടെ ആ അമ്മ തലതാഴ്ത്തി നിന്നു. അപ്പോൾ ദിനേവാൻ ഗ്ബ്ലോണിനോട് പറഞ്ഞു:

“ഇപ്പോൾ നിനക്ക് മനസിലായില്ലെ, എനിക്ക് മക്കൾ രണ്ടല്ലെന്ന്. പിന്നെ ഞാൻ നിന്നോട് പറഞ്ഞത്, അത് നിനക്ക് ചിറകുകളില്ലെ ന്ന് പറഞ്ഞ് ഒരിക്കൽ നീ എന്നെ ചതിച്ചില്ലേ? അതിന് ഒരു പകരം വീട്ടലായിരുന്നു എന്ന് കരുതിക്കോ. അത്രതന്നെ. നീ അസൂയമൂത്ത്, എന്നെ വഞ്ചിച്ച് എന്റെ ചിറകുകൾ മുറിപ്പിച്ചു. ഇപ്പോൾ പകരത്തിന് ഞാൻ നിന്നേക്കൊണ്ട് നിന്റെ മക്കളെ കൊല്ലിച്ചു. ഒന്നിനു പകരം ഒന്ന്. അത്രമാത്രം. എനിക്ക് എന്റെ ചിറകുകളും നിനക്ക് നിന്റെ കുട്ടികളും നഷ്ടപ്പെട്ടു. ഇനി നമുക്ക് സുല്ലിട്ട് ഈ കളി അ വസാനിപ്പിക്കാം. എന്താ, സമ്മതമല്ലേ?”

അന്നു മുതൽ ഒരു ശാപം കിട്ടിയതുപോലെ ദിനേവാൻ പക്ഷികൾക്ക് പേരിന് ചെറിയ ഒരു ചിറകും ഗ്ബ്ലോൺ പക്ഷികൾക്ക് ഒരു പ്രാവശ്യം രണ്ടു മുട്ടകൾ മാത്രം എന്നതും തീർച്ചയായി. ഇന്നും അങ്ങനെ തന്നെ തുടരുന്നു.

ഗാലയും ഊലയും

പല്ലി (ഗൗളി) നാം ധാരാളമായി കാണാറുള്ള ഒരു ഇഴജന്തുവാണ്. പലതരം പല്ലികളുണ്ട്.-മൊത്തം ഏതാണ്ട് ആറായിരം തരം പല്ലികളുണ്ടെന്നു പറഞ്ഞാൽ അതിശയം തോന്നും, അല്ലേ? മൂന്നോ നാലോ സെന്റിമീറ്റർ മാത്രം നീളമുള്ള "ഗെക്കൊ" എന്നറിയപ്പെടുന്ന പല്ലികൾ മുതൽ ഏതാണ്ട് മൂന്ന് മീറ്ററിലും അധികം നീളമുള്ള "കൊമോഡ്രോ ഡ്രാഗൻ" എന്ന പേരിൽ ഇണ്ടോനേഷ്യയിലെ കൊമോഡ്രോ ദ്വീപിലും മറ്റും കാണുന്ന ഓന്തുകളും, സന്ദർഭത്തിനനുസരിച്ച് ജീവരക്ഷാർഥം നിറം മാറാൻ കഴിയുന്ന ഓന്തുകളും ഇതേ വർഗത്തിൽ പെട്ടവതന്നെയാണ്-അതേപോലെ അരണകളും. ഓസ്ട്രേലിയയിൽ ധാരാളമായി കാണുന്ന ഒരു പ്രത്യേകതരം പല്ലികളെ അവരുടെ നാടോടിക്കഥകളിലും മറ്റും "ഊല" എന്ന പേരു നൽകി വിളിക്കുന്നു. അതുപോലെ ഓസ്ട്രേല്യയിൽ ധാരാളമായി കാണുന്ന "കക്കാറ്റോ" അല്ലെങ്കിൽ തത്തകളിൽ ഒരിനത്തിന് "ഗാല" എന്ന ഇഷ്ടപ്പേരു നൽകി വിളിക്കുന്നതും ഒരു പരിചയമാണ്.

ഒരു ദിവസം ഊല മടിപിടിച്ച് വെയിലത്തുകിടന്ന് മുഷിഞ്ഞപ്പോൾ വിചാരിച്ചു "ഞാനെന്തിനിങ്ങനെ ഇവിടെ കിടക്കണം. ഇതിനുപകരം പോയി വല്ലതും കളിച്ചാൽ നല്ല രസമായിരിക്കും" ഊല തന്റെ ചുഴലിക്കമ്പ്" മെടുത്ത് അടുത്തുള്ള തുറന്ന മൈതാനത്തിൽ ചുഴലി എറിഞ്ഞ് കളിക്കാൻ തുടങ്ങി. ഊല അങ്ങനെ കളിച്ചുകൊണ്ടിരിക്കുമ്പോൾ ഗാല അവിടെയെത്തി. ഊലയുടെ ചുഴലി സാധാരണ ചുഴലിക്കമ്പുകളെക്കാൾ അൽപം കൂടുതൽ വളവുള്ളതും ഒരു പ്രത്യേക രീതിയിൽ മിനുക്കിയെടുത്തതും ആയിരുന്നു. അതുകൊണ്ട് അതെറിയുമ്പോൾ

കൃത്യമായും എറിയുന്ന ആളിന്റെ അടുത്തുതന്നെ തിരികെ എത്തുമെന്ന് തീർച്ചയായിരുന്നു. മറ്റു ചുഴലികളും തിരികെ വരുമെന്നിരുന്നാലും അത്ര കൃത്യത ഉണ്ടാകുമെന്ന് പറയാൻ കഴിയുമായിരുന്നില്ല. അതുകൊണ്ടു ഉലായുടെ ചുഴലിക്കമ്പുകളി കാണാൻ നല്ല രസമായിരുന്നു. ഊലയുടെ ചുഴലിക്കമ്പ് "ബബ്ബേറ" എന്ന ഒരു പ്രത്യേകതരം ചുഴലിയായിരുന്നു

ഗാല തന്റെ കളി കണ്ടുനിൽക്കുന്നത് ഊലയ്ക്കും അഭിമാനകരമായിരുന്നു. അതുകൊണ്ട് തന്റെ കഴിവ് തികച്ചും നല്ലതുപോലെ പ്രകടിപ്പിക്കാൻ ഊല പ്രത്യേകം ശ്രദ്ധിച്ചു. ഊല തന്റെ ചുഴലി സാധാരണയിൽനിന്ന് അൽപം കൂടുതൽ ശക്തിയോടെ, സാധാരണ ചെയ്യുന്നതിനെക്കാൾ ഒരൽപം കൂടുതൽ ചുഴറ്റി എറിഞ്ഞു; ഗാല തന്റെ കളിയിലെ വൈദഗ്ദ്ധ്യം കാണട്ടെ എന്നു കരുതി. അത്രതന്നെ. പക്ഷേ ചുഴലി തിരികെ വന്നത് ആകാശത്തുകൂടി ചുറ്റിക്കറങ്ങി ഗാലയുടെ തലയ്ക്കുമുകളിൽകൂടി ആയിരുന്നു; മാത്രമല്ല കാറ്റടിക്കുമ്പോൾ കേൾക്കാറുള്ള, വിസിലടിക്കുമ്പോളെന്നപോലെയുള്ള ഒരു ശബ്ദമില്ലേ-അത്തരം ഒരു വിസിൽ ശബ്ദത്തോട് കൂടിയായിരുന്നു ചുഴലിയുടെ തിരിച്ചുവരവ്.

ഗാലയുടെ തലയ്ക്കു മുകളിൽകൂടി ചുഴലി പറന്നപ്പോൾ ഗാല ഭയപ്പെട്ട്, വേദനയെടുത്ത് ഉച്ചത്തിൽ അലറി. ചുഴലി ഗാലയുടെ തലയ്ക്കുമുകളിൽ ഉണ്ടായിരുന്ന രണ്ടുതൂവലുകളും തൊലിയും ഉരസിയെടുത്തു. വേദന സഹിക്കാനാകാതെ ഗാല അവിടെയെല്ലാം ഓടി നടക്കുകയും തന്റെ തല തറയിൽ മുട്ടിച്ച് ഒരു ഭ്രാന്തൻ പക്ഷിയേയോ നായയെപ്പോലെയോ ഒക്കെ പെരുമാറുകയും ചെയ്തു. അതെല്ലാം കണ്ട ഊല ഭയപ്പെട്ട് അടുത്തുള്ള മുള്ളൻ ചെടികളുടെ പുറകിൽ ഒളിച്ചിരുന്നു. സത്യത്തിൽ ഊലയ്ക്ക് ഗാലയെ ഉപദ്രവിക്കണമെന്നോ വേദനിപ്പിക്കണമെന്നോ ഉദ്ദേശമില്ലായിരുന്നു; അങ്ങനെ സംഭവിച്ചുപോയി എന്നുമാത്രം. പക്ഷേ, ഊല തന്നെ മനഃപൂർവ്വം ഉപദ്രവിച്ചതാണെന്ന് ഗാല കരുതി; ഊലയോട് പറയാനാകാത്തത്ര ദേഷ്യവും പകയും തോന്നി. ഊല മുള്ളൻ ചെടികൾക്ക് പുറകിൽ ഒളിച്ചിരിക്കുന്നത് കണ്ട ഗാല അവിടെ ചെന്ന് ഊലയെ പിടിച്ച് അടിക്കുകയും അവനെ മുള്ളൻ ചെടികളോട് ചേർത്ത് അമർത്തിപ്പിടിക്കുകയും ചെയ്തു. മുള്ളൻ ചെടികളിലെ ഓരോ മുള്ളും അവന്റെ ദേഹത്ത് കുത്തിക്കയറി ഓരോ വ്രണം ഉണ്ടാക്കിയെന്ന് ഉറപ്പ് വരുത്തുകയും ചെയ്തു. അവളുടെ ചോരയൊഴുകുന്ന മുറിവേറ്റതല അവന്റെ ദേഹത്ത് ഉരസി രക്തം അവന്റെ ദേഹത്ത് പുരട്ടി. അത്രയൊക്കെ ചെയ്തതിനുശേഷം കലിയടങ്ങാതെ അവൾ വിളിച്ചുപറഞ്ഞു-ശപിച്ചു.

"ഹേ, ഊലാ, നീയും നിന്റെ വർഗവും എന്നും എന്റെ രക്തത്തിന്റെ കറ നിങ്ങളുടെ ദേഹത്ത് കൊണ്ടുനടക്കും. അതുപോലെ മുള്ളൻ

ചെടിയുടെ മുള്ള്കുത്തിയ പാടുകളും. ഇതെന്റെ ശാപമാണ്. ഇതിൽനിന്ന് നിങ്ങൾക്ക് മോചനമില്ല."

അതുവരെ ഭയന്ന് വിറച്ച് നിന്ന ഊല തിരികെ വിളിച്ചുപറഞ്ഞു:

"ഹൊ, അങ്ങനെയാണോ; എങ്കിൽ നിനക്ക് എന്റെ ശാപം എന്താണെന്ന് കേട്ടോ. നിനക്കും നിന്റെ വർഗത്തിനും ഇനിയങ്ങോട്ട് മൊട്ടത്തലയായിരിക്കും-എന്റെ വർഗത്തിന്റെ പുറത്ത് നിന്റെ രക്തത്തിന്റെ കറ (നിറം) ഉള്ളിടത്തോളം കാലം ഇതങ്ങിനെയായിരിക്കും."

അതുകൊണ്ടാണ് ഇന്നും ഓസ്ട്രേലിയയിലെ ഗാല തത്തകൾക്ക് തലപ്പൂവിന്റ സ്ഥലം മൊട്ടയായിരിക്കുന്നത്. ഊല പല്ലികളുടെ ദേഹം ചുവപ്പുനിറത്തിൽ കുത്തുകിട്ടിയ കുഴികൾ പോലെയുള്ള തൊലിയോടുകൂടിയും.

ബാല്യ എന്ന ചന്ദ്രനും കറുത്ത വർഗക്കാരും

ഒരു ദിവസം രാത്രിയിൽ ബാല്യ എന്ന പേരിൽ അറിയപ്പെട്ടിരുന്ന ചന്ദ്രൻ താഴെ ഭൂമിയിലേക്ക് നോക്കിനിൽക്കുകയായിരുന്നു.നമ്മൾ ചന്ദ്രന് അമ്പിളിഅമ്മാവൻ എന്നും മറ്റുമുള്ള ഓമനപ്പേരുകൾ നൽകി സംബോധന ചെയ്യാറില്ലേ? അതുപോലെ ഓസ്ട്രേല്യക്കാർ നൽകിയിരുന്ന ഓമനപ്പേരായുരുന്നു "ബാല്യ". അങ്ങനെ നോക്കിനിൽക്കുമ്പോൾ ബാല്യവിന്റെ ദേഹമാസകലം നല്ലതുപോലെ ശോഭിച്ചു ജ്വലിച്ചുനിന്നിരുന്നു. അതുകൊണ്ട് അദ്ദേഹത്തിന് ഭൂമിയിലെ ആളുകളുടെ ചലനങ്ങൾ വ്യക്തമായി കാണാൻ കഴിയുമായിരുന്നു, ബാല്യവിന് മൂന്ന് നായ്ക്കൾ ഉണ്ടായിരുന്നു. അദ്ദേഹം അവയെ പട്ടികൾ എന്നാണ് വിളിച്ചിരുന്നത്. പക്ഷേ മനുഷ്യൻ അവയെ മറ്റു പേരുകളിലാണ് അറിഞ്ഞിരുന്നത്. ഒന്നിനെ "അണലിപാമ്പ്" എന്നും മറ്റൊന്നിനെ "കറുത്തപാമ്പ്" എന്നും മൂന്നാമത്തേതിനെ "കടുവപാമ്പ്" എന്നും അവർ വിളിച്ചിരുന്നു. ബാല്യവിന്റെ പ്രകാശം ഭൂമിയിൽ വീഴുന്ന ദിവസങ്ങളിൽ തന്റെ പട്ടികളുമായി ഭൂമിയിൽ ഉലാത്തുന്നത് അദ്ദേഹം ഒരു പതിവാക്കിയിരുന്നു. അങ്ങനെ ഉലാത്താനായി ഭൂമിയിലേക്ക് തിരിക്കുന്ന സമയത്ത് കുറേ കറുത്ത മനുഷ്യർ ഒരരുവി കടന്ന് നടന്നുപോകുന്നത് കാണാൻ ഇടയായി. ബാല്യ ഉച്ചത്തിൽ ഭൂമിയിൽ കേൾക്കുന്നവിധം വിളിച്ചു പറഞ്ഞു.

"ഹേ കറുത്തവരേ, (ബ്ലാക്ക് ഫെല്ലാസ്) അവിടെ നിൽക്കൂ. ഞാനെന്റെ പട്ടികളേയും കൊണ്ട് ഇപ്പോൾ അവിടെ വരും. ആ അരുവി കടക്കാൻ നിങ്ങൾ എന്റെ പട്ടികളെ സഹായിക്കണം." കഥ കൂടുതൽ വായിക്കുന്നതിനുമുമ്പേ "കറുത്തവർ" ആരാണെന്ന് അറിയണ്ടേ.

ഓസ്ട്രേല്യയിൽ ഏതാണ്ട് 65000 വർഷങ്ങൾക്കുമുമ്പുതന്നെ മനുഷ്യ വാസം ഉണ്ടായിരുന്നു എന്നും ഏതാണ്ട് 30000 വർഷങ്ങൾക്കുമുമ്പുത ന്നെ പറയത്തക്ക സാംസ്കാരിക വളർച്ച പ്രാപിച്ച ഒരു ജനതയായിരുന്നു അവിടെ ഉണ്ടായിരുന്നതെന്നും ചരിത്രകാരന്മാർ രേഖപ്പെടുത്തുന്നുണ്ട്. 1770-ൽ ജെയിംസ് കുക്കിന്റെയും ജോസഫ് ബാങ്ക്സുറന്റെയും നേതൃത്വ ത്തിൽ ഓസ്ട്രേലിയൻ അധിനിവേശത്തിന് ബ്രിട്ടൻ പദ്ധതി ആവിഷ്ക രിക്കാൻ തുടങ്ങി. 1787-മേയ് മാസം 13-ാം തീയതി ക്യാപ്റ്റൻ ആർതർ ഫിലിപ്പിന്റെ നേതൃത്വത്തിൽ പതിനൊന്ന് കപ്പലുകളിലായി 736 ബ്രിട്ടീഷ് തടവുകാർ ഉൾപ്പെട്ട ഏതാണ്ട് 1530 ആളുകൾ ഓസ്ട്രേലിയയിലേക്ക് തിരിച്ചു. "ബോട്ടണി ബേ" എന്നറിയപ്പെടുന്ന സ്ഥലത്ത് എത്തിച്ചേർന്ന അവർ 1788 ജനുവരി 26-ാം തിയതി "സിഡ്നികോവ്" എന്ന സ്ഥലത്ത് ആദ്യത്തെ ബ്രിട്ടീഷ് ആസ്ട്രേല്യൻ വാസകേന്ദ്രം ഔദ്യോഗികമായി പ്രഖ്യാപിച്ചു. ഇന്നും ഓസ്ട്രേല്യ ദിവസമായി ജനുവരി 26 അവർ ആഘോഷിക്കുന്നു. അങ്ങനെ ബ്രിട്ടീഷ് അധിനിവേശത്തിന് മുമ്പ് ഓസ്ട്രേല്യയിലുണ്ടായിരുന്ന ആദിവാസി സമുദായത്തെ പുച്ഛിച്ച് വിളിക്കാൻ ബ്രിട്ടീഷുകാർ രൂപംകൊടുത്ത പേരാണ് "ബ്ലാക്ക് ഫെല്ലോ". ഈ വാക്ക് എങ്ങനെ ഉരുവായെന്നും അതിന്റെ അർഥം എന്താണെ ന്നും നിങ്ങൾക്ക് സ്വയം മനസ്സിലാക്കാവുന്നതാണ്. അന്നുമുതൽ ആ ആദിവാസി സമൂഹം നിരന്തരമായ ആക്രമണത്തിനും നരഹത്യക്കും ഇരയായി. ആ പ്രക്രിയ പിന്നീടങ്ങോട്ട് (വളരെ കുറച്ചുവർഷങ്ങൾക്കു മുമ്പുവരെ) തുടർന്നുകൊണ്ടേയിരുന്നു. 1849-ലെ "വാട്ടർലൂബേ കൊല" എന്നറിയപ്പെടുന്ന സംഭവം പോലുള്ള അനേകം കൂട്ടക്കൊലകൾ ചരിത്രസത്യങ്ങളാണ്. ഇന്ന്, അമേരിക്കയിലെ "റെഡ് ഇൻഡ്യൻ" വംശജരെപ്പോലെതന്നെ ഓസ്ട്രേല്യയിലെ ആദിമ വംശജരും "ബ്ലാ ക്ക്ഫെലോ കേവ്" പോലെയുള്ള സ്ഥലങ്ങളിൽ കാഴ്ചമൃഗങ്ങളുടെ അവസ്ഥയിൽ ജീവിക്കേണ്ടിവരുന്നു എന്നതും സത്യമാണ്. ഇപ്പോൾ ഓസ്ട്രേല്യയുടെ ജനസംഖ്യയിൽ മൂന്ന് ശതമാനത്തിനും താഴെയാണ് ആദിവാസികൾ-അവർക്കിടയിൽ പണ്ടുമുതൽക്ക് പ്രചാരത്തിലുണ്ടാ യിരുന്ന കഥകൾ (നാടോടിക്കഥകൾ) ഇംഗ്ലീഷിലേക്ക് പുനരാഖ്യാനം ചെയ്തപ്പോൾ അവർ "ബ്ലാക്ക്ഫെല്ലാസ്"-കറുത്തവർ ആയി-നമുക്കും ആ വാക്കുതന്നെ ഈ കഥകളിൽ ഉപയോഗിക്കാം. കറുത്തവർക്ക് ബാലുവിനെ ഇഷ്ടവും ബഹുമാനവുമായിരുന്നു. എങ്കിലും ബാലുവിന്റെ പട്ടികളെ അവർക്ക് ഇഷ്ടമായിരുന്നില്ല. മുമ്പ് ചിലപ്പോൾ ബാലു ആ പട്ടികളേയും കൂട്ടി ഭൂമിയിൽ വന്നപ്പോൾ അവ ഭൂമിയിലെ നായ്ക്കളേയും അതുപോലെ അവയുടെ യജമാനന്മാരായ കറുത്തവരെയും കടിച്ചത് അവർക്ക് ഓർമയുണ്ടായിരുന്നു; മാത്രമല്ല അങ്ങനെ കടിയേറ്റ പലരും

വിഷജ്വരം ബാധിച്ച് മരിക്കുകയും ചെയ്തു. അതുകൊണ്ട് ബാലുവിന്റെ ഉച്ചത്തിലുള്ള വിളി കേട്ട കറുത്തവർ തിരികെ പറഞ്ഞു.

"ഇല്ല ബാലു. ഞങ്ങൾക്ക് അങ്ങയുടെ നായ്ക്കൾ ഇവിടെ വരുന്നത് ഇഷ്ടമല്ല. അവയെ ഞങ്ങൾക്ക് ഭയമാണ്. അവ ഞങ്ങളേയും ഞങ്ങളുടെ നായ്ക്കളേയും കടിക്കും."

ബാലു അതിന് മറുപടി പറഞ്ഞത് ഇങ്ങനെയാണ്:

"ഹേ, കറുത്തവരേ, ഇതാ ഇതുനോക്കൂ. ഞാനീക്കല്ല് ആ അരുവിയിലേക്ക് ഇടുകയാണ്. എന്ത് സംഭവിക്കുന്നു എന്ന് കാണുക. അതിനുശേഷം ഞാനൊരു മരക്കൊമ്പും വെള്ളത്തിലേക്ക് ഇടും. അതിനും എന്ത് സംഭവിക്കുന്നു എന്ന് നോക്കൂ. ഞാൻ പറയുന്നത് അനുസരിക്കുന്നോ ഇല്ലയോ എന്നതിനെ ആശ്രയിച്ച് നിങ്ങളുടെ ഭാവിയെക്കുറിച്ചും ഞാൻ പറയാം."

അത്രയും പറഞ്ഞിട്ട് ബാലു ഒരു കല്ല് അരുവിയിലേക്ക് ഇട്ടു. കല്ല് വെള്ളത്തിൽ താണുപോയി. പക്ഷേ പിന്നിടിട്ട മരക്കൊമ്പ് ആദ്യം മുങ്ങിപ്പോയെങ്കിലും പിന്നീട് ജലത്തിനു മുകളിൽ പൊങ്ങിക്കിടന്നു.

ബാലു തുടർന്നു.

"കണ്ടല്ലോ. നിങ്ങൾ എന്റെ നായ്ക്കളെ ഭൂമിയിലേക്ക് കൊണ്ടുവരാൻ സമ്മതിച്ചില്ലെങ്കിൽ നിങ്ങളുടെ ജീവിതവും ആ കല്ലുപോലെയാകും. നിങ്ങൾ മരിച്ചുകഴിഞ്ഞാൽ ഭൂമിക്കടിയിൽ പോകുകയും അവിടെ കിടന്ന് മണ്ണായി മാറുകയും ചെയ്യും. അത്രതന്നെ. പക്ഷേ എന്നെ അനുസരിച്ചാൽ ആ മരക്കമ്പുപോലെ മരണത്തിനുശേഷവും ഉയർന്നുവരും; ജീവിക്കുകയും ചെയ്യാം. എന്താ വേണ്ടതെന്ന് മണ്ടന്മാരായ നിങ്ങൾക്കു തീരുമാനിക്കാം."

അവർ കുറച്ചുനേരം ആലോചിച്ചതിനു പിന്നെ പറഞ്ഞു:

"എന്തായാലും ഞങ്ങൾ നിങ്ങളുടെ നായ്ക്കളെ ഭൂമിയിലേക്ക് കൊണ്ടുവരാൻ സമ്മതിക്കുകയില്ല."

"ഓ, അങ്ങനെയോ. എങ്കിൽ ഞാൻ തന്നെ അവറ്റയെ അവിടെ കൊണ്ടുവരാം."

അങ്ങനെ ബാലു തന്നെ ആ നായ്ക്കളെ (അവ വാസ്തവത്തിൽ പാമ്പുകളായിരുന്നു എന്ന് നേരത്തെ പറഞ്ഞിരുന്നല്ലോ.) ഭൂമിയിലേക്ക് കൊണ്ടുവന്നു. ബാലു ഭൂമിയിലേക്ക് വന്നത് മൂന്ന് പാമ്പുകളെയും തന്റെ ദേഹത്തിൽ എടുത്തുകൊണ്ടാണ്.-ഒന്ന് ഇടതുകയ്യിൽ ചുറ്റിക്കിടന്നു; മറ്റൊന്ന് വലതുകയ്യിൽ; മൂന്നാമത്തേത് ശിവന്റെ കഴുത്തിൽ കിടക്കുന്ന പാമ്പിനെ നിങ്ങൾ ചിത്രങ്ങളിൽ കണ്ടിട്ടില്ലേ അതുപോലെ

കഴുത്തിൽച്ചുറ്റി.

ഭൂമിയിൽ അങ്ങനെ പാമ്പുകളുമായി എത്തിയ ബാലു കറുത്തവരോട് വീണ്ടും പറഞ്ഞു:

“ഹേ, കറുത്തവരെ കേട്ടോളൂ. നിങ്ങളുടെ ഉയിർത്തെഴുനേൽക്കാനുള്ള സാധ്യത നിങ്ങൾ എന്നെന്നേക്കുമായി നഷ്ടപ്പെടുത്തിക്കളഞ്ഞു.-വിഡ്ഢികൾ, ഭീരുക്കൾ. ഞാൻ പറഞ്ഞത് അനുസരിച്ചിരുന്നുവെങ്കിൽ നിങ്ങൾക്കും എന്നെപ്പോലെ ഇടയ്ക്കിടയ്ക്ക് മരിക്കാനും പിന്നീട് പുനർജീവിക്കാനും കഴിയുമായിരുന്നു. ഇനി നിങ്ങൾ കറുത്തവരായി ജീവിക്കുകയും മരിച്ചുകഴിഞ്ഞാൽ മണ്ണിനോട് ചേർന്ന് എല്ലുമ്പുകൾ മാത്രം ബാക്കിയായി തീരുകയും ചെയ്യും.”

ബാലു കോപിഷ്ടനായിരുന്നു. അതുപോലെ ആ പാമ്പുകളും. പക്ഷേ, ആ സമയത്ത് ബാലുവും പാമ്പുകളും ക്രമേണ അപ്രത്യക്ഷമാകുന്നത് അവർ കണ്ടു. അവർ ഒരു കാര്യം തീർച്ചയാക്കി. ആ പാമ്പുകൾ അപകടകാരികളാണ്. അവയെ ഭൂമിയിൽ എവിടെ കണ്ടാലും ഉടനെ തീർച്ചയായും കൊല്ലണം. അങ്ങനെ ഭൂമിയിൽ എവിടെ പാമ്പുകളെ കണ്ടാലും കറുത്തവർ അവയെ കൊന്നിരിക്കും. എങ്കിലും ബാലു വീണ്ടും വീണ്ടും പാമ്പുകളെ ഭൂമിയിലേക്ക് കടത്തിവിടുന്നു എന്ന് അവർ വിശ്വസിക്കുന്നു. കറുത്തവർ ഉള്ളേടത്തോളം കാലം പാമ്പുകളും ഉണ്ടായിരിക്കുമെന്നും.

തീയുണ്ടാക്കാൻ കണ്ടുപിടിച്ചതിന്റെ ചരിത്രം

ഈ കഥയ്ക്ക് ചരിത്രം എന്ന തലക്കെട്ട് നൽകിയിട്ടുണ്ടെങ്കിലും ഇതൊരു വാസ്തവികമായ ചരിത്രമാണെന്ന് തെറ്റിദ്ധരിക്കേണ്ട. ഓസ്ട്രേല്യയിലെ ആദിവാസികളുടെ ഇടയിൽ പ്രചാരത്തിലുണ്ടായിരുന്ന ഒരു കഥ എന്നുമാത്രം മനസിലാക്കണം. ഇത്തരം കഥകളിലെ ഒരു പ്രത്യേകത എല്ലാ ജീവജാലങ്ങളും മനുഷ്യരെപ്പോലെ മനുഷ്യരോടൊപ്പം അവയിൽ സ്ഥാനം പിടിക്കുന്നു എന്നുള്ളതാണ്. ഈ കഥ നടന്നത് "ബൂട്ടുല" എന്ന കൊക്കും "കങ്കാരു" എന്ന എലിയും കല്യാണം കഴിച്ച് ഒന്നിച്ച് ജീവിച്ചിരുന്ന കാലത്തായിരുന്നു. അന്ന് തീ ആർക്കും അറിയാവുന്ന ഒന്നായിരുന്നില്ല. അതുകൊണ്ട് അവർക്ക് ഭക്ഷണം അങ്ങനെതന്നെ പച്ചയായിട്ട് അല്ലെങ്കിൽ വെയിലത്തിട്ട് ഉണക്കിയെടുത്ത് കഴിക്കണമായിരുന്നു.- മാംസമായാലും മീനായാലും എല്ലാം അങ്ങനെതന്നെ കഴിക്കുകയല്ലാതെ മറ്റുമാർഗമൊന്നും ഇല്ലായിരുന്നു.

ഒരു ദിവസം ബൂട്ടുല തന്റെ കയ്യിൽ കിട്ടിയ രണ്ട് മരക്കൊമ്പുകൾ വെറുതെ ഉരച്ചുകൊണ്ടിരുന്നപ്പോൾ പെട്ടെന്ന് ഒരു ചെറിയപ്രകാശവും അതോടൊപ്പം അൽപം പുകയും കണ്ടു. നമുക്ക് ബൂട്ടുല കണ്ട പ്രകാശത്തെ തീപ്പൊരി എന്നു പറയാം. കാരണം അത് വാസ്തവത്തിൽ തീപ്പൊരി തന്നെ ആയിരുന്നു.

"ഗുണ്യ ഗുണ്യ, നോക്ക്. ഇതുകണ്ടോ. ഞാനീ മരക്കമ്പുകൾ പരസ്പരം ഉരസുമ്പോൾ എന്താണ് സംഭവിക്കുന്നതെന്ന് നേക്ക്."ബൂട്ടുല ഉത്സാഹത്തോടെ പറഞ്ഞു.

"കാണട്ടെ" ഗുണ്യ പറഞ്ഞു. ബൂട്ടല വീണ്ടും മരക്കമ്പുകൾ ഉരച്ചു കാണിച്ചു. അതുകണ്ട ഗുണ്യാവും തികഞ്ഞ ആശ്ചര്യത്തോടെ പ്രതികരിച്ചു.

"അതേയതെ. ഇത് തീപ്പൊരി തന്നെ സംശയിമില്ല."

അവർ രണ്ടുപേരും ഏതാണ്ട് ഒന്നിച്ചുതന്നെ തികഞ്ഞ ആശ്ചര്യത്തോടെയും സന്തോഷത്തോടെയും പറഞ്ഞു.

"നമുക്ക് ഇങ്ങനെ നമുക്കായി തീ ഉണ്ടാക്കാൻ കഴിയുമെങ്കിൽ എത്ര നന്നായിരുന്നു. ഭക്ഷണം തീയിൽ വേവിച്ചു കഴിക്കാം. വെയിലിന് കാത്തിരിക്കാതെ മാംസവും മീനുമൊക്കെ തീയിൽ പൊള്ളിച്ചു കഴിച്ചാൽ എത്ര സ്വാദായിരിക്കും. അല്ലേ ബൂട്ടല."

"അതേയതേ."

"നമുക്ക് ഒരു കാര്യം ചെയ്യാം. നമ്മുടെ കയ്യിൽ കിട്ടിയ ഈ മരക്കമ്പുകൾ നമുക്ക് സൂക്ഷിച്ചു വെയ്ക്കണം. നീ ഇതിൽ ഒരു കൊമ്പ് ഉടയ്ക്കൂ. എന്നിട്ട് അതിന്റെ അറ്റങ്ങൾ ഉരച്ചുനോക്ക്"

ബൂട്ടല അങ്ങനെ ചെയ്തു. അപ്പോഴും തീപ്പൊരികൾ ഉണ്ടായി. അതുകണ്ട് ഗുണ്യർ പറഞ്ഞു.:

"നോക്കു, നമുക്ക് ഈ കമ്പുകൾ ചെറിയ ചെറിയ കഷ്ണങ്ങളാക്കി ഉടച്ച് നമ്മൾ യാത്രയ്ക്ക് പോകുമ്പോൾ സഞ്ചിയിൽ ഭദ്രമായി സൂക്ഷിക്കാം. അങ്ങനെ ചെറിയ കമ്പുകളായി സൂക്ഷിക്കുമ്പോൾ വളരെ കൂടുതൽ കാലം ഉപയോഗിക്കാമെന്ന് മാത്രമല്ല മറ്റാരും കാണാതെ നമുക്ക് ഈ രഹസ്യം സൂക്ഷിക്കാനും കഴിയും"

"അതേയതെ. അപ്പോൾ നമുക്കുമാത്രം നല്ല രുചിയുള്ള ഭക്ഷണം ഉണ്ടാക്കിക്കഴിക്കാൻ കഴിയും അല്ലേ?

"അതേ, ഈ പുതിയ കണ്ടുപിടുത്തം നമ്മുടെ മാത്രം സ്വകാര്യമായിരിക്കട്ടെ. അതാ നല്ലത്."

അങ്ങനെയാണ് ഓസ്ട്രേല്യയിലെ ആദിവാസികൾ സ്വന്തമായി തീയുണ്ടാക്കാൻ പഠിച്ചത്. ആദ്യം ആ അറിവ് ബൂട്ടല-ഗുണ്യർ ദമ്പതികൾക്ക് മാത്രം കിട്ടിയ ഒരു സ്വകാര്യ അറിവായിരുന്നു. പക്ഷേ അത് അധികം താമസിയാതെ എല്ലാ ജീവികൾക്കും പ്രയോജനകരമായ ഒരറിവായി പകർന്നുകിട്ടിയത് എങ്ങനെ എന്നറിയണ്ടേ?

ഒരു ദിവസം ബൂട്ടലയ്ക്കും ഗുണ്യറിനും കിട്ടിയ മത്സ്യം അവർ തീയുണ്ടാക്കി അതിൽ വേവിച്ചെടുത്തു. അങ്ങനെ വേവിച്ചെടുത്ത മത്സ്യം അവർ ആസ്വദിച്ച് കഴിച്ചുകൊണ്ടിരുന്ന സമയത്ത് അതുവഴി വന്ന രണ്ടുമൂന്ന് കറുത്തവർ അത് കാണാനിടയായി. അവർ ചോദിച്ചു:

“ഹേ ബുട്ടുലാ നിങ്ങളെന്താണ് കഴിക്കുന്നത്. കണ്ടിട്ട് നിങ്ങൾ മീൻ ഏതോ പ്രത്യേകരീതിയിൽ പാചകം ചെയ്തതുപോലെയുണ്ടല്ലോ.”

“ഹേ. അങ്ങനെയൊന്നുമില്ല. വെയിലത്തിട്ടുണക്കി. അത്രതന്നെ.”

“പക്ഷേ, കണ്ടിട്ട് അങ്ങനെയല്ലല്ലോ തോന്നുന്നത്. ഒരു തുണ്ട് ഞങ്ങൾക്കും താ. നിങ്ങടെ മീനിന്റെ രുചി എങ്ങനെ ഉണ്ടെന്ന് നോക്കട്ടെ.”

മറ്റുപോംവഴി ഇല്ലാതെ ബുട്ടുല ഒരു തുണ്ട് മീൻ അവർക്ക് കൊടുത്തു. ആ മീൻ കഷ്ണം കഴിച്ചിട്ട് അവർ വീണ്ടും പറഞ്ഞു:

“ഇതിന് നല്ല സ്വാദ്; വെയിലത്ത് ഉണക്കിയ മീനിനെക്കാൾ നല്ല സ്വാദ്. പറ ബുട്ടുല, നിങ്ങളെങ്ങിനെ ഇത് ഇത്ര സ്വാദുള്ളതാക്കി.”

“ഛെ. വെറുതെ വെയിലത്ത് ഉണക്കിയെന്ന് മാത്രം. വെയിലിന് നല്ല ചൂടായിരുന്നു. ഒരു പക്ഷേ അതുകൊണ്ടായിരിക്കാം” ബുട്ടുല പറഞ്ഞു.

“ഞങ്ങളിത് ഉണക്കിയപ്പോൾ പതിവിലും കൂടിയ നല്ല വെലിലായിരുന്നു. ഒരു പക്ഷേ, അതുകൊണ്ടായിരിക്കും സ്വാദ് കൂടിയത്.” ഗ്ണൂറും ചേർന്നു പറഞ്ഞു.

കറുത്തവർ അവിടെനിന്ന് പോയെങ്കിലും ബുട്ടുല പറഞ്ഞത് സത്യമല്ലെന്ന് അവർക്കു തോന്നി. അതുകൊണ്ട് അവർ ബുട്ടുലയേയും ഗ്ണൂറിനെയും രഹസ്യമായി നിരീക്ഷിക്കാൻ ബുല്വ എന്ന മൂങ്ങയേയും ക്വാറി എന്ന തത്തയേയും ചുമതലപ്പെടുത്തി. അവർ രണ്ടുപേരും അവരുടെ ചുമതല കൃത്യമായി ചെയ്യുകയും ചെയ്തു.

അതിനുശേഷം ബുട്ടുലയും ഗ്ണൂറും മീൻപിടിക്കാൻ പോകുമ്പോഴൊക്കെ ബുല്വവും ക്വാറിയും അവരെ അവർ അറിയാതെ പിന്തുടർന്നു. അവർക്ക് മീൻ കിട്ടിയ ദിവസങ്ങളിലൊക്കെ അവർ മീനുംകൊണ്ട് ബിംഗാവിൻ കുറ്റിക്കാട്ടിൽ പോകുന്നതും, കരിയില കൂട്ടിയിട്ട് മീൻ അതിന്റെ പുറത്തിടുന്നതും പിന്നീട് ഏതോ കൂട്ടിയുരക്കുന്നതും അവർ കണ്ടു. കമ്പുകൾ ഉരയ്ക്കുമ്പോൾ തീപ്പൊരി ഉണ്ടാകുന്നതും കരിയില കത്തി ചാമ്പലാകുന്നതും അവർക്ക് തികഞ്ഞ അതിശയമായിത്തോന്നി. അങ്ങനെ കരിയില ചാമ്പലായതിനുശേഷം അവർ മീനെടുത്ത് ആസ്വദിച്ചു തിന്നുന്നതുമെല്ലാം അവർ കറുത്തവരുൾപ്പെടെ എല്ലാ ഗ്രാമവാസികളോടും വിശദമായി പറഞ്ഞു. ആ വാർത്ത ഗ്രാമത്തിൽ വലിയ ചർച്ചാവിഷയമായി. പക്ഷേ, ബുട്ടുലയുടേയും ഗ്ണൂറിന്റേയും കയ്യിലുണ്ടായിരുന്ന കമ്പുകൾ എവിടെനിന്ന് കിട്ടിയെന്നോ അവ എന്തുതരം കമ്പുകളാണെന്നോ അവർക്ക് മനസിലാക്കാൻ കഴിഞ്ഞില്ല. അതുകൊണ്ട് ആ കമ്പുകളെക്കുറിച്ച് കൂടുതൽ അറിയാൻ എല്ലാവരും

ആഗ്രഹിച്ചു. ആ രഹസ്യം ചോർത്തിയെടുക്കാൻ അവരുടെ മുമ്പിൽ ഒരേഒരു മാർഗമേ ഉണ്ടായിരുന്നുള്ളൂ. പ്രത്യേകിച്ച് ബുട്ടൂലയും ഗുണ്ടൂറും അതിന്റെ സത്യാവസ്ഥ അവരോട് പറയുകയില്ലെന്ന് ഉറപ്പുവന്ന സാഹചര്യത്തിൽ. പിന്നെ എന്താണ് ചെയ്യുക? അവരുടെ തീക്ഷ്ണമായ ആലോചനയുടെ ഫലമായിരുന്നു അവർ ഗ്രാമത്തിൽ സംഘടിപ്പിച്ച വലിയ സംഗീത നാടക നൃത്തമേള.

അന്നുവരെ ആരും കണ്ടിട്ടില്ലാത്തത്ര വിപുലമായി ഒരാഴ്ച നീണ്ടു നിൽക്കുന്ന ഒരു സംഗീത നാടക നൃത്തമേള സംഘടിപ്പിക്കാൻ ഗ്രാമവാസികൾ തീർച്ചയാക്കി. ചെറുപ്പക്കാരെ സംബന്ധിച്ച് അത്തരം ഒരു പരിപാടി തികച്ചും സന്തോഷകരമായ ഒരു പുതിയ അനുഭവമായിരുന്നുവെന്ന് പ്രത്യേകിച്ച് പറയേണ്ടതില്ലല്ലോ. മേളയിൽ പങ്കെടുക്കാൻ പല അയൽഗ്രാമവാസികളും പ്രത്യേകിച്ച് കലാകാരന്മാരും കലാകാരികളും കലാരസികരും എത്തിച്ചേർന്നിരുന്നു. ആ ഉത്സവത്തിന്റെ ഉദ്ദേശം എന്തായിരുന്നു എന്ന് നേരത്തെ പറഞ്ഞതാണല്ലോ. ബൂട്ടിലയും ഗുണ്ടൂറും ഉത്സവത്തിൽ പങ്കെടുക്കുമെന്നത് അവർക്ക് അറിയാമായിരുന്നു. പക്ഷേ, പ്രേക്ഷകരായി മാത്രം. അതുകൊണ്ടുതന്നെ ഉത്സവത്തിലെ പരിപാടികൾ കണ്ട് അവർ സന്തോഷിച്ച് മതിമറന്ന് തുള്ളിച്ചാടുമെന്നും അങ്ങനെ സ്വയം മറന്ന് ഉത്സവത്തിൽ ലയിച്ചുചേരുന്ന സമയത്ത് ഗുണ്ടൂറിന്റെ യാത്രാസഞ്ചി (തോൾ സഞ്ചി) യിൽനിന്ന് ആ കമ്പുകൾ തട്ടിയെടുക്കുക എന്നതായിരുന്നു അവരുടെ പദ്ധതി. ബീര എന്ന പരുന്തിനെയും അതിനുവേണ്ടി നിയോഗിച്ചു. ബുട്ടൂലയേയും ഗുണ്ടൂറിനെയും സൂത്രത്തിൽ പിന്തുടർന്ന് സഞ്ചിയിൽ നിന്നും കമ്പുകൾ തട്ടിയെടുക്കണമെന്ന് ബീരയ്ക്ക് നിർദ്ദേശം നൽകിയിരുന്നു.

ആ ഉത്സവം ആരംഭിച്ച് അൽപം കഴിഞ്ഞപ്പോഴേക്കും ബുട്ടൂലയും ഗുണ്ടൂറും പ്രതീക്ഷിച്ചതുപോലെ ഉത്സവം കാണാൻ എത്തി. അവർ ഇരുന്നതിന് തൊട്ടടുത്തായി ബീരയും ചെന്നിരുന്നു.

“കൂട്ടരെ, എനിക്ക് നല്ല സുഖമില്ല. ഒരു ചെറിയ പനിയുടെ ലക്ഷണമാണെന്ന് തോന്നുന്നു. അതുകൊണ്ട് ഞാനും ഇവിടെ നിങ്ങളുടെ അടുത്ത് ഇരിക്കാം. വിരോധമില്ലല്ലോ.” ബീര ബുട്ടൂലയോടും ഗുണ്ടൂറിനോടുമായി പറഞ്ഞു.

“ഹേ. നീ ഇവിടെ ഇരുന്നോ. ഞങ്ങൾക്കൊരു വിഷമവുമില്ല.” ഗുണ്ടൂറാണ് അത് പറഞ്ഞത്. ബീര അവശത നടിച്ച് അവരുടെ അടുത്ത് ഇരുന്നു.

ഉത്സവത്തിന്റെ ഭാഗമായി നടന്ന കൊമാളികളുടെ പ്രകടനം കണ്ട് ഗുണ്ടൂർ ചിരിച്ചുകൊണ്ട് ചാടുകയും കയ്യടിക്കുകയും ചെയ്യുതിനിടക്ക്

തോൾസഞ്ചിയുടെ വാറ് തോളത്തുനിന്ന് തെന്നി താഴെ വീണു. അതുകണ്ട ബീര സഞ്ചി എടുക്കാൻ ഒന്ന് ശ്രമിച്ചുവെങ്കിലും ബുട്ടുലയും സഞ്ചിയുടെ വാറ് തെന്നിവീണതുകണ്ടതുകൊണ്ട് സാധിച്ചില്ല.

"ഗുണ്ടൂർ, നീ നമ്മുടെ സഞ്ചി ശ്രദ്ധിച്ചുപിടിക്കണം. കേട്ടോ. ഇതാ ഈ വാറ് നിന്റെ തോളിൽനിന്ന് തെന്നി വീണു."

"ഹൊ. ഞാൻ ഇനി കൂടുതൽ ശ്രദ്ധിച്ചുകൊള്ളാം." അവൾ വാറ് വീണ്ടും ഭദ്രമായി തോളിൽതന്നെയിട്ടു. പക്ഷേ, പിന്നീട് കങ്കാരു എലിയും കൂട്ടരും ചേർന്ന് നടത്തിയ ഹാസ്യപരിപാടികൾ കണ്ട് അവർ രണ്ടുപേരും സ്വയം മറന്ന് തുള്ളിച്ചാടുകയും കയ്യടിക്കുകയും ചെയ്ത സമയത്ത് ഗുണ്ടൂറിന്റെ തോളത്തുനിന്ന് സഞ്ചി താഴെ വീണത് ബീര മാത്രം ശ്രദ്ധിച്ചു. ആ അവസരം മുതലെടുത്ത് ബീര സഞ്ചി എടുത്തുകൊണ്ട് ഓടാൻ തുടങ്ങി. കുറച്ചു നിമിഷങ്ങൾക്കുശേഷം മാത്രമാണ് ഗുണ്ടൂറിന് സഞ്ചി നഷ്ടപ്പെട്ടവിവരം മനസിലായത്. ബീര ഓടിപ്പോകുന്നത് കണ്ടപ്പോൾ അവൻ തന്റെ സഞ്ചിയും കൊണ്ട് കടന്നുകളയാൻ ശ്രമിക്കുകയാണെന്ന് ഗുണ്ടൂർ സംശയിച്ചു. ബുട്ടുലയും ഗുണ്ടൂറും ബീരയുടെ പുറകെ ഓടാൻ ശ്രമിച്ചു. എങ്കിലും ബീരയുടെ വേഗത്തിനൊപ്പം ഓടാൻ അവർക്ക് കഴിയുമായിരുന്നില്ല.

ബീര കുറേ ദൂരം ഓടിയതിനുശേഷം ഒരു തുറസ്സായ സ്ഥലത്ത് ഗുണ്ടൂറിന്റെ സഞ്ചി തുറന്ന് അതിലുണ്ടായിരുന്ന കമ്പുകൾ വെളിയിലെടുത്തു. പിന്നീട് കുറച്ച് കരിയില കൂട്ടിയിട്ട് കമ്പുകൾ ഉരച്ച് തീയുണ്ടാക്കുകയും കരിയിലക്ക് തീ പിടിപ്പിക്കുകയും ചെയ്തു. ആ തീ കണ്ട ഗ്രാമവാസികൾ ഒന്നടങ്കം ഓടിയെത്തി തീയ്ക്കു ചുറ്റും നിറഞ്ഞ സന്തോഷത്തോടെ നൃത്തമാടി. ആ ഗ്രാമത്തിലേയും അടുത്ത ഗ്രാമങ്ങളിൽനിന്നും ഉത്സവത്തിൽ പങ്കെടുക്കാൻ എത്തിയവരുമായ എല്ലാ കറുത്തവരും, കങ്കാരു എലികളും, പരുന്തുകളും, കൊക്കുകളും എന്നുവേണ്ട എല്ലാ ഗോത്രങ്ങളിൽ പെട്ടവരും ആ സന്തോഷത്തിൽ പങ്കുചേർന്നു; കാരണം തീ എല്ലാവർക്കും സ്വന്തം എന്ന് അഭിമാനിക്കാൻ കിട്ടിയ ഒരപൂർവ സന്ദർഭമായിരുന്നു അത് എന്നതു തന്നെ.

ഗ്ഗണ്ണർ എന്ന ചികിത്സക

ഗ്ഗണ്ണർ എന്ന പ്രസിദ്ധിയാർജിച്ച ചികിത്സക (ഡോക്ടർ) അവരുടെ മകന്റെയും മകന്റെ രണ്ട് ഭാര്യമാരുടേയും കൂടെ താമസിച്ചിരുന്ന കാലം; ഡോക്ടരുടെ മകന്റെ പേര് "ഗ്ഗണ"; ഭാര്യമാർ "ഗ്ഗഡി" എന്ന ചുവന്ന അരണയും "ബീരു"എന്ന മുള്ളൻ അരണയും. അന്നൊരുദിവസം ഭാര്യമാർ ഗ്ഗണയെ ദ്വേഷ്യം പിടിപ്പിക്കുന്ന തരത്തിൽ ഏതോ ഒരു പ്രവർത്തി ചെയ്തു. അടി വാങ്ങി അവർ രണ്ടുപേരും വീടിന്റെ ഒരു കോണിൽ ചെന്നിരുന്നു. അങ്ങനെ ഇരിക്കുമ്പോൾ ഗ്ഗണ പറഞ്ഞു:

"ചേച്ചീ, നമ്മളിങ്ങനെ അടികൊണ്ട് ജീവിക്കണ്ടവരാണോ. കാര്യമൊക്കെ ശരിയാ; ഗ്ഗഡി നമ്മുടെ ഭർത്താവാണ്. എന്നാലും ഇങ്ങനെ തല്ലാമോ?"

"അതേടി, ഗ്ഗഡീ. ഇതിങ്ങനെ വിട്ടാൽ ശരിയാകത്തില്ല. നമുക്കും ഗ്ഗണയെ ഒരു പാഠം പഠിപ്പിക്കണം."

"പക്ഷേ എങ്ങനെ ചേച്ചീ?"

"അത് നമുക്ക് നന്നായി ആലോചിച്ച് ചെയ്യണം. ഈ ഗ്ഗണയെ കൊന്നെങ്കിലേ നമുക്ക് സമാധാനമായി ജീവിക്കാൻ സാധിക്കു എന്നാ തോന്നുന്നത്"

കുറച്ച നേരത്തെ ആലോചനയ്ക്കുശേഷം അവർ ഒരു പദ്ധതി തയാറാക്കി. പദ്ധതി ഭർത്താവിനെ കൊല്ലാൻ തന്നെയായിരുന്നു. രണ്ടുപേരും അടുത്തുള്ള അരുവിക്കരയിൽ മണലും മണ്ണുമൊക്കെ മാന്തി സാമാന്യം വലിയ ഒരു കുഴിയുണ്ടാക്കി. പിന്നീട് ആ കുഴിയിൽ അരുവിയിലെ വെള്ളം ഒഴിച്ച് കുഴി നിറച്ചു. അതിനുമുകളിൽ ഇലകൾ

സമൃദ്ധിയായുള്ള ചെടികളുടെ കമ്പുകളും പുല്ലുംമറ്റും ഇട്ടുമൂടി കണ്ടാൽ അവിടെ അങ്ങനെ ഒരു കുഴി ഉണ്ടെന്ന് തോന്നാത്തവിധം വൃത്തിയായിത്തന്നെ കുഴി മൂടി.

“ഹൊ. എല്ലാം ശരിയായിട്ടുണ്ട്. ഇനി നമുക്ക് മടങ്ങാം. അല്ലേ ചേച്ചി” ഗുഡി ചോദിച്ചു.

“അതേ. വാ, നമുക്ക് വീട്ടിലേക്ക് പോകാം. എല്ലാം നമ്മുടെ പ്ലാൻ അനുസരിച്ച്; കേട്ടോ.”

അവർ രണ്ടുപേരും തിരികെ വീട്ടിലേക്ക് പോയി. ഗുണ വീട്ടിലുണ്ടായിരുന്നു. അവർ ഗുണയോട് സ്നേഹം നടിച്ച് പെരുമാറി. സന്തോഷം നടിച്ച് സംസാരിച്ചു.

“ഗുണാ, സ്നേഹമുള്ള ഭർത്താവെ. നിനക്കറിയാമോ, ഞങ്ങളിന്ന് അരുവിക്കരയിൽ വെറുതെ നടക്കാൻ പോയിരുന്നു, എന്തു രസമായിരുന്നെന്നോ. അവിടെ അങ്ങനെ ചുറ്റിനടക്കാൻ നല്ല രസമാ. നമുക്കെല്ലാവർക്കും ഒന്നിച്ച് നടക്കാൻ പോകണം; നല്ലതുപോലെ അടിച്ചുപൊളിച്ച് നടക്കാം. എന്താ, നീ വരില്ലേ?” ബീരു ചോദിച്ചു.

“അതെയതെ, നല്ല രസമായിരുന്നു. ങ്ങാ, പിന്നെ ഒരു കാര്യം കൂടെ. ഞങ്ങളവിടെ ഒരെലിത്താവളം കണ്ടു. അതിൽ കുറെ കുട്ടി എലികളും ഉണ്ടായിരുന്നു.” ഗുഡി കൂട്ടിച്ചേർത്തു.

ബീരു ഇടയ്ക്ക് കയറിപ്പറഞ്ഞു:

“അതേ ഗുണാ, ഞാൻ പറയാൻ മറന്നു പോയി. നീയും കൂടെ ഞങ്ങളുടെ കൂടെ വന്നാൽ ആ എലിത്താവളത്തിൽനിന്ന് നമുക്ക് രണ്ടുമൂന്ന് കുഞ്ഞെലികളെയെങ്കിലും പിടിക്കാം. നിനക്ക് അതിനുള്ള സാമർഥ്യമുണ്ട്. സംശയമില്ല. എന്താ, നമുക്കു പോകാം.”

“അതേയതെ, വേഗം വാ. നമുക്ക് അവറ്റയെ കയ്യോടെ പിടിക്കാം. വാ. ഒട്ടും താമസിക്കാതെ ഗുണ അരുവിക്കരയിലേക്ക് തിരിച്ചു. ബീരുവും ഗുഡിയും ഗുണയോടൊപ്പം കൂടി. അരുവിക്കരയിലെത്തിയതും ഭാര്യമാർ രണ്ടുപേരും ഒരേ ശബ്ദത്തിൽ ഒന്നിച്ചുപറഞ്ഞു:

“ഗുണാ, ദാ നോക്ക്. അവിടെ ആ ഇലകളും പുല്ലുമൊക്കെ കാണുന്നില്ലെ അവിടെയാണ് ആ എലികളുടെ താവളം.”

“ഓ. അങ്ങിനയോ, നോക്കട്ടെ.”

ഗുണ കൂടുതലൊന്നും ആലോചിക്കാതെ ആ ഇലകളുടെ നടുവിലേക്ക് കുതിച്ചു ചാടി. അവിടെ വീണപ്പോഴാണ് ഗുണക്ക് മനസിലായത്-താൻ വഞ്ചിക്കപ്പെട്ടു എന്ന്. അവൻ ഇലകൾക്കിടയിൽക്കൂടി വെള്ളത്തിലേക്ക് വീണു. നീന്തൽ നന്നായി വശമില്ലാതിരുന്ന ഗുണ ഒരുവിധത്തിൽ ഒരു

ചെറിയ കമ്പിൽ കടിച്ച് തൂങ്ങിക്കിടന്നു. പക്ഷേ, വെളിയിൽ വരാൻ ഒരു മാർഗവും കണ്ടില്ല. കടിച്ചു തൂങ്ങിക്കിടക്കുമ്പോൾ ഉച്ചത്തിൽ ഒന്ന് കരയാനും കഴിയുകയില്ലല്ലോ. ഗുണ ശരിക്കും തങ്ങളുടെ കെണിയിൽ പെട്ട് മരിച്ചുകാണും എന്ന് വിശ്വസിച്ച് ബീരുവും ഗുഡിയും സന്തോഷ ത്തോടെ വീട്ടിലേക്ക് മടങ്ങി.

നേരം സന്ധ്യയായിട്ടും ഗുണയെ കാണാത്തതുകൊണ്ട് ഗുണൂർ തിരക്കി:

"മക്കളേ, എന്റെ മോൻ എവിടെ പോയതാ. അവനെ കണ്ടില്ലല്ലോ. നിങ്ങൾക്കറിയാമോ അവൻ എവിടെ പോയതാണെന്ന്?"

"ഇല്ലമ്മേ, ഞങ്ങളോടൊന്നും പറയാതെയാ പോയത്."അവർ ഒന്നിച്ചാണ് മറുപടി പറഞ്ഞത്. അങ്ങനെ ആ രാത്രിയും അടുത്ത ദിവസവും ഗുണയെ കാണാതായപ്പോൾ ഗുണൂറിന് സംശയം തോന്നി ത്തുടങ്ങി. അവന് വല്ല അപകടവും സംഭവിച്ചിരിക്കുമോ എന്ന് അവർ വ്യാകുലപ്പെട്ടു. അവർ സ്വന്തം നിലയിൽ അന്വേഷിക്കാൻ തുടങ്ങി. അപ്രതീക്ഷിതമായ തിരോധാനം ഏതമ്മയ്ക്കും മനഃപ്രയാസമുണ്ടാക്കു മല്ലോ. പക്ഷേ അവന്റെ ഭാര്യമാർക്ക് ഒരാകാംക്ഷയും ഇല്ലാതിരുന്നത് എന്തുകൊണ്ടാണ് എന്നും അവർ ആലോചിക്കാൻ തുടങ്ങി. അങ്ങനെ മകനെ പലയിടത്തും തിരക്കി അവർ ആ അരിവിക്കരയിലും എത്തി. മകന്റെ കാൽപ്പാടുകൾ ആ അമ്മയ്ക്ക് തിരിച്ചറിയാൻ കഴിയുമായിരുന്നു. അങ്ങനെ കാൽപ്പാടുകൾ നോക്കി പിന്തുടർന്ന് അവർ ആ ചതിക്കുഴി യുടെ അടുത്തെത്തി. അവിടെയെല്ലാം ശ്രദ്ധിച്ച് പരിശോധിച്ചപ്പോൾ അവർക്ക് ഒരു കാര്യം വ്യക്തമായി. മകന്റേതുൾപ്പെടെ മൂന്ന് പേരുടെ കാൽപ്പാടുകൾ അവിടേയ്ക്ക് പോയിരുന്നു; പക്ഷേ, തിരികെ പോയിരു ന്നത് രണ്ടുപേർ മാത്രവും. സംശയരഹിതമായി മകൻ വഞ്ചിക്കപ്പെട്ട താണെന്ന് അമ്മ മനസിലാക്കി. കൂടുതൽ തിരഞ്ഞപ്പോൾ കുഴിയിലെ വെള്ളത്തിൽ കടിച്ചുതൂങ്ങിക്കിടന്നിരുന്ന മകനെ കണ്ടെത്തി. അമ്മ വളരെ ബുദ്ധിമുട്ടി മകനെ വെള്ളത്തിൽനിന്ന് വെളിയിലേക്ക് വലിച്ചിട്ടു. പിന്നീട് പല ശുശ്രൂഷകളും (ചികിത്സകളും) നടത്തിയതിന്റെ ഫലമായി മകനെ മരണത്തിൽനിന്ന് രക്ഷിച്ചു. പക്ഷേ, തന്റെ മകനെ അങ്ങനെ ചതിച്ചുകൊല്ലാൻ ശ്രമിച്ച മരുമക്കളോട് അടക്കാനാകാത്ത പകയും വിദ്വേഷവും തോന്നിയത് ന്യായമല്ലെന്ന് പറയാനാകില്ലല്ലോ.

"എടീ മരുമക്കളേ, നിങ്ങൾക്കിനി ഭർത്താവ് വേണ്ട. ഞാനെന്റെ മകനെ കണ്ടു. രക്ഷിച്ചു. പക്ഷേ, അവൻ നിങ്ങളാഗ്രഹിച്ചതുപോലെ മരിച്ചെന്നുതന്നെ വിശ്വസിച്ച് നിങ്ങൾ ജീവിച്ചോ." അവൾ ഉച്ചത്തിൽ ആക്രോശിച്ചു. പിന്നിട് മരുമക്കൾ അറിയാത്തവിധം അവർ മകനെ

അവരുടെ പക്കലുണ്ടായിരുന്ന ഒരു പ്രത്യേകതരം സഞ്ചിയിൽ ഒളിപ്പിച്ചു. പിന്നീട് മകനോട് സൗമ്യമായി പറഞ്ഞു:

"എന്റെ മകനേ, നിന്നെ നിന്റെ ഭാര്യമാർ ചതിക്കുകയായിരുന്നു. അതുകൊണ്ട് ഇനി നീ അവറ്റകളുടെ ഭർത്താവായി ജീവിക്കണ്ട. ഞാൻ നിന്നെ അവരുടെ കണ്ണിൽ പെടാതെ സംരക്ഷിച്ചുകൊള്ളാം." അവൾ തുടർന്നു:

"നിനക്ക് ഈ സഞ്ചിയിൽ യാതൊരു ഉപദ്രവവും ഇല്ലാതെ ജീവിക്കാം. പുറം ലോകം കാണാവൻ അവറ്റകൾ കാണാതെ ഞാൻ നിന്നെ കൊണ്ടുപോകാം. നിനക്ക് തുറന്ന സ്ഥലങ്ങളിൽ ഓടിനടന്ന് നിനക്കുവേണ്ട ആഹാരം തന്നത്താനെ സമ്പാദിക്കാം. നിനക്കുവേണ്ടത് കഴിച്ച് കഴിഞ്ഞു മിച്ചമുണ്ടെങ്കിൽ ഈ അമ്മയ്ക്കും കുറച്ചു തന്നോ. എന്താ സമ്മതമല്ലേ?"

ഉണയ്ക്ക് അമ്മ പറഞ്ഞത് സമ്മതമായിരുന്നു.

അങ്ങനെ അവരെല്ലാം കുറേദിവസം ജീവിതം തള്ളിനീക്കി.

ഉണയുടെ രണ്ട് ഭാര്യമാരും ഉണ മരിച്ചെന്ന് വിശ്വസിച്ചിരുന്നു. എങ്കിലും അമ്മായി അമ്മയുടെ പെരുമാറ്റത്തിൽ അവർക്ക് ചില സംശയങ്ങൾ തോന്നി. ഉണ്യൂർ പകൽ സമയങ്ങളിൽ വീട്ടിൽനിന്ന് പുറത്തുപോകുമ്പോൾ എന്തോ ഭാരം ചുമന്ന് കൊണ്ടുപോകുന്നതുപോലെ; അവർ തിരികെ വരുമ്പോൾ കയ്യിൽ സാധാരണയിൽ കൂടുതൽ ഭക്ഷണസാധനങ്ങൾ; ആ കിഴവിയ്ക്ക് എവിടെ നിന്ന് അത്രയേറെ ഭക്ഷണസാധനങ്ങൾ കിട്ടുന്നുവെന്ന് അവർ അതിശയിച്ചു. ഏതായാലും ഉണ്യൂറിനെ ശ്രദ്ധിക്കാൻ അവർ തീർച്ചയാക്കി. അങ്ങനെ ചില ദിവസങ്ങൾ കഴിഞ്ഞ് ഒരുനാൾ ഉണ രഹസ്യമായി ഉണ്യൂറിന്റെ സഞ്ചിയിൽ നിന്ന് ഇറങ്ങുന്നത് അവർ കണ്ടു.

ഭാര്യമാർ രണ്ടുപേരും "ഒന്നും അറിഞ്ഞില്ലേ രാമനാരായണ" എന്ന മട്ടിൽ കരഞ്ഞുകൊണ്ട് ഉണയുടെ അടുത്തെത്തി. അവർ ഒച്ചയെടുത്ത് കരഞ്ഞുപറഞ്ഞു.

"ഉണാ, ഞങ്ങളുടെ സ്നേഹമുള്ള ഭർത്താവേ, ഞങ്ങൾ നിന്നെ എവിടെയെല്ലാം തിരിഞ്ഞുനടന്നു, നിന്നെയോർത്ത് എത്ര കരഞ്ഞു; എത്ര കണ്ണീർ വാർത്തു. നിന്നെ ഞങ്ങളെത്ര സ്നേഹിക്കുന്നുവെന്ന് നിനക്കറിയാമോ. എന്നിട്ടും നീ എന്തേ ഞങ്ങളെ വിട്ടുപോയി."

അവരുടെ നാടകീയ പ്രകടനം ആരെയും വിശ്വസിപ്പിക്കുന്ന തരത്തിലായിരുന്നു. അതു കണ്ട ഉണ്യൂറിന് അതത്ര സുഖിച്ചില്ലെങ്കിലും ഉണ അവരോട് സഹതപിച്ചു.

“സ്നേഹമുള്ള ഭാര്യമാരെ. ഞാനെങ്ങും മനഃപൂർവം പോയതല്ല. ഒരപകടത്തിൽ പെട്ടുപോയി. ചാകേണ്ടതായിരുന്നു. പക്ഷേ, നിങ്ങളുടെ പുണ്യം എന്നു പറയട്ടെ, അമ്മ എന്നെ രക്ഷിച്ചു. ചികിത്സിച്ച് ജീവൻ തിരിച്ചു നൽകി. ഇപ്പോഴാണ് കഷ്ടിച്ച് നടക്കാൻ തുടങ്ങിയത്. ഇത്രനാളും കഠിനമായ ചികിത്സയിലായിരുന്നതുകൊണ്ടാണ് നിങ്ങളെയൊന്നും കാണാൻ കഴിയാതെ പോയത്. ഒന്നും മനഃപൂർവമല്ല.”

ഉ്ണയുടെ ആ സംസാരം ഉ്ണൂറിന് ഇഷ്ടപ്പെട്ടില്ല. അവർ അൽപം അതൃപ്തികാണിച്ച് പറഞ്ഞു:

“ഉ്ണാ. ഞാൻ നിന്നോട് പറയേണ്ടതെല്ലാം പറഞ്ഞിട്ടുണ്ടല്ലോ. ഇനി എന്തുവേണമെന്ന് നീ തന്നെ തീരുമാനിച്ചോ. ഈ കാലത്ത് ആരെയും വിശ്വസിക്കുന്നത് സൂക്ഷിച്ചുവേണം, അത്രതന്നെ.”

“ശരിയമ്മേ. എല്ലാം എനിക്കറിയാം. ഇവരെന്റെ സ്നേഹമുള്ള ഭാര്യമാരല്ലെ. എനിക്ക് ഒരപകടം പറ്റിപ്പോയി. അതിന് അവർ കുറ്റക്കാരല്ലല്ലോ.”

അങ്ങനെ അവരെല്ലാം വീണ്ടും സന്തോഷത്തോടെ ജീവിച്ചുതുടങ്ങി. പക്ഷേ, ഉ്ണയ്ക്ക് ഭാര്യമാർ തന്നെ ചതിച്ചതായിരുന്നു എന്ന ഉറച്ച വിശ്വാസമുണ്ടായിരുന്നു. അതുകൊണ്ട് പുറമെ ഏതു തരത്തിൽ പ്രതികരിച്ചാലും മനസിൽനിന്ന് അതുകൊണ്ടുണ്ടായ വിദ്വേഷവും പകയും തുടച്ചുനീക്കാൻ ഉ്ണയ്ക്ക് കഴിയുമായിരുന്നില്ല. അയാൾ അമ്മ അറിയാതെ ഭാര്യമാരോട് പകപോക്കാൻ ഒരു സന്ദർഭം കാത്തിരുന്നു. ഒരു പദ്ധതി ആസൂത്രണം ചെയ്യുതുകൊണ്ടിരുന്നു. ഉ്ണ തന്റെ പദ്ധതി നടപ്പാക്കാൻ അവന്റെ വീട്ടിൽനിന്നും അൽപം ദൂരെ അരുവിക്കരയിൽ ഉണ്ടായിരുന്ന ഒരു ആഴമുള്ള കുളമാണ് തിരഞ്ഞെടുത്തത്. അവർ രണ്ട് സാമാന്യം നീളമുള്ള കമ്പുകൾ തിരഞ്ഞെടുത്ത് രണ്ടിന്റേയും ഓരോ അറ്റം ചീകി മിനുക്കി നല്ല കൂർമയുള്ളവയാക്കി. രണ്ടും കുളത്തിൻകരയോടടുത്ത ഒരു സ്ഥലത്തായി കുത്തി നിർത്തി.- കൂർത്ത അറ്റം നേരെ മുകളിലേക്ക് ഇരിക്കുന്നതുപോലെയും എന്നാൽ വെള്ളത്തിനടിയിലും. പിന്നീട് ഓരോ കമ്പും കുത്തിയ സ്ഥാനത്ത് കരയിൽ ഓരോ സ്ഥാനം അടയാളപ്പെടുത്തി. അതാത് സ്ഥാനത്തുനിന്ന് വെള്ളത്തിലേക്ക് കുതിച്ചു ചാടുന്ന ആരും വീഴുന്നത് ഈ കൂർത്ത കമ്പിന്റെ മുകളിലായിരിക്കും എന്ന് പരീക്ഷിച്ചു തിട്ടപ്പെടുത്തിയാണ് അവൻ സ്ഥാനങ്ങൾ നിർണയിച്ചത്. അങ്ങനെ പദ്ധതികളെല്ലാം നല്ലതുപോലെ ആസൂത്രണം ചെയ്ത് സംഘടിപ്പിച്ചതിനു ശേഷം ഒരു ദിവസം അവൻ ഭാര്യമാരോട് പറഞ്ഞു:

“ഹാ, ഇന്ന് എത്ര നല്ല ദിവസം അല്ലേ? നമുക്ക് വെറുതേ ഒന്ന് ചുറ്റി നടക്കാൻ പോയാലോ. നമ്മൾ മൂന്നുപേരും കൂടി.”

"അതെ, അത് നല്ല രസമായിരിക്കും. നമുക്ക് ഇപ്പോൾ തന്നെ പോയാലോ?" ഗ്രഡിയാണ് തിടുക്കം കൂട്ടിയത്.

"ശരി" അവനും സമ്മതം മൂളി. അങ്ങനെ അവർ മൂന്നുപേരും കൂടി നദിക്കരയിലേക്ക് നടക്കാൻ പോയി. അവർ പോകുന്നത് അവന്റെ അമ്മയും കാണാൻ ഇടയായി,

കുറച്ചുനേരം നദിക്കരയിൽ ചുറ്റിനടന്നു കഴിഞ്ഞപ്പോൾ ഗ്രണ പറഞ്ഞു.

"ഭാര്യമാരേ, നിങ്ങൾക്ക് രണ്ടുപേർക്കും നീന്താനറിയാം . അല്ലേ?"

"അതെ, അറിയാം" രണ്ടുപേരും പറഞ്ഞു.

"എങ്കിൽ ഞാനൊരു കാര്യ പറയാം. നമുക്ക് അടുത്തെങ്ങാനും ഒരു കുളം കണ്ടുപിടിക്കാൻ കഴിഞ്ഞാൽ ഞാൻ നിങ്ങളെ നീർക്കുഴിയിടാൻ പഠിപ്പിക്കാം."

"ഓ. അത് നല്ല രസമായിരിക്കുമല്ലോ" ബീരു പറഞ്ഞു.

"അതെയതെ. നീർക്കുഴിയിടാൻ പഠിക്കണമെന്ന് കുറേ നാളായി ഞാനും ആഗ്രഹിക്കുന്നു." ഗ്രഡിയും സന്തോഷിച്ചു.

"ശരി. അപ്പോൾ നിങ്ങളും നോക്ക്. ഇവിടെയെങ്ങാനും നല്ല കുളം വല്ലതും ഉണ്ടോയെന്ന്. ഞാനും നോക്കാം." ഗ്രണ പ്രതികരിച്ചു.

അവരെല്ലാം അവിടെയെല്ലാം നോക്കി നടക്കുമ്പോൾ ഗ്രണ നേരത്തെ നോക്കിവെച്ചിരുന്ന-വേണ്ട രീതിയിൽ ഒരുക്കിവെച്ചിരുന്ന-കുളത്തിനടുത്തെത്തിയിട്ട് വിളിച്ചുപറഞ്ഞു.

"ഭാര്യമാരെ ഇവിടെ വാ. ദാ ഇവിടെ നമുക്ക് പറ്റിയ ഒരു കുളമുണ്ട്." അവർ സന്തോഷത്തോടെ കുളത്തിനടുത്ത് എത്തി. ഗ്രണ അവരെ ഓരോരുത്തരെയും നേരത്തെ അവൻ പ്ലാൻ ചെയ്തിരുന്നതുപോലെ നിർദ്ദിഷ്ടസ്ഥാനങ്ങളിൽ നിർത്തി.

"ഭാര്യമാരെ. ഞാൻ പറയുന്നത് ശ്രദ്ധിച്ച് കേൾക്കണം. കേട്ടോ. ഞാനാദ്യം കുളത്തിൽ ഇറങ്ങാം. പിന്നീട് നിങ്ങൾ ഓരോരുത്തരും ഞാൻ കാണിച്ചുതന്ന സ്ഥാനത്തുനിന്ന് ഞാൻ പറയുമ്പോൾ കീഴോട്ട് എടുത്തുചാടണം. എന്തെങ്കിലും വശകേട് പറ്റിയാൽ ഞാൻ ഇവിടെനിന്ന് ശ്രദ്ധിച്ച് വേണ്ടത് ചെയ്ത് നിങ്ങൾക്ക് അപകടം ഒന്നുമുണ്ടാകാതെ സൂക്ഷിച്ചുകൊള്ളാം. മനസിലായല്ലോ. എന്താ രണ്ടുപേരും റെഡിയാണല്ലോ."

"അതെയതെ. ഞങ്ങൾ റെഡി."

"എങ്കിൽ ആദ്യം ബീരു ചാടിക്കോ. ഓ. കെ."

ബീരു കൂടുതലൊന്നും ആലോചിക്കാതെ ഗ്രണ നിർദ്ദേശിച്ചതുപോലെ

കുളത്തിലേക്ക് ചാടി. ചെന്നുവീണത് ഗുണ പ്രതീക്ഷിച്ചതുപോലെ-ആഗ്രഹിച്ചതുപോലെ കരുതിവെച്ചിരുന്ന രണ്ട് പാരക്കമ്പുകളിൽ ഒന്നിന്റെ പുറത്തായിരുന്നു ബീരു വീണത്. പാര ബീരുവിന്റെ ദേഹത്ത് ആഴത്തിൽ തറച്ചുകയറി. അവളെക്കൊല്ലാൻ ആ മുറിവ് ധാരാളം മതിയാകും എന്ന് ഗുണ തീർച്ചയാക്കി. പിന്നിട് അവൻ കുളത്തിൽ നിന്നുകൊണ്ട് വിളിച്ചു പറഞ്ഞു.:

"ഗുഡീ. ഇനി നിന്റെ ഊഴമാണ്. എന്താ. റെഡിയല്ലേ?"

"ഞാൻ റെഡി."

"എന്നാൽ ചാടിക്കോ."

ഗുഡീക്കും ബീരുവിന് സംഭവിച്ചതുതന്നെയായിരുന്നു അനുഭവം. രണ്ടുപേരും തീർച്ചയായും ചാകുമെന്ന ഉറപ്പോടുകൂടി ഗുണ കുളത്തിൽ നിന്ന് കരയ്ക്കു കയറി. നേരെ വീട്ടിലേക്ക് നടന്നു. ഗുണയെക്കണ്ട ഗുണൂർ ചോദിച്ചു.

"എടാ, ഗുണേ. നീ അങ്ങോട്ട് പോയപ്പോൾ നിന്റെ ഭാര്യമാരും ഒപ്പമുണ്ടായിരുന്നല്ലോ. അവരെവിടെപ്പോയി?"

"അമ്മേ അവർ തേൻകൂട് തിരക്കി പോയിരിക്കുകയാണ്. നല്ല ക്ഷീണം തോന്നിയതുകൊണ്ട് ഞാനിങ്ങോട്ട് പോന്നു."

പക്ഷേ, നേരം ഇരുട്ടിയിട്ടും രണ്ട് മരുമക്കളേയും കാണാതായപ്പോൾ ഗുണൂറിന് സംശയങ്ങൾ തോന്നിത്തുടങ്ങി. ഏതായാലും അവർ കാൽപാടുകൾ നോക്കി ഒരു തിരച്ചിൽ നടത്തി. എത്തിച്ചേർന്നത് ആ കുളത്തിന്റെ വക്കത്തും. തിരിച്ചുപോകുന്നതായി ഗുണയുടെ കാൽപാടുകൾ മാത്രമെ കാണാൻ കഴിഞ്ഞുള്ളൂ. അതുകൊണ്ട് ഗുണൂർ കുളത്തിൽ ശ്രദ്ധ കേന്ദ്രീകരിച്ച് പരിശോധിച്ചു. അപ്പോൾ കണ്ടത് ഏതാണ്ട് നിശ്ചേഷ്ടങ്ങളായിത്തീർന്ന ഗുഡിയുടെയും ബീരുവിന്റെയും ശരീരങ്ങളാണ്. എങ്കിലും സൂക്ഷ്മ പരിശോധനയിൽ അവർ മരിച്ചിട്ടില്ലെന്ന് ഉറപ്പാക്കി. പിന്നീട് രണ്ടുപേരെയും വളരെയധികം ശ്രമപ്പെട്ട് കുളത്തിന്റെ ഓരത്ത് കരയിൽ വലിച്ചുകയറ്റി. പിന്നീട് തന്റെ പക്കൽ ഉണ്ടായിരുന്ന ചില ഔഷധങ്ങൾ അവരുടെ മുറിവുകളിൽ പുരട്ടുകയും, കാലുകളിലും കൈകളിലുമൊക്കെ തടവിക്കൊടുക്കുകയും ചെയ്തു. കുറേ നേരത്തെ ചികിത്സക്കുശേഷം അവരെ പുനർജീവിപ്പിക്കുവാൻ വിദഗ്ദയായ ആ ചികിത്സകയ്ക്ക് കഴിഞ്ഞു

പിന്നിട് അവർ വളരെ ക്ഷീണിതരായിരുന്ന മരുമക്കളെയും കൂട്ടി വീട്ടിലേക്ക് ഒരുവിധം നടന്നെത്തി. അവിടെ ചെന്നതും അവർ ആക്രോശിച്ചു:

"എടാ ഗുണാ. എന്റെ മോനെ. നീ എവിടെയാ. നീ ഇവിടെ വാ. എനിക്ക് നിന്നോട് ചിലതൊക്കെ പറയാനുണ്ട്."

ഗ്രണ വീട്ടിനുള്ളിൽനിന്ന് പുറത്തുവന്നപ്പോൾ തന്റെ മരിച്ചുപോയെന്ന് കരുതിയിരുന്ന ഭാര്യമാരുമായി അവിടെ നിൽക്കുന്ന അമ്മയെയാണ് കണ്ടത്. അതു കണ്ട ഗ്രണ തികച്ചും അന്ധാളിച്ചുപോയി. അമ്മയ്ക്ക് എല്ലാം മനസിലായി എന്നും അവന് ആരും പറഞ്ഞുകൊടുക്കേണ്ടതില്ലായിരുന്നു. ആ അമ്മ അവനെ നോക്കി ഗർജിക്കുന്ന സ്വരത്തിൽ പറഞ്ഞു:

“എടാ. നിന്റെ ഭാര്യമാർ നിന്നെ വഞ്ചിച്ചു. പക്ഷേ, ഞാൻ നിന്നെ രക്ഷിച്ച് നിനക്ക് പുതുജീവൻ നൽകി തിരികെ കൊണ്ടുവന്നു. ഇപ്പോഴിതാ, ഞാനൊട്ടും പ്രതീക്ഷിക്കാത്ത രീതിയിൽ നീ അവരെ വഞ്ചിച്ച് പകരംവീട്ടിയിരിക്കുന്നു. ഇപ്പോൾ ഞാൻ അവർക്കു പുതുജീവൻ നൽകിയിരിക്കുന്നു. അങ്ങനെ അങ്ങോട്ടുമിങ്ങോട്ടുമുള്ള കണക്കുകൾ സമാസമം തീർന്നിരിക്കുന്നു. എന്താ. ശരിയല്ലേ?”

“അമ്മേ, തെറ്റ് പറ്റിപ്പോയി. ഇനി ഞങ്ങൾ ......” അവർ മൂന്നുപേരും ഒരേ സ്വരത്തിൽ ഒന്നിച്ച് പറയാൻ തുടങ്ങി. പക്ഷേ, ഗ്രണ്യർ ഇടയ്ക്കുകയറിപ്പറഞ്ഞു.

“എനിക്ക് നിങ്ങടെ ഏറ്റുപറച്ചിലൊന്നും കേൾക്കേണ്ട. ഞാൻ പറയുന്നത് നിങ്ങൾ കേട്ടാൽ മതി. കേട്ടോ. നിങ്ങളുടെ മൂന്നുപേരുടെയും ജീവൻ തിരികെ കൊണ്ടുവന്നത് ഞാനാണ്. അതുകൊണ്ട് നിങ്ങളുടെ ഇപ്പോഴത്തെ ജീവന്റെ അവകാശി ഞാനാണ്. എന്റെ ഇഷ്ടം പോലെ വേണം ഇനി നിങ്ങൾ മൂന്നുപേരും ജീവിക്കേണ്ടത്. എന്താ, മനസിലായോ?”

“ക്ഷമിക്കണമമ്മേ. ഇനി അമ്മ പറയുന്നതുപോലെ ജീവിച്ചോളാം.”

“ഇനി മനസിലുണ്ടായിരുന്ന പക എല്ലാം തുടച്ചുമാറ്റിയിട്ട് മൂന്നുപേരും പരസ്പരം വിശ്വാസത്തോടെ, സ്നേഹത്തോടെ, സന്തോഷമായിട്ട് ജീവിച്ചോണം. ഇല്ലെങ്കിൽ എനിക്ക് അവകാശപ്പെട്ടത് ഞാൻ തിരിച്ചെടുത്തു എന്ന് വരും.”

“അമ്മ പറയുന്നതുപോലെ ജീവിച്ചുകൊള്ളാം. ഇത് സത്യം.”

അങ്ങനെ അവർ വളരെക്കാലം എല്ലാവരും ഒന്നിച്ച് സുഖമായി, സന്തോഷത്തോടെ ജീവിച്ചു. പക്ഷേ, കുറേ കാലങ്ങൾക്കു ശേഷം വാർധക്യം കാരണം ഗ്രണ്യർ മരിച്ചു. മരിക്കുന്ന സമയത്ത് ആകാശത്തുനിന്ന് ഒരു പ്രകാശമാനമായ നക്ഷത്രം അവരുടെ വാസസ്ഥലത്തേക്ക് വീണു എന്നും വളരെ ഉച്ചത്തിൽ എല്ലാവരും ചേർന്ന് കൈകൊട്ടിയാൽ ഉണ്ടാകുന്നതിനെക്കാൾ വലിയ ഒരു ശബ്ദം ആകാശത്തുനിന്ന് കേട്ടു എന്നും ആ നാട്ടിലെ ആദിമജനത വിശ്വസിക്കുന്നു. ഗ്രണ്യർ ഒരു വലിയ ഭിഷഗ്വരയായിരുന്നു എന്നും അതുകൊണ്ട് ദൈവം തന്നെ അവൾക്ക്

ആശീർവാദം നൽകാൻ അവിടെ എത്തിയതിൻറെ സൂചനകളായിരുന്ന അവയെന്നും ആ നാട്ടുകാർ വിശ്വസിക്കുന്നു. എന്നു മാത്രമല്ല അവരുടെ ഇടയിൽ അറിയപ്പെടുന്ന “ഗാലിബില്ല” എന്ന ചുവന്ന നക്ഷത്രം ഗുണ്ണാർ തന്നെയാണെന്നും നക്ഷത്രത്തിന്റെ ചുവപ്പ് രണ്ട് മരുമക്കളുടേയും വ്രണങ്ങളിൽനിന്ന് ഊർന്നുവീണ ചോരയുടെ പാടുകൾ കൊണ്ട് ഉണ്ടായതാണെന്നും അവർ കരുതുന്നു.

വീടാ എന്ന കൊഞ്ഞനംകാട്ടി പക്ഷി

വീടാ എന്ന് പേരുള്ള ഒരു കൊഞ്ഞനംകാട്ടി പക്ഷിയെക്കുറിച്ച് നിങ്ങൾ കേട്ടിട്ടുണ്ടോ? ഇല്ലെങ്കിൽ ഇതാ; വീടാ എന്ന് പേരുണ്ടായിരുന്ന ഒരു കറുത്തവൻ ഏതോ കാരണം കൊണ്ട് തന്റെ വർഗക്കാരോട് കാണിച്ച ഒരു ചതിയുടെയും കൊഞ്ഞനം കാട്ടി പക്ഷികൾക്ക് വീടാ എന്ന പേരു കിട്ടിയതിന്റെയും കഥയാണിത്. കൊഞ്ഞനം കാട്ടി പക്ഷിക്ക് ഇംഗ്ലീഷിൽ "മോക്കിങ് ബേർഡ്" എന്നാണ് പറയുക.

നമ്മുടെ കഥയിലെ കഥാനായകനായ വീടാ ശബ്ദങ്ങൾ അനുകരിക്കുന്നതിൽ വിദഗ്ധനായിരുന്നു. വേണമെങ്കിൽ ഒരു മിമിക്രി കലാകാരനായിരുന്നു എന്നും പറയാം. മാറി മാറി മനുഷ്യക്കുട്ടികൾ കരയുന്ന ശബ്ദം, ദ്വേഷ്യപ്പെട്ട് സംസാരിക്കുന്ന ശബ്ദം, വൃദ്ധന്മാരുടെ ഇടറിയ ശബ്ദം, കാക്കകളുടെ കാ കാ എന്ന ശബ്ദം, പട്ടി പൂച്ച മുതലായ ജന്തുക്കളുടെ ശബ്ദം, അങ്ങനെ എല്ലാവിധ ശബ്ദങ്ങളും മാറി മാറി ഒന്നിനുപുറകെ മറ്റൊന്ന് എന്ന രീതിയിൽ അനുകരിക്കാൻ വീടായ്ക്കു കഴിയുമായിരുന്നു. ആ കഴിവ് ഉപയോഗിച്ചാണ് വീടാ മറ്റു കറുത്തവരെ ആസൂത്രണം ചെയ്ത് ചതിച്ചത്. വീടാ കറുത്തവർ താമസിച്ചിരുന്നതിനടുത്ത് പുല്ലുകൾ കൊണ്ടുള്ള പത്തുനൂപ്പത് ചെറിയ ചെറിയ കുടിലുകൾ ഉണ്ടാക്കി പിന്നീട് ഒന്നിനു പുറകെ മറ്റൊന്ന് എന്ന ക്രമത്തിൽ അയാൾ ആ കുടിലുകളിൽ കയറിയിരുന്ന് മനുഷ്യരുടേയും മനുഷ്യർ വളർത്തുന്ന മൃഗങ്ങളുടേയും ശബ്ദം ഉണ്ടാക്കി. ആ ശബ്ദം ഇടവിട്ടിടവിട്ട് കേട്ട കറുത്തവർ ആ കുടിലുകളിൽ മനുഷ്യർ താമസിക്കുന്നുണ്ടെന്ന് വിശ്വസിച്ചു. അവർ ആരാണെന്നറിയുവാനും

അവരെ പരിചയപ്പെടാനും കുറുത്തവർക്ക് താൽപര്യം തോന്നി. അവർ പല പ്രാവശ്യം ശ്രമിച്ചു. എങ്കിലും ആരേയും കാണാൻ കഴിയാതെവന്നപ്പോൾ അടുത്ത മരച്ചുവട്ടിൽ കിടന്നുറങ്ങുകയായിരുന്ന വീടയോടും അന്വേഷിച്ചു. പക്ഷേ, വീടാ തനിക്കൊന്നും അറിയില്ലെന്ന് നടിച്ചു.

പിന്നീട് അയാൾ തന്റെ അടവ് അൽപം മാറ്റി. ശബ്ദമുണ്ടാക്കി മനുഷ്യരുടെ ശ്രദ്ധ പിടിച്ചുപറ്റുന്നതിനുമുമ്പ് അയാൾ ഉണങ്ങിയ പുല്ല് കൂട്ടിയിട്ട് അതിന് തീ കൊളുത്തുന്ന പരിപാടി തുടങ്ങി. ശബ്ദമുണ്ടാക്കി കുറുത്തവരുടെ ശ്രദ്ധ ക്ഷണിച്ചുവരുത്തിക്കഴിഞ്ഞാൽ അയാൾ എരിയുന്ന പുല്ലിനടുത്ത് ഇരിക്കും. തന്നോട് ശബ്ദത്തിന്റെ ഉറവിടം ചോദിച്ചു വരുന്ന കുറുത്തവരോട് പലതും പറയും. ഉദാഹരണത്തിന്:

ശബ്ദം കേട്ട ഒരു കുറുത്തവൻ അതുവഴി വന്ന് കൊഞ്ഞനം കുത്തിയോട് (വീടായോട്) ചോദിച്ചു:

"ഹേ. വീടാ. ഇവിടെ മനുഷ്യരുണ്ടോ? നീ ആരെയെങ്കിലും കണ്ടോ?"

"ഏ, ഞാനാരേയും കണ്ടില്ല."

"ഒരു മനുഷ്യക്കുഞ്ഞ് കരയുന്നതും ആരോ ഉച്ചത്തിൽ അതിനെ ശാസിക്കുന്നതുമൊക്കെ ഞാനിപ്പോൾ കേട്ടതാണല്ലോ."

"ഛെ ഛെ. അങ്ങനെയെങ്കിൽ ഞാനും കേൾക്കേണ്ടതല്ലെ. പക്ഷേ, ഞാൻ കേട്ടില്ലല്ലോ. നിങ്ങളുടെ വെറും തോന്നലായിരിക്കും."

അങ്ങനെ സംസാരിക്കുന്നതിനിടയിൽ വീടാ മെല്ലെ കത്തി എരിയുന്ന പുല്ലിനടുത്തേക്ക് നീങ്ങിക്കൊണ്ടിരിക്കും. ഒപ്പം കൂടെ സംസാരിച്ചു നിൽക്കുന്ന കുറുത്തവനേയും തീ എരിയുന്നതിനടുത്തേക്ക് സാവധാനം നയിക്കും. ഒട്ടും പ്രതീക്ഷിക്കാത്ത ഒരു നിമിഷം വീടാ കുറുത്തവനെ ആ തീയിലേക്ക് തള്ളിയിടും. അയാൾ അവിടെ കിടന്ന് മരിക്കുകയും അവന്റെ ശരീരം എരിഞ്ഞ് ചാമ്പലാവുകയും ചെയ്യും, അവൻ എവിടെ എങ്ങനെ മറഞ്ഞുവെന്ന് അവന്റ ഗോത്രക്കാർക്ക് യാതൊരു വിവരവും കിട്ടുകയുമില്ല.

അങ്ങനെ കുറച്ചുനാളുകൾ കഴിഞ്ഞപ്പോൾ കുറുത്തവർക്ക് അവരുടെ ഗ്രാമത്തിലെ ആളുകളുടെ എണ്ണം കുറയുന്നു എന്ന് മനസിലായി. പക്ഷേ, അവർ എവിടെപ്പോയി, എങ്ങനെ പോയി എന്ന് അവർക്ക് മനസിലായില്ല.

അന്നൊരു ദിവസം മുല്ലയൻ എന്ന പരുന്തിന്റെ സഹോദരനേയും കാണാതായി. അപ്പോൾ ആളുകൾ കാണാതാകുന്ന സംഭവത്തെക്കുറിച്ച് ശരിയായി മനസിലാക്കുവാനും അതിന്റെ സത്യാവസ്ഥ കണ്ടുപിടിക്കാനും ഒരു തീവ്രശ്രമം നടത്താൻ മുല്ലയൻ തീർച്ചയാക്കി. ആ ശ്രമത്തിനിടയിൽ

വീടായേയും ആ സ്ഥലത്തുനിന്ന് വന്ന ശബ്ദകോലാഹലത്തേയും കുറിച്ച് മുല്ലയൻ ശ്രദ്ധിക്കാൻ തുടങ്ങി. ഒരു ദിവസം അത്തരം ശബ്ദങ്ങൾ കേട്ടപ്പോൾ മുല്ലയൻ കൊഞ്ഞനംകുത്തിയുടെ അടുത്തെത്തി. മുല്ലയൻ വീടായോട് ചോദിച്ചു:

"ഹേ, വീടാ. ഇവിടെ കാണുന്ന ഈ കുടിലുകളിൽ മനുഷ്യർ താമസിക്കുന്നുണ്ടോ? അവരെക്കുറിച്ച് നിനക്ക് വല്ലതും അറിയാമോ?"

"എനിക്കെങ്ങനെ അറിയാനാ. എനിക്കൊന്നും അറിഞ്ഞുകൂട. വേണമെങ്കിൽ നീ തന്നെ പോയി നോക്ക്."

"ഞാൻ നോക്കിയിട്ട് ആരേയും കണ്ടില്ല. പക്ഷേ, ഓരോ കുടിലിൽ നിന്നും മനുഷ്യരുടെ ഓരോ തരത്തിലുള്ള ശബ്ദങ്ങളാണല്ലോ കേൾക്കുന്നത്. അൽപം മുമ്പും ശബ്ദം കേട്ടു. നീയും കേട്ടുകാണും അല്ലേ?"

"ഞാനൊന്നും കേട്ടില്ല."

"എന്റെ സഹോദരൻ ഇന്നലേ ഇവിടെവരെ നടന്നുവന്നിരുന്നു എന്ന് അവന്റെ കാൽപ്പാടുകളിൽനിന്ന് എനിക്ക് മനസിലായി. പക്ഷേ, അവൻ തിരികെ നടന്ന കാൽപ്പാടുകളൊന്നും കാണാനുമില്ല. അപ്പോൾ അവൻ എവിടെപ്പോയി. നീ ഇവിടെത്തന്നെയല്ലേ ഇരിക്കുന്നത്. അപ്പോൾ നീ അവൻ ഇവീടെ വന്നത് കണ്ടുകാണുമല്ലോ"

"ഞാനെങ്ങിനെ അറിയും. എനിക്ക് ഒന്നും അറിയില്ലെന്നും, ഞാനാരേയും കണ്ടില്ലെന്നും പറഞ്ഞില്ലേ. വേണമെങ്കിൽ ഇതാ ഇവിടെയൊക്കെ അലഞ്ഞുതിരിഞ്ഞ് നടക്കുന്ന കാറ്റിനോട് ചോദിച്ചുനോക്ക്. അതിനറിയാമായിരിക്കും."

അൽപനേരത്തിനുശേഷം അവൻ വീണ്ടും പറഞ്ഞു:

"ഞാൻ പറഞ്ഞത് നിനക്ക് ബോധ്യമായില്ലെങ്കിൽ സൂര്യനോടോ, ചന്ദ്രനോടോ ചോദിക്ക്. അവർ എല്ലാം കണ്ടുകൊണ്ട് മേലെ നിൽക്കുന്നുണ്ടല്ലോ."

അതൊക്കെ പറയുന്നതിനിടക്ക് വീടാ കുറേശ്ശ തീ എരിയുന്ന സ്ഥലത്തേക്ക് പതിയെ ഓരോ ചുവടുവെച്ച് നീങ്ങുന്നുണ്ടായിരുന്നു എന്ന് മുല്ലയൻ ശ്രദ്ധിച്ചിരുന്നു. മുല്ലയന് നടന്ന കാര്യങ്ങളെക്കുറിച്ചും എങ്ങനെ തന്റെ ഗോത്രക്കാർ ചതിക്കപ്പെട്ടു എന്നതിനെക്കുറിച്ചും മനസ്സിലാക്കാനും കഴിഞ്ഞു. അതുകൊണ്ട് മുല്ലയനും എല്ലാ കരുതലുകളോടും കൂടിയാണ് വീടായോടൊപ്പം തീ എരിയുന്നസ്ഥലത്തിനടുത്തേക്ക് നീങ്ങിയിരുന്നത്. വീടാ കൗശലശാലിയായിരുന്നു എങ്കിൽ അതിനേക്കാൾ കൌശലക്കാരനും കൂടിയ കൂർമ്മബുദ്ധിയുള്ളവനുമായിരുന്നു മുല്ലയൻ. അതുകൊണ്ട് മുല്ലയൻ വീടായുടെ ഓരോ നീക്കവും വളരെ ശ്രദ്ധയോടെ

നിരീക്ഷിച്ചുകൊണ്ടേയിരുന്നു.

അങ്ങനെ കുറേനേരം സംസാരിച്ചുകൊണ്ട് അവർ രണ്ടുപേരും തീ ആളിക്കത്തിയിരുന്ന സ്ഥലത്ത് എത്തി. പെട്ടെന്ന് വീടായ്ക്ക് അവസരം കിട്ടുന്നതിനു മുമ്പ് മുല്ലയൻ വീടായെ തീയിലേക്ക് തള്ളിയിട്ടു.

"എടാ, ദ്രോഹീ. എനിക്ക് നിന്റെ കുതന്ത്രം നന്നായി മനസിലായി. നീയാണ് ഇതുപോലെ എന്റെ അനുജനെയുൾപ്പെടെ ഈ ഗ്രാമത്തിലെ പലരേയും തീയിലിട്ട് ഇല്ലാതാക്കിയത്. ഇപ്പോഴെങ്കിലും നീ ആ സത്യം സമ്മതിച്ചാൽ നല്ലത്."

"അതേ, ഞാൻ തന്നെയാണ് അവരുടെയെല്ലാം തിരോധാനത്തിന് കാരണം. എല്ലാവരേയും ഇതുപോലെ തീയിലിട്ട് ചുട്ടെരിച്ചു."

വീടാ അത്രയും പറഞ്ഞുതീർന്നതും അവന്റെ തലയോട് തീയിൽ വെന്ത് പൊട്ടിച്ചിതറുന്ന ശബ്ദം അവിടെയെല്ലാം കേട്ടു. ഇടിവെട്ടിയതുപോലെ അത്ര ഉച്ചത്തിലായാരുന്നു ആ ശബ്ദം. മാത്രമല്ല അവന്റെ തലയോട്ടിയിൽ ഉണ്ടായ ഒരു ദ്വാരത്തിൽ കൂടി ഒരു പക്ഷി പുറത്തുചാടി പറന്നുപോകുന്നതും എല്ലാവരും കണ്ടു. ആ പക്ഷിക്ക് ഒരു പ്രത്യേകതയുണ്ടായിരുന്നു. മറ്റു പക്ഷികൾക്കില്ലാത്ത ഒരു പ്രത്യേക കഴിവ്. കേൾക്കുന്ന ഏത് ശബ്ദവും കൃത്യമായി അനുകരിക്കാൻ അതിന് കഴിയുമായിരുന്നു. അതുകൊണ്ട് ആ ഗ്രാമവാസികൾ ആ പക്ഷിയെ-കൊഞ്ഞനം കുത്താൻ കഴിവുള്ള പക്ഷികളെ-വീടാ എന്ന പേരിൽ വിളിക്കാനും തുടങ്ങി.

ഏഴ് സഹോദരിമാർ*

വ്യുറുണ്ണ അന്നൊരു ദിവസം വേട്ടയാടാൻ പോയെങ്കിലും ഇരയെ ഒന്നും കിട്ടാതെ നിരാശനായി വീട്ടിലേക്ക് മടങ്ങേണ്ടിവന്നു. വീട്ടിലെത്തിയതും അവൻ അമ്മയോട് കുറച്ച് ദുരി (കഞ്ഞി) ചോദിച്ചു.

"അമ്മേ, എനിക്ക് നന്നായി വിശക്കുന്നു. കുറച്ച് കഞ്ഞി തരൂ."

"മോനെ, ഇവിടെ കഞ്ഞി ഒട്ടും ഇരിപ്പില്ലല്ലോ. കഴിക്കാൻ വേറെ ഒന്നുമില്ലതാനും."

നിരാശകരമായ ആ മറുപടികേട്ട അവൻ കൂട്ടത്തിലുള്ള മറ്റ് കറുത്തവരോട് ചോദിച്ചു.

"കൂട്ടരേ, എനിക്ക് വല്ലാതെ വിശക്കുന്നു, ആരെങ്കിലും എനിക്ക് കുറച്ച് ഡൂൺബർ (ഒരുതരം പരിപ്പ്) തരൂ. ഞാൻ കഞ്ഞി ഉണ്ടാക്കിക്കഴിച്ചോളാം." പക്ഷേ, ആരും അവനെ സഹായിച്ചില്ല. ഒരുത്തനും അവന് വിശപ്പടക്കാൻ എന്തെങ്കിലും നൽകുകയോ ഒരാശ്വാസ വാക്ക് പറയുകയോ ചെയ്തില്ല. അതുകണ്ട അവന് അടക്കാനാകാത്ത അമർഷം തോന്നി; നിയന്ത്രിക്കാനാകാത്ത കോപവും. അവൻ ഉച്ചത്തിൽ പറഞ്ഞു:

"ഈ നശിച്ച നാട്ടിൽനിന്ന് ഞാൻ എങ്ങോട്ടെങ്കിലും പോവുകയാ ദൂരെ എവിടെയെങ്കിലും, പരസ്പരം അറിയാൻ പാടില്ലാത്തവരുടെ നടുവിൽ പോയി ജീവിച്ചുകൊള്ളാം. അതായിരിക്കും നല്ലത്. ഇവിടെ നിന്നാൽ സ്വന്തം ആളുകൾ തന്നെ എന്നെ പട്ടിണിയിട്ട് കൊല്ലും."

അങ്ങനെ പറഞ്ഞ് വ്യുറുണ്ണാ ആ ഗ്രാമത്തിൽനിന്നും നടന്നു പോയി. കുറെയേറെ ദൂരം നടന്നു കഴിഞ്ഞപ്പോൾ പാതയോരത്ത് തേനീച്ചക്കൂടുകളിൽനിന്ന് തേൻ ശേഖരിച്ചുകൊണ്ടിരുന്ന ഒരു വൃദ്ധനെ കണ്ടു. വ്യുറുണ്ണയും

ആ വൃദ്ധൻ തന്നെത്തന്നെ ശ്രദ്ധയോടെ നോക്കുന്നതുപോലെ തോന്നി. അതുകൊണ്ട് അയാൾ ആ വൃദ്ധന്റെയടുത്തേക്ക് ചെന്നു. അപ്പോഴാണ് ആ വൃദ്ധന് കണ്ണുകൾ ഇല്ലെന്ന് വൂറുണ്ണയ്ക്ക് മനസിലായത്. ആ കാഴ്ചയും അറിവും വൂറുണ്ണയെ ഭയപ്പെടുത്തി. "കണ്ണുകൾ ഇല്ലാത്ത ഒരു മനുഷ്യൻ എങ്ങനെയാണ് തുറിച്ചുനോക്കി നിന്നത്? അതും താൻ യാതൊരു വിധ ശബ്ദവും ഉണ്ടാക്കാതിരുന്നിട്ടും. അയാൾക്ക് തന്റെ ആഗമനം എങ്ങനെ മനസിലാക്കാൻ കഴിഞ്ഞു?. വൂറുണ്ണ ചിന്തിച്ചു. ആകപ്പാടെ ഒരു ആശയ ക്കുഴപ്പം. ഏതായാലും ധൈര്യം അവലംബിച്ച് വൂറുണ്ണ അയാളോട് സംസാരിക്കാൻ തീർച്ചയാക്കി. നേരെ അയാളുടെ അടുത്തേക്ക് ചെന്ന് ചോദിച്ചു.

"സഹോദരാ താങ്കളുടെ പേരെന്താ? ഞാൻ കുറേ ദൂരെനിന്ന് വരുന്നു. എനിക്ക് നല്ല വിശപ്പുണ്ട്. എന്തെങ്കിലും ഭക്ഷണം തന്ന് എന്നെ സഹാ യിക്കാമോ?"

"ഓ, അങ്ങനെയോ."

അയാൾ ഇലകൊണ്ട് ഒരു കുമ്പിൾ കുത്തി അതിൽ കുറേ തേൻ ഒഴിച്ച് വൂറുണ്ണായ്ക്ക് കൊടുത്തു.

"അപ്പോൾ താങ്കൾ നടന്ന് ക്ഷീണിച്ചിട്ടുണ്ടാകുമല്ലോ. എന്റെ കൂടെ ഞങ്ങളുടെ വാസസ്ഥലത്തേക്ക് വരുക. കുറച്ച് വിശ്രമിച്ചതിനുശേഷം പോകാം. ങ്ങാ, പിന്നെ ഒരു കാര്യം. ഞങ്ങളുടെ ഗോത്രത്തിൽ പെട്ട ആർക്കും കണ്ണുകളില്ല. എല്ലാവരും അവരുടെ മൂക്കിൽ കൂടിയാണ് കാണുന്നത്. ങ്ങാ, പറഞ്ഞില്ലല്ലോ എന്റെ പേര് മൊറോണ. വന്നോളൂ, എന്റെകൂടെ വന്നോളൂ."

അത്രയും പറഞ്ഞിട്ട് അയാൾ നടന്നു, വൂറുണ്ണ അയാളുടെ പിറകിലും. പക്ഷേ, വൂറുണ്ണിയുടെ മനസിൽനിന്നും ഭയം മാറിയിരുന്നില്ല. ഇങ്ങനെയും മനുഷ്യരുണ്ടോ എന്ന് അയാൾ ചിന്തിച്ചു. ഒരു ഗോത്രം മുഴുവൻ കണ്ണി ല്ലാത്ത, മൂക്കിൽകൂടി കാണുന്ന മനുഷ്യർ? കുറച്ചുമുന്നോട്ട് നടന്നപ്പോൾ മൊറോണ തന്നെ അധികം ശ്രദ്ധിക്കുന്നില്ല എന്ന് തോന്നിയ ഒരവസരം കിട്ടിയപ്പോൾ വൂറുണ്ണ മറ്റൊരു ദിശയിൽ വേഗം നടന്നു. പിന്നീട് ഓടി മൊറോണയുടെ അടുക്കൽനിന്ന് രക്ഷപ്പെട്ടു.

കുറേയധികം ഓടി ക്ഷീണിച്ച വൂറുണ്ണ അവിടെക്കണ്ട സാമാന്യം വലിയ ഒരു കുളത്തിൽനിന്ന് ധാരാളം വെള്ളം കുടിച്ചു. പിന്നീട് കുളക്ക രയിൽത്തന്നെ കിടന്ന് ഉറങ്ങി. അടുത്ത ദിവസം രാവിലെ ഉണർന്ന വൂറുണ്ണ കുളത്തിൽനിന്ന് വെള്ളമെടുത്ത് മുഖം കഴുകാം എന്ന് കരുതി. പക്ഷേ, തികച്ചും അതിശയകരമായ രീതിയിൽ അവിടെ കുളം കണ്ടില്ല. പകരം ഒരു വിശാലമായ മൈതാനമാണ് മുന്നിൽ കണ്ടത്. അത്

വ്യറുണ്ണാക്ക് തികഞ്ഞ ആശ്ചര്യം നൽകി. തലേദിവസം ഉറങ്ങാൻ കിടന്നപ്പോൾ ഒരു വലിയ കുളം; അടുത്ത ദിവസം കാലത്ത് അവിടെ വിശാലമായ മൈതാനം. ഇതെന്തൊരു നാടാണെന്ന് വ്യറുണ്ണ സ്വയം ചോദിച്ചുപോയി. അപ്പോൾ അവിടെ ഒരു ചുഴലിക്കാറ്റ് വരുന്നതിന്റെ സൂചനകൾ കണ്ടു. കുറച്ച് മരവുരി കിട്ടിയിരുന്നെങ്കിൽ അതുകൊണ്ട് ഒരു ദുർദൂർ (കുടിൽ) ഉണ്ടാക്കി കാറ്റും മഴയും വന്നാൽ അതിനകത്ത് ഇരിക്കാമായിരുന്നു എന്ന് കരുതി മരവുരിക്കുവേണ്ടി അടുത്തുകണ്ട കാട്ടിൽ തിരഞ്ഞു. അവിടെ കണ്ട ചില കൊമ്പുകൾ വെട്ടിയെടുത്തു. കുറച്ചകലെയായി കിടന്നിരുന്ന മരവുരി എടുക്കാൻ ശ്രമിച്ചപ്പോൾ വളരെ ഉച്ചത്തിൽ കർക്കശമായ ശബ്ദത്തിൽ ആരോ പറയുന്നത് കേട്ടു:

"ഞാൻ ബുൽഘന. ആരാണ് എന്റെ മരവുരികൾ എടുക്കുന്നത്?"

തിരിഞ്ഞുനോക്കിയപ്പോൾ കണ്ടത് അതികായനായ ഒരു ജന്തുവിനെയാണ്. അയാൾ മനുഷ്യനായിരുന്നോ, അതോ മറ്റുവല്ല മൃഗവും-വ്യറുണ്ണയ്ക്ക് തീർച്ചയാക്കാൻ കഴിഞ്ഞില്ല. ഏതായാലും വ്യറുണ്ണ സ്വന്തം ആയുധങ്ങൾ എടുത്തുകൊണ്ട് ജീവനുംകൊണ്ട് അവിടെനിന്ന് ഓടി. മനസിൽ എന്തെന്നില്ലാത്ത ഭയവും. ഓടാവുന്നത്ര ഓടി ക്ഷീണിച്ചപ്പോൾ എത്തിയത് ഒരു നദിക്കരയിലാണ്. തളർന്ന് അവിടെയിരിക്കുമ്പോൾ ഒരു കൂട്ടം എമു പക്ഷികൾ വെള്ളം കുടിക്കാൻ നദിക്കരയിലെത്തി. വ്യറുണ്ണ മറ്റൊരു കാര്യംകൂടി ശ്രദ്ധിച്ചു. പക്ഷികൾ രണ്ട് കൂട്ടങ്ങളായാണ് എത്തിയത്. ആദ്യമെത്തിയ പക്ഷിക്കൂട്ടത്തിന് ചിറകുകളും തൂവലുകളും ഉണ്ടായിരുന്നു. എന്നാൽ പിമ്പേവന്ന കൂട്ടത്തിന് ചിറകുകളും തൂവലുകളും ഇല്ലായിരുന്നു; എങ്കിലും കാഴ്ചയിൽ എമുക്കളെപ്പോലെയായിരുന്നു അവറ്റയും എന്നാണ് വ്യറുണ്ണയ്ക്ക് തോന്നിയത്. ഏതായാലും കിട്ടിയത് നല്ല ഒരവസരമല്ലേ? ഒന്നിനെ അമ്പെയ്ത് വീഴ്ത്തിയാൽ ആഹാരത്തിന് വകയാകും എന്ന് അവൻ കരുതി. അമ്പെയ്യാൻ തയാറെടുത്ത് പക്ഷികൾ ശ്രദ്ധിക്കാത്തവിധം ഒരു മരത്തിൽ വ്യറുണ്ണ കയറി. അതിന്റെ കൊമ്പിലിരുന്ന് അമ്പെയ്യാൻ സൗകര്യമായിരുന്നു. ഉന്നം നോക്കി വ്യറുണ്ണ തൂവലില്ലാത്ത ഒന്നിനെ എയ്തു വീഴ്ത്തി. പിന്നീട് കൊന്നിട്ട പക്ഷിയെ എടുക്കാനായി മരത്തിൽനിന്ന് ഇറങ്ങിയപ്പോഴാണ് തനിക്കുപറ്റിയ വലിയ അബദ്ധം മനസിലായത്. താൻ എയ്ത് വീഴ്ത്തിയിരുന്നത് പക്ഷിയെ ആയിരുന്നില്ല; ഒരു മനുഷ്യനെത്തന്നെയായിരുന്നു. തൂവലുകൾ ഇല്ലാത്ത പക്ഷികൾ എന്ന് വ്യറുണ്ണ വിശ്വസിച്ചത് വാസ്തവത്തിൽ ഒരു കറുത്തവനായിരുന്നു. മരിച്ചു വീണ ശരീരത്തിനുചുറ്റും കൂട്ടുകാർ കൂടിനിന്ന് ഉറക്കെ കരഞ്ഞുകൊണ്ടിരുന്ന ആ സമയത്ത് ആരുടേയും കണ്ണിൽപെടാതെ വ്യറുണ്ണാ ജീവനുംകൊണ്ടോടി.

അങ്ങനെ ഓടിച്ചെന്നെത്തിയത് പെണ്ണുങ്ങൾ മാത്രമുണ്ടായിരുന്ന ഒരു താവളത്തിലാണ്. വ്യറുണ്ണ ഇനി എന്ത് എന്ന് ആദ്യം ഭയന്നുവെങ്കിലും

അൽപസമയത്തിനുള്ളിൽ ഭയപ്പെടേണ്ടതില്ലെന്ന് മനസിലായി. അവിടെയുണ്ടായിരുന്ന ഏഴ് ചെറുപ്പക്കാരികളായ സ്ത്രീകളും വ്യൂറുണ്ണായോട് സ്നേഹത്തോടെയാണ് പെരുമാറിയത്. അവർ അവന് ആഹാരം നൽകി. രാത്രി അവിടെ ഉറങ്ങാൻ സൗകര്യവും ചെയ്ത് കൊടുത്തു. ഉറങ്ങാൻ പോകുന്നതിനുമുമ്പ് വ്യൂറുണ്ണാ അവരോട് ചോദിച്ചു:

"പ്രിയപ്പെട്ടവരെ, നിങ്ങൾ എങ്ങനെ ഇവിടെ സ്ത്രീകൾ മാത്രമായി താമസിക്കുന്നു? നിങ്ങളുടെ മറ്റ് ആളുകൾ എവിടെ?"

"ഓ, ഞങ്ങൾ ഈ നാട്ടുകാരല്ല. വളരെ ദൂരെയുള്ള ഒരു നാട്ടിൽനിന്ന് ഈ സ്ഥലങ്ങളൊക്കെ എങ്ങനെയുണ്ടെന്ന് അറിയാനുള്ള കൗതുകം കൊണ്ട് ഞങ്ങൾ മാത്രം ഇവിടെ വന്നതാണ്. ഞങ്ങൾ മിയോമി എന്ന ഗോത്രവർഗത്തിൽ പെട്ടവരാണ്. രണ്ടുമൂന്ന് ദിവസം ഇവിടെ താമസിച്ചിട്ട് ഞങ്ങൾ ഞങ്ങളുടെ നാട്ടിലേക്ക് തിരിച്ചുപോകും" അവർ പറഞ്ഞു.

അടുത്ത ദിവസം രാവിലെ തന്നെ വ്യൂറുണ്ണാ അവരോട് സഹായങ്ങൾക്ക് നന്ദി പറഞ്ഞ് യാത്രതിരിച്ചു. പക്ഷേ. യാത്ര തുടങ്ങിയപ്പോൾ വ്യൂറുണ്ണ ആലോചിച്ചു. "ഈ സ്ത്രീകൾ ഇവിടെ എന്താണ് ചെയ്യുന്നതെന്ന് ഒന്ന് രഹസ്യമായി ശ്രദ്ധിച്ചാലോ" എന്ന്. വ്യൂറുണ്ണ അടുത്തുള്ള കുറ്റിക്കാട്ടിൽ ഒളിച്ചിരുന്നു.

അൽപസമയം കഴിഞ്ഞപ്പോൾ ആസ്ത്രീകൾ കയ്യിൽ ഓരോ പ്രത്യേകതരം ദണ്ഡുകളുമായി അവരുടെ ദർദ്ദൂറിൽനിന്ന് പുറത്തിറങ്ങി. എല്ലാവരും അൽപദൂരം നടന്ന് കുറ്റിച്ചെടികൾ വളർന്നുനിന്നിരുന്ന ഒരു സ്ഥലത്ത് ദണ്ഡുകൾ കൊണ്ട് കുറേശ്ശ ഇളക്കാൻ തുടങ്ങി. മണ്ണ് ഇളക്കിയ സ്ഥലത്ത് മണ്ണിനടിയിൽ ധാരാളം ഈയാംപാറ്റകൾ ഉണ്ടായിരുന്നു. അവർ ഈയാംപാറ്റകളെ ഒന്നൊന്നായി പെറുക്കിയെടുത്തു. ധാരാളം പാറ്റകളെ ശേഖരിച്ചതിനു ശേഷം തങ്ങളുടെ ദണ്ഡുകൾ അലക്ഷ്യമായി അവിടവിടെ ഇട്ടിട്ട് എല്ലാവരും ചുറ്റിയിരുന്ന് ഈയാംപാറ്റകളെ സ്വാദിഷ്ടമായ ഒരു ഭക്ഷണമെന്നതുപോലെ തിന്നാൻ തുടങ്ങി. ധാരാളം ഇഷ്ടപ്പെട്ട ഭക്ഷണം കഴിക്കുന്ന ഉത്സാഹത്തിലായിരുന്നു എല്ലാവരും. അതെല്ലാം കണ്ടുകൊണ്ടിരുന്ന വ്യൂറുണ്ണ ചിന്തിച്ചു. "ഞാനും എത്രനാളാണ് ഇങ്ങനെ ഒറ്റയ്ക്ക് കഴിയുക. എന്തുകൊണ്ട് ഈ സ്ത്രീകളിൽ രണ്ടുപേരെ പിടിച്ചുകൊണ്ടുപോയി എന്റെ ഭാര്യമാരാക്കി അവരോടൊപ്പം ജീവിച്ചുകൂടാ." വ്യൂറുണ്ണ തന്ത്രപരമായി അവർ കാണാതെ രണ്ട് ദണ്ഡുകൾ എടുത്ത് താൻ മറഞ്ഞിരുന്ന ചെടികൾക്കടുത്തായി മറച്ചുവെച്ചു. അൽപ്പസമയത്തിനപ്പുറം ആ സ്ത്രീകൾ സന്തോഷത്തോടെ തങ്ങളുടെ ദണ്ഡുകളുമെടുത്ത് അവരുടെ ദർദ്ദൂറിലേക്ക് നടന്നു. പക്ഷേ, രണ്ടുപേർ മാത്രം അവരുടെ ദണ്ഡുകൾ തിരഞ്ഞുകൊണ്ടേയിരുന്നു. ആ

സമയത്ത് അവർ തന്നെ കാണുകയില്ലെന്ന് ഉറപ്പുവരുത്തിക്കൊണ്ട് വ്യൂറുണ്ണ അവരുടെ ദണ്ഡുകൾ കുറ്റിക്കാടിന് നടുവിൽ, എന്നാൽ കാണത്തക്ക രീതിയിൽ, മണ്ണിൽ തറപ്പിച്ച് ഉറപ്പിച്ചുനിർത്തി. തേടിക്കൊണ്ടിരുന്ന സ്ത്രീകൾ ദണ്ഡുകൾ കണ്ടയുടനെ:

“ഓ, ദാ നമ്മുടെ ദണ്ഡുകൾ. പക്ഷേ, ഈ ദണ്ഡുകൾ എങ്ങനെ ഇവിടെയെത്തി. നമ്മളിങ്ങനെയല്ലല്ലോ ദണ്ഡുകൾ വെച്ചത്” എന്നു പറഞ്ഞുകൊണ്ട് ഓടിയെത്തി ദണ്ഡുകൾ ഭൂമിയിൽനിന്ന് ഇളക്കിയെടുത്തു. ആ സമയത്ത് വ്യൂറുണ്ണ അവരുടെ പിറകിൽനിന്ന് രണ്ടുപേരെയും തന്റെ ബലമുള്ള കൈകളിൽ ഇറുക്കിപ്പിടിച്ചു. ഇടുപ്പിൽ ചുറ്റി ബലമായി പിടിച്ച വ്യൂറുണ്ണായുടെ കൈകളിൽനിന്ന് പിടിവിടുവിക്കുവാൻ അവർ കഴിയുന്നത്ര ശ്രമിച്ചുവെങ്കിലും കഴിഞ്ഞില്ല. അവരുടെ ശബ്ദംവെക്കലും കരച്ചിലും ആരും കേട്ടില്ല. ഒടുവിൽ വ്യൂറുണ്ണായ്ക്ക് കീഴടങ്ങിയ അവരോട് അയാൾ പറഞ്ഞു:

“നോക്ക്, എന്നോട് വഴക്കിടാൻ നിൽക്കാതെ സഹകരിച്ചാൽ നിങ്ങൾക്ക് എന്റെ ഭാര്യമാരായി സസുഖം ജീവിക്കാം. ഞാൻ നിങ്ങളെ നല്ലതുപോലെ സംരക്ഷിക്കാം. മറിച്ച് വഴക്കിടാനാണ് ഭാവമെങ്കിൽ രണ്ടിനേയും ഞാൻ എന്റെ കോടാലികൊണ്ട് തുണ്ടുതുണ്ടാക്കി ആറ്റിൽ എറിയും. എന്താ, ആലോചിച്ച് തീർച്ചയാക്കിക്കോ.”

“പക്ഷേ, ഞങ്ങളുടെ സഹോദരിമാർ എന്നെങ്കിലും ഞങ്ങളെ അന്വേഷിച്ച് വന്നാൽ?”

“അതൊക്കെ അവർ വരുമ്പോളല്ലേ. അപ്പോൾ ഞാൻ നോക്കിക്കോളാം.”

പിന്നീട് അവർ രണ്ടുപേരും ഒന്നും പറഞ്ഞില്ല. അവരുടെ മൗനം സമ്മതലക്ഷണമെന്ന് കരുതി വ്യൂറുണ്ണ അവരേയുംകൊണ്ട് വളരെ വളരെ ദൂരം നടന്നു. അങ്ങനെ ദൂരെയെവിടെയുമാണെങ്കിൽ അവരുടെ സഹോദരിമാർ അവരെ അന്വേഷിച്ചെത്തുന്നതിനുള്ള സാധ്യത കുറവായിരിക്കുമെന്ന് അയാൾ കരുതി. കുറേയേറെ ദൂരത്ത് ഒരു സ്ഥലം തിരഞ്ഞെടുത്ത് വ്യൂറുണ്ണാ അവിടെ ഒരു ദർദ്ദൂറുണ്ടാക്കി താമസിച്ചു. ആ രണ്ട് മിയേമി സ്ത്രീകളും അയാളോടൊപ്പം അടങ്ങിയൊതുങ്ങി നല്ല ഭാര്യമാരായി ജീവിച്ചു. എങ്കിലും അവർ ഇടയ്ക്കിടയ്ക്ക് അവരുടെ മറ്റുസഹോദരിമാരെക്കുറിച്ച് സംസാരിക്കാറുണ്ടായിരുന്നു. എപ്പോഴെങ്കിലും സ്വന്തം നാട്ടിലേക്ക് തിരിച്ചുപോകാനും സഹോദരിമാരുമായി ഒത്തുചേരാൻ കഴിയുമെന്നും അവർ ഗ്രഹിച്ചു.

ഒരു ദിവസം വ്യൂറുണ്ണ വേട്ടയാടിക്കിട്ടിയ പന്നിയിറച്ചി തീയിൽ ചുട്ടെടുക്കാനുള്ള ശ്രമത്തിലായിരുന്നു. പക്ഷേ, വേണ്ടത്ര ശക്തിയിൽ തീ

കത്താതിരുന്നതുകൊണ്ട് വ്യറുണ്ണ ഭാര്യമരോട് പറഞ്ഞു:

"ഈ തീ ശരിക്ക് കത്തുന്നില്ലല്ലോ. നിങ്ങൾ പോയി അടുത്തുള്ള പൈൻ മരങ്ങളുടെ കുറേ തൊലി വെട്ടിക്കൊണ്ടുവാ. വേഗംവാ."

"അയ്യോ, ഞങ്ങൾ പൈൻ മരത്തിൽ വെട്ടുകയില്ല. അത് ഞങ്ങളുടെ വലിയ വിനാശത്തിന് കാരണമാകും എന്ന് ഞങ്ങളുടെ ഗോത്രക്കാർ വിശ്വസിക്കുന്നു."

"എനിക്ക് നിങ്ങളുടെ വിശ്വാസമൊന്നും കേൾക്കണ്ട. വേഗം പോയി പറഞ്ഞതുപോലെ ചെയ്യൂ."

"ഞങ്ങൾ ഒരിക്കൽകൂടി പറയുകയാ. പൈൻ മരത്തിൽ വെട്ടിയാൽ പിന്നെ ഞങ്ങളെ നിങ്ങളുടെ കൂടെ ജീവിക്കാൻ കിട്ടുകയില്ല. അത് ഞങ്ങൾക്കറിയാം"

"ഛീ, പറഞ്ഞതുകേട്ടാൽ മതി. ഉടനെ പറഞ്ഞതുപോലെ പൈൻമരത്തോൽ വെട്ടിക്കൊണ്ടുവന്നില്ലെങ്കിൽ പിന്നെ എന്റെ മഴുവായിരിക്കും നിങ്ങളുടെ കഴുത്ത് വെട്ടുന്നത്. പോക്കോ വേഗം."

ആ സ്ത്രീകൾ വെട്ടുകത്തികളുമെടുത്ത് പൈൻ മരങ്ങളുടെ അടുത്തേക്ക് പോയി. പിന്നീട് ഓരോരുത്തരം ഓരോ മരത്തിൽ ആഞ്ഞു വെട്ടി. വെട്ടിയതും രണ്ട് മരങ്ങളും ആ സ്ത്രീകളേയും വഹിച്ചുകൊണ്ട് മേലേക്ക് വളരാൻ തുടങ്ങി. വളർന്നുവളർന്ന് കണ്ണെത്താത്ത ഉയരത്തിലേക്ക് രണ്ടു മരങ്ങളും വളർന്നു. മരം വെട്ടുന്ന ശബ്ദം കേൾക്കാതായപ്പോൾ വ്യറുണ്ണ ആ മരങ്ങൾ നിന്നിരുന്ന സ്ഥലത്തേക്ക് ചെന്നു. എന്താണ് സംഭവിക്കുന്നതെന്ന് അന്വേഷിക്കണമല്ലോ. മരങ്ങളുടെ അടുത്തെത്തിയപ്പോൾ വ്യറുണ്ണ കണ്ടത് അതിശയകരമായ ആ കാഴ്ചയാണ്. മരങ്ങൾ രണ്ടും ആകാശം തൊടുന്ന അളവിൽ വളർന്നുനിന്നു; മരങ്ങളുടെ മുകളിലത്തെ കൊമ്പുകളിൽ ഓരോന്നിലും അയാളുടെ ഭാര്യമാരും.

"ഏയ്, എന്താ നിങ്ങളീകാണിക്കുന്നത്? വേഗം താഴേക്ക് ഇറങ്ങിവാ. വേഗം." അയാൾ ഉറക്കെ വിളിച്ചുപറഞ്ഞു.

"ഞങ്ങൾക്ക് ഇവിടെനിന്നും ഇറങ്ങാൻ കഴിയുന്നില്ല. ഇതാ, ഈ മരങ്ങൾ മുകളിലേക്കുതന്നെ പോകുന്നു."

അയാൾ താഴെനിന്ന് കുറേയധികം ശബ്ദമെടുത്തെങ്കിലും ഒരു പ്രയോജനവുമുണ്ടായില്ല. ആ പൈൻമരങ്ങൾ ആകാശംമുട്ടിനിന്നു എന്ന് അയാൾക്കുതോന്നി. മാത്രമല്ല തന്റെ ഭാര്യമാരുടെ പഴയകൂട്ടുകാരികൾ-സഹോദരിമാർ-അഞ്ചുപേരും ആകാശത്തുനിന്ന് അയാളുടെ ഭാര്യമാരെ വിളിക്കുന്നതും കൈകൊട്ടുത്ത് അവരെ മുകളിലേക്ക്, ആകാശത്തിലേക്ക് വലിച്ച്കയറ്റുന്നതും അയാൾക്ക് കാണാൻ കഴിഞ്ഞു.

നോക്കു, ആകാശത്തേക്ക് നോക്കൂ. ഒരു പക്ഷേ നിങ്ങൾക്കും ആ ഏഴ് സഹാദരിമാരും ആകാശത്ത് ഒന്നിച്ചുചേർന്ന് ജ്വലിച്ചുനിൽക്കുന്നത് കാണാൻ കഴിയും. ഏഴ് സഹോദരിമാർ എന്ന പേരിൽ ലോകമൊട്ടുക്കും അറിയപ്പെട്ടുന്ന ആ നക്ഷത്രസമൂഹത്തിൽ ഉള്ളത് ആ ഏഴ് സഹോദരിമാരാണെന്ന് ഓസ്ട്രേലിയയിലെ ആദിമ സമൂഹം വിശ്വസിക്കുന്നു.

കുറിപ്പ്:

ഏഴ് സഹോദരിമാർ എന്ന പേരിൽ (ഇംഗ്ലീഷിൽ Plciades അല്ലെങ്കിൽ M.45) എന്നറിയപ്പെട്ടുന്ന നക്ഷത്രസമൂഹത്തെക്കുറിച്ച് എല്ലാ നാട്ടുകളിലും എല്ലാ സമൂഹങ്ങളിലും പലപല കഥകളും വിശ്വാസങ്ങളും ഉണ്ട്. ഭൂമിയോട് ഏറ്റവും അടുത്ത് സ്ഥിതിചെയ്യുന്ന ഈ നക്ഷത്രസമൂഹത്തിലുള്ള ഏഴു നക്ഷത്രങ്ങളുടെ ഇംഗ്ലീഷിലുള്ള പേരുകൾ:- Alcyone, Atlas, Electra, Taygeta, Pleione, Merope, Maia.

നീല നിറത്തോട്ടുകൂടിയ ഈ നക്ഷത്രങ്ങളെ ഭൂമിയുടെ ഏതാണ്ട് എല്ലാ ഭാഗത്തു നിന്നും രാത്രി സമയങ്ങളിൽ നമ്മുടെ കണ്ണുകൾകൊണ്ട് കാണാൻ കഴിയും.

ഭൂമിയിൽനിന്ന് ഏതാണ്ട് 3.0857 x 10^{13} കിലോമീറ്റർ ദൂരെയാണ് ഏഴുസുന്ദരിമാരുടെ സ്ഥാനം എന്ന് കണക്കാക്കപ്പെട്ടിരിക്കുന്നു. മറ്റൊരു സവിശേഷത ഏതാണ്ട് എല്ലാ മതഗ്രന്ഥങ്ങളിലും ഈ സഹോദരിമാരെക്കുറിച്ചുള്ള പരാമർശങ്ങളുണ്ട് എന്നതാണ്. ബൈബിളിൽ (11: 2-3) ഇവയെ അടയാളപ്പെട്ടുത്തുന്നത് പല നല്ല കാര്യങ്ങളുടെയും പ്രതീകങ്ങളായിട്ടാണ്; Spirit of the Lord, Wisdom, Understanding, Consel, Might, knowledge, Fear of the Lord. ഖുറാനിലും sura an-Najm. എന്ന 53-ാമത്തെ അധ്യായത്തിലും ഈ നക്ഷത്രങ്ങളെക്കുറിച്ച് പരാമർശിക്കുന്നു. ഹിന്ദു പിരാണങ്ങളിൽ ഈ നക്ഷത്രങ്ങളെ ശിവപുത്രനായ “മുരുഗനെ” വളർത്തിയ കൃത്തികപെൺകളായാണ് കാണുന്നത്.

ഉദയ നക്ഷത്രം

ഉദയ നക്ഷത്രം എന്നാൽ എന്താണെന്ന് നിങ്ങൾക്കറിയില്ലേ? ഇംഗ്ലീഷിൽ മോണിങ്ങ് സ്റ്റാർ Morning Star എന്ന് പറഞ്ഞാൽ പലപ്പോഴും ശുക്ര ഗ്രഹവുമായി (Venus) ബന്ധിച്ചാണ് നാം മനസി ലാക്കുന്നത്. പാശ്ചാത്യ സാഹിത്യത്തിൽ-സംസ്കാരത്തിൽ മോണിങ്ങ് സ്റ്റാറിനെ സാത്താനുമായി ബന്ധിപ്പിച്ചും പറയാറുണ്ട്. ശുക്രഗ്രഹത്തെ പലപ്പോഴും ഒരു നക്ഷത്രമായും കണക്കാക്കാറുണ്ട്. ഇത്തരുണത്തിൽ സാധാരണയായി നാം പറയാറുള്ള, കേൾക്കാറുള്ള മറ്റു ഗ്രഹങ്ങൾ ഏതൊക്കെയാണെന്നും അവയ്ക്ക് ഇംഗ്ലീഷിലും മലയാളത്തിലും എന്തു പേരുകളാണ് എന്നും ഒന്നറിഞ്ഞിരിക്കുന്നത് നല്ലതല്ലേ.

സൂര്യൻ	Sun
ചന്ദ്രൻ	Moon
ബുധൻ	Mercury
ശുക്രൻ	Venus
ചൊവ്വ	Mars
ഭൂമി	Earth
ഗുരു	Jupiter
ശനി	Saturn
യുറേനസ്	Uranus
നെപ്ട്യൂൺ	Neptune
പ്ലൂട്ടോ	Pluto

ഭൂമിയുടെ സഹോദരി എന്ന് അറിയപ്പെടുന്ന ശുക്രനക്ഷത്രം പുലർച്ചയ്ക്ക് കുറച്ച് മുമ്പായി ആകാശത്ത് ജ്വലിച്ചുനിൽക്കുന്നത് നമുക്ക് കാണാൻ കഴിയും. ആകാശത്തിൽ ചന്ദ്രനുശേഷം ഏറ്റവും കൂടുതൽ ശോഭിച്ചു നിൽക്കുന്നത് എന്നതുകൊണ്ടും പ്രഭാതത്തിനു മുന്നോടിയായി കാണാൻ കഴിയുന്നു എന്നതുകൊണ്ടും ഇതിന് ഉദയ നക്ഷത്രം എന്ന പേരും യോജിക്കുന്നതാണ്. ഈ കഥ മുല്ലയന് എന്ന കഴുകനെയും ഉദയ നക്ഷത്രം എന്ന സങ്കൽപത്തെയും ബന്ധിപ്പിക്കുന്ന ഒന്നാണ്.

മുല്ലയൻ തന്റെ ഗോത്രസമൂഹത്തിൽ നിന്നും ഒരൽപം ഒറ്റപ്പെട്ട് സ്വന്തമായി ഒരു കുടിൽ യാരൻ മരത്തിന്റെ കൊമ്പിൽ ഉണ്ടാക്കി അതിൽ താമസിക്കാൻ തുടങ്ങി. താമസം അയാളുടെ ഭാര്യ മൂഢിയും, അമ്മായിഅമ്മ മൂഢായിയും ഒന്നിച്ചായിരുന്നു. അവർ രണ്ടുപേരും പറക്കുന്ന അണ്ണാൻ ഗോത്രത്തിൽ പെട്ടവരായിരുന്നു. അയാളും ഭാര്യയും അമ്മായിഅമ്മയും നരമാംസഭോജികളായിരുന്നു എന്നതായിരുന്നു ആ പ്രത്യേകത. ആ രഹസ്യം മറ്റുള്ളവർ അറിയാൻ പാടില്ല എന്ന് മുല്ലയൻ നിർബന്ധമുണ്ടായിരുന്നു.

മുല്ലയൻ തന്റെ ഹീനകൃത്യത്തിന് ഉപയോഗിച്ചിരുന്നത് ഒരു കുന്തമാണ്; സാധാരണ മൃഗവേട്ടയ്ക്ക് ഉപയോഗിച്ചിരുന്ന കുന്തങ്ങളെക്കാൾ നാലിരട്ടി വലുപ്പമുള്ള ഒരു കുന്തം. ഏതെങ്കിലും ഒരു കറുത്തവൻ ഒറ്റയ്ക്ക് വേട്ടയ്ക്ക് പോകുന്നതോ അതല്ലെങ്കിൽ ഒറ്റയ്ക്ക് നടക്കുന്നതോ കണ്ടാൽ മുല്ലയൻ അയാളെ പിന്തുടർന്ന് അവസരോചിതമായി പിന്നിൽനിന്ന് കുന്തംകൊണ്ട് കുത്തിവീഴ്ത്തും. പിന്നീട് അയാളുടെ ശരീരം തുണ്ടംതുണ്ടമായി വെട്ടിയെടുത്ത് ഒരു ചാക്കിലാക്കി അയാളുടെ യാരൻ മരമുകളിലുള്ള കുടിലിൽ എത്തിക്കും. ആ മാംസം മൂഢിയും മൂഢായിയും ചേർന്ന് പാകംചെയ്യും. അവർ മൂന്നുപേരും ആ മാംസഭക്ഷണം സന്തോഷത്തോടെ രുചിച്ച് കഴിക്കും.

അങ്ങനെ കുറേ നാളുകൾ കഴിഞ്ഞപ്പോൾ താമസക്കാരുടെ എണ്ണം കൃത്യമായി കുറഞ്ഞുവരുന്നു എന്നും കാണാതാകുന്നവർ എങ്ങനെ അപ്രത്യക്ഷരായി എന്നതിന് ഒരു കാരണവും തെളിവും പറയാനുണ്ടായിരുന്നില്ല എന്നും ആ ഗോത്രവർഗക്കാർ മനസിലാക്കി. പക്ഷേ തങ്ങളുടെ ബന്ധുക്കളും സ്നേഹിതന്മാരുമെല്ലാം എങ്ങനെ അപ്രത്യക്ഷരാകുന്നു എന്നറിയാൻ ഒരു മാർഗവും കാണാതായ അവസ്ഥ അവരെ വല്ലാത്ത ആശയക്കുഴപ്പത്തിലാഴ്ത്തി; അതുകൊണ്ടുതന്നെ അവരെല്ലാം ചേർന്ന് ആലോചിച്ച് ഒരു പദ്ധതി ആവിഷ്കരിച്ചു.

അവരുടെ കൂട്ടത്തിൽനിന്ന് ഏറ്റവും ഒടുവിൽ കാണാതായ ആളിന്റെ കാലടയാളം പിന്തുടർന്ന് നിരീക്ഷിക്കുക എന്നതായിരുന്നു പദ്ധതി. അങ്ങനെ സത്യം കണ്ടുപിടിക്കാൻ കഴിയുമെന്ന് അവർ

വിശ്വസിച്ചു. കാലടയാളങ്ങൾ നിരീക്ഷിച്ചപ്പോൾ അവർക്ക് ഒരു കാര്യം ബോധ്യമായി. ഒടുവിൽ കാണാതായ ആളിന്റെ കാലടയാളങ്ങൾ നിന്നുപോയ ഇടത്തിൽ മറ്റൊരാളുടെ കാലടയാളം വന്നതും തിരികെ പോകുന്നതും വ്യക്തമായി. തിരികെ നടന്നുപോയ കാലടയയളങ്ങൾ അവസാനിച്ചത് മുല്ലയന്റെ കുടിൽ ഇരുന്ന യാരൻമരച്ചുവട്ടിലായിരുന്നു. മുല്ലയനാണ് തങ്ങളുടെ ബന്ധുക്കളുടെയും സ്നേഹിതരുടേയും തിരോധാനത്തിന് പിന്നിൽ എന്ന് അവർക്ക് തികച്ചും ബോധ്യമായി. എന്താണ് ചെയ്യുക; അവർ ആലോചിച്ചു. അവർക്കാർക്കും മരത്തിൽ, പ്രത്യേകിച്ച് ഉയരംകൂടിയ മരത്തിൽ കയറാൻ വശമില്ലായിരുന്നു. അതുകൊണ്ട് അവർ അടുത്തുള്ള മറ്റൊരു ഗോത്രത്തിലെ രണ്ട് ചെറുപ്പക്കാരെ സഹായത്തിനായി ക്ഷണിച്ചു. “മരംകേറി എലികൾ” ഗോത്രത്തിൽപ്പെട്ട ആ ചെറുപ്പക്കാർക്ക് മരം കയറാൻ നല്ല വശമായിരുന്നു. അവർ രണ്ടുപേരും ഉടനെതന്നെ അവിടെ എത്തുകയും മരത്തിൽ കയറാൻ വേണ്ട ശ്രമം ആരംഭിക്കുകയും ചെയ്തു. അന്നത്തെ ദിവസം അവർ ആ ഉയർന്ന യരാ മരത്തിന്റെ പകുതിവരെ കയറി; അവിടെ ഇരുന്നുകൊണ്ട് മുല്ലയന്റെ നടത്തങ്ങൾ ശ്രദ്ധിച്ചു. പിന്നീട് അടുത്തദിവസം അതികാലത്ത് ഒച്ചയുണ്ടാക്കാതെ, നിശബ്ദരായി മുല്ലയന്റെ ദൂർദൂറിനകത്ത് (കുടിലിനകത്ത്) കയറി. മൂന്ന് അറകളുണ്ടായിരുന്ന ആ ദൂർദൂറിൽ ഒന്നിൽ മുല്ലയനും മറ്റൊന്നിൽ മൂഡിയും മൂഡായിയും വിശ്രമിക്കുന്ന സമയമായിരുന്നു അത്. ആതക്കം നോക്കി ചെറുപ്പക്കാർ ഒരു പുകയുന്നകൊള്ളി മുല്ലയന്റെ ഭക്ഷണമുണ്ടാക്കാനും മറ്റും ഉപയോഗിച്ചിരുന്ന ദൂർദൂറിലെ മൂന്നാമത്തെ അറയിൽ (വേണമെങ്കിൽ അടുക്കള എന്ന് പറയാം) നിക്ഷേപിച്ചു. കുറച്ചു വൈക്കോലും അതിനടുത്ത് വിതറി ഇട്ടു. പുകയുന്ന കൊള്ളിയിൽനിന്ന് തീ വേഗം വൈക്കോലിലേക്ക് പടർന്ന് പിടിക്കും എന്ന് അവർ കരുതി. അങ്ങനെ ചെയ്തതിനുശേഷം അവർ രണ്ടുപേരും മരത്തിൽ നിന്ന് വേഗം താഴെയിറങ്ങി. അവർ മുല്ലയന്റെ വീട്ടിൽ തങ്ങൾ എന്തൊക്കെ ചെയ്തുവെന്ന് ആകാംക്ഷയോടെ മരച്ചുവട്ടിൽ കാത്തുനിന്നവരോടെല്ലാം വിവരിച്ചു പറഞ്ഞു. ആ ചെറുപ്പക്കാരുടെ ധിരോദാത്തമായ പ്രവർത്തിയെ അവർ എല്ലാം സന്തോഷത്തോടെ പ്രകീർത്തിച്ച് നിൽക്കുമ്പോൾ മരത്തിന്റെ മുകളിൽ തീ ആളിക്കത്താൻ തുടങ്ങി. തീ വേഗം പടർന്ന് പിടിച്ചതുകൊണ്ട് മുല്ലയനും മൂഡിക്കും മൂഡായിക്കും രക്ഷപ്പെടാൻ കഴിഞ്ഞില്ല. അവശേഷിച്ചത് അവരുടെ ഏതാനും എല്ലുമ്പുകൾ മാത്രമായിരുന്നു.

ആ സംഭവം കറുത്തവർ ഒരു വലിയ ഉത്സവമായി ആഘോഷിച്ചു. എങ്കിലും അവരുടെ ഇതിഹാസങ്ങളനുസരിച്ച് മുല്ലയൻ എന്ന കഴുകനാണ് ഉദയ നക്ഷത്രമായി ആകാശത്ത് ജീവിക്കുന്നത്. ഉദയ നക്ഷത്രത്തിനടുത്തുകാണുന്ന മറ്റൊരു നക്ഷത്രം മൂഡിയും. ആ വിശ്വാസം ഇന്നും അവരുടെ കഥകളിലും മറ്റും കാണാൻ കഴിയും.

"ഉല്യ" എന്ന വായാടിയും "വാറ്റ്" ഗോത്രക്കാരും

ഉല്യ പ്രായമേറിയ ഒരു സ്ത്രീയായിരുന്നു; ഈ കഥ വായിച്ചുകഴിയുമ്പോൾ നിങ്ങൾക്ക് മനസിലാകുന്നതുപോലെ ഒരു ദുഷ്ടയും. ഇംഗ്ലീഷിൽ "മാഗ്പെ" എന്നറിയപ്പെടുന്ന വായാടിപ്പക്ഷികളെക്കുറിച്ച് നിങ്ങൾ കേട്ടിട്ടില്ലേ. കാക്കയുടെ വർഗത്തിൽപെട്ട ഈ പക്ഷിയെ മലയാളത്തിൽ വണ്ണാത്തിപ്പുള്ള് എന്നും പറയാറുണ്ട്. വളരെയധികം ബുദ്ധിശക്തിയുള്ള ഈ പക്ഷിക്ക് കണ്ണാടിയിൽ നോക്കി സ്വയം തിരിച്ചറിയാൻ കഴിയും എന്ന് കരുതപ്പെടുന്നു.-ഈ കഴിവുള്ള ഒരേയൊരു പക്ഷി ഇത് മാത്രമാണ്. ഉല്യവും മാഗ്പെ ഗോത്രത്തിൽ പെട്ട ഒരു വായാടിയായിരുന്നു.

എല്ലാ വർഷവും കൃഷിയെടുപ്പ് കാലമാകുമ്പോൾ വയലുകളിൽ വിളഞ്ഞുനിൽക്കുന്ന ചാമ, കമ്പ്, പഞ്ഞപ്പുല്ല് മുതലായ ചെറുധാന്യങ്ങൾ ധാരാളം ശേഖരിച്ചു വെക്കുന്നത് ഉല്യവിന്റെ പതിവായിരുന്നു. മാത്രമല്ല അടുത്ത ഒന്നുരണ്ടു മാസത്തേക്കുള്ള ധാന്യം വൃത്തിയായി പൊടിച്ച് വെയ്ക്കുമായിരുന്നു. പൊടിക്കുന്നതിനു അവർ ഉപയോഗിച്ചിരുന്നത് ഒരു വലിയ പരന്ന കല്ലും കുറേ ചെറിയ ഉരുണ്ട കല്ലുകളുമാണ്. വലിയകല്ലിന്റെ പുറത്ത് ധാന്യം ഇട്ടതിനുശേഷം ചെറിയകല്ലുകൾകൊണ്ട് ഇടിച്ചിടിച്ച് ധാന്യം പൊടിക്കും. അങ്ങനെയായിരുന്നു അക്കാലത്ത്. (നമ്മുടെ പുരാതന വീടുകളിൽ അമ്മമാർ അരകല്ലും മറ്റും ഉപയോഗിക്കുന്നത്-ഇന്ന് ഗ്രൈൻഡർ എന്നപേരിൽ കിട്ടുന്ന മാവരയ്ക്കാനും പൊടിക്കാനുമൊക്കെ ഉപയോഗിക്കുന്ന യന്ത്രങ്ങളും അന്ന് അവരൊക്കെ ഉപയോഗിച്ചിരുന്ന കല്ലുകളുടെ പുതിയ അവതാരങ്ങളാണെന്ന് പറഞ്ഞാൽ തെറ്റാവുകയില്ല.)

ആവർഷവും ഉല്ല വയലുകളിൽനിന്ന് ധാന്യങ്ങൾ ശേഖരിക്കുകയും വേണ്ട അളവ് പൊടിച്ച് സുരക്ഷിതമായി സൂക്ഷിച്ചു വെക്കുകയും ചെയ്ത സമയമായിരുന്നു അത്. അങ്ങനെയിരിക്കുമ്പോൾ “വാറു” എന്ന് പേരുള്ള ഒരു ഗോത്രവർഗക്കാർ ഉല്ല താമസിച്ചിരുന്നതിനടുത്ത സ്ഥലത്ത് താവളം ഉറപ്പിച്ചു. ഉല്ല അവരുടെ ജീവിതരീതി എങ്ങനെ യെന്ന് ശ്രദ്ധിക്കാൻ തുടങ്ങി.

ഒരു ദിവസം അവരുടെ പാളയത്തിൽനിന്ന് എല്ലാ ആണുങ്ങളും വേട്ടയ്ക്ക് പോകുന്നതുകണ്ടു എന്ന് മാത്രമല്ല അവിടെ സ്ത്രീകളും കുട്ടികളും മാത്രമേ ഉണ്ടായിരുന്നുള്ളൂ എന്നും ഉല്ല മനസിലാക്കി. ആ സമയംനോക്കി ഉല്ല അവരുടെ പാളയത്തിൽ പോയി സ്വയം പരിചയപ്പെടുത്തി.

“സഹോദരിമാരെ, ഞാൻ അടുത്ത് താമസിക്കുന്ന ഉല്ല. എല്ലാവരേയും ഒന്ന് പരിചയപ്പെടാമല്ലോ എന്നുകരുതി വന്നതാ.”

“ഓ, അങ്ങനെയോ. വളരെ സന്തോഷം.” അവരിൽ പലരും പറഞ്ഞു.

“ങ്ങാ, ഇവിടെ നിങ്ങടെ പുരുഷന്മാരെ ആരേയും കാണുന്നില്ലല്ലോ. എന്താ എല്ലാവരും വേട്ടയ്ക്കോ മറ്റോ പോയതാണോ?”

“അതേയതെ, ഞങ്ങളുടെ പുരുഷന്മാർ എല്ലാവരും വേട്ടയ്ക്ക് പോയിരിക്കുന്നു.”

“എന്തേ, നിങ്ങൾക്കും അവരുടെകൂടെ പോകാമായിരുന്നല്ലോ; അത് അവർക്കും ഒരു സഹായമാകുമായിരുന്നു.”

“അങ്ങനെ പോയാൽ ഞങ്ങളുടെ കുട്ടികളെ ആരുനോക്കും. കുട്ടികളെ തനിയെയാക്കിയിട്ട് പോകാൻ കഴിയുകയില്ലല്ലോ.”

“അതെയതെ. അതും ശരിയാ. പക്ഷേ, വേട്ടയ്ക്കു പോകുന്നില്ലെങ്കിൽത്തന്നെ നിങ്ങൾക്ക് അടുത്തുള്ള കുറ്റിക്കാടുകളിൽനിന്ന് കുറേ പഴങ്ങളും തേനുമെല്ലാം ശേഖരിക്കാൻ ശ്രമിക്കാം. ചെടികളിൽ നിറയെ പഴങ്ങളും തേൻകൂടുകളിൽ ധാരാളം സ്വാദുള്ള തേനും കിട്ടുന്ന സമയമാണിത്. എന്നുതന്നെയല്ല, പുരുഷന്മാർ കൊണ്ടുവരുന്ന മാംസം പാകം ചെയ്ത് കഴിക്കുമ്പോൾ അതോടൊപ്പം കുറച്ചുപഴങ്ങളും തേനുമൊക്കെയുണ്ടെങ്കിൽ ഭക്ഷണത്തിന് രുചിയും കൂടും. നിങ്ങളുടെ പുരുഷന്മാർക്കും അത് ഇഷ്ടപ്പെടുമെന്നതിൽ സന്ദേഹം വേണ്ട. എന്താ, അങ്ങനെയല്ലേ”

“അതേ, തീർച്ചയായും. പക്ഷേ, കുട്ടികൾ....”

“ഓ, അതും ശരിയാണല്ലോ. എങ്കിലും ഈ സമയത്ത് പഴങ്ങളും തേനും അതുപോലെ ചേനക്കിഴങ്ങും മറ്റും ശേഖരിക്കാതിരുന്നാൽ

അതൊരു വലിയ നഷ്ടം തന്നെയായിരിക്കും. എനിക്കാണെങ്കിൽ വയസായി. ഇനി അതൊന്നും ശേഖരിക്കാനുള്ള ശക്തിയില്ല. പക്ഷേ, നിങ്ങളങ്ങിനെയല്ലല്ലോ. ഇപ്പോഴല്ലെ ഇതൊക്കെ ശേഖരിക്കാനും പുരുഷന്മാരോടൊത്ത് സന്തോഷത്തോടെ കഴിക്കാനും കഴിയൂ. കുട്ടികൾക്കും അതൊക്കെ നന്നായി ഇഷ്ടപ്പെടും."

"അതേ, അതുശരിയാണ്. പക്ഷേ എന്തു ചെയ്യും. കുട്ടികളെ നോക്കാൻ വേറെ ആരുമില്ലാത്തതുകൊണ്ട് ഇവിടെ ഇരുന്നാൽ മതിയെന്ന് പറഞ്ഞിട്ടാണ് ആണുങ്ങൾ വേട്ടയ്ക്കു പോയത്."

"ഓ, അങ്ങനെയെങ്കിൽ ഞാൻ ഒരു ഉപായം പറയാം. നിങ്ങൾ പഴങ്ങളും തേനും മറ്റും ശേഖരിക്കാൻ കിട്ടുന്ന ഈ നല്ല അവസരം പാഴാക്കരുതെന്ന ആഗ്രഹംകൊണ്ട് മാത്രം പറയുകയാ. കേട്ടോ"

ഗ്ലു അൽപം നിർത്തിയിട്ട് വീണ്ടും തുടർന്നു. വാറ്റൂസ്ത്രീകൾ ഗ്ലു പറയുന്നത് തികഞ്ഞ ആകാംക്ഷയോടെ കേട്ടുകൊണ്ടിരുന്നു.

"സത്യം പറയാമല്ലോ. എനിക്ക് വലിയ ജോലിയൊന്നുമില്ല. ഇനി കുറേ നാളത്തേക്ക് വേണ്ട ധാന്യം ഞാൻ ശേഖരിച്ചുവെച്ചുകഴിഞ്ഞു. അതുകൊണ്ട് നിങ്ങൾ പോയി വേണ്ടതൊക്കെ ശേഖരിച്ചുകൊണ്ട് വരുന്നതുവരെ ഞാൻ നിങ്ങളുടെ കുട്ടികൾക്ക് കൂട്ടിനായി ഇവിടെ ഇരിക്കാം. "

"ഓ, അതൊരു നല്ല കാര്യമാണല്ലോ." അവർ പ്രതികരിച്ചു. ഗ്ലു തുടർന്നു:

"നിങ്ങൾ തിരികെ വരുന്നതുവരെ ഞാനവർക്ക് നല്ല നല്ല മുത്തശ്ശിക്കഥകൾ പറഞ്ഞുകൊടുക്കാം. ഒപ്പംതന്നെ അവർക്ക് കഞ്ഞിവെച്ച് വയറുനിറയെ കൊടുക്കാം. ഈ മുത്തശ്ശി വെയ്ക്കുന്ന കഞ്ഞി അവർക്ക് ഇഷ്ടപ്പെടും. സംശയിക്കേണ്ട."

ആ സ്ത്രീകൾ പരസ്പരം പറഞ്ഞു.

"എന്താ, ഇതൊരു നല്ല കാര്യമല്ലെ. നമുക്ക് പോയി കുറേ പഴങ്ങളും തേനുമൊക്കെ സംഭരിച്ചുകൊണ്ടു വരാം. അതൊക്കെ കാണുമ്പോൾ നമ്മുടെ ആണുങ്ങൾക്കും അതിഷ്ടപ്പെടും. തീർച്ച. കുട്ടികളുടെ കാര്യം ഗ്ലു മുത്തശ്ശി നോക്കുകയും ചെയ്യും. അവരെല്ലാം കുടകളും കൂർത്ത കമ്പുകളും മറ്റുമെടുത്ത് യാത്രയായി. പോകുന്നതിനുമുമ്പ് കുഞ്ഞുങ്ങൾക്ക് മുത്തം കൊടുക്കാനും " അമ്മ ഉടനെവരും, അതുവരേ മുത്തശ്ശിയുടെ കൂടെ വഴക്കുണ്ടാക്കാതെ ഇരിക്കണമെന്ന് കുട്ടികളെ ഉപദേശിക്കാനും" മറന്നില്ല.

ആ സ്ത്രീകൾ അവിടെനിന്ന് പോയതിനുശേഷം ഗ്ലു കുട്ടികളെ അടുത്തുവിളിച്ചു പറഞ്ഞു:

“നല്ല കുട്ടികളല്ലേ. മുത്തശ്ശി ഉടനെ നിങ്ങൾക്ക് നല്ല സ്വാദുള്ള ധാന്യ ക്കഞ്ഞി ഉണ്ടാക്കിത്തരാം..”

ഉല്യ അവർക്ക് കഞ്ഞി ഉണ്ടാക്കിക്കൊടുത്തു. അവരോട് കഥകൾ പറഞ്ഞ് അവരെ സന്തോഷിപ്പിച്ചു. അങ്ങനെ കുറേ നേരം ചിലവഴിച്ചു കഴിഞ്ഞ് ആ കുട്ടികളെ സാവധാനം തന്റെ കൂട്ടിലേക്ക് കൊണ്ടുപോയി. കുറച്ചു ദൂരത്തായി വളർന്ന് പന്തലിച്ചുനിന്നിരുന്ന ഒരു മരത്തിന്റെ സാമാന്യം വലിയ ഒരു പോട്ടിലായിരുന്നു ഉല്യവിന്റെ വീട്. കുട്ടികളെ ഓരോരുത്തരെയായി തന്റെ കൂട്ടിനുള്ളിലാക്കി; എല്ലാ കുട്ടികളേയും. അൽപം സ്ഥലക്കുറവുണ്ടായിരുന്നെങ്കിലും കുട്ടികളെ കൂട്ടിലേക്ക് തള്ളി ക്കയറ്റിയതിനുശേഷം ഉല്യവും അതിൽ കയറി പുറത്തേക്കുള്ള വാതിൽ ഭദ്രമായി അടച്ചു.

അത്രയുമായപ്പോഴേക്കും കുട്ടികൾ ഭയന്ന് കരയാൻ തുടങ്ങി. ആദ്യ മൊക്കെ അവരെ സമാധാനിപ്പിച്ച് കരച്ചിൽ നിർത്താൻ ഉല്യ ശ്രമിച്ചു വെങ്കിലും അവർ കരച്ചിൽ നിർത്തുന്നില്ലെന്ന് കണ്ടപ്പോൾ സ്വരം മാറ്റി.

“ദേ, നോക്ക്. ഇങ്ങനെ മോങ്ങിക്കൊണ്ടിരുന്നാൽ ഞാൻ നിനക്കൊ ക്കെ നല്ല അടിതരുന്നുണ്ട്, കേട്ടല്ലോ. നല്ല ചുട്ട അടി. ശബ്ദിച്ചുപൊകരത്. ഒച്ചവെയ്ക്കാതെ മുണ്ടാതെ അടങ്ങിയിരിക്കാനല്ല ഭാവമെങ്കിൽ എല്ലാറ്റി ന്റെയും കയ്യും കാലും തീകൊണ്ട് പൊള്ളിക്കും. വേണോ. മനസിലായ ല്ലോ. അതുകൊണ്ട് എല്ലാരും മിണ്ടാതിരുന്നോ. അസത്തുക്കള്.”

അതുകേട്ട് കുട്ടികൾ ഭയന്നുവിറച്ചു. ആരും ശബ്ദമെടുക്കാതെ ഇരു ന്നുവെങ്കിലും ഇളയ കുട്ടികൾ മാത്രം ഇടയ്ക്കിടയ്ക്ക് “അമ്മേ” എന്ന് വിളിച്ച് കരയുന്നുണ്ടായിരുന്നു.

ഏതാണ്ട് ഉച്ചതിരിഞ്ഞ സമയമായപ്പോഴേക്കും വാറൂ സ്ത്രീകൾ അവരുടെ താവളത്തിലേക്ക് മടങ്ങയെത്തി. അവർ തികച്ചും സന്തോ ഷവതികളായിട്ടാണ് തിരിച്ചെത്തിയത്. പ്രതീക്ഷിച്ചതിലും കൂടുതൽ ഭക്ഷണസാധനങ്ങൾ ശേഖരിക്കാൻ അവർക്ക് കഴിഞ്ഞു.

“മക്കളേ, നിങ്ങളെവിടെയാ. നോക്കിക്കേ. നല്ല ഒന്നാന്തരം തേനാ അമ്മ കൊണ്ടുവന്നിരിക്കുന്നത്. മക്കളെവാ. ഈ തേനൊന്ന് രുചിച്ചുനോക്ക്. വാ.”

അമ്മമാർ ആ രീതിയിൽ കുട്ടികളെ സ്നേഹത്തോടെ വിളിച്ചു. പക്ഷേ, കുട്ടികളാരും അവരെ സ്വീകരിക്കാൻ വന്നില്ല. മാത്രമല്ല, ആരുടേയും ശബ്ദവും കേട്ടില്ല.

“മക്കളേ, നിങ്ങളെവിടെയാ. എന്താ അനക്കമൊന്നുമില്ലാത്തത്.” ഒരമ്മ അൽപം ആകാംക്ഷയോടെ വിളിച്ചുപറഞ്ഞു.

“അവരൊറങ്ങുകയായിരിക്കും. ഉല്ലുമുത്തശ്ശി അവർക്ക് നിറയെ ഭക്ഷണം കൊടുത്തുകാണും.” മറ്റൊരമ്മ ആശ്വാസവചനങ്ങൾ പറഞ്ഞു.

പക്ഷേ, ദർദ്ദുറകളിലും കുട്ടികളെ കാണാതെവന്നപ്പോൾ അവർ തികച്ചും പരിഭ്രമിച്ചുപോയി. മാത്രമല്ല ഉല്ലുമുത്തശ്ശിയേയും അവിടെയെങ്ങും കണ്ടില്ല.

“അയ്യോ, നമ്മുടെ കുട്ടികൾ എവിടെപ്പോയി? ഒരുത്തരേയും ഇവിടെയെങ്ങും കാണുന്നില്ലല്ലോ.”

“അതെയതേ, ഒരനക്കവും കേൾക്കാനില്ല. ആ ഉല്ലുമുത്തശ്ശിയേയും കാണാനില്ലല്ലോ.”

“അയ്യോ, നമ്മുടെ ആണുങ്ങൾ തിരികെ വരുമ്പോൾ എന്തു സമാധാനം പറയും. ഓർക്കാനേ വയ്യ. എന്റെ ദൈവമെ. ആ ഉല്ലു നമ്മളെ ചതിച്ചോ.”

ശേഖരിച്ചുകൊണ്ടുവന്ന പഴങ്ങളും തേനുമൊക്കെ കാണിച്ച് നായാട്ടു കഴിഞ്ഞ് തിരിച്ചുവരുന്ന അവരുടെ ആണുങ്ങളെ സന്തോഷിപ്പിക്കാമെന്ന് കരുതിയ ആ സ്ത്രീകൾ തങ്ങളുടെ പുരുഷന്മാർ തിരികെ വരുമ്പോൾ കുട്ടികളെ കാണാനില്ലെന്ന് പറയുമ്പോൾ അരുടെ പ്രതികരണം എങ്ങനെയായിരിക്കുമെന്ന് ഭയപ്പെട്ട് തളർന്നുപോയി.

നായാട്ടിൽ കിട്ടിയ മാംസവിഭവങ്ങളുമായി തിരികെ എത്തിയ വാറൂ ആണുങ്ങൾ കണ്ടത് സങ്കടപ്പെട്ട് തളർന്ന്കിടക്കുന്ന തങ്ങളുടെ സ്ത്രീകളെയാണ്. അവരും തികഞ്ഞ കുറ്റബോധത്തോടെ നടന്നതെല്ലാം സത്യസന്ധമായിത്തന്നെ പറഞ്ഞുട

“ശരി. ഞങ്ങളിവിടെ ചുറ്റുവട്ടാരത്തിലൊക്കെ ഒന്ന് തിരഞ്ഞുനോക്കട്ടെ. നിങ്ങളല്ലാതെ മറ്റാരെങ്കിലും സ്വന്തം കുഞ്ഞുങ്ങളെ യാതൊരു മുൻപരിചയവുമില്ലാത്ത ഒരാളിനെ ഏൽപിച്ചിട്ട് ഇറങ്ങിപ്പോകുമോ?”

“കഷ്ടം തന്നെ. ശരി, ഏതായാലും ഞങ്ങളൊന്ന് തിരിയട്ടെ.”

അവരെല്ലാവരും ചുറ്റുവട്ടാരത്തിലും അതിനപ്പുറവും കുറേ ദൂരം നടന്ന് കുറ്റിക്കാടുകളിലും വനങ്ങളിലും പുഴയോരത്തും അന്വേഷിച്ചു നടന്നു. പക്ഷേ, കുട്ടികളെക്കുറിച്ച് ഒരു വിവരവും കിട്ടിയില്ല. ഇടയ്ക്കിടെ കുട്ടികളുടെ കരച്ചിൽ പോലെ ചില ശബ്ദങ്ങൾ കേട്ടുവെങ്കിലും ആ തേങ്ങലുകൾ എവിടെനിന്ന് എന്നോ അതവരുടെ കുട്ടികളുടെത് തന്നെയെന്നോ തീർച്ചയാക്കാൻ അവർക്ക് കഴിഞ്ഞില്ല.

തിരികെ നിരാശരായി താവളത്തിലെത്തിയ പുരുഷന്മാർ അവരുടെ സ്ത്രീകളെ കുറേ കുടുതലായി ശകാരിച്ചു എന്നതിനപ്പുറം ഒന്നും സംഭവിച്ചില്ല. കുട്ടികളെക്കുറിച്ച് പിന്നീടൊന്നും അവർക്ക് അറിയാനും കഴിഞ്ഞില്ല.

ആ സ്ത്രീകൾ വളരെ നാളെത്തേക്ക് തീർത്താൽ തീരാത്ത ദുഃഖവുമായി, കുട്ടികളെക്കുറിച്ചുള്ള ഓർമകളുമായി അവരവരുടെ ദർദ്ദൂറുകളിൽ തളർന്നുകിടന്നു. അവർ ആ അനുഭവം ഒരു വലിയ പാഠമായി കരുതിയാണ് പിന്നീട് ജീവിച്ചതെന്ന് പറയേണ്ടതില്ലല്ലോ.

സൂര്യൻ
എങ്ങനെ സൃഷ്ടിക്കപ്പെട്ടു

നാം ദിവസവും കാണുന്ന സൂര്യൻ എങ്ങനെയാണ് സൃഷ്ടിക്കപ്പെട്ടതെന്ന് നിങ്ങൾക്കറിയാമോ? അറിയില്ല, അല്ലേ? അങ്ങനെയെങ്കിൽ എപ്പോഴെങ്കിലും അതിനെക്കുറിച്ച് ആലോചിച്ചിട്ടുണ്ടോ? അങ്ങനെ ഒരു ചോദ്യം മനസിൽ ഉദിച്ചിട്ടുണ്ടോ?

ആധുനിക ശാസ്ത്രം പറയുന്നത് നമ്മുടെ സൂര്യൻ ജനിച്ചത് ഏതാണ്ട് 4.6 ബില്യൺ (4600000000) വർഷങ്ങൾക്ക് മുമ്പായിരിക്കും എന്നാണ്. എന്നുമാത്രമല്ല, ഈ സൂര്യൻ നിൽക്കുന്ന പ്രപഞ്ചം (Universe) നമ്മുടെ സൂര്യനെപ്പോലെ വളരെയധികം സൂര്യന്മാരെ ഉൾക്കൊള്ളുന്ന ഒന്നാം തലമുറ (Population 1) താരസമൂഹവും (Galaxy) അതുപോലെ രണ്ടാം തലമുറയും (Population 2) മൂന്നാം തലമുറയും (Population 3) താരസമൂഹങ്ങൾ ഉൾക്കൊള്ളുന്നതും ആണെന്ന് ശാസ്ത്രജ്ഞന്മാർ പറയുന്നു. ചിന്തിക്കുമ്പോൾ നമ്മുടെ ആകാശ ഗംഗ എന്ന പേരിൽ (Milkyway) അറിയപ്പെടുന്ന താരസമൂഹവും നമ്മുടെ സൂര്യൻ നിലകൊള്ളുന്ന സൗരയൂഥവും (Solar ystem-സൂര്യകുടുംബം) നമ്മുടെ സൂര്യൻ തന്നെയും താരതമ്യേന പ്രായം കുറഞ്ഞവരാണെന്ന് മനസിലാകും. നമ്മുടെ സൂര്യനും സൂര്യനെ ആധാരമാക്കി നിലകൊള്ളുന്ന ചൊവ്വ, വ്യാഴം, ചന്ദ്രൻ മുതലായ ഗ്രഹങ്ങളും ഉൾക്കൊള്ളുന്ന ഒരു കുടുംബമാണ് നമ്മുടെ സൗരയൂഥം. ഇതേപോലെയുള്ള അനേകമനേകം സൗരയൂഥങ്ങൾ ഉൾക്കൊള്ളുന്നതാണ് ഒരു താരസമൂഹം.-ആകാശഗംഗ എന്ന നമ്മുടെ താരസമൂഹവും. നമ്മുടെ താരസമൂഹത്തിലെ മറ്റ് സൂര്യന്മാരെ നാം കാണുന്നതും മനസ്സിലാക്കുന്നതും ഓരോ നക്ഷത്രങ്ങളായിട്ടാണ്.

ഇത് പറയുമ്പോൾ നിങ്ങളുടെ മനസ്സിൽ പല ചോദ്യങ്ങളും ഉണ്ടായെന്ന് വരാം.സൂര്യനും നക്ഷത്രവും തമ്മിലുള്ള വ്യത്യാസങ്ങൾ എന്തൊക്കെയാണെന്ന് തുടങ്ങി പല ചോദ്യങ്ങളും.

പല കോടി സൂര്യന്മാരും അത്തരം കോടികോടി സൂര്യന്മാരെ ചുറ്റി പ്രദക്ഷിണം ചെയ്തുകൊണ്ടിരിക്കുന്ന ഗ്രഹങ്ങളും അവയ്ക്കെല്ലാം നടുവിൽ പരന്നുകിടക്കുന്ന ബഹിരാകാശവും എല്ലാം ചേർന്നതാണ് പ്രപഞ്ചം. (Universe-മറ്റുപേരുകൾ = ബ്രഹ്മാണ്ഡം; ജഗത്; വിശ്വം)

മേഘസദൃശമായ ഒരു വളരെ വലിയ പൊടിപടല-വാതക സമുച്ചയത്തിന്റെ (Solar nebula) പെട്ടെന്നുണ്ടായ വികാസത്തിന്റെ (Bigbang) ഫലമായി ഉണ്ടായതാണ് നാം കാണുന്നതും കാണാത്തതുമായ എല്ലാ താരസമൂഹങ്ങളും, സൂര്യന്മാരും, നക്ഷത്രങ്ങളുമെല്ലാം എന്നാണ് പല ശാസ്ത്രജ്ഞന്മാരുടേയും അഭിപ്രായം. നിങ്ങൾക്ക് ഈ വിഷയങ്ങളെക്കുറിച്ച് കൂടുതൽ അറിയാനും പഠിക്കാനും താൽപര്യം തോന്നുന്നുവെങ്കിൽ സ്കൂൾതല പഠനം കഴിഞ്ഞ് കോളജിലേക്ക് പോകുമ്പോൾ Astronomy, Astrophysics മുതലായ വിഷയങ്ങൾ പഠിക്കാൻ ശ്രമിക്കാവുന്നതാണ്.

ശാസ്ത്രീയമായി ഇങ്ങനെയൊക്കെയാണ് നാം മനസ്സിലാക്കുന്നത്. എങ്കിലും ഓസ്ട്രേലിയയിലെ പൗരാണിക ഗോത്രവർഗക്കാർക്കിടയിൽ സൂര്യൻറെ ഉത്ഭവത്തെക്കുറിച്ച് പറയുന്ന പല നാടോടിക്കഥകളും ഉണ്ട്; അത്തരത്തിൽ ഒരു കഥയാണിത്.

പണ്ട് പണ്ട് മനുഷ്യൻ ഉണ്ടാകുന്നതിനുമുമ്പുതന്നെ പക്ഷികളും, മരങ്ങളും, ചെടികളും, മൃഗങ്ങളും ഈ ഭൂമിയിൽ ജീവിച്ചിരുന്നു. അവയെല്ലാം ഇന്നത്തേക്കാൾ കൂടുതൽ വലുപ്പമുള്ളവയായിരുന്നു. പിന്നീട് മനുഷ്യൻ ഭൂമിയിൽ വന്നതിനുശേഷം അവർ മനസിലാക്കിയ ഒരറിവാണ് ഈ കഥ. അക്കാലത്ത്സൂര്യൻ ഉണ്ടായിരുന്നില്ല പോലും; ആകാശത്ത് ചന്ദ്രനും നക്ഷത്രങ്ങളും മാത്രമായിരുന്നു ഉണ്ടായിരുന്നത്.

ഒരു ദിവസം ദിനേവാൻ എന്ന ഒട്ടകപ്പക്ഷിയും ബ്രിൽഗ എന്ന നൃത്തം ചെയ്യുന്ന പക്ഷിയും (അവർ കൂട്ടുകാരായിരുന്നു) മുറുംബിഗി എന്ന നദിയുടെ തീരത്ത് മൈതാനത്തിൽ ചുറ്റിനടക്കുകയായിരുന്നു.

(മുരുംബിഗി നദി പെപ്പർകോൺ മലകളിൽ ആരംഭിച്ച് നഗരിഗൊ, ഗുന്നവൽ, വിരാട്ജ്ജുരി, നരിനരി, മുത്തർമുത്തർ എന്ന പല ഗോത്രവർഗക്കാരുടെയും വാസസ്ഥലങ്ങളിൽക്കൂടി ഒഴുകി മുറേ നദിയോട് ചേരുന്ന ഓസ്ട്രേലിയയിലെ രണ്ടാമത്തെ നീളംകൂടിയ നദിയാണ്. ഏതാണ്ട് 1485 കിലോമീറ്റർ ദൂരം ഒഴുകുന്ന ഈ നദി 1500 മീറ്റർ ഉയരത്തിൽനിന്ന് താഴേക്ക് ഒഴുകുന്നു. നഗരിഗൊ ഗോത്രക്കാരുടെ വിരാട്ജ്ജുരി ഭാഷയിൽ മുറുംബിഗി എന്ന വാക്കിന് “വലിയ വെള്ളം” എന്നാണ് അർത്ഥം.)

അവർ കൂട്ടുകൂടി നടക്കുകയായിരുന്നു. എങ്കിലും ഇടയ്ക്കിടയ്ക്ക് പലതും പറഞ്ഞ് വഴക്കടിക്കുന്നുമുണ്ടായിരുന്നു. കൂടുതൽ ദ്വേഷ്യംവന്ന ഏതോ ഒരു സന്ദർഭത്തിൽ ബ്രിൽഗ ദ്വേഷ്യപ്പെട്ട് ദിനേവാന്റെ മൈതാനത്തിനടുത്തുണ്ടായിരുന്ന കുടിലിലേക്ക് ഓടിക്കയറി. അവിടെയുണ്ടായിരുന്ന ദിനേവാന്റെ മുട്ടകളിൽ ഏറ്റവും വലിയ മുട്ട എടുത്ത് തികഞ്ഞ ദ്വേഷ്യത്തോടെ മുകളിലേക്ക് വലിച്ചെറിഞ്ഞു. അങ്ങ്, ആകാശത്തിലേക്ക് നോക്കിയാണ് അവൾ മുട്ട എറിഞ്ഞത്. ആ മുട്ട കുറച്ച് ദൂരത്ത് ഉയരത്തിൽ ഉണ്ടായിരുന്ന ഒരു മരക്കൊമ്പിൽ തട്ടി ഉടഞ്ഞു; മാത്രമല്ല ആ ആഘാതത്തിൽ മുട്ടയ്ക്ക് തീ പിടിക്കുകയും തീ ഉണങ്ങിനിന്നിരുന്ന മരക്കൊമ്പുകളിലേക്ക് പടരുകയും ചെയ്തു. അങ്ങനെ ആ പ്രദേശമെല്ലാം പടർന്ന തീ ആകാശം മുട്ടെ ഉയരുകയും ആകാശത്ത് ജ്വലിക്കുന്ന അഗ്നിഗോളമായി ശോഭിച്ച് കാണപ്പെടുകയും ചെയ്തു. അതുവരെ ശരിയായ വെളിച്ചം എന്താണെന്ന് അറിയാതിരുന്ന ജീവികളെല്ലാം ആ കണ്ണഞ്ചിപ്പിക്കുന്ന വെളിച്ചം കണ്ട് അമ്പരന്നുപോയി.

ആകാശത്ത് ജീവിച്ചിരുന്ന ഒരു ഭൂതത്തിന് ആ വെളിച്ചം വളരെ ഇഷ്ടമായി. അതുകൊണ്ട് ആ ഭൂതം ഇനിവരും കാലമെല്ലാം ഓരോ ദിവസവും അതുപോലെ ഒരു തീ സൃഷ്ടിച്ച് അതിന്റെ സൗന്ദര്യം ആസ്വദിക്കണമെന്ന് തീർച്ചയാക്കി. ഭൂതവും കൂട്ടുകാരും എല്ലാ രാത്രികളിലും ഉണങ്ങിയ മരക്കൊമ്പുകൾ ശേഖരിക്കാൻ തുടങ്ങി; ഏതാണ്ട് ധാരാളം അളവിൽ തന്നെ. രാത്രി തീരുന്ന സമയത്ത് ശേഖരിച്ച ഉണക്കകമ്പുകളെല്ലാം കൂട്ടിയിട്ട് തീ കൊളുത്തുന്നതും അവർ ഒരു പതിവാക്കി. അങ്ങനെ എന്നും പക്ഷികളും മൃഗങ്ങളുമെല്ലാം ഉറക്കം ഉണരുന്ന സമയത്ത് ആകാശത്ത് കത്തിയെരിഞ്ഞ് ജ്വലിച്ചുനിൽക്കുന്ന ഒരഗ്നികുണ്ഡം കാണാൻ ഭൂമിവാസികൾക്ക് അവസരം ലഭിച്ചു. ഭൂതവും കൂട്ടുകാരും ദിവസവും ഉണ്ടാക്കുന്ന തീയാണ് നാം കാണുന്ന സൂര്യൻ എന്ന് ആ ഗോത്രവർഗക്കാർ വിശ്വസിക്കുന്നു.

ഭൂതം ഒരു മുൻകരുതൽ കൂടി എടുക്കാനും മറന്നില്ല. ഭൂമിവാസികൾ ഉറക്കമുണരുമ്പോൾ ആകാശത്ത് ജ്വലിച്ചുനിൽക്കുന്ന തീഗോളം കണ്ട് ഭയപ്പെടാൻ പാടില്ലല്ലോ. അതുകൊണ്ട് ആദ്യം മുതൽക്കുതന്നെ തീകൂട്ടുന്നതിനുമുമ്പ് ഭൂമിയിലെ ജീവികളെ വിവരം അറിയിക്കാൻ ഭൂതം ഉദയനക്ഷത്രത്തെ ഏർപ്പാടാക്കി. പക്ഷേ, പലപ്പോഴും ഉദയനക്ഷത്രത്തിന്റെ വരവ് ഭൂമിവാസികൾ ശ്രദ്ധിക്കാതെപോയി. കാരണം അവരിൽ പലരും ഉറക്കം ഉണർന്നിട്ടുണ്ടാകുകയില്ല എന്നത് തന്നെ. അതുകൊണ്ട് ശരിയായ സമയത്ത് ശബ്ദമുണ്ടാക്കി ഭൂമിവാസികളെ ഉണർത്തുവാനും തീ കത്തിക്കാൻ തുടങ്ങുന്ന (സൂര്യൻ ഉദിക്കുന്ന) സമയം അറിയിക്കുവാനും ഒരേർപ്പാട് ഉണ്ടാക്കാൻ ഭൂതം തീർച്ചയാക്കി. ആ സമയത്താണ്

ചിരിക്കുന്ന ചെന്നായയുടെ അതിരാവിലെയുള്ള ഉച്ചത്തിലുള്ള ചിരി ഭൂതത്തിന്റെ ശ്രദ്ധയിൽ പെട്ടത്. ചെന്നായയുടെ ചിരി ഭൂതത്തിന് ഇഷ്ടപ്പെട്ടു. ഉച്ചത്തിൽ അട്ടഹസിക്കുന്ന രീതിയിലുള്ള നീണ്ടുനീണ്ട ചിരി. ഗൂർഗാ എന്ന ചെന്നായയക്കും ആ ജോലി ഇഷ്ടമായി. ചെന്നായ അന്നുമുതൽ ഇന്നുവരെയും ആ ജോലി കൃത്യമായി തുടരുന്നു. സൂര്യൻ ഉദിക്കുന്നതിന് മുമ്പുള്ള "ഗൗർഗാ ....ഗൗർഗാ" എന്ന കൂകിവിളിക്കുന്ന രീതിയിലുള്ള ഉച്ചത്തിലുള്ള വിളി-ആകാശത്തിൽ ഭൂതം തീ കത്തിക്കാൻ തുടങ്ങുമ്പോൾ ഒരു മുന്നറിയിപ്പായി ഗൗർഗാ ഊളിയിടാൻ (ചിരിക്കാൻ) തുടങ്ങും.

നമ്മുടെ നാട്ടിലും ഇത്തരം വിശ്വാസങ്ങളുണ്ടല്ലോ. ഉദാഹരണത്തിന് പൂവൻ കോഴി രാവിലെ കൂകുന്നത് സൂര്യൻ ഉദിക്കാൻ പോകുന്നുവെന്ന് നമ്മളെ അറിയിക്കാനാണെന്ന വിശ്വാസം-ചിലപ്പഴൊക്കെ കോഴി കൂവിയാണ് സൂര്യനെ വരുത്തുന്നത് എന്നും "എന്താ കോഴി കൂവിയില്ലെങ്കിൽ സൂര്യനുദിക്കില്ലേ" എന്ന ചൊല്ലും.

സൂര്യൻ ഉദിച്ചുകഴിഞ്ഞാൽ ഗൗർഗാ ചിരി നിർത്തുമെങ്കിലും തീ കത്തിപ്പടർന്ന് എരിയുന്നതിനനുസരണം ആകാശത്തിൽ (സൂര്യന്റെ) പ്രകാശവും ചൂടും കൂടുകയും പിന്നീട് എരിപദാർഥങ്ങൾ കത്തിത്തീർന്ന് തുടങ്ങുമ്പോൾ തീ കെട്ട് ചൂട് ശമിച്ച് പ്രകാശം മങ്ങിപ്പോവുകയും ചെയ്യും. അടുത്തദിവസം ഈ പ്രക്രിയ വീണ്ടും തുടരും-തുടർന്നുകൊണ്ടേയിരിക്കുന്നു.

ഇപ്പോൾ മനസിലായില്ലേ-എങ്ങനെയാണ് സൂര്യൻ സൃഷ്ടിക്കപ്പെട്ടതെന്ന്.

കംഗാരുവിന് വയറിനടിയിലെ സഞ്ചികിട്ടിയ കഥ

പണ്ട്പണ്ട് ഒരു കംഗാരു അമ്മ തന്റെ ഓമന പുത്രനുമായി കടലിടുക്കിന്റെ തീരത്ത് വിശ്രമിക്കുകയായിരുന്നു. കടലിടുക്കിലെ ജലത്തിൽ ചെറിയ ഓളങ്ങൾ ഉണ്ടാക്കിയിരുന്ന മധുരമായ ശബ്ദം കേൾക്കാൻ ഇമ്പമുള്ളതായിരുന്നു. അമ്മയുടെ മടിയിൽ കിടന്നിരുന്ന പുത്രന്റെ (നമുക്കവനെ ജോയ് എന്ന് വിളിക്കാം) തോൽ പുറത്തെ കുഞ്ഞുരോമങ്ങൾ തടവിക്കൊടുത്തുകൊണ്ട് അമ്മ കംഗാരു സന്തോഷിച്ച് ഇരിക്കുകയായിരുന്നു. അപ്പോൾ പ്രായം ചെന്ന ഒരു വോംബാറ്റ് വിറച്ചുവിറച്ചു നടന്ന് അവരുടെ അടുക്കൽ എത്തി. വോംബാറ്റ് കംഗാരുക്കളെപ്പോലെ തന്നെ ഓസ്ട്രേലിയയിൽ ധാരാളമായി കാണുന്ന ഒരു ജന്തുവാണ്. അതിനെ കണ്ട കംഗാരു അമ്മ പതിഞ്ഞസ്വരത്തിൽ തന്റെ മകനോട് പറഞ്ഞു: “എടാ മോനേ, കണ്ടിട്ട് ദാ, നടന്നുവരുന്ന ആ വോംബാറ്റ് പ്രായം കൂടിയ, ആരോഗ്യം കുറഞ്ഞ ഒരാളാണെന്ന് തോന്നുന്നു, നല്ല പ്രായമുണ്ടായിരിക്കണം, തീർച്ച. മക്കളും കൊച്ചുമക്കളുമൊക്കെയുള്ള ആളായിരിക്കണം. പിന്നെ എന്തേ ഇങ്ങനെ തനിച്ച് നടക്കാൻ. ഞാനൊന്ന് തിരക്കട്ടെ”

കംഗാരു അമ്മയ്ക്ക് ആ വൃദ്ധൻ കരയുകയാണെന്ന് തോന്നി. പക്ഷേ, കുറേക്കൂടി അടുത്തുചെന്നപ്പോൾ അയാൾ എന്തൊക്കെയോ പിറുപിറുക്കുന്നുണ്ടെന്ന് മനസിലായി.

“ഒരു പ്രയോജനവുമില്ല; ഒരു വിലയുമില്ല... ഒരു പ്രയോജനവും... അൽപംപോലും വിലയില്ല...” അയാൾ കൂടെക്കൂടെ പിറിപിറുത്തത് അങ്ങനെയെന്തോ ആണെന്ന് കംഗാരു അമ്മയ്ക്ക് തോന്നി. അവൾ

അയാളോട് ചോദിച്ചു.

"വോംബാറ്റ് മുത്തശ്ശാ, അങ്ങ് എന്താണ് പറയുന്നത്? അങ്ങയെ അലട്ടുന്നതെന്താണ്?"

"ആര്? ആരാണത് ചോദിച്ചത്?"

"ഞാൻ" കംഗാരുഅമ്മ പറഞ്ഞു. "ഞാനാണ്. കംഗാരു. ഇവിടെ ഞാനും എന്റെ മോനും മാത്രമേയുള്ളൂ."

"എനിക്ക് കാണാൻ കഴിയുകയില്ല. ഞാനൊരു കുരുടനാണെന്ന് പറയാം." അയാൾ തുടർന്നു. "ഇപ്പോഴൊക്കെ ആർക്കും എന്നെ വേണ്ട. ആരും എന്നെക്കുറിച്ച് ഓർക്കാറില്ല. എന്നെക്കൊണ്ട് ഇനിയങ്ങോട്ട് ഒന്നിനും കൊള്ളുകയില്ല. പ്രായമായി. അതുകൊണ്ട് പ്രായമായ ഈ കുരുടനെ ആർക്കും വേണ്ട"

കംഗാരുഅമ്മ വളരെ സഹാനുഭൂതിയുള്ള ഒരു സ്ത്രീയായിരുന്നു. അവർ പറഞ്ഞു: "മുത്തച്ഛൻ അത്ര വിഷമിക്കനൊന്നുമില്ല. മുത്തച്ഛൻ ഉദ്ദേശി ക്കുന്നതുപോലെ അത്ര മോശമൊന്നുമല്ല ഈ ലോകം. മുത്തച്ഛനെ വേറെയാർക്കും വേണ്ടെങ്കിൽ ഞാനും എന്റെ മോൻ ജോയിയും ഇനി മുത്തച്ഛന്റെ കൂട്ടുകാരായിരിക്കും. മുത്തച്ഛന് വേണ്ട എല്ലാ സഹായങ്ങളും ചെയ്തുതരാം. എന്താ, അതു പോരേ?"

"ഓ, അങ്ങനെയോ. വളരെ സന്തോഷം മക്കളെ."

വളരെയധികം ദീനാനുകമ്പ മനസിലുണ്ടായിരുന്ന കംഗാരുഅമ്മ ജോയെ അടുത്തൊരു മരത്തിന്റെ തണലിൽ കിടത്തയിട്ട് (അവൻ അപ്പോൾ ഉറങ്ങുകയായിരുന്നു) വോംബാറ്റ് മുത്തച്ഛന്റെ അടുത്തുചെന്നു.

"ഇതാ മുത്തച്ഛാ. മുത്തച്ഛൻ എന്റെ ഈ വാലിൽ ബലമായി പിടിച്ചോ. ഞാൻ മുത്തച്ഛനെ ഒരു നല്ല സ്നേഹിതയെപ്പോലെ, ഒരു മകളെപ്പോലെ ധാരാളം സ്വാദുള്ള പുല്ലും കുടിക്കാൻ നല്ല ജലവും കിട്ടുന്ന ഒരു സ്ഥലത്തുകൊണ്ടുചെന്നാക്കാം. പതിയെ നടന്ന് വന്നോളൂ. ഒന്നും പേടിക്കേണ്ട."

വോംബാറ്റ് കംഗാരു പറഞ്ഞതനുസരിച്ച് നടന്നു

"ഇങ്ങനെ നല്ലവരും ഈ ലോകത്തുണ്ട്. അല്ലേ മോളേ. നിനക്ക് നല്ലതുവരട്ടെ." അയാൾ സന്തോഷത്തോടെ പറഞ്ഞു. വോംബാറ്റിനെ കുറച്ചുദൂരത്തൊരിടത്ത് പുല്ലുതിന്നാൻ വിട്ടിട്ട് കംഗാരു മകനെ ഉറക്കിക്കി ടത്തിയിരുന്ന സ്ഥലത്തേക്ക് മടങ്ങുകയായിരുന്നു. ദൂരെനിന്നുതന്നെ ആ അമ്മയ്ക്ക് അവരുടെ മകൻ ഉറക്കമുണർന്ന് ചുറ്റുപാടും ലക്ഷ്യമില്ലാതെ ഓടിനടക്കുന്നത് കാണാൻ കഴിഞ്ഞു. പാവം അവളുടെ ഓമനമകൻ മറ്റുമൃഗങ്ങളുടെ കണ്ണിൽപെട്ടാൽ അവന്റെ ഗതി എന്താകുമെന്ന് ആ

അമ്മ ഭയപ്പെട്ടു. കുട്ടിയുടെ അടുത്തേക്ക് ഓടാൻ തുടങ്ങിയപ്പോൾ മറ്റൊരു പ്രശ്നം; വോംബാറ്റ് മുത്തച്ഛനെ കൊണ്ടുവിട്ടസ്ഥലത്തിനടുത്ത് കുറ്റിക്കാടുകളിൽ ഇരുന്നുകൊണ്ട് മുത്തച്ഛന്റെ നേരെ അമ്പെയ്യാൻ തയാറാകുന്ന ഒരു മനുഷ്യൻ അവരുടെ കണ്ണിൽപെട്ടു. ഉടൻതന്നെ കംഗാരു മുത്തച്ഛനെ രക്ഷിക്കാനുള്ള ശ്രമത്തിൽ തിരികെ ഓടാൻ തുടങ്ങി. മുത്തച്ഛനും തന്റെ മകൻ ജോയെപ്പോലെതന്നെ നിസ്സഹായനാണല്ലോ എന്ന വിചാരമാണ് അവളെ അങ്ങനെ ഓടാൻ പ്രേരിപ്പിച്ചതെന്ന് എടുത്ത്പറയേണ്ടതില്ലല്ലോ. ആ മനുഷ്യൻ ഇരുന്നിരുന്ന കുറ്റിക്കാടുകൾക്കടുത്തെത്തിയപ്പോൾ കംഗാരു അവിടെ കൂടിക്കിടന്നിരുന്ന കരിയിലക്കൂട്ടത്തിൽ ആഞ്ഞ്ചാടി ശബ്ദമുണ്ടാക്കി-ഉയരത്തിൽ കുതിച്ചുചാടി ധം... ധം... എന്ന ശബ്ദമുണ്ടാക്കി; കൂടാതെ മുത്തച്ഛാ ഓടിക്കോ ഓടിക്കോ എന്ന് ഉച്ചത്തിൽ വിളിച്ചുപറയുകയും ചെയ്തു. ആ ശബ്ദങ്ങൾ കേട്ട വേടൻ അവളുടെ നേർക്ക് തിരിഞ്ഞു. വോംബാറ്റിന്റെ ഇറച്ചിയെക്കാൾ നല്ലത് കംഗാരു ഇറച്ചിയാണെന്ന് കരുതിയ വേടൻ അവരുടെ പിന്നാലെ ഓടാൻ തുടങ്ങി. കംഗാരു അമ്മ കഴിയുന്നത്ര വേഗത്തിൽ ജീവനുംകൊണ്ട് ഓടിയെത്തിയത് ഒരു ഗുഹാമുഖത്താണ്. ഉടൻതന്നെ ജീവൻരക്ഷാർഥം അവൾ ആ ഗുഹയിൽ കയറി ഒളിച്ചിരുന്നു. ആ സമയമത്രയും വോംബാറ്റ് മുത്തച്ഛനും തന്റെ മകനും അപകടമൊന്നും സംഭവിക്കരുത് എന്ന പ്രാർഥനയിലായിരുന്നു കംഗാരുഅമ്മ. കുറേ സമയത്തിനപ്പുറം വേടൻ ആ ചുറ്റുപാടിലെങ്ങും ഇല്ലെന്ന് ഉറപ്പുവരുത്തിക്കൊണ്ട് കംഗാരു തന്റെ ജോമോൻ നിന്നിരുന്ന സ്ഥലത്തേക്ക് തികഞ്ഞ ആകാംക്ഷയോടെ ഓടി. അവരുടെ പൊന്നുമോന് എന്തെങ്കിലും അപകടം സഭവിച്ചിരിക്കുമോ എന്ന് അവർ ഭയന്നു. പക്ഷേ, നല്ല കാലം; അവന് ഒന്നും സംഭവിച്ചില്ല. അവൻ അവരവനെ വിട്ടുപോയ മരത്തണലിൽതന്നെ ഓടിച്ചാടി കളിച്ചു നടക്കുന്നുണ്ടായിരുന്നു. ഓടിച്ചെന്ന് അവനെ വാരിയെടുത്ത് ഉമ്മവെച്ചുകൊണ്ട് പറഞ്ഞു:

"മോനേ, നിനക്കൊന്നും പറ്റിയില്ലല്ലോ. നല്ല കാലം. മോൻ അമ്മയെ കാണാതെ പേടിച്ചുപോയോ. ഇല്ലല്ലോ." അതുംപറഞ്ഞ് അവൾ മോനേയും എടുത്തുകൊണ്ട് മുത്തച്ഛന്റെ അടുത്തേക്ക് ഓടാൻ തുടങ്ങി. പക്ഷേ, മുത്തച്ഛനെ അവിടെയെങ്ങും കാണാൻ കഴിഞ്ഞില്ല. അന്വേഷിച്ചു നടന്ന് ക്ഷീണിച്ചുപോയ കംഗാരുഅമ്മ ജോയുമൊത്ത് അടുത്തുള്ള ഒരു വൃക്ഷത്തിന്റെ തണലിൽ വിശ്രമിച്ചു. അപ്പോഴും മനസിൽ പ്രാർഥിച്ചു. "പാവം ആ മുത്തച്ഛൻ തനിയെ എവിടെപ്പോയിരിക്കും. അദ്ദേഹത്തിന് ആപത്തൊന്നും വരുത്തരുതേ ദൈവങ്ങളേ".

പക്ഷേ, കംഗാരുഅമ്മ അറിയാതെപോയ ഒരു സത്യം ആ വോംബാറ്റ് വാസ്തവത്തിൽ ഒരു വോംബാറ്റായിരുന്നില്ല എന്നതാണ്.

ആകാശലോകത്തുള്ള "ബ്യാമി" എന്ന ദൈവം വോംബാറ്റിന്റെ വേഷത്തിൽ അവിടെ എത്തിയതായിരുന്നു. അദ്ദേഹം അങ്ങനെ വന്നതിന്റെ ഉദ്ദേശം ഭൂമിയിൽ ഏറ്റവും കൂടുതൽ ദീനാനുകമ്പയുള്ളത് ആർക്കാണ് എന്നത് സ്വയം കണ്ട് മനസിലാക്കുക എന്നതായിരുന്നു. അദ്ദേഹത്തിന് ഉത്തരം കിട്ടുകയും ചെയ്തു-കംഗാരു. അതുകൊണ്ട് കംഗാരുവിന് ഉചിതമായ ഒരു സമ്മാനം നൽകണമെന്ന് ബ്യാമി ദേവൻ തീർച്ചയാക്കി.

ആകാശലോകത്ത് തിരികെ എത്തിയ ഉടൻ തന്നെ അദ്ദേഹം തന്റെ ഭൂതഗണങ്ങളെ (പരിചാരകരെ) വിളിച്ച് പറഞ്ഞു:

"നിങ്ങൾ ഉടനെതന്നെ ഭൂമിയിലേക്ക് പോകണം. അവിടെ യൂക്കാലി പറ്റസ് മരങ്ങൾ ധാരാളമായി വളരുന്ന ഒരു സ്ഥലത്തുനിന്ന് യൂക്കാലി പ്റ്റസ് മരത്തിന്റെ നീളത്തിലുള്ള മരത്തൊലി ശേഖരിച്ച് അതുകൊണ്ട് ഒരു ഉപരിവസ്ത്രം (apron) ഉണ്ടാക്കണം. അത് കംഗാരുഅമ്മയ്ക്ക് എന്റെ ഉപഹാരമായി നൽകണം; അത് അവരുടെ അടിക്കെട്ടിന് മുകളിലായി ദേഹത്തോട് ചേർത്ത് കെട്ടാൻ പറയണം. ഞാൻ അങ്ങനെ പറഞ്ഞു എന്ന് അവരോട് പറയണം. ഉടനെ പുറപ്പെട്ടുകൊള്ളുക."

ഭൂതഗണങ്ങൾ ബ്യാമിദേവൻ പറഞ്ഞതെല്ലാം അതേപോലെ കൃത്യമായി ചെയ്തു. കംഗാരുഅമ്മ സ്നേഹത്തോടെ ബ്യാമി ദേവൻ കൊടുത്ത ആ ഉപരിവസ്ത്രം തന്റെ ദേഹത്ത് കെട്ടിക്കഴിഞ്ഞപ്പോൾ ആ സ്ഥാനത്ത് യൂക്കാലിപ്റ്റസിന്റെ മരവുരി ക്രമേണ മൃദുവായ രോമ നിബിഡമായ ഒരു ഉറയായി-സ്വന്തം ദേഹത്തിന്റെ ഭാഗമായി, തന്റെ മകനെപ്പോലും അതിലിരുത്തി കൊണ്ടുനടക്കാൻ പാകത്തിനുള്ള ഒരു ഉറയായി (സഞ്ചിയായി) മാറി.

ഇപ്പാൾ മനസിലായില്ലേ കംഗാരുവിന് വയറിനടിയിലെ സഞ്ചികി ട്ടിയത് എങ്ങനെയാണെന്ന്?

തന്റെ ജോയെ സുരക്ഷിതമായി എവിടെയും കൂട്ടിക്കൊണ്ട് നടക്കാൻ ഉപകരിക്കുന്ന ആ സഞ്ചി തനിക്ക് ദൈവം തന്ന ഒരു വിലപ്പെട്ട വലിയ ഉപഹാരമായി കംഗാരുഅമ്മ സ്വീകരിച്ചു എന്നു മാത്രമല്ല, തന്നെപ്പോലെ കംഗാരു എലികൾക്കും, വൊളബികൾക്കുമെല്ലാം അത്തരം സഞ്ചികൾ കിട്ടിയിരുന്നുവേങ്കിൽ എന്നും ആ സ്നേഹനിധിയായ അമ്മ ആഗ്രഹിച്ചു. അവരുടെ ആഗ്രഹം ബ്യാമിദേവൻ മനസിലാക്കിയതുകൊണ്ടാണ് ആ സമയം മുതൽ മാർസുപിയൽ (സഞ്ചിമൃഗങ്ങൾ) മൃഗങ്ങൾക്കും കംഗാരുവിനെപ്പോലെയുള്ള എല്ലാ മൃഗങ്ങൾക്കും അവരുടെ കുട്ടികളെ കൊണ്ടുനടക്കാൻ പാകത്തിനുള്ള സഞ്ചികൾ (pouch) കിട്ടിയത്.

ഒരു മീൻ കഥ

മീനുകൾ എക്കാലവും മീനുകളായിരുന്നുവെന്നും മയിലുകൾ എന്നും മയിലുകളായിരുന്നുവെന്നും പക്ഷികളും മൃഗങ്ങളുമെല്ലാം എക്കാലവും പക്ഷികളും മൃഗങ്ങളുമായിരുന്നുവെന്നുമല്ലേ നാം സാധാരണയായി വിചാരിക്കുന്നത്. മീനുകൾ എക്കാലവും ജലത്തിൽ ജീവിച്ചിരുന്നു എന്നും. പക്ഷേ, നിങ്ങൾക്ക് ഓസ്ട്രേലിയയിൽ പോകാനും ആ ഭൂഖണ്ഡത്തിന്റെ മധ്യപ്രദേശങ്ങളിലെ മരുഭൂമിക്ക് സദൃശ്യമായ മണൽ നിറഞ്ഞ സ്ഥലങ്ങളിൽ ജീവിക്കുന്ന കറുത്തവരുമായി സംസാരിക്കാൻ അവസരം കിട്ടുകയുമാണെങ്കിൽ മറ്റൊരു കഥ (വിശ്വാസം) കേൾക്കാൻ കഴിഞ്ഞെന്ന് വരാം.

അവരുടെ വിശ്വാസപ്രകാരം പണ്ട്പണ്ട് മീനുകൾ കരപ്രദേശങ്ങളിൽ അലഞ്ഞു നടന്നിരുന്ന മറ്റു മൃഗങ്ങളെ വേട്ടയാടി ഭക്ഷണം നേടിയിരുന്ന ഒരു കാലഘട്ടത്തിലെ കഥകൾ കേൾക്കാൻ നിങ്ങൾക്ക് അവസരം കിട്ടിയെന്ന്വരാം. മാത്രമല്ല മീനുകൾ വളരെ കഷ്ടപ്പെട്ടാണെങ്കിലും ബുദ്ധിപൂർവ്വം അവയെല്ലാം തരണംചെയ്ത് ജീവിച്ചിരുന്നു എന്നും മനസിലാകും. വളരെ ഭയാനകരമായ ഒരു സംഭവം ഉണ്ടാകാതിരുന്നുവെങ്കിൽ ഒരു പക്ഷേ മീനുകൾ ഇന്നും നമ്മോടൊപ്പം കരയിൽ ജീവിക്കുന്നുണ്ടായിരുന്നിരിക്കാം എന്നും അവർ വിശ്വസിക്കുന്നു.

അക്കാലത്ത് ഒരു ദിവസം മീൻഗോത്രത്തിലെ എല്ലാവരും ഒരു വേട്ടയാടൽ പരിപാടികഴിഞ്ഞ് ക്ഷീണിച്ച് ഒരു വലിയ വൃക്ഷത്തിന്റെ തണലിൽ തമ്പടിച്ച് വിശ്രമിക്കുകയായിരുന്നു. ചുറ്റും നല്ലചൂടായിരുന്നതുകൊണ്ട് ആ വൃക്ഷത്തിന്റെ തണൽ സുഖപ്രദമായിരുന്നു. മാത്രമല്ല അത് നദീതീരത്തായിരുന്നതുകൊണ്ട് നല്ല തണുത്ത കാറ്റും

വീശുന്നുണ്ടായിരുന്നു. അതുകൊണ്ട് അവർ അവിടെ കുറച്ചുകൂടുതൽ നേരം വിശ്രമിക്കാൻ തീർച്ചയാക്കി. ആ നദിയോരത്ത് തീ കൂട്ടി കുറച്ച് ഭക്ഷണം പാകം ചെയ്തു. എല്ലാവരും വയറുനിറയെ ഭക്ഷണം കഴിച്ച് വിശ്രമിക്കുന്ന-ഉറങ്ങുന്ന സമയമായിരുന്നു. അക്കാലത്ത് ഇന്നത്തെ പോലെ തീപ്പെട്ടിയും മറ്റും ഇല്ലായിരുന്നല്ലോ. അതുകൊണ്ട് തീ ഉണ്ടാക്കുന്നതും ഒരു ശ്രമകരമായ ജോലിയായിരുന്നു. തീ ഉണ്ടാക്കാൻവേണ്ട പ്രത്യേകതരം കമ്പുകളും മറ്റും ശേഖരിക്കേണ്ടതുണ്ടായിരുന്നു. ഏതായാലും ഭക്ഷണം കഴിഞ്ഞ് വിശ്രമിക്കുന്നതിനിടയിൽ, കുറേശ്ശ ഉറക്കം വന്നുതുടങ്ങിയ സമയത്ത് വിചാരിച്ചിരിക്കാതെ കറുത്തിരുണ്ട കാർമേഘങ്ങൾ അവിടേയ്ക്ക് പറന്നെത്തി. മാത്രമല്ല അതിശക്തിയായി മഴ പെയ്യുവാനും ആരംഭിച്ചു. ആ സ്ഥലം മുഴുവനും മഴവെള്ളത്തിൽ മുഴുകി എന്ന് മാത്രമല്ല അവർ ഉണ്ടാക്കിയ തീ മുഴുവൻ കെട്ടുപോവുകയും ചെയ്തു. തീ കെട്ടാൽ അത് തിരിച്ച് ഉണ്ടാക്കി എടുക്കാൻ ഇന്നത്തെപ്പോലെ അത്ര എളുപ്പമായിരുന്നില്ലല്ലോ. കൂടാതെ വളരെ തണുത്ത കാറ്റ് ശക്തിയായി വീശാൻ തുടങ്ങിയത് അവരെ കൂടുതൽ കഷ്ടത്തിലാക്കി. അപ്പോൾ കൂട്ടത്തിൽ പ്രായം കൂടിയ "തുഗ്ഗി" എന്ന മീൻ പറഞ്ഞു:

"ഇങ്ങനെ പോയാൽ കഷ്ടമാകും കൂട്ടരേ. വേഗംതന്നെ എങ്ങനെയെങ്കിലും തീ ഉണ്ടാക്കാൻ കഴിഞ്ഞില്ലെങ്കിൽ നമ്മളെല്ലാം തണുത്ത് മരവിച്ച് ചത്തുപോകും.""

അയാൾ തന്റെ മക്കളോട് വേഗം തീയുണ്ടാക്കാൻ വേണ്ടത് ചെയ്യാൻ നിർദേശിക്കുകയും ചെയ്തു. പക്ഷേ, അവർ എത്ര ശ്രമിച്ചിട്ടും ഫലമുണ്ടായില്ല.

ഒപ്പംതന്നെ ബിരംഗ എന്ന മുള്ളൻമീനും പറഞ്ഞു:

"അതുശരിയാ. ഞാനും ഒന്ന് ശ്രമിച്ചുനോക്കട്ടെ." പക്ഷേ ബിരംഗയുടെ ശ്രമവും ഫലപ്രദമായില്ല. കുംബലിന്റെ ശ്രമവും പരാജയപ്പെട്ടു.

എല്ലാം നോക്കിനിന്ന തുഗ്ഗി വീണ്ടും പറഞ്ഞു:

"ഇങ്ങനെ വീണ്ടുംവീണ്ടും ഒരേപോലെ ശ്രമിച്ചാൽ ഫലമൊന്നുമുണ്ടാവുകയില്ല. നമ്മുടെ പക്കലുള്ള വിറകുകളെല്ലാം നനഞ്ഞുപോയിരിക്കുന്നു. ഇനി സൂര്യപ്രകാശത്തിൽ അവയെല്ലാം നല്ലതുപോലെ ഉണക്കിയെടുത്തതിനു ശേഷമേ നമുക്ക് തീ ഉണ്ടാക്കാൻ കഴിയൂ."

അപ്പോൾ ഒരു ചെറിയമീൻ, വെറും ഒന്നോ ഒന്നരയോ ഇഞ്ചുമാത്രം (ഇഞ്ച് = 2.5 സെന്റിമീറ്റർ) നീളമുള്ള മീൻ തുഗ്ഗിയുടെ മുമ്പിൽ കുനിഞ്ഞ് വണങ്ങിക്കൊണ്ട് പറഞ്ഞു:

"എന്റെ അച്ഛൻ ഗുഡുവിന് മറ്റെല്ലാ മീനുകളേക്കാളും നന്നായി

മാന്ത്രിക വിദ്യകൾ വശമുണ്ട്. അദ്ദേഹത്തിന് തീ ഉണ്ടാക്കുവാനും അറിയാം. ആവശ്യപ്പെട്ടാൽ അദ്ദേഹം നമ്മെ സഹായിക്കും."

അൽപനേരത്തിനുശേഷം തുഗ്ഗിയുടെ അപേക്ഷപ്രകാരം ഉഡി തീയുണ്ടാക്കാനുള്ള ശ്രമം ആരംഭിച്ചു. അടുത്തുണ്ടായിരുന്ന ചില പ്രത്യേകതരം മരങ്ങളുടെ തൊലി ഉരിഞ്ഞെടുത്ത് പുകഞ്ഞുകൊണ്ടിരുന്ന ചാരത്തിനുമുകളിൽവെച്ചു. തൊലി ചാരത്തിനു മുകളിൽ ഒരു പ്രത്യേകരീതിയിലാണ് അടുക്കിവെച്ചത്. പിന്നീട് അതിനു മുമ്പിൽ ഇരുന്നുകൊണ്ട് ഉഡി ശ്വാസം വലിച്ച് ആ മരത്തൊലികളുടെ നടുവിലേക്ക് ശക്തിയോടെ ഊതാൻ തുടങ്ങി. അങ്ങനെ കുറേ നേരം നിർത്താതെ തുടർച്ചയായി ഊതിയപ്പോൾ തീ കുറേശ്ശ ജ്വലിക്കാൻ തുടങ്ങി. കുറേശ്ശയായി ജ്വലിച്ച് കത്താൻ തുടങ്ങിയ തീ കാണാൻ എല്ലാവരും ഉഡിയുടെ ചുറ്റും കൂടിയപ്പോൾ ഉഡി അവരോട് പറഞ്ഞു:

"നിങ്ങൾ ഇങ്ങനെ എന്നെ ചുറ്റി നിന്നാൽ വേണ്ടത്ര കാറ്റുകിട്ടുകയില്ല. അതുകൊണ്ട് എല്ലാവരും നദിയോരത്തേക്ക് മാറി നിൽക്കണം. നല്ല കാറ്റ് കിട്ടിയാലേ നമുക്ക് ശക്തിയോടെ കത്തുന്ന തീ ഉണ്ടാക്കാൻ കഴിയൂ."

എല്ലാവരും നദിയോരത്തേക്ക് മാറി നിന്നു. ഒന്നുരണ്ടുപേർ മാത്രം ഉഡിയുടെ നിർദേശപ്രകാരം അടുത്തുള്ള മരങ്ങളിൽനിന്നും ഉണങ്ങിയ തൊലി ഉരിച്ച് ഉഡുവിന് നൽകിക്കൊണ്ടിരുന്നു. ഉഡി അങ്ങനെ കിട്ടിയ തൊലി ജ്വലിച്ചുകൊണ്ടിരുന്ന തീയ്ക്കുമുകളിൽ അടുക്കിവെയ്ക്കുകയും അതിലേക്ക് ശക്തിയോടെ ഊതുകയും ചെയ്തുകൊണ്ടിരുന്നു. അൽപസമയത്തിനുള്ളിൽ തീ ആളിക്കത്താൻ തുടങ്ങി. അതുകണ്ടുനിന്ന മീനുകളെല്ലാം തികഞ്ഞ സന്തോഷത്തോടെ ശബ്ദമെടുത്ത്-ആർത്തുവിളിച്ചു. എല്ലാവരും ഉറക്കെയുറക്കെ പറഞ്ഞു:

"ഇനി നമുക്ക് തണുപ്പിനെ ഭയപ്പെടേണ്ടതില്ല. ഈ തീ നമുക്ക് വേണ്ടത്ര ചൂടുനൽകും. സംശയമില്ല. ഉഡു നമ്മുടെ രക്ഷകനാണ്."

അപ്പോഴാണ് തികച്ചും അപ്രതീക്ഷിതമായ ആ സംഭവം ഉണ്ടായത്. അവർ കൂട്ടമായി നിന്നിരുന്ന സ്ഥലത്തേക്ക് കാറ്റ് ശക്തിയായി അടിച്ചുതുടങ്ങി. അപ്പോൾ ഉയർന്നുകത്തിയ തീജ്വാലകൾ ആ ദിശനോക്കി അടിക്കാൻ തുടങ്ങി. തന്നിമിത്തം കൂട്ടമായി നിന്നിരുന്നവരെല്ലാം നദിയോരത്തോട് കൂടുതൽ അടുത്ത സ്ഥലത്തേക്ക് മാറി നിന്നു. പക്ഷേ, തണുപ്പിൽ ഉറഞ്ഞുകിടന്നിരുന്ന മഞ്ഞുകട്ടികൾ മണലിൽ മൂടിക്കിടന്നസ്ഥലമായിരുന്നു അതെന്ന് അവർക്കറിയില്ലായിരുന്നു. തീച്ചൂട് കൂടിത്തുടങ്ങിയപ്പോൾ ഘനീഭവിച്ച മഞ്ഞ് ഉരുകുകയും അവർ

നിന്നിരുന്നസ്ഥലവും അവരും എല്ലാം നദിയിലേക്ക് വീണതും എല്ലാം നിമിഷങ്ങൾക്കുള്ളിലാണ് സംഭവിച്ചത്.

നദിയിലെ വെള്ളം വളരെയധികം ആഴത്തിലുള്ളതും (സമുദ്രത്തിനടുത്തായിരുന്നതുകൊണ്ട് ഏതാണ്ട് സമുദ്രത്തിലെന്നപോലെ തന്നെ ആഴമുള്ളതായിരുന്നു) അധികം തണുത്തതുമായിരുന്നു. അവരെല്ലാവരും ആ തണുത്ത വെള്ളത്തിൽ വളരെയധികം കഷ്ടപ്പെട്ടു. എരിഞ്ഞുകൊണ്ടിരുന്ന മരത്തൊലിക്കുമ്പാരവും അങ്ങനെതന്നെ വെള്ളത്തിൽ മുങ്ങിപ്പോയെങ്കിലും തീ വളരെയധികം ശക്തിയിലായിരുന്നതുകൊണ്ട് തീജ്വാലകൾ വെള്ളത്തിനടിയിലും ജ്വലിച്ചുനിന്നു. മാത്രമല്ല ആ തീക്കുമ്പാരം ജലത്തിനടിയിലേക്ക്, ആഴത്തിലേക്ക് ഇറങ്ങിപ്പോവുകയും ചെയ്തു.

മീനുകളെല്ലാം മറ്റുമാർഗമില്ലാതെ തീക്കുമ്പാരത്തിന് ചുറ്റും വട്ടമിട്ട് നടന്നു. അവിടെ ജലത്തിന്റെ ചൂട് സുഖപ്രദമായിരുന്നു; ജലപ്പരപ്പിൽ ഉണ്ടായിരുന്നതുപോലെ തണുപ്പില്ലായിരുന്നു. മറ്റൊരതിശയം ജലത്തിനടിയിൽ എത്തിച്ചേർന്ന തീക്കുമ്പാരം അങ്ങനെ തന്നെ തുടർന്നും എരിഞ്ഞുകൊണ്ടേയിരിക്കുന്നു എന്നതാണ്-അങ്ങനെ എരിയുന്നുണ്ടോ എന്ന് നമുക്ക് അറിഞ്ഞുകൂടായെങ്കിലും അങ്ങനെ എരിഞ്ഞുകൊണ്ടേയിരിക്കുന്നു എന്നും അതുകൊണ്ടാണ് ജലപ്പരപ്പിൽ ഉള്ളതിനേക്കാൾ അൽപം കൂടുതൽ ചൂട് സമുദ്രത്തിനടിയിലുള്ള വെള്ളത്തിനുള്ളതെന്നും അവിടുത്തെ കറുത്തവർഗക്കാർ വിശ്വസിക്കുന്നു. മറ്റുമാർഗമൊന്നും ഇല്ലാതിരുന്നതുകൊണ്ടും വെള്ളത്തിലെ ജീവിതം കരയിലേതിനെക്കാൾ സുഖമുള്ളതായി അനുഭവപ്പെട്ടതുകൊണ്ടും മീനുകൾ ആ സംഭവത്തിനുശേഷം വെള്ളത്തിൽ തന്നെ ജീവിക്കുവാൻ പഠിച്ചെന്ന് അവർ വിശ്വസിക്കുന്നു.

•

www.ingramcontent.com/pod-product-compliance
Lightning Source LLC
LaVergne TN
LVHW102106041026
849558LV00002B/71
* 9 7 8 9 3 5 5 1 7 7 8 4 1 *